பொருளடக்கம்

பகுதி -1

நிலையான வாழ்வு நித்திய ஜீவனை பெற்றுக்கொள்ளுங்கள்

பகுதி - 1, 2, 3

இது ஜீவமார்க்கத்தின் எழுப்புதல்.
உங்கள் வாழ்வின் திருப்புமுனைக்கு ஓர் திறவுகோல்

பூ. சதீஷ் குமார்

ISBN 979-8-89066-813-4

தேவனுடைய இராஜியம் நமக்கு சொல்லும் மூன்று போதனைகள்

சாத்தானின் பொய்யும் தோல்வியும்.
இயேசுகிறிஸ்துவின் நேர்மையும் வெற்றியும்

தேவனுடைய ராஜியத்திற்குள்ளே செல்வதற்கு தகுதிகள்

மனிதர்கள் மறுபடியும் பிறப்பதின் ரகசியம் அதின் அவசியம்

நம்மை தகுதிபடுத்துவதும், தகுதியிழக்க செய்வதும்

பழைய மனிதனுக்கும் – புதிய மனிதனுக்கும்,
ஆவிக்கும் – மாம்சத்திற்க்கும் உள்ள வேறுபாடுகள்

பகுதி – 2

நியாயப்பிரமணத்தின் தேவையும் நோக்கம் பற்றி
தேவனாகிய கர்த்தர் கற்றுக்கொடுத்து....

நியாயப்பிரமாணம் பற்றிய நேர்மறையான,எதிர்மறையான
பவுலின் இரட்டை நிலைப்பாடுகள். இன்றைய சபை குழப்பங்கள்

எந்த ஒரு மனித சமுதாயத்திற்கும் சட்டம் & ஒழுங்கை – Law & Order
கற்றுத்தருவதில் பைபிளின் சிறப்புகள்

மனிதர்களுக்கு வியாதிகள் நோய்கள் மரணம் எப்படி ? ஏன் வருகிறது

ஆரோக்கியம் பரிசுத்தம் நீடித்த வாழ்வுக்கு கர்த்தருடைய
பிரமாணத்தின் வெளிச்சம்

இஸ்லாமியர்கள் பின்பற்றும் நியாயப்பிரமாணத்தின் நித்திய கட்டளைகள்

குற்றமற்ற மனிதசமுதாயம் உண்டாக,
இயேசு கிறிஸ்துவின் சமூக சீர்த்திருத்த போதனைகள்

அத்தியாயம் – 8 172–243

கிறிஸ்தவ மத திருச்சபையே உன்னில் இன்னும் ஒரு குறைவு உண்டு.
உணர்ந்து நீங்கள் மனந்திரும்ப வேண்டும்.
சபையே நீ ஜெயங்கொள்ளுகிறவனாயிரு.

ஆசியாவில் இருந்த ஏழு – 7 சபைகளை யார் யார் கவனித்து அறிந்தார்கள்

ஆசியாவில் உள்ள ஏழு சபைகளில் இருந்த குறைவுகள்
– நிறைவுகள் என்ன?

சபைகளின் ஊழியனிடத்தில் பரிசுத்த ஆவியானவர் எதை பேசுகின்றார்,
உணர்த்துகிறார்..

சபைகள் தேவனின் சத்தியத்திற்கு சத்தத்திற்கு கீழ்ப்படியவில்லை என்றால்
கிடைக்கும் நியாயத்தீர்ப்பு என்ன ?

ஜெயம்கொள்கிறவனுக்கு கிடைக்கும் பரலோகத்தின் மேன்மைகள்

இன்றைய கடைசிக்காலத்தின் சபைகளின் குறைபாடும்–மாறுபாடுகளும்

நியாயப்பிரமாணம், நீதிமான்,கிருபை,புதுஉடன்படிக்கை,கிறிஸ்துவின் சபை,
காலம், பரிசுத்த ஆவியானவர், ஒற்றுமை புரியாத கிறிஸ்தவ மத திருச்சபைகள்
ஏன் மனந்திரும்ப வேண்டும் ?

சபை என்பதும் உலகளாவிய சபைகளின் கடமை – சேவைகள் என்ன

ஆடுகள்– சபை – மந்தை – மேய்ப்பன் பற்றிய செய்திகள்

யார் கர்த்தருடைய ஊழியக்காரன், அவர்களின் ஊழியத்தின் நோக்கம்

பிரித்தெடுக்கப்பட்டவர்கள் , அழைப்பு பெற்றவர்களின் வைராக்கியம்

இயேசுகிறிஸ்துவின் இரத்த உடன்படிக்கையின் நோக்கம் பலன்கள்

திருவிருந்து – Holy communion, தசமபாகம் – Tithe இரண்டையும் யார்
யாருக்கு மனப்பூர்வமாக கொடுக்கனும்.இதை பற்றி சபைகளின் மீறுதல்கள்
தவறான போதனைகள்

ஆடைகள், ஆபரணங்கள், ஐஸ்வரியம், மருத்துவம் வேதாகம சத்தியத்தின்
உண்மைகள் என்ன?

கிறிஸ்தவ சபைகள் யாருடையது. விசுவாசிகளை – ஊழியர்களை பிரித்தது
யார்? இவர்களுக்காக இயேசுகிறிஸ்துவின் ஜெபம்

பகுதி – 3

உன்னிடத்தில் நீ அன்புகூருவது போல பிறனிடத்திலும் அன்புகூரு. இது
உனக்கான நீதி. நீ தேவனைமதி.

முதலாவது முழுமையாக தேவனிடத்தில் எப்படி அன்புகூருவது

உன்னிடத்தில் அன்புகூருவது போல பிறனிடத்தில் அன்புகூரும் நீதி

உண்மையில் யார் நீதிமான்கள்? வேதாகமம் சொல்லும் உண்மைகள்.

துன்மார்க்கனின் மனந்திரும்புதல்! – நீதிமானின் பின்மாற்றம் ? பலன்கள்

தேவனுடையபுத்திரர் – ஜனங்கள் யார்? அவர்கள் எப்படிப்பட்டவர்கள்?

உண்மையில் யார் கிறிஸ்தவர்கள்? அவர்களை எப்படி அறிவது?

யாருடைய ஜெபங்களை கூப்பிடுதலை கர்த்தர் கேட்பார்.
யார் பரலோகத்தில் பிரவேசிப்பார்கள்?

உங்களின் உபவாசம் ஜெபங்களின் நோக்கம்

கர்த்தருக்கு பிரியமான உபவாசம் ஜெபம்.அதன் முன்மாதிரிகள்.

விசுவாசம்,கிரியைகள், கீழ்படிதல் என்பது

இயேசுகிறிஸ்துவின் குற்றசாட்டுகள், மனிதநேயம்

உங்களுக்குள்ளே உண்மையாகவே தேவன் எதிர்பார்க்கும் நீதி உண்டா ?

உங்களின் நம்பிக்கையும் வாழ்வும் எப்படிப்பட்டது?

இயேசுவின் சமுக சீர்திருத்தம், சமுக நீதி, பொருளாதார சமத்துவம் போதனை

அத்தியாயம் – 10 301–372

உன் சிலுவையை நீ சுமந்து இயேசுவின் சிலுவைக்கு பின் செல்;
நித்திய ஜீவன் உனக்கு அளிப்பார் .

சிலுவை என்பது பற்றிய இயேசுவின் கட்டளை

உன் சிலுவை சுமந்து – இயேசுவின் சிலுவைக்கு பின் செல்லும் அனுபவம்

இயேசு கிறிஸ்துவின் சிலுவை அனுபவம் நமக்கு வெளிப்படுத்தும்
செய்திகள் சத்தியம்

கல்வாரி சிலுவையில் இயேசு கிறிஸ்து பேசின ஏழு– 7 வார்த்தைகள்
நமக்கு சொல்லும் செய்திகள்

இருவழி பாதைகள் உண்டு. நீ செல்லும் வழியும் எது?

நீங்கள் இயேசுவை பின்பற்றும் சீஷன் – ஊழியனாகும் தகுதி

பழைய உடன்படிக்கைகும் மேலாக இயேசுகிறிஸ்து தந்த
புதிய உடன்படிக்கை கட்டளைகளுக்கு சபையே நீ கீழ்ப்படிந்தாயா

புதிய உடன்படிக்கை கட்டளைகளுக்கு கீழ்ப்படிந்த கிறிஸ்தவ
மிஷனெரிகளின் வாழ்க்கை, ஊழியங்கள்

மெய்யாகவே ஆசீர்வாதம் என்பது என்ன ? யார் பாக்கியவான்கள் ?

மிகுதியான ஐஸ்வரியம் – ஆஸ்திகள் உடையவர்கள்
ஏன் நிலையான வாழ்வை – நித்திய ஜீவனை அடைய முடியாது ?

நரகம், பாதாளம் , பரதீசு, பரலோகம் உண்டா ? அவைகள் யாருக்கான இடம்

ஆதி அப்போஸ்தலர்களான சீஷர்களின் கீழ்படிதல் அர்ப்பணிப்பு ஊழியம்

நமக்கு இரட்சிப்பு யார்மூலமாக உண்டாகும் ?

இரட்சிப்பு என்றால் என்ன ? வேதம் சொல்லும் உண்மைகள்.

மனந்திரும்புதல் – இரட்சிப்பு இரண்டுக்கும் உள்ள தொடர்பு.

யூதர்கள், கிறிஸ்தவர்கள் அறிவியல் விஞ்ஞான கண்டுபிடிப்புகளுக்கும்
இயேசுகிறிஸ்துவின் இரட்சிப்பின் திட்டத்திற்கும் தொடர்பு இருக்கிறதா

சுவிசேஷம் என்றால் என்ன ? அதில் பலவகைகள் உள்ளனவா

புதிய ஏற்பாடு பழைய ஏற்பாடு கற்றுத்தரும் சுவிசேஷம் சத்தியங்கள்

கிறிஸ்தவ ஊழியங்களை பல பட்டங்கள் பதவிகள் பிரிவினைகளுடன்
இயேசு கொடுத்தாரா?

இயேசுகிறிஸ்து அறிவித்த பரலோகராஜ்யத்தின் சுவிசேஷத்தின்
விளைவினால் நீதியும், பூரண இரட்சிப்பு,நிலையான வாழ்வும்
– நித்திய ஜீவனும் அடைந்திடுவோம்.

நம்மெல்லருக்கும் இறுதி நியாயத்தீர்ப்பு அதின் பலன்கள் உண்டாகும்.
நிச்சயமாகவே முடிவு உண்டு.

முடிவுரை   372-374

சமர்ப்பணம்

உலகத்தையும் அதில் உள்ள மக்களையும் எந்த விதத்திலும் வழிகளிலும் தண்டிக்காது, இரட்சிக்கும்படிக்கு மட்டுமே தேவகுமாரன் – ஓர் மனித அவதாரமாக இப்பூமிக்கு வந்து, சமய சமுதாய சீர்திருத்தங்களை செய்தவர்; தன்னை உலக சரித்திரத்தின் மிக சாதனையின் மனிதராக – புனிதராக தன்னை நிலை நிறுத்தினார். நித்திய (ஜீவனுக்கு) வாழ்வுக்கு வழிகாட்டிய ஓர் இளம் போதகர், தலைவர், தீர்க்கதரிசி, ராஜா, இரட்சகரான **இயேசு கிறிஸ்துவுக்கு** – இப்புத்தகத்தை சமர்ப்பிக்கின்றேன்.

இது தீமைகள் ஏமாற்றங்கள் இல்லாத மனித வாழ்வுக்கு, பகுத்தறிவுடன் சீர்திருத்தங்களைப் பெறும் சிந்தனை செயலை தூண்டி, மனிதனை சிறந்து வாழ்வதற்கு ஓர் சிறிய முயற்சி ஆகும்.

நன்றி தெரிவிக்கும் நேரம்

இத்தருணத்தில் நன்றிகள் பலருக்கும் தெரிவிக்க கடமைபட்டுள்ளேன்.

எல்லாருடைய நினைவுகளும் எனக்குள் இருந்தாலும், இங்கே சிலரின் பெயர்களை மட்டுமே உரிமையுடன் உணர்வுடன் குறிப்பிட்டு, கடந்து வந்த காலங்களில் நடந்து வந்த பாதைகளில் நடத்திவந்த கர்த்தரின் கருணைமிக்க செயல்களுக்கும் நன்றி செலுத்துகின்றேன்.

1. என்னுடைய துவக்க பள்ளி, நடுநிலை பள்ளி, உயர்நிலை பள்ளி, டிப்ளமோ கல்லூரி, வேதாகம கல்லூரி ஆசிரியர்கள் போதகர்கள் ஊழியர்கள் அனைவருக்கும் நன்றி. அவர்கள் பல புத்தகங்களை படிக்கும்படி கற்பித்து நிர்பந்தத்ததின் நீட்சியாக, இன்று நான் ஒரு புத்தகத்தை எழுதி மூன்று பகுதியாக தொகுத்து அளிக்க முடிந்தது.

2. கிறிஸ்தவ மார்க்கத்தின் விசுவாச பாதைகளில் ஆரம்பம் முதலாக இதுவரைக்கும் என்னுடைய பயணங்களில் சந்தித்த, எனக்கு உதவின ஆலோசனை ஆதரவு அளித்த, போதித்த ஐக்கியம் தொடர்புடைய முக்கியஸ்தர்கள் அனைவருக்கும் நன்றி. குறிப்பாக : IGS, RIMES நிறுவனத்தின் இயக்குநர்கள் ஊழியர்கள் குடும்பத்தினர் மற்றும் நண்பர்களுக்கு நன்றி. ACA , AG, AFT , CPM , ETZC, மற்றும் ECI ஊழியங்களின் சில போதகர்கள், வேதாகம கல்லூரி மாணவர்கள் போதனைகள், ஆலோசனை ஐக்கியம் ஆதரவுக்கு நன்றி.

3. இந்த புத்தகம் எழுதி வெளியிடுவதற்கு என்னை தட்டி எழுப்பின நெருக்கடியான குழப்பமான குறைபாடுகளுடன் கூடிய சமயம் – சமூக சூழல்களுக்காக, அதில் என்னை விழிப்படைய செய்த தேவனுடைய வார்த்தைகளுக்கு நன்றி. என்னுடைய மனைவி சலோமி மற்றும் குடும்பத்தினர் அனைவருக்கும் நன்றி.

4. புத்தகத்தின் டைப்பிங் வேலைகளை செய்து ஆரம்பம் முதல் ஒத்துழைப்பு அளித்த சகோதரி கேத்தரின், மில்டன் சகோதரர் அவர்களுக்கும், இறுதி வரையில் டைபிங் வேலைகள் எடிட்டிங் வேலைகளுக்கு உதவிசெய்து ஒத்துழைப்பு ஆதரவு ஆலோசனை அளித்த வேதாகம நண்பன் – இயக்குனர், வீர சுவாமிதாஸ் மற்றும் சகோதரி அருள்மொழி, சகோதரர் ரூபன் மாறன் அனைவருக்கும் நன்றி.

ஆத்தும ஆதாய பணியில் ஆசிரியரின் பங்களிப்பின் நோக்கம்

இந்த புத்தகம் 21 ஆம் நூற்றாண்டின் இன்றைய மக்களுக்கு மிகவும் அவசர - அவசியமுமான செய்தியை நற்செய்தியாக தெரிவிக்கும்படியாக எழுதப்படுகிறது. குறிப்பாக என்னுடைய 30 வருட கிறிஸ்துவ வாழ்க்கை மற்றும் ஊழிய பயணங்களில், நான் பார்த்தவைகள், கேட்டவைகள், பங்கெடுத்தவைகள் மற்றும் பழகினவைகளில்;

1. சில பல கிறிஸ்தவ சபைபிரிவுகளின் மாதிரிகள் மற்றும் மத நம்பிக்கை போதனைகள் செயல் பாடுகள் கிறிஸ்தவம் என்ற பெயரில் ஆனால் இயேசு கிறிஸ்துவின் போதனைக்கும், வழிகாட்டுதலுக்கும், முன்மாதிரிகளுக்கும், நோக்கத்திற்கும் எதிரான மனநிலையில், அந்தி கிறிஸ்துவின் மனப்பான்மையில் அறிந்தோ - அறியாமலோ - புரிந்தோ - புரியாமலோ மத கூட்டமாக (கிறிஸ்து வின் பெயரை பயன்படுத்திக்கொள்வது, ஆனால் கிறிஸ்துவின் கொள்கைகளுக்கு எதிராக அல்லது வேறு மாதிரியாக) தங்களை காட்டிக் கொள்கிறார்கள், செயல்படுகிறார்கள்.

இது மிகவும் சிக்கலான வலை பின்னல். இதை சீர்செய்ய வேண்டும். இப்புத்தகத்தின் மூலமாக பரிசுத்த வேத வசனங்களின் வேத வாக்கியங்களின் உதவியோடு ஒழுங்குபடுத்தப்பட்ட ஒருங்கிணைந்த சிறந்த ஆலோசனைகள் மற்றும் சத்தியத்தை வழங்குகிறேன். நமக்கு சீர்திருத்தம் அவசியம் தேவைப்படுகிறது.

2. கிறிஸ்தவ பிரிவுகளுக்கு வெளியில் உள்ள உலக மக்கள், மற்றும் என் இந்திய தேசத்தின் மக்களிடையே கிறிஸ்தவம் ஒரு மதம், மதகூட்டம் மத போதகர் என்ற, சொல்லும் பார்வையும் குறைகளும் மாற்றம் பெற வேண்டும். இது அன்பும் பரிசுத்தமும், சீர்த்திருத்தமும் பகுத்தறிவும், நீதியும், மனித நேயமும், உயர்ந்த தரிசனமும் கொண்ட கிறிஸ்தவ மார்க்கம் என்ற சொல்லும், பார்வையும் நம்பிக்கையும் பரவலாக உலக மக்களுக்குள்ளாக பதிய வேண்டும். சமுதாயத்தில் பல நிலைகளிலும் உள்ள அறியாமை, அநியாயம். அழிவுகள் நீங்கி விழிப்பும், விடுதலையும், வெளிச்சம் அடைந்து - அனைவரும் நலமான வாழ்வு பெற வேண்டும். இதற்கு நானும் (நாமும்) பொறுப்பேற்றுக் கொண்டே இப்புத்தகத்தை வழங்குகின்றேன்.

கர்த்தராகிய இயேசு கிறிஸ்துவின் நாளிலே நீங்களும் நானும் குற்றஞ்சாட்டப்படாதவர்களாய் இருக்கும்படிக்கு நாம் இந்த நிறைவான

நற்செய்தியை அறிவித்தும் சம்பூரணமுள்ளவர் களாகும் படிக்கு விசுவாசத்துடன் கீழ்ப்படியக்கடவோம். எனக்குள்ளே, என் குடும்பத்திற்குள்ளே, என் சபைக்குள்ளே, என் தேசத்திற்குள்ளே மனந்திரும்புதலும், எழுப்புதலின் கனிகளும் உண்டாக வேண்டும். சபை சீர்திருத்தமும் மற்றும் சமுதாயச் சீர்த்திருத்தமும் நம்முடைய நிலையான நீதியான வாழ்வின் அவசியம் ஆகும்.

குறிப்பு: இப்புத்தகத்தின் செய்தியை நீங்கள் முழுமையாக படித்து தேவனுடைய வழிகாட்டுதலாக ஏற்றுக் கொண்டு உங்களை கீழ்படிய செய்வீர்களானால்,நிச்சயம் உங்கள் வாழ்க்கை மிகச்சிறந்த உன்னத நோக்கத்தை தரிசனத்தை கொண்டதாக மாறும். நீங்கள் நித்திய (ஜீவனை) வாழ்வையும் பெறுவீர்கள் என்பதில் எந்த சந்தேகமும் இல்லை.

உங்கள் வாழ்வின் திருப்புமுனைக்கு இது ஓர் திறவுகோல்! இவைகள் நம்மை புடமிடும், புதுப்பிக்கும் பூரணப்படுத்தும் சத்தியங்கள்.

முன்னுரை

அன்புக்குரிய சகோதர சகோதரிகள், சிறியோர் பெரியோர் அனைவருக்கும் சமாதானம் உண்டாக நற்செய்தியுடன் கூட வாழ்த்துக்கள். இப்புத்தகத்தை நீங்கள் தேர்வு செய்தது உங்கள் பாக்கியமே. இதை தொடர்ந்து நீங்கள் வாசியுங்கள், பகுத்தறிந்து யோசியுங்கள், சத்தியத்தை விசுவாசியுங்கள், அனைவரையும் நேசியுங்கள்.

நித்திய ஜீவனை (வாழ்வை) பற்றிய நம்பிக்கையும், அதன் போதனையும் முந்தய காலக் கட்டத்திலிருந்து இன்றைய காலத்திலும் இனிவரும் காலத்திலும் மக்களின் வாழ்வின் மையக்கருபொருள் என்பதை கண்டறிந்திட தவறின நாம் கற்று அறிந்துக் கொள்ள வேண்டும்.

நித்திய ஜீவனை பெற்றுக் கொள்ள அல்லது நிலையான வாழ்வைச் சுதந்தரித்துக் கொள்ள நான் என்ன செய்ய வேண்டும்? என்று எந்த ஒரு மனிதன் கேட்கிறானோ ! அவர் அதற்கான முதற் சில படி நிலைகளை தன் வாழ்க்கையில் கடந்தவராக இருக்க வேண்டும். இதற்கான சன்மார்க்க நிலை அறிவும் வாஞ்சையுமே அவர் வாழ்க்கையை புரிந்துக்கொண்டு ஒழுங்கான முறையில் வாழ்வதை காட்டிவிடும். ஆனாலும் அவர் நிறைவான மீதமுள்ள படிநிலைகளை கடந்தால்மட்டுமே நித்திய ஜீவனை பெற முடியும். இந்தப் புத்தகத்தில் 100 கேள்விகளுக்கு மேலாக: முக்கியமான பதில்கள், தகவல்கள், ஆலோசனைகள், வெளிப்பாடுகள் சத்தியத்தின்படி சமரசமில்லாமல் சில சரித்திர நிகழ்வுகளுடன் கொடுக்கப்பட்டுள்ளது.

நித்திய ஜீவனும் அதன் நம்பிக்கையும் பற்றிய விருப்பம் இல்லாதவர்கள் யாராக எந்த மனிதனாக இருந்தாலும், அவர்கள் அரிதிலும் அரிது மனிதனாய் பிறப்பது அரிது. இந்த மனித வாழ்க்கையை அவர்கள் ஒழுங்கற்றதாக்கி தங்களையும் தங்களை சார்ந்த சமுகத்தையும் கெடுத்து விடுவார்கள்.மனித பிறப்பின் நோக்கத்தையும் மகத்துவத்தையும் இழந்துவிடாதிருக்க, நித்திய வாழ்வையும் பெற்றுக்கொள்ள, முழுபடிநிலைகளையும் கற்று அறிந்து முன்னேறி மேலான மென்மையான வாழ்வை பெற்றுக் கொள்ள வேண்டும்.

பல பட்டபடிப்புகளும் மனிதன் கற்றாலும் அது அவர்களை பாதுகாப்பதாக மதிப்புமிக்கவர்களாக மாற்றிவிடாது. ஆனால் இந்த புத்தகத்தின் சத்தியம் உங்களை பாதுகாக்கப்பட்டவர்களாக, பரிசுத்த-முள்ளவர்களாக, பகுத்தறிவு மிக்கவர்களாக, ஜாக்கிரதையுள்ளவர்களாக இரக்கமுள்ளவர்களாக, அன்புமிக்கவர்களாக, நீதியுள்ளவர்களாக மற்றும் தேவனுடைய நன்மதிப்பை பெற்றவர்களாக்கும் என்பதை நான் நம்பிக்கையுடன் தெரிவித்துக் கொள்கிறேன்.

21 ஆம் நூற்றாண்டின் 2020 ஆம் வருடத்தில் உலக முழுவதும் 180 நாடுகளுக்கும் மேலாக, குறிப்பாக பொருளாதாரத்தில் வளர்ந்த வல்லரசு நாடுகள் மற்றும் கிறிஸ்தவ சீர்த்திருத்த போதனைகளை கொண்ட நாடுகளிலும் (CoronaVirus) கொரானா வைரஸ் நோய் தொற்றின் தாக்கம் அதிகரித்து, பத்து (10) கோடிக்கும் அதிகமான மக்கள் பாதிக்கப்பட்டார்கள். இருபது (20) லட்சத்திற்கும் அதிகமான மக்கள் உயிரிழந்தார்கள். எல்லா நாடுகளும் ஸ்தம்பித்தது. போக்குவரத்துகள் அனைத்து வகையும் தடைப்பட்டு, வேலை நிறுவனங்கள் அனைத்தும் முடங்கியது. எல்லா மத வழிபாட்டு ஸ்தலங்களும், கல்வி நிறுவனங்களும் மூடப்பட்டது.

இக்காலக்கட்டத்தில் நித்திய (ஜீவன்) வாழ்வை பற்றிய வேத வாக்கியங்களை வாக்குதத்த வசனங்களை தியானிக்கவும் அதை என் வீட்டாருக்கு உபதேசிக்கவும், ஆவியானவர் எனக்கு உணர்த்தி நடத்தினார். நான் மருத்துவமனையில் பணியாற்றிய நேரமாக எனக்கும் இக்காலகட்டத்தில் (CoronaVirus) கொரானா வைரஸ் தொற்று ஏற்பட்டு, 2020 மே மாதம் முதல் ஜீலைமாதம் வரையில் சுமார் 72 நாட்கள் பலவீனப்பட்டு பாதிக்கப்பட்டு மீண்டெழுந்தேன். அரசு மருத்துவமனை சிகிச்சையுடன் விசுவாசத்துடன் (CoronaVirus) கொரானா வைரஸை எதிர்கொள்ள கர்த்தர் ஞானமாக தயவாக நடத்தினார், (நான் கர்த்தருக்கு சாட்சியாக இந்த புத்தகத்தை எழுதுகிறேன்). கிறிஸ்தவ விசுவாச மார்க்கத்தார்கள் மற்றும் பிற மதத்தின் மக்களும் தங்களின் வாழ்வுக்கான பல தீர்க்கதரிசனம் வாக்குதத்தத்தையும், ஜோதிட அறிக்கைகளையும் நம்பிக் கொண்டு வாழ்க்கையைத் தொடர்ந்தவர்களுக்கு எல்லா சூழ்நிலைகளும் தலைகீழாக மாறிவிட்டது. மத நம்பிக்கைகள் மற்றும் மனித திட்டங்கள் அனைத்தும் தோல்வியுற்றது.

ஆனால் இறைவன் ஒருவர் உண்டு, அவர் தன்னை நாடி தேடி வழிபட்டு வணங்கி (கீழ்ப்படிந்து) வாழ்பவர்களுக்கு நித்திய (ஜீவனை) வாழ்வை அளிப்பேன் என்று தேவன் சொன்ன வாக்கு மாறாததாய் நிறைவேறக் கூடியதாகும். "நித்திய ஜீவனை அளிப்பேன்" என்பதே அவர் நமக்குச் செய்த வாக்குத்தத்தம். (1 யோவான் 2: 25) இதுவே நம் எல்லாருக்கும் (மனித சமுதாயத்திற்கு) பொதுவான வாக்குத்தத்தமாக என்றும் மாறாத நற்செய்தியின் வார்த்தையாக இருக்கிறது. இதை பற்றின உண்மையை மெய்யறிவை நாம் நிச்சயம் கண்டறிவோம். வாருங்கள்.

கவனியுங்கள்:

a) இப்புத்தகம் சிறியவர் பெரியவர் எல்லாருக்கும் ஓர் வாழ்க்கை கல்வி கற்றலின் புத்தகம்.

b) கிறிஸ்தவ வேதாகம கல்லூரி மாணவர் மாணவியர் ஊழியர்களுக்கான புத்தகம். மற்றும்,

c) பல பிரிவுகளாய் இயேசு கிறிஸ்துவின் நாமத்தை உலகம் எங்கும் தொழுதுகொள்கிற அனைவருக்குமான நல் ஆலோசனை புத்தகம் இது.

இப்புத்தகத்தை நீங்கள் தெரிந்துக் கொண்டமைக்கும் – என்னுடைய வாழ்த்துக்களையும் நன்றியையும் தெரிவித்துக் கொள்கிறேன். இதை ஒரு மதப் புத்தகம் என்று நீங்கள் பார்த்தால் படித்தால், அது நம்முடைய குறுகின சிந்தனை. ஆனால், இதை மனித சமுதாயத்தின் நல்வாழ்வுக்கான புத்தகம் என்று நீங்கள் பார்த்தால், படித்தால் அது நம்முடைய பக்குவமான மனப்பான்மையின் பகுத்தறிவு மிக்க நல்ல பலனாக மாறும்.

நாம் கெட்டு போகாமல் நித்திய ஜீவனை நிலையான வாழ்வை பெற்றுக் கொள்வதற்கான பத்து படிநிலைகள் என்ன? என்பதை அறிவோம்.

பகுதி-1

அத்தியாயம் – 1

நித்திய ஜீவன் என்பதை யாரிடத்திலிருந்து நாம் பெற முடியும்?

நித்திய ஜீவன் என்பது நிலைபேறுடை (நிலையான) வாழ்வு. அது என்றென்றுமான ஆசீகளுடன் கூடிய பேரின்பத்துடன் வாழ்ந்திடும் பாக்கியம். துயரங்களும் தீமைசெய்வாரும் இல்லாத சுத்தமும் பரிசுத்தமும் பாதுகாப்புமான மரணமில்லாத நித்திய மகிழ்ச்சியின் வாழ்வாகும்.

நித்திய ஜீவன் என்பது மனிதர்கள் முன்பே தேவனிடத்தில் இருந்து பெற்ற ஜீவனை (வாழ்வை) தொலைத்து கெடுத்து சிதைத்த நிலையில் இருந்து; ஓர் மீட்பின் மூலமாக ஜீவனை மீண்டும் திரும்ப பெற்றவர்களாய், அது பரிபூரணம், பரிசுத்தம், சுகம், ஆரோக்கியம் அடைந்ததாகவும்; பாதுகாக்கப்பட்ட அழியாமையுடைய நீடித்த வாழ்வின் நம்பிக்கையை மகிழ்ச்சியை அங்கிகாரத்தையும் பெற்றுக்கொள்வதாகும். நித்திய ஜீவனை உடைய வாழ்வில் பஞ்சமில்லை, பசியுமில்லை, வியாதி இல்லை, துன்பமில்லை, கண்ணீரில்லை, மரணமில்லை, ஏழை பணக்காரன் என்ற ஏற்றத்தாழ்வுகள் இல்லை. இது இளைப்பாறுதலின் காலம் ஆகும்.

இன்றைய நிகழ்காலத்தில் இந்த பூமியில் நாம் சந்தோஷமாகவும் – மகிழ்ச்சியுடனும் வாழ வேண்டும். நாம் ஒருவருக்கொருவர் சமாதானமுடன் – ஒற்றுமையுடன் வாழ்வது நல்லது. நாம் வேலை செய்து உழைத்து பணம் சம்பாதித்து, பொருள், ஆஸ்திகள் சேர்ப்பதும் அவசியமானது. இவைகள் எல்லாவற்றிலும் நாம் எந்த வழிகளில் எப்படிபட்டவர்களுடன், எந்த விதங்களில், என்ன நம்பிக்கை நோக்கமுடன், யாருக்காக? எதற்காக? எவ்வளவு காலத்திற்கு இவ்வாறு வாழமுடியும் என்பதை பகுத்தறியும்போது மனிதர்களின் நிலையான வாழ்வுக்கு வழிவகுப்பவை எவைகள் என்பதைத் தெரிந்துக் கொள்வது நல்லது என்ற எண்ணம் உங்களுக்கும் உண்டாகும்.

நம்முடைய எதிர்காலம் பற்றிய நலமான நியாயமான நிலையான வாழ்வைக் குறித்த திட்டம், தீர்மானம், விருப்பம் என்ன என்ற தரிசனம் காணும் சுதந்திரம் உங்களுக்கு இன்றைய நிகழ்காலத்தில் உண்டா? என்று யோசித்து பாருங்கள். அப்படி ஏதேனும் யோசனைகளே எங்களுக்கு இல்லை, ஆனால் இன்றைக்கு நாங்கள் நினைப்பதும், நம்புவதும், விரும்புவதும், செய்வதும், சாதிப்பதும், சண்டையிடுவதும், சம்பாதிப்பதும், சேர்ப்பதும் எல்லாம் சரிதான். நாங்கள்

எல்லாவற்றிலும் சரியாகதான் இருக்கின்றோம் என்று சொல்லக்கூடியர்களாக இருக்கின்றீர்களா? முதலில் நீங்கள் யார்? எங்கிருந்து யார் மூலமாக எப்பொழுது இப்பூமிக்கு வந்தீர்கள்? யாரை போன்று வாழ்கின்றீர்கள்? எப்படி, எவ்வாறு, எவ்வளவு காலம் இப்படி வாழமுடியும்? பிறகு உங்களுக்கு என்ன நேரிடும், எங்கே யாரிடம் செல்வீர்கள்? என்ற உண்மையை, மெய்ஞானத்தை அறிந்துக்கொண்டால், உணர்ந்து கொண்டால் இனி உங்களுக்கு நிலையான வாழ்வின் – நித்திய ஜீவனின் உண்மை என்ன?

அது அவசியம் என்று புரிந்துக் கொள்ளமுடியும். ஒருசிலர் அல்லது அவர்களுடன் சேர்ந்துக் கொண்ட பலர் ஆணவத்துடன் அதிமேதாவித்தனத்துடன் எங்களின் எதிர்கால வளமான நலமான நிலையான வாழ்வை அடையும் ஆற்றல் அறிவு செழிப்பு எங்களுக்கு உண்டு; அதை யாரும் எதுவும் தடுக்கவும், மாற்றவும் முடியாது என்று கூக்குரல் சத்தம் எழுப்புகின்றவர்களுக்கு மெய்யான தேவனின் ஞானம் வல்லமை நியாயத்தீர்ப்பும் புரியவில்லை. இவர்களுக்கு விஞ்ஞானத்தின் அஞ்ஞானத்தின் துணிச்சல் இருக்கலாம். இப்படியானவர்கள் அறைகூவல் விடும் காலத்திலிருந்து கணக்கிட்டாலே, அந்த தனி மனிதனோ அல்லது அவனின் சாம்ராஜ்யமோ அரை நூற்றாண்டுக்குள்ளாகவே அவர்களின் ஆண்மையும், பெண்மையும், ஆட்டமும், பெருமையும், அழகும், ஆட்சியும், அராஜகமும் அடங்கி ஒடுங்கி ஆயுளும்கூட மங்கிவிடுகின்ற வரலாறுகள் நிறைந்த உலகில் நாம் வாழ்ந்துக் கொண்டிருக்கிறோம். ஆகவே, இனி இந்த புத்தகத்தின் செய்திகளின் சத்தியங்களை கவனமாக அறிந்துக்கொள்ள முயற்சிப்பது, மார்க்கம் தவறினவர்களுக்கு வாழ்வில் விழிப்புணர்வு பெறும் திருப்புமுனையாக இருக்கும்.

இந்த பூமியின் இன்றைய உலக வாழ்க்கை தற்காலிக சிறிது காலத்திற்குரிய ஜீவனை உயிரை பெற்றுள்ள வாழ்வாகும். இந்த உயிரும் (நிபந்தனைக்கு) இறைவனின் இயற்கையின் நிபந்தனைக்கு விதிகளுக்கு உட்பட்டு நாம் செயல்பட்டால் மட்டுமே முழு ஆயுளுடன் பெலத்துடன் வாழ முடியும். விதிமீறினால் அற்பகால ஆயுளுடன் வாழ்வு முடிந்து விடுகிறது என்பதை நாம் அறிந்த ஒன்றாக இருக்கிறது. எனவே, நாம் (யோவான்.11: 43; மத்தேயு.11: 28 – 30; எபிரெயர்.4: 1 – 11; வெளி. 21: 1 – 8; 20: 1 – 15; 22: 1 – 21) பூமியில் பிறந்து வாழும்போதும், இறந்து உயிர்ப்பிக்கப்பட்டு மீண்டும் வாழும்போதும் வாதிக்கப்படும் நிலையில் இல்லாமல், சாதிக்கும் நிலையில் சத்தியத்தின்படியாக வாழ்ந்து ஆளுகை செய்கின்றவர்களாக மகிமைபெறுவதே நித்திய ஜீவனின் நிலையான வாழ்வின் தேவசித்தம் திட்டம் ஆக இருக்கின்றது.

❖ இம்மைக்குரிய வாழ்வின் மேன்மையை (படிப்பு, பதவி, சொத்து, சுகஜீவியம்) வெற்றியாக சொல்லாமல், மறுமைக்குரிய வாழ்வின் நற்குணங்களின் நற்கனிகளின் காரியங்களை வெற்றியாக எண்ணுங்கள் சொல்லுங்கள்.

❖ நிலையற்ற தற்காலிக வாழ்வின் சுகத்திற்காக உங்கள் காலங்களை, நேரங்களை நிம்மதியை வீணாக்காமல்; நிலையான (நித்திய ஜீவனின்) வாழ்விற்காக உலக மக்களின் விடுதலை, சமாதானம், நன்மைகள் மற்றும் பூரண இரட்சிப்பை அடைய நாடுங்கள்.

உலகைப் படைத்த மெய்யான தேவன் நமக்கு நித்திய ஜீவனை - நிலையான வாழ்வை அளிக்க விருப்பம் கொண்டிருந்தார். இதை நாம் அடையக்கூடாதபடி சில நேரங்களில் சாதாரண மனிதனும், பல காலங்களில் மதவாத கொள்கைவாதிகளும், சில சதிகார சர்வாதிகார மனிதர்களும் மற்றும் தீயசக்தியான சாத்தான் பிசாசு என்பவனும் நம்முடைய அனுதின வாழ்வை ஜீவனை சிதைக்கவும் கெடுக்கவும் அழிக்கவும் வேதனைக்குள்ளாக்கவும் எப்படியான வழிமுறைகளை எல்லாம் செயல்படுத்துகின்றனர் என்பதை அறிந்து; அதிலிருந்து எப்படி தப்புவது? அதனை எவ்வாறு தவிர்ப்பது? என்ற வாழ்வியல் அணுகுமுறை சட்டதிட்டங்களின் சத்தியங்களை அறிந்துக்கொண்டு உங்களை அர்ப்பணியுங்கள். இதற்கு இப்புத்தகம் உங்களுக்கு உதவிபுரியும் என்றும், மெய்யாகவே நீங்கள் ஆசீர்வதிக்கப்பட்ட பாக்கியவான்களாக பாக்கியவதிகளாக மாறுவீர்கள் என்று நம்புகின்றேன்.

எதிர்மறையான வாழ்வு: ஆம் இந்த அற்பகால தற்காலிக மனித வாழ்வை உலக அரசுகள், ராஜ்யங்கள் அலங்கோலமாக்கி ஆபத்துமிக்கதாக மாற்றி விடுகிறது. (எ.கா.) 2019 நவம்பர், டிசம்பரில் சீனாவில் துவங்கி?! கொரோனா வைரஸ் பரவலின் தாக்கம் முழு உலக நாடுகளையும் 2020 ஆம் ஆண்டில் முடக்கியது. எல்லா மனிதர்களும் அறிவியல் விஞ்ஞானம் வளர்ச்சிக்கு முந்தய காலத்தை போன்றே தன் துரித துன்மார்க்க துடிதுடிப்பு செயல்களை விட்டு முடங்கி, அடங்கி, ஒடுங்கி இருந்த சில மாதங்களின் விளைவு:

1. கடல்,ஆறுகள்,ஏரிகள்,குளங்களின் நீர் நிலைகள் தூய்மையானது.

2. காற்றும், வளி மண்டலங்களும் தூய்மையானது.

3. பூமி வெப்பமையமானது சற்று நீங்கியது.

4. ஓசோன் மண்டலத்தின் ஓட்டைகள் துளைகள் மூடப்பட்டு சூரிய ஒளியின் கதிர்வீச்சு தாக்கம் குறைந்தது.

5. இயற்கை உயிரினங்கள் பறவைகள் இயல்பாய் சுதந்திரமாக சுற்றிதிரிய தடை நீங்கியது.

6. இயந்திர வாழ்விலிருந்து மனிதர்கள் இயல்பும் இளைபாறுதல் வாழ்வுக்கும் திரும்பினார்கள்.

ஒவ்வொரு மனிதர்களும் இந்த மண்ணிலே ஜீவனோடும் நீடித்த ஆயுளோடும் மற்றும் நித்திய (என்றென்றுமான வாழ்வை) ஜீவனை பெற்றுக் கொள்ளும் தகுதியுடையவர்களாக மாறவே பிறக்க செய்கிறார்கள். ஆனால் அறியாமை அடங்காமை பேராசைகளினால் வேதனைக்கொண்டு வாழ்வை இழக்கவும் கெடுக்கவும் இறக்கவுமே செய்கிறார்கள். எல்லா உயிரினங்களுக்குமான ஜீவனை இறைவன் தன் பேராற்றல் மிக்க படைப்பான மிக அழகிய இயற்கையோடே கலந்து கலவையாக்கி பிரித்து பரிசுத்தமாக்கி கொடுத்தார்.

ஆனால் அறியாமையும் ஆணவமும் மிக்க ஆசையுடைய மனிதர்கள்; நான், என் குடும்பம், என் உறவுகள் வாழ்ந்தால் போதும் என்று எண்ணியதால் உலகமும் அதில் உள்ள பிறரும் பிற உயிரினங்களையும் பற்றிய அன்பும் அக்கரையும் இல்லாமற் போகிறான். எனவே நீடித்த ஆயுளை பற்றியும், நித்திய வாழ்வை பற்றியும் தலைமுறைகளின் நலன்கள் பற்றியும் கவலை கரிசணை ஏதுமின்றி காற்றை, கடலை, மண்ணை, விண்ணை மற்றும் மனித சமுதாயத்தையே தன் செயற்கையால் அசுத்தப்படுத்தி கெடுத்து ஆபத்தையும் அழிவையும் உண்டு பண்ணுகிறான்.

பிறகு அறிவு பெருக்கத்தினால் ஆவேசத்தோடு அணுஆயுதகுண்டுகள் போடுவதும், ஆனந்தத்தோடு ஆகாயத்தை நோக்கி படையெடுத்து விண்வெளி கோள்களில் நாம் வாழ்வதற்கு வழிகள் உண்டா? என்று விழிநோக்கி செயற்கை கோள்களை விண்ணுக்கு அனுப்பி ஆராய்கிறார்கள். எத்தனை ஆண்டுகள் ஆராய்ந்தாலும் மனிதர்கள் இப்பூமியை தவிர வேறு கோள்களில்வாழ முடியாது ! அனுமதி கிடையாது !! என்பதே இறைவனின் இயற்கையின் பதில் என்பதை நாம் அறிய வேண்டும்.

இந்த வாழ்வை ஜீவனை கெடுத்துக் கொள்ளும் மனிதர்கள் அன்பும் நீதியும் சற்றும் இல்லாதவர்களாய் இங்கே இயற்கை விதிகளை மீறுகின்றவர்கள்; வேறு எங்கே சென்றாலும் அதே மீறுதலையே அவன் செய்வான்... மீண்டும் வாழ்வதற்கு புதிய வழிகளை தேடுவான். ஆனால் அதன் முடிவு நித்திய அழிவும் மரணம் மட்டுமே. இப்படிப்பட்டவர்களின் விதி மீறல்களுக்கான விளைவு: நித்திய வேதனையும், புலம்பலும் உள்ள ஒரு இடம் உண்டு. அங்கே அவர்கள் தூக்கி வீசப்படுவார்கள். ஆனால் வேறு ஒரு கிரகத்தில் கோள்களில் அல்ல. எனவேதான், நமக்கென்றே படைத்து உருவாக்கி, மனித வாழ்வுக்குத் தகுதியானதாக இந்த பூமியை இறைவன் நம்மிடம் கொடுத்திருக்கின்றார்.

நேர்மறையான வாழ்வு: பரிசுத்த வேதாகமம் மிகவும் அழகாய் ஆழமாய் நமக்கு கற்பிக்கின்றது. இந்த பூமியை பண்படுத்தி பாதுகாத்து பரிசுத்தமாய் அனுபவிக்கும் பொறுப்பு நமக்கு இருக்கிறது. இந்த வேதாகமத்தில் எல்லா

மனிதர்களுக்குமான வாழ்க்கையின் விதிமுறைகள் இந்த பூமியில் ஜீவனாய் வாழ்வாய் பிழைப்பாய்) பொக்கிஷமாக பொதிந்துள்ளது. இதை புரிந்து முதலில் சரியாக வாழ வேண்டும்,இது தேவனுடைய ராஜ்யத்தின் கட்டமைப்பு;அவரே உலகை உண்டு பண்ணினவர்.

நம் வாழ்வுக்கும் (ஜீவனுக்கும்) அது நித்தியமாய் நிலைத்து நீடிப்பதற்கும் தேவனுடைய ராஜ்யத்திற்குள்ளும் அவருடைய நீதிக்குள்ளுமே வாய்ப்புகளும் வசதிகளும் நீதியாய் கிருபையாய் வானுயரத்திற்கு வழிவகை செய்யப்பட்டுள்ளது.

முதலாவதாக பூமியின் ராஜ்யங்களின் எல்லா மனிதர்களும் ஒன்றான மெய்தேவனையும் அவரால் அனுப்பபட்ட குமாரனாகிய இயேசு கிறிஸ்துவையும் அறிய வேண்டும். இந்த தேவனுடைய ராஜ்யத்தின் மூலமாக நித்திய ஜீவனை (யோவான் – 17: 3) பெற்றுக்கொள்ள உங்களுக்கு அநுக்கிரகம் உண்டாகும்.

இயேசு கிறிஸ்துவை தேவனுடைய குமாரன் என்று விசுவாசிக்கிறவர்கள் யாராயிருந்தாலும் (எவனோ அவன்) எந்த வழிகளிலும் நிலையிலும் கெட்டுபோகாமல் நித்திய ஜீவனைப் பெற்றுக்கொள்ள செய்வதே, நம்மை சிருஷ்டித்தவரும், உருவாக்கினவருமாகிய தேவனுடைய அநாதி திட்டமாக இருக்கிறது (யோவான் – 3: 15, 16) தேவன் இந்த உலகத்தின் மீது அன்புகூர்ந்து இயேசு கிறிஸ்துவை அனுப்பினதே, நாம் நித்திய ஜீவனை பெற்றுக்கொள்ள வேண்டும் என்ற ஒரே நோக்கத்தையும் ஒரே திட்டத்தையும் கொண்டதாகவே இருக்கிறது. இயேசுவின் பிறப்பும் இயேசுவின் சிலுவை மரணமும் நித்திய (வாழ்வு) ஜீவனுக்கான திட்டத்தை நிறைவு செய்கிறது. இதை இன்றைய கிறிஸ்தவ உலகம் அறியவும் உணரவும் பேசவும் பிரசிங்கிக்க தவறிவிட்டது. மக்களுக்கு தடம்மாறி தடுமாறி பல தடுப்புகளை தடைகளை உண்டாக்கும் குத்துமதிப்பு தடவியியல் குறிப்புகளை போன்றகாலம் கடந்த கதைகளின் கதாபாத்திரங்களாக தங்களை முன்னிறுத்தி; சபைகளை பின்பற்ற செய்து புதிய கிறிஸ்துவ சரித்திரம் உருவாக்க முயன்று, இயேசு கிறிஸ்துவை பின்பற்ற மறந்தால் மீறினால் நாம் எப்படி நித்திய ஜீவனை பெற்றுக் கொள்ள முடியும்?

ஒன்றான மெய்தேவனையும், கர்த்தராகிய இயேசு கிறிஸ்துவையும் அறிகிற அறிவின் மூலமாக உண்டாகும் பலன்கள், அடிப்படை வாழ்வியல் மாற்றங்கள் என்ன?

தேவனையும், இயேசு கிறிஸ்துவையும் அறிகிற அறிவின் மூலமாக நித்திய ஜீவன் கிடைக்கும் என்பது மறுமைக்குரிய வாழ்வின் விசுவாசம் என்பது மட்டுமல்ல. அது இம்மைக்குரிய நிலையான வாழ்வின் நன்மைகளின் செயலுக்குரிய நம்பிக்கையாகவும் இருக்கிறது என்ற வெளிப்பாட்டை அப்போஸ்தலனாகிய பேதுரு தன்னுடைய பொதுவான நிருபத்தில் குறிப்பிட்டுள்ளார். (2பேதுரு.11:2-11)

இவைகளை இந்த முதல் அத்தியாயத்தில் கோடிட்டு காண்பிப்பது அவசியம் என்று கருதுகின்றேன். நாம் சில அறிவுடையவர்களாய் இருந்து விட்டாலே நமக்கு எல்லாமே கிடைத்துவிடும் என்று எண்ணக்கூடாது. நாம் நீதியான நியாயமான தூய்மையான பொறுப்பான காரியங்களையும் கடமைகளையும் செய்திட வேண்டும். இவைகள் நாம் நிலையான வாழ்வை நித்திய ஜீவனை பெற்றுக் கொள்வதற்கு போதுமானவைகளாக இல்லையென்றாலும், நம்முடைய பங்களிப்பை பொறுப்பை நிறைவேற்றும்போது இயேசு கிறிஸ்துவின் நிறைவான நீதியின் செயல்களின் மூலமாக நாம் நிறைவான பலனை கிருபையாய் பெற்றுக் கொள்ளுகின்றோம் என்ற சத்தியத்தின் உண்மையை உணர்ந்துக் கொள்ளமுடியும்.

1. இந்த அறிவினால் நமக்கு கிருபையும் சமாதானமும் பெருகும்.

2. இந்த அறிவினால் தேவனும், கர்த்தராகிய இயேசு கிறிஸ்துவும் தமது வல்லமையினால் நமக்கு இந்த வாழ்வுக்கும், தேவ பக்திக்கும் வேண்டிய யாவற்றையும் தருகின்றார்கள்.

3. இச்சையினால் (மனித சுயநல எண்ணம் கொள்கையினால்) உலகத்திலுண்டான கேட்டுக்குத் தப்பிக்கவும், தேவனுடைய திவ்வியமான சுபாவத்திற்கு (நல்ல குணம் கொள்கைகளுக்கு) பங்குள்ளவர்களாகும் பொருட்டு, மேன்மையும் அருமையுமான வாக்குத்தத்தங்கள் அவைகளினால் (அறிவினால்) நமக்கு அளிக்கப்பட்டிருக்கிறது.

4. இப்படியிருக்க, நீங்கள் அதிக ஜாக்கிரதையுள்ளவர்களாய் உங்கள் விசுவாசத்தோடே, தைரியத்தையும், ஞானத்தையும், இச்சையடக்கத்தையும், பொறுமையையும், தேவ பக்தியையும், சகோதர சிநேகத்தையும் இவைகளோடே அன்பையும் (1+1+1+1+1+1+1+1=8) 7+1=8 கூட்டி வழங்குங்கள்.

5. கர்த்தராகிய இயேசு கிறிஸ்துவை அறிகிற அறிவிலே வீணராகவும் கனி இல்லாதவர்களாகவும் அல்ல. பிரயோஜனமுள்ளவர்களும், நல்ல கனி உடையவர்களாகவும் மாறுகின்றோம்.

    இவைகள் இல்லாதவன் இப்படிப்பட்டவனாயிராதவன் பழைய மனிதனைபோல பாவியாகவே, புதிய மனிதனாக்கப்பட்டதை மறந்து, புத்தி தெளியாதவனாக தன்னுடைய பழைய பாவ நிலையில் நற்சாட்சியும் செயலும் இல்லாத குருடனான மனிதனாக இருப்பான்.

6. ஆகையால் சகோதரரே, சகோதரிகளே! தேவனும் கர்த்தருமாகிய இயேசு கிறிஸ்து, உங்களை அழைத்ததும் தெரிந்துக் கொள்ளுந்தலையும் உறுதியாக்கும்படி ஜாக்கிரதையாயிருக்க வேண்டும். இவைகளை செய்தால் நீங்கள் ஒருக்காலும் இடறி விழுவதில்லை.

7. இவ்விதமாய், நம்முடைய கர்த்தரும் இரட்சகருமாகிய இயேசு கிறிஸ்துவினுடைய நித்திய ராஜ்யத்துக்குட்படும் பிரவேசம் (நித்திய ஜீவனை பெறுவது – ஜீவமார்க்கத்திற்குள் நுழைவது தடையேதும் இராது) உங்களுக்கு பரிபூரணமாய் அளிக்கப்படும்.

நித்திய ஜீவனை கொண்ட வாழ்வு என்பது நம்முடைய மரணத்திற்கு பின்பு தொடரக்கூடிய நிறைவான பூரண மகிழ்ச்சியின் சமாதான வாழ்வு என்றாலும் அதை நாம் இந்த பூமியில் இன்றைய வாழ்க்கையிலேயே முன் ருசியாக அனுபவித்து வாழக்கூடிய வழி நடத்துதலையும், நம்பிக்கையும் நன்மைகளும் நிறைந்த வாக்குத்தத்தங்கள் தேவனால் நமக்கு கொடுக்கப்பட்டிருக்கிறது. நம்முடைய நிலையான வாழ்வுக்கும் தேவபக்திக்கும் வேண்டிய எல்லா வளங்கள், நலன்கள், வரங்கள், வார்த்தைகள், ஆசீர்வாதங்களை தேவனாகிய கர்த்தர் தமது வல்லமையினால் கிருபையாய் கொடுத்துக் கொண்டே இருக்கின்றார். இந்த அறிவு வெளிப்பாடு நன்றி உணர்வு நமக்கு இருக்கவேண்டும்.

நவீனகாலத்தின் நாகரீக மனிதர்கள் என்று சொல்லிக் கொள்ளுகின்ற நாம் அனைவருமே முதல் மெய்யான தேவன், இறைவனைப் பற்றியும், இரட்சிப்பின் மீட்பின் திட்டத்தின் முதன்மையான கதாநாயகராக வந்த இயேசு கிறிஸ்துவை பற்றிய சரியான அறிவைப் பெற்றுக் கொள்வது அவசியம் ஆகும். பிறகு மனித வாழ்க்கை என்றால் என்ன? வாழ்க்கையின் நோக்கம் என்ன? நல்ல மனித வாழ்வுக்கான வழிகள், வார்த்தைகள், உரிமைகள், கடமைகள், கட்டளைகள், கட்டுபாடுகள், சுதந்திரம், ஆசீர்வாதங்கள் பற்றிய அறிவையும் ஞானத்தையும் பெற்றுக்கொள்ள முடியும். நாம் அறிவுள்ளவர்களாய் இருப்பதும் அறிவில்லாமல் வாழ்வதும், ஆசீர்வாதங்களை நன்மைகளை அனுபவித்து வாழ்வதும் அல்லது புறக்கணித்து இது புரியாமல் புழுதியில் கிடப்பதும், நீதிமான்களாய் நீடித்து வாழ்வதும், துன்மார்க்கராக துன்பத்தில் முடிவதும் நாம்தான் தீர்மானித்துத் தெரிந்துக்கொள்ளக்கூடிய பாதையாக இருக்கிறது. பின்வருகின்ற அடுத்த அடுத்த ஒன்பது அத்தியாயங்களின் தலைப்பின் கீழ்வருகின்ற செய்திகள் மெய்யான தேவனையும், இயேசு கிறிஸ்துவையும், நிலையான வாழ்வையும் பற்றிய அறிவை, செயலை ஆசீர்வாதத்தை நிறைவு செய்கின்றவைகளாக இருக்கும் என்பதில் எந்த சந்தேகமும் இல்லை.

தாவீது என்ற வாலிபரும் ராஜாவாக இருந்தவரும் இவ்வாறு பாடல் வரிகள் மூலமாக தேவனிடத்தில் பேசினதாவது: ஜீவ மார்க்கத்தை எனக்குத் தெரியப்படுத்துவீர்; உம்முடைய சமுகத்தில் பரிபூரண ஆனந்தமும், உம்முடைய வலது பாரிசத்தில் நித்திய பேரின்பமும் உண்டு என்றார். (சங் – 16: 11). இயேசுகிறிஸ்துவின் மூலமாகவே நாம் ஜீவமார்க்கத்தின் (Path of Life) வழியாக

நிலையான நித்திய பேரின்ப வாழ்வை, பரிபூரணத்தைப் பெற்றுக் கொள்ள முடியும். (எபி - 10: 19 - 22).

யோவான் 3: 36 - குமாரனிடத்தில் விசுவாசமாயிருக்கிறவன் நித்தியஜீவனை உடையவனாயிருக்கிறான்; குமாரனை விசுவாசியாதவனோ ஜீவனைக் காண்பதில்லை, தேவனுடைய கோபம் அவன்மேல் நிலைநிற்கும் என்றான்.

இயேசு கிறிஸ்து நித்திய ஜீவனைப் பற்றிச் சொன்ன வார்த்தைகள்:

யோவான் 5: 24, 39, 40

என் வசனத்தைக் கேட்டு, என்னை அனுப்பினவரை விசுவாசிக்கிறவனுக்கு நித்தியஜீவன் உண்டு; அவன் ஆக்கினைத் தீர்ப்புக்குட்படாமல், மரணத்தைவிட்டு நீங்கி, ஜீவனுக்குட்பட்டிருக்கிறான் என்று மெய்யாகவே மெய்யாகவே உங்களுக்குச் சொல்லுகிறேன். வேதவாக்கியங்களை ஆராய்ந்து பாருங்கள்; அவைகளால் உங்களுக்கு நித்திய ஜீவன் உண்டென்று எண்ணுகிறீர்களே, என்னைக்குறித்துச் சாட்சிக்கொடுக்கிறவைகளும் அவைகளே. அப்படியிருந்தும் உங்களுக்கு ஜீவன் உண்டாகும்படி என்னிடத்தில் வர உங்களுக்கு மனதில்லை. (யோவான் 5:41-47)

யோவான் 6: 26, 27, 38, 39, 40

இயேசு அவர்களுக்குப் பிரதியுத்தரமாக: நீங்கள் அற்புதங்களைக் கண்டதினால் அல்ல, நீங்கள் அப்பம் புசித்துத் திருப்தியானதினாலேயே என்னைத் தேடுகிறீர்கள் என்று மெய்யாகவே மெய்யாகவே உங்களுக்குச் சொல்லுகிறேன்.

அழிந்துபோகிற போஜனத்திற்காக அல்ல, நித்தியஜீவன்வரைக்கும் நிலைநிற்கிற போஜனத்திற்காகவே கிரியை நடப்பியுங்கள்; அதை மனுஷகுமாரன் உங்களுக்குக் கொடுப்பார்; அவரைப் பிதாவாகிய தேவன் முத்திரித்திருக்கிறார் என்றார்.

என் சித்தத்தின்படியல்ல, என்னை அனுப்பினவருடைய சித்தத்தின்படி செய்யவே நான் வானத்திலிருந்திறங்கிவந்தேன். அவர் எனக்குத் தந்தவைகளில் ஒன்றையும் நான் இழந்துப் போகாமல், கடைசி நாளில் அவைகளை எழுப்புவதே என்னை அனுப்பின பிதாவின் சித்தமாயிருக்கிறது. குமாரனைக் கண்டு, அவரிடத்தில் விசுவாசமாயிருக்கிறவன் எவனோ, அவன் நித்தியஜீவனை அடைவதும், நான் அவனைக் கடைசி நாளில் எழுப்புவதும், என்னை அனுப்பினவருடைய சித்தமாயிருக்கிறது என்றார்.

யோவான் 10: 10, 11

திருடன் திருடவும் கொல்லவும் அழிக்கவும் வருகிறானேயன்றி வேறொன்றிக்கும் வரான். நானோ (இயேசு) அவைகளுக்கு ஜீவன் உண்டாயிருக்கவும், அது பரிபூரணப்படவும் வந்தேன்.

நானே நல்ல மேய்ப்பன்; நல்ல மேய்ப்பன் ஆடுகளுக்காகத் தன் ஜீவனைக் கொடுக்கிறான்.

இம்மைக்குரியது நிலையற்றது, இது பாதுகாப்பும் நிம்மதியும் நிறைவும் மற்றும் நியாயமும் இல்லாத நிலைகளின் வாழ்வாக உள்ளது.மறுமைக்குரியது நிலையானது.அது பாதுகாப்பானது பரிசுத்தமானது நீதியான து மற்றும் பரிபூரணமான வாழ்வாகும்.

மறுமைக்குரிய நிலையான வாழ்வுக்காக, இம்மையிலே நிலையற்றவைகளின் மீது பற்றுதலை குறைத்துக் கொண்டு,நாம் நிலையான வாழ்வை பெற்றுக் கொள்ள உண்மையாய் மறுமைக்காக முயற்சிக்க வேண்டும்.

இயேசுவை விசுவாசிக்கிறேன் என்பவர்கள் அவரின் வார்த்தைக்கு கீழ்படியவில்லை என்றால் அது அவ்விசுவாசமே !! அவரில் நிலைத்திருக்க இயலாதவர்கள் நம்பிக்கை இல்லாதவர்களே !! அப்படியானால் கெட்டு போனவர்களாய் இன்றைய வாழ்வையும் எப்படி உங்களால் சரியாக வாழமுடியும்? இனிவரும் நித்திய வாழ்வையும் எப்படி பெற முடியும்?

தேவன் அன்பாக இருக்கிறார். தேவன் இவ்வுலகத்தின் மீது அன்புக் கூர்ந்தார். தேவன் தமது ஒரே பேறான குமாரன் இயேசு கிறிஸ்துவை நமக்காகத் தந்தார். இந்த அன்பு எப்படிப்பட்டது என்றால், தேவனின் அன்பு (Love) ஆழமானது (Deep), தூய்மையானது (Pure), தரமானது (Quality), முழுமையானது (Complete), அளவில்லாதது (Abundant love), அன்பாக இருக்கிறது.

அத்தியாயம் – 2

மெய்யான தேவன் ஒருவரே.
அவர் நல்லவர் சர்வ வல்லவர்.

உலகளவில் மனிதர்கள் பொதுவாகவே பெரும்பாலும் தேவன் (இறைவன்) என்பவர் யார்? அவரின் தன்மையும் தனித்துவமும் எப்படிப்பட்ட நிலையை உடையது என்று நிதானிக்கவும் அறிந்துக் கொள்வதற்கும் ஆர்வமில்லாமற்க் காணப்படுகிறார்கள். இவர்கள் எப்படிப்பட்ட மனிதர்கள் என்றால் தன் ஊர் தலைவர், தன் மாநில முதல்வர் அல்லது கவர்னர், தன் தேசத்தின் அதிபர் அல்லது ஜனாதிபதி யார் என்று தெரியாமலும் அறிய ஆர்வமில்லாதவர்களாகவும்; ஆவது ஆகட்டும் என்ன நடக்குமோ நடக்கட்டும் எனக்கென்று ஒரு பாதை, எனக்கென்று ஒரு நம்பிக்கை என்று தங்களுக்கான ஓர் தனி உலகில் வாழ்வது போன்றே இருப்பார்கள்.

தங்கள் வாழ்வில் அல்லது தங்கள் பகுதிகளில் பிரச்சனைகளும் போராட்டங்களும் துன்பங்களும் கலவரங்களும்; உண்டாகும்போது மாற்றத்திற்கான மனிதர்களின் அல்லது கடவுளின் உதவி ஏதாவது கிடைக்குமா !? என்று பெருமூச்சோடு சோர்வோடு எதிர்நோக்கி ஏக்கத்தோடு காத்திருப்பார்கள். இச்சமயத்தில் எந்த சூழலில் எந்த வடிவத்தில் மனிதர்களால் அல்லது இயற்கையால் உதவிகள் உண்டானால் உடனே அந்த சூழலையே அந்த மனிதர்களையே தெய்வமாக கடவுளாக ஏற்று, உள்ளத்தாலும் உருவத்தாலும் கோயிலையே வடிவமைத்து விடுவார்கள்.

இவ்விடத்திலே நான் ஒரு இந்திய தேசத்தின் குடிமகன் மற்றும் பகுத்தறிவுடைய திராவிடத் தமிழன் என்ற உணர்வும் உரிமையுடன் பொது அறிவையும் முன்வைத்து சில அவலம், அநீதி, மோசடி சமூகநிலை பற்றியும் பதிவிடுவதற்கு கடமைப்பட்டிருக்கின்றேன். கிறிஸ்தவர்களின் வேதம் பைபிள், இஸ்லாமியர்களின் வேதம் குரான், இந்துக்களின் வேதம் ரிக், சாமம், அதர்வம், யஜூர், இந்த வேதங்களின் கருத்துக்களை விசுவாசித்து பின்பற்றிடும் வெவ்வேறு நாடுகளின் மக்கள் உள்ளனர். இவர்களுக்கு இடையே விருப்பு, வெறுப்பு, தவறான புரிதலின் கருத்து கற்பனை கொள்கை மூலமாக பாகுபாடுகளுடன் வேறுபாடுகளுடன் பல பிரிவினர்கள் பதரை போன்று பரவிக் காணப் படுகின்றார்கள். சிலர் பல பெயர்களில் விக்கிரகங்களை வடிவமைக்கச் செய்து, அவைகளுக்கு வழிபாடுகள், யாகம், பூஜைகள் செய்யும்படிக்கு பொதுமக்களையும் பின்வரும் சந்ததி தலைமுறையினரையும் மதவழிபாட்டின் நம்பிக்கை மோசடியில்,

மூடநம்பிக்கை செயல்களில் நுழைந்து இது கலாச்சாரம் வாழ்வியல் என்று பாரம்பரியமாக பழக்கிவிட்டார்கள். கள்ள சந்தைகளின் வியாபாரிகள் போல கடவுள் பெயர்களில் பல சிற்பம் கற்சிலைகளின் சிறந்த வடிவங்களின் வேலைகளில் தொடர்ந்து பலதலைமுறைக்கும் சொத்து சேர்க்கும் வியாபாரமாக்கி விட்டார்கள். பலரும் பகுத்தறிவு இல்லாமல் பொய் – உண்மை, நீதி – அநீதி, சுத்தம் – அசுத்தம், அக்கிரமம் – தர்மம், நியாயம் – அநியாயம், நிலையானது – நிலையற்றது என்று வித்தியாசங்கள் வேறுபாடுகள் அறியாதவர்களாய் பிற்போக்கு சிந்தையுடன் அறியாமையின் மனிதர்கள் போன்று மதம் நம்பிக்கை மோசடியில் சிக்கி அடிமை மனப்பான்மையுடன் வாழ்ந்து வருகின்றதை ஏமாற்றமான சூழலாக நான் காண்கின்றேன்.

இந்திய நாட்டில் எம்மக்கள் எத்தனை ஆண்டு காலங்களாக? ஆயிரம் ஆயிரம் ஆண்டுகளாக (100) நூறு கோடி மக்கள் ஏமாற்றப்பட்டிருக்கிறார்கள். இந்து மதம் எப்போது? யாரால்? எப்படி? எதற்காக? எந்த ஆதாரத்தில் தோன்றினது என்ற உறுதியான உண்மையான தெளிவான வரலாற்று அறிவியல் ஆதாரங்கள் இல்லை. நான் என்னுடைய சிறுவயதில் ஐந்து (5 – 6) ஆறு வயதில் சிறு நண்கர்களோடே இணைந்து களிமண்ணினால் சிறு கோவில் வடிவில் சுவர்கட்டி விக்கிரக பொம்மைகளைச் செய்து அறியாமையில் அதை சாமி என்று கும்பிட்டு விளையாடினேன். பிறகு என்னுடைய வீட்டின் வறுமை ஏழ்மை நீங்கி செழிப்பு பணம் நகை ஆஸ்திகள் வேண்டும் என்று விக்கிரக சிலைகளின் முன்பாக நின்று வேண்டுதல் செய்யும்படிக்கு ஏழு (7 – 8), எட்டு வயதில் என் தகப்பனால் கட்டாயப்படுத்தப்பட்டேன். என் தந்தை ஆரோக்கியமுடன் இருந்ததால் நன்றாக அதிக தூரம் நடந்து செல்வார், வேலைகள் செய்வார், மிதிவண்டியில் நீண்டதூரம் சென்று வருவார். நான் என் தகப்பனை தாயை வணங்க வேண்டும் என்று அவர்கள் ஒருநாளும் எதிர்பார்த்ததில்லை, சொன்னதுமில்லை.

நான் 10 வயதில் விக்கிரக வழிபாட்டின் நம்பிக்கை மோசடி வலைபின்னலை விட்டு வெளியில் வர முயற்சி செய்தேன். கிறிஸ்தவ வேதாகமத்தை வாசித்தேன். இந்த சூழலுக்கு நேராக என்னைக் கூட்டிச் சென்ற ஒரு நபருக்கு நான் நன்றி கடன்பட்டிருக்கிறேன். அவர் ஒரக்காடு கிராமத்தில் உள்ள பாரம்பரியமான இந்து கோவில் பூசாரியான ஒரு பிராமணரின் மகன் ஆவார். பகுத்தறிவுடன் அறிவியல் ஆதாரம் இயற்கை விதியின்படி சரியான தெளிவான உண்மையான கடவுள் நம்பிக்கையை, அவரின் வல்லமையை படைப்பை புரிந்துக்கொண்டேன். பள்ளிப்படிப்பை முடித்த பிறகு இந்து மதம் நூல்களை பற்றியக் குறிப்புகளையும் வாசித்தேன். அதில் ரிக் வேதம் பழமையான ஆதி முதன்மையானது. அதை தொடர்ந்து தழுவிய சில பகுதிகளின் விவரிப்பான நூல்களாக, சாமம், அதர்வணம், யஜூர் வேதங்கள் உள்ளன. இவைகளில் குறிப்பாக முதன்மையான ரிக்வேதம் இறை நம்பிக்கை கடவுள் வழிபாட்டு முறைகளை பல பெயர்களில் பல

உருவங்களின் சிற்பம் கற்சிலைகளை வணங்குவதைப்பற்றி ஒரு இடத்திலும் ஒரு வார்த்தை வரிகளிலும் கூட விக்கிரக வழிபாடுகளைக் குறிப்பிடவில்லை. முனிவர்களிலேயே மூத்தவரும் சிறந்தவரான அகத்தியர் இந்த கருத்துக்களை உண்மையை தனது பாடல்களிலும் குறிப்பிட்டிருக்கின்றார்.

இஸ்லாமிய வேதம் குரானிலும் மற்றும் கிறிஸ்தவர்களின் வேதம் பைபிளிலும் விக்கிரக சிலை வழிபாட்டை கடவுள் என்று எந்த ஒரு வசனங்களிலும் குறிப்பிடவில்லை. ஒன்றே குலம் ஒருவனே தேவன் ஒன்றான மெய்தேவன் ஒருவரே இறைவன் என்பதே சத்தியம் உண்மையாக உள்ளது. இந்த அறிவு அறமும் இல்லாதவர்கள் பல மதங்களிலும் விக்கிரகங்களை உருவாக்கி வழிபட்டுக்கொண்டிருக்கிறார்கள். மனித சமுதாயத்தின் பகுத்தறிவு சிந்தனையை சிதைத்து, பிழையான பிற்போக்கு கலாச்சாரத்தை ஊக்குவித்து, நம்பிக்கை மோசடியின் மூலமாக பல கோடிகளில் வியாபாரம் பெருக்கி ஆஸ்திகளை பணத்தை கொள்ளைக்கொள்ளவே இவ்வாறு செயல்படுகின்றார்கள் என்பதைக் கண்கூடாகவே பார்க்க முடிகிறது.

இந்து நாடு என்று அழைக்கப்படும் நேபாளம், இந்து நாடு என்று சிலரால் சொல்லிக்கொள்ளப்படும் இந்தியாவிலும் பல விக்கிரக சிலையுடன் கோவில்கள் கட்டப்பட்டுள்ளது. இஸ்லாமிய நாடுகளுக்கும் கிறிஸ்தவ மேற்கத்திய நாடுகளுக்கும் பிழைக்கச் சென்ற இடம்பெயர்ந்துக் குடியேறிய இந்து நம்பிக்கை மனிதர்கள் பிராமணர்களால் அங்கே விக்கிரக சிலை கடவுள்களை இவர்களால் உருவாக்கப்பட்டு கோவில்கள் கட்டப்பட்டுள்ளது. மூடநம்பிக்கையின் மோசடிகள் வெவ்வேறு பெயர்களில் வெவ்வேறு ரூபங்களில் வெவ்வேறு கருத்துவேறுபாடுகளில் கட்டுக்கதைகளாக பக்தி மோசடித்தனம் பல ஆண்டுகளாக பல நாடுகளில் சிலை வழிபாட்டின் வியாபாரங்கள் வஞ்சகமாய் உலகில் பரவி உள்ளது.

கண்டவைகளெல்லாம் – மாறிடும்: பல கலைகளும் கடவுளாகாது!

நீங்கள் அடிப்படையான உண்மைகளை மற்றும் பிழைகளை அறிந்தால், உங்களின் சிந்தனையை சீர் செய்தால், செயல்களும் செம்மையாகி நீங்கள் மேன்மை அடையும்படி மெய்யான இறைவனுக்கு உகந்தவர்களாக வாழ்ந்திடுவீர்கள். உலக வரலாற்றில் உலக நாடுகளிடையே அநேக மக்களும், ஆட்சியாளர்களும், ஆன்மீகவாதிகள் என்று எண்ணக்கூடிய மனிதர்களும் (இவர்கள் கடவுள் அல்ல), தங்களின் விருப்பம், தேவை, வெறுப்பு, பயம், பாதுகாப்பு, கற்பனை எண்ணங்களின் மாம்ச இச்சைகளின்படியெல்லால் விக்கிரக உருவங்களை – கல்லை, மண்ணை, மரத்தை, மலையை, உலோகங்களை தங்களின் கடவுளாக உண்டாக்கிக் கொண்டார்கள். பயங்கரமான, பலம் வாய்ந்த, கவர்ச்சிகரமான, அழகான ஆண் பெண் மனிதர்களையும் ஊர்வன பறப்பன

நடமாடும் ஜீவ ஐந்துக்களையும், இயற்கை நிலைகளையும்கூட இந்த மனிதர்கள் தங்களுக்கு கடவுளாக எண்ணிக் கொண்டார்கள். இவர்கள் மெய்யான இறைவனை – சர்வவல்ல சிருஷ்டிகளை அறியாதவர்கள் – சுமார் கடந்த 4000 ஆண்டுகளுக்கு முன்பிருந்தே இந்த பழக்கம் இருந்ததை இஸ்ரவேல் நாட்டிலும் அதனை சுற்றியுள்ள அண்டை நாடுகளின் வரலாற்றிலும் விக்கிரக உருவ வழிபாட்டு முறை பழக்கமாக இருந்ததை அறியலாம்.

அவைகளின் சில குறிப்புகளை கவனியுங்கள்: கானானியர்களிடம் பாகால் வழிபாடு; பெலிஸ்தியர்களிடம் – தாகோன் வழிபாடு; அம்மோனியர்களிடம் – மில்கோம், மோளேகு வழிபாடு; மோவாபியர்களிடம் – காமேசின் வழிபாடு; பாபிலோனியரிடம் – மார்தூக், மெரெதாக் – பேல், நேபா வழிபாடுகள்; சீரியர்களிடம் – ராமான், காதாத் ரிம்மோன் வழிபாடுகள்; எகிப்தியர்களிடம் சூரிய தெய்வம் – ரே, நோத் நிலா, பசு, காளை, குரங்கு, சிங்கம், தவளை, பாம்பு போன்ற இயற்கை மிருக வழிபாடுகள்; இஸ்ரவேலர்களிடம் சுற்று வட்டத்தில் உள்ளவர்களிடமிருந்து தொற்றிக்கொண்ட பொன் கன்றுகுட்டி, பாகால் வழிபாடுகள் இருந்தது. இவைகளை பற்றிய குறிப்புகள் எபிரெய கிறிஸ்தவ பரிசுத்த வேதாகமத்தின் வரலாற்று நூல்களில் உள்ளன.

(யாத். 20: 3 – 5; 32: 1 – 8, 21 – 24; லேவி. 20: 1 – 8; உபா. 7; 4 – 11, 25,26; 9: 11, 12; நியா. 16 : 23 – 30; 2 : 11 – 14; 6: 27 – 32; 1 ராஜா. 12: 26 – 33; 11: 1 – 33; 2 ராஜா. 10: 16 – 30; 23: 1 – 25; 17: 16 – 18; எரே. 10: 1 – 15; 11: 13 – 21; 19: 3 – 6; 50: 1,2; 51: 42 – 48; 1 சாமு. 5: 1 – 8; ஓசியா. 2: 2 – 17; எசேக். 20: 27 – 33) இப்படியான விக்கிரக வழிபாட்டின் பொல்லாத மோசடி துரோக செயல்களை செய்யக்கூடாது என்று இஸ்ரவேலர்களை கர்த்தராகிய மெய்யான தேவன் கண்டித்தார்.

மேற்கூறிய தேசங்களில் இயற்கை படைப்புகளை, செயற்கை விக்கிரகங்களையும் மிருகம் மனித வழிபாடுகளின் மாதிரிகளையும் சேர்த்துக்கொண்டு மேலும் கூடுதலாக வாய்க்கு வந்தபடி முக்கோடி தேவர்கள் கடவுள்கள் என்று பல்வேறு கற்சிலை உலோக சிலைகளின் பொம்மைகளோடு கோபிரங்களை எழுப்பி, விக்கிரக கோட்டைகளை கட்டி கெட்டு போன அஞ்ஞான மனிதர்களே அந்த விக்கிரக சிலைகளை பொம்மைகளை குளிப்பாட்டி, தூய்மையாக்கி, அலங்கரித்து, உடுத்திவிட்டு தூக்கியும் சுமக்கின்றான். ஆனால் அவைகளில் ஒன்றாகிலும் தனக்கு உதவிடும் ஒரு மனிதனுக்காகிலும் அவ்வாறு பராமரித்து தூக்கி சுமந்ததே இல்லை என்பது வரலாற்று அவலமான பரிதாபநிலை ஆகும். இப்பிரபஞ்சத்தில் பிசாசான சாத்தான் தீயசக்தி அவர்களை குருடர்களாக உணர்வற்றவர்களாக, உண்மை அறியாத, நீதியறியாத பாவிகளாக இருக்க விக்கிரக நிலையிலேயே அடிமைப்படுத்தி வைத்திருக்கின்றான்.

மெய்க்கும் – பொய்க்கும்; மனிதத்திற்கும் மதத்திற்கும் உள்ள வித்தியாசம் வேறுபாடுகளை அறியுங்கள்:

என் தேசமான இந்தியாவில் சுமார் 300 முதல் 30,000 விக்கிரக கோவில்களுக்கும் மேலாக ஒவ்வொரு மாநிலத்திலும் சிறிதும் பெரிதுமாக குட்டிச் சுவராகவும் பெரிய கோபுர கட்டிடமாகவும் கோவில்கள் சுமார் 50 முதல் 1000 வருடங்களுக்கும் மேல் பழமையானதாகவும் பழமைவாதமாக காணப்படுகின்றன. இவைகள் அனைத்துமே இத்தனை ஆண்டுகாலமாக இந்தியாவிலும் அல்லது மற்ற நாடுகளிலும் மனித இனத்தின் வாழ்க்கை மேம்பாட்டிற்கு வளர்ச்சிக்கு பாதுகாப்பிற்கு நன்மைகளுக்கு எந்த காலத்திலும் இந்த விக்கிரக சிலைகள் – பொம்மைகள் (இவைகள் கடவுள்கள் அல்ல) உதவினதில்லை. விக்கிரக வழிபாடு மனித சமுதாயத்திற்கு எதிரான துரோகமான விரோதமான நம்பிக்கை மோசடி பாவம் என்று நீங்கள் அறிந்துக்கொண்டு அவைகளுக்கு விலகி விழிப்புணர்வு பெறுங்கள். கல்வி துறை, சுகாதார துறை, விவசாய துறை, அறிவியல் விஞ்ஞான துறை, விண்வெளி துறை, மருத்துவ துறை, நீதித்துறை, காவல் துறை, ஆடைகள் வடிவமைப்புத்துறை, உணவுத்துறை மற்றும் ராணுவத்துறைகள் ஆகிய அனைத்து துறைகளும் 90%த்திற்கும்மேல் மனிதர்களை முன்னிறுத்து-கின்றார்கள். அதாவது அவர்களின் செயல்கள் திட்டங்கள் கண்டுப்பிடிப்புகள் வேலைகளின் நோக்கம் எல்லாமே நேரடியாக மனித சமுதாயத்திற்கு வாழ்வின் நலனுக்கு சீர்பெறும், அறிவு பெறும், சுகம் பெறும், ஒழுங்கு பெறும், முன்னேறும், பாதுகாப்பு அடையும் வளர்ச்சிக்கான அனைத்து முயற்சிக்களையும் தங்களுக்கும் தங்களை சுற்றியுள்ள பிறமனிதர்களுக்காகவும் மனிதத்தை முன்னிறுத்தும் சாதனையின் சேவையாக மட்டுமே உள்ளது.

பெரும்பான்மையான மனித சமூகம் இந்த சிறுப்பான்மை சுமார் 2 மில்லியன் விக்கிரகங்களிடம் மண்டியிட்டு விழுந்து, மயங்கி வஞ்சிக்கப்படக் கூடாது. இந்துமத இறை வழிபாட்டு முறை 90% த்திற்குமேல் விக்கிரகங்கள் முன்னிறுத்தப்பட்டுள்ளன. அவைகளினால் கள்ளத்தனமான சில மனிதர்களால், மன்னர்களால் பல ஆயிரம் கோடிகள் பணம், நகை, வைரம், நிலங்கள், ரத்தினங்கள், உணவுப்பொருட்கள் காணிக்கையாகவும் அபிஷேகமாகவும் வஞ்சிக்கப்படுகின்றன. இங்கே காலம் காலமாக மனிதத்துவம் – மனிதர்களின் நிலையான வாழ்வு சுரண்டப்பட்டு கோவில்களில் கொள்ளை பொருளாக பல லட்சம் கோடிகளில் சொத்துக்கள் சேர்த்து பதுக்கி வைக்கப்பட்டுள்ளதாக இந்தியாவின் ஆன்மீக பூமியின் வரலாறு நமக்கு வெளிச்சம் போட்டு காண்பிக்கின்றது. இதை எப்படி நல்ல இறை நம்பிக்கை மெய்யான கடவுள் வழிபாடு என்று சொல்லக்கூடும்? இது நம்பிக்கை மோசடியான குற்றம்.

அறிவார்ந்த, அன்பார்ந்த சகோதர சகோதரிகளே, பெரியோரே, கனவான்களே உங்களை மாய மந்திர தந்திரத்தின் மதியீன வீழ்ச்சிக்கு நேராக

அல்ல. உண்மையான பக்தியும், பரிசுத்தமும், பகுத்தறிவு கொண்டவர்களாக, மெய்யான தேவனை பற்றும் இறை நம்பிக்கை மூலமாக மனிதத்தை – மனிதர்களின் நிலையான வாழ்வு நோக்கி வழிநடத்திடும் நற்செய்தியை காண்பித்து நேர்வழியில் வாழுங்கள் என்கின்றேன். என் இந்திய தேசத்தில் மதவெறி மனிதர்கள் பல கோடிகளில் உருவ உலோகச் சிலைகளை உருவாக்கி உயர்த்தி நிறுத்துகின்ற மதியீன மனிதர்கள்; சில லட்சங்களில் பல ஏழை எளிய வறுமையில் உள்ள மனிதர்களின் மறு வாழ்வின் வளர்ச்சிக்கும் எழுச்சிக்கும் உயர்வுக்கும் வீடுகளை, பள்ளிக்கூடங்களை, மருத்துவமனைகளை, சமூக நலக்கூடங்களை கட்டித்தர மறந்தும் மறுத்தும் நல்ல மனிதத்தை, புனிதத்தை இழக்கின்றார்கள். நான் ஏன் இந்த பகுதியில் பகுத்தறிவுடன் மத மோசடிச் செயல்களின் கடந்த கால வரலாற்றையும், என் காலத்தில் நான் காண்கின்ற அறிகின்ற அவலமான நிகழ்வுகளை உங்களுக்கு விளங்க செய்கின்றேன்.

மெய்க்கும் – பொய்க்கும் உள்ள வித்தியாசம் வேறுபாடுகள் முரண்பாடுகளை நீங்கள் புரிந்துக்கொண்டு விழிப்படைய வேண்டும். உணவிலே கலப்படமும், மருத்திலே போலியானவையும், தங்கம் வெள்ளி பணத்திலே போலியானவையும், உடையிலே பொருளிலே போலியானவைகளும், கல்வி நிறுவனங்களிலே போலியானவைகளும், அரசியலிலே போலியானவர்களும் நம்முடைய வாழ்க்கையிலே எப்படி ஆபத்தை சீர்க்கேட்டை, பின் விளைவை, நஷ்டத்தை, அசவுகரியத்தை ஏற்படுத்தும் என்று கவனமுடன் எச்சரிக்கையாக உண்மையானத்திற்கும் போலியான பொய்யானவைக்கும் வேறுபாட்டை வித்தியாசத்தை கண்டறிவது நமது பொறுப்பும் கடமையுமாக இருக்கிறது. அதே பாணியிலே ஆன்மீக வழிகளில் வாழ்விலே மாயையும் பொய்யுமான விக்கிரக கடவுள் தேவர்களுக்கும் – மெய்யான நித்திய நித்தியமான ஜீவனுள்ள தேவனுக்கும் உள்ள உண்மை தன்மையை நிச்சயம் நாம் கண்டறியவேண்டும்.

கடவுளே – இறைவனே இல்லை என்று சொல்பவர்கள் எல்லாம் பகுத்தறிவாளிகளும் அல்ல. எதுவெல்லாம் கடவுள் இல்லை – கடவுள் யார் என்ற உண்மையை பகுத்தாராய்து அறிபவனே! கடவுளின் தன்மையை உணர்பவனே! பகுத்தறிவாளி. விக்கிரக சிலைகள் பொம்மைகள் என்று அறிந்து உண்மையை உணர்ந்தவன் அவைகளை துணிகளில் சுற்றி, கோணி பைகளில் வைத்தும் பெட்டிகளில் அடைத்தும் கடத்தியும் கலை – காட்சிப் பொருள் என்று விற்பனை செய்கின்ற மனிதர்களும் அவைகளை விட புத்திசாலிகள் – பலசாலிகள் – பகுத்தறிவாளிகள் என்பதில் சந்தேகமில்லை.

சிந்தித்து நாம் உண்மையை கண்டறிய வேண்டும்:

1. மனிதர்களின் கடின உழைப்பும் கலை நயமிக்க ஆற்றலால் சிலைகளையும் சிற்பங்களையும் வடிவமைக்கிறார்கள் என்பது நம் கண்கள் கண்ட உண்மை.

2.   இயற்கையில் இயல்பாகவே பல வடிவங்களில் தோன்றும் மேகங்களும்,
      கற்பாறைகளும், குகைகளும் நீர் வீழ்ச்சி பாதைகளும் மற்றும் விண்ணில்
      கோள்களின் கிரகங்களின் நகர்வுகளும் என்று நமக்கே தெரியாத புரியாத
      பல வியப்பானவைகள் நிகழ்ந்துக் கொண்டிருக்கிறது.

3.   நவீன விஞ்ஞான உலகில் Digitalization வரைபட முறையில் மனிதர்கள் பல
      விதங்களில் வண்ணங் களில் வடிவங்களில் உருவங்களை உண்டாக்கி
      திறமையை வெளிப்படுத்துவது தவறில்லை. ஆனால் அதை கடவுள்,
      தெய்வம் என்று சொல்வதும், வழிபடும்படி தூண்டுவதும் நம்பிக்கை
      மோசடியாகும்.

      இவைகள் தான் தேவன் – கடவுள் என்று நம்பிக்கை கொள்ளுங்கள்
என்றால் உண்மையில் இது அறியாமை. இது நம்பிக்கை மோசடி என்றே சொல்ல
வேண்டும். இது மதுவினால் மதிமயக்கம் செய்வது போன்றே மதத்தின் பெயரில்
மதி (புத்தியை) மயக்கும் செயலாகும்.

நடக்கின்ற நிகழ்வை – உண்மையை நான் எழுதுகின்றேன்:

      நான் சென்னையில் ஆறு வருடமாக ஒரு பகுதியில் ஒரு தெருவில் வசித்து
வந்தேன். அங்கே சுந்தரம்பிள்ளை நகர் 2வது பிரதான சாலைக்கு அருகில்
மக்களின் குடியிருப்புகளுக்கு மத்தியில், அவர்களின் பயன்பாட்டில் இருந்த மூன்று
தெருக்களுக்கு இடையே பொதுவழிதடத்தை ஆக்கிரமித்து ஒரு இந்து கோவிலைக்
கட்டி, அந்த பகுதி மக்கள் கடந்த 15 வருடங்களாக வழிப்பட்டார்கள். அதே பகுதியை
சேர்ந்த சில இந்துமதத்தின் நம்பிக்கை கொண்ட மனிதர்கள் சிலர் பகுத்தறிவுடன்
பொதுநலன் கருதி சென்னை கோர்ட்டில் வழக்குத் தொடுத்தார்கள். பிறகு
சென்னை கோர்ட்டின் தீர்ப்பின் மூலம் அது சட்ட விதிமீறலில் கட்டப்பட்ட கோவில்
என்று அதை இடிக்கும்படி உத்தரவு பிறப்பிக்கப்பட்டது. சுமார் 10க்கு 20 அடி
விக்கிரக கோவில் 26. 11. 2022. சனிக்கிழமை அன்று இடிக்கப்பட்டது. திரளான
பொதுமக்களும், போலிஸ்காரர்களும், மாநகராட்சி ஊழியர்களும் பல விக்கிரகச்
சிலைகளின் (இவைகள் கடவுள் இல்லை) கோபுரத்தை இடித்துத்தள்ளி
தரைமட்டமாக்கினார்கள். எல்லாவற்றையும் 1/2 மணி நேரத்தில் துரிதமான
நடவடிக்கையுடன் கல்லு மண்ணு, மண்ணாங்கட்டி, சுண்ணாம்பு கட்டிகளை
குப்பை லாரிகளில் ஏற்றினார்கள். அந்த பகுதியில் மனித சமுதாயத்தின்
தீமைகளை, மூட நம்பிக்கையின் மோசடியை ஞானமாக துணிவுடன் அரசு
அதிகாரிகள் அகற்றிவிட்டார்கள்.

      முதல் ஆரம்பநிலையில் சில சிலைகளைப் பெயர்த்து எடுத்துக்கொண்டு,
வேறு எங்கோ பிழைப்பு நடத்த அந்த பிராமணர் போய்விட்டார். அந்த கோவில்
கோபிரத்தின் பலசிலைகள் (இவைகள் கடவுள் இல்லை) பொம்மைகள் எல்லாம்

தகர்ந்து சரிந்து எங்களுடைய என்னுடைய காலடியின் பாதையிலே சிதறுண்டு விழுந்து நொருங்கிப்போனது. அவைகளுக்கு எந்த உணர்வும் அறிவும் வலிமையும் உயிரும் திராணியும் இல்லை. அவைகள் மாயையிலும் மாயை பொய்யிலும் மகா பெரிய பொய் என்பது ஊறறிய உண்மையாக நிருபனமானது. எனவே, அவைகள் இறங்கியோ, எழுந்தோ கூச்சலிட்டோ ஓடவில்லை. எல்லாம் ஒரு நிமிடத்தில் நொருங்கிப்போனது. உலகில் எந்த நாடுகளில் எந்த இடங்களிலும் உள்ள விக்கிரக கோவில் சிலைகளின் நிலையும் – தன்மையும் இறைவன் கடவுள் அல்ல என்பதை நீங்களும் நானும் பகுத்தறிந்துக்கொண்டு, மெய்யான தேவனை அறிந்துக் கொண்டு பக்தியுடன் பரிசுத்தமுடன் வாழ்வில் பாக்கியம் அடைவோம்.

உலகத்தையும் அதிலுள்ள யாவற்றையும் உண்டாக்கின தேவனானவர் வானத்திற்கும் பூமிக்கும் ஆண்டவராயிருக்கிறபடியால் கைகளினால் கட்டப்பட்ட கோவில்களில் அவர் வாசம்பண்ணுகிறதில்லை. எல்லாருக்கும் ஜீவனையும் சுவாசத்தையும் சகலத்தையும் கொடுக்கிற அவர், தமக்கு யாதொன்று தேவையானதுபோல, மனுஷர் கைகளால் பணிவிடை கொள்ளுகிறதுமில்லை. மனுஷ ஜாதியான சகல ஜனங்களையும் அவர் ஒரே இரத்தத்தினாலே தோன்றப்பண்ணி, பூமியின்மீதெங்கும் குடியிருக்கச்செய்து, முன் தீர்மானிக்கப் பட்ட காலங்களையும் அவர்கள் குடியிருப்பின் எல்லைகளையும் குறித்திருக்கிறார்.

கர்த்தராகிய தம்மை அவர்கள் தடவியாகிலும் கண்டுபிடிக்கத்தக்கதாகத் தம்மைத் தேடும்படிக்கு அப்படிச் செய்தார்; அவர் நம்மில் ஒருவருக்கும் தூரமானவல்லவே. ஏனெனில் அவருக்குள் நாம் பிழைக்கிறோம், அசைகிறோம், இருக்கிறோம்; அப்படியே உங்கள் புலவர்களிலும் சிலர், நாம் அவருடைய சந்ததியார் என்று சொல்லியிருக்கிறார்கள். நாம் தேவனுடைய சந்ததியாராயிருக்க, மனுஷருடைய சித்திர வேலையினாலும் யுக்தியினாலும் உருவாக்கின பொன், வெள்ளி, கல் இவைகளுக்கு தெய்வம் ஒப்பாயிருக்குமென்று நாம் நினைக்கலாகாது.

அறியாமையுள்ள காலங்களைத் தேவன் காணாதவர்போலிருந்தார்; இப்பொழுதோ மனந்திரும்பவேண்டுமென்று எங்குமுள்ள மனுஷரெல்லாருக்கும் கட்டளையிடுகிறார். அப்போஸ்தலர்.17: 24 – 30.

ஒன்றான மெய் தேவனை அறியுங்கள் :

தேவன் என்பவர் சதாகாலமும் (Everlasting) ஜீவனுள்ளவராக (Living) இருப்பவர். தேவன் சர்வ வல்லமையுள்ளவர் வல்லமை அளிப்பவர் (All mighty God, All sufficient God) நமது தேவைகளை சந்திப்பவர், ஆசீர்வதிப்பவர் நம்மை பாதுகாப்பவர். அவர் சத்திய தேவன் சகலத்தையும் சிருஷ்டிக்கிறவர். (The God of Truth – All Creator).

(ஆதி – 1: 1 – 31; 2: 1 – 25; யோபு – 38: 1 – 11, 16 – 41; ஏசாயா – 65: 16 – 25; சங் – 102: 24 – 27) அவர் இரக்கமும் நீதியும் உண்மையுள்ள தேவன். அவர் உன்னதமானவர் உயர்ந்தவர் ஆண்டவர்; இப்படிப்பட்ட தனித்துவமிக்கவரே தேவனாக இருந்து யாவையும், இயற்கையாவையும் படைத்தவர். இதை ஆட்சி செய்பவர் இதற்கு எஜமானர் உரிமையாளராக இருக்கிறார்.

ஏலோஹீம் (Elohim) சிருஷ்டிக்கிறவர். எல்ஷடாய் (Elshaddai) யெகோவா (Jehovah) சர்வ வல்லவர் ஆதிமுதல் இருந்தவர் இருக்கின்றேன் என்றவர்; அடோனாய் (Adonai) ஆண்டவர் பாதுகாப்பவர், எஜமானன், தகப்பன், உரிமையாளர், வானத்திற்கும் பூமிக்கும் சொந்தக்காரர். அவர் கர்த்தர், கர்த்தர்; இரக்கமும், கிருபையும், நீடிய சாந்தமும், மகா தயையும், சத்தியமுள்ள தேவன். (யாத் – 3: 3, 2, 13, 14: யாத் – 34: 5, 6; ஆதி – 17: 1 – 8; 28: 3 – 5; 35: 9 – 13; 48 – 3, 4; சங் – 68: 3 – 6; 83: 16 – 18; வெளி – 1: 8; யோவான் – 1: 1 – 10)

தேவனை பற்றிய அறிவை வெளிப்பாட்டை நமக்கு பரிசுத்த வேதாகமம் இப்படிதான் கற்பிக்கிறது. இந்த தேவனின் தன்மைகளும், வல்லமையும், அன்பும், கிருபையும், அதிகாரங்களும் என்றும் மாறாதவையாக இருக்கிறது. எனவே எல்லா மனிதர்களும் பய பக்தியுடன் (அன்பும் மரியாதையுடனும்) மெய்யான தேவனை வணங்கப்படத்தக்கவராக இருக்கின்றார். (ஏசாயா – 43: 11 – 13; ஆபகூக் – 2: 18 – 20; எரே – 2: 28; 10: 10 – 15; 11: 13; 16: 20; சங் – 115: 1 – 3; 4 – 7) மற்றவைகள் எல்லாம் பொய்யான தேவர்கள் தானே; மனிதர்களால் செய்யப்பட்ட (படைக்கப்பட்ட) விக்கிரகங்கள் தானே, என்றோ வாழ்ந்து எப்போதோ மரித்தவர்களின் உருவ சிலைகள் தானே !! அவைகள் எப்போதும் மனிதர்களின் உதவியைதானே சார்ந்து இருக்கின்றன, தனக்கு உதவிகளை செய்து வருகின்ற மனிதர்களுக்கு அது போன்றே ஒருநாளும் அவைகள் ஒரு உதவியும் நன்மையும் செய்ததாக எந்த வரலாற்று அறிவியல் ஆதாரங்களும் இன்றைய விஞ்ஞான நிருபணங்களும் இல்லையே. இனியும் மனிதர்கள் நம்பிக்கை மோசடிகளினால் தங்களை மதங்கள் மூட நம்பிக்கைகள் வஞ்சிக்கும்படியாக அடிமைப்படக் கூடாது என்று வேண்டிக் கொள்கிறேன். எல்லா பொய்களுக்கும் மேலாய் மகா பெரியவராக மெய்யான தேவன் இருக்கிறார். (உபா – 5 : 7; 10 : 17;4: 31;7: 9;யாத் – 15: 11;சங் – 95: 3; 96: 4,5; 1 நாளா – 16: 25, 26; 2 நாளா – 2: 5,6;6: 14,18,23;)

v. **பிதாவாகிய மெய்யான தேவன் எவ்வளவு வல்லவர் என்பதை நாம் புரிந்துக் கொள்வோம்:** கவனியுங்கள், இங்கு ஒரு முக்கிய குறிப்பை பதிவிடுகிறேன்:

உலக சரித்திரத்தில் பல யுகங்களாக சில மனிதர்களை தேவர்கள் என்றும், தேவனுடைய மனிதர்கள் தாசர்கள், ஊழியர்கள் என்றும் அழைக்கப் பட்டிருக்கிறார்கள். மற்றும் ஒரு பிரிவு தேவதூதர்கள் என்றும் அழைக்கப்

படுகிறார்கள். (யாத் – 12 : 12;23: 13,24: 20: 23; சங் – 86: 8 – 10; யோசுவா – 23: 7;24: 2 – 16;1 கொரி – 8: 5; ஆதி – 3: 4,5; மல்கி – 3: 1; லூக் – 1: 26 – 38)

சாதாரண மனிதனானவனும் மெய்யான தேவனை விசுவாசித்து நம்பும்போதும், தேவனுடைய ஆவியை பெற்றுக் கொள்ளும் போதும் அவன் தேவனுடைய பிள்ளை என்ற நெருங்கிய பந்தத்துக்குள்ளாக சேர்க்கப்பட்டு விடுகிறான். இந்த தேவனுடைய பிள்ளைகளானவர்களுக்கு உரிமையாக தேவன் தம்முடைய சில வார்த்தைகளை வாக்குகளை கொடுக்கின்றார். தனிப்பட்ட தொடர்பின் மூலமாகவோ ! மறைமுக தொடர்பின் (சொப்பனம் – கனவு, தரிசனம் இயற்கை சூழல்கள்) மூலமாகவோ தம்முடைய திட்டங்களை நோக்கங்களை வெளிப்படுத்துவார். இவர்கள் தேவர்கள் என்றும் அழைக்கப்படுகிறார்கள். இவர்கள் இந்த உலக ஆசாபாசமான வாழ்வியலுக்கு தங்களை விலக்கி, தேவனுடைய பிள்ளைகள் என்ற அர்ப்பணிப்புக்குள்ளாக, அபிஷேகத்திற்குள்ளாக இருப்பார்கள்.

தேவனுடைய வார்த்தைகளை பெற்ற தேவர்கள் அதை மனிதர்களிடம் கொண்டு சென்று சேர்ப்பார்கள் மனிதர்கள் வாழ்வை நன்மையும் நீதி நியாயம் நிறைந்ததாக செம்மைப்படுத்தி, அவர்களை மெய்யான தேவனை விசுவாசித்து அன்புகூரச் செய்வதே; தேவர்கள் தேவதூதர்கள் என்று அழைக்கப்படுகிறவர்களின் உண்மையும் உத்தமுமான பணியாக இருக்கிறது. தேவர்கள் என்பவர்கள் நன்மைகளும், நீதியும், தர்மங்களும் செய்திடும் தூய்மையானவர்களாக இருக்கின்றவர்கள்:

முதலும் முதன்மையும் முடிவுமான மெய்யான தேவனே, தேவர்களுக்கெல்லாம் மேலான மகா ராஜாவும் மகா பெரிய தேவனாகவும் ஆண்டவராகவும் இருக்கிறார் என்பதை மனிதர்கள் அறிந்துக் கொள்ள வேண்டும். அவரை மட்டுமே ஆராதித்து வணங்க வேண்டும். (தானி – 9 : 20 – 27;சங் – 95: 3; 82 : 1 – 8; 97: 1 – 7; 98: 1 – 9; மத் – 1: 20 – 24; எபி – 1: 6, 7;2: 7,8; வெளி – 5: 11 – 14; யோசுவா.24: 14 – 31)

இந்த மெய்யான தேவன் எவ்வளவு நல்லவர் என்று இயேசு கிறிஸ்து சொல்வதை கவனியுங்கள்:

1. **பிதாவாகிய தேவன் சமத்துவமிக்கவர், பூரண சற்குணமுள்ளவர்:** A) தீயோர் (வாழ்க்கையில் தவறான நோக்கமுடையவர்களாய் வாழ்பவர்கள், துன்மார்க்கமான ஜீவியம் செய்பவர்கள்) மேலும், நல்லோர் மேலும், தமது சூரியனை உதிக்கப்பண்ணுகிறார். (வாழ்க்கையில் நல்ல நோக்கம் உடையவர்கள் மக்களுக்கு நன்மைகளையும் நீதியையும் செய்பவர்கள்)

பிதாவாகிய தேவன்: B) நீதியுள்ளவர்கள் மேலும் அநீதியுள்ளவர்கள் மேலும் மழையைப் பெய்யப் பண்ணுகிறார். (மத் – 5: 43 – 48)

நம்மிலே அநேகருக்கு இது புரியாமல் அநேக வேளைகளில் அக்கிரமக்காரர்களுக்கு அழிவு வராதா, நல்லவர்கள் எல்லாம் மரித்து விடுகிறார்களே, கெட்டவன் நன்றாகத்தானே வாழ்ந்துக்கொண்டிருக்கிறான் என்று புலம்புவதும் சொல்வதும் உண்டு. அவர்களுடைய சாமர்த்தியம் திறமையினால் அவர்கள் நன்றாக இருப்பதாக, அவர்களின் ராசிபலன்கள் மற்றும் முன்னோர்களின் புண்ணிய பலன்களின் மூலமாக ஆடுகிறான், என்பது புலம்பல்வாதிகளின் கணக்காக இருக்கலாம். ஆனால் உண்மை என்னவென்றால் படைப்பாளியும் ஆளுகிறவருமான தேவனின் அன்பும் கருணையுமே அவர்களும் சில காலம் வாழட்டும் என்று அனுமதிக்கின்றார்.

ஆனால் அவர் இதுவரையில் நீடிய பொறுமையாக இருந்தால் அதற்கு காரணம் உண்டு, மனிதர்களின் வாழ்வில் மன மாற்றத்தையும் வித்தியாசங்களை கவனித்து இறுதியில் நீதியான தீர்ப்பையும் வழங்குவார்

எனவே தான் இயேசு தமது சீஷர்களிடம் சொன்னார்; நீங்கள் உங்களை பகைக்கிற, நிந்திக்கிற, துன்பப்படுத்துகிற, தீமைகளை செய்கிற அநீதியான மனிதர்களையும் நேசியுங்கள், வாழ்த்துங்கள், உதவி செய்யுங்கள், அவர்களுக்காக வேண்டுதல் செய்யுங்கள் என்றார். அப்பொழுது பிதாவாகிய தேவன் உங்களை தன்னுடைய பிள்ளைகளாக ஏற்றுக் கொள்வார் என்றார். நன்மைகளையும் நீதியானவைகளையும், இரக்கமுள்ளவைகளையும், சமாதானமான வைகளையும் செய்கிற மனிதர்கள் தேவனுக்கு பிள்ளைகள் என்று தீர்ப்பு வழங்கப்படுவார்கள்.

(சங் – 37: 1 – 3;நீதி – 23: 17,18;24: 1) பொல்லாதவர்களை குறித்து எரிச்சலாகாதே; பொல்லாத மனுஷர்மேல் நியாயக்கேடு செய்கிறவர்கள்மேல் பொறாமை கொள்ளாதே; அவர்களோடே இருக்கவும்விரும்பாதே. அவர்கள் புல்லைப்போல் பசும் பூண்டைப்போல் அறுப்புண்டு, வாடிப் போவார்கள். நீ நாடோறும் கர்த்தரைப் பற்றும் பயத்தோடிரு. கர்த்தரை நம்பி நன்மைசெய்; நிச்சயமாகவே முடிவு உண்டு; உன் நம்பிக்கை வீண் போகாது. தேசத்தில் குடியிருந்து சத்தியத்தை பற்றிக்கொள்.

தேவனுக்கு புத்திராக இருப்பவர்கள் குட்டி தேவர்கள் ஆகிறார்கள் இவர்களுக்கு நித்திய வாழ்வு ஜீவன் உண்டாகும். நித்திய மகிழ்ச்சியை அடைவார்கள்.தேவன் தன்னுடைய பிள்ளைகள் தன்னைப் போன்றே செயல்பட வேண்டும். பூரண சற் குணராயிருக்க வேண்டும் என்கிறார்.

2. பிதாவாகிய தேவன் நியாயமுள்ளவர், கிருபையுள்ளவர்: மனிதர்கள் தனக்கு என்ன என்ன செய்தார்கள் செய்கிறார்கள் என்று கணக்கிட்டு அதற்கு பலனாக பதிலாகவே நன்மைகளை ஆசீர்வாதங்களை அளிக்க

மனமிரங்குகிறவர் அல்ல, மாறாக நாம் சக பிற மனிதர்களுக்கு என்ன செய்கிறோமோ அதற்கு இணையான பதில் நடவடிக்கையாக பிதாவாகிய தேவன் நமக்கு செய்கிறார்

அவர் நம்முடைய தப்பிதங்களை மன்னிக்கிறார். நம் தப்பிதங்களுக்காக மன வருத்தம் தெரிவித்து மனந்திரும்பும்போது (செயலைத் திருத்தி – தேவனிடம் திரும்புவது) நம்முடைய எல்லா தப்பிதங்களையும் மன்னிக்கிறவராக இருக்கிறார். நாம் அவரிடத்தில் இரக்கம் கிருபையை கேட்டு வேண்டுதல் செய்யும் போது அவர் இரக்கமும் கிருபையும் காண்பிக்கிறார்.

ஆனால் நாம் பிற மனிதர்களிடம் மன்னிப்பையும் இரக்கத்தையும் அளிக்க நாம் மறுக்கும் போது நாமும் தேவனிடத்தில் அதையும் பெற்றுக் கொள்ள முடியாது என்பதே தேவனின் நீதியான செயலாக இருக்கிறது. (உபா – 10 : 17,18; ஏசா – 1: 13 – 17; மத் – 6: 14,15,12; எசேக் – 18: 21 – 23,32) நீங்கள் தரும் வெகுமதிகளை பலிகளை காணிக்கைகளை ஏற்றுக்கொண்டு, தேவன் உங்கள் குற்றங்களை கண்டும் காணாதவர் போன்று விட்டுவிடுபவரும் மன்னிப்பவரும் அல்ல. அவர் துன்மார்க்கனை நீதிமான் என்று தீர்ப்பு வழங்க மாட்டார். அவர் லஞ்சம் வாங்கிக்கொண்டு குற்றங்களை காணாமலும் (அ) மன்னிப்பவரும் அல்ல.

3. பிதாவாகிய தேவன் அதிக நன்மையை தருபவர்: தம்மிடத்தில் வேண்டிக்கொள்ளுகிறவர்களுக்கு நம் புத்திக்கு தோன்றியதை விட, நாம் சார்ந்திருக்கிற மனிதர்கள் தரும் உதவியை விட மிகவும் சரியான மற்றும் அதிக நன்மையானதை தருகிறவராக இருக்கிறார். அது என்ன ! தன்னுடைய ஆவியான பரிசுத்த ஆவியானவரை தருகிறார். அவர் நம்மை தேற்றுகிறவர் பெலப்படுத்துகிறவர், நமக்கு எல்லா சத்தியத்தின் உண்மையின் பாதைகளை பாடங்களை போதித்து, ஆலோசனை அளித்து, நமக்கு துணையாக இருந்து நடத்தி செல்கிறவராக இருக்கிறார். நீதியுள்ள பிதாவாகிய தேவன் நித்தமும் நியாயத் தின் பாதைகளில் நடத்துகிறவராக இருக்கிறார்.

நமக்கு தெரிந்த பிடித்தமான பாதைகளும்,நபர்களும் என்றுமே நம்பிக்கையுடையதாகவோ (அ) நன்மையானதாகவோ இருக்கும் என்பது சாத்தியமில்லை. எனவே தான் அதிக நன்மையானதை தன்னிடத்தில் வேண்டிக் கொள்பவர்களுக்கு கொடுப்பதற்கு பிதாவாகிய தேவன் திட்டம்பண்ணினார் என்பதை இயேசு கிறிஸ்து தன்னுடைய போதனையில் சுட்டிக்காட்டினார்.(மத் – 7: 7 – 11; லூக் – 11: 11 – 13; அப் – 2: 17,18; யோவான் – 14 : 26;16: 13,8 – 11)

4. அநாதி தேவன் தன் படைப்புகளான இயற்கையின் மீது அதிகாரமும்,அன்பும்,அக்கரையும் உள்ளவராக இருக்கிறார். ஆதியிலே தேவன் வானத்தையும் பூமியையும் படைத்தார் (சிருஷ்டித்தார்). பூமியானது ஒழுங்கின்மையும் வெறுமையுமாய் இருந்தது; ஆழத்தின்மேல் இருள் இருந்தது;

தேவ ஆவியானவர் ஜலத்தின் (ஆழமான திரளான தண்ணீரின்) மேல் அசைவாடிக் கொண்டிருந்தார்.

ஆதியிலே வார்த்தை இருந்தது. அந்த வார்த்தை தேவனிடத்திலிருந்தது, அந்த வார்த்தை தேவனாயிருந்தது, வானங்கள் உம்முடையது, பூமியும் உம்முடையது, பூலோகத்தையும் அதிலுள்ள யாவையும் நீரே அஸ்திபாரப்படுத்தினீர்.

ஆண்டவரே, தேவரீர் தலைமுறை தலைமுறையாக எங்களுக்கு அடைக்கலமானவர். பர்வதங்கள் தோன்றுமுன்னும், நீர் பூமியையும் உலகத்தையும் உருவாக்கு முன்னும், நீரே அநாதியாய் என்றென்றைக்கும் தேவனாயிருக்கிறீர். (ஆதி – 1: 1 – 12; மாற்கு – 13: 19; யோவான் – 1: 1 – 2; சங் – 89: 11;90: 1 – 2)

ஆதியிலே தேவன் உலகத்தை சிருஷ்டித்தார்: In the beginning God created the world:

1. தேவன்: வெளிச்சம் உண்டாகக்கடவது என்றார். வெளிச்சத்தையும் இருளையும் தேவன் வெவ்வேறாகப் பிரித்தார். பகல் – இரவு என்று பேரிட்டார்.

2. தேவன்: ஜலத்தின் (திரளான தண்ணீர்களின்) மத்தியில்   ஆகாய விரிவு உண்டாகக்கடவது என்றார். ஆகாய விரிவு ஜலத்தை (திரளான தண்ணீரை) இரண்டாக பிரிக்கக் கடவது என்றார். ஆகாய விரிவுக்கு வானம் என்று பேரிட்டார். ஆகாய விரிவுக்கு மேலும் ஆகாய விரிவுக்கு கீழும் ஜலம் இருக்கும்படி பிரிவுண்டாக்கினார்.

3. தேவன்: வானத்தின் கீழே இருக்கிற திரளான தண்ணீரை ஓரிடத்தில் சேரவும், மறுபக்கம் வெட்டாந்தரை காணப்படவும் கடவது என்றார்; தேவன் வெட்டாந்தரைக்கு பூமி என்றும் திரளான தண்ணீர் சேர்ந்த இடத்திற்கு சமுத்திரம் (கடல்) என்றும் பேரிட்டார். அப்பொழுது தேவன்: பூமியானது புல்லையும், விதையைப் பிறப்பிக்கும் பூண்டுகளையும், பூமியின்மேல் தங்களில் தங்கள் விதையையுடைய கனிகளையும், தங்கள் தங்கள் ஜாதியின்படியே கொடுக்கும் கனி விருட்சங்களையும் (கனிதரும் மரங்கள்) முளைப்பிக்கக்கடவது என்றார்;

4. பின்பு தேவன்: வானம் என்கிற ஆகாய விரிவிலே சுடர்கள் உண்டாகக்கடவது; அவைகள் அடையாளங்களுக்காகவும், காலங்களையும் நாட்களையும் வருஷங்களையும் குறிக்கிறதற்காகவும் இருக்கக்கடவது என்றார்.

வெளிச்சத்துக்கும் இருளுக்கும் வித்தியாசம் உண்டாக்கவும்; தேவன், பகலை ஆளுவதற்கு பெரிய சுடரான சூரியனையும், இரவை ஆளுவதற்கு சிறிய

சுடரான சந்திரனையும், நட்சத்திரங்களையும் உண்டாக்கினார், தேவன் அவைகளை வானம் என்கிற ஆகாய விரிவிலே வைத்தார்;

5.   பின்பு தேவன்: ஆகாய விரிவிலே பறக்கும் பறவைகளையும், நீரில் வாழும் சிறகுள்ள வகை   வகையான அனைத்து விதப்பறவைகளையும் உருவாக்கினார்.

கடலில் வாழும் மகா பெரிய உயிரினங்களையும் (மச்சங்கள்), தங்கள் தங்கள் இனத்தின்படியே   பிறப்பிக்கும் சகல நீர்வாழ் உயிரினங்களையும் உருவாக்கினார். தேவன் அவைகளை   ஆசீர்வதித்து, பலுகிப்பெருகி, சமுத்திரத்தையும் நிரப்பி, பூமியில் பெருகக்கடவது என்றார்.

6.   பின்பு தேவன்: பூமியானது ஜாதி ஜாதியான (இனம்) வகை வகையான உயிருள்ள நாட்டு   மிருகங்களையும், காட்டு மிருகங்களையும், ஊரும் பிராணிகளையும், பிறப்பிக்கக்   கடவது என்றார். அது அப்படியே உண்டானது.

தேவன் பூமியிலுள்ள வகை வகையான (வெவ்வேறு இனம்) காட்டு மிருகங்களையும், நாட்டு மிருகங்களையும், பூமியில் ஊரும் பிராணிகள் எல்லாவற்றையும் உண்டாக்கினார், தேவன் (வழி உண்டாகக்கடவது – காணப்படுவதாக, பிறப்பிக்கக்கடவது என்று) சொன்னபடியே ஆயிற்று. தேவன் அவைகளை நல்லது என்று கண்டார்.

குறிப்பு: ஆதியிலே தேவன் வானத்தையும் பூமியையும் படைத்தார். ஆதியில் என்பது நீண்ட கால இடைவெளி பல ஆண்டுகால இடைவெளியை குறிக்கின்றது. அப்பொழுதும் தேவனின் படைப்பு மிக நன்றாகவே இருந்தது. அதற்கு பிற்பாடும் தேவனின் படைப்பு மிக சரியாகவும் நன்றாகவும் இருந்தது.

அப்படியானால் ஆதி – 1: 2 ல் எப்படி? ஏன்? யாரால்? பூமியானது ஒழுங்கின்மையும் வெறுமையுமாய் மாறினது என்பதை அறிவதும் பகுத்தாராய்வதும் அவசியமுமானது.

ஆதியிலேயே தேவன் விண்மீன்களையும் தேவ தூதர்களையும் படைத்துவிட்டார். (யோபு – 38: 7; 1: 6) இந்த கால கட்டத்தில் ஒரு குறிப்பிட்ட ஆண்டுகள், காலம், தேதி, மணி என்பது இல்லை; தேவன் பூமியை அஸ்திபாரப்படுத்தி, அதின் கோடிக்கல்லை வைத்து அச்சின்மேல் நிலை நிறுத்தினார். (யோபு – 38: 4 – 6; சங் – 104: 5; 102: 25; ஆதி – 1: 1)

இதில் இன்றைக்கும் 21 ஆம் நூற்றாண்டிலும் பொல்லாத தீமையான புத்தியில்லாத மனிதர்களால் பூமியின் இயற்கை வளங்கள் மரங்கள், காடுகள், காற்று, நீர் நிலைகள் கெடுத்துஅழித்து எல்லா உயிரினங்களும் வாழும் தகுதியில்லா துன்ப நிலைக்கு இந்த பூமி மாற்றப்படுவது போன்றே;அங்கும்

ஆதியில் தேவனின் நோக்கத்திற்கு நன்மைகளுக்கு எதிரான தீய குணத்தோடும் நோக்கத்துடனும் சிறு தூதர்களின் கூட்டம் தேவனுக்கு எதிராகப் பெருமையினால் புரட்சி செய்த   போது வானத்திலிருந்து கீழே பூமியில் விழத்தள்ளப்பட்டார்கள். அந்த தூதர்கள் சாத்தானாய் மாறினார்கள் பூமியையும் அதில் உள்ள குடிகளையும் மக்களையும் கெடுப்பவர்களாய் அழிப்பவனாய் மரணத்தை ஏற்படுத்துபவனாய் சாத்தான் செயல்பட்டான். இதற்கான அதிபதியாய் அவன் மாறினான்.(யோபு – 1: 6;2: 1; வெளி – 12: 9 – 12, ஏசா – 14: 9 – 17; ஆதி – 3: 1 – 5; மத் – 4: 1 – 11; யோவான் – 14: 30) ஆனால் உலகம் அவனுக்கு சொந்தமானது அல்ல; அவன் செயல்பட அனுமதிக்கப்பட்டிருக்கிறான்.

இந்த ஒழுங்கின்மையும், வெறுமையுமாய் இருந்த பூமியை, தேவன் மீண்டும் ஒழுங்குப்படுத்தி புதுப்பித்தார். ஒளியும் வெப்பமும் படாமல், பனியும் நீரினாலும் சூழ்ந்து மூடப்பட்டிருந்த இந்த பூமி உருண்டையை அழகிய இயற்கை சூழலுடன் எல்லா உயிரினங்களும் வாழும் தகுந்த நிலையில் ஞானமாய் வடிவமைத்தார்.

6.   b. பின்பு தேவன்: நமது சாயலாகவும் நமது ரூபத்தின் படியேயும் மனுஷனை உண்டாக்குவோமாக என்று தேவன் தம்முடைய சாயலாக மனுஷனைச் சிருஷ்டித்தார். அவனைத் தேவ சாயலாகவே சிருஷ்டித்தார். ஆணும் பெண்ணுமாக அவர்களை உருவாக்கினார் சிருஷ்டித்தார்.(ஆதி – 1: 26,27)

பின்பு தேவன் அவர்களை நோக்கி: நீங்கள் பலுகிப் பெருகி, பூமியை நிரப்பி, அதைக் கீழ்ப்படுத்தி, சமுத்திரத்தின்   மச்சங்களையும் ஆகாயத்துப் பறவைகளையும் பூமியின் மேல் நடமாடுகிற சகல ஜீவஜந்துக்களையும் (அனைத்து உயிரினங்களையும்) ஆண்டுகொள்ளுங்கள் என்று சொல்லி, தேவன் அவர்களை (ஆண் – பெண்) ஆசீர்வதித்தார்.

பின்னும் தேவன்: இதோ, பூமியின் மேல் எங்கும் விதைதரும் சகலவிதப் பூண்டுகளையும் (தாவரங்களையும்), விதைதரும் கனி (பழு) மரங்களாகிய அனைத்துவித விருட்சங்களையும்(மரங்களையும்) உங்களுக்குக் கொடுத்தேன். அவைகள் உங்களுக்கு ஆகாரமாக இருப்பதாக.பூமியிலுள்ள அனைத்து மிருக ஜீவன்களுக்கும், ஆகாயத்திலுள்ள அனைத்து பறவைகளுக்கும், பூமியின் மேல் ஊரும் பிராணிகள் எல்லாவற்றிற்கும் பசுமையான அனைத்துவிதத் தாவரங்களையும் ஆகாரமாகக் கொடுத்தேன் என்றார்; அது அப்படியே ஆயிற்று; (ஆதி – 1: 28 – 30)

இயற்கை என்று சொல்லும் அனைத்தையும் தேவன் மிக ஒழுங்கும், சரியானதாகவும் நன்றானதாகவும் நல்லதாகவும் படைத்தார், படைப்புகள் பற்றிய குறிப்புகள் கொண்ட வேத வசன ஆதாரங்கள்.(சங் – 104: 1 – 32; 148: 1 – 12; யோபு – 38: 1 – 39: 1 – 30; நீதி – 8: 22 – 31; 32 – 36; யோவான் – 1: 1 – 5; கொலோசியர் – 1: 14 – 18)

குறிப்பு: இயற்கை என்று சொல்லக்கூடிய எல்லாமே நாம் காண்கின்ற மற்றும் காணக்கூடாதிருக் கிற எல்லா அறிவியல் விஞ்ஞான ஆய்வுக்குட்பட்ட அனைத்திலும் தேவனின், ஆவியானவரின், இயேசு கிறிஸ்துவின் சத்தியம், ஞானமும் வல்லமையும் ஆளுமையும் அன்பும் கருணையும் தூய்மையும் நீதியும் ஆற்றலும் அடங்கி இருக்கின்றன.

❖ தெரியாததை ஆராய்ந்து அறிபவன் – அறிவியலாளர்

❖ மறை பொருளை கண்டு விடை அறிபவன் – விஞ்ஞானி

❖ எல்லாவற்றிற்கும் மேலாக ஓர் சக்தி – இறைவன் (அ) கடவுள் உண்டு என்று நம்பி செயல்படுபவன் – ஞானி

❖ எல்லாமே இயற்கையானது அதுவாகவே தோன்றினது; அதன் (மூலக்கூறுகள் – மூலப்பொருள்) உதவியின் மூலமாக மட்டுமே பல செயற்கை கண்டுபிடிப்புகளின் மூலமாக சாதிப்போம் சோதிப் (யாவரையும்)போம். கடவுள் இறைவன் இல்லை என்று சொல்பவர்கள். – அஞ்ஞானிகள், ஆணவமிக்க குறைந்த அறிவுள்ளவர்கள்.

சந்தேகங்கள் நிறைந்த மனிதர்களின் கேள்விகளுக்கு சரியான பதில்கள் வேதாகமத்தில் உண்டு.

1. வானம், பூமி (பேரண்டத்திற்கு) படைப்புக்கு முந்திய "ஆதி" காலம் இல்லை என்று மறுத்தவர்கள். பெரும் வெடிப்புக்கோட்பாடு (Big bang theory) மூலமாக அறிவியல் வல்லுநர்கள்ஆதியில் பேரண்டத்திற்கு ஆரம்பம் உண்டு என்கிறார்கள்.

2. மனிதன் குரங்கிலிருந்து வரவில்லை. தேவனால் அவரின் சாயலில் படைக்கப்பட்டவர்கள். சார்லஸ் டார்வினின் பரிணாமம் கொள்கை (1859 ஆம் ஆண்டு சித்தாந்தம்) படி ஏன் எந்த ஒருசூழலிலும் காலகட்டத்திலும் குரங்கை மனிதனாகவோ (அ) மனிதனை குரங்காகவோ இதுவரையிலும் (21 ஆம் நூற்றாண்டு) பரிணாமம் நிகழ்வின் வளர்ச்சியை நிரூபிக்க முடியவில்லை. அது பொய்யான மனித கொள்கை ஆகும். யூகிப்பதும் விவாதிப்பதும் மனித கற்பனைகள், அது உண்மையை சொல்வதில்லை.

❖ எல்லா உயிரினங்களுக்கும் ஜீவன் அதின் இரத்தத்தில் இருக்கிறது என்ற கல்வி அறிவை பரிசுத்த தேவனின் வார்த்தை கூறுகிறது.

❖ பூமி உருண்டை என்பதை முன்னமே வேத வசனத்தில் சொல்லப்பட்டுள்ளது.

❖ எல்லா மொழிகளின் உருவாக்கமும் தோற்றமும் தேவனுக்கு தெரிந்தவையே.

❖ கோழியிலிருந்து முட்டை வந்ததா? (அ) முட்டையிலிருந்து கோழி வந்ததா? என்பதற்கு தாயிடமிருந்து (பெண்) குழந்தை வந்ததா (அ) பெண்

குழந்தையிடமிருந்து தாய் வந்ததா என்பதில் நமக்கு தெளிவான பதில் பார்வை உண்டு, அது முன்னமே முழுமையான முதிர்ச்சி அடைந்த ஒரு உயிரினத்திலிருந்தே மற்றொரு உயிர் உருவம் வெளிப்படும் பிறப்பிக்கப்படும். (ஆதி – 1: 24 – 30; 2: 4 – 23; 11: 1 – 9; லேவி – 7: 26, 27; 17: 11 – 14; ஏசாயா – 40: 22; 42: 5)

ஆம் தேவனால் முன்னமே படைக்கப்பட்ட உருவாக்கப்பட்ட முதிர்ச்சியும் முழுமையானவை களிலிருந்தே மற்ற எல்லாம் (All this Living Creatures) பிறந்து பலுகி பெருகியது. அது இன்று மனிதர்களால் மரபணு மாற்றங்களால் உருமாற்றப்படுகிறது.

5. பரம பிதாவாகிய தேவன் பிழைப்பூட்டுகிறார் உடுத்துவிக்கிறார்:

ஆகாயத்துப் பட்சிகளைக் கவனித்துப் பாருங்கள்; அவைகள் விதைக்கிறதுமில்லை, அறுக்கிறதுமில்லை, களஞ்சியங்களில் சேர்த்து வைக்கிறதுமில்லை; அவைகளை (எல்லா பறவை இனங்கள்) உங்கள் பரமபிதா (தேவன்) பிழைப்பூட்டுகிறார். காட்டுப் புஷ்பங்கள் (பூக்கள்) எப்படி வளருகிறதென்றுகவனித்துப் பாருங்கள்; அவைகள் உழைக்கிறதுமில்லை, நூற்கிறதுமில்லை; ஆனாலும் அவைகளை போன்ற மிக மிக அழகான நேர்த்தியான வண்ணங்களில் எந்த ஒரு மனிதனும் ராஜாவும் உடுத்தியது இல்லை. பரம பிதாவாகிய தேவன் படைத்து, ஆசீர்வதித்து, விதித்த கட்டளையின், வார்த்தையின்வல்லமைபடியே சிருஷ்டிப்புகள் அனைத்தும் மிக சரியாக இயங்கி மகிழுகின்றன. (ஆதி – 1: 1 – 31; மத் – 6: 26 – 30; சங் – 104: 5 – 12; 13 – 18;25 – 30)

தேவன் தான் படைத்த இயற்கையின் அழகையும் அறிவையும் மகிமையான காட்சிகளை யும் மனிதர்கள் கண்டு மகிழ்ந்து ஆரோக்கியமும் நன்மையும் அடையவும் விரும்புகிறார். நாம்அவர் மீது நம்பிக்கை வைத்து இன்னமும் அற்புதமானநித்திய வாழ்வை பெற்றுக் கொள்ளவும்,தேவன் நம்மை ஆயத்தப்படுத்துகிறார் என்பதை அறிய வேண்டும்.

ஆனால் மனிதர்கள் தங்களின் அடிப்படை வாழ்க்கையை கவலைக்குரியதாக்கி விடுகிறான். காரணம் ஒன்றான மெய் தேவனையும், அவரின் ஞானமும் அன்பும் நீதியுமான செயல்களையும், அறியாமலும் புரியாமலும் வாழ்கிறார்கள். நல்ல உணவுக்கும் உடைக்கும் சாமானிய மக்களை கவலையுற செய்துவிட்டு; பணக்கார மனிதர்கள் புகழுக்கும் பெருமைக்கும் பெயருக்கும் ஆடம்பர வசதிகளுக்குகும் கவலைபடுவதும் கள்ளத்தனமான வாழ்கை முறையில் கடின மாக கஷ்டப்படுவது போன்றும், கட்டுபாடுகள் இல்லாமல் உலகை (மனித இனத்தை) நெருக்கடிக்குள்ளாக்கி விடுகிறார்கள். தேவன் வகுத்த விதிகளை மதியாமல், தங்கள் வாழ்வை மனிதர் கெடுத்துக் கொள்கிறார்கள்.

6.   பிதாவாகிய தேவன் நல்லவர் வல்லவர்:   அவர் நமக்கு தகப்பன் – பிதாவாக இருக்கின்றார்:

தேவன் தம்முடைய சாயலாக முதல் மனிதனை சிருஷ்டித்தார். அவனை தேவ சாயலாகவே சிருஷ்டித்தார். ஆணும் பெண்ணுமாக அவர்களை சிருஷ்டித்தார். (ஆதி – 1: 27) (ஆதி – 1: 26) பின்பு, தேவன்: நமது சாயலாகவும் நமது ரூபத்தின்படியேயும் மனுஷனை உண்டாக்குவோமாக; அவர்கள்...(மற்ற உயிரினங்கள்) ஆளக்கடவர்கள் என்றார்,

தம்முடைய சாயல் என்பது தேவனுக்கு இருக்கும் அதே வெளித்தோற்றத்தோடும் அதே உள்ளான அமைப்போடுமே மனிதனை படைத்தார். ஆண் மற்றும் பெண் இனமாக (அ) ஜாதியாக இரண்டு வகையில் மட்டுமே படைத்தார். இதில் எந்த பாராபட்சமும் காட்டவில்லை. இங்கே உயர் ஜாதி நடு ஜாதி இடை ஜாதி கீழ் ஜாதி என்ற எந்த பாராபட்சமும், தேவனுடைய மனித படைப்பில் இல்லவே இல்லை. ஆண் மற்றும் பெண் என்ற இரண்டு வித்தியாசம் மட்டுமே அவர்களும் தேவ சாயலை உடையவர்களே. ஆனால் தேவர்கள் அல்ல அவர்கள் மனிதர்களே.

ஒரு மனிதனின் படைப்பு :

1.   தேவனின் சாயலை (shadow) உடைய வெளிப்புற உருவம் (அமைப்பு)

2.   தேவனின் ரூபத்தின் (Spirit- likeness) ஒத்த ஆவியை உடைய மனிதன். அவன் உள்ளான மனிதன், அவன் ஆவியாய் இருக்கிறான்.

3.   மண்ணினால் செய்யப்பட்ட மண்ணுக்கு திரும்பும் சரீரம் கொண்டவன்.

4.   மண்ணான மனிதனுக்குள்ளே நாசியில் தேவன் தன் சுவாசத்தை ஊதினார். அவன் (ஆதாம்) ஜீவ ஆத்துமா ஆனான்.

பின்பு தேவன் அவர்களை நோக்கி: நீங்கள் பலுகிப் பெருகி, பூமியை நிரப்பி, அதைக் கீழ்ப்படுத்தி, சமுத்திரத்தின் (கடல்) மச்சங்களையும் (உயிரினங்கள்) ஆகாயத்துப் பறவைகளையும், பூமியின் மேல் நடமாடுகிற சகல ஜீவஜந்துக்களையும் அலைந்து திரிகின்ற அனைத்து உயிரினங்களையும் ஆண்டு கொள்ளுங்கள் என்று சொல்லி, தேவன் அவர்களை ஆசீர்வதித்தார். (ஆதி – 1: 28)

வானத்தையும் பூமியையும் அதில் உள்ளவைகள் அனைத்து இயற்கை நிலைகளையும் தேவனே உண்டாக்கினார். தன் சாயலில் படைக்கப்பட்ட மனிதனுக்காகவே முன்னமே அவர்களின் (ஆதாம், ஏவாள்) ஜீவனுக்கும் வாழ்வின் நன்மைக்கும் ஆசீர்வாதத்துக்குமான எல்லாவற்றையும் திட்டமிட்டு உண்டாக்கி அவர்களிடமே ஒப்படைத்தார். இங்கே எந்த குரங்கிலிருந்தும் மனிதன்

உருமாறினதற்கான சாத்தியங்கள் இல்லை. டார்வின் பரிணாமக் கொள்கை புத்தியற்ற யூகம் மட்டுமே. எனவே தான் தேவன் மற்ற எல்லா உயிரினங்களையும் காட்டிலும் தன் சாயலான மனிதன் மீது அதிக அக்கரையும் நேசமும் கொண்டிருக்கிறார் என்ற உண்மையை உணர்வுப்பூர்வமாக நாம் ஒப்புக் கொண்டு ஆக வேண்டும்.

அதற்கு ஓர் உதாரணம்: தன் சாயலாகவே பிறந்த குழந்தைகள் மீது எந்த தகப்பனும் (அ) தாயும் அன்பும் அக்கரையும் இல்லாதிருப்பார்களோ? ஊர் உலகத்திற்கு கெட்டவர்கள் போன்றே காணப்படுகின்றவர்கள் தன் பிள்ளைகளுக்கு நல்லவர்கள் போன்றே சில நன்மைகளை செய்வார்கள்.

எனவே தான் இயேசு கிறிஸ்து சொன்னார்: ஆகையால், என்னத்தை உண்போம், என்னத்தை குடிப்போம், என்னத்தை உடுப்போம் என்று, கவலைப்படாதிருங்கள் (மத் – 6: 31,32; லூக் – 12: 22 – 29). நமக்கான உடையை உணவை பற்றி (கவலை) திட்டமிடுவதை காட்டிலும் நம்முடைய உயிரும் உடலும் மிகவும் சிறந்தது அதை தேவன் கொடுத்திருக்கிறார் மற்றவைகளையும் கொடுப்பார் என்று நன்றியுடன் அவரை நம்ப வேண்டும். நல்ல தகப்பனும் – பிதாவானவருக்கு தன் பிள்ளைகளுக்கு எது நல்லது? எவைகள் தேவை? என்பதை நன்றாகவே தெரியும். அவைகளை தமது வல்லமையினால் நமக்கு அன்பாக அருள் செய்கின்றார். (மத்தேயு. 23: 9; மல்கியா. 1: 6; 2: 10)

பறவைகளையும் மற்ற உயிரினங்களையும் நிறைவாய் போஷிப்பவர், பூக்களுக்கு அழகாய் உடுத்துவிப்பவர், தீய மனிதர்களுக்கும் தமது சூரிய ஒளியை வீசச்செய்பவர், அநியாயக்காரர்கள் மேலும் மழைநீரை விழ செய்பவர் இவர்களை வாழ அனுமதிக்கும் தேவன்; தம்மை அறிந்துக்கொள்ளும்விசுவாசிக்கும் மக்களுக்கான தேவைகளை (வேண்டியவைகளை: உணவு, உடை, குடிநீர், உறைவிடம், ஆரோக்கியம், நீடித்த வாழ்வு) உங்கள் பரமபிதா அறிந்திருக்கிறார், என்றார். அவர் முழு உலகத்திற்கும் நல்லவரும் வல்லவருமாக இருக்கிறார்.

அவர் சூரிய ஒளிக்கும், வெப்பத்திற்கும் யாரிடமும் பணம் கேட்பதில்லை !! அவர் மழை நீருக்கும், மேகத்திற்கும், காற்றுக்கும் யாரிடமும் பணம் கேட்பதில்லை !! அவரின் அன்பும் நீதியும் கிருபையும்இரக்கமும் பெரியது.

7. பிதாவாகிய தேவன் நீதியுள்ளவர், பரிசுத்தமுள்ளவர்;

லேவி.19: 2; 20: 7, 26

நீ இஸ்ரவேல் புத்திரரின் சபை அனைத்தோடும் சொல்ல வேண்டியது என்னவென்றால்: உங்கள் தேவனும் கர்த்தருமாகிய நான் பரிசுத்தர், ஆகையால் நீங்களும் பரிசுத்தராயிருங்கள்.

ஆதலால் நீங்கள் உங்களைப் பரிசுத்தப்படுத்திப் பரிசுத்தராயிருங்கள்; நான் உங்கள் தேவனாகிய கர்த்தர்.

கர்த்தராகிய நான் பரிசுத்தராயிருக்கிறபடியினாலே நீங்களும் எனக்கேற்ற பரிசுத்தவான்களாயிருப்பீர்களாக; நீங்கள் என்னுடையவர்களாயிருக்கும்படிக்கு, உங்களை மற்ற ஜனங்களை விட்டுப் பிரித்தெடுத்தேன்.

மனிதர்கள் செய்ய வேண்டிய முதன்மையான காரியம் என்ன?!

முதலாவது தேவனுடைய ராஜ்யத்தையும் அவருடைய நீதியையும் தேடுங்கள். அப்போதுபிதாவாகிய தேவன் சத்தியமும் நீதியும் உள்ளவராக இருக்கிறார்) இவைகளெல்லாம் (நம் அடிப் படை தேவைகள்) உங்களுக்குக் கூடக் கொடுக்கப்படும். (யோவான் – 17 : 25; மத் – 6: 1 – 33; மத் – 7: 20,21,22,23;6: 19 – 21; லூக் – 10: 25 – 37; ஏசா – 55: 1 – 2,3 – 4,5 – 7;8 – 11,12,13)

குறிப்பு: தேவனுடைய ராஜ்யத்திற்கும் மற்றும் உலக ராஜ்யத்திற்கும் மிக பெரிய வேறுபாடுகள் வித்தியாசங்களை கொண்டது.

நம் எல்லாருக்கும் ஒரே பிதாவாகிய தேவன் மட்டுமே உண்டு. அவரே நம் எல்லாரையும் சிருஷ்டித்தார் (படைத்தார்). அவரின் நீதியும், சத்தியம், பரிசுத்தம், அன்பும் நம் எல்லாரையும் மதிப்புமிக்க நல்ல மனிதர்களாய் மனித நேயமுள்ளவர்களாய் வாழ வேண்டும் என்றே நமக்கு முன்மாதிரிகளாக வெளிப்படுத்தப்பட்டுள்ளது. நாம் மீறினவர்களாய் பாவிகள் துரோகிகளாய் வாழ முற்படும் போது அவரின் கோபம் நம்மை தண்டிக்கவும் செய்கிறது. தேவன் இதில் எந்த சமரசமும் பாரபட்சமும் எந்த மனிதனிடமும் காண்பிப்பதும் இல்லை. தேவன் பாவிகளின் மீது சினம் கொள்கிறவராய் இருக்கின்றார். ஆனாலும் அவர்கள் மனம்திரும்பி தங்கள் தீய செயல்களை மாற்றிக்கொள்வார்களானால் தேவன் அவர்களை மன்னிப்பதற்கு இரக்கம் உள்ளவராய் இருக்கின்றார்.(ஏசாயா – 63: 15 – 19, 64: 4 – 9, எரே – 3: 2 – 15, மல் – 2: 1 – 12, மத் – 5: 1 – 16, யோவான் – 17: 24 – 26)

அநேக காலக்கட்டங்களில் உலக ராஜ்யம் அதின் தலைவர்கள் அதிகாரிகள் உலக மக்களை அதிக கவலைக்குள்ளாகவும், சோகத்திற்குள்ளாகவும் பயத்திற்குள்ளாகவும் ஆழ்த்தியே ஆட்சி செய்வதே உலக வரலாற்று சம்பவங்களாக இருக்கிறது. தொடர்ந்து இந்த அச்சுறுத்தல் நம்பிக்கை உண்மை அற்ற நிலை 21 ஆம் நூற்றாண்டிலும் நீடிக்கிறது. காரணம்: ராஜ்யத்திற்கு ராஜ்யம் விரோதம், அரசுக்கு அரசு பகை, ஜாதிக்கு ஜாதி விரோதம், தங்களுக்கான நியாயம் நீதிக்காகவே வாழ்கிறார்கள். ஆனால் எல்லாருக்குமான பிறருக்கான பொதுவான நியாயத்தையும் நீதியையும் பின்பற்றுவதில்லை;

எனவே ஊழல், திருட்டு, லஞ்சம், பேராசை, முறைகேடுகள், சண்டை யுத்தம், போர்கள், பசி, பஞ்சம், கொள்ளை நோய் என்று மனித இனமே அடிப்படை வாழ்வையும் சுதந்திரத்தையும் பாதுகாப்பையும் பற்றிய பயமும் கவலையும் கொண்டே (Living Death) ஏதோ வாழ்கிறார்கள். கெட்டு போன நிலையில் அற்பகால ஆயுளோடு ஏதோ வாழ்கிறார்கள்.

❖ தேவனுடைய ராஜ்யமும் அதின் நீதியும் மனித சமுதாயத்தை ஒன்று போலவே பாரபட்சமின்றி சமத்துவம், சகோதரத்துவமுடன் பராமரிக்கவும் பரிசுத்தப்படுத்தவும் செய்கின்றது. மேலும் பரலோக ராஜ்யத்தின் நித்திய வாழ்வுக்கு ஏற்ற சரியான வழிகாட்டுதல் நெறிமுறைகளுடன் ஆட்சி முறையையும் கொண்டதாக இருக்கிறது.

❖ எல்லாருக்குமான நியாயமும் நீதியும் மனித நேயமும் சமத்துவமும், சகோதரத்துவமும் கொண்ட (கட்ட அமைப்பும்) போதனையும் சட்டமும் கொண்ட தேவனுடைய ராஜ்யமாக இருக்கிறது.   முதலில் நாம் இந்த பூமியிலேயே இந்த ராஜ்யத்தை விரும்பவும் அறியவும் தேடவும் வேண்டும்; அதை பின்பற்ற வேண்டும் என்ற நோக்கத்தை நிறைவேற்றும்படியாகவே மெய்யான தேவன், தமது குமாரன் இயேசு கிறிஸ்துவை இந்த பூமிக்கு (நம்மீது அன்பு கூர்ந்து) அனுப்பினார்.   உலகம் கெட்டுபோகாமல் மீட்கப்படும்படியாக அனுப்பினார். நாம் கெட்டுப் போகாமல், நம் வாழ்வை (ஜீவனை) கெடுத்துக் கொள்ளாமல், நித்திய வாழ்வை பெறவேண்டுமானால் கர்த்தராகிய இயேசு கிறிஸ்துவை அறிந்துக் கொள்ள வேண்டும் அவரை பின்பற்றவும் வேண்டும். (யோவான் – 3: 14 – 17; 1 யோவான் – 4: 8 – 10; 5: 11 – 13)

II. தொட்டில் முதற்கொண்டு நாம் பெறும் எல்லாமே தேவனுடைய ஈவாக இருக்கின்றது. எதற்காகவெல்லாம் தேவனை ஸ்தோத்தரிக்க வேண்டும் என்று பட்டியல் போடுவோமானால் நம்மால் துதிப்பதை நிறுத்த முடியாது. – டி.எல். மூடி.

எல்லாவற்றிலும் தேவனைக் காணும் மனநிலை இருக்குமானால், அது கிருபையில் வளர்ச்சிபெற்று, நன்றியறிதலுள்ள இருதயத்தைப் பெற்றிருப்பதற்கு அடையாளமாகும். – சார்லஸ் ∴பின்னி.

---

8. மெய்யான தேவன் சத்தியமுள்ளவர் ஆவியாக இருக்கின்றார் என்பதை அறியுங்கள் :

ஒரு சமயம் இயேசு கிறிஸ்து தன்னுடைய ஊழியத்தை செய்துக் கொண்டு யூதேயா தேசத்தை விட்டு மறுபடியும் தமது சொந்த ஊரான கலிலேயாவுக்குப்

போனார். அப்பொழுது அவர் சமாரியா நாட்டின் வழியாகப் போக வேண்டியதாக இருந்தபடியால், சமாரியாவில் உள்ள சீகார் என்னப்பட்ட ஊருக்கு வந்தார். அங்கே முற்பிதாக்களில் ஒருவரான யாக்கோபுடைய கிணறு இருந்தது. அங்கே சமாரிய நாட்டின் ஒரு பெண் தண்ணீர் மொள்ள (எடுக்க) வந்தாள். இயேசு அவளை நோக்கி: தாகத்துக்குத் தா என்றார்.

யூதர்கள் சமாரியருடன், சம்பந்தங் கலவாதவர்களாக அந்நாட்களில் இருந்தார்கள். எனவே சமாரிய பெண் இயேசுவை நோக்கி: நீர் யூதராயிருக்க, என்னிடத்தில் தாகத்துக்குத் தா என்று எப்படிக் கேட்கலாம் என்றாள். இயேசு அவளுக்கு இவ்வாறு மறுஉத்தரவு சொன்னார்: நீ தேவனுடைய ஈவையும், தாகத்துக்குத் தா என்று உன்னிடத்தில் கேட்கிறவர் இன்னார் என்பதையும் அறிந்திருந்தாயானால், நீயே அவரிடத்தில் (தண்ணீரை) கேட்டிருப்பாய், அவர் உனக்கு ஜீவத் (நித்திய ஜீவகாலமாய் ஊறுகின்ற நீருற்றை) தண்ணீரைக் கொடுத்திருப்பார் என்றார்.

ஆண்டவரே, நீர் தீர்க்கத்தரிசி என்று காண்கிறேன். எங்கள் பிதாக்கள் (இஸ்ரவேலர்கள்) இந்த மலையிலே தொழுது கொண்டு வந்தார்கள், நீங்கள் (யூதர்கள்) எருசலேமிலிருக்கிற ஸ்தலத்திலே (தேவாலயத்தில் – பிதாவாகிய தேவனை) தொழுதுக்கொள்ள வேண்டும் என்கிறீர்களே என்றாள். அதற்கு இயேசு: ஸ்திரீயே, நான் சொல்லுகிறதை நம்பு (believe me) : நீங்கள் இந்த மலையிலும் எருசலேமிலும் மாத்திரமல்ல, எங்கும் பிதாவைத் (தேவனை) தொழுதுக்கொள்ளுங் காலம் வருகிறது. நீங்கள் (சமாரியர்கள் (அ) புறஜாதிகள்) அறியாததைத் தொழுது கொள்ளுகிறீர்கள்; நாங்கள் (யூதர்கள் (or) கிறிஸ்தவர்கள்) அறிந்திருக்கிறதைத் தொழுது கொள்ளுகிறோம்;

ஏனென்றால் இரட்சிப்பு (Salvation) யூதர்கள்வழியாய் வருகிறது என்றார். உண்மையாய்த் தொழுது கொள்ளுகிறவர்கள் (True worshipers will worship the Father in spirit and truth) பிதாவை (தேவனை) ஆவியோடும் உண்மையோடும் தொழுது கொள்ளுங்காலம் வரும், அது இப்பொழுதே வந்திருக்கிறது; தம்மைத் தொழுது கொள்ளுகிறவர்கள் இப்படிப்பட்டவர்களாயிருக்கும்படி பிதாவானவர் விரும்புகிறார். தேவன் ஆவியாயிருக்கிறார் ("God is spirit and those who worship Him must worship in spirit and truth.") NKJV. அவரைத் தொழுதுக் கொள்ளுகிறவர்கள் ஆவியோடும் உண்மையோடும் அவரை (தேவனைத்) தொழுதுக் கொள்ள வேண்டும் என்றார். சமாரிய ஸ்திரீ அ ஊருக்குள்ளே போய் நடந்தவைகளை எல்லாம் மக்களுக்கு எடுத்துச் சொல்லி அவர் கிறிஸ்து தானோ என்று வந்துப் பாருங்கள் என்றாள். (யோவான் – 4:1 – 42; யோசுவா. 24:14 – 31)

குறிப்பு: பண்டைய காலம் முதற் கொண்டு இன்றையக் காலம் வரையிலும் உலக மக்கள் அநேகர் மெய்யான ஒரே தேவன் யார்?அவர்

எப்படிப்பட்டவர்? அவரை எங்கே தொழுதுக் கொள்ள (வழிபட) வேண்டும்? என்ற சத்தியம் – உண்மையை அறியாமல் வாழ்ந்து வருகின்றார்கள். அவர்கள் தங்கள் வாழ்வில் பரிசுத்தமும், ஒழுக்கமும், விடுதலையும், நீதியும், உண்மையும், பாதுகாப்பும் இல்லாமல் காணப்படுகின்றார்கள். ஆனால் அவர்கள் தங்களின் மனதை ஏதோ ஒரு மதத்தின் பாரம்பரிய பிடியில் கட்டுண்டு வலம்வந்துக் கொண்டிருக்கின்றார்கள்.

நாம் அனைவரும் நவீன நாகரீக காலத்திலாவது பகுத்தறிவு சிந்தையுடன் ஒன்றான மெய்த்தேவனை மிக சரியாக (சத்தியத்தின் படியே) அறிந்துக் கொள்ள வேண்டும். இயேசு கிறிஸ்துவின் உவதேசத்தை கேட்டு, அவரே மெய்யாய் உலக ரட்சகர் என்று அறிந்துக் கொண்டு விசுவாசிக்க வேண்டும். இதன் மூலமாக நிலையான வாழ்வும் – நித்திய ஜீவனும் நமக்கு கிடைக்கும் என்பது நிச்சயமாகும்.

கவனியுங்கள் :

கர்த்தர் இரக்கமும், கிருபையும், நீடிய சாந்தமும், மகா தயையும், சத்தியமுள்ள தேவன். அவர் கன்மலை; அவர் கிரியை உத்தமமானது. அவர் வழிகளெல்லாம் நியாயம், அவர் நியாயக் கேடில்லாத சத்தியமுள்ள தேவன்; அவர் நீதியும் செம்மையுமானவர். அவருடைய செய்கையெல்லாம் சத்தியமுள்ளதாயிருக்கிறது. (யாத் – 34: 6; சங் – 33: 4; உபா – 32: 4)

இயேசு கிறிஸ்து தேவனுடைய சத்தியங்களை கொண்டுள்ள உபதேசங்களை வார்த்தைகளையே கிருபைநிறைந்தவராய் போதித்தார். ஆம், அந்த கிருபையும் சத்தியமும் மனிதர்களை சந்திக்க வேண்டும். அந்த கிருபையும் சத்தியமும் மட்டுமே மனிதர்களின் பாவத்தை நிவிர்த்தி செய்யக்கூடியது. (யோவான் – 1: 14, 17; 8: 26, 32, 40 – 46)

கிருபையும் சத்தியமும் நம்மைவிட்டு விலகாது காத்துக் கொள்ள நாம் கவனமாயிருக்க வேண்டும். ஆகவே தேவனுடைய ஆவியும், கிறிஸ்துவின் ஆவியுமாகிய பரிசுத்த ஆவியானவர், சத்திய ஆவியாக நம்மை சகல சத்தியத்திலும் (எல்லா உண்மைகளையும் அறியும்படிக்கு) போதித்து வழிநடத்த நமக்கு அதிக நன்மையாக பரிசாக இந்த கடைசி நாட்களில், கொடுக்கப்பட்டிருக்கின்றார். (நீதி – 3: 3; 16: 6; சங் – 85: 10, 11; 89: 14; யோவான் – 16: 7 – 14; 14: 16, 17; 17: 14 – 23)

உலக மக்கள் பலவிதமான தீமைகளினால் பாவத்தினால் கெட்டுப் போவதை அழிவதை தேவன் விரும்பவில்லை. எனவே தான் சத்தியமும் ஒளியுமாக நமக்கு வழிகாட்டியாக இயேசு கிறிஸ்துவை இந்த உலகத்திற்கு அனுப்பினார். சத்தியம், நீதி, கிருபை, ஒளியை பகைத்து இருளை விரும்பி இரக்கம் நீதி இல்லாமல், அநீதியான பல தீமைகளைச் செய்யும் பாவிகளை தேவன் நிச்சயமாக ஆக்கினைக்குள்ளாக தண்டிப்பார்.

உண்மைக்காக எதையும் துறக்கலாம்.

ஆனால் எதற்காகவும் உண்மையைத் துறக்காதே.

பொய் சொல்லித் தப்பிக்காதே.....

உண்மையைச் சொல்லி மாட்டிக்கொள்.....

பொய் வாழ விடாது. உண்மை சாகவிடாது. – மகாத்மா காந்தி.

அத்தியாயம் – 3

இயேசு கிறிஸ்து யார் என்று அறிந்துக் கொள்ளுங்கள். நித்திய (வாழ்வை) ஜீவனைப் பெற்றுக் கொள்ள அவரை விசுவாசியுங்கள்.

இயேசு கிறிஸ்துவை பற்றிய அறிதலும் புரிதலும் உலக மதங்களின் மனிதர்களிடையே மிக சரியானதாக இல்லை. இன்றைக்கு தங்களை கிறிஸ்தவ மதத்தவர்கள் என்று சொல்லிக் கொள்பவர்களின் நிலையும் இப்படிதான் இருப்பது மிகவும் பரிதாப நிலை ஆகும்.

இயேசுவை பற்றிய அவர்களின் அறிதலும் புரிதலும் என்ன?

இயேசு ஒரு மனிதர். அவர் இறைவனால் அனுப்பப்பட்ட ஓர் இறை தூதர். ஒரு மதத் தலைவர். ஒரு மதப் போதகர். ஒரு சன்னியாசி – திருமணம் ஆகாதவர். பரிசுத்தமானவர் பாவங்களை மன்னிப்பவர். சாபங்களை நீக்கி வியாதிகளை குணமாக்குகிறவர். குற்றமுள்ளவர் – குற்றமற்றவர். மனிதராக இருந்துக் கொண்டே தன்னை தேவன் என்று பொய் சொல்லுபவர். தன்னையே காப்பாற்றிக் கொள்ள திராணி இல்லாதவர். சிலுவையில் மரித்தவர். உயிரோடு எழுந்தவர். அவர் சிலுவையில் மரிக்கவும் இல்லை. உயிரோடே எழுந்திருக்கவும் இல்லை. அவர் ஏழைக் களுக்காகவும் பாவிகளுக்காகவும் வந்தவர். அவர் ஐசுவரியவான். ஒரு ராஜா.

உங்களுக்கு இரட்சிப்பு வேண்டுமெனில் இயேசு கிறிஸ்துவை பின்பற்றுங்கள்.......... இயேசு கிறிஸ்து எனும் நாமமே வேறு எந்த கடவுளையும்விட உங்கள் கற்பனையிலுள்ள கடவுளைவிட மிக உயர்ந்த முன்னுரிமை உள்ளவர். (ஞானபீடம் பகுதி – 7, பக்கம் – 294) – சுவாமி விவேகானந்தர்.

இப்படியாக ஒவ்வொரு மனிதர்களின் வெவ்வேறு கருத்துக்களும் இயேசு கிறிஸ்துவை பற்றிய புரிதலுமாக இருக்கிறது. இதில் சில உண்மையும் இருக்க சில பொய்யும் இருக்க, இதற்கு மேல் இயேசுவை குறித்து எதுவும் யாரும் அறிந்திடவோ பின்பற்றி சென்றிடவோ கூடாது என்ற, குறுகிய கொள்கைகளையும் குழப்பங்களையும் மழுப்பல்களையும் கொண்ட மனிதர்கள் செம்மையற்று வாழ்கிறார்கள்.

ஒன்றான மெய் (உண்மை)த் தேவனாகிய உம்மையும் நீர் அனுப்பினவராகிய இயேசு கிறிஸ்துவையும் அறிவதே நித்திய ஜீவன் (யோவான் – 17: 3)

இந்த வார்த்தைகள் இயேசு கிறிஸ்து பிதாவாகிய தேவனிடத்தில் ஜெபித்தபோது சொன்னவை, இதற்கு முன்பு ஒரு வாக்கியமும் உண்டு; அதில் தேவன் தம்முடைய ஒரேபேறான குமாரனுக்கு (இயேசு) தான் தந்தருளின யாவருக்கும் இயேசுவே நித்திய ஜீவனைக் கொடுக்கும்படியான அதிகாரத்தை பெற்றவராக இருக்கிறார்; அது மாம்சமான எல்லா மனிதர்கள் மேலும் அவருக்கு இருக்கும் அதிகாரமாக சொல்லப்பட்டுள்ளது.

தேவ தூதன் சொல்லும் கிறிஸ்துவைப் பற்றிய நற்செய்தி :

(மத் - 1: 20 - 23; லூக் - 2: 9 - 14)

"இயேசு என்றால் இரட்சகர்" பாவத்திலிருந்து இரட்சிப்பவர். கிரேக்கு மொழியில் "கிறிஸ்து" என்றும், எபிரெய மொழியில் "மேசியா" என்றும் அழைக்கப் படுகிறார். அவர் நசரேயனாக வாழ்ந்தார். மக்களை பல வகையான இன்னல்களிலிருந்தும் (இடுக்கங்கள் ஒடுக்குதல்கள்) இழப்புகளிலிருந்தும் இரட்சிக்கும்படியாக, தேவனால் அபிஷேகம் பண்ணப்பட்டவராக பூமிக்கு அனுப்பப் பட்டவரே;

"இயேசு கிறிஸ்து = மேசியா, இரட்சகர், அபிஷேகம் பண்ணப்பட்டவர்." வருத்தப்பட்டுப் பாரஞ்சுமக்கிறவர்களே நீங்கள் எல்லாரும் என்னிடத்தில் வாருங்கள்; நான் உங்களுக்கு இளைப்பாறுதல் தருவேன் (மத் - 11: 28) என்று சொன்ன இயேசுகிறிஸ்து;

1. வியாதியிலிருந்து இரட்சித்தார்

2. பாவத்திலிருந்து இரட்சித்தார்

3. ஆன்மீக மோசடி மூடத்தனத்திலிருந்து இரட்சித்தார்

4. அடிமைத்தனத்திலிருந்து இரட்சித்தார்

5. ஏற்ற தாழ்வு நிலையிலிருந்து இரட்சித்தார்

6. அசுத்த ஆவிகளிடமிருந்தும் – பிசாசின் கட்டுகளிலிருந்தும் இரட்சித்தார்

7. மரணபிடியின் கட்டுகளிலிருந்து பயத்திலிருந்தும் இரட்சித்தார்

நசரேயனாகிய இயேசுவைத் தேவன் பரிசுத்த ஆவியினாலும் வல்லமையினாலும் அபிஷேகம் பண்ணினார்; தேவன் அவருடனே கூட இருந்தபடியினாலே அவர் நன்மை செய்கிறவராயும் பிசாசின் வல்லமையில் அகப்பட்ட யாவரையும் குணமாக்குகிறவராயும் சுற்றித்திரிந்தார் (அப் - 10:38; மத் - 4:14-24, 9:14-17,10:2-13,19-38; யோவான் 1:26-30, 10:8-11, 19:1-30)

கவனியுங்கள்: அறிவது என்பது தேவனை பற்றியும், இயேசுவை பற்றியும், அறிந்துக் கொள்வதும், அவர்களின் செய்தியின் நோக்கத்தை புரிந்துக் கொண்டும் அவர்களின் வழிகளில் நடப்பதுவும் வாழ்வதுமே நித்திய ஜீவனை

பெற்ற வாழ்வாகும். ஆனால் இதற்கு மாறாக கிறிஸ்தவ மத கூட்டத்தாரிடத்தில் காணப்படுவது என்னவென்றால், வேத வசனங்களையும் வம்ச வரலாறுகளையும் அதின் மனிதர்களையும் பற்றிய அறிவை வளர்த்துக் கொள்ளும் போட்டியாளர்களாய் மாறிவிட்டார்கள். புத்தகம் அதிகாரம் வசனம் இடங்கள் நபர்கள் பெயர்கள் என்று வரிசை மாறாமல் அழுத்த சொல்லும் பேசும் திறமையுள்ளவர்களை, நோக்கியே மயங்கின மக்களாக இருக்கிறார்கள்.

இவர்கள் தேவனையும் இயேசு கிறிஸ்துவையும் அறிந்து புரிந்து அவர்களின் வார்த்தை   களை மதிக்கும் மக்களாக மாறினால் மட்டுமே நித்திய ஜீவனை பெற்று கொள்ள முடியும். மற்ற உங்கள் சாதனைகள் இங்கு மட்டுமே பெருமைக்குரியதாகும். நித்திய வாழ்வுக்கான சாதனையின் சோதனையில் வெற்றி பெற வேண்டும்.

இயேசு கிறிஸ்துவின் பன்முக தன்மை மற்றும் சாதனைகள் மூலமாக அவர் யார் என்று அறிவோம் :

1. இயேசு ஒருவரே ஸ்திரீயின் வித்து, அதிசயமானவர் என்று அறியுங்கள்.

பூமியில் மனித பிறப்பிலேயே உலக சரித்திரத்திலேயே ஒரே ஒருவர் மட்டுமே ஸ்திரீயின் (பெண்ணின்) வித்தின் மூலமாக பிறந்தார். ஆணின் வித்து உதவியின்றி, எந்த ஒரு பெண்ணின் கருமுட்டையைக் கொண்டு மட்டுமே ஒரு குழந்தை பிறக்க முடியாது. ஆரோக்கியமும் அழகும் ஆற்றலுமுள்ள ஓர் குழந்தை பிறப்பிற்கு; ஆரோக்கியம் ஆற்றலுமிக்க ஆணின் விந்து உயிர் அணுவும், பெண்ணின் ஆரோக்கியமுள்ள கருமுட்டையும் இணைந்து தாயின் வயிற்றில் (கருப்பையில்) அல்லது இன்றைய விஞ்ஞான உலகில் சோதனை குழாயில் (Testtube) பலப்பட்டு வளர்ந்து ஒரு குழந்தை பிறக்க வேண்டும்.

"இயேசு கிறிஸ்துவின் பிறப்பு" என்பது பக்தியும் புத்தியும் பரிசுத்தமும் தாழ்மையும் விசுவாசமும் நிறைந்த ஓர் "கன்னிப் பெண்ணான மரியாள்" என்பவரின் வயிற்றில் இயற்கைக்கும் செயற்கைக்கும் அப்பாற்பட்ட விதத்தில் கருவாக உருவாக்கப்பட்டார்.

தேவ தூதன் அவளை நோக்கி: மரியாளே, பயப்படாதே; நீ தேவனிடத்தில் கிருபை பெற்றாய். இதோ, நீ கர்ப்பவதியாகி ஒரு குமாரனைப் பெறுவாய், அவருக்கு இயேசு என்று பேரிடுவாயாக. அதற்கு மரியாள் தேவதூதனை நோக்கி: இது எப்படியாகும்? புருஷனை அறியேனே என்றாள். தேவதூதன் அவளுக்குப் பிரதியுத்திரமாக: பரிசுத்த ஆவி உன்மேல் வரும்; உன்னதமானவருடைய பலம் உன்மேல் நிழலிடும்; ஆதலால் உன்னிடத்தில் பிறக்கும் பரிசுத்தமுள்ளது தேவனுடைய குமாரன் என்னப்படும். (ஆதி - 3: 15; லூக் - 1: 30,31,34,35; மத் - 1: 18 - 21; ஏசா - 7: 13,14,15; மத் - 1: 17)

இந்த இயேசுவின் அதிசயமான பிறப்பு என்பது கி.மு. 700 ஆண்டுகளுக்கு முன்பாகவே, 24 தலைமுறைகளுக்கு முன்பதாகவே தீர்க்கதரிசனமாக முன் அறிவிக்கப்பட்ட தேவனுடைய வார்த்தையின் படியே நிறைவேறியது. தேவன் தம்முடைய ஒரேபேறான குமாரனை விசுவாசிக்கிறவன் எவனோ, அவன் கெட்டுப் போகாமல் நித்திய ஜீவனை அடையும்படிக்கு அவரைத் தந்தருளி, இவ்வளவாய் உலகத்தில் அன்புகூர்ந்தார். (யோவான் – 3: 16)

2. இயேசு கிறிஸ்து பிறப்பு முதற்கொண்டு மரணம் வரைக்கும் அவர் பரிசுத்தர் தேவனுடைய குமாரன்.

திருமணமாகாத கணவனை அறியாத ஓர் பக்தியுள்ள பெண்ணின் (மரியாள்) மேல் பரிசுத்தமான (தேவ) ஆவியானவர் வருகிறார், உன்னதமான தேவன் தன்னுடைய ஆற்றலின் பெலத்தின் நிழலை (Shadow) மரியாளின் மேல் படும்படியாக செய்கிறார் இவ்வாறு ஒரு பரிசுத்த முள்ள கரு உருவானது. அந்த குழந்தை பரிசுத்தமுள்ளது மற்றும் தேவனுடைய குமாரன் என்றே இயேசு அழைக்கப்பட்டார் (லூக் – 1 : 35; 3 : 22;9 : 35)

இயேசு ஒரு மனிதரே என்று நினைப்பீர்களாயின், அவரை நீங்கள் வணங்க வேண்டாம்......... இயேசுவே கடவுள் என்ற உண்மை உங்களுக்குப் புலப்படுகின்றபோது அவரை நீங்கள் வணங்கலாம். இயேசுவை ஒரு மனிதர் என்று சொல்லுகிறவர்கள் தெய்வ நிந்தை என்ற குற்றம் புரிந்தவர்கள்..... (ஞான தீபம் – சுடர் 7, பக்கம் – 270) – சுவிசேஷகர் – சுவாமி விவேகானந்தர்.

❖ இயேசு ஆண்டவரும், தேவனுமாக இருக்கிறார் என்பது அவரின் ஒவ்வொரு கிரியைகளும் பாவ மன்னிப்பு, பிசாசின் பிடியிலிருந்து விடுதலை அளித்தல், சுகம் அளித்தல், உயிர்பித்தல் போன்ற அற்புத அடையாளங்களின் செயல்களும் மக்களுக்கு நம்பிக்கையை உண்டாக்கினது. இயேசுவை மக்கள் ஆண்டவரே, தேவனே என்று பணிந்துக் கொண்டதை அவர் அங்கீகரித்து ஏற்றுக் கொண்டார். உண்மை இவ்வாறு இருக்கும் போது, இஸ்லாமிய மத குருக்கள் – கள்ள (மத் – 8 : 2,3; 9 : 2,18; 14 : 25 – 34; லூக் – 7 : 47 – 50; 8 : 41 – 48; 24 : 50 – 53; மத்தேயு – 15 : 24 – 28,20: 20,21; 28:9,17; யோவான் – 9 : 33 – 38; 13: 13 – 17; 20 : 28 – 31) போதனைகளாக மாறுபாடான போதனைகளினால் உண்மைகளை மறைத்து இயேசுவை ஆண்டவர் தேவன் இல்லை, அவர் ஒரு இறை தூதர் மட்டுமே, அவர் தன்னை ஒரு போதும் அப்படி சொல்லவில்லை. எனவே அவரை பின் பற்றாதிருங்கள் வணங்காதிருங்கள் என்று மக்களை வஞ்சித்து, யூதரும், இயேசுவும் இஸ்லாமியர் – கிறிஸ்தவம் என்பது இல்லை, எல்லாமே இஸ்லாம் என்று தங்களின் பொய்களினால் மோசடி செய்கிறார்கள். தாங்களும் கெட்டு மற்றவர்களையும் கெடுத்து நித்திய ஜீவனை வாழ்வை

பெற விடாமல் அழிவின் மக்களாக மாறி திரிகிறார்கள் என்பது மிகவும் வருந்தத்தக்க நிகழ்வாக இருக்கிறது.

❖ இஸ்லாமிய மத போதகர்கள் உறுதியும் உண்மையும் இல்லாத கிறிஸ்தவ மத பிரிவினைவாதிகளின் பல தவறான பாதையின், போதனையின், மாறுபாடான உபதேசங்களின் சீர்கேடுகளைக் கவனித்து; தங்களுக்கு சாதகமாக்கிக் கொள்ள மற்றும் மாற்று வழியாக சீர்த்திருத்தங்கள் கொண்ட ஓர் இறை நம்பிக்கையை, வழிப்பாட்டை அடிப்படை நோக்கமாக கொண்டு; ஆனால், யூதர்களின் கிறிஸ்தவர்களின் இறை வழிபாட்டு நம்பிக்கையின் வேதாகம புத்தகத்தின் குறிப்புகளை, சத்தியங்களை அப்படியே பின்பற்றி சிலவற்றை தங்களுக்குச் சாதமாக திருத்திக்கொண்டு வேதபுரட்டலாக தங்களின் அரேபிய பின்னணி கருத்துக்களை கூடுதலாக இணைத்துக் கொண்டு குரான் என்ற வேதம் வடிவமைக்கப்பட்டிருப்பதை ஆராய்ந்து அறிய முடிகிறது (2. அல்பகறா: 21 – 62, 47 – 101, 124 – 140, 253, 255; 6. அல் ஆம்: 1 – 18; 4. அன்னிஸா – 1 – 4; அஸ்ஸஃப் – : 1 – 4; 12. யூஸஃப்: 4 – 100; 19. மர்யம்: 1 – 55).

உண்மையான இயேசுகிறிஸ்துவை பரிசுத்த தேவ குமாரனும் ஆண்டவருமாய் மக்கள் ஏற்றுக் கொள்ள கூடாதபடிக்கு; மறுக்கவும் மறக்கவும் செய்வதற்கு பொறாமையாளர்கள் பொய்யாய் போதிக்கிறார்கள்; இயேசு கிறிஸ்துவின் சீஷர்கள் கூட்டத்தினால் கிறிஸ்தவமார்க்கம் தோன்றிய பின்பு 500 – 600 ஆண்டுகளுக்கு பிறகு உருவாக்கப்பட்ட "குரான்" புத்தகம் கிறிஸ்தவத்திற்கு போட்டியாக மற்றும் புரட்டலாக வந்ததாக நான் கருதுகின்றேன். காரணம் என்னவென்றால் இது யூத கிறிஸ்தவ அடிப்படை ஆதாரங்களை ஏற்றுக் கொள்கின்றது, ஆனால் இயேசு உயிர்த்தெழுதல், பரமேறுதல், அவர் மீண்டும் வருவதின் சத்தியத்தையும் மற்றும் இரட்சிப்பின் திட்டத்தையும் மறுதலிக்கும் இவர்கள் இஸ்மவேல், ஏசாவின் வம்சாவளி மரபை சேர்ந்தவர்கள். எனவே, இவர்களுக்கு ஈசாக்கு, யாக்கோபு என்ற சகோதரர்களின் வம்சத்தினர் மீது காழ்ப்புணர்ச்சியும், போட்டி பொறாமை போர் குணமும் இருக்கிறது.

❖ யெகோவாவின் சாட்சிகள் என்பவர்களும், யூத மத பிரிவினர்களும் இயேசு கிறிஸ்துவை ஆண்டவர் தேவன் என்று ஏற்றுக் கொள்ளாமல், பின்பற்ற மறுக்கவும் மறுதலிக்கவும் செய்வதற்கு காரணம்: அவர்கள் வேத வாக்கியங்களை நியாய பிரமாணத்தின் மைய சத்தியங்களை சரியாக கற்று அறியாத புரியாதவர்கள். பூமிக்குரிய மாம்சத்திற்குரிய மனப்பான்மை உடையவர்களாக இருக்கிறார்கள். தேவனாகிய கர்த்தர் ஒருவரே தேவன் என்பதை ஒரு பிரிவினர் யேகோவா சாட்சிகள் என்றும், அதே தேவனை அல்லா, ஒருவனே இறைவன் என்று இஸ்லாமியர்களும் நம்பிக்கை கொண்டு, செயல்படுகின்றார்கள்.

கவனியுங்கள்: தேவ குமாரனும் ஆண்டவருமாக இருந்த இயேசு கிறிஸ்து; இந்த பூமியில் மனித அவதார வாழ்வில் தனக்கென்றும் தன்னை சார்ந்த வளர்ப்பு தாய் மரியாள், தகப்பன் யோசேப்பு மற்றும் குடும்ப உறவுகளுக்கும் சாதகமாக எந்த மந்திர தந்திரமும் அற்புதங்களும் செய்துக் கொள்ளவில்லை.இயேசு கிறிஸ்து எல்லா மனிதர்களையும் போலவே தானும் தன் சிலுவையை சுமக்கும் பாடுகளும் பாசங்களும் நிறைந்த யதார்த்தமான மனித வாழ்க்கையை அவர் கடந்து சென்றார்.

    a.தாயின் வயிற்றிலிருந்து பிறந்தது முதல் சிலுவையில் மரிக்கும் வரையிலும் தேவனுடைய குமாரன், தேவனுக்கு சமமானவர் என்பதின் அதிகாரத்தை வல்லமையை தன் நலனுக்காக அவர் ஒரு நாளும் தவறாக பயன்படுத்தவில்லை. இது சிலுவை சுமக்கும் அனுபவம் ஆகும்.

a)   தன் பெற்றோருடன் பயணம் செய்தார்

b)   தன் பெற்றோருக்கு கீழ்ப்படிந்திருந்தார்

c)   ஞானஸ்நானம் பெற்றார்; சோதிக்கப்பட்டார்

d)   மற்ற மனிதரைப் போன்றே சரீரமும், ஆத்துமாவும், ஆவியும் உடையவராக
      இருந்தார்.

e)   பசியாகவும், தாகமாகவும் இருந்தார். கோபமடைந்தார், இளைப்படைந்தார்,
      களிக்கூர்ந்தார்.

f)   நசரேயனாக பிரதிஷ்டையோடே வாழ்ந்தார்

g)   வேர்வை சிந்தினார், கண்ணீர் விட்டார், தூங்கினார், துக்கித்தார்

    ஆனாலும், இயேசு கிறிஸ்து புனிதராகவும் (தேவ குமாரன்) நல்ல மனிதராகவும் வாழ்ந்தார். உலகத்திற்கான உண்மை வழிகாட்டி அவர். உலகில் உள்ள எந்த வேதங்களிலும் எந்த காலங்களிலும் இயேசுவை போன்ற ஒருவரை காண முடியாது.

3. இயேசு கிறிஸ்து பகுத்தறிவு மிக்க நல்ல போதகர் – அவர் ஆலோசனை கர்த்தா என்று அறியுங்கள்

    உலக மனித சமுதாயத்திலும் பல சமய (மதங்கள்) கூடாரங்களின் கூட்டத்திலும் பலவித குழப்பங்களும் அவநம்பிக்கையும் மூட நம்பிக்கைகளும், சீர்கேடுகளாக சிதறிக் கிடக்கின்றன, இதன் விளைவாக அடிமைநிலைகளும் அடக்குமுறைகளும் அநீதியான ஆட்சிமுறைகளுமாய், மனிதர்களை பல இன்னல்களுக்குள்ளாக்கி ஏமாளிகளாக்கி, சில சிறு கூட்டமான இனத்தலைவர் களும் மத தலைவர்களும் ஆட்சியாளர்களும் இன்பமுற்று ஏகோபித்து ஏகாதிப்பத்திய வாழ்க்கை வாழ்கிறார்கள்.

எல்லா மனிதர்களும் (மக்களும்) நீதிக்குட்பட்டு சமத்துவத்தோடு சகோதர சகோதரி அன்போடு வாழ்வதற்கான நோக்கத்தோடும்; அடிமைப்பட்டு துன்புற்று யாரும் இல்லாமல் எல்லாரும் இன்புற்று சமாதான நித்திய வாழ்விற்காகவே நீதி போதனைகளும், வாழ்வியல் போதனைகளும் அவசியம் என்று கருதி; கர்த்தராகிய தேவன் தமது வார்த்தைகளை ஆலோசனைகளை வேத வாக்கியங்களை கட்டளையாக; தனக்கு தொண்டு செய்த ஊழியர்களிடம் கொடுத்தார். அதை அவர்கள் எல்லா இன மக்கள், அரசியல் ஆன்மீகம் என்று எல்லாருக்குமான சம நீதியை நிலை நாட்டும்படியாகவும் போதித்து, பின்பற்றும் படியாக வழி நடத்தப்பட்டார்கள்.

ஆனால் கால போக்கில் அந்த நடைமுறையின் நேர்மறையான நேர்மையான சிந்தனை செயல்களை விட்டு விலகி, சுயநலமிக்க தலைவர்களாய் மனிதர்களாய் மாறினார்கள்.சமநீதி சமய நீதி மறைக்கப்பட்டு, மனிதர்களின் அநீதி அநியாய செயல்முறைகள் பரவலாக வெளிப்பட்டது. அந்த அநீதியான வாழ்க்கைமுறைகள் அவர்களுக்கான நீதியாகவும் புத்திசாலித்-தனமாகவும்,எதார்த்த சகஜமான வாழ்வியலாகவும் இருந்தது. இன்றைக்கும் 21 ஆம் நூற்றாண்டிலும் இப்படிப் பட்ட மனநிலை வியாதி மக்களிடம் இருக்கிறது.

❖   இயேசு கிறிஸ்து வாழ்ந்த நாட்களிலும் மக்களிடையே அரசியல் ஆன்மீக நிலைகளில் எதிர்மறையான ஏற்றத் தாழ்வுமிக்க ஏமாற்றமான தேக்க நிலைகள், ஏக்க நிலைகள் காணப்பட்டது. தவறான தலைவர்களும் போதகர்களும் மக்களை பல இன்னல்களுக்குள்ளாக்கி தங்களைபெரிய ஆட்களாக காண்பித்துக் கொண்டார்கள்.

❖   ஆனால் இயேசு மட்டுமே அந்த மக்களிடையே நல்ல போதகராக காணப்பட்டார்; ஆச்சரியமாக மக்களால் பேசப்பட்டார். காரணம்:

a. இயேசு கிறிஸ்து சமூகம் சமய (ஜெப ஆலயங்கள், தேவாலய) சீர்க்கேடுகளை சரி செய்யத் தக்க பகுத்தறிவு மிக்க சீர்த்திருத்த போதகராக செயல்பட்டார்; தவறான நபர்களை கண்டித்தார்.

b. அவர் தேவனிடத்திலிருந்து வந்த போதகர் என்று மக்கள் நம்பினார்கள், அறிக்கை செய்தார்கள். இயேசு நித்திய ஜீவனை கொடுக்கும் தேவனுடைய ராஜ்யத்தை வெளிப்படுத்தினார்.

c. இயேசு அதிகாரமிக்கவராக போதித்தார். இதுவரையில் மக்கள் இப்படிப்பட்ட போதகரை கண்ட தில்லை, எனவே போதனைகளை கேட்டு ஆச்சரியப்பட்டார்கள்;

d. ஓய்வு நாளை குறித்தும், நியாயப்பிரமாணம் குறித்தும், தேவனுடைய ராஜ்யத்தைக் குறித்தும், தேவனுடைய ஆசீர்வாதம் குறித்தும், நித்திய (ஜீவன்)

வாழ்வைக் குறித்தும் தவறான அறிவும் புரிதலும் போதனையும் கொண்டிருந்த மக்களிடையே மதத் தலைவர்களிடையே இயேசு கிறிஸ்து மட்டுமே... அவர் மட்டுமே தேவனால் அனுப்பப்பட்டு சலக சத்தியத்தை குறித்தும் மிக சரியாக பகுத்துப் போதித்தார்.

❖	எனவேதான் இயேசு கிறிஸ்து அன்றைக்கும் (இன்றைக்கும்) தன்னை விசுவாசித்து பின்பற்றும் மக்களுக்கும் சீஷர்களுக்கும் சொன்னது: நீங்களோ; ரபீ (போதகர்), குருக்கள் முதலாளி,எஜமான், தலைவன்) என்று யாரும் யாரையும் அழைக்கக்கூடாது; கிறிஸ்து ஒருவர் மட்டுமே உங்களுக்கு ரபீ (போதகர்), குரு என்றார். "நீங்கள் யாவரும் ஒருவருக்கொருவர் சகோதர சகோதரிகள்'' என்றார். தன் சீஷர்களிடத்திலும் யார் பெரியவன் முதன்மையானவன் என்ற போட்டி இருக்க கூடாது என்றார்.

❖	அன்றைக்கு அந்த நாட்களில் இயேசு கிறிஸ்துவை பின்பற்றி விசுவாசித்தவர்களில் சிறுவர் வாலிபர் இளைஞர் முதியவர் என்று எல்லா நிலை மக்களும் சீஷர்களும் இருந்தார்கள். இயேசுவின் கட்டளைக்கு அப்படியே கீழ்படிந்து செயல்பட்டு பாக்கியவான்களாய் காணப் பட்டார்கள். (யோவான் – 1 : 38;3: 2;13: 13,14;20: 16; மத் – 7: 28,29;15 – 27; மத் – 22: 32,33; 23: 1 – 8;1 – 14,23,34; லூக் – 4: 31,32;20: 21 – 26)

ஆனால் பிற்காலத்திலும் இன்றைய காலத்திலும் உள்ள மக்கள் எத்தனை துணிகரம், அறியாமை உள்ளவர்களாய் அலட்சியமாய் சுய பெருமை, சுய லாபம், சுய அடையாளத்திற்காக இயேசு கிறிஸ்துவின் கட்டளையை மீறினவர்களாய்; கிறிஸ்தவர்கள் என்றும், ஊழி யர்கள் என்றும் சொல்லிக் கொண்டால் (அல்லது) அறியாமல் உலகத்தாரால் அழைக்கப்பட்டால் நீங்கள் எப்படி மற்ற கட்டளைக்கு கீழ்படிவீர்கள்? எப்படி நீங்கள் நித்திய ஜீவனை பெறுவீர்கள்?(மத் – 18: 1 – 5; அப் – 2 : 14,22,36,37;(38 – 45))

## 4.	இயேசு கிறிஸ்து உலக இரட்சகர் – உலகத்திற்கு ஒளியாக இருக்கிறார் என்று அறியுங்கள்.

சில மனிதர்களின் மனநிலை, செயல்கள், சூழ்நிலைகளை பார்த்துவிட்டு, உன்னை (அ)உங்களை கடவுள்கூட காப்பாற்ற முடியாது என்று சொல்லும் மனிதர் உண்டு. யார் எவ்வளவு மோசமான சூழலில் ஆபத்தில் இருந்தாலும், நம்பிக்கையுள்ள நல்ல மனிதர்கள் பிறரை காப்பாற்றவே முயற்சி செய்வார்கள். ஆனால் அந்த மீட்பு பணியில் வெற்றியும் தோல்வியும் எதை சார்ந்தது என்றால்!? "மீட்கின்றவர்களின் அன்பு பெலன் மற்றும் மீட்கப்பட வேண்டியவர்களின் பிரச்சனை கள் பற்றிய ஆழமான அறிவை பொறுத்தே வேகமான விவேகத்துடன் கூடிய செயல்பாடுகளினால்'' வெற்றி பெறுவார்கள்.

இயேசு கிறிஸ்து உலக இரட்சகராக வந்ததற்கும் உலக மனுகுலத்திற்கும் சம்மந்தம், தொடர்பு இருக்கிறது. "இரட்சிப்பு அல்லது மீட்பு பணிகள் மனுகுலத்தின் மத்தியில் சிலரால் பலருக்கு உதவும் படியாக உலக வரலாற்றில் நடைப்பெற்றது. மீட்பு பணிகள் நடந்துக் கொண்டும் இருக்கின்றன.அதே சமயம் அழிவின் வேலைகளும், மனிதர்களை தாமதமாக கொஞ்சம் கொஞ்சமாக அழிக்கும் ஆபத்தான வேலைகளும் உலகின் பல பகுதிகளில் நடைபெற்றுக் கொண்டும் இருக்கிறது."

இரட்சிப்பு, மீட்பு என்பது ஆபத்தான அடிமைத்தனமான, நெருக்கமும் ஒடுக்கமுமான உதவியற்ற உயிருக்கும் ஆபத்தான நிலைகளிலிருந்து காப்பாற்றப்படுவது ஆகும். பல நபர்களுக்கும் பல சூழ்நிலைகளில் பல வடிவங்களில் பிரச்சனை உண்டாகிறது. இதற்கு தாங்களே காரணமாகவும் அல்லது பிறரும் அல்லது இயற்கையில் காரணங்களும் காணப்படுகின்றன. இதன் மத்தியில் நமக்கு இரட்சகர் தேவை என்ற அறிவை பெற்றுக் கொள்வோமானால், வாழ்வுக்கான வழிகளையும் கண்டு விட முடியும்.

கவனியுங்கள் : நமக்கு இரட்சகர்களாக காணப்படுகின்ற சில நபர்கள், எல்லா மனிதர்களையும் இரட் சிக்கும்படி நல்லவர்களாகவும் வல்லவர்களாகவும் எல்லா நிலைகளிலும் இருப்பதில்லை. எ.கா. : வறுமையில் ஏழ்மையில்,வியாதியில் இருக்கும் மக்களுக்கு உதவிகள் செய்ய நல்ல குணம் (மனம்) உள்ளவர்களுக்கு பணம் இல்லை;அதிக பணம் உள்ளவருக்கு பிறருக்கு கொடுக்கும் குணம் (மனம்) இல்லை. இந்த நிலை மாறினாலே மனிதர்களின் வாழ்க்கை பிரச்சனைகள் 80 % சரியாகிவிடும். ஆனால் முக்கியமானவர்களாக கருதப்படும், எண்ணப்படும் உலகின் மிகப் பெரிய செல்வந்தர்களாய் வாழ்ந்து வருகின்ற 10 % மனிதர்கள்; 90 % மக்களை கஷ்டமான நெருக்கமான நிலையிலே இருக்கவே விரும்புகின்ற, பாவத்தை சாபத்தையே தங்களின் வெற்றியும் மேன்மையும் ஆசீர்வாதமாக கருத்துடையவர்களாக இருக்கிறார்கள்.

எனவே தான் நல்லவரும் வல்லவருமான பிதாவாகிய தேவன், கர்த்தரும் இரட்சகருமாகிய தமது குமாரனாகிய இயேசு கிறிஸ்துவை இப்பூமிக்கு அனுப்பினார், எல்லா மனிதர்களையும் இரட்சிக்கும் திட்டத்தில், தேவனின் அன்பும் வல்லமையும் இயேசு கிறிஸ்துவின் அன்பும் தியாகமும் வெளிப்படுகின்றன. மனிதர்களின் மீறுதலும் பாவமுமே எல்லா ஆபத்தான சிக்கல்களுக்கும் அழிவுக்கும் காரணமாக இருக்கிறது. அந்த பாவம் என்பது நியாயமற்ற, அன்பற்ற, முறையற்ற மனிதர்களிடையே பழக்கப்பட்டற்கும் வாழ்வியல் நிலை ஆகும்.

முதன்மையான தீர்வு: தேவனின் வழிகளை விருப்பங்களை அறிந்துக் கொண்டு, வாழ்வதற்கான அவருடைய வார்த்தைகளை கவனமாய் கேட்டு, கீழ்படிவது ஆகும். லேவியராகமம் – 19: 18 பழிக்குப்பழி வாங்காமலும், உன்

ஜனங்கள் (மக்கள் மேல்) மேல்பொறாமை கொள்ளாமலும், உன்னில் நீ அன்பு கூருவது போல் பிறனிலும் அன்பு கூறுவாயாக; நான் கர்த்தர்.

மனிதர்களிடையே காணப்படும் பல அநியாயமான பாவ வாழ்க்கையினால் உண்டாகும் பெரிய புதிய புதிய பிரச்சனைகளுக்கு காரணமே,மேற்கூறிய தேவனின் வார்த்தைகளை மீறிவாழ்வதே ஆகும்.இதை புரிந்துக் கொள்ளாத உலகம் ஆபத்திற்குள்ளாக மரணத்திற்குள்ளாகபோவதினாலேயே;

இறுதியான தீர்வாக: இயேசு கிறிஸ்து தேவ குமாரனாக நல்லவரும் வல்லவருமாக உலகமக்களை இரட்சிக்க வந்தார். இவரின் போதனைகளையும், சிலுவையின் தியாக மரணம் (பலி) பரிசுத்த இரத்தம் சிந்தப்பட்டதையும் விசுவாசித்து ஏற்றுக் கொள்வதுமே, நம் நித்திய ஜீவ வாழ்வுக் கான பரிகாரம் ஆகும். இயேசு கிறிஸ்துவின் போதனையின் கட்டளைகளும், அவரின் தியாகமிக்க அன்பின் வாழ்க்கையும் இந்த உலக மக்களுக்கு ஒளியாக வெளிச்சமாக இருக்கிறது.

உலகத்தை ஆக்கினைக்குள்ளாகத் தீர்க்கும்படி தேவன் தம்முடைய குமாரனை உலகத்தில்அனுப்பாமல், அவராலே உலகம் இரட்சிக்கப் படுவதற்காகவே அவரை அனுப்பினார். (யோவான் – 3: 17; 12: 47). மனுஷகுமாரன் மனுஷருடைய ஜீவனை அழிக்கிறதற்கு அல்ல, இரட்சிக்கிறதற்கே வந்தார் என்றார். (லூக் – 9: 56) என்னிடத்தில் விசுவாசமாயிருக்கிறவனெவனும் இருளில் இராதபடிக்கு, நான் உலகத்தில் ஒளியாக வந்தேன் (யோவான் – 9 : 5;12: 46). மறுபடியும் இயேசு ஜனங்களை நோக்கி: நான் உலகத்திற்கு ஒளியாயிருக்கிறேன். என்னைப் பின்பற்றுகிறவன் இருளிலே நடவாமல் ஜீவ ஒளியை அடைந்திருப்பான் என்றார். (யோவான் – 8: 12).

மிகவும் இரத்தின சுருக்கமாக சொல்வதனால் "ஓர் வாலிபரான இயேசு கிறிஸ்துவிடம் மனுகுலத்திற்கு எதிரான எந்த ஒரு குற்றமும், அநீதியும் தீமைகளும் இல்லை. அன்பும் புண்ணியமும் நன்மைகளும் மனதுருக்கமும் மனிதர்களுக்கு ஆதரவாக இயேசுவிடமிருந்து வெளிப்பட்டது. மக்களை இரட்சிக்கும் ஊழியத்தில் அவர் சாதித்தவைகள் ஏராளம்."

குறிப்பு: உலகத்தில் வந்த எந்த மனிதனையும் பிரகாசிப்பிக்க செய்யும் மெய்யான ஒளியாக இயேசு கிறிஸ்து மட்டுமே இருக்கிறார் என்றால் அது மிகை அல்ல. என்னை விசுவாசிப்பவன் என்னிலும் பெரிய காரியங்களை செய்வான் என்று பெருந்தன்மையுடனும், தீர்க்கதரிசனமான ஆசீர்வாதத் தையும் கூறினார். அதுபோலவே அவரை விசுவாசித்து ஏற்றுக்கொண்டவர்கள், உலகில் பிரகாசித்தவர்கள் மனித சமுதாயத்திற்கு வெளிச்சத்தின் மனிதர்களாய் இரட்சிப்பின் பணிகளில் பங்காற்றியவர்கள் பலர் உண்டு. இதற்கு வரலாற்று சான்றுகளாக சில உதாரணங்களை நினைப்பூட்டுகின்றேன்.

1. தாமஸ் ஆல்வா எடிசன் (1847 - 1931) (Father of Light) அவரால் கண்டுபிடிக்கப்பட்டது ஏராளம். Incandescent light bulb, Electric power distribution, Electric pen, Gramophone, Film, kinetoscope, kinetograph, vaccum diode, carbon microphone, movie camera, tasimeter, kinetophone, kinetograph, mimeograph.

2.Sir Isaac Neton's (1643 – 1762): கண்டுபிடிப்புகள் Reflecting telescope, Universal gravitation.

3. Dr. Jonas Salk (1909 – 1955): அவர்கள் Polio vaccine கண்டுபிடித்து மனிதநேயத்தோடு இலவசமாக கொடுத்து பல லட்சம் குழந்தைகளை (Polio) போலியோ நோயிலிருந்து காப்பாற்றி இருக்கிறார். காப்புரிமை பெற மறுத்து கோடீஸ்வரர் ஆவதை அவர் விரும்பவில்லை.

4. James Simson (1811 – 1870): என்ற விஞ்ஞானி மகப்பேறு மருத்துவத்தின் தந்தை. இவர் மருத்துவ அறுவை சிகிச்சைக்கான மயக்க மருந்தை (Chloroform) 1847ல் கண்டுபிடித்தார். இந்த யோசனைக்குஉதவியது வேத வசனம். (ஆதி – 2: 21, 22)

மெய்யான ஒளி இவர்களுக்குள்ளே பிரகாசத்தை ஏற்படுத்தியது. இயேசு கிறிஸ்துவின் உபதேசத்தை நீங்களும் கேட்டு, அவர் உண்மையாய் உலக இரட்சகர் என்று அறிந்து விசுவாசியுங்கள் (யோவான் – 4: 41, 42)

5. Joseph Priestly (1733 – 1804): என்ற ஆங்கிலேயர், ஒரு வேதியியர் விஞ்ஞானி, கிறிஸ்தவ சபை போதகர் மற்றும் இறையியலாளரும் ஆவார். இவர் 1774 ல் ஆகஸ்டு 1 ஆம் தேதி உயிர்காக்கும் பிராணவாயு ஆக்சிஜன் (Oxygen) கண்டுபிடித்தார். மருத்துவமனையில் நோயாளிகளுக்கு மற்றும் பல தொழில்துறைகளுக்கும் இந்த ஆக்சிஜன் (Oxygen) இன்றியமையாததாக இருக்கிறது. இப்படி ஏராளமானவர்கள் உண்டு.

5. இயேசு கிறிஸ்து உன்னதமான ஓர் தீர்க்கதரிசி மற்றும் ஓர் நற்செய்தியாளர் (சுவிசேஷகர்) என்பதை அறிந்துக் கொள்ளுங்கள்

தீர்க்கதரிசனமில்லாத இடத்தில் மக்கள் சீர்கெட்டுப்போவார்கள். தீர்க்கதரிசனம் என்பது தேவனின் வேத வாக்கு. அதை பரிசுத்தமும் பக்தியுள்ள மனிதர்களுக்கு, தீர்க்கதரிசிகளுக்கு(ஞான திருஷ்டிகாரர்கள்) தரிசனம், கனவு மற்றும் இயற்கைக்கு அப்பாற்பட்ட காட்சிகள்,சம்பவங்கள் மூலமாக வெளிப்படுத்தப்படும் செய்தி மற்றும் கொடுக்கப்படும் வாக்குறுதி ஆகும்.

உண்மையான தீர்க்கதரிசன வெளிப்பாடு அல்லது தீர்க்கதரிசன செய்தி என்பது (இறைவன்) தேவனிடத்திலிருந்து கொடுக்கப்படுவது ஆகும். அது மக்களின் எதார்த்தமான வாழ்க்கை முறையில் உள்ள சீர்க்கேடுகளை கெட்டுபோன

மோசமான வாழ்க்கை சிக்கல்களைசுட்டிக்காட்டி எச்சரித்து, எதிர்காலத்தின் நலனுக்காக "சீர்த்திருத்தத்தின் மனந்திரும்புதலின்" அவசியம் அவசரத்தை நமக்கு திட்டமும் தெளிவுமாக வெளிப்படுத்தும் உறுதியான செய்தியாகும். புதிய மாற்றத்திற்கான ரகசியங்களும் வெளிப்படுத்தப்படுவதாகும்.

இயேசு கிறிஸ்துவின் பிறப்பு முதற்கொண்டு ஊழியம் மரணம் உயிர்த்தெழுதல் வரைக்கும் எல்லாமே தேவனால் வெளிப்படுத்தப்பட்ட தீர்க்கதரிசனம் வாக்கியங்களின் படியே நிறைவேறியது. இயேசு கிறிஸ்துவின் இரண்டாம் வருகையின், நியாயத்தீர்ப்பு பற்றிய தீர்க்கதரிசன வார்த்தைகளை அறிந்து நாம் ஆயத்தமுள்ளவர்களாக வேண்டும்.

இயேசு கிறிஸ்து: தன்னுடைய ஊழியத்தின் போதனைகள் செயல்கள் எல்லாமே நான் என் சுயமாய் ஒன்றும் செய்யவில்லை; நான் கேட்கிறபடியே நியாயந்தீர்க்கிறேன்; எனக்குச் சித்த மானதை நான் தேடாமல், என்னை அனுப்பின பிதாவுக்குச் சித்தமானதையே நான் தேடுகிற படியால் என் தீர்ப்பு நீதியாயிருக்கிறது.என் சித்தத்தின் படியல்ல (விருப்பம்), என்னை அனுப்பினவருடைய சித்தத்தின்படி செய்யவே நான் வானத்திலிருந்திறங்கி வந்தேன். நான் சுயமாய்ப் பேசவில்லை. நான் பேச வேண்டியது இன்னதென்றும் உபதேசிக்க வேண்டியது இன்னதென்றும் என்னை அனுப்பின பிதாவே எனக்குக் கட்டளையிட்டார். (யோவான் – 5 : 30; 6: 38;7: 17,18). அவருடைய கட்டளை நித்திய ஜீவனாயிருக்கிற தென்று அறிவேன்; ஆகையால் நான் பேசுகிறவைகளைப் பிதா எனக்குச் சொன்னபடியே பேசுகிறேன் என்றார்.(யோவான் – 8: 29, 38;12: 49,50). இயேசு கிறிஸ்துவின் சொல்லும் செயலும் அவர் உண்மையான தீர்க்கதரிசி தேவனிடத்திலிருந்து வந்தவர் என்பதை, மக்கள் தங்களின் வாழ்வில் அனுபவித்தஅற்புத அடையாளங்களின் நன்மைகள் மூலமாக ஆச்சரியத்துடன் அறிவித்தார்கள். (யோவான் – 4; 19; 6: 14; 7 : 40; மத் – 21: 46)

மக்கள் தங்கள் வாழ்வில் புதிய ஜீவனையும் நம்பிக்கையும் பெற்றுக் கொண்டார்கள். "பிதாவாகிய தேவன் விரும்பின கட்டளையிட்ட மக்களின் நித்திய ஜீவனுக்கான நித்திய வாழ்வுக்கான எல்லா நடவடிக்கைகளையும் இயேசுகிறிஸ்து தன் பிறப்பு முதல் சிலுவை மரணம் வரையில் நிறைவேற்றினார். பாதை தெரியாமல் பயணம் புரியாமல் ஜீவனற்ற வாழ்க்கையிலிருந்த மக்களுக்கு எல்லாம், நம்பிக்கை, சுகம், ஜீவன் உண்டாக்கும் தேவனுடைய (பரலோக) ராஜ்யத்தின் சுவிஷேசத்தை இயேசு கிறிஸ்து யாவருக்கும், தரித்திரருக்கும் அறிவித்தார்." (மத் – 4: 23; 9: 35,36; 11: 5)

இயேசு கிறிஸ்துவால் தரித்திரருக்கு சுவிசேஷம் அறிவிக்கப்பட்டது: பாதுகாப்பான பதவிகளை பெற்ற, பணம் செல்வம் செழிப்புள்ள, வாழ்க்கை தரம்

உயர்ந்த மனிதர்களுக்கு நற்செய்திகளை (சுவிசேஷம்) அறிவிக்க மத தலைவர்கள், ஊழியர்கள் ஆர்வம் காட்டுவார்கள். ஆனால் வாழ்வு இழந்து, வழி தெரியாத வறுமை ஏழ்மை வியாதியோடு இருந்த ஆதரவற்ற மக்களுக்க தரித்திருக்கு யார் பரலோக ராஜ்யத்தின் சுவிசேஷத்தை நற்செய்தியாக அறிவிக்கமுடியும்?! இயேசுவை போன்ற அன்பும் அர்ப்பணிப்பும் அபிஷேகமும் பெற்றவர்கள் மட்டுமே தரித்திரருக்கு சுவிசேஷம் அறிவிக்கின்றார்கள்.

❖ **இயேசு கிறிஸ்து மோசேயைப் போல ஒரு தீர்க்கதரிசி:** கர்த்தர் மோசேயை நோக்கி: உன்னைப்போல் ஒரு தீர்க்கதரிசியை நான் அவர்களுக்காக அவர்கள் சகோதரிலிருந்து எழும்பப்பண்ணி, என் வார்த்தைகளை அவர் வாயில் அருளுவேன்; நான் அவருக்குக் கற்பிப்பதையெல்லாம் அவர்களுக்குச் சொல்லுவார். என் நாமத்தினாலே அவர் சொல்லும் என் வார்த்தைகளுக்குச் செவிகொடாதவன் எவனோ அவனை நான் விசாரிப்பேன். (உபா – 18: 18, 19)

கர்த்தரை முகமுகமாய் அறிந்த, தரிசித்த மோசேயைப்போல, ஒரு தீர்க்கதரிசியும் இஸ்ரவேலில் அப்புறம் எழும்பினதில்லை. இயேசு கிறிஸ்துவைப்போல பிதாவாகிய தேவனை கண்ட அறிந்த தரிசித்த ஒரு தீர்க்கத்தரிசியும் எழும்புவதில்லை.

தேவனுடைய மனுஷனான மோசேயினிடத்தில், "மனிதர்களின் நியாயமான வாழ்க்கைக்கான பிரமாணமாகிய (சட்டம்) நியாயப்பிரமாணம்" தேவனால் கொடுக்கப்பட்டது. இது தேவனுடைய தீர்க்கத்தரிசன வார்த்தைகள் என்பதை நாம் ஒவ்வொருவரும் அறிந்துக் கொள்ள வேண்டும். அவைகள்இன்றைய நாட்கள் 21 ஆம் நூற்றாண்டு வரையில் நிறைவேறினதும், 21 ஆம் நூற்றாண்டுக்கு பிற்பாடும் நிறைவேறிக் கொண்டும் நிறைவேற போகிறவைகளுமாக இருக்கின்றது.

இயேசு கிறிஸ்துவும் இதை தெளிவுப்பட போதித்திருக்கின்றார். அதை கைக்கொள்ளும்படிக்கு கட்டளையிட்டிருக்கிறார். இதைப்பற்றி சில முக்கிய பகுதிகளை பின்வரும் ஒரு அத்தியாயத்தின் பகுதியில் உங்களுக்கு விளக்கமாக தெளிவுப்படுத்துகிறேன்.

இயேசு கிறிஸ்து சொன்னார்:

யோவான் – 5: 41-47

தேவனாலேமாத்திரம் வருகிற மகிமையைத் தேடாமல், ஒருவராலொருவர் மகிமையை ஏற்றுக்கொள்ளுகிற நீங்கள் எப்படி விசுவாசிப்பீர்கள்?

பிதாவினிடத்தில் நான் உங்கள் மேல் குற்றஞ்சாட்டுவேன் என்று நினையாதிருங்கள்; நீங்கள் நம்புகிற மோசேயை உங்கள் மேல் குற்றஞ்சாட்டுவான்.

நீங்கள் மோசேயை விசுவாசித்தீர்களானால், என்னையும் விசுவாசிப்பீர்கள்; அவன் என்னைக்குறித்து எழுதியிருக்கிறானே. அவன் எழுதின வாக்கியங்களை நீங்கள் விசுவாசியாமலிருந்தால் நான் சொல்லுகிற வசனங்களை எப்படி விசுவாசிப்பீர்கள் என்றார்.

a.	ஒருவனும் உங்களை வஞ்சியாதபடிக்கு எச்சரிக்கையாயிருங்கள்; ஏனெனில், அநேகர் (பலர்) வந்து, என் நாமத்தைத் இயேசு கிறிஸ்துவின் பெயரை சொல்லிக் கொண்டு தரித்துக்கொண்டு, நானே கிறிஸ்து என்று சொல்லி, அநேகரை (பல மக்களை) வஞ்சிப்பார்கள். அநேக கள்ளத் (பொய்யான) தீர்க்கதரிசிகளும் எழும்பி, அநேகரை வஞ்சிப்பார்கள் என்றார். (மத் – 24: 4,5,11)

கடைசிக் காலத்தில் நடக்கும் உலக நிகழ்வுகள், கொடிய ஆபத்துகள் அழிவுகள் பற்றியும், இயேசு தன்னுடைய இரண்டாம் வருகைப்பற்றியும், அதின் நிகழ்வுகள் பற்றியும், பரலோக ராஜ்யமும் அதின் நித்திய ஜீவனும் யாருக்கு கிடைக்கும் ! யாருக்கு பாதாளமும் நித்திய நரகமும் கிடைக்கும் என்பது பற்றியும், இறுதி நியாயத்தீர்ப்பு பற்றிய தெளிவான எல்லா இரகசியங்களையும், இயேசு கிறிஸ்து என்ற தீர்க்கத்தரிசியானவர். பரலோக ராஜ்யத்தின் பிதாவாகிய தேவனின் உள் மாதிரிகளை மக்களுக்கு தெளிவுப்படுத்தி, முழுமையான சுவிசேஷத்தை அறிவித்து தன் ஊழியத்தை முடித்தார்.

ஆனால் மதத்தின் பெயரில் மதிமயக்கும் நோக்கத்தில், மாயையும் பொய்யுருமான "கள்ளத் தீர்க்க தரிசிகள் மூலமாக சொல்லப்படும் வார்த்தைகள்" செய்திகள் குழப்பமானது குறைபாடுகளுள்ளது. அவைகள் நிறைவேறாமலே போகும் அதற்கு பயப்படக்கூடாது. அது சீர்கேடுகளின் நீட்சியாகவே இருக்கிறது, எனவே எச்சரிக்கையாக இருக்க வேண்டும். ஆனால் உண்மையான தீர்க்கதரிசியான தேவ ஆவியை பெற்றவரான தேவ குமாராகிய இயேசு கிறிஸ்துவின் வார்த்தைகள், இந்த கடைசி காலத்தில் உலக முழுவதும் நிறைவேறிக் கொண்டிருக்கின்றன. "இன்னமும் நிறைவேற வேண்டியவைகள் தாமதித்தாலும் அது நிச்சயம் நிறைவேறும் என்பதே சுவிசேஷத்தின் திட்டமான தீர்க்கதரிசனம்" ஆகும். உலகத்தின் முடிவை பற்றியும் – இறுதி நியாயத்தீர்ப்பை பற்றியும் – நித்திய நரகத்தை பற்றியும் – நித்திய ஜீவ வாழ்வை பற்றி யும் மிக துள்ளியமான தீர்க்கதரிசனத்தை இயேசு சொல்லியபடியே நிறைவேற போகிறது.

6. இயேசு கிறிஸ்து உலகத்தின் பாவத்தைச் சுமந்துத்தீர்க்க வந்தவர்.
   இவர் தேவ ஆட்டுக்குட்டி மற்றும் நல்ல மேய்ப்பர் என்பதை
   அறியுங்கள்.

இயேசு கிறிஸ்துவை பற்றிய மிகவும் முக்கிய செய்தியை மக்களுக்கு சொன்ன ஒரு மனிதன் இருந்தான் அவன் பெயர் யோவான். இந்த மனிதர் பிறப்பதற்கு முன்பாகவே, இயேசு கிறிஸ்துவைப் போன்றே யோவானை பற்றியும் 400 – 700 வருடங்களுக்கு முன்பதாக தீர்க்கத் தரிசிகளால் தேவன் முன் அறிவித்தார் (ஏசா – 40: 3 – 5; மல் – 3: 3)

மனிதர்கள் அநீதியும் துன்மார்க்கமுமான பாவ வாழ்க்கை விட்டு மனந்திரும்ப வேண்டும். தேவனாகிய கர்த்தர் பூமியை சங்கரிக்கும் நாள் வருகிறது. பேரழிவிலிருந்து மீட்பு பெற எல்லாரும் பாவத்தை விட்டு. தேவனிடத்தில் திரும்பும்படிக்கு கண்டிப்புடன் பிரசங்கித்து வந்தான். மனந்திரும்பினதற்கான அடையாளமாக ஞானஸ்நானம் கொடுத்தான். எனவே இவன் யோவான்ஸ்நானன் என்றும் அழைக்கப்பட்டான். ஒரு தூதனாக அனுப்பப்பட்டவன். ஸ்தீரிகளிடத்தல் பிறந்தவர்களிலும் மேன்மையுள்ளவன். தீர்க்கத்தரிசிகளிலும் மேன்மையுள்ளவன்.

இந்த யோவான் இயேசுவைத் தன்னிடத்தில் வரக்கண்டு: இதோ, உலகத்தின் பாவத்தைச் சுமந்து தீர்க்கிற தேவ ஆட்டுக்குட்டி; எனக்குப்பின் ஒருவர் வருகிறார், அவர் எனக்கு முன்னிருந்தபடியால் என்னிலும் மேன்மையுள்ளவரென்று நான் சொன்னேனே, அவர் இவர்தான் என்றான்(யோவான் – 1: 29, 30; மத் – 3 : 1 – 12)

பாவத்தைச் சுமந்து தீர்க்கிற தேவ ஆட்டுக் குட்டி – இயேசு கிறிஸ்து என்பதற்கான காரணத்தை நாம் அவசியமாக தெரிந்து கொண்டால் மட்டுமே, நம் ஒவ்வொருவரின் இரட்சிப்பும், அதனால் பெறப் போகும் நித்திய ஜீவனும் (வாழ்வும்), நமக்கு எவ்வளவு பெரிய விடுதலையை சுதந்திரத்தை பேரின்ப வாழ்வை அடைவோம் என்பதையும், ஆத்துமா அழிவிலிருந்தும் நரகத்தின் வேதனைகளிலிருந்தும் தப்பிக்க முடியும் என்பதையும் தெளிவாக புரிந்துக் கொள்வோம்.

பலிகள் செலுத்தும் வழக்கம் பல ஆயிரம் ஆண்டுகளுக்கு முன்பிலிருந்தே மனிதர்களிடம் உலகின் பல பகுதிகளிலும் காணப்பட்டிருக்கிறது. இரத்தபலிகள் சக்தி வாய்ந்த காரியங்களை செய்து முடிக்க உதவிபுரியும் என்ற நம்பிக்கையோடே கையாளப்பட்டிருக்கிறது. இரண்டு வித நம்பிக்கையுடைய மனிதர்கள் இதை செய்து வந்திருக்கிறார்கள்.

1. தெய்வ – இறை நம்பிக்கையுடையவர்கள்.
2. தீய ஆவிகள் – அமானுஷத்தின் மீது நம்பிக்கையுடையவர்கள்.

இரண்டு வகையான நம்பிக்கையுடையவர்களும் ஆடு மாடு பறவைகளின் பலிகளையும் மற்றும் நரபலிகளும் கொடுக்கப்பட்ட வரலாறுகளும் இருக்கின்றன.

எல்லா பலிகளிலும் ஒவ்வொரு கருத்தும் நம்பிக்கையும் எதிர்பார்ப்பும் உள்ளது. பாவங்கள் – தோஷங்கள் நீக்கும் பரிகாரம், எதிரான வல்லமைகளை – தீய சக்திகளை வெற்றிக் கொள்வதற்கு, எதிர்பார்க்கும் நன்மைகள் – செழிப்பு உண்டாக, நன்றி கடன் – பொருத்தனை நிறைவேற்றுவதற்கு, புதிய உடன்படிக்கை – இரத்த உடன்படிக்கை செய்துக் கொள்வதற்கு; என்று சில முக்கிய நோக்கம், எதிர்பார்ப்பு, பாதுகாப்பிற்கு, வெற்றிக்கு பலிகள் செலுத்தப்பட்டிருக்கின்றன.

❖ இதை வேதங்களின் குறிப்புகள் மூலமாக அறிந்துக் கொள்ள முடிகிறது. இவைகள்எல்லாமே தன்னை காத்துக் கொள்ளும் சுயநலன் மிக்க, பிற உயிர்களை கொல்லும் பலி கடாக்கும் செயல்களாகவே இருக்கிறது. இது கலாச்சாரம் மத வழிபாடுகளாக காணப்படுகிறது. எல்லாமே குறைகளும் குற்றமும் நிறைந்து, பொதுவான   நலன் அன்பு இரக்கம் நீதி இல்லாதவைகளாகவே காணப்படுகின்றது.

❖ கிறிஸ்தவ மத புத்தகமான பரிசுத்த வேதாகமத்திலும் (Holy Bible) பல வகையான பலிகள் செலுத்தப்பட்டதற்கான குறிப்புகள் இடம் பெற்றுள்ளது. அதுவும் பழைய உடன்படிக்கை புத்தகத்தில் மட்டுமே பலிகள் செலுத்த மனிதர்களுக்கு ஒன்றான மெய் தேவனால் அங்கீகாரம் அளிக்கபபட்டது." மற்ற எதிர்ப்பார்ப்புகள் தீய நோக்கம், தீய சக்திகளின் அமானுஷ நம்பிக்கையுடைய பலிகள், மூட பழக்க வழக்கங்கள் தடை செய்து நிராகரிக்கப்பட்டது.

"எத்தனை மிருகங்களின் பலிகள் மூலமாக எத்தனை ஆண்டுகாலமாக இரத்தங்கள் சிந்தப்பட்டாலும், அத்தனையும் மனிதர்களின் கண்துடைப்பு நாடகமாகவே இருந்ததை ஒன்றான மெய்தேவன் கண்டார். பக்தி என்ற பெயரில் புத்தி கெட்டவர்களாய் சக மனிதர்களிடத்தில் அன்பில்லா மலும்,அநியாயம் செய்பவர்களாகவும், ஏழைகளை திக்கறவர்களை ஒடுக்குகிறவர்களாகவும் வாழ்ந்தார்கள்." "இனி மனிதன் மிருகங்களின் இரத்த பலிகளின் மூலமாக பாவம் செய்வதை விட்டுவிடவும் பரிசுத்தம் அடைந்து பக்குவபடவும் மாட்டார்கள் என்று தேவன் அறிந்தார்.அவர்களின் ஜெபங்களை, பலிகளை, காணிக்கைகளை, பண்டிகைகளின் கொண்டாட்டத்தை வெறுத்தார் புறக்கணித்தார் தேவன் அவர்களின் தீய நோக்கத்தின் செயல்களை அங்கிகரிக்கவில்லை." அவர்களை தண்டிப்பேன் என்று எச்சரித்தார். (ஏசாயா – 1: 2 – 20)

இவரே சர்வ வல்லமையும் சத்தியமும் அன்பும் நீதியும் நிறைந்த தேவன். "புதிய உடன்படிக் கையை மனிதர்களுக்காக ஏற்படுத்தினார்; மனிதர்களை பாவங்களின் அடிமைதனத்திலிருந்துவிடுவிக்க, மீறுதல்களின் விளைவான

தண்டனைகளிலிருந்து இரட்சிக்க, புதிய உடன்படிக்கையின் தூதராகதேவன் தமது ஒரே பேரான குமாரனாகிய இயேசு கிறிஸ்வை அனுப்பினார்."

அவள் ஒரு குமாரனைப் பெறுவாள், அவருக்கு இயேசு என்று பேரிடுவாயாக; ஏனெனில் அவர் தமது ஜனங்களின் பாவங்களை நீக்கி அவர்களை இரட்சிப்பார் என்று கர்த்தருடைய தூதன் யோசேப்பின் சொப்பனத்தில் தோன்றி கூறினான். (மத் – 1: 18 – 21)

தேவன், தம்முடைய ஒரேபேரான குமாரனை விசுவாசிக்கிறவன் எவனோ அவன் கெட்டுப் போகாமல் நித்திய ஜீவனை அடையும்படிக்கு, அவரைத் தந்தருளி, இவ்வளவாய் உலகத்தில் அன்பு கூர்ந்தார்.(தேவனை) தன்னை விசுவாசிக்கிறவன் எவனோ அவன் கெட்டுப் போகாமல் நித்திய ஜீவனை அடையும்படிக்கு, (இயேசு கிறிஸ்து சிலுவையில்) உயர்த்தப்பட வேண்டும்.   (யோவான் – 3: 16, 14,15)

கவனியுங்கள் :

1. இயேசு கிறிஸ்துவின் பிறப்பும் – அவரின் சிலுவை மரணமும்; மிகவும் உன்னதமான மைய கருப்பொருளை நோக்கத்தை திட்டமும் தெளிவுமாக நிறைவேற்றி முடிப்பதாக இருக்கிறது. அது பூமியின் மனிதர்கள் சீர்கெட்டு போய் அழிந்து விடாதபடிக்கு பாவத்தின் கொடிய விளைவான நித்திய நரகத்தின் தண்டனை வேதனையை அனுபவிக்காமல், "அவர்கள் சீர்திருத்தம் பெற்றவர்களாய் ஜீவன் பெற்று நீதியும் பரிசுத்தமுள்ளவர்களாய் நித்திய பேரின்ப வாழ்வை (நித்திய ஜீவனை)பெற்றுக் கொள்வது" ஆகும்.

2. இயேசு கிறிஸ்துவின் பிறப்புக்கும் மரணத்திற்கும் இடைப்பட்ட காலத்தில் அவரின் ஒவ்வொரு நகர்வுகளும், மனிதர்களின் கெட்டுபோன சரிரம் மனம் ஆத்துமாவை சீர்ப்படுத்தும் மக்கள் பணிகளையும், பரலோக ராஜ்யத்தின் சுவிசேஷம் அறிவித்து மக்களை நித்திய ஜீவனை பெறுவதற்கு ஏற்ப, ஆயத்தமாகும்படி மனந்திரும்புதலைக் குறித்தும், மறுபடி பிறத்தலை குறித்தும், மறுமை வாழ்வுக்கான கனிகளுள்ள வாழ்க்கையை உபதேசித்து கைக்கொண்டு நடவும்படி கட்டளையிட்டார். இதுவே உலகத்தின் மீது பிதாவாகிய தேவன் கொண்டிருந்த பூரணமான அன்பும், குமாரனாகிய இயேசுகிறிஸ்து கொண்டிருந்த தியாக அன்பும் ஆகும்.

3. உலக வரலாற்றில் எல்லா வேதங்களும் சொல்கின்றன இரத்தம் சிந்துதலினால் பாவம் மன்னிக்கப்படும். பழிக்கு பழி வாங்கப்பட்டுள்ளது. அக்கிரமம், பாவம் செய்யும் ஒரு மனிதனை, வேறு ஒரு மனிதன் நான் கடவுள் அவதாரம் என்று குற்றவாளியைக் கொன்று அதர்மத்தை தடுத்து விடுகின்றான். பிறகு அவனும் தன்னை கடவுள் அவதாரம் என்று சொல்லிக்கொண்டு மரித்துப் போகின்றான். ரிக், யசூர், சாம வேதம் இரண்டாம் பகுதி தாண்டிய மகா பிரமாணத்தில்

ஜனங்களை ஆளுகின்ற பிரஜாபதி (சிருஷ்டி கர்த்தராகிய தேவன்) தன் ஜனங்களின் பாவம் போக்கும்படியாக தன் சொந்த சரீரத்தையே பிராயச்சித்த பலியாக ஒப்புக் கொடுத்து, யக்ஞும் (பாவ மன்னிப்பு) செய்வார் எனக் கூறப்பட்டுள்ளது.

"தேவனால் படைக்கப்பட்ட மனிதன் செய்யும் குற்றங்கள் பாவங்களுக்கு பரிசுத்தமுள்ள அந்த தேவனின் இரத்தமே பலியாக சிந்தப்பட்டால் மட்டுமே உண்மையில் உலகத்தின் பாவங்கள் சுமந்து தீர்க்கப்பட்டதாகும்."

1. பாவ நிவாரண பலி   2. குற்ற நிவாரண பலி

3. சர்வாங்க தகன பலி   4. சமாதான பலி

என்று இத்தனை பலிகளையும் மிருகங்களின் இரத்தம் சிந்துதல் மூலமாகவே பாவ மன்னிப்பிற்கு மனிதர்கள் முயற்சி செய்தாலும், அந்த மனிதர்களின் தலைமுறைகள் பாவம் செய்வதை நிறுத்தி ஓய்ந்த பாடில்லை.   மெய் தேவனை பகைத்து அவரின் கட்டளையை மீறி, தேவ சாயலாகவே படைக்கப்பட்ட சக மனிதர்களிடம் பிறனிடத்தில் அன்பும் இரக்கமும் உண்மையும் நியாயமும் இல்லாமர் வாழ்வதே பாவ குற்றமாக கருதப் படுகிறது. எனவே தான் அன்பும் புனிதமும் நீதியும் உள்ள தேவன், இயேசு கிறிஸ்துவைக் கொண்டு புதிய உடன்படிக்கையின் மூலமாக புதிய வாழ்வை, வழியை உண்டு பண்ணினார்.

உங்கள் பலிகளின் திரள் எனக்கு என்னத்துக்கு என்று கர்த்தர் சொல்லுகிறார்;பலியையல்ல, இரக்கத்தையே விரும்புகிறேன் என்பதின் கருத்து இன்னதென்று போய்க் கற்றுக் கொள்ளுங்கள்; பலியை அல்ல இரக்கத்தையும், தகன பலிகளைப் பார்க்கிலும் தேவனை அறிகிற அறிவையும் விரும்புகிறேன். (ஏசா – 1: 11; மத் – 9: 13; ஓசியா – 6: 6) என்றார்.

இயேசு கிறிஸ்து:   நானே நல்ல மேய்ப்பன் I am the Good Shepherd என்றார். உலக மீட்பிற்காக தன் ஜீவனையும் கொடுத்தார்:

இயேசு கிறிஸ்துவின் வருகைக்கு முன்பதாக எத்தனையோ மனிதர்கள் ஆடுகளை மாடுகளை கால்நடைகளை மற்றும் மனிதர்களை மேய்த்து பாதுகாத்து பராமரிக்கும் வேலையாட்களாகவும் தலைவர்களாகவும் ராஜாக்களாகவும் பல மேய்ப்பர்கள் இஸ்ரவேல் தேசத்திலும் மற்ற உலக நாடுகளிலும் இருந்தார்கள். ஆனால் அவர்கள் எல்லோருமே நல்லவர்களாகவும் உண்மையும் தியாகமும் நேர்மையும் தூய்மை உடையவர்களாக இல்லை. அவர்களில் பலர் கள்ளரும் கொள்ளைக்காரரும் கொலைக்காரரும் வஞ்சகராகவும் தங்களை மேய்த்துக் கொண்டு கொழுக்கச் செய்து சுகபோகமாக வாழ்ந்தார்கள். ஆடு மாடுகள் மற்றும் மக்களையும் உண்மையான அன்பு அக்கரை கனிவுடன் கவனித்துக்

கொள்ளவில்லை என்று கர்த்தர் அவர்களைக் கடிந்துக்கொண்டார். தானே நல்ல மேய்ப்பனாக இருக்கப்போகின்றேன் என்று உரைத்தார். எசேக்கியேல்: 34: 1 – 17; 18: 37; சகரியா. 11: 3 – 17; யோவான். 10: 6 – 16; மல்கியா. 1 – 4;

தேவனுடைய சித்தத்தையும், வழி நடத்துதலின் சத்தத்தையும் சத்தியத்தையும் விட்டு தூரமாய் போனவர்கள் பாவத்திலும், சாபத்திலும், வியாதிகளிலும், வறுமையும், ஏழ்மையும் அடிமைத்தன வேதனைகளிலும், சிறையிருப்புகளிலும் மரணபயத்திலும் வாழ்ந்துக் கொண்டிருந்தார்கள். அழிவிலும் அறியாமை இருளிலும் இந்த மனிதர்களை காணாமற்போன ஆடுகளான இஸ்ரவேல் வீட்டாரைத் தேடி இயேசு கிறிஸ்து வந்தார். நானே நல்ல மேய்ப்பன் (யோவான். 10: 11) என்றார்.

வருத்தப்பட்டுப் பாரஞ்சுமக்கிறவர்களே! நீங்கள் எல்லாரும் என்னிடத்தில் வாருங்கள்; நான் உங்களுக்கு இளைப்பாறுதல் தருவேன் என்றார். மத்தேயு. 11: 28.

ஆடுகளான ஜனங்களுக்கு இரட்சிப்பின் மூலமாக நிலையான வாழ்வை பரிபூரணமான ஜீவனை அளித்து தன்னுடைய இளைப்பாறுதலுக்குள் அவர்களை வழிநடத்திடும் நல்ல மேய்ப்பராக ஊழியம் செய்தார். அதற்காக தன் ஜீவனையும் கொடுத்தவர் இயேசு ஒருவரே ஆவார்.

ஆம் இந்த மனித வாழ்க்கையே பாவமில்லாத வாழ்வாகவும், எந்த அடிமை நிலையும் அச்சமில்லா வாழ்வுக்கான தகுதி பெறும் நிலையை உருவாக்கி, உலகிற்கு உணர்த்தி உறுதி செய்யும்படியாக; நாம் பாவங்களுக்குச் செத்து, நீதிக்குப் பிழைத்திருக்கும்படிக்கு, அவர்தாமே தமது சரீரத்திலே நம்முடைய பாவங்களைச் சிலுவையின் மேல் சுமந்தார்; அவருடைய தழும்புகளால் குணமானீர்கள். கிறிஸ்துவும் அநேகருடைய பாவங்களைச் சுமந்து தீர்க்கும்படிக்கு ஒரேதரம் பலியிடப்பட்டு, தமக்காக காத்துக் கொண்டிருக்கிறவர்களுக்குஇரட்சிப்பை அருளும்படிக்கு அன்பின் மிகுதியால் தன்னை பலியாக ஒப்புக்கொடுத்தார். பாவ மன்னிப்புக்கு புதிய உடன்படிக்கையின் இரத்தத்தை இயேசு கிறிஸ்து சிந்தினார். எல்லாவிதமான (யோவான் – 1: 29, 36; 1 பேதுரு – 2: 24;எபி – 9: 28; யாத்தி – 12: 4,5,12 – 14; மத் – 26: 1,2; 24 – 28; லூக் – 22: 13 – 20) பலிகளுக்கும் இரத்தம் சிந்துதலுக்கும் முடிவுண்டு பண்ணினார்.

"இயேசு கிறிஸ்து தேவ குமாரனாக உலகத்தின் பாவத்தைச் சுமந்து தீர்க்கிற தேவ ஆட்டுக்குட்டியாக பஸ்கா பண்டிகையின் பழுதற்ற (குற்றமில்லாத பரிசுத்தமானவர்) முதற்பேரானவராக முழு உலக குடும்பங்களின் எண்ணிக்கைக்கும் ஏற்ற பஸ்கா ஆட்டுக் குட்டியாக சிலுவையில் பலியானார்." நம்முடைய குற்றங்கள் மீறுதல்களின் பாவத்திற்காகவே இயேசு கிறிஸ்து சிலுவையின் பாடு களை அனுபவித்து, அடிக்கப்படும் ஆட்டைப்போன்று

பலியாவார் என்று முன்னமே தீர்க்கதரிசனம் சொல்லப்பட்டபடியே எல்லாம் நிறைவேறி முடிந்தது. (ஏசா – 53: 1 – 12; தானி – 9: 26) (மத் – 16: 21 – 24; 17: 22,23; 20: 18,19; 27: 35 – 60)

7. இயேசு கிறிஸ்து "யூதர்களுடைய ராஜா" என்பதை அறிந்துக் கொள்ளுங்கள். அவர் சமாதான பிரபு:

சர்வ வல்லமையுள்ள கர்த்தராகிய தேவன், ஆபிரகாமுக்கு வாக்குத்தம் கொடுத்து, அவனோடே உடன்படிக்கையும் செய்தார். பிள்ளையில்லாதிருந்த 99 வயதான ஆபிரகாமிடம் நான் உன்னைப் பெரிய ஜாதியாக்கி, உன்னை ஆசீர்வதித்து, உன் பேரைப் பெருமைப் படுத்துவேன்; நீ ஆசீர்வாதமாய் இருப்பாய். பூமியிலுள்ள வம்சங்களையும் உனக்குள் ஆசீர்வதிக்கப்படும். உன்னை மிகவும் அதிகமாய்ப் பலுகப்பண்ணி, உன்னிலே (தேசங்கள்) ஜாதிகளை உண்டாக்குவேன்; உன்னிடத்திலிருந்து ராஜாக்கள் தோன்றுவார்கள். நான் உன்னைத் திரளான ஜாதிகளுக்குத் தகப்பனாக ஏற்படுத்துவேன் என்றார்.

பின்னும் தேவன் ஆபிரகாமை நோக்கி: நான் உன் மனைவியாகிய சாராளை ஆசீர்வதித்து (90 வயதானவள்) அவளாலே உனக்கு ஒரு குமாரனையும் தருவேன்; அவள் ஜாதிகளுக்குத் தாயாகவும், அவளாலே ஜாதிகளின் (பல தேசங்கள்) ராஜாக்கள் உண்டாகவும், அவளை ஆசீர்வதிப்பேன் என்றார். (ஆதி – 12: 1 – 3; 17: 1 – 7;15 – 21) நூறு வயதான போது ஆபிரகாமுக்கு சாராள் மூலமாக ஈசாக்கு பிறந்தான். உன் சந்ததிக்குள் பூமியிலுள்ள சகல ஜாதிகளும் ஆசீர்வதிக்கப்படும் என்றும் என்பேரில் ஆணையிட்டேன் என்று கர்த்தர் சொல்லுகிறார் என்றார்.

(ஆதி – 22: 1,2,10 – 12,15 – 18;26: 1 – 6) இவ்வாறாக ஈசாக்கு (+) இஸ்மவேல் மூலமாக தேவனின் வாக்குத்தத்தின் பலன் கிரியை செய்ய தொடர்ந்தது. யாக்கோபின் (+) ஏசாவின் மூலமாகவும் தொடர்ந்தது. கோத்திர பிதாக்கள், பிரபுக்கள் (ராஜாக்கள்) தோன்றினார்கள். (ஆதி – 28: 10 – 16; 35: 1 – 3;9 – 13) (ஆதி – 36: 15 – 43; 49: 1 – 33) குறிப்பாக யாக்கோபின் மூலமாக இஸ்ரவேலின் கோத்திர பிதாக்களின் வம்சம் பெருகினது.

கர்த்தராகிய தேவன் ஆபிரகாமுக்கு தீர்க்கதரிசனமாக சொன்னபடியே, எகிப்து தேசத்தில் இஸ்ரவேல் புத்திரர்கள் வாழ்ந்திருந்த போது யாக்கோபின் மகன் யோசேப்பை அறியாத புதிய ராஜன் ஒருவன் எகிப்தில் தோன்றினான். இஸ்ரவேல் மக்கள் அடிமைகளாக அடக்குமுறைகளோடு நடத்தப்பட்டார்கள், ஒடுக்கப் பட்டார்கள்; ஆனாலும் அவர்கள் பலுகிப் பெருகினார்கள். அச்சத்தினால் எரிச்சலினால் எகிப்து ராஜா மருத்துவச்சிகளிடம், இஸ்ரவேலின் ஆண் குழந்தைகளை பிறக்கும் போதே கொன்று போடுங்கள் என்றான். ஆனால் மருத்துவச்சிகளோ, தேவனுக்கு பயந்ததினால் ஆண்பிள்ளைகளை உயிரோடே காப்பாற்றினார்கள். அக்காலக் கட்டத்தில் பிறந்த ஒரு ஆண்குழந்தை – மோசே

என்பவன் தப்பி தயைப் பெற்று பிழைத்தான். இளவரிசியின் வளர்ப்பு மகனாகவே எகிப்தின் அரண்மனையில் வளர்ந்தான். அவன் ஓர் எபிரெய இஸ்ரவேலன். அவன் ஆண்ட வரின் அநாதி தீர்மானத்தின் படியே தீர்க்கத்தரிசியாக, இஸ்ரவேலர்களுக்கு இரட்சகராக எழுப்பப்பட்டான்.   (யாத் - 1: 1 - 7, 8 - 22; 2: 1 - 25)

430 வருட காலம் நிறைவேறினபோது: எகிப்தின் ராஜா மரணத்திற்கு பிறகு, பார்வோனின் கட்டுபாட்டிலிருந்த இஸ்ரவேல் மக்களின் பெருமூச்சைக் கேட்டு, தேவன் ஆபிரகாமோடும் ஈசாக்கோடும் யாக்கோபோடும் செய்த உடன்படிக்கையை நினைவுக் கூர்ந்தார். தேவன் இஸ்ரவேல் புத்திரரைக் கண்ணோக்கினார். மோசேயின் மூலமாக கர்த்தரின் ஓங்கிய புயத்தின் வல்லமையினால் அடையாளங்களுடன் கூட இஸ்ரவேல் மக்கள் எகிப்திலிருந்து விடுதலையாக்கப் பட்டார்கள். பஸ்கா ஆட்டுகுட்டியின் இரத்தத்தினால் இஸ்ரவேலர்கள் மட்டும் அழிவிலிருந்து காக்கப்பட்டார்கள், ஆஸ்திகளோடே விடுதலையானார்கள். (ஆதி – 15: 13,14; யாத் – 3 – 12)

யோசுவாவின் மூலமாக வாக்குதத்தத் தேசமான கானான் தேசத்தை அடைந்தார்கள. சில ஆண்டுகள் சீராய் வாழ்ந்தார்கள் பிறகு நியாயமான வாழ்க்கை பிரமாணத்தை பரிசுத்தத்தை பக்தியை விட்டு தேவனை மறந்தவர்களாய் சீர்கேடாய் வாழ்ந்தார்கள். தங்களுக்கு தீமைகளை விரோதிகளை வருவித்துக் கொண்டார்கள். பிறகு தேவனாகிய கர்த்தரை நோக்கி அபயமிட்டார்கள், அவர்களை இரட்சிக்க நியாயாதிபதிகள் எழும்பினார்கள்; மக்களின் வாழ்க்கையில் நிலையான முழுமையான சீர்திருத்தம் அடையவில்லை.

குறிப்பு: (யோசுவா – நியாயாதிபதிகள் புத்தகம்)

இஸ்ரவேல் மக்கள் தங்களுக்கு பிற தேசத்தை போன்றே ராஜா வேண்டும் என்று விரும்பினார்கள். சவுல் ராஜா, தாவீது ராஜா, சாலமோன் ராஜா என்று ஒன்றன்பின் ஒன்றாக ஆட்சியாளர்களை ஆண்டவராகிய கர்த்தர் அனுமதித்தார். பிறகு வந்த வாரிசு அரசியலால், வாலிப ராஜாவால் இஸ்ரவேல் தேசம் இரண்டாக பிளவுபட்டது.

1)   10 கோத்திரங்கள் ஒன்று சேர்ந்த இஸ்ரவேல் தேசமும்.

2)   2 கோத்திரங்கள் ஒன்று சேர்ந்த யூதா தேசமும் உண்டானது.

இஸ்ரவேலை ஆளுவதற்கு 19 ராஜாக்கள் ஒன்றன்பின் ஒன்றாக எழும்பினார்கள்.யூதாவை ஆளுவதற்கு 20 ராஜாக்கள் ஒன்றன்பின் ஒன்றாக எழும்பினார்கள்.

இவர்களின் ஆட்சிமுறையும் நிலையற்றது குறைவுள்ளது; எனவே அசீரியராளும் பாபிலோனியராளும் சிறையானது. இஸ்ரவேல் புத்திரர்கள் சிதறுண்டு போனார்கள். இதோ, ஏக்கத்தோடே எதிர்பார்த்து காத்திருந்த மக்களுக்கு

இரட்சகர் மேசியாவாகிய இயேசு கிறிஸ்து பிறந்தார். ஆபிரகாமின் சந்ததியில் தோன்றிய தாவீது ராஜாவின் வம்சத்தில், அபிஷேகம் பண்ணப்பட்டவராய் "யூதர்களுடைய ராஜாவாக" பெத்லகேமில் பிறந்தார். (மத் – 1: 1 – 6, 7 – 17,18 – 22) கர்த்தராகிய தேவனின் வாக்குததத்தம் தீர்க்கதரிசனங்கள் ஆயிரம் தலைமுறைகளையும் காலங்களையும்கடந்தும் மிகவும் துள்ளியமாக சரியாக நிறைவேறுகின்றது. இது படைத்தவரின் ஆளுமைமிக்க ஆண்டவரின் வல்லமையான செயலாக விளங்குகின்றன.

மீகா – 5: 2: எப்பிராத்தா என்னப்பட்ட பெத்லகேமே, யூதேயாவிலுள்ள ஆயிரங்களுக்குள்ளே சிறியதாயிருந்தும், இஸ்ரவேலை ஆளப்போகிறவர் உன்னிடத்திலிருந்து புறப்பட்டு என்னிடத்தில் வருவார்; அவருடைய புறப்படுதல் அநாதி நாட்களாகிய பூர்வத்தினுடையது.

இயேசு கிறிஸ்து தாழ்மையின் எளிமையின் ராஜாவாக பிறந்தார்.

மத்தேயு – 2: 1 – 16 ஏரோது ராஜாவின் நாட்களில் யூதேயாவிலுள்ள பெத்லகேமிலே இயேசு பிறந்த பொழுது, கிழக்கிலிருந்து சாஸ்திரிகள் எருசலேமுக்கு வந்து: யூதருக்கு ராஜாவாகப் பிறந் திருக்கிறவர் எங்கே? கிழக்கிலே அவருடைய நட்சத்திரத்தைக் கண்டு, அவரைப் பணிந்து கொள்ள வந்தோம் என்றார்கள்.

ஏரோது அதைக் கேட்ட பொழுது, அவனும் அவனோடுகூட எருசலேம் நகரத்தார் அனை வரும் கலங்கினார்கள். இயேசு கிறிஸ்து எங்கே பிறப்பார் என்று ஏரோது அனைவரிடமும் விசாரித்தான்.அதற்கு அவர்கள்: யூதேயாவிலுள்ள பெத்லகேமிலே பிறப்பார்; அதேனென்றால்: யூதேயா தேசத்திலுள்ள பெத்லகேமே, யூதாவின் பிரபுக்களில் நீ சிறியதல்ல; என் ஜனமாகிய இஸ்ரவேலை ஆளும் பிரபு (ராஜா) உன்னிடத்திலிருந்து புறப்படுவார் என்று, தீர்க்கதரிசியினால் எழுதப்பட்டிருக்கிறது என்றார்கள்.

அப்பொழுது ஏரோது, சாஸ்திரிகளை இரகசியமாய் அழைத்து, நட்சத்திரம் காணப்பட்ட காலத்தைக் குறித்து அவர்களிடத்தில் திட்டமாய் விசாரித்து: நீங்கள் போய், பிள்ளையைக் குறித்துதிட்டமாய் விசாரியுங்கள்; நீங்கள் அதைக் கண்டபின்பு, நானும் வந்து அதைப் பணிந்து கொள்ளும்படி எனக்கு அறிவியுங்கள் என்று சொல்லி, அவர்களைப் பெத்லகேமுக்கு அனுப்பினான். சாஸ்திரிகள் பிள்ளையையும் அதின் தாயாகி மரியாளையும் கண்டார்கள். சாஷ்டாங்கமாய் விழுந்து பிள்ளையை (யூதர்களின் ராஜாவை) பணிந்துக் கொண்டார்கள். தேவனால் எச்சரிக்கப்பட்ட சாஸ்திரிகள், ஏரோதினிடத்தில் போகாமல் வேறு வழியாய்த் தங்களின் தேசத்திற்குத் திரும்பிப் போனார்கள். ஏரோது பிள்ளையைக் கொலை செய்ய தேடுவான் என்று கர்த்தருடைய தூதன் யோசேப்புக்குச் சொப்பனத்தில் காணப்பட்டு: நீ எழுந்து, பிள்ளையையும் அதின்

தாயையும் கூட்டிக் கொண்டு எகிப்துக்கு ஓடிப் போய், நான் உனக்குச் சொல்லும்வரைக்கும் அங்கே இரு என்றான். அவ்வாறே யோசேப்பு புறப்பட்டான், ஏரோதின் மரணபரியந்தமும் அங்கே இருந்தான்.

ஏரோது தான் சாஸ்திரிகளால் வஞ்சிக்கப்பட்டதைக் கண்டு, மிகுந்த கோபமடைந்து, ஆட்களை அனுப்பு, பெத்லகேமிலும் அதின் சகல எல்லைகளிலுமிருந்த இரண்டு வயதுக்குட்பட்ட எல்லா ஆண்பிள்ளைகளையும் கொலை செய்தான்.

கவனியுங்கள்: மோசேயின் காலத்தில் நடந்த மாதிரியே எகிப்தின் ராஜாவின் பிடியிலிருந்து மோசே குழந்தை தப்பினது போன்றே, இயேசுவும் தன் குழந்தை நிலையில் ஏரோது ராஜாவின் பிடியிலிருந்து தப்பினார். மோசேயை போன்றே இயேசு கிறிஸ்து ஒரு தீர்க்கதரிசி ஒரு இரட்சகர் ஆவார் (உபா – 18: 17 – 19) (மத் – 2: 1 – 16)

1.   சாஸ்திரிகள்:   இயேசுவை ராஜா என்று விசுவாசித்து பணிந்துக் கொண்டார்கள்.

2.   ஏரோது ராஜா:   இயேசு கிறிஸ்து ராஜா என்பதை அறிந்து புரிந்து செயல்பட்டான்.

3.   இயேசுவின் சீஷர்கள்:   கர்த்தருடைய நாமத்தினாலே வருகிற ராஜா ஸ்தோத்தரிக்கப்பட்டவர், என்று புகழ்ந்தார்கள் (மத் – 21: 1 – 9; லூக் – 19: 38 (29 – 40))

4.   ரோம ஆளுநர் பிலாத்து: இயேசு கிறிஸ்துவை யூதர்களின் ராஜா என்று அறிந்துக் கொண்டு, அங்கிகரித்தான். (யோவான் – 18: 36, 37; யோவான் – 19: 18 – 20)

5.   தீர்க்கத்தரிசன நூல்கள்: கர்த்தராகிய இயேசு கிறிஸ்துவை ராஜாதி ராஜன் என்று அறிவிக்கின்றன. (சகரியா – 9: 9; 14: 9,16; வெளி – 19: 16; 17: 14; சங் – 22: 28; 24: 7 – 10)

6.   ரோம போர் சேவகர்களும்: இயேசுவை யூதருடைய ராஜாவே, வாழ்க, என்று அவரை வாழ்த்திட (பரியாசமும் பண்ணினார்கள்) அவரை வணங்கினார்கள் (மாற்கு – 15: 16 – 19)

7.   சிலுவையில் அறையப்பட்ட இயேசுவுக்கு அருகில், இரண்டு பக்கத்தில் சிலுவையில் தொங்கின இரண்டு கள்ளர்களில் ஒருவன்: ஆண்டவரே, நீர் உம்முடைய ராஜ்யத்தில் வரும்போது அடியேனை நினைத்தருளும் என்றான். ஆம். அவன் பரலோக ராஜ்யத்தின் நித்திய (ஜீவனை) வாழ்வை பெற்றுக் கொள்ள தகுதியை பெற்றான். (லூக் – 23: 38 – 43).

இயேசு கிறிஸ்து தன் காலத்தில் எந்த ஒரு ராஜாவுக்கும் உலக ராஜ்யத்திற்கும் எதிராக போர் யுத்தம் செய்யவில்லை. எந்த ஒரு மனிதனையும் அவர் கொல்லவில்லை. இயேசு கிறிஸ்துவுக்குள் இருந்து வெளிப்பட்ட சத்தியம், பரிசுத்தம், ஒளி, நீதி, மனதுருக்கம், வல்லமையை கண்ட பிசாசுகளும் உலக ராஜாக்களும் அதிகாரிகளும் நடுநடுங்கினார்கள். கலங்கினார்கள் கலகம் செய்தார்கள். இயேசு கிறிஸ்து தேவனுடைய ராஜ்யத்தின் ஊழியத்தை உண்மையாய் முழுமையாய் செய்து முடித்தார்.

பூமியின் ராஜாக்களே, சகல ஜனங்களே, பிரபுக்களே, பூமியிலுள்ள சகல நியாயாதிபதிகளே, வாலிபரே, கன்னிகைகளே, முதிர்வயதுள்ளவர்களே, பிள்ளைகளே கர்த்தரை துதியுங்கள். (சங் – 148: 1 – 11, 12 – 14) கர்த்தருடைய நாள் வருகிறது. இன்று நாம் காண்கிற வானம் பூமி அதில் உள்ளவைகள் அழிந்து போகும். தேவனுடைய நீதி வாசமாயிருக்கும் புதிய ஆட்சிமுறைக்கு புதிய வானங்களும் புதிய பூமியும் உண்டாகும். நிலையான நல்லாட்சியும் நித்திய (ஜீவனையும்) வாழ்வையும் கொடுக்கும் ஒரே ஆட்சியாளராகிய கர்த்தராகிய தேவனாகிய இயேசு வரப்போகிறார். (ஏசா – 65: 17 – 25; ஏசா – 11: 1 – 10; வெளி – 21: 1 – 8; 22: 1 – 16; 1 பேதுரு – 3 : 3 – 14; ஆமென்.)

8. உயிர்தெழுந்த கர்த்தராகிய இயேசுகிறிஸ்து நியாயாதிபதியாக வரப்போகிறார் என்பதை அறியுங்கள் :

பிசாசின் இருளின் ராஜ்யத்திற்கு எதிரான மிகபெரிய சவாலான முழுமையான வெற்றியை இயேசு கிறிஸ்து தேவனுடைய ராஜ்யத்தின் பிரதிநிதியாக பெற்று தந்தார்.எனவே எல்லாவற்றையும் செய்து முடித்தேன் என்ற முழக்கத்தோடே இயேசு கிறிஸ்து சிலுவையில் தன் ஜீவனை விட்டார்.இதுவே இருளின் சாத்தானின் சகல அதிகாரம் வல்லமை மீதும், பாவத்தின் சம்பளமான மரணத் தின் மீதும் பாதாளத்தின் மீதும் வெற்றிக் கொண்டதின் சரித்திர சாதனையாகும்.

அநாதி தேவன் தன் சாயலாகவே (ரூபம் – உருவம்) மனிதனை மண்ணினால் செய்து தன் சுவாசத்தை (ஆவியை, காற்றை) அவன் நாசியில் ஊதினார். முதல் மனிதன், ஆதாம் ஜீவ ஆத்துமாவானான். உயிர்ப்பெற்றான். ஆம் பிதாவாகிய தேவன் மரித்தோரை உயிர்ப்பிக்கிறவராகவும்,இயேசு கிறிஸ்துவை மரித்தோரிலிருந்து தமது ஆவியினால் உயிர்த்தெழும்படி செய்தார்

மரணமில்லாத நித்திய ஜீவனை உடைய, உயிர்தெழுதலை தேவன் தமது வல்லமையினால் யாவருக்கும் கொடுக்கிறவராக இருக்கிறார். **தேவன்:** தமது சித்தத்தை செய்து முடித்த உலக இரட்சகரான இயேசுவை உயிர்த்தெழுதலின் முதல் நபராகவும், அவரை உன்னதத்தில் உயர்த்திய தேவன், தமது குமாரனுக்கு சகல அதிகாரங்களையும் கொடுத்து சிங்காசனத்தில்உட்கார செய்தார்.

(ஆதி – 1: 26, 27, 2: 7, 8; 21,22; 1 கொரி – 15: 44 – 47; யோவான் – 5: 21; ரோமர் – 8: 11; 5: 14; அப் – 2: 24; எபே – 1: 19 – 23; மத் – 28: 18)

❖ இயேசு கிறிஸ்து மரிப்பதற்காகவே பிறந்தவர். தன் சிலுவை மரணத்தின் மூலமாக உலகில் உள்ள ஒவ்வொரு மனிதனையும் பாவத்தின் கொடிய பிடியிலிருந்து விடுவிக்க பிறந்தவர். தீய சக்திகளின் வல்லமையையும், மரணத்தையும் ஜெயிப்பதற்காகவே பிறந்தவர். இயேசு தான் சொன்னபடியே வாழுந்தவர்; நானே நல்ல மேய்ப்பன், நானே ஜீவ அப்பம், நானே உலகிற்கு ஒளியாய்இருக்கிறேன், நானே வழியும் சத்தியமும் ஜீவனுமாயிருக்கிறேன், நானே உயிர்த்தெழுதலும் ஜீவனுமாயிருக்கிறேன் என்றவர். தான் சொன்னபடியே (சிலுவையில்) மரித்தார். தான் சொன்னபடியே (மூன்றாம் நாள்) உயிர்த்தெழுந்தார்.

கவனி: பாடுகள் – மரண கோலத்தில் இயேசு தன்னைக் காப்பாற்றிக் கொள்ள முடியாத பெலவீனரோ பயந்து ஒளிபவரோ அல்ல. அவர் வீரமிக்க விவேகமுள்ள தியாகமிக்க தலைவராக இரட்சகராக இருந்தார் (லூக் – 23: 33-4)

A. உலக சரித்திரத்தில் இயேசுவின் உயிர்தெழுதலின் சம்பவமும் சாட்சிகளும் உண்மையானது:

ஓய்வுநாள் முடிந்து, வாரத்தின் முதலாம் நாள் விடிந்து வருகையில் மகதலேனா மரியாளும், யாக்கோபின் தாயாகிய மரியாளும், சலோமே என்பவளும் கல்லறையைப் பார்க்க, அவருக்குச் சுகந்தவர்க்கமிடும்படி அவைகளை வாங்கிகொண்டு வந்தார்கள். கல்லறையின் வாசலிலிருக்கிற கல்லை நமக்காக எவன் புரட்டித்தள்ளுவான் என்று ஒருவ ரோடொருவர் சொல்லிக் கொண்டார்கள். அந்த கல் மிகவும் பெரியதாயிருந்தது; அவர்கள் ஏறிட்டுப் பார்கின்ற போது அது தள்ளப்பட்டிருக்கக் கண்டார்கள்.

அவர்கள் கல்லறைக்குள் பிரவேசித்து, வெள்ளையங்கி தரித்தவனாய் வலது பக்கத்தில் உட்கார்ந்திருந்த ஒரு வாலிபனைக் (வெண்மையான வஸ்திரம் தரித்த தூதன்)கண்டு பயந்தார்கள். அவன் அவர்களை நோக்கி: பயப்படாதிருங்கள், சிலுவையில் அறையப்பட்ட நசரேயனாகிய இயேசுவைத் தேடுகிறீர்கள்; அவர் உயிர்தெழுந்தார்; அவர் இங்கேயில்லை; இதோ, அவரை வைத்த இடம் என்றான் (மத் – 28: 1 – 6; மாற்கு – 16: 1 – 6)

இன்றைக்கும் இயேசுவை வைத்த கல்லறை காலியாக உள்ளது.

❖ உயிர்த்தெழுந்த இயேசு முதல் முதல் மகதலேனா மரியாளுக்கும் மற்ற மரியாளுக்கும் தரிசனமானார்

❖ பிறகு எம்மாவு என்னும் கிராமத்துக்குப் போகும் இரண்டு சீஷர்களுக்கு தரிசனமானார். அதில் ஒருவன் பெயர் கிலெயோப்பா என்பவன்.

❖ பின்பு தான் சொன்னபடியே கலிலேயாவுக்குப் போய் கூடி இருந்த பதினொரு சீஷர்களுக்கு தரிசனமானார் அவர்கள் அவரைக் கண்டு பணிந்து கொண்டார்கள்;

❖ பிறகு பூட்டின வீட்டிற்குள் தோமா என்னும் சீஷனும் மற்ற சீஷர்களுடன் இருந்தபோது தரிசனமானார். சீஷர்களில் சிலர் நம்பமுடியாமல் சந்தேகித்தார்கள் இயேசு மிகவும் தெளிவான (ஆதாரங்களை) தன் சரீரத்தின் மூலமாகவும் வேத வாக்கியங்களின் மூலமாகவும் (ஆதாரங்களோடு) சீஷர்களின் சந்தேகத்தை, அவிசுவாசத்தை நீங்கும்படி செய்தார்.

❖ நாற்பது நாள் அநேகருக்கு தன்னை காண்பித்தார்.

❖ **இறுதிவரையிலுமான வாக்குறுதி மற்றும் கட்டளையாவது:** அப்பொழுது இயேசு சமீபத்தில் வந்து, அவர்களை நோக்கி: வானத்திலும், பூமியிலும் சகல அதிகாரமும் எனக்குக் கொடுக்கப்பட்டிருக்கிறது. ஆகையால், நீங்கள் புறப்பட்டுப் போய், சகல ஜாதிகளையும் சீஷராக்கி, பிதா குமாரன் பரிசுத்த ஆவியின் நாமத்திலே அவர்களுக்கு ஞானஸ்நானம் கொடுத்து,

நான் உங்களுக்குக் கட்டளையிட்ட யாவையும் அவர்கள் கைக்கொள்ளும்படி அவர்களுக்கு உபதேசம் பண்ணுங்கள். இதோ, உலகத்தின் முடிவுபரியந்தம் சகல நாட்களிலும் நான் உங்களுடனே கூட இருக்கிறேன் என்றார். அவர்களை ஆசீர்வதிக்கையில், அவர்களை விட்டுப் பிரிந்து, பரலோகத்துக்கு எடுத்துக் கொள்ளப்பட்டார் (மத் – 28:16-20; லூக் – 24: 38 – 51)

B. **சகல அதிகாரமும் பெற்ற இயேசு கிறிஸ்து:** முதல் மனிதனான ஆதாம், தேவனாகிய கர்த்தரிடத்தில் கனமும் மகிமையும் அதிகாரத்தையும் ஆசீர்வாதத்தையும் பெற்றவனாக இருந்தான். பின்பு தேவனாகிய கர்த்தரின் கட்டளையை சித்தத்தை மீறினவனாய் தன் மனைவியோடே இசைந்து, சாத்தானின் கட்டளையும் வஞ்சகமுமான வார்த்தைக்கு கீழ்படிந்து, தேவன் விலக்கின கனியை இருவரும் புசித்தார்கள். மனித குலத்தின் பாவத்தின் தொடக்கமே அல்லது முதல் தவறே அவர்கள் தன்னை படைத்தவரின் சிருஷ்டித்தவரின் மீதும் அவரின் வார்த்தையின் மீதும் நம்பிக்கையும் அன்பும் வைக்காது, புறந்தள்ளி, சிருஷ்டிக்கப்பட்டவைகளின் மீது நம்பிக்கையும் அன்பும் வைப்பதே பாவம் தவறு ஆகும்.

இங்கே: இனிவரும் நாட்களில் மனிதர்களின் வளமான வாழ்க்கையின் மேல் பிசாசு அதிகாரம் பெற்றவனாய் மாறினான். ஆதாம் – ஏவாள்: தேவனாகிய கர்த்தரின் சாபத்தைப் பெற்றதனால் தங்களின் முந்தய கனம் மகிமை அதிகாரத்தை இழந்து போனார்கள். "மனித குலத்தின் முதல் பிரதிநிதியான ஆதாம்

சோதனையில் தோல்வி அடைந்து அதிகாரத்தை இழந்தான்." (ஆதி – 2 : 7 – 23;
3: 1 – 24)

குறிப்பு: இயேசுவின் ஊழியம் துவங்கும் தருவாயில் வாலிபராய் இருந்த காலக்கட்டத்தில், ஜலத்தினாலும் ஆவியினாலும் (ஞானஸ்நானம்) மறுபடியும் பிறந்த பிறகு ஆவியானவராலே வனாந்திரத்திற்குக் கொண்டு போகப்பட்டு, நாற்பதுநாள் உபவாசம் இருந்தார். இரவும் பகலும் நாற்பது நாள் புசியாமலும் குடியாமலும் இருந்த பின்பு அவருக்கு பசியுண்டாயிற்று. "அப்பொழுது சோதனைக்காரன் – பிசாசினால் மூன்று விதத்தில் இயேசு சோதிக்கப்பட்டார், மூன்றிலும் இயேசு கிறிஸ்து வெற்றி பெற்றார் – பிசாசு தோற்று போனான். "

1.   முதல் சோதனையில் தேவகுமாரனாகிய இயேசு தனக்கு கொடுக்கபபட்டிருந்த அதிகாரத்தை வல்லமையை தவறாகவும், தனக்கே சாதகமாகவும் பயன்படுத்திக் கொள்ளும்படிக்கு பிசாசு தூண்டினான். பின்பு தோல்வியினால் பிசாசு துவண்டு போனான்.

2.   மற்றொரு சோதனையை முன் வைத்தான், அதில் பிசாசு சொன்னது: பின்பு பிசாசு இயேசுவை உயர்ந்த மலையின் மேல் கொண்டு போய், உலகத்தின் சகல ராஜ்யங்களையும் ஒரு நிமிஷத்திலே அவருக்குக் காண்பித்து: இவைகள் எல்லாவற்றின்மேலுமுள்ள அதிகாரத்தையும் இவைகளின் மகிமையையும் உமக்குத் தருவேன், இவைகள் எனக்கு ஒப்புக்கொடுக்கப் பட்டிருக்கிறது; எனக்கு இஷ்டமானவனுக்கு இவைகளைக் கொடுக்கிறேன். நீர் என்னைப் பணிந்துகொண்டால் எல்லாம்உம்முடையதாகும் என்று சொன்னான்.

கவனி: உலக ராஜ்யத்தின் அதிபதியாகிய பிசாசின் அதிகாரத்தை உலக மகிமையை பெற்று கொள்ள ஆசைப்படாமலும், பரலோக ராஜ்யத்தின் தேவனுக்கு மட்டுமே செலுத்தவேண்டிய கனம் மகிமை ஆராதனையை பிசாசுக்கு கொடுக்க மறுத்து, இயேசு பிதாவாகிய தேவனையே மகிமைபடுத்தி வெற்றி பெற்றார்.

3.   மூன்றாவதாக இயேசு தனக்கு தானே துணிந்து ஒரு ஆபத்தை வருவித்துக் கொண்டு, அதில் தேவன் தம் தூதர்களை அனுப்பி தன்னை காப்பாற்றும் படிக்கு தேவனுக்கே எதிரான பரீட்சையை முன் வைக்க இயேசு மறுத்து விட்டார். பிசாசு எல்லாவற்றிலும் தோற்று போனான். இயேசு இறுதி வரையிலும் வெற்றி பெற்றார். "எனவே ஆதாம் இழந்த அதிகாரம் வல்லமை மகிமை முதற்கொண்டு, பிசாசு தனக்கும் உலகில் அதிகாரம் மகிமை உண்டு என்று சொன்ன அதிபதியின் எல்லா அதிகாரமும் பறிக்கப்பட்டு இயேசு கிறிஸ்துவிடம் கொடுக்கப்பட்டது." (மத் – 4: 1 – 11; லூக் – 4: 1 – 13; எபி – 2: 14 – 18; கொலோ – 2: 14,15)

"இயேசு சிலுவையில் பாவம் சாபம் தண்டனையின் மீது வெற்றி பெற்று, உயிர்த்தெழுதலின் மூலம் மரணம் பாதாளத்தின் மீது வெற்றி பெற்றவரானார்."

❖ வானத்திலும் பூமியிலும் சகல அதிகாரமும் எனக்குக் கொடுக்கப்பட்டிருக்கிறது என்றார்.பிதாவாகிய தேவன், மனுஷகுமாரனாயிருக்கிற இயேசுவுக்கு நியாயத்தீர்ப்புச் செய்யும்படிக்கு அதிகாரத்தையும் கொடுத்திருக்கிறார். (மத் – 28: 18; யோவான் – 5: 27)

❖ இதுவரையில் நல்ல போதகராகவும் மேய்ப்பராகவுமம், நற்செய்தியாளரராகவும், தீர்க்கதரிசியாகவும், பரிந்துபேசும் வழக்கறிஞராகவும் ஈடு இணையற்ற தனித்துவமிக்கவராக உலக வரலாற்றின் மையமாக இருந்த இயேசு கிறிஸ்து; இனி நீதியும் வல்லமையும் அதிகாரமிக்க நியாயாதிபதியாக வரப்போகிறார்.தேவனாகிய கர்த்தர் நீதிபதியாக இருக்கிறார்.ஆனால் நியாயத்தீர்ப்பு செய்யும் அதிகாரத்தைக் குமாரனாகிய இயேசுவுக்குக் கொடுத்துள்ளார். பரிசுத்தவான்களும் இதில் பங்கேற்பார்கள். இயேசுவின் 12 சீஷர்களும் இஸ்ரவேலின் 12 கோத்திரங்களை நியாயந்தீர்ப்பார்கள். (யோவான் – 5: 22,27; அப் – 10: 42;17: 31; தானி – 7: 9,10,21; வெளி – 20: 4; மத் – 19: 28; லூக் – 22: 28 – 30)

C.   தன்னுடைய இரண்டாம் வருகை பற்றிய இயேசுவின் அறிவிப்பு:
அந்த நாளையும் அந்த நேரத்தையும் என் பிதா ஒருவர் தவிர மற்றொருவனும் அறியான்; பரலோகத்திலுள்ள தூதர்களும் அறியார்கள்.மின்னல் கிழக்கிலிருந்து தோன்றி மேற்கு வரைக்கும் பிரகாசிக்கிறது போல. மனுஷகுமாரனுடைய வருகையும் இருக்கும். மனுஷகுமாரன் வல்லமையோடும் மிகுந்த மகிமையோடும் வானத்தின் மேகங்கள்மேல் வருகிறதைப் பூமியிலுள்ள சகல கோத்திரத்தாரும் கண்டு புலம்புவார்கள்.

வலுவாய்த் தொனிக்கும் எக்காள சத்தத்தோடே அவர் தமது தூதர்களை அனுப்புவார்; அவர்கள் அவரால் தெரிந்து கொள்ளப்பட்டவர்களை வானத்தின் ஒரு முனை முதற்கொண்டு மறு முனைமட்டும் நாலு திசைகளிலுமிருந்து கூட்டிச் சேர்ப்பார்கள்.மனுஷகுமாரன் வரும் நாளையாவது நேரத்தையாவது நீங்கள் அறியாதிருக்கிறபடியால் விழித்திருங்கள் என்றார். (மத்–24:36,27,30,31; 25:13)

கவனியுங்கள்: இந்த வெளிப்பாட்டை கி.மு.1800 வருடத்திற்குமுன்பு வாழ்ந்த யோபு என்ற பெயரையுடைய மனிதன் தன் உபத்திரவகால நாட்களின் போது தேவனிடத்திலிருந்து பெற்றவனாய், சொன்னது: என் மீட்பர் உயிரோடிருக்கிறார் என்றும், அவர் கடைசி நாளில் பூமியின்மேல் நிற்பார் என்றும்

நான்அறிந்திருக்கிறேன். இந்த என் தோல் முதலானவை அழுகிப்போனபின்பு, நான் என் மாம்சத்தில் இருந்து தேவனைப் பார்ப்பேன். அவரை நானே பார்ப்பேன்; அந்நிய கண்கள் அல்ல, என் கண்களே அவரை காணும்; நியாயத்தீர்ப்பு உண்டென்கிறதை நீங்கள் அறியும்பொருட்டு; என்ற ஓர் தீர்க்கதரிசன வெளிப்பாட்டை யோபு அறிவித்தான் (யோபு - 19: 25 - 27,29)

மனுஷகுமாரன் தம்முடைய பிதாவின் மகிமை பொருந்தினவராய்த் தம்முடைய தூதரோடுங்கூட வருவார்; அப்பொழுது, அவனவன் கிரியைக்குத் தக்கதாக அவனவனுக்குப் பலனளிப்பார்.மனுஷகுமாரன், தம்முடைய தூதர்களை அனுப்புவார்; அவர்கள் அவருடைய ராஜ்யத்தில் இருக்கிற சகல இடறல்களையும் அக்கிரமஞ் செய்கிறவர்களையும் சேர்த்து, அவர்களை அக்கினிச் சூளையிலே போடுவார்கள்; அங்கே அழுகையும் பற்கடிப்பும் உண்டாயிருக்கும். அப்பொழுது, நீதிமான்கள் தங்கள் பிதாவின் ராஜ்யத்திலே சூரியனைப்போலப் பிரகாசிப்பார்கள். (மத் - 3:11,12;16: 27;13:41-43) (மாற் - 8 :35-38; வெளி - 19:20; 20:10-12)

யோவான் 3: 16 –19

தேவன் தம்முடைய ஒரேபேறான குமாரனை விசுவாசிக்கிறவன் எவனோ அவன் கெட்டுப்போகாமல் நித்தியஜீவனை அடையும்படிக்கு, அவரைத் தந்தருளி, இவ்வளவாய் உலகத்தில் அன்பு கூர்ந்தார்.

உலகத்தை ஆக்கினைக்குள்ளாகத் தீர்க்கும்படி தேவன் தம்முடைய குமாரனை உலகத்தில் அனுப்பாமல், அவராலே உலகம் இரட்சிக்கப் படுவதற்காகவே அவரை அனுப்பினார்.

அவரை விசுவாசிக்கிறவன் ஆக்கினைக்குள்ளாகத் தீர்க்கப்படான்; விசுவாசியாதவனோ, தேவனுடைய ஒரேபேறான குமாரனுடைய நாமத்தில் விசுவாசமுள்ளவனாயிராதபடியினால், அவன் ஆக்கினைத் தீர்ப்புக்குட்-பட்டாயிற்று.

ஒளியானது உலகத்திலே வந்திருந்தும் மனுஷருடைய கிரியைகள் பொல்லாதவைகளாயிருக்கிறபடியினால் இருளை விரும்புகிறதே அந்த ஆக்கினைத்தீர்ப்புக்குக் காரணமாயிருக்கிறது.

உலக வரலாற்றில் இயேசு கிறிஸ்துவை போன்ற வேறு எந்த ஒரு தெய்வமும் மனிதனும் இல்லை. இதோ, உயிர்த்தெழுந்த கர்த்தராகிய இயேசு கிறிஸ்து ராஜாவாக, நியாயாதிபதியாக வரப் போகிறார். தமது மக்களை பேரழிவிலிருந்து இரட்சிக்க வருகிறார். நித்திய (ஜீவனை) வாழ்வை கொடுக்கப் போகிறார். இந்த இயேசு கிறிஸ்துவை அறிந்துக் கொண்டோர் புத்திசாலி; இவரை புரியாதோர் பொய்யின் புரட்டல்வாதி. இந்த இயேசு கிறிஸ்துவை நேசிப்போர் வாழ்வு கொண்டாட்டம்; இவரை வெறுத்து பகைப்போர் வாழ்வு திண்டாட்டம். இந்த இயேசு

கிறிஸ்துவை பின்பற்றுபவர்; தன் சிலுவையை எடுத்துக் கொண்டு சேவை செய்பவர் நித்திய வாழ்வு (ஜீவன்) பெறுவார்; இவரை புறக்கணித்து தங்கள் இஷ்டம்போல்வாழ்பவரர் நித்திய வாழ்வை (ஜீவனை) இழப்பார்கள். ஒன்றான மெய்தேவனாகிய பிதாவையும் அவர் அனுப்பின தம் குமாரனாகிய இயேசு கிறிஸ்துவையும் அறிவதே, பணிவதே, நாம் நித்திய வாழ்வை பெறுவதற்கான வழியாகும். ஆமென்.

III. நான் ஆப்பிரிக்காவில் (இருண்ட கண்டம்) ஊழியம் செய்தது ஒரு தியாகம் என்று சொல்லுகிறீர்கள். அப்படியல்ல தேவனுக்குச் செலுத்த வேண்டிய கடனில் ஒரு சிறிய பகுதியை மட்டுமே நான் செலுத்தியிருக்கிறேன்.

தேவனுக்குப் பயப்படுங்கள், கடுமையாக உழையுங்கள். கிறிஸ்து இல்லாமல் ஒரு அடி கூட எடுத்துவைக்க முடியாது. முன்னேறிச் செல்வதாக இருந்தால் நான் அவரோடுகூட எங்கும் செல்ல ஆயத்தமாக இருக்கிறேன். – டேவிட் லிவிங்ஸ்டன்.

முக்தி வேண்டுமானால் இயேசுவை அணுகுங்கள். நீங்கள் கற்பனை செய்யமுடிந்த எந்த கடவுளைவிடவும் மிக உயர்ந்த நிலையில் இருப்பவர் இயேசு.

கீழை நாட்டைச் (கிழக்காசியாவைச்) சார்ந்தவனான நான், நாசரேத்து நல்கிய இயேசு நாதரை மன்றாடுவதாயிருந்தால், எனக்கு ஒரே வழிதான் உண்டு. அது யாதெனில், அவரைக் கடவுளாகத் தவிர வேறுமுறையில் என்னால் வழிபட முடியாதென்பதே. (ஞானதீபம் – சுடர் 1, பக்கம்: 294; சுடர் 2, பக்கம்: 453)

– சுவாமி விவேகானந்தர்.

அத்தியாயம் – 4

நல்ல போதகரும் நல்ல போதனையும் நம்முடைய நல்வாழ்வுக்கான நல்வரவாக ஏற்றுக் கொள்ளுங்கள்

நான்காம் அத்தியாயத்தின் தலைப்பின் முக்கியத்துவத்தை இரண்டு வகையான கண்ணோட்டத்தில் விளக்கினால் ஒவ்வொரு மனிதர்களுக்கும் ஏற்புடையதாக இருக்கும்

1. தேவனுடைய ராஜ்யத்தின் கண்ணோட்டம்

2. உலக ராஜ்யத்தின் கண்ணோட்டம்

பொதுவாகவே போதனையின்றி பூமியில் மனிதர்களின் வாழ்வின் பயணங்களில், பாதைகள் நன்றாக அமைந்து விடுவதில்லை என்று சொல்வது சரியாகவே இருக்கும். ஒவ்வொரு மனிதனின் வாழ்க்கை பயணமும் சரியாக அமையாமல் வலியும் வேதனைகளும் தோல்வியுமாய் இருப்பதற்கு; போதனை (Instruction), போதகர் (Teacher), போதிக்கும் முறை (Teaching method) சரியாக இல்லாததே காரணம் ஆகும். எனவே தான் சரியான போதனையும், போதகரும்,போதிக்கும் முறையும் நம்முடைய வாழ்க்கையில் மிகவும் அவசியமானது என்பதை எல்லா தலைமுறையினருக்கும் தெளிவுப்படுத்த வேண்டும்.

பல துறைகளை, தொழில்களை, அரசியல்களை மதங்களை சார்ந்த போதகர்கள், ஆசிரியர்கள், குருக்கள் இருக்கிறார்கள். இவர்கள் எல்லாருமே 21 ஆம் நூற்றாண்டிலும் கூட மக்களுக்கான நித்தியமான வாழ்வை பற்றிய உண்மையான வழிகளை, போதனைகள் மூலமாக காண்பிக்க முடியாமல் தலைவர்கள் தங்கள் மோசடியான கொள்கை, மூட நம்பிக்கை மதம், முரண்பாடான வாழ்க்கை மன நிலையிலேயே முன்னிறுத்திக் கொள்ள முயலுகிறார்கள். ஒருவரும் நித்திய ஜீவனை வாழ்வை இழந்துவிடக்கூடாது என்பதற்காகவே இந்த நான்காம் அத்தியாயத்தின் மூலமாக முக்கியமான காரியங்களை தொடர்ந்து நாம் கற்று அறிவதுஅவசியமானதாக இருக்கும்.

I. உலக ராஜ்யத்தின் கண்ணோட்டம்:

சாதிக்க முடியாதவன் போதிக்கிறான் என்று போதிப்பவரையும் போதனையையும் சிலர் கேலியும் கிண்டலுமாய் உதாசீனம் செய்யும் மனிதர்கள் உண்டு; அவர்களின் கருத்து உண்மை அல்ல. சிலரின் சாதனைகளுக்கு பின்னால்

அல்லது பலர் சாதிக்க வேண்டும் என்ற நோக்கத்தோடு போதிக்கின்றவர்கள் (Teachers) இருக்கின்றார்கள்; அப்படிப்பட்டவர்களின் தியாகத்தை, உழைப்பை பெருந்தன்மையை மதிக்கதெரியாத எந்த மாணாக்கரும் மனிதர்களும் எதுவுமே சாதிப்பது இல்லை. ஆனால் அவர்கள் சுற்றுபுற சொந்தங்களையும் சமுதாயத்தையும் பல விதங்களில்சோதனைக்குள்ளாக்கும் சோகத்திற்குள்ளாக்கு– பவர்களாய் இருப்பார்கள் கேலி செய்யும் மனிதர்களும் மாணாக்கர்களும். முதலில் குடும்பத்திலும் பிறகு பள்ளிக்கூடம் கல்விக்கூடங்களிலும் நல்லவைகளை, நீதியானவைகளைக் கற்றுகொடுத்து, பயிற்சி மற்றும் பழக்கத்திற்குள்ளாக்க வேண்டும். சமுதாயத்தில் பண்படுத்தப்படாத மக்கள் யாருமே இந்த மண்ணிலே பல குளறுபடியான குற்றவாளிகளாகத்தான் பல வேலைகளிலும் ஈடுபடுவார்கள். பிறகு சட்டம் ஒழுங்கு காவல்துறையும், நீதித்துறையும் இதனை கண்டித்து தண்டித்து சீர்திருத்தும் தகுதியும் பொறுப்பும் இழந்து காணப்படுமானால் இந்த துன்மார்க்க மனிதர்களுக்கு துஷ்டமிருகங்களுக்கு இறைவனால் மட்டுமே நீதியான நியாயத்தீர்ப்பை வழங்கக்கூடும்.

கவனியுங்கள்: வளர்ந்த வயதான மனிதர்கள், இன்றைய காலத்தின் இளம் பிள்ளைகளை, வாலிபர்களை இந்து மதத்தின் தவறான தத்துவங்கள், மூடநம்பிக்கை மோசடியான கதைகளின் மூலமாக பொய்யான கருத்துக்களை உள்ளத்தில் விதைத்து வஞ்சிக்கின்றார்கள். இந்த சிறுவர்கள் வாலிபர்கள் பள்ளியில் கல்லூரியில் படிக்கும்போது காற்று, நீர், நிலம், ஆகாயம், நெருப்பு, விலங்கியல் மனித உயிர்கள் விலங்குகளைப்பற்றி அடிப்படை அறிவியல் ஆராய்ச்சிகள் மூலமாக அவைகளைப் பற்றிய உண்மையான ஆரம்பம் முடிவு நிலைகளை – அதின் பயன்கள், வீரியத்தின் தாக்கங்களின் தன்மைகளை ஆராய்ந்து அறிந்துக்கொண்டு ஆக்கப்பூர்வமான சாதனைகளை புரிகின்றார்கள்.

அப்படியே அதே மாணவ மாணவிகளை இந்து மதத்தின் நம்பிக்கை என்று அவர்களுக்கு பெரிய பெரிய பொய்களைச் சொல்லி பகுத்தறிந்து விடாதபடிக்கு அவர்களை புத்தி மாறாட்டத்தில் மயக்கிவிடுகின்றார்கள். காற்றை – வாயு பகவான், மேகம், மழையை – வருணபகவான், சூரியனை – சூரிய பகவான், இன்னும் பல பெயர்களில் ஒவ்வொன்றிற்கு சாமி உண்டு என்று வணங்கி வேண்டுதல் செய்யும் இவர்கள் இன்றையக் காலத்தில் செயற்கை கோள் கருவிகள் மூலமாகத்தான் புயல் வெள்ளம் உஷ்ணம் பற்றிய முன்னறிவிப்பைப் பெற்றுக் கொள்கின்றார்கள். எந்த பகவானும் இந்த அறிவியல் இயற்கைத் தகவலை கற்றுக்கொடுக்கவில்லை என்று மேன்மையை பகுத்தறியணும். பாரத மாத்தாகே ஜெய் என்று ஒரு கோஷத்தை கருத்தும் நோக்கம் என்ன என்று புரியாமல் மதவெறி மூடர்களாக கத்துவார்கள். இவர்கள் தன் தேசத்தின் பிற தாய்மார்களின் பெண்களை இழிவுப்படுத்தவும் பாலியல் வன்புணர்வும் செய்வார்கள். கலவரம் தூண்டிக் கொலை செய்வார்கள். மக்களை பகைத்து பழிவாங்குவார்கள். மக்கள் அனைவரையும், சொந்த

உறவுகளை நேசிக்காமல் சுரண்டி பிழிந்து தங்கள் குடும்பத்திற்கு, கட்சிக்கு, இயக்கத்திற்கு சொத்து சேர்ப்பார்கள். இப்படிப்பட்டவர்களின் மதவெறி – மூடர் கோஷத்தைப் பின்பற்றக்கூடாது.

நல்ல போதனைகளை கேட்டு அதன் வழியில் வாழ்ந்து அதன்படியே போதிப்பவர் மட்டுமே அடுத்த தலைமுறையினருக்கு நல்ல போதகராகவும் இருக்கும் தகுதியுடையவராக முடியும். தன் வாழ்க்கைக்கும் தான் போதிப்பதற்கும் சம்பந்தமே இல்லாதிருப்பவர் நல்ல போதகராக இருக்க மாட்டார், சரியான மனிதனாகவும் அல்லது தலைவராகவும் இருக்க முடியாது.

நல்ல போதனைகளும் அதைப் போதிப்பவர்களும் இல்லாத மனித சமுதாயம், தலைமுறைகள், பேதமையும் போதையும் மனிதனை பெரிய போதாமைக்குள்ளே தள்ளிவிடும். அறிவும் ஆளுமையும் இல்லாதவனாக, பிரயோஜன மற்றவனாக திறமை தன்னம்பிக்கை இல்லாதவனாக, பெரிய ஏமாளியாக ஏழையாகி விடுவான். அறியாமை இருள் மனிதனை அடுத்த மனிதனுக்கு அடிமையாக்கி விடுகிறது. கல்வியின் நோக்கம் பற்றி நாம் அனைவரும் உணர்ந்திருக்கிறோம். அறியாமை இருளை நீக்குவதே கல்வி என்று அறிந்துள்ளோம். ஆனால் 21 ஆம் நூற்றாண்டில் கல்வி துறைகளில் பல பாடங்களில் குறைபாடு களும் கற்பிப்பவர்களிடையே தகுதியின்மையும், கற்கும் மனிதர்களிடையே கற்றல் குறைபாடுகளும் இருக்கின்றன. கல்வி வியாபாரம் ஆகி விட்டது.

கல்வியின் பல துறைகளின் அதன் ஆசிரியர்களின் தார்மீக குறிக்கோள் மற்றும் மந்திரம்; மாணவர்கள் நன்றாக படித்தால் பட்டம் பதவி பணம் பெறுவார்கள்.இதுவே வெற்றியுள்ள வாழ்க்கை என்றாகிவிட்டது. பல துறைகளும் பணம் சம்பாதிக்கும் அறிவை போதிக்கிறார்கள். நான் அறிந்த மட்டில் இந்தியாவில் 21 ஆம் நூற்றாண்டில் கல்வி என்பது உள்நாட்டில் பட்டம் பதவி பணம் சம்பாதிக்க வேண்டும் அல்லது வெளி நாட்டில் பட்டம் பதவி பணம் சம்பாதிக்க வேண்டும் என்ற நிலையிலேயே கல்வி போதிக்கப்படுகிறது.

குறிப்பு: இறைவன் நமக்கு வரமாய் கொடுத்த இயற்கை வளங்களை நிலங்களை நாம்அனைவரும் பண்படுத்தி காத்துக் கொள்வதே நமது வெற்றியான வாழ்வாக மாறும். ஆனால் அறிவியல் நவீன தொழில் புரட்சி என்று செயற்கை வினைகளினால் இயற்கையே கெடுப்பீர்களானால், உண்மையில் அது சாதனை அல்ல, வெற்றியும் அல்ல.

உதாரணம் 1: என்னுடைய சிறுவயது பள்ளி படிப்பின் போது எனது வகுப்பு ஆசிரியர் கணிதம் கற்று தேறினவர். பொது வகுப்பையும் நடத்துபவர். கற்றல் குறைபாடுடைய கிராமத்து மாணவ – மாணவியர் சிலரை மிகவும் கடிந்துக்

கொண்டும், பிரம்பால் அடித்தும் கணிதம், தமிழ், ஆங்கிலம் கற்று தருவார். நானும் கணிதம் சரியாக தெரியாமல் பிரம்படி வாங்கினது நினைவில் உள்ளது. அவர் கிராமத்து மாணவர்களிடம் இவ்வாறு வழக்கமாய் சொல்வது உண்டு:

ஒழுங்காய் கவனமாய் படித்தால் – நல்ல வேலையும், நல்ல சம்பளமும் கிடைக்கும், நிழலில் வேலை செய்ய அலுவலக உத்தியோகம் கிடைக்கும். சரியாக படிக்காமல் வெயிலில் விவசாயம் வேலையா? செய்ய போகிறீர்கள். சேற்றில் இறங்கி நாற்று நடவும், களை பிடுங்கவுமா வேண்டும்? என்று சொல்லுவதை நான் கவனித்து கேட்டிருக்கின்றேன். அவரை ஓர் நல்ல ஆசிரியர் என்று இன்றைக்கு என்னால் சொல்ல இயலாது, காரணம் அவர் ஏழ்மையும் இயலாமையிலும் உள்ள சந்ததிகளுக்கு சரியானவாழ்க்கை கல்வியை கற்று கொடுக்க தவறிவிட்டார். பாவம் என் ஆசிரியரும் கல்வியை பணம் சம்பாதிக்கும் வழியாக கற்றதால் வந்த சோதனையோ !? அது வேதனையோ !!

❖ இயற்கை விவசாயத்தை நேசி: உன் சுக வாழ்வை சுவாசி !

விவசாயி, நமக்கு மற்றும் ஒரு தாய். தன் வியர்வை, இரத்தம், கண்ணீர், கஷ்டம், கடன், வெயில் மழை என எதையும் கடந்து சமாளித்து, வீட்டுக்காகவும் – நாட்டுக்காகவும் உழைக்கும் அனைத்து விவசாய உழைப்பாளிகள் – தொழிலாளர்களும் அனைவருமே பிறர் நலன் ஜீவன் காக்கும் நல்ல தியாகமுள்ள மனிதர்கள். கற்றலினாலும், சரியான கல்வி இல்லாமலும்; கடின உழைப்பினாலும் அல்லது கள்ளத்தனத்தினாலும் மற்ற தொழில் துறையில் வெற்றியாளர் சாதனையாளர்கள் யாராக இருந்தாலும், ஒவ்வொரு விவசாயியும் கருணையுடன் கனிவுடன் சேற்றிலே இறங்கி, தங்கள் கைகளை வைத்தால் உழைத்தால் மட்டுமே மற்ற மனிதர்களும் கல்நெஞ்சம் கொண்டவர்களும் தங்கள் வீட்டு சோற்றிலே உணவு – விருந்தில்) கையை வைக்க, வாயை வயிற்றை நிரப்ப முடியும், உயிர் பிழைக்க முடியும் என்பதை நாம் மற வாதிருக்க வேண்டும்.

எல்லாவகையான இயற்கை உணவு உற்பத்தியாளர்களளான, விவசாயம் தொழில் செய்யும் விவசாயிகளே!! உண்மையான தியாகமும் கடின உழைப்பும் பெருந்தன்மையும் உள்ள மனிதர்கள் என்று சொல்வது சரியானதாகும். ஒவ்வொரு தேசத்திலும் மக்கள் உயிர்வாழ்வதற்கான நேரடியான உணவு உற்பத்தி செய்து கொடுப்பவர்கள் விவசாயிகள் மட்டுமே.

வேற எந்த தொழிற்சாலைகளும், பள்ளி கல்லூரி ஆசிரியர்களும், அரசியல்வாதிகளும், ஆன்மீக வாதிகளும், மக்களுக்கு உணவு ஊட்டம் அளிக்கும் வேலைகளை செய்வதில்லை, அவர்கள் போட்டி போட்டு சம்பாதித்து குவிக்கும் பணத்தை, நகையை, பசிக்காக திண்று ஒரு நாளும் உயிர் வாழ்ந்திட முடியாது. மனிதர்களிடம் மிக சரியான வாழ்வாதார தொழிலை உலக தோற்றம் முதலில் இறைவன் கொடுத்தது விவசாயம் மட்டுமே !!

எனவே தான் நாம் உண்மையை உணரவேண்டும். உழைக்கும் விவசாயிகளின் தியாகம் இல்லாமல் மனிதர்கள் உயிர்வாழ முடியாது. ஆனால் நான் மேலே குறிப்பிட்டு சொன்ன துறை சார்ந்த மனிதர்கள் இல்லை என்றாலும் மற்ற மனிதர்கள் உயிர்வாழ முடியும்.

இறைவனுடைய உலக படைப்பில் முதலில் மனிதன் படைக்கப்படவில்லை ! காரணம் அப்படி படைக்க கடவுள் ஞானமும், அன்பும் இல்லாதவர் அல்ல, அவர் மனிதன் உயிருடன் சுகமுடன் வாழ்வதற்கு முதலில் நீர்நிலைகளை, நிலங்களை, சூரிய சந்திரனை, காய்கனி தானியவகைகளை தரும் செடி, கொடி, மரங்களை காடுகளை படைத்தார் !! பறவைகள் நீர்வாழ், நிலம் வாழ் உயிரினங்களை படைத்தார் !!! பின்தான் கடைசியாக மனிதனை படைத்தார்! ஆதலால் மனிதா, நீங்கள் ஆரோக்கியமுடன் உயிர்வாழ முதலில் இயற்கையை நேசி உன் வாழ்வை சுவாசி.

உதாரணம் 2: கடந்த 2020 ஆம் வருடம் உலக முழுவதும் Covid-19 கொரோனா வைரஸ் பரவல் தீவிரமாக இருந்தது. எல்லா கல்வி, அறிவியல், விஞ்ஞானம்,அரசியல், ஆன்மீக, பொழுது போக்கு, போக்குவரத்துத் துறைகள் எல்லாமே முடங்கி போனது.மனிதர்கள் தைரியமாக வெளியில் கூட்டமாக நடமாட பயந்தார்கள். பணம் சம்பாதிக்க முடியவில்லை, ஏற்கனவே வைத்துள்ள பணத்தை நகைகளை சாப்பிடவோ, ஆஸ்திகளை அனுபவிக்கவோ உயிர் இருக்குமா தெரியவில்லை,என்ற நிலையில் தனி தனியாக மனிதர்கள் விஞ்ஞான உலகை துறந்து வாழ்ந்தார்கள் !! வேலை இல்லை தினகூலிகளுக்கு வருமானம் இல்லை, பசி எல்லாருக்கும் இருந்தது. அவ்வேளையில் சேர்த்து வைத்த பணம், பட்டம், பதவி, சொத்து, நகைகள், சிற்பங்கள், சிலைகள், அலங்கார அழுகு ஆபரணங்கள் மனிதர்களின் பயத்தை போக்கி, பசியை ஆற்றி உயிர் வாழ செய்யவில்லை? ஆனால் விவசாயிகளின் தியாக பொதுநலனுள்ள உழைப்பால் விளைவித்து கொடுத்த, உணவு தானியங்களினால் எண்ணெய் வித்துகளினால் மட்டுமே மனிதர்களால் உயிர்வாழ முடிந்தது என்றால் அது இறைவனின் முதல் உன்னதமான தொழில் திட்டம் ஆகும்.

கவனி: விஞ்ஞான தொழில் வசதிகளுக்கானது ! விவசாய தொழில் ஆரோக்கியமான வாழ்வுக்கானது !! வாழ்வில்லாத வசதிகள் எதற்கு.

உதாரணம் 3: வாழ்வுக்கான உண்மையை புரிந்துக்கொண்டவர்களில் சிலர் a. Microsoft நிறுவன தலைவர் **பில்கேட்ஸ்** அவர்கள் அமெரிக்காவின் நம்பர் 1 விவசாய நில உரிமையாளர். 24,20,000 ஏக்கர் நிலம் வாங்கியுள்ளார் b. இந்திய கிரிக்கெட் வீரர் **மகேந்திர சிங் தோனி** ஓய்வு பெற்ற பின், தனது சொந்த ஊரான ராஞ்சியில் உள்ள சுமார் 43 ஏக்கர் பண்ணை வீட்டு நிலத்தில் 10 ஏக்கருக்கு பல்வேறு காய்கறிகளை விளைவிக்கும் விவசாயத்தில் ஈடுபட்டுள்ளார்.

எனவே தான் மிக முக்கியமாக:

1. சரியான கல்வியை பற்றியும்

2. சரியான வாழ்க்கையை பற்றியும்

3. சரியான இறை வழிபாடு (அ) இறை நம்பிக்கை பற்றி போதனைகள் Teaching இன்றைய காலத்தின் 21 ஆம் நூற்றாண்டின் மனித சமுதாயத்திற்கு அவசர அவசிய தேவையாக இருக்கிறது. இது என் மனதின் உணர்த்துதல் மட்டுமல்ல, பேரழிவின் பயத்தை குறித்து கவலை கொண்டுள்ள அநேகருக்கும், இந்த உணர்த்துதல் உண்டாயிருக்க வேண்டும் !!

A. எது நிலையான வாழ்வுக்கான வழி!?

B. கல்வி பல கற்று தேரினவர்களெல்லாம் என்ன செய்துக் கொண்டிருக்கிறார்கள்!? எதை வெற்றி வாழ்வு என்று நம்புகிறார்கள்!?

C. நம்மை முழுவதுமாக யாரால் காப்பாற்ற முடியும் !?

என்ற கேள்விகளுக்கு சரியான பதில் தெரியாமலும், வாழ்வது புரியாமலும், முடிவு நிலை அறியாமலும் இருக்கிறார்கள்.

மனித வாழ்வில்: கற்றலின் உன்னத உயரிய கல்விக்குறிக்கோள் (Educational purpose) இதனிலும் வேறு எதுவும் மனிதனை நல்ல மனிதராக புனிதராக ஆக்கிவிட முடியாது.

1. கல்வியில் தெளிவு வேண்டும்; அதில் பகுத்தறிவும், பண்பும், பக்தியும் இருக்க வேண்டும்.

2. தூய்மையே செயலாக வேண்டும்; அதில் அலட்சியம், அசுத்தம், அசிங்கம் இருக்கக்கூடாது.

3. நீதியை சிந்திக்க வேண்டும்; அதில் அநீதியும், அவநம்பிக்கையும் இருக்கக் கூடாது.

4. நியாயம் பேசப்பட வேண்டும்; அதில் அநியாய நோக்கம் இருக்கக் கூடாது.

5. பதவியில் – பணிவும் நேர்மையும் வேண்டும்; அதில் அடக்குமுறை ஆசைகள் கூடாது.

6. இரக்கம் பார்க்க வேண்டும்: ஆனால் யாரையும் இச்சையுடனும் ஏற்றத்தாழ்வுடனும் பார்க்க கூடாது.

7. பணம் செல்வம் இனி தனக்கே வேண்டியது என்று (பேராசையின் சுகபோகம் மோகம்) இல்லாமல்; பணம் செல்வம் ஆஸ்திகள்: பகிர்ந்துக்

கொடுப்பதற்கே (தானம் தர்மம்) என்று எண்ணும் மனித வாழ்க்கையே, பாதாளம் இல்லாத மற்றும் நரகம் செல்லாத பேரின்பம் கொண்ட வாழ்வாகும். அது சொர்க்கமாகும்.

குறிப்பு: ஆரோக்கியமான அறிவார்ந்த மனித சமுதாயத்திற்கான அடிப்படை கல்வி போதனையாக :

1. பண்பாடும், பரிசுத்தமும், பகுத்தறிவும் கொண்ட இறைவழிபாட்டு நம்பிக்கையை போதியுங்கள்.

2. இயற்கை வளங்களை பாதுகாத்தும் பண்படுத்தியும், தூய்மை தொழில் மேம்பாட்டை கற்பிக்கவேண்டும் கடைபிடிக்க வேண்டும்.

3. மனிதநேயம் வளர்ப்பு, சமூக நீதியை நிறைவேற்றும் கடமை, பொறுப்பை நிறைவேற்றும் கல்வி போதிக்க வேண்டும்.

II. தேவனுடைய ராஜ்யத்தின் கண்ணோட்டத்தில்: நல்ல போதனைகளும் நல்ல போதகரின் முக்கியத்துவத்தை காண்போம்.

உலக ராஜ்யங்களின் மத்தியில் வாழுகின்ற மனிதர்களுக்குள்ளாக மிகபெரும் வித்தியாசத்தை காட்டும்படியாக, தேவனாகிய கர்த்தர் தன்னுடைய ராஜ்யத்தின் போதனையை போதிக்கின்றார். நம்மை படைத்தவருக்கு தான் படைப்புகளின் மீது முழு சுதந்திரமும் அக்கரையும் உண்டு; சீர்கேடுகளையும் சிக்கல்களையும் நீக்கி, செம்மைப்படுத்தும் அறிவும் ஆற்றலும் அன்பும் படைப்பு களின் மீது படைத்தவருக்கே உண்டு என்று நாம் அறிந்துக்கொள்வதே புத்திசாலித்தனம் ஆகும்.

எ.கா: ஒரு காரை அல்லது ரஃபேல் போர் விமானத்தை வடிவமைத்து, உற்பத்தி செய்தவரின் (Creature) வழிகாட்டுதலின் ஆலோசனைபடியாக (Guidance) முட்டுமே அதை வாங்குகின்றவர் பயன் படுத்தவும் பழுது பார்த்து மீண்டும் இயக்கவும் முடியும். அவரவர் இஷ்டபடியெல்லாம் அது இயங்காது. இஸ்ரவேலின் பரிசுத்தராயிருக்கிற உன் மீட்பரான கர்த்தர் சொல்லுகிறதாவது: பிரயோஜனமாயிருக்கிறதை உனக்குப் போதித்து, நீ நடக்க வேண்டிய வழியிலே உன்னை நடத்துகிற உன் தேவனாகிய கர்த்தர் நானே. (ஏசா – 48: 17).

இஸ்ரவேலரே, நீங்கள் பிழைத்திருக்கும்படிக்கும் உங்கள் பிதாக்களின் தேவனாகிய கர்த்தர் உங்களுக்கு கொடுக்கிற தேசத்தில் நீங்கள் பிரவேசித்து அதைச் சுதந்தரித்துக் கொள்ளும்படிக்கும், நீங்கள் கைக்கொள்வதற்கு நான் உங்களுக்குப் போதிக்கிற கட்டளைகளையும் நியாயங்களையும் கேளுங்கள்.

நீங்கள் சுதந்தரித்துக் கொள்ளும்படி பிரவேசிக்கும் தேசத்தில் நீங்கள் கைக்கொள்ளும் பொருட்டு, என் தேவனாகிய கர்த்தர் எனக்குக் கற்பித்தபடியே,

நான் உங்களுக்குக் கட்டளைகளையும் நியாயங்களையும் போதித்தேன். ஆகையால் அவைகளைக் கைக்கொண்டு நடவுங்கள்;ஜனங்களின் கண்களுக்கு முன்பாகவும் இதுவே உங்களுக்கு ஞானமும் விவேகமுமாய் இருக்கும்; அவர்கள் இந்தக் கட்டளைகளையெல்லாம் கேட்டு, இந்தப் பெரிய ஜாதியே ஞானமும் விவேகமுள்ள ஜனங்கள் என்பார்கள். (உபா – 4: 1, 5, 6)

ஒரு தேசத்தில் வாழ்கின்ற ஒவ்வொரு மனிதர்களும் சிறப்பானவர்களாக செம்மைமயானவர்களாக வாழ வேண்டும் என்ற நோக்கத்தோடே தேவனாகிய கர்த்தர் ஒரு தலைவனுக்கு (மோசே) போதித்து, அந்த போதனையை மக்களுக்கு கொண்டுபோய் சேர்க்கும்படியாக நல்ல போதகரை (Teacher) பயிற்றுவிக்கிறதை இங்கே நாம் அறிந்துக் கொள்கிறோம்.

தேவனாகிய கர்த்தர்: மோசே என்ற தலைவனும் தீர்க்கதரிசியினிடத்தில் சொன்னதாகவே :

நீயோ இங்கே என்னிடத்தில் நில்; நான் அவர்களுக்குச் சுதந்திரமாகக் கொடுக்கும் தேசத்தில் அவர்கள் செய்யும்படி நீ அவர்களுக்குப் போதிக்க வேண்டிய சகல கற்பனைகளையும் கட்டளைகளையும் நியாயங்களையும் உனக்குச் சொல்லுவேன் என்றார்.(உபா – 5: 31)

ஆம், பரிசுத்த வேதாகமத்தில் (Holy bible) உள்ள தேவனுடைய வார்த்தைகள் வேத வாக்கியங்கள் யாவும்; கற்பனைகளும், கட்டளைகளும் நியாயங்களும் நிறைந்ததாக இருக்கின்றது. இதை அந்நியமானதாக வெளிநாட்டு மத போதனை என்று சொல்லும் மனநிலை உடைய மனிதர்கள் எல்லாருமே மனித சமுதாயத்தில் "ஜாதிக்கொரு நீதி" என்று சமத்துவமும் சமூக நீதியும் இல்லாமல் உயர்வு தாழ்வு பாரபட்சம் கொண்ட மதவாத மூடநம்பிக்கை உடையவர்களாகவே இருக்கிறார்கள். உண்மையில் தேவனுடைய வார்த்தைகளான வேத வாக்கியங்கள் கட்டளைகள்; எல்லா மனித சமுதாயத்திற்கும் சமமான ஒரே நீதியை சட்டத்தை கொண்டிருக்கிறது. (எசேக் – 18: 13,20,23)

மனிதர்களின் வாழ்க்கையை செம்மையும், சிறப்புடையதாக்கும், மிக சிறந்த உயரிய கொள்கை உடைய "திறந்த வெளி பல்கலை கழகமாக" (OpenUniversity) புனித வேதாகமத்தின் தேவனுடைய வார்த்தைகள் மிக சிறந்த நல்ல வழிகாட்டுதலாக உள்ளது. அவைகள்:

1. கற்பிக்கிறது (Teaching)

2. ஆலோசனை அளிக்கிறது (Counselling)

3. கடிந்துக் கொள்கிறது (Rebuke)

4. சீர்த்திருத்துகிறது (Corrections)

5. வழிகாட்டுகிறது (Guiding)

6.   வளமாக்குகிறது (Enriches)

7.   **நீடித்த வாழ்வை – நித்திய ஜீவனை அளிக்கிறது.**
      (Longevity – Eternal life)

எனவேதான் தேவன் ஒவ்வொரு தனிமனிதனுக்கும் பிரயோஜனமாயிருக்கிறதை போதித்து, நடக்க வேண்டிய வழியை காண்பித்து, கைக்கொண்டு நடவுங்கள் என்கிறார். இதை மீறுகின்ற மனிதர்கள் பல இன்னல்களை சந்தித்து வாழ்வை இழக்கின்றவர்களாய் மாறுகிறார்கள். எப்பொழுதெல்லாம் மனிதர்கள் தேவனுடைய வார்த்தைகள் வழிகளை விட்டு மீறினவர்களாய் வாழ முயற்சிக்கிறார்களோ, அப்பொழுதெல்லாம் அவர்கள் சிக்கலில் மாட்டியும் சீர்கேடுகளுக்குள்ளும் வீழ்ந்து விடுகிறார்கள். இந்நிலையில் உதவி செய்ய மன்னர், மந்திரி, நீதிபதி, காவலர் என்று பல துறையை உருவாக்கி செயல்பட நேரிட்டது.

வேத வாக்கியங்களெல்லாம் தேவ ஆவியினால் அருளப்பட்டிருக்கிறது; தேவனுடைய மனுஷன் தேறினவனாகவும், எந்த நற்கிரியையையும் செய்யத் தகுதியுள்ளவனாகவும் இருக்கும்படியாக, அவைகள் உபதேசத்துக்கும், கடிந்துகொள்ளுதலுக்கும், சீர்திருத்தலுக்கும், நீதியைப் படிப்பித்தலுக்கும் பிரயோஜனமுள்ளவைகளாயிருக்கிறது. (2 தீமோ – 3: 16, 17)

நீதி 6: 23; 1: 22, 23; 9: 8, 9, 10; 13: 13, 14

கட்டளையே விளக்கு, வேதமே வெளிச்சம், போதகசிட்சையே ஜீவ வழி.

பேதைகளே, நீங்கள் பேதைமையை விரும்புவதும், நிந்தனைக்காரரே, நீங்கள் நிந்தனையில் பிரியபடுவதும், மதியீனரே, நீங்கள் ஞானத்தை வெறுப்பதும், எதுவரைக்கும் இருக்கும்.

என் கடிந்துகொள்ளுதலுக்குத் திரும்புங்கள்; இதோ, என் ஆவியை உங்களுக்கு அருளுவேன், என் வார்த்தைகளை உங்களுக்குத் தெரிவிப்பேன்.

பரியாசக்காரனைக் கடிந்துக்கொள்ளாதே, அவன்உன்னைப் பகைப்பான். ஞானமுள்ளவனைக் கடிந்துகொள், அவன் உன்னை நேசிப்பான். ஞானமுள்ளவனுக்குப் போதகம் பண்ணு, அவன் ஞானத்தில் தேறுவான்; நீதிமானுக்கு உபதேசம்பண்ணு, அவன் அறிவில் விருத்தியடைவான். கர்த்தருக்குப் பயப்படுதலே ஞானத்தின் ஆரம்பம்; பரிசுத்தரின் அறிவே அறிவு. திருவசனத்தை அவமதிக்கிறவன் நாசமடைவான்; கற்பனைக்குப் பயப்படுகிறவனோ பலனடைவான். ஞானவான்களுடைய போதகம் ஜீவ ஊற்று; அதினால் மரணக்கண்ணிகளுக்குத் தப்பலாம்.

III. **பரிசுத்த வேதாகமம்: மனித வாழ்வுக்கு வேண்டிய பிரயோஜனமானவைகளை போதிக்கும் கற்பிக்கும் மிக சிறந்து பாட பிரிவுகளை உள்ளடங்கிய பல்கலைகழகமாக (Bible best university).** நான் பார்க்கிறேன். சில காரியங்களை பதிவிடுகிறேன்:

1. உலக வரலாற்றின் துவக்கம், நாகரீக வளர்ச்சி, வழி தடங்கள் இடங்கள், இனங்கள்,மொழிகள், தொழில்கள் பற்றிய சான்றுகள் உள்ளது.

2. குடும்பம், சமுதாயம் நலம் சார்ந்த ஒழுக்கம், கட்டுபாடுகள், பண்புகள், ஆலோசனைகள், வாழ்வியல் முறை கள் உள்ளது. ஆரோக்கியமான இயற்கை உணவுப் பழக்கவழக்கங்கள் பற்றிய வழிகாட்டுதல் உள்ளது. நோய்கள் வியாதிகள் பரவல்கள் மூலமாக உண்டாகும் மரணங்களைத் தடுக்கும் விழிப்புணர்வு தூய்மை வாழ்க்கை முறைகளை கற்பிக்கிறது.

3. பாதுகாப்பு வாழ்வியல் முறைகளில் – சமூக நீதி உண்டு; சுதந்திரம் பாதுகாப்பு அதிகாரமிக்க வாழ்வில் – மனித உரிமை பாதுகாக்கப்படுகிறது. பல அரசுகள், மனிதர்கள், இராஜ்யங்கள், இராஜாக்கள், தீர்க்கத்தரிசிகளின் வரலாறுகள் உள்ளது.

4. சமநிலையான வாழ்வை யாவருக்கும் கிடைக்க செய்யும் – அன்பு ஒற்றுமை கொண்ட சகோதரத்துவம் போதிக்கப்பட்டுள்ளது. அன்பும் ஒற்றுமையும் கொண்ட ஏற்றத்தாழ்வுகள் இல்லாத சகோதரத்துவம் சமாதானம் போதிக்கப்பட்டுள்ளது.

5. பொருளாதார தத்துவம்: ஆஸ்திகள் ஆசீர்வாதங்கள் பகிர்ந்தளிக்கப்படும் முறைகள், தீமைகள் செய்வதை விட்டு நன்மைகள் செய்வதை, நியாயம் இரக்கம் செய்வதின் மூலமாக சமத்துவம், சகோதரத்துவம் மனிதநேயம் போதிக்கப்பட்டுள்ளது.

6. சட்டம் ஒழுங்கும், நீதிதுறையின் நேர்மையான நடவடிக்கையும்; விடுதலை, தண்டனை தீர்ப்புகளில் லஞ்சம், பாகுபாடு, ஒருதலைபட்சம் கூடாது என்ற கண்டிப்பு வலியுறுத்தப் பட்டுள்ளது.

7. இராணுவ கட்டமைப்பு, போர் விதிகள், தகுதி நிலைகள், ஆயத்த முறைகள், விதிகள் மற்றும் வெற்றி தோல்விகள் உள்ளது. உலக சாம்ராஜ்யங்களின் துவக்கம் மற்றும் முடிவு உள்ளது.

8. மனோதத்துவம், கவிதை, பாடல், காதல், இசைகள் உள்ளது. குழந்தைகள் முதல் முதியவர்கள் வரை அனைத்து மனிதர்களுக்கும் நல் ஆலோசனை, கடிந்துக் கொள்ளுதல், தீர்க்கத்தரிசன எச்சரிப்பு வழிகாட்டல், நீதிநெறி போதனைகள் உள்ளது.

9. இயற்கை மருத்துவம், ஊட்டச்சத்து ஆரோக்கிய உணவு, பழக்க வழக்கங்கள் கற்பிக்கப்பட்டுள்ளது. ஓய்வு நாள் (Rest day) எல்லா மனிதர்களுக்கும், வேலை செய்யும் மற்றும் மனிதர்கள் பயன்படுத்திக் கொள்ளுகிற விலங்கினத்திற்கும் ஓய்வு அவசியம் உண்டு என்று கர்த்தர் கற்பிக்கின்றார்.

10. விலங்கியல், தாவரவியல், பூலோகவியல், வானியல், இயற்கை அமைப்புகள், வனாந்திரம், வறட்சி, பாலைவனம், செழிப்பு, சுகம், துக்கம், கால நிலைகள் பற்றிய பல ஆச்சரியங்கள் உள்ளடங்கிய அறிவு களஞ்சியமாக உள்ளது. விவசாய முறைகள், நிலம் பராமரிப்பு கற்பிக்கப்பட்டுள்ளது.

11. முற்காலத்தில் மிருகங்களை பலிகள் செலுத்தும் முறைகளும் அதற்கான காரணம் பலன்கள் பற்றிய மத வழி முறைகள் விதி முறைகள் உள்ளது. இயேசு கிறிஸ்துவின் சிலுவை மரணத்தில், உயிர்த்தெழுதல் மூலமாக எல்லா பலிகளுக்கும் முடிவு உண்டானது. அதினால் மனித சமுதாயம் பரிசுத்தம் பாதுகாப்பு விடுதலைக்கான இரட்சிப்பு (Salvation) பெற்றுக்கொள்வதை நிச்சயமுடன் போதிக்கின்றது.

12. ஆட்சியாளர்கள் – இராஜாக்கள், நியாயாதிபதிகள், இராணுவ அதிகாரிகள், ஆன்மீகவாதிகள் – தீர்க்கத்தரிசிகள் ஆகியோர் தனிப்பட்ட வாழ்விலும் சமுதாய பணிகளிலும் பணம் பொருள் பொன் போர் ஆயுத உபகரணங்கள் யுத்த சேனைகள் ஆகியவற்றை அதிகமாக சம்பாதிக்கவும் சேர்க்கவும் கூடாது. இவர்கள் மக்களுக்கு குற்ற குறைகளின் நியாய விசாரிப்பில் லஞ்சம் – பரிதானம் ஏதும் வாங்காமல் பெரியவன் சிறியவன் என்ற பாராபட்சம் பாராமல், பயம் இல்லாமல் நீதி தவறாமல் நியாயமுடன் விசாரணை செய்து குற்றமற்றவர்களை விடுவிக்க வேண்டும்; குற்றவாளிகளை அபராதம் நஷ்ட ஈடுகளை செலுத்தும்படி செய்து குற்றத்தின் தன்மைக்கேற்ப அவர்களை தண்டிக்கவும் வேண்டும் இவ்வாறு சமுதாய நீதியை தேவனாகிய கர்த்தர் கற்பித்து கட்டளைகளை கொடுத்துள்ளார்.

மனித நேயமும் பக்தி வாழ்வும் தனித்தனியானது அல்ல. அவைகள் இரண்டும் சேர்ந்ததே இறை நம்பிக்கை வாழ்வாகும். அது ஜீவ மார்க்கம் என்று அழைக்கப்படுகிறது. இது மனித வாழ்வை, அவர்களின் அழியாத ஆத்துமாவை நிலையான வாழ்வுக்குள் நித்திய ஜீவனுக்கு நேராக வழிநடத்துகின்றது. இந்த உலகம் அதிலுள்ள மனித வாழ்வுக்கு முடிவு உண்டு. என்று போதிக்கும் ஒரே உன்னத புத்தகம் தேவனுடைய வார்த்தையாக (Holy bible) பரிசுத்த வேதாகமம் உள்ளது. எனவே தான் இவைகள் மீண்டும் மீண்டும் மனிதர்களுக்கு நினைப்பூட்டப்படுகிறது: இந்த வேத புத்தகம் மக்களுக்கு இலவசமாகவும் அவசியம் கொடுக்கப்படுகிறது.

உங்கள் தேவனாகிய கர்த்தர் உங்களுக்குக் கற்பித்தபடியே செய்ய சாவதானமாயிருங்கள்; வலதுபுறம் இடதுபுறம் சாயாதிருப்பீர்களாக.

நீங்கள் சுதந்தரிக்கும் தேசத்திலே பிழைத்து சுகித்து நீடித்திருக்கும்படி, உங்கள் தேவனாகிய கர்த்தர் உங்களுக்கு விதித்த வழிகளெல்லாவற்றிலும் நடக்கக் கடவீர்கள். நீ உன் தேவனாகிய கர்த்தருக்குப் பயந்து, உயிரோடிருக்கும் நாளெல்லாம், நீயும் உன்குமாரனும் உன் குமாரத்தியும், நான் உனக்கு விதிக்கிற அவருடைய எல்லா கற்பனைகளையும் கட்டளைகளையும் கைக்கொள்ளுகிறதினாலே உன் வாழ்நாட்கள் நீடித்திருக்கும்படி, நீங்கள் சுதந்தரிக்கப்போகிற தேசத்திலே கைக் கொள்வதற்காக, உங்களுக்குப் போதிக்க வேண்டும் என்று உங்கள் தேவனாகிய கர்த்தர் கற்பித்த கற்பனைகளும் கட்டளைகளும் நியாயங்களும் இவைகளே. (உபா – 5: 32,33; 6: 1,2)

கவனி: உலக ராஜ்யங்களினால் மனிதர்களுக்கு கொடுக்க முடியாத முழுமையான ஒன்றை, தேவனுடைய ராஜ்யம் கொடுக்கிறது; அதுவே நீடித்த நித்திய வாழ்வு (ஜீவன்).இதை பெற்றுக்கொள்ளும் வழிமுறைகளையே நமக்கு தேவன் கற்பிக்கின்றார் போதிக்கின்றார். பெரியவர்கள்,பெற்றோர்கள்,தலைவர்கள் முதலில் போதனைகளுக்கும் தேவனின் கட்டளைகளுக்கும் கவனமாய் செவிசாய்த்து செயல்படுகிறவர்–களாகவும் தேறினவர்களாகவும்இருக்க வேண்டும்.

காரணம்: உங்களைப் பார்த்து தான் முதலில் பிள்ளைகள் வளருகிறார்கள் கற்று செயல்படுகிறார்கள் என்பதை மிக ஜாக்கிரதையுடன் உணரவேண்டும்; பெரியவர்களும் பெற்றோரும் நல்ல தலைமுறையினரை உருவாக்குவதில் முதன்மை பொறுப்பு மிக்கவர்களே. சிறுவர்களுக்கு போதிப்பதில் பொறுமைசாலிகளாகவும் தேறினவர்களாகவும் இருக்க வேண்டும். நீங்கள் தவறானவர்களாய் வாழ்ந்தால் அதன் தாக்கம் பின்வரும் இளம் தலைமுறையினரை தீயவர்களாய் மாற்றிவிடும்; இதற்கும் நீங்களே முதல் காரணமாகி விடாதீர்கள் (துயவ செய்து உங்களை மாற்றிக்கொள்ளுங்கள் இல்லையேல் எங்காவது ஓடி மறைந்துக் கொள்ளுங்கள்.)

IV. பிள்ளைகளுக்கும் பெற்றோருக்குமான போதனையின் முக்கியத்துவம்

என் மகனே, என் போதகத்தை மறவாதே; உன் இருதயம் என் கட்டளைகளைக் காக்கக்கடவது. அவைகள் உனக்கு நீடித்த நாட்களையும்,தீர்க்காயுசையும், சமாதானத்தையும் பெருகப்பண்ணும். அவைகள் உன் ஆத்துமாவுக்கு ஜீவனும், உன் கழுத்துக்கு அலங்காரமுமாயிருக்கும். கிருபையும் சத்தியமும் உன்னைவிட்டு விலகாதிருப்பதாக; நீ அவைகளை உன் கழுத்திலே பூண்டு, அவைகளை உன் இருதயமாகிய பலகையில் எழுதிக்கொள். அதினால் தேவனுடைய பார்வையிலும் மனுஷருடைய பார்வையிலும் தயையும் நற்புத்தியும் பெறுவாய். அப்பொழுது நீ பயமின்றி உன் வழியில் நடப்பாய், உன் கால் இடறாது. நீ படுக்கும்போது பயப்படாதிருப்பாய்; நீ படுத்துக்கொள்ளும்போது உன் நித்திரை இன்பமாயிருக்கும் (நீதி – 3: 1, 2,3, 4, 22 – 24)

a. பிள்ளைகளே, நீங்கள் தகப்பன் போதகத்தைக் கேட்டு, புத்தியை அடையும்படி கவனியுங்கள். நான் உங்களுக்கு நற்போதகத்தைத் தருகிறேன்; என் உபதேசத்தை விடாதிருங்கள்.

b. நான் என் தகப்பனுக்குப் பிரியமான குமாரனும், என் தாய்க்கு மிகவும் அருமையான ஒரேபிள்ளையுமானவன். அவர் எனக்குப் போதித்துச் சொன்னது: உன் இருதயம் என் வார்த்தைகளைக் காத்துக் கொள்ளக்கடவது; என் கட்டளைகளைக் கைக் கொள் அப்பொழுதுபிழைப்பாய்.

ஞானத்தைச் சம்பாதி, புத்தியையும் சம்பாதி; என் வாயின் வார்த்தைகளை மறவாமலும் விட்டு விலகாமலும் இரு. ஞானமே முக்கியம், ஞானத்தைச் சம்பாதி; என்னத்தைச சம்பாதித்தாலும் புத்தியைச் சம்பாதித்துக் கொள். அது உன் தலைக்கு அலங்காரமான முடியைக் கொடுக்கும்; அதுமகிமையான கிரீடத்தை உனக்கு சூட்டும். (நீதி – 4: 1,2,3 – 5,7,9)

இங்கே அருமையான பெற்றோர்கள் பெரியவர்கள் என்று சொல்வதற்கு ஏற்ற நல்ல சிந்தனை, அனுபவம் கொண்டவர்களாக, தங்கள் பிள்ளைகளின் வாழ்க்கை செம்மையானதாகவும், நீடித்த வாழ்நாட்களும், நித்திய ஜீவனையும் தலையில் ஜீவ கிரீடத்தையும் பெற்றுக் கொள்ள வேண்டும், என்ற விசுவாச நேர்மையான நல்ல போதனைகளையும் கற்பிக்கின்றவர்களாய் இருந்திருக்கிறார்கள். மனித வாழ்க்கையின் உயரிய நோக்கம் இதுதான் என்ற ஞானம், வாழ்க்கை பற்றி அறிவு இன்றைக்கு அநேக மனிதர்களுக்கு பிள்ளைகளுக்கு தெரியவில்லை. இந்த புத்தகத்தை படிக்கின்ற நீங்கள் நீடித்த நாட்களை உடைய நல்ல வாழ்வை நித்திய ஜீவனை பெற்றுக்கொள்ள வேண்டும் என்பதே தேவனுடைய சித்தமாக விருப்பமாக இருக்கிறது.

A. பிள்ளையானவன் நடக்க வேண்டிய வழியிலே அவனை நடத்து; அவன் முதிர்வயதிலும் அதை விடாதிருப்பான். (நீதி – 22: 6,15) பிள்ளையின் நெஞ்சில் மதியீனம் ஒட்டியிருக்கும்; அதை தண்டனையின் பிரம்பு அவனைவிட்டு அகற்றும்.

எல்லா பிள்ளைகளும் பெற்றோரின் போதனைகளை அல்லது ஆசிரியர்களின் புத்திமதிகளை கேட்டு, அப்படியே செயல்படுவதில் அவர்களுக்கு கடினமாகவும் விருப்பம் இன்றியும் தங்களின் இஷ்டபடியே ஆட்டம் போடக் கூடிய பிள்ளைகளாய் இருப்பார்கள். நல்ல போதனை புத்திமதி நம் எதிர்கால நலன், வளர்ச்சி, பாதுகாப்புக்கான இன்றைய பயிற்சி என்பது பிள்ளை கள் அறியாதவர்களாய் அடம்பிடித்துசாதிக்கவும் பெற்றோரை சோதிக்கவும் செய்வார்கள். இதை அப்படியே விட்டு விடவும் கூடாது. வேண்டாத ஆகாத காரியங்களை எல்லாம் விரும்பி அடம்பிடிக்கும் போது பெற்றோரும் இரத்த உறவுகளும் பாசத்தை பொழிகிறேன் என்று விட்டு கொடுத்துக் கொண்டே... வாங்கி

கொடுத்துக் கொண்டே... பழுக்கப்படுத்துவது மிகவும் தவறான செயலாகும். அது தவறான வளர்ப்பாகவும் தடுமாறி செல்லும் தவறான திசையை காட்டும் செயலாகும். மதிப்புடன் வாழ்வதற்கான போதனைகளை வார்த்தைகளை முதலில் மதிக்க கீழ்படிய பழுக்கப்படுத்த வேண்டும்.

❖ பிள்ளையைத் தண்டியாமல் விடாதே; அவனைப் பிரம்பினால் அடித்தால் அவன் சாகான். நம்பிக்கையிருக்கு மட்டும் உன் மகனைச் சிட்சை செய்; ஆனாலும் அவனைக் கொல்ல உன் ஆத்துமாவை எழும்பவொட்டாதே. நீ பிரம்பினால் அவனை அடிக்கிறதினால் பாதாளத் துக்கு அவன் ஆத்துமாவைத் தப்புவிப்பாயே. (நீதி – 23: 13,14,19: 18)

எல்லா பிள்ளைகளும் ஒன்று போலில்லை. பாசத்திற்கு கொஞ்சலுக்கு கட்டுப்படும் குழந்தைகளும் உண்டு; பிரம்பு அடியின் தண்டனைக்கு பயந்துக் கட்டுபடும் குழந்தைகளும் உண்டு. இனம் குணம் கண்டறிந்து திறமையாய் பிள்ளைகளை சமாளிக்க வேண்டும் "நல்ல பெற்றோர்கள் தங்கள் பிள்ளைகளை புத்திமதி போதனை கண்டிப்புடனும், அதை மீறும்போது தண்டித்தும் நடத்துவார்கள் இதுதான் சிட்சை. கோபத்தில் தண்டனை என்று கொன்று விடுவது அல்ல சிட்சை." சிறு வயது தவறான செயல்கள் நடவடிக்கை வாலிபத்தில் கெட்டவனாகி ஊரையும் கெடுத்து, குற்றவாளியாகி முதிற்வயது வரைக்கும் காவல்துறையும், நீதித்துறையும் ஆயுளுக்கும் தண்டிப்பதை விரும்பாத நல்ல அன்புள்ள பெற்றோர்கள் உறவுகள், தங்கள் பிள்ளைகளை சிறுவயதிலேயே ஒழுக்கத்தை, நியாயத்தை, பண்பை, பகுத்தறிவை சொல்லிக் கொடுத்து பக்குவமாய் வளர்ப்பார்கள். ஒருவேளை வீட்டுக்கு அடங்காதது ஊரிலே அடக்கப்படும். அடிக்கப்படும் குற்றவாளி பிள்ளையாகி விடுகிறார்கள்.

B. பிரம்பைக் கையாடாதவன் தன் மகனைப் பகைக்கிறான்; அவன்மேல் அன்பாயிருக்கிறவனோ அவனை ஏற்கனவே தண்டிக்கிறான்.தகப்பன் தான் நேசிக்கிற புத்திரனைச் சிட்சிக்கிறது போல, கர்த்தரும் எவனிடத்தில் அன்புகூரு கிறாரோ அவனைச் சிட்சிக்கிறார். (நீதி – 3: 12; 13: 24; உபா – 8: 5; எபி – 12:6-8)

எந்த ஒருவரின் ஆத்துமாவும் கெட்டு போய் பாதாளத்தை நரகத்தை சென்றடைந்து விடக்கூடாது; நீதித் நித்திய பேரின்ப வாழ்வை பெற்றுக் கொள்ள வேண்டும் என்ற நோக்கத்தோடு மட்டுமே தேவனுடைய ராஜ்யத்தின் போதக சிட்சையும், கட்டளைகளும், தண்டனைகளும் தம் மக்களுக்கு கொடுக்கப் பட்டிருக்கிறது. இதை கிறிஸ்தவ மக்களே அநேகர் விரும்பாமல் தங்களையும் தங்கள் பிள்ளைகளையும் பொய்யான அன்பு தத்துவத்தில் கெட்டுபோகிறார்கள். அன்பு சகல பாவங்களையும் மூடும் என்பது உண்மைதான்; ஆனால் அதற்கு பிற்பாடும் பாவம் செய்துக்கொண்டே இருக்கும் போது, அதை மூடி மறைக்கும் போது; தானும் கெட்டு அழிந்து, ஊரையும் கெடுத்து விடலாம் என்ற பின் விளைவை ஏற்படுத்துமானால், அது மரண ஆக்கினைத்தீர்ப்பை வருவிக்கும்.

மனுஷனுடைய மதியீனம் அவன் வழியைத் தாறுமாறாக்கும்; என்றாலும் அவன் மனம் கர்த்தருக்கு விரோதமாய்த் தாங்கலையும், ஞானத்தைப் பெற்றுக்கொள்ளுகிறவன் தன் ஆத்துமாவைச் சிநேகிக்கிறான்; புத்தியைக் காக்கிறவன் நன்மையடைவான்.

உன் அந்நியகாலத்தில் நீ ஞானமுள்ளவனாயிருக்கும்படி, ஆலோசனையைக் கேட்டு, புத்திமதியை ஏற்றுக்கொள்.

மனுஷனுடைய இருதயத்தின் எண்ணங்கள் அநேகம்; ஆனாலும் கர்த்தருடைய யோசனையே நிலைநிற்கும்.

கர்த்தருக்குப் பயப்படுதல் ஜீவனுக்கேதுவானது; அதை அடைந்தவன் திருப்தியடைந்து நிலைத்திருப்பான்; தீமை அவனை அணுகாது.

என் மகனே, அறிவைத் தரும் வார்த்தைகளை விட்டு விலகச்செய்யும் போதகங்களை நீ கேளாதே. நீதிமொழிகள்: 19: 3, 8, 20, 21, 23, 27

❖ **நல்ல போதனைகளை புறக்கணித்தவர்களின் புலம்பல் நிலை:** ஐயோ, போதகத்தை நான் வெறுத்தேனே, கடிந்து கொள்ளுதலை என் மனம் அலட்சியம் பண்ணினதே! என் போதகரின் சொல்லைநான் கேளாமலும், எனக்கு உபதேசம் பண்ணினவர்களுக்கு என் செவியைச் சாயாமலும் போனேனே! சபைக்குள்ளும் சங்கத்துக்குள்ளும் கொஞ்சங்குறைய எல்லாத் தீமைக்குமுள்ளானேனே! என்று முறையிடுவாய். (நீதி – 5: 12 – 14, புலம் – 5: 1 – 17, லூக் – 16: 27 – 31)

IV. நீங்கள் உலகத்தை நோக்கிப் பார்த்தால் கவலைப்படுவீர்கள். உள்ளுக்குள்ளே (மனதிற்குள்ளே உள்ள பிரச்சனைகளை) பார்த்தால் மனக்கிலேசமடைவீர்கள். தேவனை நோக்கிப் பார்த்தால் இளைப்பாறுதலைக் கண்டடைவீர்கள். — கோரீ டென் பூம்.

உண்மை புறப்பட (வெளிப்பட) ஆயத்தமாகிக் கொண்டிருக்கும் போதே பொய் உலகத்தைப் பாதி சுற்றிவந்துவிடும். — சி.எச். ஸ்பர்ஜன்.

சிறுபிள்ளைகளே, வாலிபர்களே, முதியோர்களே, தலைவர்களே தேவனுடைய ராஜ்யத்தின் போதனைகளையும் வழிகளையும் ஏற்றுக் கொண்டு மனந்திரும்புங்கள். நம்முடைய மனித சமுதாயத்தின் வாழ்வு சோதனையும் வேதனையும் அடையாமல், அது சாதனையை நித்திய வாழ்வை அடையும் என்பதை விசுவாசியுங்கள். உங்கள் நம்பிக்கை வீண் போகாது. கர்த்தரே பூமியிலே நீதியையும் நியாயத்தையும் நடப்பிப்பவர்.

அத்தியாயம் – 5

நாம் சிறு பிள்ளையைப் போல் தேவனுடைய ராஜ்யத்தை ஏற்றுக்கொள்ள வேண்டும். மனந்திரும்புதலும், மறுபடியும் பிறத்தலும் வேண்டும்.

இயேசு சொன்னது : ... சிறு பிள்ளைகள் என்னிடத்தில் வருகிறதற்கு இடங்கொடுங்கள்; அவர்களைத் தடைபண்ணாதிருங்கள்; தேவனுடைய ராஜ்யம் அப்படிப்பட்டவர்களுடையது. எவனாகிலும் சிறுபிள்ளையைப்போல் தேவனுடைய ராஜ்யத்தை ஏற்றுக்கொள்ளாவிட்டால், அவன் அதில் பிரவேசிப்பதில்லையென்று மெய்யாகவே உங்களுக்குச் சொல்லுகிறேன் என்று சொல்லி, அவர்களை அணைத்துக் கொண்டு, அவர்கள்மேல் கைகளை வைத்து, அவர்களை ஆசீர்வதித்தார். (மாற்கு – 10: 13 – 16)

a. நாம் சிறுபிள்ளைகளை போன்று மாற வேண்டும்.

b. தேவனுடைய ராஜ்யத்தை ஏற்றுக் கொள்ள வேண்டும்.

c. நம்மை தேவனுடைய ராஜ்யத்திற்குள்ளாக ஏற்றுக் கொள்ளும் படியான (அ) (நுழைவதற்கு) பிரவேசிப்பதற்கு நாம் தகுதியடைய வேண்டும்.

என்பதைப் பற்றிய ஆய்வை இந்த அத்தியாயத்தில் பார்ப்போம்.

a. முதலில் நாம் பெரியவர்கள் தலைவர்களாக, கனவான்களாக, மதிப்புக்குரியவர்களாக,மிகப்பெரிய சிறிய பொறுப்பில் பதவிகளில் இருப்பவர்களாக காணப்படுவோம். யாவருமே உலக ராஜ்யங்களின் மத்தியில் மக்களுக்கு முன்னிலையில் தனித்தனியான அந்தஸ்தை பெற்றவர்களாக இருக்கலாம்; ஆனால் நாம் அனைவரும் தேவனுடைய ராஜ்யத்திற்குள் வரும்போது நம்மை உண்டாக்கின தேவனுக்கு முன்பாக ஒவ்வொருவரும் சமமானவர்களாகவே காணப்படுகிறோம். உயர்ந்தவன் தாழ்ந்தவன் என்ற ஏற்றத்தாழ்வுகள் இல்லை, ஆகவே நாம் சிறுபிள்ளைகளை போன்று மாற வேண்டும் !! இப்படி எப்படி மாறுவது? என்ற கேள்வி எழுவது இயல்பு? சிறு பிள்ளைகளை போன்ற மனதையுடையவர்களாய் கபடமில்லா–தவர்களாய் மனத்தாழ்மை உள்ளவர்களாய் பாலின் மீது பற்றுதல் உள்ளவர்கள் போன்று மாற வேண்டும் என்பது அதன் சரியான விளக்கமாக இருக்கும் என்று நான் நம்புகிறேன்.

சில குழந்தைகள் சிறு பிள்ளைகள் முரண்டு பிடிக்கும், அடங்காது கீழ்ப்படியாத தொல்லைகொடுக்கும் பிள்ளைகளாக இருக்கிறது. (அவர்களை பெற்றோர்கள் பிரம்பை கையாண்டு சிட்சித்து சரிசெய்வது பற்றி முந்தய பகுதியில்

விளக்கப்பட்டுள்ளது.) குழந்தைகளின் குணங்களுக்குள் செயல்களுக்குள் காணப்படும் இந்த முரண்பாடுகள் அவர்களின் முன்னோர்களின் மரபணுவழி தூண்டலின், மாம்சத்தின் வெளிப்பாடாக இருக்கிறது. வேறு வகையில் பார்த்தால் "எந்த குழந்தை யும் மண்ணில் பிறக்கையில் நல்ல குழந்தைகளே! அது நல்லவர் ஆவதும் தீயவர் ஆவதும் அன்னை (தந்தை) வளர்ப்பினிலே;" என்ற வளர்ப்பு சூழ்நிலைகளின் தாக்கமாகவும் இருக்கிறது! ஆனால் சிறுவயதிலேயே இக்குழந்தைகளை நாம் பயிற்றுவித்து சரி செய்யும் போது, அப்படியே மாறும் மனம் குணம் கொண்டவர்களாக இருப்பதால்; பெரியவர்களாகிய நாம் தேவனுடைய ராஜ்யம் நம்மை எப்படி மாற்ற விரும்பி சரிசெய்ய முயற்சிக்கிறதோ, அவ்வாறு நாம் குழந்தையை (சிறுபிள்ளைகள்) போன்றே மனத்தாழ்மையோடே மாற வேண்டும்.

b. இரண்டாவதாக சிறுபிள்ளைகளை போன்றே தேவனுடைய ராஜ்யத்தையும் அதின் போதனைகளை நித்திய ஜீவனுக்கான புதிய வாழ்க்கை கல்வியை கட்டளைகளை நாம் ஏற்றுகொள்ள வேண்டும்.

நீங்கள் மெய்யான ஒரே தேவனையும், இரட்சகரான இயேசு கிறிஸ்துவையும் அறிந்துக் கொண்டதற்கு முன்பு வரையில் உலக ராஜ்யங்களின் வழக்கத்தின் படியும், கொள்கை, தத்துவம், லட்சியம், போதனைகளின் பழக்க வழக்கங்களை உடையவர்களாக இருந்தீர்கள். உங்களை பொறுத்தமட்டில் அது சந்தோஷமும் சாதனையும் சாமர்த்தியமான வெற்றியான வாழ்க்கையாகவும் அல்லது துன்பமும் வேதனையும் ஏமாற்றமும் தோல்வியுமான வாழ்க்கையாகவும் இருந்திருக்கும். ஆனால் இந்த உலக ராஜ்யங்களுக்குட்பட்ட வாழ்க்கை பெரும்பான்மையானது, பாவமும் சாபமும் தண்டனையும் மரணத்திற்கு உட்பட்டதாகவே இருக்கிறது என்பதை நீங்கள் ஏற்றுக் கொள்வது (ஒப்புக் கொள்வது) கொஞ்சம் கடினமாக இருக்கும்.

தேவனுடைய ராஜ்யமும் அதன் போதனையும் கட்டளைகளும் உண்மையில் நாம் வாழ்வதற் கான ஜீவனையும் ஆசீர்வாதத்தையும் அங்கிகாரத்தையும் அதிகாரத்தையும் நமக்கு கொடுக்கக் கூடியதாக இருக்கின்றது.இதில் எந்த குழப்பமும் அவ நம்பிக்கையும் நமக்கு வேண்டாம். "நீங்கள் நித்திய (போரின்ப) ஜீவனுக்கு (வாழ்வுக்கு) நேராக வழிநடத்த படுவீர்கள் என்ற விசுவாசத்துடன் தேவனுடைய ராஜ்யத்தை விரும்பி ஏற்றுக்கொள்ளுங்கள்." சிறு பிள்ளைகள் தங்களை நல்ல எதிர் காலத்திற்கு நேராக வளர்க்கும் வழிநடத்தும் தங்கள் பெற்றோரையும் பள்ளிகூட ஆசிரியர்களையும் ஏற்றுக்கொள்வதை போன்றே, நீங்களும் தேவனுடைய ராஜ்யத்தையும் அதின் பிரதிநிதிகளை ஊழியக்காரர்களையும் ஏற்றுக் கொள்ள வேண்டும்.

மனமாற்றத்தின் அல்லது மனந்திரும்புதலின் மூலமாக மட்டுமே ஒரு மனிதன் புதியதான ஒன்றை, எனக்கு பிடிக்கவில்லை, விரும்பவில்லை என்று

சொல்லிய ஒரு நபரையோ ஒரு இடத்தின் சூழலையோ) நான் ஏற்றுக் கொள்ளுகின்றேன். என்ற பக்குவத்தை அடைய முடியும். "உலக ராஜ்யத்தின் போக்கிலிருந்து தேவனுடைய ராஜ்யத்தின் திசைக்கு நம் மனதை திரும்புவதே மனந்திரும்புதல்."

இதற்கான அவசியம் என்ன என்று நீங்கள் கேட்கலாம்?! நாம் அனைவரும் பாவிகள் என்ற நிலையிலிருந்து மனந்திரும்ப வேண்டும் என்று தேவன் எதிர்பார்க்கிறார்; பாவத்திற்கு குற்றசெயல்களுக்கும் ஆயுள் தண்டனையும் மரண தண்டனையும் உலக ராஜ்யங்கள் தரும்போது, தேவனுடைய ராஜ்யத்தின் சிங்காசனத்தில் வீற்றிருக்கும் நியாயாதிபதி மிகவும் சரியான துள்ளியமான பாரபட்சமற்ற முறையில், உலகராஜ்யத்தின் கீழ் உள்ள எல்லா மனிதர்கள் மேலும் (பாவிகள், மீறுதலுக்குள்ளானவர்கள்) நியாயத்தீர்ப்பை வழங்க ஆயத்தமுள்ளவராக இருக்கின்றார்.

நீதி – 28: 13 – தன் பாவங்களை மறைக்கிறவன் வாழ்வடையமாட்டான்; அவைகளை அறிக்கை செய்து விட்டுவிடுகிறவனோ இரக்கம் பெறுவான்.

I. எதை பாவம் என்றும் மீறுதல் என்றும் தேவனுடைய ராஜ்யம் நமக்கு சுட்டிக்காண்பிக்கிறது என்றால்;

1.   மனிதநேயமற்ற அநீதியான நியாயமற்ற எல்லா வாழ்க்கைமுறைகளையும்,

2.   மனுஷன் தனக்கு தேவர்களை தானே உண்டுபண்ணிக்கொள்வது. அவைகள் தேவர்கள் அல்ல விக்கிரகங்கள். (ஆபகூக் – 2: 18 – 20)

உலக ராஜ்யங்களில் இந்த காரியங்கள் சர்வசாதாரணமாகவும், கலாச்சாரம், பழக்க வழக்கம், பாரம்பரியம் மற்றும் மத நம்பிக்கை என்றும் 21 ஆம் நூற்றாண்டு வரையிலும் சொல்லிக்கொண்டும் பாவிகளாகவே, பகுத்தறிவை இழந்த நவீன கால மனிதர்களாக வாழ்கிறார்கள்.

"இந்த நிலையிலிருக்கும் ஒவ்வொரு மனிதனும் மனமாறுதலை அடைய வேண்டும்; இது மதம் மாற்றுவது அல்ல." அது மதி இழந்த (மெய் அறிவை), மாண்பு இழந்த, நல்ல மனமும் குணமும் செயலும் இழந்த நிலையை மாற்றும்; அற நிலைக்கான மற்றும் புனித நிலைக்கான ஒரு மனம் மாற்றமாகும். இது மதம் மாற்றுவது அல்ல. இதற்கு இப்படியும் சொல்லலாம்; மதம் பிடித்தவர்களை நல்ல மனிதர்களாய் மாற்றும் மனம் மாற்றும் செயலாகும்.

தேவனுடைய ராஜ்யம் என்பது ஒரு மதம் அல்ல அது மனித நேயத்தை வளர்த்து மனித சமுதாயத்தை வாழ்வு (ஜீவன்) பெற செய்து, அந்த ஜீவன் நிலைபேறுடைய நித்திய (பரிபூரண) ஜீவனுடையதாக மாற்றும் ஓர் பாதை அல்லது ஜீவ மார்க்கம் ஆகும். இயேசு கிறிஸ்து, இந்த ஜீவ மார்க்கத்தின் சேவையை

ஊழியத்தை செய்வதற்காகவே பூமிக்கு வந்தார். (சங் – 16: 4,10,11; யோவான் – 10: 10,11)

a. அவர்கள் தங்கள் எஜமான்களுக்குச் சொல்லும்படிக் கற்பிக்க வேண்டுமென்று இஸ்ரவேலின் தேவனாகிய சேனைகளின் கர்த்தர் உரைக்கிறது என்னவென்றால் :

நான் பூமியையும் மனுஷனையும் பூமியின் மேலுள்ள மிருக ஜீவன்களையும் என் மகா பலத்தினாலும் ஓங்கிய என் புயத்தினாலும் உண்டாக்கினேன்; எனக்கு இஷ்டமானவனுக்கு அதைக் கொடுக்கிறேன். (எரே – 27: 4 – 6; ஆதி – 1: 1 – 31;2: 1 – 15) (யோவான் – 1: 1 – 3; நீதி – 3: 19, 20; 8: 22 – 26,27 – 32,35,36; யோபு – 38: 1 – 41)

❖ **தேவனுடைய ராஜ்யம் நமக்கு மூன்று முக்கிய உண்மையை போதித்து தெளிவுப்படுத்துகிறது.**

1. தேவனாகிய கர்த்தர் ஒருவர் மாத்திரமே மனிதர்களையும் இயற்கை அனைத்தையும் உண்டாக்கினவர். நாம் அனுபவித்து வாழும்படியான நன்மைகளை அவரே பகிர்ந்து கொடுத்திருக்கின்றார்.

2. தேவனாகிய கர்த்தரையே நாம் யாவரும் வணங்கி போற்றி நன்றி சொல்லி உண்மையான உணர்வோடு முழுமையாக அன்பு கூற வேண்டும்.

3. அதற்கு இணையானதாக: நம்மை நாமே அக்கரையுடன் நேசித்து வாழ்வது போன்றே பிற மனிதர்களிடத்திலும் (சொந்த இரத்த உறவுகளுக்கும் அப்பாலே, வெளி வட்டத்திற்குட் பட்ட பிற மனிதர்கள்) மனித நேயத்தை, அன்பை அக்கரையை வெளிப்படுத்தும் வாழ்க்கையை தேவனுடைய ராஜ்யம் நமக்கு போதிக்கின்றது.   இதுதான் பகுத்தறிவு மிக்க பக்தியுள்ள சரியான வாழ்க்கை ஆகும்.   (மாற் – 12: 28 – 34)

b. ஆனால் உலக ராஜ்யங்களின் அதிபதியாக இருப்பவன் ! கள்ளனும் பொய்யனும் சோதனைக்காரன் பிசாசு சொல்வதை கவனியுங்கள்.

இயேசு பரிசுத்த ஆவியினாலே நிறைந்தவராய் யோர்தானை விட்டுத் திரும்பி, ஆவியானவராலே வனாந்திரத்திற்குக் கொண்டு போகப்பட்டு, நாற்பது நாள், பிசாசினால் சோதிக்கப்பட்டார்.அந்த நாட்களில் அவர் ஒன்றும் புசியாதிருந்தார்; உபவாசமாயிருந்த பின்பு, அவருக்கு பசியுண்டாயிற்று.

அப்பொழுது பிசாசு (சோதனைக்காரன்) இயேசுவை நோக்கி :

1. நீர் தேவனுடைய குமாரனேயானால், இந்தக் கல்லுகள் அப்பங்களாகும்படி சொல்லும் என்றான்.

2. பின்பு பிசாசு இயேசுவை எருசலேமுக்கு கொண்டு போய், தேவாலயத்த உப்பரிகையின்மேல் (உயரமான – உச்சியில்) நிறுத்தி: நீர் தேவனுடைய குமாரனேயானால் தாழக்குதியும்; ஏனெனில், தம்முடைய தூதர்களுக்கு உம்மைக்குறித்துக் கட்டளையிடுவார்; உமது பாதம் கல்லில் இடறாத படிக்கு, அவர்கள் உம்மைக் கைகளில் ஏந்திக் கொண்டு போவார்கள் என்பதாய் எழுதியிருக்கிறதுளென்று சொன்னான்.

3. மறுபடியும், பிசாசு அவரை மிகவும் உயர்ந்த மலையின்மேல் கொண்டுபோய், உலகத்தின் சகல ராஜ்யங்களையும் (அரசுகள்) அவைகளின் மகிமையையும் ஒரு நிமிஷத்திலே அவருக்குக் காண்பித்து :

இவைகள் எல்லாவற்றின் மேலுமுள்ள அதிகாரத்தையும் இவைகளின் மகிமையையும் உமக்குத் தருவேன், இவைகள் எனக்கு ஒப்புக் கொடுக்கப்பட்டிருக்கிறது; எனக்கு இஷ்டமானவனுக்கு இவைகளை கொடுக்கிறேன். நீர் என்னைப் பணிந்துகொண்டால் எல்லாம் உம்முடைய தாகும் என்று சொன்னான். (மத் – 4: 1 – 11; லூக் – 4: 1 – 13)

இந்த மூன்று சோதனைகளின் (Test) மூலமாக தேவனுடைய குமாரனாகிய இயேசுவை பாவம் செய்ய வைத்து அவரை பாவியாகவும் மீறுதலுக்குள்ளானவராகவும் மாற்றி, மனித குலத்தை இரட்சிக்கும் திட்டத்தை சிதைத்து, யாரும் நித்திய ஜீவனை பெற்றுவிடாமர் செய்து விடலாம், அதனால் தேவனுடைய குமாரனும் தேவனுடைய ராஜ்யமும், தன்னிடத்தில் தோல்வி அடைந்துவிட்ட நிலையை ஏற்படுத்த பிசாசு முயற்சித்தான்.

ஆனால் பிசாசு வெட்கமடைந்து தோற்று போனான். அவன் எப்படி தோல்வி அடைந்தான் என்பதை இங்கு கவனியுங்கள் :

இயேசு: முதல் சோதனையில் தேவனுடைய குமாரனாகிய தனக்கு உள்ள "வல்லமையை சுயஆதாயத்திற்கு தவறாக பயன்படுத்தவில்லை." இரண்டாவது சோதனையில் தேவன் தம்முடைய அதிகாரத்தை, "அவருடைய குமாரனாகிய இயேசுவின் சுய பெருமைக்கு" சோதித்து பார்க்க இயேசு அனுமதிக்கவில்லை. மூன்றாவதும் மிக முக்கியமான சோதனையில் உலக ராஜ்யங்களின் எல்லா அதிகாரத்தின், செல்வ செழிப்பின் (மகிமையின்) அந்தஸ்துகளின் மீதும் ஆசைக்கொண்டு; ஒன்றான மெய்தேவனாகிய கர்த்தரை மாத்திரமே ஆராதித்து (அன்பு செலுத்தி) பணிந்து கொள்வதை விட்டு விலகினவராகவோ மற்றும் பிசாசை தொழுதுக்கொண்டு வணங்குவதையும் மறுத்து விட்டார். பிசாசை, அப்பாலே போ (எனக்கு பின்னாக போ) சாத்தானே என்று துரத்தி விட்டார்.

குறிப்பு: இயேசு கிறிஸ்து மூன்று சோதனைகளிலும் இவ்வாறாக வெற்றி பெற்றார். மனு குலத்தை மீட்கும் இரட்சிப்பின் திட்டத்தில் தேவனையே சார்ந்தவராக தனக்குள்ள "அதிகாரத்தையும் வல்லமையையும்" தாழ்விலும் இருளிலும்

பாவத்திலும் மரணத்திலும் கிடந்த "மனிதர்களை மீட்டெடுக்க மாத்திரம் பயன்படுத்தினார்." சிலுவை மரணம் வரைக்கும் இயேசு தான் தேவனுடைய ரூபமாயிருந்தும், தேவனுக்குச் சமமாயிருப்பதைக் கொள்ளையாடின பொருளாக எண்ணாமல், தம்மைத் தாமே வெறுமையாக்கி, அவர் மனுஷரூபமாய்க் காணப்பட்டு, மரணபரியந்தம், சிலுவையின் மரணபரியந்தமும் (இரட்சிப்பின் திட்டம் நிறைவேறி வெற்றி அடையும்படியாக) கீழ்ப்படிந்த வராகி, தம்மைத் தாமே தாழ்த்தினார். (பிலி - 2: 4 - 11)

தொடக்கம் முதல் இறுதி வரையில் பிசாசு இயேசுவினிடத்தில் ஒரு குற்றத்தையும் பாவத்தையும் மீறுதலையும் காணமுடியாமல், அவன் இறுதி வரையில் தோல்வி அடைந்தான். பின்பு வெற்றி அடைந்த இயேசு கிறிஸ்துவிற்கு வானத்திலும் பூமியிலும் சகல அதிகாரமும் கொடுக்கப்பட்டது.

இயேசு சொன்னார்: தான் சிலுவை பாடுகளின் மரணத்தை ஏற்றுக் கொள்ளுவதற்கு முன்பு சில நாட்களுக்கு முன்பாகவே சொன்னார் :

இப்பொழுதே இந்த உலகத்தின் அதிபதி புறம்பாகத் தள்ளப்படுவான். இந்த உலகத்தின் அதிபதி வருகிறான், அவனுக்கு என்னிடத்தில் ஒன்றுமில்லை. இந்த உலகத்தின் அதிபதி நியாயந்தீர்க்கப்பட்டு விட்டான். (மத் - 28: 18 - 20; யோவான் - 12: 30;14: 30;16: 11)

யாக்கோபு 4: 10, 7; 1 பேதுரு 5: 6 −9;

கர்த்தருக்கு முன்பாகத் தாழ்மைப்படுங்கள், அப்பொழுது அவர் உங்களை உயர்த்துவார்.

ஆகையால், தேவனுக்குக் கீழ்ப்படிந்திருங்கள்; பிசாசுக்கு எதிர்த்து நில்லுங்கள், அப்பொழுது அவன் உங்களைவிட்டு ஓடிப்போவான்.

ஆகையால், ஏற்றக் காலத்திலே தேவன் உங்களை உயர்த்தும்படிக்கு, அவருடைய பலத்த கைக்குள் அடங்கியிருங்கள்.

அவர் உங்களை விசாரிக்கிறவரானபடியினால் உங்கள் கவலைகளையெல்லாம் அவர்மேல் வைத்துவிடுங்கள்.

தெளிந்த புத்தியுள்ளவர்களாயிருங்கள், விழித்திருங்கள்; ஏனெனில், உங்கள் எதிராளியாகிய பிசாசானவன் கெர்ச்சிக்கிற சிங்கம்போல் எவனை விழுங்கலாமோ என்று வகைதேடிச் சுற்றித்திரிகிறான். விசுவாசத்தில் உறுதியாயிருந்து, அவனுக்கு எதிர்த்து நில்லுங்கள்; உலகத்திலுள்ள உங்கள் சகோதரரிடத்திலே அப்படிப்பட்ட பாடுகள் நிறைவேறி வருகிறதென்று அறிந்திருக்கிறீர்களே.

குறிப்பு: உலக ராஜ்யங்களின் கீழ் உள்ள மக்கள், பல மதம் இனகுழுக்களாய் வாழ்ந்தாலும்; பல சோதனைகளில் பிசாசின் வஞ்சகத்தினால் தோல்வி அடைந்தவர்களாய், குழப்பமானவர்களாய், சிந்தித்து சரியான செம்மையான வாழ்க்கையை வாழ முடியாதவர்களாய் காணப்படுகிறார்கள். அதினாலே வாழ்க்கையை தவறான அநீதியான நோக்கத்தோடும், இறைபக்தியை கடவுள் நம்பிக்கையை தவறான செயல்கள் மூலமாக தங்களுக்கான தெய்வங்களை பல தொழில்நுட்ப உதவியுடன், சிற்ப கலைஞர்களின் உதவியுடனும் தாங்களே உருவாக்கி கொள்கின்றார்கள். இந்த மனிதர்களுக்குள்ளாக ஒளியை (மெய்யான ஒரே சர்வ வல்ல தேவனை) பகைக்கும் இருளின் ஆதிக்க சங்கிலி எவ்வளவாய் பிணைக்கப்பட்டுள்ளது.

எனவே அவர்கள் சக மனித சமுதாயத்திற்கும் தன் சொந்த தேசத்திற்கும் சாபத்தின் அடையாளமாக, அநீதியான அநியாயமான பல ஊழல், முறைகேடுகளின் செயல்கள் மூலமாக, அதிகாரத்தை பதவியை தங்களின் சுயலாபத்திற்காக பயன்படுத்திக் கொள்கிறார்கள். உங்களுக்கு சரியென்றும் நியாயமென்றும் தோன்றுகிறதை செய்வதை விட்டு விட்டு; தேவனாகிய கர்த்தரின் கட்டளைகளை கைக் கொண்டும் அவரின் நியாயங்களை நீங்கள் நிறைவேற்றி வாழ வேண்டும். தந்திரமமான வஞ்சகமான பொய்யான வாழ்க்கை முறையிலிருந்து விலகி, தேவனுடைய ராஜ்யத்தோடு இணைந்திருங்கள்.

c.   **மூன்றாவதாக – நீங்கள் தேவனுடைய ராஜ்யத்திற்குள் பிரவேசிப்பதற்கான தகுதியையைபெறும் மறுபிறப்பின் அனுபவத்தை பெற வேண்டும்;**

மனந்திரும்புதலுக்கென்று ஞானஸ்நானம் பெற வேண்டும். இது ஜலத்தினாலும் ஆவியினாலும் பெற்றுக் கொள்ளக்கூடிய முழுமையான ஞானஸ்நானம் ஆகும். இதில் யாருக்கும் விதி விலக்கு இல்லை. எந்த ஒரு மனிதனும் தேவனுடைய ராஜ்யத்திற்குள் விசுவாசத்துடன் வர விரும்பினால் அவனுக்கான அடிப்படை தகுதியும் கட்டளையும் இது.

ஞானஸ்நானம் என்பதும் அதின் நோக்கமும் என்ன?

Baptism - திருமுழுக்கு – ஞானஸ்நானம் என்பது கிறிஸ்தவ நம்பிக்கை விசுவாசத்தின்படி ஒரு நபர் தண்ணீருக்குள் மூழ்கி எழும்புவதைக் குறிக்கிறது. கிறிஸ்தவ சபைகளில் அதின் போதகரால், ஒவ்வொரு நபருக்கும் அவர்களின் மனப்பூர்வமான ஒப்புதல் விசுவாசத்தின் கீழ்ப்படிதலின்படியே சுத்தமான தண்ணீர் உள்ள தொட்டியிலோ அல்லது குளம், ஆறு, ஏரி, நீரோடைகளிலோ ஒரு இடத்தில் அந்த நபர்களுக்கு பிதா, குமாரன், பரிசுத்த ஆவியின் பெயரால் ஞானஸ்நானம் கொடுக்கும் கிறிஸ்தவ சமயம் மார்க்கத்தின் சடங்கு ஆகும். இதில் உள்ளங்கால் முதல் உச்சந்தலை வரைக்கும் முழுவதுமாக மூழ்கி எழுந்திருக்க வேண்டும்.

சாதாரணமாக நாம் ஸ்நானம் பண்ணுவது என்பது தண்ணீரில் குளிப்பது, நீரோடை, குளம், ஏரி, கடல் என்று ஓர் இடத்தில் தண்ணீரில் குளிப்பதாகும். ஞானஸ்நானம் எடுப்பது என்பது அன்று முதல் நாம் புதிதும், பரிசுத்தமும், தெய்வீகமான வாழ்வுக்கு அர்ப்பணிக்கும் ஆரம்ப நிலை ஞானமான செயல் ஆகும். இன்றுமுதல் இந்த பூமியின் வாழ்வில் நாம் – நான் தேவ ஆவியினாலும் – தேவனுடைய வார்த்தை கட்டளைகளினாலும் வழி நடத்தப்படும் ஞானத்தைப் பெற்றுக்கொள்ள போகின்றோம். தேவனுடைய பிள்ளைகளான அடையாளம் பெற்றவர்களாக ஜெயம்கொள்ளும் தேவ மனிதர்களாக முன்னேறுவதற்கு – நிகழ்காலத்திலும் வருங்காலத்திலும் தேவனுடைய வெளிப்பாடுகளை வல்லமையை பெற்றவர்களாக வாழ்வதற்கு பரலோக ராஜ்யத்தின் அனுமதி அங்கிகாரம் உதவி ஒத்தாசை உண்டாகும்.

பிசாசும் சாத்தானானவன் தனக்கு தெரிந்து அரைகுறை வசனம் வெளிப்பாடு மூலம் இயேசு கிறிஸ்துவை சோதித்து தோல்வி அடைய செய்யும் முயற்சியை செய்தான். அவன், அவரிடம் தோற்றுப்போனான். இதுபோல நம் ஒவ்வொருவரிடமும் – ஞானஸ்நானம் பெற்றவர்களிடமும் இன்றும், பிசாசு – சாத்தான் அவனின் கூட்டாளிகளுடன் அரைகுறை வசனம், வெளிப்பாடு, உண்மை நன்மைகளுடன் தீர்க்கதரிசனம் அற்புதம் அடையாளம், ஆஸ்தி, ஆசீர்வாதம், அழகு, உலக செல்வம், பெருமை, பதவி உயர்வு, சிற்றின்பம் என்று ஆசைகாட்டி சோதிக்கின்றான். அவர்களை தேவனுடைய சித்தம் – பூரண சத்தியத்தின்படி ஜெயமுள்ள வெற்றியுள்ள கிறிஸ்தவர்களாக வாழாமல் தோல்வி அடைய செய்யும் நிலைக்கு தந்திரமாக வேத வசனத்தை பயன்படுத்தியே அவர்களை திசைத் திருப்புகின்றான்.

இப்படிப்பட்டவர்கள் தண்ணீரினால் ஞானஸ்நானம் பெற்றாலும், பரிசுத்த ஆவியினாலும் நிரப்பின வாழ்வும், இயேசு கிறிஸ்துவைபோல சகல சத்தியத்தையும் அறிந்தவர்களாக, கீழ்ப்படிபவர்களாக, பகுத்தாராய்ந்து வசனத்தை பேசுகின்றவர்களாக பிரசங்கிப்பவராக இருக்கும்போது நீங்கள் நிலையான வாழ்வை – நித்திய ஜீவனைப் பெற்றுக்கொள்வதற்கு ஜெயம் பெறும் கிறிஸ்தவர்களாக தேவனுடைய பிள்ளைகளாகக் காணப்படும்போது, பிசாசு – சாத்தான் உங்களைக் கண்டு ஓட்டம்பிடித்து விலகிவிடுவான்.

இந்த அடிப்படையான அஸ்திபார காரியங்களில் அறியாமையுடனும், கவனக்குறைவுடனும் மெத்தனமாகவும் இருக்கக்கூடாது. பெற்றோர்கள், போதகர்கள், ஞாயிறு பள்ளி, விடுமுறை வேதாகம பள்ளி, கல்லூரி ஆசிரியர்கள் ஆகியோர்களின் தவறான போதனை, அறியாமை, அக்கறையின்மையால் சிறுவயது முதற்கொண்டே அநேக மனிதர்கள் சாத்தானின் – பிசாசின் தந்திரம் வஞ்சகம் பொய் கபடம் பெருமையின் சோதனையில் வலையில் ஈர்க்கப்பட்டு

விடுகின்றார்கள். இவர்கள் தேவனுடைய சித்தம், திட்டம் வார்த்தைகளின் கட்டளைகளுக்கு செவிசாயாமல் கீழ்ப்படியாமல் தங்களின் நித்திய வாழ்வை கெடுத்துக்கொள்ளும் வண்ணமாக, உலகத்தின் கேடான கொள்கை மனிதர்களோடு இணைந்துக்கொண்டு தேவ நீதிக்கும், பிரமாணத்தின் நியாயத்திற்கும் எதிரானவர்களாய் தங்களின் நித்திய இரட்சிப்பை இழந்து போகின்றார்கள்.

முடிவுபரியந்தமும் நிலைநிற்பவனே இரட்சிக்கப்படுவான்; ஆகிலும் முந்தினோர் அநேகர் பிந்தினோராயும், பிந்தினோர் அநேகர் முந்தினோராயும் இருப்பார்கள் என்று இயேசு கிறிஸ்து சொன்னதை நினைவில் கொள்ளுங்கள். மத்தேயு. 10: 22; 19: 30; 24: 13, 3 – 44; மாற்கு. 10: 31;

மத்.3: 1, 2, 6, 8, 11, 12;

அந்நாட்களில் யோவான்ஸ்நானன் யூதேயாவின் வனாந்தரத்தில் வந்து: மனந்திரும்புங்கள், பரலோகராஜ்யம் சமீபித்திருக்கிறது என்று பிரசங்கம் பண்ணினான். தங்கள் பாவங்களை அறிக்கையிட்டு, யோர்தான் நதியில் அவனால் ஞானஸ்நானம் பெற்றார்கள். மனந்திரும்புதலுக்கு ஏற்ற கனிகளைக் கொடுங்கள்.

மனந்திரும்புதலுக்கென்று நான் ஜலத்தினால் உங்களுக்கு ஞானஸ்நானங் கொடுக்கிறேன். எனக்குப்பின் வருகிறவரோ என்னிலும் வல்லவராயிருக்கிறார், அவருடைய பாதரட்சைகளைச் சுமக்கிறதற்கு நான் பாத்திரன் அல்ல; அவர் பரிசுத்த ஆவியினாலும் அக்கினியினாலும் உங்களுக்கு ஞானஸ்நானம் கொடுப்பார்.

தூற்றுக்கூடை அவர் கையில் இருக்கிறது; அவர் தமது களத்தை நன்றாய்விளக்கி, தமது கோதுமையைக் களஞ்சியத்தில் சேர்ப்பார்; பதரையோ அவியாத அக்கினியினால் சுட்டெரிப்பார் என்றான்.

எல்லா நீதியையும் நிறைவேற்ற வேண்டும் என்ற கட்டளைக்கு இணங்க கீழ்ப்படிதலுடன் இயேசு கிறிஸ்துவும் இந்த ஞானஸ்நானத்தை எடுத்துக் கொண்டார்.

மத்.3: 15 –17;

இயேசு அவனுக்குப் பிரதியுத்தரமாக; இப்பொழுது இடங்கொடு, இப்படி எல்லா நீதியையும் நிறைவேற்றுவது நமக்கு ஏற்றதாயிருக்கிறது என்றார். அப்பொழுது அவருக்கு இடங்கொடுத்தான்.

இயேசு ஞானஸ்நானம் பெற்று, ஜலத்திலிருந்து கரையேறினவுடனே, இதோ, வானம் அவருக்குத் திறக்கப்பட்டது; தேவ ஆவி புறாவைப்போல இறங்கி, தம்மேல் வருகிறதைக் கண்டார். அன்றியும், வானத்திலிருந்து ஒரு சத்தம்

உண்டாகி; இவர் என்னுடைய நேசக்குமாரன், இவரில் பிரியமாயிருக்கிறேன் என்று உரைத்தது.

குறிப்பு 1: மறுப்பிறப்பின் அனுபவம் என்பது தெளிப்பு ஞானஸ்நானம் அல்ல. அது ஜலத்தினாலும் தேவ ஆவியினாலும் மூழ்கி (நிரம்பி) எழுகின்ற நிலை ஆகும். எ.கா. தாயின் வயிற்றில் கருப்பை எனும் உறை உள்ளது. அதில் நீர் நிறைந்திருக்கும் அதை பனிக்குடம் (Amniotic fluid) என்பர். அந்த நீரில் தான் கரு உருவாகி வளரும். கர்ப்ப காலத்தின் கடைசி காலகட்டத்தில் பனிக்குடம் உடைந்துநீர் வெளியேறி குழந்தை பிறக்கும் அனுபவம்.

குறிப்பு 2: மறுப்பிறப்பின் அனுபவம் என்பது குழந்தை ஞானஸ்நானம் மற்றும் மரித்தவர்களுக்காக, வேறு ஒருவர் ஞானஸ்நானம் எடுப்பது அல்ல. இயேசு கிறிஸ்துவை தேவனுடைய குமாரர், இரட்சகர் என்று அறிந்தும், புரிந்தும் அவரின் சுவிசேஷ நற்செய்திக்கு கீழ்படிதல் (விசுவாசமுள்ளவனாய்) உள்ள மனிதனாய் ஞானஸ்நானம் எடுப்பது மறுபிறப்பு அனுபவமாகும். அவனே இரட்சிக்கப் படுவான். (மாற்கு – 16: 16; யோவான் – 3: 18,36)

❖   யூதருக்குள்ளே அதிகாரியாக இருந்த நிக்கொதேமு என்பவன் இரகசியமாக இரவு நேரத்தில் இயேசுவினிடத்தில் வந்து போதனைகளையும் சந்தேகங்களையும் கேட்கிறவனாக இருந்தான்.

இயேசு அவனுக்கு பிரதியுத்திரமாக:

I.   ஒருவன் மறுபடியும் பிறவாவிட்டால் தேவனுடைய ராஜ்யத்தைக் காணமாட்டான்.

II. ஒருவன் ஜலத்தினாலும் ஆவியினாலும் பிறவாவிட்டால் தேவனுடைய ராஜ்யத்தில் பிரவேசிக்கமாட்டான் என்று மெய்யாகவே மெய்யாகவே உனக்குச் சொல்லுகிறேன்.

மாம்சத்தினால் பிறப்பது மாம்சமாயிருக்கும், ஆவியினால் பிறப்பது ஆவியாயிருக்கும் என்றார். (யோவான் – 3: 1 – 6) (எரே – 31: 31 – 34; எசேக் – 11: 19, 20; ரோமர் – 8: 5 – 14) ஒரு மனிதனின் மனந்திரும்புதலை தொடர்ந்து, மறுப்பிறப்பு என்பது புதிய வாழ்வுக்கான புது சிருஷ்டிப்பின் முதன்மையான நடவடிக்கையாக இருக்கிறது. ஆண் பெண் எல்லாருமே நல்லவர்கள் பரிசுத்தமுள்ளவர்கள் நியாயமுள்ளவர்கள் அல்ல. மறுபடியும் பிறப்பது பற்றிய செய்தியை சரியாகப் புரிந்துக்கொள்ள வேண்டும்.

வித்து – விதையின் தன்மை, தரம் குணம் நிறம் எப்படியோ; அது போன்றே மரம் செடி வளர்ந்து இலை காய் கனிகளைக் கொடுப்பது இயல்பான இயற்கை நிகழ்வு ஆகும். வித்தும் – விதையும் நன்றாக பலமுடன் ஆரோக்கியமானதாக இருக்கும்போது பல இயற்கை சூழல்களையும் எதிர்க்கொண்டு, மிக ஆழமாக

வேர்ப்பற்றி விருட்சமாக வளர்ந்து, நீண்ட காலத்திற்கு நிலைத்து கனிக் கொடுக்கும். சில இயற்கை சூழல்களில் விதையை பூச்சி அரித்தும், வேர்ப்பட்டுபோய், மரம் பலன் கொடுக்கமுடியாமல் காய்ந்து விடும்.

மனிதர்களின் வித்தின் மூலமாக பிறக்கும் பிள்ளைகளும் வளரும்போதும் வாழும்போதும் பாவங்களுடன், ஜென்ம சுபாவங்களுடன் உலகத்தோடு ஒத்துப்போகும் வேஷமுடன் வாழ்கின்றார்கள். எனவே, இவர்கள் தேவனையும் அவரின் நல்ல சித்தத்தையும் அறியாமல் அல்லது அறிந்தும் மீறினவர்களாக கீழ்ப்படியாமல் கடினமுள்ளவர்களாக வாழ்வார்கள். ஆகவே, இவர்கள் – நாம் – தேவனுடைய ஆவியினாலும் ஜலத்தினாலும் மறுபடியும் பிறந்து புதிய மனிதர்களாவதற்கும், செயல்படுவதற்கும் ஜீவனுள்ள தேவனுடைய வார்த்தையாகிய அழியாத வித்து – வார்த்தைகளினால் நிரப்படுகையில் நல்ல மனிதர்களுக்குரிய கனிகளை, தூய செயல்களை, குணங்களை, கொள்கைகளை வெளிப்படுத்தும் மாற்றம் அடைகின்றோம். நிலையான வாழ்வுக்கும் – நித்திய ஜீவனை பெறும் தகுதியுடன் தேவனுடைய ராஜ்யத்திற்குள்ளாக போகின்ற பாக்கியம் அடைகின்றோம்.

குறிப்பு: தகுதியின்மை என்பது நம்மை தடுத்து நிறுத்தி வெளியேற்றிவிடும் தோல்வியின் நிலையாகும். எந்த ஒரு பெரிய துறைகள், தொழில் நிறுவனங்கள் மற்றும் கல்வி நிறுவனங்களில் கூட நம்மை நம் குழந்தைகளை (பிள்ளைகளை) உட்புக செய்து, ஒரு இடத்தை ஒரு ஸ்தானத்தை அடைய செய்வதற்கு தகுதி என்பது அவசியமாக ஆராய்ந்து அறியப்படுகிறது. தாங்கள் அடைந்த நிலையை தக்க வைத்துக் கொள்ள கூடுதலான திறமைகளை வளர்த்துக் கொள்ள வேண்டும் என்பது அடுத்த கட்ட தகுதி நிலை ஆகும்.

II.   **தாயின் வயிற்றிலிருந்து பிறந்த பழைய மனிதன் மற்றும் மறுபடியும் (ஜலத்தினாலும், ஆவியினாலும்) பிறந்த புதிய மனிதனின் இரண்டு நிலைகளின் வேறுபாடுகளை கவனியுங்கள்:**

1. பழைய மனிதனின் பழைய வாழ்க்கை மாமிசமும் மரபுரீதியான பாவ உணர்வுகளின் தொடர்புடையவனாகவும் உலக ராஜ்யங்களின் கொள்கை, தத்துவம், தவறுகளோடு தொடர்புடையதாகவும் இருந்தது. மனந்திரும்புதலின் மறுபிறப்பின் மூலமாக ஜலத்தினால் மாம்சம் வெளிப்புறம் (சுத்தம் தூய்மை) புதுபிக்கப்படுவது போன்றே, தேவ ஆவியினால் பரிசுத்த ஆவியானால் உள்ளான மனிதனின் ஆவி புதுபிக்கப்படுகிறது. இந்த புதிய மனிதன் இனி தேவனோடும் தேவனுடைய ராஜ்யத்தின் வார்த்தைகள் கொள்கைகள் திட்டங்களோடு இணைக்கப்படுகிறான். பழையவைகள் ஒழிந்து போயின, எல்லாம் புதிதாவதற்கான அதிகார பூர்வமான அற்புதமான பாதைகள் வழிகள் நமக்கு திறக்கப்படுகிறது.

2. பழைய மனிதன் ஒரு ஆண் பெண்ணின் இரத்தம் மாம்ச சித்தம் (விருப்பத்தின்படி) படியே பிறந்தவன்; புதிய மனிதன் தேவனாலே பிறந்தவனாக்கப்படுகிறான். இனி அவன் தேவனுக்கு பிள்ளை என்ற உரிமையை அதிகாரத்தை பெற்றவனாகிறான். (யோவான் – 1: 12,13)

3. பழைய மனிதன் மாம்சத்தினால் பிறந்து,மாம்சத்தினுக்குரியவைகளை சிந்தித்து,மாம்சத்தின் படி நடந்து மாம்சத்தின் பெலவீனத்தின் படியே மாம்சம் இச்சிக்கிற விரும்புகிற பாவ வாழ்க்கை நிலையில் பிரியமுள்ளவனாயிருப்பான். முடிவாக பலனாக மரணத்தையும் நித்திய நரகத்தையும் அடைவான்.

ஆனால் புதிய மனிதன் மறுபடி பிறந்தவன், தேவனுடைய பிள்ளையாக மாறினவன், தேவனுடைய ஆவியினாலே நடத்தப்படுகிறான். தேவனுக்குப் பிரியமாயிருப்பவைகளை சிந்தித்து விரும்பி செயல்படுகிறான். எனவே அவனே தேவனுடைய புத்திரனாக இருப்பதால் பரிசுத்தமுள்ள வனாய், நீதிமானாகவும் தேவனுடைய ராஜ்யத்துக்குள்ளாக நுழையும் தகுதியை பெறுகிறான்.முடிவாக (பலனாக) கர்த்தராகிய இயேசு கிறிஸ்துவினால் உண்டாகும் நித்திய ஜீவனை பெற்றுக்கொள்கிறான். (ரோமர் – 6 : 17 – 23; 8: 5 – 16) (எசே – 36: 24 – 32)

4. 1 கொரி – 2: 11 – 14

மனுஷனிலுள்ள ஆவியேயன்றி மனுஷரில் எவன் மனுஷனுக்குரியவைகளை அறிவான்? அப்படிப்போல, தேவனுடைய ஆவியேயன்றி, ஒருவனும் தேவனுக்குரியவைகளை அறியமாட்டான்.

நாங்களோ உலகத்தின் ஆவியைப் பெறாமல், தேவனால் எங்களுக்கு அருளப்பட்டவைகளை அறியும்படிக்கு தேவனிலிருந்து புறப்படுகிற ஆவியையே பெற்றோம்.

அவைகளை நாங்கள் மனுஷஞானம் போதிக்கிற வார்த்தைகளாலே பேசாமல், பரிசுத்த ஆவி போதிக்கிற வார்த்தைகளாலே பேசி, ஆவிக்குரியவைகளை ஆவிக்குரியவைகளோடே சம்பந்தப்படுத்திக் காண்பிக்கிறோம்.

ஜென்மசுபாவமான மனுஷனோ தேவனுடைய ஆவிக்குரியவைகளை ஏற்றுக் கொள்ளான்; அவைகள்அவனுக்குப் பைத்தியமாகத் தோன்றும்; அவைகள் ஆவிக்கேற்றபிரகாரமாய் ஆராய்ந்து நிதானிக்கப்படுகிறவைகளானதால், அவைகளை அறியவுமாட்டான்.

மாமிசம் பெலவீனமுள்ளதுதான் எனவே ஆவியினால் உற்சாகமாக யாவற்றையும் செய்து முடிப்பதற்காகவே ஜலத்தினாலும் ஆவியினாலும் நாம் மறுபடியும் பிறக்க வேண்டியது அவசிய மாகும்.(யோவான் – 14: 16;16: 17;

மத் – 3 : 11,12; லூக் – 3: 16)இந்த தகுதியை நாம் அடைய இயேசு கிறிஸ்து உதவி செய்கிறார். அவர் நன்மை செய்கிறவராகவும், பிசாசின் வல்லமைகளை அழிக்கும் தேவ வல்லமையைக் கொண்டிருந்தார். நமக்கு ஞானத்தையும் உணர்வையும், ஆலோசனையும் பெலனையும், அறிவையும் அன்பையும், விடுதலையும் ஜீவனையும், கர்த்தருக்குப் பயப்படுகிற பயத்தையும், தீமைகளைப் பாவங்களை விட்டு விலகிடும் உணர்வையும் பரிசுத்த ஆவியானவர் அளிக்கின்றார். (ஏசாயா – 11: 1, 2; 48 : 14 – 18; 61: 1, 2, 3)

நீங்கள் வளரும்படி, புதிதாய்ப் பிறந்த குழந்தைகளைப் போல, திருவசனமாகிய களங்கமில்லாத ஞானப்பாலின்மேல் வாஞ்சையாயிருங்கள். (1 பேதுரு – 2 : 3)

கவனி: பிறந்த குழந்தைக்கு பாலின் மீது ஆசையும் வாஞ்சையும் இருக்கும். அதை கொடுப்பதற்கு தாயும் தகப்பனும் பொறுப்புடன் கவனமாக இருப்பார்கள். **காரணம்:** தாய்ப்பாலில் மட்டுமே குழந்தையின் அரோக்கியமான வளர்ச்சிக்கு தேவையான எல்லா ஆற்றலுமிகுந்த ஊட்டச் சத்துக்கள் நிறைந்து காணப்படுகிறது. பிள்ளை மறந்தாலும் மறுத்தாலும் ஏற்ற வேளையில் நல்ல தாயானவள் குழந்தைக்கு பால் கொடுப்பதை விட்டு விடாமல் கவனமாக கொடுப்பாள். பிள்ளை அழகாய் அறிவாய் ஆரோக்கியமாய் வளர வேண்டும் என்றே அன்புமிகுந்த பெற்றோர் ஆசைப்படுகிறார்கள்.

V. நாம் அறிந்திருக்கும் தேவனிடம் நாம் அறியாத வருங்காலத்தை ஒப்புக் கொடுக்க ஒரு போதும் பயப்படக்கூடாது.   – கோரி டென் பூம்.

வாழ்க்கை அதன் நீளத்தைக் கொண்டு அளக்கப்படுவதில்லை, அதன் பங்களிப்பைக் கொண்டு அளக்கப்படுகிறது. கஷ்டத்திலிருந்து பெரிய ஆசீர்வாதத்தைக் கொண்டுவரும் திட்டவட்டமான (தெளிவான தரிசனம்) திட்டம் இருந்தால் மட்டுமே தேவன் நமது பாதையில் துன்பங்கள் குறுக்கிடுவதற்கு அனுமதிக்கிறார்.   – பீட்டர் மார்ஷல்.

குறிப்பு: நீங்கள் திட ஆகாரத்தையும் சாப்பிட்டு பல சோதனைகளையும் கடந்து சாதனை புரிவதற்காகவும், நீங்கள் மறுபடியும் பிறந்தவர்கள் என்ற நிலையிலும் தகுதியுடனும் பாகம் இரண்டில் வரும் மிக முக்கிய சவாலான பகுதிகளையும் படித்து பயன்பெறுங்கள். நித்திய ஜீவனை பெற்றுக் கொள்வதற்கான பயணத்தையும் தொடருங்கள். நன்றி.

பகுதி-2

1 தீமோத்தேயு – 6: 19;   நித்திய ஜீவனைப் பற்றிக்கொள்ளும்படி வருங்காலத்திற்காகத் தங்களுக்கு நல்ல ஆதாரத்தைப் பொக்கிஷமாக வைக்கவும் அவர்களுக்குக் கட்டளையிடு.

யாக்கோபு – 3: 17,18

பரத்திலிருந்து வருகிற ஞானமோ முதலாவது சுத்தமுள்ளதாயும், பின்பு சமாதானமும் சாந்தமும் இணக்கமுமுள்ளதாயும், இரக்கத்தாலும் நற்கனிகளாலும் நிறைந்ததாயும், பட்சபாதமில்லாததாயும், மாயமற்றதாயுமிருக்கிறது.

நீதியாகிய கனியானது சமாதானத்தை நடப்பிக்கிறவர்களாலே சமாதானத்திலே விதைக்கப்படுகிறது.

எரேமியா. 36: 1 – 3

கர்த்தரால் எரேமியாவுக்கு உண்டான வார்த்தை என்னவென்றால்: நீ ஒரு புஸ்தகச்சுருளை எடுத்து, யோசியாவின் நாட்களிலே நான் உன்னுடனே பேசின நாள் முதற்கொண்டு இந்நாள்மட்டும் இஸ்ரவேலைக்குறித்தும், யூதாவைக்குறித்தும், சகல ஜாதிகளைக்குறித்தும் உன்னோடே சொன்ன எல்லா வார்த்தைகளையும் அதிலே எழுது. யூதாவின் குடும்பத்தார், அவரவர் தங்கள் பொல்லாத வழியைவிட்டுத் திரும்பும்படியாகவும், தங்கள் அக்கிரமத்தையும், தங்கள் பாவத்தையும், நான் மன்னிக்கும்படியாகவும், தங்களுக்கு நான் செய்ய நினைத்திருக்கிற தீங்குகளைக்குறித்து ஒருவேளை அவர்கள் கேட்பார்கள் என்றார்.

முன்னுரை :

நித்திய (வாழ்வை) ஜீவனை பெற்றுக்கொள்ள பத்து படிநிலைகள் பற்றிய முதல் ஐந்து அத்தியாயங்களில் மிகவும் முக்கியமான அடிப்படை குறிப்புகளை தொகுத்து வழங்கினேன். அவைகள் உங்கள் இன்றைய வாழ்க்கையின் ஆசீர்வாதத்திற்கான நன்மைகளுக்கான சத்தியம் என்று நான் நிச்சயமாக நம்புகிறேன். ஆம் அந்த உன்னதமான சத்தியத்தில் நீங்கள் உண்மையுள்ளவர்களாய் தெளிவுள்ளவர்களாய் நிலைத்திருங்கள். இறை நம்பிக்கையின் பற்றுதலின் பக்தி வாழ்க்கையில் இது குழந்தை சிறுபிள்ளைக்குரிய அடிப்படையான வாழ்வுக்கான அவசியமான அறிவு வெளிச்சம் (மெய்யான ஒளி) ஆகும்.

பகுதி இரண்டின் மூலமாக நீங்கள் திரவ ஆகாரத்திலிருந்து திட ஆகாரத்திற்கு மாறும் போது, வளர்ந்த முதிர்ந்த நிலைக்கு தடைகளையும் இடறல்களையும் சோதனைகளை கடந்து வெற்றியாளர்களாய் மாற வேண்டும். உங்களின் இன்றைய உலக மற்றும் ஆவிக்குரிய வாழ்க்கையில் நீங்கள் கெட்டு

போவதற்கான – இடறி போவதற்கான, தவறாக திசைத்திருப்பும், குழப்பும் நபர்களும், போதனைகளும், அரசுகளும் நம்மைச் சுற்றிலும் பெருகிவிட்டது. இதிலிருந்து தப்பி பிழைத்து நித்திய (வாழ்வை) ஜீவனைப் பெற்றுக் கொள்ள வேண்டுமானால், தொடர்ந்து வரும் தேவனுடைய ராஜ்யத்தின் தெளிவான போதனையின் வழிகாட்டுதலின் படியாகவே, நடைபயின்று விழுந்து எழுந்து நடந்து தொடர்ந்து நன்றாக நடந்து, பல சோதனைகளையும், நம்மைச் சுற்றி நெருங்கி நிற்கிற பாவத்தையும் தள்ளிவிட்டு, விசுவாசத்துடன் (செவி சாய்த்து + கீழ்ப்படிதலுடன்) இயேசு கிறிஸ்துவை நோக்கி அவரை போன்றே நமக்கு நியமித்திருக்கிற (தனித்துவமான) ஓட்டத்தின் பாதையில் பொறுமையோடே ஓடக்கடவோம்.

இயேசு கிறிஸ்துவை போன்றே இந்த பூமியின் வாழ்க்கையில் சோதனைகளை கடந்து சரித்திர சாதனையாளராக வெற்றி பெற்றவராக, தன்னைக்குறித்து வேதாகமங்களில் எழுதியிருந்தவைகளின்படியே எல்லாவற்றையும் செய்து முடித்தவராக; நித்திய நித்தியமாக ஜீவிப்பவராக உயிர்த்தெழுந்த இயேசு கிறிஸ்து உன்னதத்தில் சிங்காசனத்தில் பிதாவாகிய தேவனோடேகூட அமர்ந்தது போன்றே, நாமும் நித்திய ஜீவனை பெற்றுக் கொள்ளும்படியான சாதனையாளர்களாக வெற்றியாளர்களாக மாறும்படியாக பின்வரும் ஐந்து அத்தியாயங்களையும் கவனமாக கற்றுத்தேறுவோம். உத்தமமும் உண்மையுமாய் பின்பற்றுவோம். கர்த்தர் தாமே உங்களை ஆசீர்வதிப்பாராக. ஆமென்.

2 பேதுரு. 1: 10 – 12 ஆகையால், சகோதரரே, உங்கள் அழைப்பையும், தெரிந்துகொள்ளுதலையும் உறுதியாக்கும்படி ஜாக்கிரதையாயிருங்கள்; இவைகளைச் செய்தால் நீங்கள் ஒருக்காலும் இடறிவிழுவதில்லை.

இவ்விதமாய், நம்முடைய கர்த்தரும் இரட்சகருமாகிய இயேசுகிறிஸ்துவினுடைய நித்திய ராஜ்யத்துக்குட்படும் பிரவேசம் உங்களுக்குப் பரிபூரணமாய் அளிக்கப்படும்.

இதினிமித்தம், இவைகளை நீங்கள் அறிந்தும், நீங்கள் இப்பொழுது அறிந்திருக்கிற சத்தியத்தில் உறுதிப்பட்டிருந்தும், உங்களுக்கு இவைகளை எப்பொழுதும் நினைப்பூட்ட நான் அசதியாயிரேன்.

அத்தியாயம் – 6

பகுத்தறிவு ஞானம் நம் வாழ்வில் அவசியம். நம் வாழ்வை வெற்றியானதாக மாற்றும். பரிசுத்த ஆவியானவரே நமக்கு பகுத்தறிவின் ஞானத்தையும் தருகிறார்.

பகுத்தறிவு உள்ள மனிதனின் மனமும் மக்கள் இனமும் மட்டுமே வாழ்க்கையில் சீர்கேடுகளிலும் நஷ்டங்களிலும் பேரழிவுகளிலும் சிக்கிக் கொள்ளாமல், சிறப்பான சீரான செயல்களின் மூலமாக "வெற்றியுள்ள வாழ்க்கையை" விவேகம் வீரமுடன் முன்னெடுப்பார்கள்.

பகுத்தறிவு உள்ள தனிமனிதன் தேவனின் வரம் பெற்றவனாகவே, தன்னை மாத்திரம் காத்துக் கொள்பவனாயிராமல் கூடவே தன்னை சுற்றிலும் உள்ள பிற மக்கள் கூட்டத்தினரையும் காத்துக் கொள்ளும் மீட்டெடுக்கும் விவேகமும் வீரமும் தியாகமும் தெளிந்த புத்தியுமுள்ளவனாக இருப்பான். கடவுள் – இறைவன் இல்லை என்று சொல்பவர்கள் பகுத்தறிவாளிகள் அல்ல. கல்லை மரத்தை உலோகச்சிலை சிற்பங்களை எல்லாம் கடவுள் தெய்வம் என்று சொல்லிடும் விக்கிரக வழிப்பாட்டு நம்பிக்கையாளர்கள் மற்றும் பக்தியில் நம்பிக்கை மோசடியாளர்கள் எல்லோரும் பகுத்தறிவாளிகள் அல்ல.

பகுத்தறிவு என்பது என்ன? நாம் இப்பொழுது பார்க்கின்ற கேட்கின்ற அறிகின்ற காரியங்களும், காட்சிகளும், கல்வியும், கதைகளும் அல்லது நம் காலத்திற்கு முன்னதாகவே நடந்தவைகளை கடந்தவைகளை பற்றிக் கேட்டு கற்று அறிந்தவைகளை எல்லாவற்றையும், இன்று பக்குவமாக எது சரியானது? எது தவறானது? எது நன்மையானது? எது தீமையானது? எது உண்மையானது? எது போலியானது? என்றும் நாம் (பகுத்து) ஆராய்ந்து அறிந்துக் கொள்வதே பகுத்தறிவு ஆகும். இப்பிரபஞ்சம் இருப்பதற்கும் அதில் பல கோல்களும் சூரியனும் சந்திரனும் நட்சத்திரங்களும் அதின் மத்தியில் ஒரு அழகிய பூமியின் சுழற்சியும் சுற்றுச்சூழல்களும், அதில் மட்டுமே சுழற்சி முறைகளில் பல உயிரினங்களின் பிறப்பும் இறப்பும் நன்மையும் தீமையும் உயர்வும் தாழ்வும் நீடித்துக்கொண்டே இருக்கிறது. இதைப் பகுத்தறிந்து இவைகளுக்கு மேலாக ஓர் ஆளுமைமிக்க அதிகாரமிக்க இறைவன் – கடவுள் உண்டு என்ற உணர்வையும் உண்மையையும் கொண்டிருப்பவர்களே பகுத்தறிவுப் பெற்றவர்கள் ஆவார்.

உலக அளவில் பகுத்தறிவு இல்லாத பல கோடி மக்களின் வாழ்க்கை தரமும் அவர்களின் பொருளாதார வளர்ச்சி நிலையும் மிகவும் பின்தங்கியதாக தாழ்வான நிலையில் இருப்பதை காண முடிகிறது. இந்த மக்கள் பகுத்தறிவு இல்லாத நிலையிலேயே தொடர்ந்து நீடிக்கவும், மதவாத கோட்பாடுகளின் மனிதர்கள்

தலைவர்கள் தங்களை மட்டும் கொழுக்கவும் செழிக்கவும் செய்வதற்கு, மக்களிடத்திலே நம்பிக்கை மோசடிகளையும், வஞ்சகமான ஊழல் மோசடிகளையும் செய்கிறார்கள். அதற்கான பாரம்பரியம் மரபு என்றெல்லாம் திட்டம் வகுத்துக் கொள்கிறார்கள். அதனால், ஏமாற்றமும், வாழ்க்கையில் தோல்வியும் அடைவது என்னமோ பொது மக்கள் மட்டுமே. மக்கள் பகுத்தறிவினால் வெற்றிக் கொள்ள வேண்டும்.

பகுத்தறிவு என்பது மனிதனின் ஆறாம் அறிவோடு இணைந்ததாகவே எல்லாருக்கும் இருக்க வேண்டிய அவசிய தேவை ஆகும். குழந்தை நிலையிலிருந்து வளர்ந்த வாலிபர் இளைஞர் முதியவர் என்று எல்லா மனிதர்களுக்குமான பகுத்தறிவு பார்வையும், சீரான சிந்தனையும், நம் அடிப்படையான உணர்வாக இருக்க வேண்டியது அவசியமாகும். ஆனால் நிஜத்தில் அது மிக சிலருக்கு மட்டுமே உள்ளது. பலருக்கு உயர்கல்வி முதுநிலைக்கல்வி பட்டம் பல பெற்றிருந்தாலும் பகுத்தறிவு இல்லாதவர்களாக இருக்கிறார்கள்.

குறிப்பு: கடவுள் – இறைவன் இல்லை என்று சொல்லும் மனிதர் எல்லாம் பகுத்தறிவாளிகள் அல்ல; தேவன் இல்லை என்று சொல்பவன் மதிக் கெட்டவன் என்று பரிசுத்த வேதாகமத்தில் உண்மையுள்ள ஒரு பக்தன் கூறியுள்ளார். நான் சொல்வது என்னவென்றால் அடிப்படை அறிவு இல்லாதவர்கள் பகுத்தறிவாளிகளாய் இருப்பது முடியாது. மனிதனை பற்றிய, ஒரு பொருளை பற்றிய, இயற்கை பற்றிய, இறைவன் கடவுளை பற்றிய அடிப்படை அறிவும் புரிதலும் இல்லாத மனிதர் யாராக இருந்தாலும் அவர்கள் மனநிலை முதிர்ச்சி இல்லாத) பாதிப்புக்குள்ளானவர்களே !

திராவிடர்கள் எல்லாரும் பகுத்தறிவாளிகள் என்று சொல்வதற்கு சான்றுகள் இல்லை; திராவிடர்களான தமிழர், மலையாளி, தெலுங்கர், கன்னடர், கொடவர், துலவர் போன்றவர்கள் எல்லாரும் பகுத்தறிவாளிகளாக இன்றும் வாழ்வதில்லை இப்படியாக எந்த மொழியை இனத்தை தேசத்தை சார்ந்த மக்களாக இருந்தாலும், தேவ வரமாகிய பகுத்தறிவின் தேவையை முக்கியத்துவத்தை புரிந்துக் கொண்டு வாழ்ந்தால், கவனமாக பக்குவமாக பாதுகாப்புடன், அடிமைநிலையை, அடக்குமுறையை, தீமைகளை, தோல்விகளை, மூடத்தனத்தின் மோசடி நிலைகளை மேற்கொண்டு வாழ்வில் முழுமையான வெற்றியை பெற்று விடலாம். நித்திய பேரின்ப வாழ்வை நிலையான வாழ்வை (நித்திய ஜீவனை) அடைவதற்கும், பகுத்தறிவுள்ள வாழ்க்கை அஸ்திபாரமாக இருக்கிறது.

பகுத்தறிவின் உண்மை துளிகள்.....

மனிதா! உன் கற்பனை திறனால் வரைந்து, உன் கைகளினால் பாறைகளை குடைந்து, சிலைகளை செதுக்கி வனைந்து, உலோகங்களை உருக்கி பல விக்கிரக

கடவுள்களை படைக்கும் சாதனையே...! அதையே நீ வணங்கி! இது என் விதி என்று உன் மதி இழுக்கச் செய்யும் ஒரு வரலாற்றை பதிக்காதே.... அது மதியீனம். அதில் நீ மறக்கப்பட்டு விடுவாய்.

மனிதா! உன் சிந்தனையை செதுக்கி, அறத்தினால் பகுத்தறிவினால் உன் செயல்களை செப்பனிட்டு, நீயே அந்த சிலைகளை விடவும் மிகச் சிறந்த மனிதன் என்று சிந்தித்து உன்னை சீர்ப்படுத்தி பல சாதனை படைத்திடு....! இதுவே உன் அழகிய அழியாத வரலாறாக உலகம் அறிந்திடும். உன் அடிச்சுவடை தொடர்ந்திடும் அறிவு உலகம்.

புத்தியுள்ள பக்தி வாழ்வை பகுத்தறியுங்கள்:

நான் ஒரு தாயின் கருவில் உருப்பெற்று உருவாகி பிறந்ததின் பாக்கியம்; எங்கிருந்து யார் மூலமாக உண்டானது? உங்களுக்கும் இந்த பாக்கியம் யார் மூலமாக உண்டானது? நானும் நீங்களும் யாரை சார்ந்து, யாருக்கு நன்றி கடமையும், அன்பு கடனும் செலுத்த வேண்டும்? சிந்தியுங்கள். சத்தியமாக ஒரே ஒரு பதில் மட்டுமே உண்டு. அது என்னுடைய - உன்னுடைய ஒரு தகப்பன் ஒரு தாய் ஆனவர்கள் மட்டுமே!! பிறகு நம்முடைய வளர்ப்பு வாழ்வின் ஒவ்வொரு கால சூழல்களிலும் தகப்பனும் தாயும் உயிருடன் இருந்தாலும் அல்லது மரித்தாலும், நமக்கு வேண்டிய தேவையான ஒவ்வொரு நன்மைகள் பொருட்கள் காரியங்களுக்காக உதவுவதற்கு வெவ்வேறு தகப்பனை வெவ்வேறு தாயை உண்டாக்கிட முடியுமா? இதில் உங்களின் பதில் முடியும் அல்லது முடியாது, இரண்டில் முடியாது என்றிருக்கும். ஆம், என் தகப்பன் என் தாய் ஸ்தானத்தில் அந்த இடத்தில் வேறு யாரை யாரையோ தீர்மானிக்கவும் நினைக்கவும் முடியாது என்ற அன்பு அறிவு உறுதி உணர்வுப் பூர்வமான பதிலாக இருக்கும். சில மனிதர்கள் தங்களின் பிள்ளைகளுக்கு நல்ல தகப்பனாக, நல்ல தாயாக இல்லாமல் துன்பம் துரோகம் தீமை இழைத்தவர்களாக இருப்பார்கள். எனவே, பிள்ளைகள் ஏமாற்றத்தின் கவலையின் கோபத்தின் உச்சத்தில் இருந்தாலும் அந்த பிள்ளைகளுக்கு அந்த தகப்பன் தாய் என்ற உறவு DNA, RNA மாறாத இயற்கை விதியின் கீழ் பிணைக்கப்பட்டு இருக்கும். உண்மையும் சத்தியமும் மாறாது.

இந்த சத்தியத்தின்படியே இதை போன்றுதான் நாம் ஒவ்வொருவரும் இயற்கை விதியின் கீழ் ஒன்றான மெய் தேவன் - ஒருவரே தேவன் - அந்த இறைவனோடு பிணைக்கப்பட்டுள்ளோம். அவர் இப்பிரபஞ்சத்தை படைத்து நமக்கு ஜீவனை - ஆத்துமாவை கொடுத்து, நம்மை இந்த பூமியில் வைத்திருக்கும் தகப்பன் எஜமானன் ஆவார். இந்த அழகான ஆழமான அநாதி திட்டமான அன்பின் இணைப்பு மற்றும் பிணைப்பிலிருந்து நம்மை ஒவ்வொருவரையும் பிரிப்பது திசை திருப்புவது புத்தியற்ற மூடநம்பிக்கைகளும், பொய்யான பக்தியில் பல உருவ சிலை வழிபாடுகளும் ஆகும். எனது தேசமான இந்தியாவில்

இப்படிப்பட்ட வஞ்சனையான மோசடிகளை செய்யும் பகுத்தறிவும் தெய்வ பயமும் இல்லாத மனிதர்கள் இதனை திட்டமிட்டு கட்டமைத்து இது இந்து கலாச்சாரம் மத நம்பிக்கை பாரம்பரியம் என்று சொல்வது வாதமிடுவது வைராக்கியம் வெறி கொள்வது இயற்கைக்கும் அறிவியலுக்கும் பகுத்தறிவுக்கும் மனிதர்களின் நிலையான வாழ்வுக்கும் ஒவ்வாது, உதவாது.

இந்திய வரலாற்றில் பல விக்கிரக சிலைகள் இவைகள் தெய்வங்கள் என்று பொய் சொல்லும் மனிதர்களுக்கும் புரியவில்லை. அவைகள் பலவும் 12 வருடத்திற்கும் 20 வருடத்திற்கும், 60 வருடத்திற்கும் 100 வருடத்திற்கும்..... முன்பாக காணாமற் போனதை வெளிநாடுகளிலிருந்து மீட்டு வந்தோம் என்று சிலை கடத்தல் தடுப்பு காவல்படையினரின் வாக்குமூல தகவல்களை செய்தி ஊடகத்திலும் செய்தித் தாள்களிலும் அறிக்கைகள் பல வெளிவந்ததை பார்த்திருக்கின்றேன். பலமுறை படித்திருக்கிறேன். நீங்கள் உங்களின் பக்தியை பகுத்தாராயுங்கள்; தங்களையே கடத்தல்காரரிடமிருந்து விற்பனையாளரிடமிருந்து கத்தி, காப்பாற்றிக் கொள்ள முடியாதவைகளை உங்களின் ஒவ்வொரு தேவைக்கும் நன்மைகளுக்கும் உதவி செய்யும் என்று பொய்யை நம்பி பல உருவங்களில் பெயர்களில் விக்கிரகங்களை வைத்துக் கொள்ளாதீர்கள். உங்களின் நித்திய ஜீவனுக்கான – நிலையான வாழ்வையும் தொலைத்துவிடாமல் விழித்துக் கொள்ளுங்கள்.

நல்லதோர் குடும்பம் பல்கலைக்கழகம் என்பார்கள். தனி மனிதனும், குடும்பங்களும், மற்றும் பிற சமூகத்தினரும் சமச்சீரான, செம்மையான, செழிப்பான வாழ்க்கைக்கு தேவையான பல காரியங்களை பரிசுத்த வேதாகமத்தின் மூலமாக அறிவிக்கப்பட்டுள்ளது. இதை நான் கடந்த ஐந்தாவது அத்தியாயத்தில் சிறு விளக்கமாக எழுதி இருக்கிறேன். இந்த பல உண்மைகளை, வாழ்வியல் தேவைகளை, நன்மைகளை, நோக்கங்களை, ஒழுங்கை நான் படித்து அறிந்துக் கொண்டதை, இவ்வாறு பகுத்தறிவோடு என்னால் சொல்ல முடிகிறது. பரிசுத்த வேதாகமத்தின் ஒவ்வொரு பகுதிகளும் மனிதர்களை தேறினவர்களாக்கும் ஒப்பற்ற ஓர் "திறந்த வெளி பல்கலைக்கழகம்" ஆகும்.

❖ பரிசுத்த வேதாகமத்தின் ஒவ்வொரு வேத வாக்கியங்களும் தீர்க்க தரிசனங்கள் சங்கீதங்கள் நீதிமொழிகள் மாறாத நியாய பிரமாணத்தின் கட்டளைகள் சுவிசேஷ சத்தியங்கள் உண்மையாகவே நல்லதோர் தனி மனிதனுக்கும் நல்லதோர் குடும்பத்திற்கும், நல்லதோர் மனித சமுதாய உருவாக்கத்திற்கும் தேவையான பல்கலைக்கழகம் ஆக இருக்கிறது. எனவே தான் உலக முழுவதும் கிறிஸ்தவ மக்கள் கூட்டத்தின் முதன்மையான முழுமையான போதனையின் புத்தகமாக (Bible) இருக்கிறது. ஆனால் இதிலிருந்து பகுத்தறிவை பெற்றுக் கொள்வதும், அதைத் தொடர்ந்து பகுத்தறிவோடு பக்குவமாக மக்களுக்கு போதிப்பதுமே மிக முக்கியமானதாகும். இது மனித சமுதாயத்தின், சபையின் சீர்கேட்டையும் சீர்அழிவையும் தடுக்கும் சிறந்த சீர்திருத்த செயல் நடவடிக்கை ஆகும்.

❖ **நாம் நித்திய (வாழ்வை) ஜீவனை பெறும்படியாக இங்கே (பூமியில்) இப்பொழுதே உறுதி செய்யும்படியான வாழ்க்கை முறையை கையாள வேண்டும்.**

a) எந்த சூழ்நிலையையும் பகுத்தறிந்து பார்க்க வேண்டும்.

b) பகுத்தறிந்து போதிக்க, கற்றுக் கொள்ள வேண்டும்.

c) பகுத்தறிந்து வாழ வேண்டும், வாழ்வை இழந்தோரை மீட்க வேண்டும்.

இப்படிப்பட்ட மகத்தான மகிமையான முற்போக்கு செயல்களை உடைய மனித வாழ்க்கை எப்படி? யாரால்? சாத்திய படக்கூடியது !! என்பதை முதலில் நாம் அறிந்துக் கொள்ள வேண்டும். முன்பு சொன்னது போன்று பகுத்தறிவு வாழ்வு என்பது தேவவரம் பெற்றது ஆகும். அது சுயநலமானது அல்ல, அது பொது நலனுக்கான பொக்கிஷமாகவே திகழ்கின்றது.

மனித ஆவியுடன், புனிதமான தேவனுடைய ஆவி இணைந்து துணைபுரியும்போது மூன்று விதமான பகுத்தறிவு செயல்களும் மனிதர்களின் வாழ்வில் நிச்சயமாய் வெற்றியானதாகும்.

❖ பகுத்தறிவு இல்லாதவர்கள் மூடர்களாகவும், துணிகரமான பாவங்களை, அநீதியானவைகளை செய்யும் துன்மார்க்கராகவும்; தெய்வ பக்தியை ஆதாயம் பெறும் வழியாக புனிதமும் இல்லாதவர்களாகவும் இருப்பார்கள். இயற்கை சீற்றங்கள், மனித சமுதாயத்தின் சீர்கேடுகள்; அநியாயம் அதிகரித்தலுக்கான காரணமானவைகளை கண்டறிய தெரியாதவர்கள், கடவுள் இல்லை என்று சொல்லும் நாத்திகவாதிகளாய் இருப்பார்கள். பல மனிதர்கள் உண்மையாகவே பகுத்தறிவின் வரத்தை தங்கள் வாழ்வில் பெற்று பயன்படுத்திக் கொள்ளாததின் விளைவாக, தங்களையும் கெடுத்துக் கொண்டு மண்ணையும் காற்றையும் தண்ணீரையும் இயற்கை விவசாயத்தையும் சுற்றுச்சூழலையும் கெடுத்துவிடுகிறார்கள்.

குறிப்பு: முந்தய அத்தியாயத்தில் மனிதன் மறுபடியும் பிறக்க வேண்டும். ஜலத்தினாலும் ஆவியினாலும் மறுபடியும் பிறக்க வேண்டும் அப்படி பிறந்தவர்கள் தேவனுடைய ராஜ்யத்தை காண்பவர்களாகவும் – தேவனுடைய ராஜ்யத்திற்குள் நுழைபவர்களாகவும் தகுதியை பெற்று விடுகிறார்கள். அவர்கள் தேவனுடைய பிள்ளைகளாகும் அதிகாரம் பெற்றவர்களாகும்போது, இனிமேல் தேவர்கள் போன்றே நன்மை – தீமை எது என்று (பகுத்து) தெளிவாய் அறிந்து கொள்ளும் பகுத்தறிவு வரம் பெற்றவர்களாகவே வாழ வேண்டும். தீமைகளை வெறுத்து தடுத்து, நன்மைகளை செய்பவர்களாக வாழ்வதே பகுத்தறிவின் வாழ்க்கையாகும். தேவ ஆவியோடு இணைந்து வாழும் மனிதர்களால் மட்டுமே இந்த பகுத்தறிவு வாழ்க்கை சாத்தியமாகும்.

❖   மனித நேயமிக்க – சமூகநீதி நிறைந்த – சமத்துவமிக்க மனித சமுதாயத்தைக் கொண்டிருக்கும் தேசமே (நாடுகளே) உண்மையில் இறைபக்தி, கடவுள் நம்பிக்கை கொண்டிருக்கும் தேசமாகும். இதுதான் எல்லா மனித இனத்திற்கும் இறைவன் கொடுக்க விரும்பும் பகுத்தறிவு வரமாகும். ஆனால் மதங்கள் (உலக மதங்கள்) மனிதர்களுக்கு மதியை (அறிவை) கெடுக்கும் மயக்கும் பொய்யான இறை பக்தி வெறியை ஏற்படுத்தி, – பிற மனிதர்களுக்குள்ளேயே ஏற்ற தாழ்வுகளையும் எதிரிகள், ஆகாதவர்கள், தீட்டானவர்கள் என்று பல தீமைகளை நிகழ்த்துகின்றது. இவர்கள் எல்லாருக்குமான மனித உரிமைகளையும் மதிப்பதில்லை. பொய்யான, உண்மையில்லாத மனிதர்கள் சிலரால் எழுதப்படும் மத சட்ட நூல்களின் விதியின் செயல்கள்; பாரபட்சமுடனும், மனித சமுதாயத்தின் சமமான வளர்ச்சியின் எழுச்சிக்கு உரிமைக்கு உதவாத வெறும் பாரம்பரிய தத்துவமாக பகுத்தறிவு உணர்வு இன்றி அநீதியான சட்டங்களாக இருக்கும். இவைகள் நல்ல விதைகள் அல்ல. இவைகள் சாத்தானின் களைகள் ஆகும். இது தூய்மை நேர்மை நடுநிலை இல்லாததால் மனித சமுதாயத்திற்கு கேடுவிளைவிக்கிறது.

❖ பகுத்தறிவின் சிந்தனை துளிகள்....

எனது அன்பான மாணவ மாணவி செல்வங்களே!...

1.   உங்களுக்கு நல்ல மதிப்பெண்களுக்கு நன்றாக படிக்க வேண்டுமானால்! அமைதியான மனமுடன், அடக்கமான குணமுடன், சோம்பல் இல்லாத உடலுடன், அவசியமானவைகளை ஆராய்ந்து கற்று அறிந்து ஆழமாக புரிந்துப்படியுங்கள். மீண்டும் மீண்டும் நினைவுப்படுத்திப் படியுங்கள். எழுதி நன்றாக பயிற்சி செய்து விடாமுயற்சியுடன் படியுங்கள். நல்ல தேர்ச்சியும் மதிப்பெண்கள் பெறுவீர்கள்.

2.   செல்வம் – பணம் – செழிப்பு வேண்டுமானால் கடினமுடன் அல்ல. கவனமுடன், கற்று அறிந்ததுடன், அனுபவமுடன் சோர்வில்லாமல் உண்மையாக உழையுங்கள். லஞ்சம் – கையூட்டு கொடுக்கல் வாங்கள் இல்லாமல் உழையுங்கள். சுயநலம் இல்லாமல் பொதுநலமுடன் உண்மையாக ஊழல் செய்யாமல் உழையுங்கள். நிச்சயம் நீங்கள் மட்டுமல்ல உங்கள் தேசமும் செல்வ செழிப்புடன் இருப்பீர்கள்.

3.   நீங்கள் வீரமுடன் இருக்க வேண்டுமானால்! நீங்கள் பெற்ற நல்ல அனுபவங்களுடன், கற்ற நல்ல கல்வி அறிவுடன், சம்பாதித்த நல்ல ஆஸ்திகளுடன் ஒருங்கிணைந்து அறநெறியுடன், பாராபட்சம் பழிவாங்குதல் பாவ பழக்கங்கள் இல்லாமல் அமைதி காணும் விவேகமுடன் மகிழ்ச்சியுடன் வாழ்வதே உங்களின் சிறந்த வீரமாகும்.

இவைகளை கற்று நோக்காமல், உங்களை சரஸ்வதி, பார்வதி, லட்சுமி, விநாயகர், அனுமார், ஐயப்பன்....... என்று பல உருவசிலைகளை அச்சு கிராபிக்ஸ் படங்களை உற்று நோக்க பொய்யான நம்பிக்கையை உங்களுக்கு பாடமாகக் கற்றுத் தருபவர்களிடம் ஜாக்கிரதையுடன் விழித்துக் கொண்டு விலகியிருங்கள். விக்கிரக சிலைவழிபாட்டின் வஞ்சகத்தின் மூட நம்பிக்கைக்கு விலகி விழித்துக் கொண்டு பகுத்தறிவுடன் சிறந்த சிந்தனையுடன் கல்வி கற்றும் உழைத்தவர்களும், நாத்திகவாதிகள் – கடவுள் மறுப்பாளர்கள்கூட நம்மை விடவும் என்றைக்கோ உலகில் வல்லவர்களாக செல்வ செழிப்புமிக்கவர்களாக நல்லவர்களாக உயர்ந்துவிட்டார்கள். அவர்களுக்கு பின்புதான் இன்றுதான் அல்லது என்றுதான் நாம் உண்மையை புரிந்து வளர்ந்து உயர்ந்து நிலையான வாழ்வை பெறுவோம் என்று சிந்தியுங்கள்.

❖ கல்வி கற்பதும் படிப்பதின் நோக்கமும் செம்மையான வாழ்விற்கான அடித்தளமாக அச்சாரமாக இருக்கவேண்டும். ஆபிரகாம் லிங்கனிடம் ஒரு நண்பர் இவ்வாறு வினாவினார்: படிப்பதினால் பணம் கொட்டப்போவதில்லை. பின் ஏன் நீங்கள் எப்போதும் எதையாவது படித்துக்கொண்டே இருக்கிறீர்கள்? என்று கேட்டார். அதற்கு ஆபிகாம் லிங்கன் இவ்வாறு பதிலளித்தார், நான் பணம் சேர்ப்பதற்காகப் படிக்கவில்லை. பணம் வரும்போது எதை எப்படிப் பண்போடு வாழ்வதற்கு பயன்படுத்தவேண்டும் என்பதைத் தெரிந்துக்கொள்ளவே படித்துக் கொண்டிருக்கிறேன் என்றார்.

கல்வி என்பது மாணவரை எழுத வைப்பதோ அல்லது படிக்க வைப்பதோ அல்ல... மாறாக படிக்கின்ற மாணவரைக் கேள்விக் கேட்கவும், சிந்திக்கவும் வைக்கவேண்டும். பகுத்தறிவுடன் வாழக் கற்றுத்தர வேண்டும். **Dr.** அம்பேத்கர்.

தேவனுடைய ஆவியை பெற்ற மனிதர்களால் உண்டான பகுத்தறிவின் நல்ல பலன்கள், விளைவுகள் சிலவற்றை காண்போம்:

இந்தியாவில் கடந்த ஆயிரம் ஆண்டுகளுக்கும் மேலாக மதங்களின் தீமையான மனிதர்களிடம் சிக்கி தவித்து மடிந்து போகும் பல தருவாயில் மக்களை மீட்டு, வாழ்வளிக்கும் பல வல்லமையான காரியங்களை செய்யும் படியாக வந்த வெளிநாட்டு கிறிஸ்துவ மிஷெனரிகளின் பகுத்தறிவு பணிகள், மிகவும் பரிசுத்தமான மக்கள் தொண்டாக வரலாற்றில் அழிக்க முடியாத பதிவாக உள்ளது.

❖ நவீன இந்தியாவை உருவாக்கிய – வில்லியம் கேரியின் (1761 – 1834) கல்கத்தா பட்டணத்தின் செராம்பூர் மிஷெனரிகள் (அலெக்சாண்டர் டப், ஜாண் வில்சன்) வரலாற்றை அறியுங்கள்.

❖ அறிமையாமை இருளை போக்கும், பகுத்தறிவு இல்லாத நிலையை மாற்றும், கல்விக் கூடங்கள் இந்தியாவின் பல மாநிலங்களிலும் பாகுபாடுகள் இல்லாமல் கட்டி அமைக்கப்பட்டது. இதனால் கல்வியறிவு புரட்சி ஏற்படுத்தப்பட்டது. ஜான் அண்டர்சன் – பண்டித இராமாபாய் வரலாற்றை அறியுங்கள் (1805 – 1890)

❖ தென் இந்தியாவின் மறுமலர்ச்சிக்கு, தமிழகத்தின் மக்கள் வளர்ச்சிக்கு தங்கள்வாழ்வை அர்ப்பணித்த அகஸ்டின் கேமார் – இராபர்ட் கால்டுவெல், சார்லஸ் தியோபிலஸ் ஈவார்ட் இரேனியல் ஐயர் வரலாற்றை அறியுங்கள் (1790 – 1838, 1814 – 1891)

❖ ஒடுக்கப்பட்டவர்கள் மத்தியில் விழிப்புணர்வை உருவாக்கியவர்களும், ஒடுக்கப்பட்ட மக்களின் இஸ்லாமியர்களின் பெண்களின் நல் வாழ்வுக்காக தங்களை முழுவதும் அர்ப்பணித்தவர்களான ஏமி கார்மைக்கேல், T.G. இராக்கிலாந்து, ஹென்றி மார்டின், ஐடா ஸ்கடர் இவர்களின் வரலாற்றை அறியுங்கள் (1815 – 1858, 1867 – 1961)

இந்த வெவ்வேறு தேசத்தின் மாமனிதர்களும் வேறு எந்த தேசத்தின் (இந்தியா) மண்ணின் மனிதர்களையும் நேசிக்கும் அன்பையும் பண்பையும் பரிசுத்த தேவ ஆவியினால் பெற்றவர்களாக, பகுத்தறிவுடன் இனம் மொழி ஜாதி மதம் பாகுபாடுகள் இல்லாமல் மக்களுக்கு பணியாற்றினார்கள். அவர்கள் இளம் வயதில் கற்றுக் கொண்ட "இறை நம்பிக்கையின் வேத வார்த்தைகள்" இவ்வாறு மீட்கும் மக்கள் நல பணிகளை, சேவையை எந்த சுயநலமும் லாபமும் லஞ்சம் ஊழலும் இல்லாமல் செயல்படும்படியாக இவர்களை வழிநடத்தினது;

அல்லாமலும், நீங்கள் பகுத்தறிவுள்ளவர்களாயிருந்து, சிலருக்கு இரக்கம் பாராட்டி, சிலரை அக்கினியிலிருந்து இழுத்துவிட்டு, பயத்தோடே இரட்சித்து, மாம்சத்தால் கறைபட்டிருக்கிற வஸ்திரத்தையும் வெறுத்துத் தள்ளுங்கள். (யூதா – 22,23)

இந்த பகுத்தறிவு செயல் திட்டமே என்றும் மனித வரலாற்றில் நல்ல வாழ்வையும், நித்திய (பூரணமான) ஜீவனையும் உண்டாக்கும். இயேசு கிறிஸ்துவின் காலத்தில் அவரையும் அவரின் போதனைகளையும் எதிர்த்தவர்கள் பகைத்தவர்களை போன்றே இன்றைய நாட்களிலும் இதற்கு முன்பும் கிறிஸ்துவையும் அவரின் மார்க்க வழியை வாழ்வை அறிவிக்கும் கிறிஸ்தவத்தையும் இது ஒரு மதம், மதம் மாற்றுகின்றார்கள் என்று பழிக்குற்றம், பகை எதிர்ப்பு தெரிவிக்கின்றவர்கள் இந்திய தேசத்திலும், இஸ்லாமிய தேசங்களிலும், கம்யூனிச தேசத்திலும் அநேகர் உண்டு. இவர்கள் இந்துத்துவா

உலகில் பல மதங்களை கொண்ட மக்கள் இருந்தாலும் நான் ஒன்றை உறுதியுடன் பகுத்தறிவுடன் ஒரு தமிழனாக சொல்கின்றேன். கிறிஸ்துவையும்

கிறிஸ்தவத்தையும் அதின் போதனை உபதேசங்களை பிரச்சாரங்களை, ஆலய வழிபாடுகளை செய்யும் மக்களை எதிர்க்கும் தடுக்கும் அச்சுறுத்தும் குற்றம் பழிச்சுமத்தும் எந்த மனிதர்களாகட்டும், அது காவல் அதிகாரி, நீதித்துறை அதிகாரி, அரசியல்வாதி, மன்னன், ராணி, மதவாதி, சாமானிய மனிதன்.... யாராக இருந்தாலும் அவர்கள் இந்த மனித சமுதாயத்திற்கு – தனி மனிதன், குடும்பம், தேசத்தின் மக்களுக்கு எதிராக குற்றம் குறை, தீமை, அநீதி, அநியாயம், துரோகம், துன்பம், கலகம், நஷ்டம், கேடு ஏற்படுத்தக்கூடிய சமுதாய குற்றவாளிகளாக வாழ்வதற்கான வாய்ப்புகளை கொள்கையை விரும்பக்கூடியவர்களாக இருப்பார்கள்.

இந்திய மத்திய அரசு தலைமையில் புது டெல்லியில், 2023 ஜனவரி மாதம் 20 – 22 வெள்ளி, சனி, ஞாயிறு ஆகிய தேதிகளில், ஒவ்வொரு ஆண்டும் நடைபெறுவதுபோல, அகில இந்திய காவல்துறை தலைவர்கள் மாநாடு - Conference of Director Generals and Inspector Generals of Police மாநாடு நடைபெற்றது. இதில் நாட்டில் வளர்ந்து வரும் தீவிரவாத நடவடிக்கைகள் குறித்து காவல்துறை அதிகாரிகள் அறிக்கை சமர்ப்பித்து விவாதித்துள்ளனர். நடைமுறையில் உள்ள உண்மையான கலத்தகவல்களை சமூக நிலைகளை எடுத்து சொல்லி, மத்திய மாநில அரசுகள் எடுக்கவேண்டிய நடவடிக்கைகள் பற்றிய ஆலோசனை அறிக்கைகளை வெளியிட்டார்கள். மக்களின் அறிக்கைகள்: – இஸ்லாமிய அமைப்புகள் மட்டுமின்றி சங் – பரிவார் அமைப்புகளின் இந்துத்துவா தீவிரவாத நடவடிக்கைகள் பற்றியும் அம்பலப்படுத்தினதினால் அவற்றை இணையத்திலிருந்து அமித்ஷா, நரேந்திரமோடி அரசு நீக்கியுள்ளது. இஸ்லாம் மற்றும் இந்துத்துவா ஆகிய இரு பிரிவு அமைப்புகளுமே நாட்டில் தீவிரவாதத்தை ஒன்றுக்கொன்று ஊட்டி வளர்ப்பதை அதிகாரிகள் கவலையோடு தெரிவித்துள்ளனர். தீவிரமான தேசிய வாதம், இந்துத்துவா அமைப்புகளின் வெறுப்புப் பேச்சுகள், பாபர் மசூதி இடிப்பு, மாட்டிறைச்சி வன்முறை படுகொலை, கர்வாப்சி இயக்கம், இந்து தேசியவாதத்தின் வளர்ச்சி, சுதந்தரத்திற்கு பிறகு ஜம்மு – காஷ்மீர் மற்றும் ஹைதராபாத் விடுதலை, 2002 கோத்ரா கலவரம் மற்றும் குடியுரிமை திருத்தச்சட்டம் போன்றவை தீவிரவாத தூண்டுதலின் பின்னணியாக உள்ளது. இஸ்லாமிய தீவிரவாதத்தை ஊட்டி வளர்க்கிறது. இளைஞர்களை தீவிரவாதத்தின் பக்கம் கொண்டு செல்கின்றன.

இஸ்லாமிய தீவிரவாதத்திற்கு, இந்துத்துவா நடவடிக்கைகள் காரணம். இந்துத்துவா தீவிரவாதம் மீது நடவடிக்கை எடுக்கப்பட வேண்டும். இஸ்லாமிய இளைஞர்கள் தீவிரவாதத்தின் பின்னால் அணிதிரள்வதைத் தடுப்பதற்கு, மதச்சார்பற்ற, தேசபக்திமிக்க மற்றும் அறிவார்ந்த முஸ்லிம் இளைஞர்களை தீர்வுக்கான பணிகளில் பயன்படுத்திக் கொள்ள வேண்டும். கல்வி மற்றும் வேலைகளில் இஸ்லாமியர்களுக்கு உரிய இட ஒதுக்கீடு வழங்கப்பட வேண்டும்

என்று வலியுறுத்தப்பட்டுள்ளது. இப்படிப்பட்ட அனைத்து ஆவணங்களுமே கூட்டம் முடிந்து இரண்டு நாட்களுக்கு பிறகு இணையதளத்திலிருந்து இந்துத்துவா பின்புலம் கொண்ட நரேந்திரமோடி அரசு நீக்கியுள்ளது.   - நன்றி கலைஞர் செய்திகள்.

இயேசு கிறிஸ்துவின் சத்தியத்திற்கும் சாட்சிகளுக்கு எதிரானவர்களின் குணம் கொள்கை போதனை செயல்கள் அதிகமானவைகள் இந்த மனித சமுதாயத்தின் நிலையான வாழ்வை கேள்விக்குறியாக்குகின்றன, சிதைக்கின்றன, சிக்கலாக்குகின்றன என்பதையே இங்கேயும் சுட்டிக் காண்பிக்க விரும்புகின்றேன்.

❖   உலக அரசியல் வாதிகளின்: வார்த்தைகளும் வாக்குறுதிகளும், சட்ட திட்டங்களும்; பொய்யாக மோசடியான, மதசாயமும், ஊழல் முகமூடியும் இல்லாதிருக்கிறதா என்று மக்கள் பகுத்தறிந்து பார்க்க வேண்டும்.

❖   ஆவிக்குரிய அரசியல் வாதிகள்: கள்ள தீர்க்கதரிசிகளாகவும் மாறுபாடான போதகர்களாகவும், உலக பொருள் ஆஸ்திகளின் மோகம் இல்லாதவர்களாய், சரியான வாழ்வில் – சத்தியத்தின் உறுதியான நீதியின் சாட்சிகளாய் இருக்கிறார்களா? என்று மக்கள் பகுத்தறிந்து பார்க்க பரிசுத்த ஆவியையப் பெற்றுக் கொள்ள வேண்டும்.

A.   எந்த ஒரு தனி மனிதன் மற்றும் குடும்பத்தின் வாழ்வில் பகுத்தறிவின் நிலை :

தாழ்வான சோதனையான சோகமான வாழ்க்கை நிலையையும் அதின் காரணகாரியங்களையும் அல்லது உயர்வான செழிப்பான மகிழ்ச்சி கொண்டாட்டத்தின் வாழ்க்கை முறையையும் அதின் பின்னணி செயல்களையும் நாம் பகுத்தறிந்து பார்க்க வேண்டும்.

உதாரணம் 1: யோபுவுக்கு நேரிட்ட தீமைகள் யாவையும் கேள்விப்பட்ட அவனது மூன்று நண்பர்களும், யோபுவுக்காக பரிதபிக்கவும், ஆறுதல் சொல்லவும், ஒருவரோடொருவர் யோசனைப் பண்ணிக்கொண்டு, அவரவர் தங்கள் வீடுகளிலிருந்து வந்தார்கள். தூரத்தில் வரும்போதே தங்கள் கண்களை ஏறெடுத்துப் பார்த்த போது யோபுவின் உருவம் கண்டுபிடிக்க முடியாத அளவுக்கு அவன் வியாதிப்பட்டிருந்தான். நண்பர்கள் கிட்டே வந்து, யோபுவின் துக்கம் மகா கொடிய துக்கம் என்று கண்டு, சத்தமிட்டு அழுது, அவரவர் தங்கள் சால்வையை (வஸ்திரத்தை) கிழித்து, தங்கள் தலைகள் மேல் புழுதியைத் தூற்றிக் கொண்டு, எதுவும் பேசமுடியாமல் இரவு பகல் ஏழுநாள், அவனோடே தரையிலே உட்கார்ந்திருந்தார்கள்.

பிறகு இதன் காரண காரியம் புரியாமல் யோபுவின் மனைவி முதற்கொண்டு – சிநேகிதர் எல்லாரும் அவனை தவறாக விமர்சித்து குற்றப்படுத்தி குறை

சொன்னார்கள்.ஆனால் யோபு சொன்ன குறிப்பை பாருங்கள் : எனக்கு உபதேசம் பண்ணுங்கள், நான் மவுனமாயிருப்பேன்; நான் எதிலே தவறினேனோ அதை எனக்குத் தெரியப்படுத்துங்கள். என்றான்.என் நாவிலே அக்கிரமம் உண்டோ? என் வாய் ஆகாதவைகளைப் பகுத்தறியாதோ? என்றான்.

யோபினுடைய தனிப்பட்ட வாழ்வும், – குடும்ப சமுதாய வாழ்வும், தூய்மையும் செம்மையுமாக நீதிமானுக்குரியதாக இருந்ததை கர்த்தரும் நன்றாக அறிந்திருந்தார்; சாத்தானும் அறிந்திருந்தான். யோபு தன் வாக்கிலும் செய்கையிலும் பகுத்தறிவை பயன் படுத்தினான். கர்த்தர் அவனின் சோதனை வேதனைகளுக்கு முடிவு உண்டுபண்ணினார், மகிமையான மறுவாழ்வை அளித்தார்.

தேவரீர் சகலத்தையும் செய்ய வல்லவர்; நீர் செய்ய நினைத்தது தடைபடாது என்பதை அறிந்திருக்கிறேன் என்றான். யோபு நெடுநாட்கள் வாழ்ந்து, பூரண வயதுள்ளவனாய் மரித்தான் (யோபு – 1: 1; 2 – 21,22; 2: 9 – 13; 6: 24,30; 42:1-9, 10 – 17)

உதாரணம் 2: ஒரு தேசத்தின் ஆட்சியாளரின் அனுகுமுறையில் பகுத்தறிவு: தாவீதின் குமாரனாகிய சாலமோன் என்ற வாலிபன் தன் தகப்பனை போன்றே தெய்வ பக்தியும் நம்பிக்கையும் உடையவனாய், உண்மையும் நீதியும் மன நேர்மையுமாய் வாழ்ந்து வந்தான். அவன் தன் தகப்பனுக்கு பிறது ஒரு தேசத்தையே ஆட்சி செய்யும் அரியாசனத்தில் அமர்த்தப்பட்டான்.

கர்த்தர் சாலொமோனுக்கு இராத்திரியிலே சொப்பனத்திலே தரிசனமாகி: நீ விரும்புகிறதை என்னிடத்தில் கேள் என்று தேவன் சொன்னார்: அதற்கு சாலொமோன் : ... திரளான ஜனங்களாகிய உமது ஜனத்தின் நடுவில் அடியேன் இருக்கிறேன். ஆகையால், உமது ஜனங்களை நியாயம் விசாரிக்கவும், நன்மை தீமை இன்னதென்று வகையறுக்கவும், அடியேனுக்கு ஞானமுள்ள இருதயத்தைத் தந்தருளும்; என்றான்.

தேவன் அவனை நோக்கி: உன் வார்த்தைகளின் படி செய்தேன்; ஞானமும் உணர்வுமுள்ள இருதயத்தை உனக்குத் தந்தேன்; இதிலே உனக்குச் சரியானவன் உனக்குமுன் இருந்ததுமில்லை, உனக்குச் சரியானவன் இனி இருப்பதுமில்லை என்றார். (1 இராஜா – 3: 1 – 5, 9 – 15 – 27)

குறிப்பு: இளம் வயதில் ராஜாவானவன் இறைவனிடம் பகுத்தறிவு (எது சரி – தவறு, எது நன்மை – தீமை என்ற உணர்த்துதலை, அறிவை கொண்ட இருதயம்) ஞானமுள்ள இருதயத்தைத் தரும்படி வேண்டினான். ஆட்சியாளர்களும், நீதிபதிகளும் பகுத்தறிவு வரம் பெற்றவர்களாக – நாட்டை ஆட்சி செய்தால் மட்டுமே மக்களின் வாழ்வில் நன்மையும் ஜீவனும் ஆசீர்வாதமும் சமாதானமும் உண்டாகும் என்பதை அறிந்துக் கொள்ளுங்கள்.

உதாரணம் 3: ஒரு சபையின் – ஆலயத்தின் ஆராதனையானது: உணர்ச்சிபூர்வமான அழுகையின் சத்தமாகவும், உண்மையாக கர்த்தராகிய தேவனை புகழ்ந்து பாடும் துதியின் சத்தமாகவும் இருக்கும்.

ஆலயத்தின் அஸ்திபாரம் போடும் போதும்; யுத்தத்தில் வெற்றியின் போதும் மக்கள் மகா கெம்பீரமாய் ஆரவாரிப்பதும், சந்தோஷத்தின் ஆரவார உணர்ச்சியின், மன உற்சாகத்தின் வெளிப்பாடு ஆகும். ஆனால் இதுவே ஆலயத்தின் – சபையின் ஆராதனை முறையாக ஆக்கி ஆட்டம் பாட்டம் குத்தாட்டம் என்று மக்கள் மாறுவது பகுத்தறிவு இல்லாத, பரிசுத்தம் பக்தி இல்லாத ஒழுக்க கேடாகும். இது மாம்சீகமான உணர்ச்சியை தூண்டி விட்டு செயல்படும் மதிமயக்கும் மத கொண்டாட்டம். மரண ஊர்வலத்திலும் இந்த நடன ஆட்டம் உண்டு.

கர்த்தர் நல்லவர், இஸ்ரவேலின் மேல் அவருடைய கிருபை என்றுமுள்ளது என்று அவரைப் புகழ்ந்து துதிக்கையில், மாறி மாறிப் பாடினார்கள்; கர்த்தரைத் துதிக்கையில், ஜனங்கள் எல்லாரும் கர்த்தருடைய ஆலயத்தின் அஸ்திபாரம் போடப்படுகிறதினிமித்தம் மகா கெம்பீரமாய் ஆரவாரித்தார்கள்.

ஜனங்கள் மகா கெம்பீரமாய் ஆர்ப்பரிக்கிறதினால் அவர்கள் சத்தம் வெகுதூரம் கேட்கப்பட்டது; ஆனாலும் சந்தோஷ ஆராவாத்தின் சத்தம் இன்னதென்றும், ஜனங்களுடைய அழுகையின் சத்தம் இன்னதென்றும் பகுத்தறியக் கூடாதிருந்தது. (எஸ்றா – 3: 11 – 13)

எனவே நாம் நவீன காலத்தில் ஆலைய சபை கூடுகையில் அனாவசியமான ஆட்டமும் சத்தமும் கூச்சல் குழப்பம் ஏற்படுத்தாமல் இருப்பது மிகவும் உத்தமமானது, பகுத்தறிவுடன் பயபக்தியுடன் பணிந்து குனிந்து முழங்கால் படியிட்டு, பரிசுத்த அலங்காரத்துடன் ஆராதனை செய்து தேவனை வழிபடுவோம். ஆவியுடனும் உண்மையுடனும் பிதாவை தொழுதுக் கொள்வதையே அவர் விரும்பும் ஆராதனை என்று நமக்கு இயேசு கிறிஸ்துவும் கற்றுக் கொடுத்திருக்கிறார். (யோவான் – 4: 23, 24; சங் – 95: 6, 7; 96: 8, 9)

உதாரணம் 4: தேவனுடைய ராஜ்யத்திற்குள் பிரவேசிக்கவும் நித்திய ஜீவனை பெற்றுக் கொள்ளவும் விரும்புகிறவர்: சிறுபிள்ளைகளை போல மாறுவதும், மறுபடியும் பிறப்பது எதற்காக? நீங்கள் எப்பொழுது பாலுண்கிற குழந்தைகளாகவே இருக்கும்படியாக அல்ல, நீங்கள் வளரும்படிக்கு தேவனுடைய ஆவியானவர் உதவி செய்கிறார். தேவனுடைய வார்த்தையின் சகல சத்தியத்திலும் வழிநடத்துவார். இது பலமான திட ஆகாரமாக இருக்கும். அவர் ஞானமும் பலமும் அன்பும் தெளிந்த புத்தியும் உள்ள ஆவியானவராய், நம்மைப் பகுத்தறிவின் பாதையிலும், நம்மை நீதியின் வசனத்திலும் நடத்தி, பூரண சற்குணமுடைய வயதுள்ளவர்களாக்குவார்.

சு **காலத்தைப் பார்த்தால், போதகராயிருக்க வேண்டிய உங்களுக்கு, தேவனுடைய வாக்கியங்களின் மூல உபதேசங்களை மறுபடியும் உபதேசிக்க வேண்டியதாயிருக்கிறது. நீங்கள் பலமான ஆகாரத்தையல்ல, பாலை உண்ணத்தக்கவர்களானீர்கள்.**

பாலுண்கிறவன் குழந்தையாயிருக்கிறபடியினாலே நீதியின் வசனத்தில் பழக்கமில்லாதவனாயிருக்கிறான். பலமான ஆகாரமானது நன்மை தீமையின்னதென்று பயிற்சியினால் பகுத்தறியத்தக்கதாக முயற்சி செய்யும் ஞானேந்திரியங்களையுடையவர்களாகிய பூரண வயதுள்ளவர்களுக்கே தகும். (எபி – 5: 12 – 14)

கவனி: (ஆதி – 3: 1 – 19; வெளி – 12: 9 – 13) பொய்யனும் பொய்க்கு பிதாவானவனுமான பழைய பாம்பாகிய சர்பமும் – சாத்தானுமானவன் பகுத்தறிவின் மீது பற்றுதல் கொண்டவன், பகுத்தறிவு மிக்கவன். ஆனால் அவன் தீமைகளையும், மரணத்தையும் பற்றிக் கொண்டான். மனிதர்களை அந்த பாதையிலே நடத்த தீவிரம் காட்டினான். எனவே சாத்தான் மக்களை வஞ்சித்து மயக்கி மரணத்தின் சாபத்தின் பாதைகளில் நடத்தி ஜீவனை (வாழ்வை) கெடுக்கும் மரணத்தின் அதிபதியுமாக இருந்தான்.

குறிப்பு: பகுத்தறிவு என்ற வார்த்தையின் கருப்பொருளின் முக்கியத்துவம் கர்த்தருடைய ஜனங்களுக்கு கிறிஸ்தவ வேத புத்தகத்தில் பல ஆயிரம் ஆண்டுகளுக்கு முன்பாகவே மிகவும் அழுத்தம் திருத்தமாக பதிவு செய்யப்பட்டுள்ளது. ஆனால் அதற்கும் எங்களுக்கும் சம்மந்தமே இல்லை என்பது போன்றே கிறிஸ்தவ மக்கள் – கிருபையின் காலம் என்ற தவறான தத்துவத்தில் இன்றும் வாழ்ந்து கொண்டு குழந்தைத்தனமாக இருப்பதினாலேயே என்னமோ !!

நாத்திகவாதிகள் எல்லாம் அல்லது நாங்கள் திராவிடர்கள் கடவுள் நம்பிக்கை இல்லாதவர்கள் என்று சொல்லிக் கொள்பவர்கள் எல்லாம் தங்களை பகுத்தறிவாளிகள் என்று சொல்வது இந்தியாவில் – தமிழகத்தில் வாடிக்கையான நிகழ்வாகவும் வேடிக்கையான செயலாகவும் இருக்கிறது.

B. **கிறிஸ்தவ சபை பிரிவினைகளின் கூட்டமே சிந்தித்து வளருங்கள், பகுத்தறியுங்கள் :**

நாம் முதலாம் நூற்றாண்டிலிருந்தே – 21 ஆம் நூற்றாண்டுக்கு பிறகும் கிருபையின் காலத்தில் இருப்பதாக பேசுவதும் பிரசங்கிப்பது தவறான புரிதல் ஆகும். "கர்த்தருடைய கிருபை" உலகம் தோன்றினது முதற்கொண்டு எல்லா காலத்திலும் எல்லா ஜீவராசிகள் மீதும் மனிதர்கள் மீதும் "கர்த்தருடைய கிருபை என்றுமுள்ளது" என்பதுவே சத்தியத்தின் சாட்சியாகும். கல்லாதவர் முதற்கொண்டு வேதாகம கல்லூரி, முதுநிலை பட்டதாரி (Ph.D) வரைக்கும், தங்களின் காலத்தில்

தங்களின் வசதிக்கு இது "கிருபையின் காலம்" என்று பிரகடனம் படுத்திக் கொண்டார்கள். ஆனால் வேத வசன குறிப்புகளில் "இது கடைசி காலம்" என்ற விளக்கமான எச்சரிப்புகளே பல இடங்களில் உள்ளது.

இந்த கடைசி காலத்தில் முதல் நூற்றாண்டில் இயேசு கிறிஸ்து வந்து சென்றது முதற்கொண்டு – 21 ஆம் நூற்றாண்டுக்கு பிறகும் நாம் கடைசி கால கட்டத்தில் இருக்கிறோம். ஆம் இக்காலம் பரிசுத்த ஆவியானவரின் துணையோடு – வழிநடத்துதலோடு வல்லமையோடு நாம் பெலன் கொண்டவர்களாய், வளர்ந்து, கிரியை செய்ய வேண்டும்.கிருபை என்று சொல்லியே சும்மா இருந்தும் சுக போகமாய் இருந்தும், நம்மையும் பிற ஆத்துமாக்களையும் நஷ்டப்படுத்தி நித்திய ஜீவனை இழந்து போய்விடக்கூடாது.

கடைசி நாட்களில் நான் மாம்சமான யாவர்மேலும் என் ஆவியை ஊற்றுவேன். அப்பொழுது உங்கள் குமாரரும் உங்கள் குமாரத்திகளும் தீர்க்கதரிசனஞ் சொல்லுவார்கள், உங்கள் வாலிபர் தரிசனங்களை அடைவார்கள், உங்கள் மூப்பர் சொப்பனங்களைக் காண்பார்கள்;என்னுடைய ஊழியக்காரர் மேலும், என்னுடைய ஊழியக்காரிகள் மேலும் அந்நாட்களில் என் ஆவியை ஊற்றுவேன், அப்பொழுது அவர்கள் தீர்க்கதரிசனஞ் சொல்லுவார்கள். (அப் – 2: 17, 18; ஏசாயா – 44: 3 – 6; எசேக் – 11: 18 – 21; யோவேல் – 2: 28 – 32; யோவான் – 7: 38; அப் – 10: 42 – 48; 21: 4 – 6; 8 – 15; 8: 12 – 17, 26 – 40)

இங்கு குறிப்பிட்டுள்ள வேத வசனமாகிய வாக்குதத்தங்களும் தீர்க்கதரிசனமாக நிறைவேறினதும் (முதலாம் நூற்றாண்டில்) விசுவாசிக்கும் மற்றும் தாகமுள்ளவர்கள் மத்தியில் 21 ஆம் நூற்றாண்டிலும் நிறைவேறிக் கொண்டிருக்கிறது. ஆனால் இன்றைய நாட்களிலும் இந்த வாக்குதத்தத்தின் நன்மையை அறியாதவர்களும் விரும்பாதவர்களும் தங்கள் வாழ்க்கையில் நல்ல சாட்சி இல்லாத – பெயர் கிறிஸ்தவர்களாய் வாழ்பவர்களாக இருக்கின்றார்கள்.

இயேசு கிறிஸ்து சொன்ன அதே வாக்குத்தத்தம்: நான் பிதாவை வேண்டிக் கொள்ளுவேன், அப்பொழுது என்றென்றைக்கும் உங்களுடனே கூட இருக்கும்படிக்குச் சத்திய ஆவியாகிய வேறொரு தேற்றரவாளனை அவர் உங்களுக்குத் தந்தருளுவார். உலகம் அந்தச் சத்திய ஆவியானவரைக் காணாமலும் அறியாமலும் இருக்கிறபடியால் அவரைப் பெற்றுக் கொள்ள மாட்டாது; அவர் உங்களுடனே வாசம்பண்ணி உங்களுக்குள்ளே இருப்பதால், நீங்கள் அவரை அறிவீர்கள்.

நான் உங்களுக்கு உண்மையைச் சொல்லுகிறேன்; நான் போகிறது உங்களுக்குப் பிரயோஜனமாயிருக்கும்; நான் போகாதிருந்தால், தேற்றரவாளன் உங்களிடத்தில் வரார்; நான் போவேனேயாகில் அவரை

உங்களிடத்திற்கு அனுப்புவேன். அவர் வந்து; பாவத்தைக்குறித்தும், நீதியைக் குறித்தும், நியாயத்தீர்ப்பைக் குறித்தும், உலகத்தைக் கண்டித்து உணர்த்துவார். சத்திய ஆவியாகிய அவர் வரும்போது சகல சத்தியத்திற்குள்ளும் உங்களை நடத்துவார், அவர் தம்முடைய சுயமாய்ப் பேசாமல், தாம் கேள்விப்பட்டவைகள் யாவையுஞ்சொல்லி, வரப்போகிற காரியங்களை உங்களுக்கு அறிவிப்பார். (யோவான் 14:16, 17; 16: 7, 8 – 14)

நமக்கு வெளிப்படுத்தப்பட்டுள்ள இந்த சத்தியத்தின் படி இன்று நாம் அனைவரும் "பரிசுத்த ஆவியானவரின் காலத்தில் இருக்கிறோம் என்று சொல்வதே விசுவாசிப்பதே சரியானதாகும். இது கடைசி காலம் கடைசி நாட்களில் வாழ்ந்துக் கொண்டிருக்கிறோம்" என்று சொன்ன ஆதி அப்போஸ்தலர்களின் அறிவுரையையும் ஏற்றுக் கொள்ளுங்கள்; அவர்களை போன்றே நாமும் இக்காலத்தில் பரிசுத்த ஆவியானவரின் பலத்தோடும் வல்லமையோடும், வழிநடத்துதலோடும் கிரியை செய்ய வேண்டும் என்பதை உணர்ந்துக் கொள்ளுங்கள். இது கிருபையின் காலம் என்று நீங்களாகவே தீர்மானித்துக் கொண்டு - உங்களின் சுய இச்சைகளை விருப்பங்களை நிறைவேற்றிக் கொள்ளும் காலமாக இதை வீணாக்காதிருங்கள்.

கிருபை பற்றிய முற்பிதாக்களின் அறிக்கை:

(சங் – 118: 1 – 4; சங் – 136: 1 – 26) கர்த்தரைத் துதியுங்கள், அவர் நல்லவர்; அவர் கிருபை என்றுமுள்ளது. அவர் கிருபை என்றுமுள்ளதென்று இஸ்ரவேல் சொல்வதாக. அவர் கிருபை என்றுமுள்ளதென்று, ஆரோனின் குடும்பத்தார் சொல்வார்களாக. அவர் கிருபை என்றுமுள்ளதென்று, கர்த்தருக்குப் பயப்படுகிறவர்கள் சொல்வார்களாக. மேலும் சங்கீதம் 136ல் மிக தெளிவாக விளக்கப்பட்டிருக்கிறது; உலக தோற்றம் சிருஷ்டிப்பு முதற்கொண்டு எல்லா காலத்திலும், எல்லா நிலைகளிலும் கர்த்தருடைய கிருபை என்றுமுள்ளது என்று கூறப்பட்டிருக்கிறது.

ஒன்று முதல் 21 ஆம் ஆண்டுகளிலும் கிருபையின் காலம் என்ற தவறான போதனைகளின் - மனப்பான்மையின் விளைவுகளால், அநேகர் இயேசுகிறிஸ்துவின் முன் மாதிரிகளையும் - கட்டளைகளையும் பின்பற்றாமல், கீழ்ப்படிதல் இல்லாதவர்களாய், (விசுவாச துரோகிகளாய்) உண்மையில்லா- தவர்களாய், இந்த உலகத்தின் ஒத்த வேஷம் தரித்து வாழ்கிறார்கள். சாத்தானின் வஞ்சனையில் அவர்கள் வீழ்ந்து போகிறார்கள். இப்படி அற்ப விசுவாசிகளாய் நீங்கள் இருப்பீர்கள் என்றால் நித்திய வாழ்வை - நித்திய ஜீவனை இழப்பீர்கள், நித்திய நரகம் செல்வதிலிருந்து மீக்கப்படுவதற்கு நீங்கள் பகுத்தறிந்து போதிக்கபட வேண்டியது இக்காலத்தின் அவசியம் ஆகும்.

விசுவாசம் என்பது நாம் முழங்காற்படியிட்டு (அ) நம்மை தாழ்த்தி ஜெபித்துவிட்டு தேவனை சார்ந்திருக்கும் போது, அவர் நமக்காக கிரியை செய்வதைப் பார்ப்பதாகும். மற்றும் விசுவாசம் என்பது நான் தேவனை நம்புகின்றேன், நடக்கும், ஆகும். உண்டாகும் என்று சொல்லி விட்டு சும்மா இருப்பது அல்ல; நாம் தேவனுடைய வார்த்தையை கேட்டு, அதன்படியே (கிரியை) கீழ்படிந்து செயல்படுவதே விசுவாசம் ஆகும்.
                                                  – சகோ. B. சதீஷ்குமார் ஜோயேல்.

C. கள்ள போதகராக மாறுபாடான போதனைகளை செய்யாதே – பகுத்துப் போதிக்கிரவனாயிரு:

பவுலின் எச்சரிப்பு

நீ வெட்கப்படாத ஊழியக்காரனாயும் சத்திய வசனத்தை, நிதானமாய்ப் பகுத்துப் போதிக்கிறவனாயும் உன்னைத் தேவனுக்கு முன்பாக உத்தமனாக நிறுத்துப்படி ஜாக்கிரதையாயிரு. சீர் கேடான வீண் பேச்சுகளுக்கு விலகியிரு; அவைகளால் கள்ளப்போதகர்களான அவர்கள் அதிக அவபக்தியுள்ளவர்களாவார்கள். (2 தீமோத் – 2: 15, 16). நான் போன பின்பு மந்தையைத் தப்பவிடாத கொடிதான ஓநாய்கள் உங்களுக்குள்ளே வரும். உங்களிலும் சிலர் எழும்பி, சீஷர்களைத் தங்களிடத்தில் இழுத்துக் கொள்ளும்படி மாறுபாடானவைகளைப் போதிப்பார்கள் என்று அறிந்திருக்கிறேன். (அப் – 20: 29, 30).

ரோமர் 12: 2, 9

நீங்கள் இப்பிரபஞ்சத்திற்கு ஒத்த வேஷந்தரியாமல், தேவனுடைய நன்மையும் பிரியமும் பரிபூரணமான சித்தம் இன்னதென்று பகுத்தறியத்தக்கதாக, உங்கள் மனம் புதிதாகிறதினாலே மறுரூபமாகுங்கள். உங்கள் அன்பு மாயமற்றதாயிருப்பதாக, தீமையை வெறுத்து, நன்மையைப் பற்றிக் கொண்டிருங்கள்.

இயேசு கிறிஸ்துவின் எச்சரிப்பு :

சீஷர்கள் அவரிடத்தில் தனித்து வந்து : ... உம்முடைய வருகைக்கும், உலகத்தின் முடிவுக்கும் அடையாளம் என்ன? எங்களுக்குச் சொல்ல வேண்டும் என்றார்கள். இயேசு அவர்களுக்குப் பிரதியுத்திரமாக: ஒருவனும் உங்களை வஞ்சியாதபடிக்கு எச்சரிக்கையாயிருங்கள்; ஏனெனில், அநேகர் வந்து, என் நாமத்தைத் தரித்துக் கொண்டு: நானே கிறிஸ்து என்று சொல்லி, அநேகரை வஞ்சிப்பார்கள். அநேகங் கள்ளத்தீர்க்கதரிசிகளும் எழும்பி, அநேகரை வஞ்சிப்பார்கள்.... அப்பொழுது, இதோ, கிறிஸ்து இங்கே இருக்கிறார், அதோ, அங்கே இருக்கிறார் என்று எவனாகிலும் சொன்னால் நம்பாதேயுங்கள்.

ஏனெனில், கள்ளக் கிறிஸ்துக்களும் கள்ளத்தீர்க்கதரிசிகளும் எழும்பி, கூடுமானால் தெரிந்து கொள்ளப்பட்டவர்களையும் வஞ்சிக்கத்தக்கதாகப் பெரிய அடையாளங்களையும் அற்புதங்களையும் செய்வார்கள். இதோ, முன்னதாக உங்களுக்கு அறிவித்திருக்கிறேன் ஆகையால்: அதோ, வனாந்திரத்தில் இருக்கிறார் என்று சொல்வார்களானால், புறப்படாதிருங்கள்; இதோ, அறைவீட்டிற்குள் இருக்கிறார் என்று சொல்வார்களானால் நம்பாதிருங்கள். மின்னல் கிழக்கிலிருந்து தோன்றி மேற்குவரைக்கும் பிரகாசிக்கிறது போல, மனுஷகுமாரனுடைய வருகையும் இருக்கும். (மத் – 24: 3 – 5; 11,23 – 27)

குறிப்பு: பூமியில் உள்ள மக்கள் கெட்டுபோனவர்களாய் வஞ்சிக்கப் பட்டவர்களாய் தங்கள் வாழ்வையும் அதை தொடர்ந்து தங்களின் நித்திய ஜீவனையும் இழந்து போவதற்கான காரணிகளாக

a) பொய்யான மாறுபாடானவைகளை, பிரயோஜனமற்றவைகளை போதிக்கும் கள்ள போதகர்கள்.

b) பொய்யான வாக்குறுதிகளை வெளிப்பாடுகளை சொப்பனங்களை சொல்லும் கள்ளத்தீர்க்கதரிசிகளும்,

c) இயேசு கிறிஸ்துவின் பெயரை சொல்லிக்கொண்டும் – அல்லது அசுத்த ஆவிகளின் துணையோடும் செய்யப்படும் பொய்யான மதிமயக்கும் அநேக அற்புத அடையாளங்கள்.

இயேசு கிறிஸ்துவின் பெயரை சொல்லிக் கொண்டே (அ) தவறான நோக்கத்தோடு, அநேகர் எழும்புவார்கள் என்று இயேசு முன்னமே எச்சரித்து விழிப்படையச் செய்தார். கிறிஸ்துவின் போதனைகளை கிறிஸ்தவ மார்க்கத்தின் நோக்கம் புரிந்து, பகுத்து போதிக்காத போதகர்களின் தவறால், இன்று கிறிஸ்தவம் மதமாகி, அதில் பல பிரிவுகளும் (Doctrines), மத கோட்பாட்டு தத்துவங்களில் கருத்து மோதல்களும் பெருகி, பரலோக ராஜ்யத்திற்கு போகும் பாதை மாறி நித்திய ஜீவனை இழக்கும் பாதாளத்திற்கு போகும் வேதனையான நிகழ்வாகவும் இன்றைய உலகளாவிய கிறிஸ்தவம் காணப்படுகிறது. இப்படிப்பட்டவர்கள் கர்த்தராகிய இயேசு கிறிஸ்துவின் பெயரை பயன்படுத்துவார்கள். ஆனால் அவரின் முன்மாதிரிகளை – வார்த்தைகளை அப்படியே ஏற்று கீழ்படிந்து வாழ்வதை விரும்பாதவர்கள்.

இப்படிப்பட்டவர்களை இயேசு கிறிஸ்து நியாயந்தீர்க்கிறார்: மாயக்காரராகிய வேதபாரகரே ! பரிசேயரே ! உங்களுக்கு ஐ யோ, மனுஷர் பிரவேசியாதபடி பரலோக ராஜ்யத்தைப் பூட்டிப் போடுகிறீர்கள்; நீங்கள் அதில் பிரவேசிக்கிறதுமில்லை, பிரவேசிக்கப் போகிறவர்களைப் பிரவேசிக்க விடுகிறதுமில்லை.

மாயக்காரராகிய வேதபாரகரே! பரிசேயரே! உங்களுக்கு ஐயோ, பார்வைக்காக நீண்ட ஜெபம் பண்ணி, விதவைகளின் வீடுகளை பட்சித்துப் போடுகிறீர்கள்; இதினிமித்தம் அதிக ஆக்கினையை அடைவீர்கள்.

மாயக்காரராகிய வேதபாரகரே ! பரிசேயரே ! உங்களுக்கு ஐ யோ ! நீங்கள் ஒற்றலாமிலும் (புதினா? !) வெந்தயத்திலும் சீரகத்திலும் தசமபாகம் செலுத்தி, (ஆனால்) நியாயப்பிரமாணத்தில் கற்பித்திருக்கிற விசேஷித்தவைகளாகிய நீதியையும் இரக்கத்தையும் விசுவாசத்தையும் விட்டு விட்டீர்கள், இவைகளையும் செய்ய வேண்டும், அவைகளையும் விடாதிருக்க வேண்டும் (மத் - 23: 13, 14,15,23)

மாயக்காரராகிய வேதபாரகரே ! பரிசேயரே ! உங்களுக்கு ஐயோ, ஒருவனை உங்கள் மார்க்கத்தானாக்கும்படி சமுத்திரத்தையும், பூமியையும் சுற்றித்திரிகிறீர்கள்; அவன் உங்கள் மார்க்கத்தானான போது அவனை உங்களிலும் இரட்டிப்பாய் நரகத்தின் மகனாக்குகிறீர்கள்.

இப்படிப்பட்டவர்களை பேதுரு நியாயந்தீர்க்கிறார்: கள்ளத் தீர்க்கத்தரிசிகளும் ஜனங்களுக்குள்ளே இருந்தார்கள், அப்படியே உங்களுக்குள்ளும் கள்ளப் போதகர்கள் இருப்பார்கள்; அவர்கள் கேட்டுக்கேதுவான வேதப்புரட்டுகளைத் தந்திரமாய் நுழையப்பண்ணி, தங்களைக் கிரயத்துக்குக் கொண்ட ஆண்டவரை மறுதலித்து, தங்களுக்கு அழிவை வருவித்துக் கொள்ளுவார்கள்.

அவர்களுடைய கெட்ட நடக்கைகளை அநேகர் பின்பற்றுவார்கள்; அவர்கள் நிமித்தம் சத்திய மார்க்கம் தூஷிக்கப்படும். பொருளாசையுடையவர்களாய், தந்திரமான வார்த்தைகளால் உங்களைத் தங்களுக்கு ஆதாயமாக வசப்படுத்திக் கொள்ளுவார்கள்; பூர்வ காலமுதல் அவர்களுக்கு விதிக்கப்பட்ட ஆக்கினை அயர்ந்திராது, அவர்களுடைய அழிவு உறங்காது (2 பேதுரு - 2: 1 - 3)

உலகமும் அதின் இச்சையும் ஒழிந்துபோம்; தேவனுடைய சித்தத்தின்படி செய்கிறவனோ என்றென்றைக்கும் நிலைத்திருப்பான். பிள்ளைகளே, இது கடைசிக் காலமாயிருக்கிறது; அந்திக்கிறிஸ்து வருகிறானென்று நீங்கள் கேள்விப்பட்டபடி இப்பொழுதும் அநேக அந்திக் கிறிஸ்துகள் இருக்கிறார்கள்; அதினாலே இது கடைசிக் காலமென்று அறிகிறோம். (1 யோவான் - 2: 17,18)

D. சகரியா 8: 16,17; உபாகமம் 16: 18 - 20;

நீங்கள் செய்யவேண்டிய காரியங்கள் என்னவென்றால்: அவனவன் பிறனோடே உண்மையைப் பேசுங்கள்; உங்கள் வாசல்களில் சத்தியத்துக்கும் சமாதானத்துக்கும் ஏற்க நியாயந்தீருங்கள். ஒருவனும் பிறனுக்கு விரோதமாய்த் தன் இருதயத்தில் தீங்கு நினையாமலும் இருங்கள்; இவைகளெல்லாம் நான் வெறுக்கிற காரியங்கள் என்று கர்த்தர் சொல்லுகிறார்.

உன் தேவனாகிய கர்த்தர் உன் கோத்திரங்கள்தோறும் உனக்குக் கொடுக்கும் வாசல்களிலெல்லாம், நியாயாதிபதிகளையும் தலைவரையும் ஏற்படுத்துவாயாக: அவர்கள் நீதியுடன் ஜனங்களுக்கு நியாயத்தீர்ப்புச் செய்யக்கடவர்கள். நியாயத்தைப் புரட்டாதிருப்பாயாக் முகதாட்சிணியம் பண்ணாமலும், பரிதானம் வாங்காமலும் இருப்பாயாக; பரிதானம் ஞானிகளின் கண்களைக் குருடாக்கி, நீதிமான்களின் நியாயங்களைத் தாறுமாக்கும். நீ பிழைத்து, உன் தேவனாகிய கர்த்தர் உனக்குக் கொடுக்கும் தேசத்தைச் சுதந்தரித்துக்கொள்ளும்படிக்கு நீதியையே பின்பற்றுவாயாக.

கவனியுங்கள் : எனது காலத்தில் இந்திய தேசத்தில் 140 கோடி மக்கள் தொகை உள்ள மனித சமுதாயத்தில் அன்பு, மனித நேயம், சமத்துவம், சுதந்திரம், சகோதரத்துவம், மனித உரிமை, ஜனநாயகம். ஒற்றுமைகளை ஒழுங்கை புனித நிலைகளை, புன்னியங்களை சீர்குலைக்கின்ற கெடுக்கின்ற பகுத்தறிவில்லாத மனிதர்கள் ஆட்சியாளர்கள் பிற்போக்கு மதவாதிகளாக கள்ளர்களாக பொய்யர்களாக காணப்படுகின்றார்கள். பல நிலைகளிலும் இவர்கள் பொய்களை, துணிகரமான துஷ்டத்தன அதிகார துஷ்பிரயோகங்களை நம்பிக்கை மோசடிகளை, கூட்டு சதிக்குழப்பங்களை, கலவரங்களை, பொய்யான தேசபக்தி போர்வையை பொய்யான சன்னியாச துரவர நிலையை, சனாதானம் என்ற மனிதத்தை பிளவுப்படுத்தும் – தீட்டுப்படுத்தும் – ஏற்றத்தாழ்வு ஏற்படுத்தும் பாரபட்சப்படுத்தும் தீமையான பொய் தத்துவத்தை, இந்திய மக்களிடையே களையாக விஷமாக விதைக்கின்றார்கள்.

திட்டம்போட்டு சட்டம்போட்டு சதிகார சங்கிகளாக சங்கதி வெளிவராதபடி லஞ்சம் ஊழல் பணத்தினால் தங்களின் வாழ்வை கட்சிக்கோட்டை கொள்கையை விரிவுப்படுத்தி கொள்ளும் இவர்கள் இதையே தங்களின் பயங்கர ஆயுதமாகவும், சாணக்கிய சதி யுக்தியாகவும், வசிகரமான பராக்கிரம தோற்றமாகவும் தேசத்தின் மக்கள் மத்தியில் காட்டிக் கொள்கிறார்கள். பலரையும் தந்திரமாகவும் பதவி ஆசை, பண ஆசை காட்டியும் பெரும்பாண்மை என்ற பிம்பத்தை ஏற்படுத்தியும், சிலரை மிரட்டியும் சமீபகாலமாக **CBI**, அமலாக்க துறை, பத்திரிக்கையாளர்களை, ஊடகத்துறை, விளையாட்டு துறை, நடிப்பு துறை, ராணுவம், காவல் துறை, நீதிதுறை நபர்களை சிலரையாகிலும் கருப்பு ஆடுகளாய் **RSS**, இந்துத்துவாவில் உருவாக்கி, தேசத்திலே நியாயத்தை ஜனநாயகத்தை சத்தியத்தை புரட்டிப் போடுகின்றவர்களாகவும், ஜாதி இனம் மொழி மதத்தால் மக்களை பிளவுபடுத்தி, கலகம் செய்து ஆதாயம் தேடும் அரசியல் கூட்டணியாக்கி பணிய வைக்கின்றார்கள்.

இவர்கள் இந்துத்துவா மதவெறி போதையை புத்தியை தங்களின் உணர்வுகளில் ஏற்றுக்கொண்டிருப்பதால், இது மனிதத்திற்கான ஆரோக்கியம் பெலன் வளர்ச்சி அல்ல. இது மனிதத்திற்கான பெலவீனம் வீழ்ச்சி அழிவாக

மாறிவிடக்கூடாது என்பதினால் இவைகளை கோடிட்டுக் காண்பிக்கின்றேன். நீங்கள் உண்மைக்கும் நீதிக்கும் நேர்மைக்கும் தெய்வபக்தியுடன் எழுப்புதல் பெற்றவர்களாக பகுத்தறிவுடன் தேசத்தில் உங்களின் பங்களிப்பைச் செலுத்தவேண்டும் என்பதில் விழிப்புணர்வை ஏற்படுத்துகின்றேன். நிலையான வாழ்வு பெறுவதற்கு தடையான களையான பொல்லாதவர்களும் பொல்லாங்குகளும் நீங்கவேண்டும்.

❖ பகுத்தறிய வேண்டியவைகள் எவைகள்?

சபைகள், ஆவிகள், போதகன், தீர்க்கத்தரிசி, மனிதர்கள், மதங்கள், சட்டங்கள், நீதி மன்ற தீர்ப்புகளை காலங்கள் மற்றும் பாரம்பரியங்கள் இவைகளை பகுத்தறிவுடன் ஆராய்ந்து அறிய வேண்டும். இவைகளில் நலமானவைகளை, உண்மையானவைகளை, நீதியானவைகளை, பரிசுத்தமானவைகளை பற்றிக் கொண்டு பயனடைய வேண்டும். (1 யோவான் – 4: 1 – 4; 1 கொரி – 12: 10; 2 கொரி – 11: 13 – 15; வெளி – 2: 2). பொய்யானவைகளை, அநீதியானவைகளை, தீமையானவைகளை, எதிர்த்து நின்று வெற்றிக்கொள்ள வேண்டும்.

E. நித்திய சுவிசேஷத்தின்படி தேவனாகிய கர்த்தரை தொழுதுக் கொண்டவர்களுக்கும், விக்கிரக வணக்கம் செய்பவர்களுக்கும் உண்டாகும் நியாயத்தீர்ப்பு:

வெளிப்படுத்தல் 14: 6 –13

பின்பு, வேறொரு தூதன் வானத்தின் மத்தியிலே பறக்கக்கண்டேன்; அவன் பூமியில் வாசம்பண்ணுகிற சகல ஜாதிகளுக்கும், கோத்திரத்தாருக்கும் பாஷைக்காரருக்கும், ஜனக்கூட்டத்தாருக்கும் அறிவிக்கத்தக்கதாக நித்திய சுவிசேஷத்தை உடையவனாயிருந்து, மிகுந்த சத்தமிட்டு: தேவனுக்குப் பயந்து, அவரை மகிமைப்படுத்துங்கள்; அவர் நியாயத்தீர்ப்புக் கொடுக்கும் வேளை வந்தது; வானத்தையும் பூமியையும் சமுத்திரத்தையும் நீரூற்றுகளையும் உண்டாக்கினவரையே தொழுது கொள்ளுங்கள் என்று கூறினான்.

வேறொரு தூதன் பின்சென்று: பாபிலோன் மகா நகரம் விழுந்தது! விழுந்தது! தன் வேசித்தனமாகிய உக்கிரமான மதுவைச் சகல ஜாதிகளுக்கும் குடிக்கக் கொத்தாளே! என்றான். அவர்களுக்குப் பின்னே மூன்றாம் தூதன் வந்து, மிகுந்த சத்தமிட்டு: மிருகத்தையும் அதின் சொரூபத்தையும் வணங்கித் தன் நெற்றியிலாவது தன் கையிலாவது அதின் முத்திரையைத் தரித்துக் கொள்ளுகிறவனெவனோ, அவன் தேவனுடைய கோபாக்கினையாகிய பாத்திரத்திலே கலப்பில்லாமல் வார்க்கப்பட்ட அவருடைய உக்கிரமாகிய மதுவைக் குடித்து, பரிசுத்த தூதர்களுக்கு முன்பாகவும் ஆட்டுக்குட்டியானவருக்கு முன்பாகவும் அக்கினியினாலும் கந்தகத்தினாலும் வாதிக்கப்படுவான்.

அவர்களுடைய வாதையின் புகை சதாகாலங்களிலும் எழும்பும்; மிருகத்தையும் அதின் சொருபத்தையும் வணங்குகிறவர்களுக்கும், அதினுடைய நாமத்தின் முத்திரையைத் தரித்துக்கொள்ளுகிற எவனுக்கும் இரவும் பகலும் இளைபாறுதலிராது. தேவனுடைய கற்பனைகளையும் இயேசுவின் மேலுள்ள விசுவாசத்தையும் காத்துக்கொள்ளுகிறவர்களாகிய பரிசுத்தவான்களுடைய பொறுமை இதிலே விளங்கும் என்று கூறினான். பின்பு, பரலோகத்திலிருந்து ஒரு சத்தம் உண்டாகக் கேட்டேன்; அது கர்த்தருக்குள் மரிக்கிறவர்கள் இதுமுதல் பாக்கியவான்கள் என்றெழுது: அவர்கள் தங்கள் பிரயாசங்களை விட்டொழிந்து இளைப்பாறுவார்கள்; அவர்களுடைய கிரியைகள் அவர்களோடே கூடப்போம்; ஆவியானவரும் ஆம் என் திருவுளம் பற்றுகிறார் என்று சொல்லிற்று.

பிரியமான சகோதர சகோதரிகளே இந்த கடைசிக்காலத்தில் நாம் வஞ்சிக்கப்படாதபடிக்கு வாழ்வை கெடுத்துக் கொள்ளாத படிக்கு, இயேசுகிறிஸ்துவும் நமக்கு நினைப்பூட்டின போதித்த நியாயப்பிரமாணத்தில் சொல்லி நீதியை – இரக்கத்தை – விசுவாசத்தையும் நிறைவேற்றும் பூரணமான வாழ்வை நோக்கி பரிசுத்த ஆவியானவரின் துணையோடு பயணிப்போம்.

கிறிஸ்தவ மார்க்கம் என்பது மூட நம்பிக்கை, மோசடிகள் நிறைந்த உலக மதம் அல்ல, அது பரலோக ராஜ்யத்தின் பயணமாகிய மிக உன்னத பகுத்தறிவு – பாதையாகும். அதில் பரிசுத்தம், அன்பு, நீதி, விசுவாசம், இரக்கம் நிறைந்த, மனித நேயமிக்க, வளமான ஜீவ மார்க்கம் ஆகும். தேவனுடைய பிள்ளைகளாய் வாழ்வதே தேவ சித்தம் ஆகும். ஆமென்.

அத்தியாயம் – 7

இந்த அத்தியாயத்தை மிக பொறுமையுடன் கற்று அறிந்துக் கொள்வது மிக அவசியம்.

ஆபிரகாமின் மகன் ஈசாக்கு, ஈசாக்கின் மகன் யாக்கோபு; ஆபிரகாமின் தேவனும் ஈசாக்கின் தேவனும் யாக்கோபின் தேவனுமாகிய கர்த்தர்; யாக்கோபின் (எத்தன்) பெயரை மாற்றி இஸ்ரவேல் என்று அழைத்தார். யாக்கோபின் 12 பிள்ளைகளும், 12 கோத்திர பிதாக்களானார்கள். அவர்களின் வாரிசுகள் தலைமுறையினர் எல்லாரும் இணைந்து இஸ்ரவேலர்கள் என்று அழைக்கப்பட்டார்கள்.

எகிப்தில் அடைக்கலமாக போன இஸ்ரவேல், யோசேப்பின் காலத்திற்கு பின்பு அடிமைகளாக்கப்பட்ட நிலையில், தேவனாகிய கர்த்தர் 400 வருட காலம் நிறைவேறின போது (கர்த்தர் ஆபிரகாமிடம் சொன்ன தீர்க்கத்தரிசனம் (ஆதி – 15: 13 – 16; யாத் – 2: 23 – 25) மோசேயின் மூலமாக இஸ்ரவேல் மக்களை எகிப்திலிருந்து விடுதலை ஆக்கினார். நூனின் குமாரனாகிய யோசுவா மூலமாக இஸ்ரவேலர்கள் கானான் தேசத்தை சுதந்தரிக்கச் செய்து, 12 கோத்திரங்களுக்கும் பங்கிட்டுக் கொடுத்து (சுமார் கி.மு. 1400) இஸ்ரவேல் தேசமாக மாறினது.

❖ இந்த மக்களுக்கு மோசேயின் மூலமாக "நியாயப்பிரமாணத்தை – நீதி சட்டம்" தேவனாகிய கர்த்தரால் கொடுக்கப்பட்டது. இதை இஸ்ரவேல் மக்கள் கேட்டு, கற்று, கைக்கொண்டு வாழும்படியாக கொடுக்கப்பட்டது. நியாயப் பிரமாணத்தின் விதிகளும் நிபந்தனைகளும் இஸ்ரவேல் மக்களுக்கான புதிய வாழ்க்கை முறையை கற்றுக் கொடுத்தது. அவர்கள் எகிப்தியரை போன்றோ கானானியரை மற்றும் பிற தேசத்தின் மக்களை போன்றோ வாழ்க்கை முறை இருக்கக் கூடாது என்பதற்காக, உறுதியான புதிய வாழ்க்கை முறையில் உண்மையுடன் வாழ்வதற்காகவே "நியாயப் பிரமாணம்" கொடுக்கப்பட்டது.

I. நியாயப் பிரமாணம் என்பது என்ன?

மக்கள் நியாயமாக வாழ்வதற்கான – வாழ்க்கையின் சட்ட திட்டங்கள். இது கர்த்தருடைய கற்பனைகளும் கட்டளைகளும் நியாயத்தையும் கொண்டது ஆகும். நியாயப் பிரமாணத்தை இரண்டு விதங்களில் – வித்தியாசத்தில் நாம் எளிதில் புரிந்துக் கொள்ள வேண்டும்.

A. தேவனிடத்தில் அன்புக்கூருவதும் – மரியாதையை செலுத்தும் சமய சடங்குகளின் பலிகள் செலுத்தும் கட்டளைகள், விதிமுறைகளை கொண்டது.

B. மனிதர்களிடத்தில் அன்புக்கூருவதும் – மரியாதையை செலுத்தும் சமுதாய ஒழுக்கமும் தூய்மையும் உண்மையுமுள்ள வாழ்க்கையின் விதிமுறைகள் – கட்டளைகளை கொண்டது.

குறிப்பு : நியாயப்பிரமாணம் மோசே என்ற தனிமனிதனின் – தலைவனின் சொந்த அறிவு ஆளுமை அனுபவம் அதிகாரத்தினால் உருவாக்கப் பட்டதோ – ஏற்படுத்தப்பட்டதோ அல்ல." மாம்சமான எந்த மனிதனாலும் தன் மனித சமுதாயத்திற்கு இப்படிப்பட்ட "நியாயமான வாழ்க்கை பிரமாணத்தை" நீதி சட்டத்தை கற்றுக் கொடுக்க முடியாது.

நம்மை படைத்த தேவனாகிய கர்த்தரால் மட்டுமே நமக்கான (மனிதர்கள் – படைப்புகளுக்கான) சரியான, நன்மையான, நற்சாட்சியான, பொறுத்தமான, பொதுவான சட்டத்தை விதியை ஏற்படுத்த முடியும்.

❖ சட்ட திட்டங்கள் இல்லாத மனித வாழ்க்கையும் – மனித சமுதாயமும் சரியானதாக, நிலையானதாக இருக்க இயலாது என்பதை 21 ஆம் நூற்றாண்டில் எல்லா உலக நாடுகளும் – நீங்களும் ஒப்புக் கொள்கிறீர்களா?! ஆம் என்று நான் ஒப்புக் கொள்கின்றேன். சட்ட திட்டங்கள் அந்த அந்த தேசத்திற்கும் – அதின் எல்லா மக்களுக்கும் ஒரே மாதிரியான நியாயமுள்ளதாக இருக்கிறதா? ! என்று உலக நாடுகளாய் (அ) உங்களால் சொல்ல முடியுமா?... நான் உறுதியாக சொல்லுகின்றேன். "நியாயம் எல்லா மக்களுக்கும் ஒன்று போல இல்லை." நீங்களும் இதை ஒப்புக் கொள்வீர்கள் என்று நம்புகின்றேன்.

ஆச்சரியம் என்னவென்றால் சுமார் கி.மு. 1400 ஆண்டுகளுக்கு முன்பாகவே, தேவனாகிய கர்த்தர் (உலகின் சிருஷ்டிகர் – சர்வ வல்லவர்) இஸ்ரவேலின் முழு தேச மக்களுக்கும் ஒரே மாதிரியான நியாயமுள்ள வாழ்க்கை வாழும்படிக்கு நியாயப் பிரமாணத்தை மோசேயின் மூலமாக கொடுத்தார். அதில் ஆசாரியரும் லேவி கோத்திரத்தின் மக்களுக்கு தேவாலயத்தில் ஆசாரிப்பு கூடாரத்தின் ஊழியத்தை செய்வதற்கு சில நிபந்தனை, கூடுதலான கட்டுபாடுகளுடனும் நியாயப் பிரமாணம் இருந்தது.

❖ இன்றைய உலக நாடுகளில் இருக்கும் தலைவர்கள் மக்களுக்கும் இடையே ஜாதிக்கு ஒரு நீதி, தலைவனுக்கு ஒரு விதி, ஆளாளுக்கு ஒரு நியாயம் என்ற அநியாயங்களும் அராஜகமும் இருக்கிறது. இந்தியாவில் இந்துமத வேதம் என்று சொல்லக்கூடிய மனுதர்மம் ஸ்மிருதி நூல்களின் கருத்துக்கள் தத்துவம் சட்டங்கள் சொல்லும் கூற்றுகளில் வர்ணாசிரமம் படியே

மனிதர்களின் தோற்றமே பல ஏற்றத் தாழ்வுகளுடன் கூடிய ஜாதி பிரிவினைகளில் உள்ளது. இது பிராமிணன், சத்திரியர், வைசியர், சூத்திரர், ஆதிசூத்திரர் என்ற வரிசையில் மேலும் பல ஜாதிகளின் உட்பிரிவுகளை உண்டாக்குகின்ற மனித சமுதாயத்தை ஏற்படுத்தி, இவர்களுக்குள்ளே மத வழிபாட்டிலும், சமூக வாழ்விலும், சமத்துவம், சுதந்திரம், சமூகநீதி இல்லாதவைகளாய் வாழ்வியல் சட்டங்கள் ஜாதிக்கு ஒரு நீதி என்று அநீதிகளும் அதர்மங்களும் நிறைந்து காணப்படுகின்றன. மனிதர்களை உயர்ந்தவன் தாழ்ந்தவன் என்று சீர்கேட்டுடன் மூடநம்பிக்கையுடன் அடக்கி அழுக்கி அடிபணிய வைக்கின்றது. (பாபா சாகேப். டாக்டர். அம்பேத்கர் நூல் – தொகுப்பு – தொகுதி 6).

இஸ்ரவேல் மக்களுக்கு இப்படிப்பட்ட பிரமாணம் கொடுக்கப்படவில்லை, ஏனெனில் தேவனாகிய கர்த்தர் அவர் இரக்கமும், கிருபையும், நீடிய சாந்தமும், மகா தயையும், சத்தியமுமுள்ளவர், பாரபட்சம் இல்லாதவர், பட்சிக்கும் அக்கினி, பரிசுத்தர், நீதியுள்ள நியாயாதிபதி என்பதை கவனமாக நம் கருத்தில் கொண்டு வாழ்வதற்காகவே இதை குறிப்பிடுகிறேன்.

II. நியாயப்பிரமாணத்தின் பத்து கட்டளைகள் :

1.   என்னையன்றி உனக்கு வேறே தேவர்கள் உண்டாயிருக்க வேண்டாம்.

2.   எந்த மாதிரியான ஒரு சொரூபத்தையும் யாதொரு விக்கிரகத்தையாகிலும் நீ உனக்கு உண்டாக்க வேண்டாம்; நீ அவைகளை நமஸ்கரிக்கவும் சேவிக்கவும் வேண்டாம்.

3.   உன் தேவனாகிய கர்த்தருடைய நாமத்தை (தவறாக பயன்படுத்த கூடாது) வீணிலே வழங்காதிருப்பாயாக.

4.   ஓய்வுநாளைப் பரிசுத்தமாய் ஆசரிக்க நினைப்பாயாக; ஏழாம் நாளோ உன் தேவனாகிய கர்த்தருடைய ஓய்வு நாள்; அதிலே நீயும், உன் வீட்டார் அனைவரும், வேலைக்காரர்கள், மிருக ஜீவன்கள் யாரும் யாதொரு வேலையும் செய்ய வேண்டாம்.

5.   தேசத்திலே உன் நாட்கள் நீடித்திருப்பதற்கு, உன் தகப்பனையும் உன் தாயையும் கனம்பண்ணுவாயாக.

6.   கொலை செய்யாதிருப்பாயாக.

7.   விபசாரம் செய்யாதிருப்பாயாக.

8.   களவு செய்யாதிருப்பாயாக.

9.   பிறனுக்கு விரோதமாகப் பொய்ச் சாட்சி சொல்லாதிருப்பாயாக.

10. பிறனுடைய வீட்டை இச்சியாதிருப்பாயாக; (ஆசை – அபகரிக்க நினைப்பது கூடாது) பிறனுடைய வீட்டை சார்ந்த யாரையும், பிறனுக்குள்ள யாதொன்றையும் இச்சியாதிருப்பாயாக என்றார். (யாத் – 20: 3 – 17; உபா – 5: 7 – 21)

III. நியாயப்பிரமாணத்தின் மற்ற சிறப்பு அம்சங்கள் :

❖ ஒவ்வொரு தனிமனிதர்கள் சேர்ந்து ஒரு சமுதாயமாகிறது. எனவே ஒவ்வொரு தனிமனிதனுக்குள்ளும் ஒழுக்கமும், உண்மையும், சுகாதாரமும், பரிசுத்தமும், நேர்மையும் அன்பும் நிறைந்தவனாக இருக்க வேண்டும். ஆதலால்

❖ ஒழுக்கமான பரிசுத்தமான குடும்ப வாழ்க்கை, சமுதாய வாழ்க்கை உறவு முறைகள் பற்றிய கட்டளைகள் (லேவி – 18: 20) (யாத் – 20: 21 – 23)

❖ சுத்தமான சுகாதாரமான உணவுப்பழக்க வழக்கத்தின் ஆரோக்கியத்தின் கட்டளைகள். (லேவி – 11: 2 – 47; உபா – 14: 1 – 29; யாத் – 12: 8 – 11, 17 – 20; 16: 11 – 20, 23) இரத்தத்தை உண்ணக் கூடாது.

❖ அகதிகளுக்கும், ஏழைகளுக்கும் உதவி செய்யும் நியாயம் செய்யும் கட்டளை – உடன்படிக்கை (லேவி – 25: 1 – 55; உபா – 19: 1 – 21)

❖ ஆட்சியாளர்கள் (ராஜாக்கள்) அதிகாரிகளுக்கு ஆட்சிமுறை; நியாயவிசாரிப்பு, போர் பற்றிய அறிவுரைகள். (உபா – 17,18,19,20) (யாத் – 18: 13 – 26) (உபா – 17: 15 – 20)

❖ ஆன்மீக வாதிகளான ஆசாரியர் லேவியர்களுக்கான சட்டதிட்டங்கள் (லேவி – 21: 1 – 22; 1 – 13; யாத் – 28, 29; உபா – 18: 1 – 22). ஆட்சியாளரும், ஆன்மீக வாதியும் மண்ணாசை, பொன்னாசை, பெண்ணாசை, பொருளாசை இல்லாதவர்களாய்; லட்சமும், பாரபட்சமும் இல்லாமல் பணி ஆற்ற வேண்டும்.

❖ சுத்திகரிப்பு தூய்மை முறைகளின் கட்டளைகள் தனிப்பட்ட வாழ்வின் சுத்திகரிப்பு (லேவியராகமம் – அதிகாரம் – 12 – 16), தாய்மையின் சுத்திகரிப்பு,தொழு நோயாளியின் சுத்திகரிப்பு, தேசிய சுத்திகரிப்பு.

❖ விவசாய வேலைகளின் விதைப்பு, அறுவடை, சேர்ப்பு, நிலம் பராமரிப்பு முறைகளின் வழிகாட்டுதலின் சட்டங்கள் மற்றும் பண்டிகைகள். (யாத் – 23: 10 – 19; லேவி – 25: 1 – 22)

❖ ஊதியம் வழங்குதல், கடன் கொடுத்தல், மன்னிப்பு பெறுதல், சொத்துக்களின் உரிமைப் பற்றிய சட்டங்கள். (லேவி – 25: 23 – 55)

❖   பற்பல ஒழுங்குமுறைகள், மீறின தவறுதலான குற்ற செயல்களுக்குத்தக்க விசாரணைகளும், மன்னிப்பும், தண்டனைகள் பற்றிய கட்டளைகள். பொய்சாட்சி, லஞ்சம், பாரபட்சமில்லாமல் விசாரணை முறைகள் தீர்ப்புகள் இருக்க வேண்டும்.(உபா – 21 – 25; யாத்தி – 21: 24) (யாத் – 23: 6 – 8; லேவி – 19: 11 – 18) இவைகள் மனித சமுதாயத்தின் நன்மையும், ஜீவனும் ஆசீர்வாதத்திற்குமான நியாயப்பிரமாண கட்டளைகள் ஆகும்.

இது நான் சுருக்கமாக மிக முக்கிய வாழ்க்கை தொடர்புடைய அம்சங்களை கொண்ட குறிப்பை மட்டுமே உங்கள் உடனடி – நேர்ப் பார்வைக்கு பதிவிட்டிருக்கிறேன்.

❖   வேத ஆகமங்களான : ஆதியாகமம் – யாத்திராகமம் – லேவியராகமம் – எண்ணாகமம் – உபாகமம் புத்தகங்களில் தேவனாகிய கர்த்தரால் கற்பிக்கப்பட்ட நியாயப்பிரமாணம் கட்டளைகள் கற்பனைகள் சுமார் 600 முதல் 2700 வரை இருக்கிறது என்று வேதாகமத்தின் ஆராய்ச்சியாளர்கள் கூறுகின்றார்கள்.

IV. A. சமய சடங்கு பலிகள் பற்றிய சட்டம் – கட்டளைகள், அதின் நோக்கம்:

1. தகன பலிகள் (BURNT OFFERING)

2. பாவ நிவாரண பலி (SIN OFFERING)

3. குற்றநிவாரண பலி (TRESPASS OFFERING)

4. போஜன பலி (MEAT OFFERING)

5. பான பலி (DRINK OFFERING)

6. சமாதான பலிகள் (PEACE OFFERING)

7. பஸ்காவாகிய பலி (SACRIFICE OF THE FEAST OF PASSOVER)

(யாத் – 28, 29; 20: 24 – 31; லேவி – 4: 7; எண்ணாகமம் – 6: 7)

இந்த பலிகள் செலுத்தும் முறைகள் தேவனாகிய கர்த்தருக்கு முன்பாக மனிதர்கள்: தங்களை முழுவதுமாக நன்றியுடையர்களாகவும் தாழ்மை-யுள்ளவர்களாகவும் தவறுகளினால் கிடைக்க போகும் தண்டனைகளிலிருந்து மன்னிப்பை பெறுவதற்கும், ஒவ்வொரு வருடமும் கால சூழலுக்கு ஏற்ற பலிகளை செலுத்தி வந்தார்கள். நியாய பிரமாணம் கட்டளையிட்ட தொழுகையின் படி, பண்டிகைகளையும் ஆராதனை முறைகளையும் அனுசரித்து வந்தார்கள். ஆனால் தங்கள் சகோதரர்களிடையே பிற மனிதர்களிடையே அன்பு செலுத்தாமலும் அநியாயமாகவும் வாழ்ந்து வந்தார்கள்.

குறிப்பு: இறைவழிபாட்டின் கருத்தும் நோக்கமும் புரியாத மனிதர்கள் அதை மத வழிபாடாக மாற்றினதால், மதம் பிடித்தவர்களாய் வாழ்ந்ததால் – நியாயப் பிரமாணம் கற்பித்த மையக்கருபொருள் – நீதி, இரக்கம், விசுவாசத்தை மனிதர்கள் மதிக்காமல் மீறினவர்களாய் வாழ்ந்தார்கள். எனவே "தேவனாகிய கர்த்தர் இந்த மனிதர்களின் பலிகளை, ஜெபங்களை, காணிக்கையை, ஆராதனையை, பண்டிகைகளை, ஓய்வுநாள் கூடுகையை, மாத பிறப்பு கூடுகையை அருவருப்பாக எண்ணினார். அதை அங்கிகரிக்கவில்லை இனி அவைகள் தனக்கு வேண்டாம் என்று நிராகரித்தார்." நியாயமுள்ள வாழ்க்கை நடத்துவதற்காகவே நியாயப்பிரமாணத்தின் கட்டளைகளை கொடுத்த கர்த்தர், நியாயமில்லாத பாவிகளான மனிதர்களை எச்சரித்தார் (ஏசாயா – 1: 10 – 17)

❖ உங்களைக் கழுவிச் சுத்திகரியுங்கள்; உங்கள் கிரியைகளின் பொல்லாப்பை என் கண்களுக்கு மறைவாக அகற்றி விட்டு, தீமை செய்தலை விட்டு ஓயுங்கள்; நன்மை செய்யப்படியுங்கள்; நியாயத்தைத் தேடுங்கள்; ஒடுக்கப்படிட்டவனை ஆதரித்து, திக்கற்ற பிள்ளையுன் நியாயத்தையும், விதவையின் வழக்கையும் விசாரியுங்கள் என்றார்.

❖ அதற்குச் சாமுவேல்: கர்த்தருடைய சத்தத்திற்குக் கீழ்ப்படிகிறதைப் பார்க்கிலும், சர்வாங்க தகனங்களும் பலிகளும் கர்த்தருக்குப் பிரியமாயிருக்குமோ? பலியைப் பார்க்கிலும் கீழ்ப்படிதலும், ஆட்டுக்கடாக்களின் நிணத்தைப் பார்க்கிலும் செவி கொடுத்தலும் உத்தமம். (1 சாமுவேல் – 15: 22, 23)

ஆயிரங்களான ஆட்டுக்கடாக்களின் பேரிலும் எண்ணெயாய் ஓடுகிற பதினாயிரங்களான ஆறுகளின் பேரிலும், கர்த்தர் பிரியமாயிருப்பாரோ? என் அக்கிரமத்தைப் போக்க என் முதற்பேறானவனையும், என் ஆத்துமாவின் பாவத்தைப் போக்க என் கர்ப்பக்கனியையும் கொடுக்க வேண்டுமோ? (மீகா 6:6-8)

❖ மனுஷனே, நன்மை இன்னதென்று அவர் உனக்கு அறிவித்திருக்கிறார்; நியாயஞ்செய்து, இரக்கத்தைச் சிநேகித்து, உன் தேவனுக்கு முன்பாக மனத்தாழ்மையாய் நடப்பதை அல்லாமல் வேறே என்னத்தைக் கர்த்தர் உன்னிடத்தில் கேட்கிறார்.

❖ பலியை அல்ல இரக்கத்தையும், தகனபலிகளைப் பார்க்கிலும் தேவனை அறிகிற அறிவையும், விரும்புகிறேன் என்றார். ஓசியா – 6: 6)

B. எல்லா பலிகளுக்கும் கல்வாரி சிலுவையில் ஓர் முடிவு :

உலக ராஜ்யங்களின் மக்களிடையே பல மதங்களின் நம்பிக்கைகளும், பலிகளின் முறைகளும் தெய்வ வழிபாடாக இருந்தது. 21 ஆம் நூற்றாண்டிலும் இருக்கிறதை அறிகிறோம்; ஆனால் நியாயப்பிரமாணம் சொல்லும் எல்லா

பலிகளின் முறைகளுக்கும் இயேசு கிறிஸ்துவின் பலியின் மூலம் கல்வாரி சிலுவையில் முடிவு உண்டானது.

இயேசு கிறிஸ்து தமது ஜனங்களின் பாவங்களை நீக்கி அவர்களை இரட்சிக்கவும், உலகத்தின் பாவத்தைச் சுமந்து தீர்க்கிற தேவ ஆட்டுக்குட்டியாக, (விசுவாசிக்கிறவர்கள் கெட்டு போகாமல் நித்திய ஜீவனை அடையும் படிக்கும்) இயேசு கிறிஸ்து சிலுவையில் பலியானார்.

❖ அதன்பின்பு, **எல்லாம் முடிந்தது** என்று இயேசு அறிந்து, வேத வாக்கியம் நிறைவேறத்தக்கதாக: தாகமாயிருக்கிறேன் என்றார். இயேசு காடியை வாங்கின பின்பு **முடிந்தது** என்று சொல்லி, தலையைச் சாய்த்து, ஆவியை ஒப்புக் கொடுத்தார் (யோவான் – 19: 28, 30)

❖ விசுவாசிக்கிற எவனுக்கும் நீதி உண்டாகும்படியாகக் கிறிஸ்து நியாயப் பிரமாணத்தின் முடிவாயிருக்கிறார். (ரோமர் – 10: 4)

கவனி: எல்லாம் முடிந்தது என்று இயேசு அறிந்து, எல்லாம் முடிந்தது என்று சொல்லி, கிறிஸ்து நியாயப் பிரமாணத்தின் முடிவாயிருக்கிறார் – என்று சொன்னதின் உண்மையான நிலவரம் மற்றும் சத்தியத்தை நாம் மிக சரியாக புரிந்துக் கொள்ள வேண்டும்.

A. நியாயப்பிரமாணத்திலும் தீர்க்கதரிசனங்களிலும் சங்கீதங்களிலும் இயேசு கிறிஸ்துவையும் அவரின் ஊழியத்தைபற்றியும், மரணத்தைப் பற்றியும் சொல்லப்பட்டவைகளின் படியே எல்லாம் நடந்து முடிந்தது. (வேதவாக்கியங்களின் படியே நிறைவேறி முடிந்தது) ஒன்றுமே பொய்த்து போகவில்லை, கட்டுக் கதையும் அல்ல. அவைகள் எல்லாம் தேவ ஆவியினால் ஏவப்பட்டு – தேவனுடைய ஊழியர்கள் சொன்ன, எழுதின வார்த்தைகள் ஆகும்.

B. "இயேசு கிறிஸ்து தன் மரணத்தின் ஜீவ பலியினாலே, நியாயப் பிரமாணம் கற்பித்த எல்லா பலிகளின் கட்டளைகளுக்கும் முடிவை ஏற்படுத்தினார்." இனி மனிதர்கள் யாரும் சமய சடங்கு பலிகளை – நியாயப்பிரமாணம் சொல்லிய பலிகளை செலுத்த வேண்டாம். கல்வாரி சிலுவையில் இயேசு எல்லா பலிகளுக்கும் முடிவு உண்டாக்கினார். இதுவே எல்லாம் முடிந்தது என்று சொன்னதின் முழுமையான கருத்து ஆகும்.

ஆனால் நியாயப்பிரமாணத்தின் மற்ற சிறப்பு அம்சங்கள் – பத்து கட்டளைகள் 21 ஆம் நூற்றாண்டிலும் நாம் எல்லாரும் (எந்த மனித சமுதாயத்திற்கும்) நியாயமான வாழ்க்கை வாழ்வதற்கு, நமக்கு வழிகாட்டுதலாக வழங்கப்பட்டிருக்கிறது என்பதை விசுவாசித்தால், அவைகளால் நாம் பிழைத்துக் கொள்ள முடியும் என்றே வேத வாக்கியங்கள் (வேதம்) மோசே காலமுதற்க் கொண்டு, இயேசு கிறிஸ்துவும் திட்டமும் தெளிவுமாக போதித்து, அவைகள்

கைக்கொள்ளும்படி உயிர்த்தெழுந்த இயேசுவும் இறுதி கட்டளையாகவும் அப்போஸ்தலர்களிடத்தில் கூறி சென்றிருக்கிறார்.

குறிப்பு : இந்த நியாயத்தை உண்மையை மறுக்கும் மறுதலிக்கும் மறைக்கும் மனிதர்கள் உண்டு. முதல் நூற்றாண்டுக்கு பிறகும் 21 ஆம் நூற்றாண்டு வரையிலும் உலகத்திற்கு ஒத்த வேஷம் தரித்தவர்களாய், பவுலின் ரோமர், கலாத்தியர், எபிரெயர் (நிருபத்தின்) சில வரிகள் தவறான உபதேசத்திற்கு காரணமாக உள்ளது. பவுலின் பாவ சுபாவத்தின் அடிமை நிலையின் பிழையான வார்த்தைகளையே, வேத வாக்காக வேதமாக எண்ணி போதிக்கும், பின்பற்றும் சோதனைக்காரர்களாய், வேத புரட்டல்காரர்களாய் சில போதகர்கள் சுவிசேஷர்கள் தீர்க்கதரிசிகள் அப்போஸ்தலர்கள் என்று உலகில் பரவி கிடப்பதை பார்க்க முடிகிறது. இது இரட்சிப்பின் வாழ்வை இழக்கும் கெடுக்கும் பாதையும், நித்திய ஜீவ – வாழ்வை தொலைக்கும் துயரமான தோல்வியின் நிலையாகும். இந்த கெட்டு போன மனிதர்களின் – சபைகளின் துயரநிலைகள் – ஆதாமும் ஏவாளும் வஞ்சிக்கப்பட்டது போன்று துயர நிலையும் தோல்வி நிலையும் மரித்த நிலையுமாக இருக்கின்றது.

V. நியாயப்பிரமாணத்தின் நோக்கம் – அதன் தேவையைக்குறித்து தேவனாகிய கர்த்தரால் சொல்லப்பட்டது என்ன? பலரால் நம்பப்பட்டது என்ன?

பின்னும் கர்த்தர் மோசேயை நோக்கி: நீ இஸ்ரவேல் புத்திரருக்குச் சொல்ல வேண்டியது என்னவென்றால்: நான் உங்கள் தேவனாகிய கர்த்தர். நீங்கள் குடியிருந்த எகிப்து தேசத்தாருடைய செய்கையின்படி செய்யாமலும், நான் உங்களை அழைத்துப் போகிற கானான் தேசத்தாருடைய செய்கையின்படி செய்யாமலும், அவர்களுடைய முறைமையின்படி நடவாமலும், என்னுடைய நியாயங்களின்படி செய்து, என்னுடைய கட்டளைகளைக் கைக்கொண்டு நடவுங்கள்; நான் உங்கள் தேவனாகிய கர்த்தர். ஆகையால் என் கட்டளைகளையும் என் நியாயங்களையும் கைக்கொள்ளக் கடவீர்கள்; அவைகளின்படி செய்கிறவன் எவனும் **அவைகளால் பிழைப்பான்**; நான் கர்த்தர் (லேவி – 18: 1 – 5)

❖ உங்கள் தேவனாகிய கர்த்தர் உங்களுக்குக் கற்பித்தபடியே செய்ய சாவதானமாயிருங்கள்; வலது புறம் இடது புறம் சாயாதிருப்பீர்களாக. நீங்கள் சுதந்தரிக்கும் தேசத்திலே பிழைத்து சுகித்து நீடித்திருக்கும்படி, உங்கள் தேவனாகிய கர்த்தர் உங்களுக்கு விதித்த வழிகளெல்லாவற்றிலும் நடக்கக்கடவீர்கள். (உபா – 5: 32, 33)

❖ இஸ்ரவேலே, கேள்: நம்முடைய தேவனாகிய கர்த்தர் ஒருவரே கர்த்தர். நீ உன் தேவனாகிய கர்த்தரிடத்தில் உன் முழு இருதயத்தோடும், உன் முழு ஆத்துமாவோடும், உன் முழுப்பலத்தோடும் அன்பு கூருவாயாக.

நீ உன் தேவனாகிய கர்த்தருக்குப் பயந்து, உயிரோடிருக்கும் நாளெல்லாம், நீயும் உன் குமாரனும் உன் குமாரத்தியும், நான் உனக்கு விதிக்கிற அவருடைய எல்லாக் கற்பனைகளையும் கட்டளைகளையும் கைக் கொள்ளுகிறதினாலே உன் வாழ்நாட்கள் நீடித்திருக்கும்படி, நீங்கள் சுதந்தரிக்கப் போகிற தேசத்திலே கைக்கொள்வதற்காக, உங்களுக்குப் போதிக்க வேண்டும் என்று உங்கள் தேவனாகிய கர்த்தர் கற்பித்த கற்பனைகளும் கட்டளைகளும் நியாயங்களும் இவைகளே. (உபா – 6:1 – 2 – 7).

குறிப்பு: கற்பனைகளும் கட்டளைகளும் நியாயங்களும் உள்ளடங்கிய நியாய பிரமாணத்தை கற்று – போதித்து – அப்படியே கைக் கொள்வதினால் ஒரு தேசத்தின் மக்களுக்கு நேரிடும் நன்மைகள் அதின் விளைவுகள் என்னவென்பதை கவனிக்க வேண்டும்.

பிழைத்து,சுகித்து,   நீடித்திருப்பீர்கள்.மேலும்   நன்றாயிருப்பதற்கும் விருத்தியடைவதற்கும் என்றும் சொல்லப்பட்டுள்ளது. (லேவி – 18: 1 – 5; உபா – 6: 1 – 9; 11: 19 – 21)

எனவே தான்   நியாயப்பிரமாணம்   – நியாயமான வாழ்க்கை வாழ்வதற்கான சட்ட விதிகள்,

1.   உன் இருதயத்தில் இருக்கக்கடவது.

2.   உன் பிள்ளைகளுக்கு அவைகளைக் கருத்தாய் போதித்து, அவைகளைக் குறித்துப் பேச வேண்டும்.

3.   அவைகளை உன் வீட்டு வாசல்களில் – வீட்டு நிலைகளிலும் எழுத வேண்டும். என்று கட்டளையிடப்பட்டிருக்கிறது.

இதற்கான அவசியம் என்னவென்றால், நம்முடைய வாழ்க்கைக்கும் – வருங்கால சந்ததிகளுக்கும் இதில் ஆசீர்வாதம் உள்ளது. இதில் ஜீவனும் நன்மையும் உள்ளது.

❖   நாம் நியாயப்பிரமாணத்தை மறந்தும், மீறியும், வெறுத்தும், விலகியும் வாழ முயற்சிக்கும் போது தீமைகளும் சாபமும் மரணமும் வந்துவிடுகிறது.

உதாரணம் (1) : மனித வாழ்வியலை பற்றிய நியாயப்பிரமாணத்தின் கட்டளைகளான: ஒழுக்கமான – பரிசுத்தமான குடும்பம், சமுதாய உறவுமுறைகளின் கட்டளைகள்; சுத்தமான – சுகாதாரமான உணவுப் பழக்க வழக்கத்தின் கட்டளைகள்; தனிப்பட்ட, தாய்மையின், தொழுநோயாளியின் மற்றும் தேசிய சுத்திகரிப்பு தூய்மை முறைகளின் கட்டளைகள் ஆகியவற்றை அறியாததின் – மீறுவதின் **விளைவாக:** பல விதமான வகைப்படுத்தப்பட்ட நோய் கிருமிகளின், வைரஸ்களின்,பூச்சைகளின் (Bacteria, Virus, Fungus) தாக்கத்தினால் உலக மனித

சமுதாயத்தில் புதிய புதிய பெயர்களில் வியாதிகள் தோன்றி பல கோடிகளில் மனித மரணங்கள் மற்ற உயிரினங்களின் அழிவுகள் உலக வரலாற்றில் நிகழ்ந்துக்கொண்டே இருக்கின்றன.

அந்நோய்களுக்கு புதிய புதிய மருந்துகளையும் கண்டு பிடித்துக் கொண்டு – வழங்கபட்டும் வருகின்றார்கள். அறிவியல் மருத்துவ விஞ்ஞானிகளின் அற்பணிப்புள்ள ஆராய்ச்சி கண்டுபிடிப்புகளுக்கும், அதற்கான மூலக்கூறு பொருட்களையும், ஞானத்தையும் அவர்களுக்கு கொடுக்கும் தேவனாகிய கர்த்தருக்கு (இறைவன்) நாம் அனைவரும் நன்றி உணர்வு உள்ளவர்களாக இருக்க வேண்டும்.

கவனியுங்கள்: சில நோய்கள் (Diseases) – சில வைரஸ்கள் (viruses) பற்றி குறிப்பிடுகின்றேன்.

1. புபோனிக் பிளேக். 2. தி பிளேக் 3. காலரா, 4. சுபானிஷ் புளு (influenza), 5. HIV, AIDS,VDRL. 6. Swine Flu (H1N1), 7. Sars Virus, 8. Mers Virus, 9. E BOLA Virus, 10. கொரோனா (Covid – 19) வைரஸ், 11. Leptospirosis, 12. T.B. (காச நோய்), 13. மலேரியா, 14. டைப்பாய்டு, 15. TORCH VIRUS, 16. Hepatitis Virus, 17. Polio, 18. Chicken Box, 19. Psoriasis, மற்றும் பல வகையான Viral infection (மர்ம நோய் தாக்கம்).

கடந்த 1000 ஆயிரம் ஆண்டுகளில் உலக மனிதர்களின் தவறான – அறியாமையான வாழ்க்கை முறைகளினால், இறைவனின் – இயற்கையின் நீதியை மதிக்காத நம்முடைய விதிமீறல்களினால் பல கொள்ளை நோய்களின், உயிர் கொல்லி நோய்களின் தாக்கம் ஏற்பட்டதையும், அதற்கான தடுப்பு நடவடிக்கையாக வாழ்க்கை முறை சீர்திருத்த நடவடிக்கைகளையும் மேற்கொண்டதே வரலாற்று உண்மை ஆகும். World Health Organisation (WHO) இதற்கு ஒரு சான்றாகும்.

நியாயப் பிரமாணம் கற்பிக்கும் சுத்தம் – சுகாதாரம் – ஒழுக்கமான வாழ்க்கை முறையே இயற்கை – இறைவனின் நீதி நியாயம் நிறைந்த வாழ்வாகும்; இதுவே தீமைகளும் சாபமும் மரணமும் வரும்முன் காக்கும். (வெள்ளம் வரும் முன் அணைக் கொள்ளல் வேண்டும்) கருணைமிகு கர்த்தர் காட்டும் வழியாகும். 21 ஆம் நூற்றாண்டில் உலக மக்கள் யாவரும் அறிந்த அனுபவித்த ஓர் வைரஸ் தாக்குதல் அது Covid – 19 என்னும் கொரோனா வைரஸ் சுமார் 200 – 600 வகையில் மரபணு மாற்றம்பெற்று கொடிய விளைவுகளை (2020 – 2021 ஆம் ஆண்டுகளில்) ஏற்படுத்தியது. இந்த வைரசை தடுக்கும் மருந்துக்கள் இல்லாததினால், உலக அரசுகள் சுகாதார நிறுவனங்கள், WHO உலக சுகாதார நிறுவனம் Corona Virus பரவல் மற்றும் உயிரிழப்பை தடுக்க பயன்படுத்திய வழிமுறைகள் மற்றும் ஆற்றிய ஆலோசனைகள் பற்றி நீங்கள் அறிந்துணர்ந்து

அதை பின்பற்றினீர்களா?! என்ன ஒரு கொடிய மனிதர்கள் !! அநேகர் அதை பின்பற்றவில்லை. அது என்ன? :

தனித்திரு ! விழித்திரு !! வீட்டிலே இரு !!!. முககவசம் (நிழிவிவு) அணி, அடிக்கடி சோப்பு போட்டு கைகளை கழுவு, வெளியிடங்களுக்குசென்று வந்ததும் குளித்து சுத்தமாகு.

திருவிழாக்களை தவிர் – திருமணம் களிப்பு கொண்டாட்டம் தவிர். சூடான சுகாதாரமான உணவை உண்ண வேண்டும். நோய் தாக்கப்பட்டவர்களை தனிமைப்படுத்து. மகன் – மகள் – தாய் – தந்தை – யாராக இருந்தாலும் தனிமைப்படுத்து, கிட்ட சேராதே (தீட்டு – அபாயம் – அசுத்தம் – மரணம் நெருங்கும்). வைரஸ் தாக்கத்தினால் உயிரிழந்தவரை – பாதுகாப்பான முறையில் அப்புறப்படுத்தி (ஊருக்கு வெளியில்) (உறவினர்கள் உதவியின்றியே – ஒன்று கூட விடாமலேயே) நெருப்பினாலே (சுட்டெரித்தல்) எரித்துவிடு (அ) ஆழமாய் குழித்தோண்டி மண்ணில் புதைத்துவிடு.

குறிப்பு: இவ்வாறு தீமைகளை, நோய்களை, மரணத்தை, தேசத்தில் பரவுதலை (வரும்முன் காத்து) தடுத்து, மனித சமுதாயத்தை காப்பாற்றும் ஆரோக்கியமுடன் (சுகமுடன் – பலமுடன் – நீடித்து) வாழ செய்யும் நடவடிக்கைகளை பற்றி கி. மு. 1400 வருடங்களுக்கு முன்பாகவே (சுமார் 3400 வருடம்) நியாயப் பிரமாணத்தின் மூலமாக கற்பிக்கப்பட்டது. எனவே தான் 21 ஆம் நூற்றாண்டு மதவாதிகளும், கள்ள கிறிஸ்தவ போதகர்களும், வேத புரட்டல்வாதிகளும், Ph.D. வேத ஆராய்ச்சி பெற்றும் சத்தியத்தின் – உண்மையை உணராதவர்களாய் நியாயப்பிரமாணத்தை இன்று புறக்கணித்து போதிக்கிறவர்களுக்கு, நியாயப்பிரமாணத்தை நான் தெளிவாக மிக தெளிவாக புரிய செய்கிறேன்.

❖ **தேவனாகிய கர்த்தர் தம்மால் படைக்கப்பட்ட மக்களுக்கு கற்பிக்கும் நியாயம், வாழ்க்கை பாடம் என்பது அது தற்காலிக நன்மை பலனை தருவது மட்டுமல்லாமல், நித்திய (நீடித்த நாட்களை) ஜீவனை கொடுக்கும் படியாக, பிரச்சனைகளுக்கான நிரந்தர தீர்வை பற்றிய பாடத்தை கற்பித்தார்.**

ஒரு பானை சோற்றுக்கு – ஒரு சோறு பதம் பார்க்கும் பழமொழியை கேட்டிருப்பீர்கள். மனித இனத்தின் உயிர் வாழ்வுக்கு உயிரோட்டத்திற்கு தேவனாகிய கர்த்தர் அழகிய ஒரு பூமியை, அருமையான ஒரு சூரியனை – சந்திரனை கொடுத்தார். அது போன்றே ஒட்டுமொத்த உலக மனித இனத்திற்கும் ஓர் தேசத்தை தெரிந்துக்கொண்டு இஸ்ரவேலை முன் மாதிரியாக நாமும் (மற்ற தேசங்களும்) பின்பற்றும்படியாக பிழைத்துக் கொள்ளும்படியாக நியாயப்பிரமாணத்தை கற்பித்தார். எனவே தான் அந்த நியாயப்பிரமாணத்தின் மீது விசுவாசமும் –

நம்பிக்கையும் - விருப்பமும் உள்ளவர்களின் சில உதாரண குறிப்பையும் உங்களுக்காக (மறுப்பாளர் - மாறுபாடானவர்களுக்கு) கொடுக்கிறேன்:

கவனியுங்கள்:

A.   கர்த்தர்: மோசேயிடம்,... அவர்கள் என் நியாயப்பிரமாணத்தின்படி நடப்பார்களோ நடக்க மாட்டார்களோ என்று அவர்களை சோதிப்பேன் என்றார். (யாத் – 16: 4)

❖ கர்த்தர்: மோசேயிடம் தானே எழுதின நியாயப்பிரமாணத்தைக் கொடுத்து, மக்கள் அனைவரும் கேட்டு, கற்றுக் கொள்ளும்படியாக நியாயப்பிரமாணத்தை ஆசாரியரான லேவியர், மூப்பர்கள் வாசிக்க வேண்டும் என்றார். (யாத் – 24: 12; உபா – 31: 9 – 13)

B.   கர்த்தர்: யோசுவாவிடம் இந்த நியாயப்பிரமாண புத்தகம் உன் வாயைவிட்டுப் பிரியாதிருப்பதாக என்றார். அவைகளின்படியெல்லாம் செய்யக் கவனமாயிருக்க மாத்திரம் மிகவும் பலங்கொண்டு திடமனதாயிரு என்றார். (யாத் – 13: 9) (யோசுவா – 1: 7,8; 33 – 35) (சங் – 1: 1 – 3)

C.   ராஜாவானவன்: நியாயப்பிரமாணத்தைக் கைக்கொண்டு நாட்டை ஆட்சி செய்தால், அத்தேசம் ஆசீர்வாதமாயிருக்கும், (1 நாளா – 1: 7 – 12; எஸ்தர் – 1:14 – 22)

❖ எசேக்கிய ராஜா: தன் முழு இருதயத்தோடு நியாயப்பிரமாணத்தின் கற்பனைகளின்படி செய்து, சித்தி பெற்றான். தேவனை தேடினான். (2 நாளா – 2: 20, 21)

D.   தடம்மாறி – தடுமாறி வாழ்ந்தவர்கள் (ராஜாக்கள் – மக்கள்) மனந்திரும்பினவர்களாய் கர்த்தரின் நியாயப்பிரமாணப் புஸ்தகம் வாசித்த பின்பு – பாவ அறிக்கை பண்ணி, தேவனாகிய கர்த்தரைப் பணிந்துக் கொண்டார்கள் (நெகேமியா – 9: 2,3) (எஸ்றா – 10: 2 – 5; தானியேல் – 9: 7 – 19, 20) இந்த ஜனங்கள் மோசேயின் நியாயப்பிரமாணத்தை மீறி, உமது சத்தத்துக்கு செவிக் கொடாமல் விலகிப் போனதினால், எங்கள் மீது தீமைகள் சாபங்கள் வந்தது என்று சொல்லி, மன்னிப்பதற்கும் – இரக்கத்திற்கும் வேண்டினார்கள்.

❖ தேவனுக்கு பிரியமானதை செய்ய விரும்பின தாவீது கர்த்தரின் நியாயப்பிரமாணத்தை தன் உள்ளத்திற்குள்ளே வைத்திருந்தான். அதை தியானித்தான், அதின் மேல் பிரியமாயிருந்தான், அதைக் கைக்கொண்டான். தேவனிடத்தில் உமது பிரமாணத்தை எனக்கு போதியும், அதில் மனமகிழ்ச்சியாய் இருக்கிறேன் என்று ஜெபித்தான். (சங் – 40: 8; 37: 27 – 32;119: 8,12,16,23,33,54,64,80,112,117)

குறிப்பு: நியாயப்பிரமாணத்தின் படி செய்ய மறுத்தவர்கள், முடியாதவர்களுக்கு, கர்த்தர் புதிய உடன்படிக்கையை இஸ்ரவேல் - யூதா தேசத்தோடே ஏற்படுத்தினார். அது, என்ன?! என் நியாயப்பிரமாணத்தை அவர்கள் உள்ளத்திலே வைத்து, அதை அவர்கள் இருதயத்திலே எழுதி, நான் அவர்கள் தேவனாயிருப்பேன் - அவர்கள் என் ஜனமாயிருப்பார்கள் என்று கர்த்தர் சொன்னார் (எரே – 31: 31,33)

கிறிஸ்தவ சகோதர சகோதரிகளே உங்கள் உள்ளத்தில் இந்த நியாயப்பிரமாணம் உள்ளதா? - நீங்கள் தேவனுடைய ஜனமாக இருக்கிறீர்களா? உங்களுக்கு அவர் தேவனாக இருக்க சம்மதித்தாரா?! இல்லை இஸ்ரவேல் தேசத்தின் மக்களுக்கு மட்டுமே நியாயப்பிரமாணம் ! அது புறஜாதியினரான (மற்ற தேசங்களின் மனித சமுதாயத்திற்கு) எங்களுக்கு அல்ல என்று எண்ணும், சொல்லும் மக்களாக - போதகராக ஊழியர்களாக இருக்கிறீர்களா? அப்படியென்றால் உண்மையில் நீங்கள் இஸ்ரவேல் - யூதா மக்களுக்கு கொடுக்கப்பட்ட வாக்குதத்தங்களை தீர்க்கதரிச ஆசீர்வாதங்களை மட்டுமே விசுவாசித்து இச்சித்து இஷ்டம்போல வாழ்வீர்களானால், உண்மையில் கர்த்தர் உங்களை அக்கிரம செய்கையினர் என்றே சொல்லுவார். நீங்கள் அவரின் ஜனமாகவும் அவர் உங்களுக்கு தேவன் என்றும் சொல்ல சட்டத்தில் (சத்தியத்தில்) வேதத்தில் இடமில்லை.

VI. புற ஜாதியினருக்கும் மனசாட்சியில் நியாயப்பிரமாணம் உண்டு என்று வேதம் சொல்லுகிறதே !! ஆபிரகாமின் மனைவி சாராளின் அடிமைப் பெண் ஆகாரின் மூலமாக ஆபிரகாமுக்கு பிறந்த இஸ்மவேல் வம்சத்தின் வழியாக வந்த இஸ்லாமியர்களும், நியாயப்பிரமாண கட்டளையைப் பின்பற்றுகின்றார்கள்.

i. கர்த்தரால் மோசேயிடம் கொடுக்கப்பட்ட நியாயப்பிரமாணத்தின் சட்டதிட்டங்களை - அரபு நாடுகளில் இருபதாம் நூற்றாண்டுகளிலும் கண்ணுக்கு – கண், பல்லுக்கு - பல் என்று முறையில் சட்ட மீறல், தகாத பாவ குற்ற செயல்களுக்கு கருமையான மரணதண்டனை கொடுக்கிறார்களே. ஓரினச் சேர்க்கையாளர்களுக்கு மரண தண்டனை உண்டு.

ii. நித்திய கட்டளையான பஸ்கா பண்டிகையை - பக்ரீத் பண்டிகை என்று (ஆபிரகாம் ஈசாக்கை பலியிட முயன்றதை இஸ்மவேல் தான் பலியிட கொண்டு போகப்பட்டான் என்று பெயர் குறிப்பு ஆதாரமே இல்லாமல் - பொய்யாய் கள்ளத்தனமாக போதித்து பின்பற்றுகிறார்கள்) வருடந்தோரும் தவறாமல் கொண்டாடுகிறார்களே !!

iii. நித்திய கட்டளையான - விருத்தசேதனம் செய்யும் முறையை 21 ஆம் நூற்றாண்டு வரையிலும் தங்கள் ஆண் குழந்தைகள் எல்லாருக்கும் "சுன்னத்"

என்று "விருத்தசேதனம்" செய்ய வேண்டும் என்ற கட்டளைகளை பின்பற்றுகிறார்களே!

(யோவான் – 7: 22) விருத்த சேதனம் : Circumcision: மோசேயினால் உண்டாகாமல், பிதாக்களால் (ஆபிரகாம், ஈசாக்கு, இஸ்மவேல், யாக்கோபு...) உண்டாயிற்று; பின்பு மோசே அதை உங்களுக்கு (நியாயப்பிரமாணத்தில்) நியமித்தான்; நீங்கள் ஓய்வுநாளிலும் மனுஷனை விருத்தசேதனம் பண்ணுகிறீர்கள். இது கர்த்தர்: ஆபிரகாமோடே – பின் சந்ததிகளோடே செய்த நித்திய உடன்படிக்கை அடையாளம். (இன்றைய அறிவியல் மருத்துவ உலகம் இதை ஆரோக்கியமானது என்று ஒப்புக்கொண்டிருக்கிறார்கள்). (ஆதி – 17: 10 – 14; லேவி – 12: 3; லூக் – 1: 59; 2: 21; யோசுவா – 5: 3 – 7; 1 சாமு – 17: 26 – 36; யோவான் – 7: 22).

iv. ஆபிரகாமை தங்கள் தகப்பன் இப்ராஹிம் (அநேக ஜாதிகளுக்கு தகப்பன்) என்றும் சொல்லுகிறார்கள். ஆனால் உடன்பிறப்பு சகோதரர்களை (எபிரெயர் – இஸ்ரவேலர் – யூதர்களை – கிறிஸ்தவர்களை) பழித்து, பகைத்து, உலகில் பயங்கரவாதமாகவும் செயல்படுகிறார்கள் என்பது உலக வரலாற்று நிகழ்வாக இருக்கிறது.

V. இவர்கள் எந்த விக்கிரகங்களையும் உருவாக்கவும் வணங்குகிறதும் இல்லை. பத்துக் கட்டளைகளின் முதன்மையான கட்டளையை பின்பற்றுகின்றார்களே! ஒன்றான மெய்தேவனை, அல்லாவை மட்டுமே உண்மை உத்தமுமாக பணிந்து குனிந்து பக்தியுடன் ஒரு மனதுடன் குடும்பமாக வழிபடுகின்றார்கள்! கிறிஸ்தவ மார்க்கத்துடன் இணைந்து இசைந்து போகவேண்டி இவர்கள் ஜீவமார்க்கத்தை தவற விட்டுவிட்டு, பிரிந்துபோக வேண்டுமென்று ஒரு மனிதன் – நபிகள் நாயகம் தனது காலத்து சில பிரச்கனைகளினால், வேறு ஒரு இஸ்லாம் மார்க்கம் என்று குரான் புத்தகத்தின் செய்திகள் மூலமாக இவர்கள் மனதை திருப்பிவிட்டார்.

இந்த புத்தகத்தின் இந்த துணைத் தலைப்பு (Subheading), யூதமார்க்கத்தின் மக்களும்,

அதன் மத தலைவர்களும் அறிந்த ஏற்றுக்கொள்ளும் தகவலாக இருக்கிறது, ஆனால் இயேசு கிறிஸ்துவை தொடர்ந்து, பின்பு தோன்றிய கிறிஸ்தவ மார்க்கத்தினர் மற்றும் மதத்தினருக்கு இந்த துணைத் தலைப்பு தகவல்களையும் அதின் செய்திகளையும் ஏற்றுக்கொள்ளும் மனமற்றவர்களாக, ஒப்புக்கொள்ள முடியாத பிழையான பாரம்பரியங்களில் பழக்கப்பட்டவர்களாகவும் – பாவப்பட்டவர்களாகவும் இருக்கிறார்கள் என்பது இன்றைய பக்குவமற்ற பாதிரியார்களின் போதனைகளின் விளைவின் நிலையாக இருக்கிறது. இது

அநேகரும் கிறிஸ்துவை சரியாக அறிந்து விசுவாசித்து பின்பற்ற முடியாத இடறல்நிலை ஆகும். அநேகர் வாழ்வையும் இழந்து வளர்ச்சியும் இழந்து நித்திய ஜீவனையும் இழக்கும் துயர நிலையிலும் இருக்கிறார்கள். இந்த புத்தகத்தில் பல பகுதிகளை நீங்களும் மற்ற மதத்தினரும் படிக்கும்போது உடனே உணர்ச்சிவசப்பட்டு பொங்கி எழாமல், பொறுமையுடன் உண்மைகளை நன்மைகளை காரியங்களை பகுத்தறியுங்கள் என்று அன்புடன் கேட்டுக் கொள்கின்றேன்.

உலகலாவிய கிறிஸ்தவ சபையை, தலைவரான இயேசு கிறிஸ்து தன் சொந்த பரிசுத்த இரத்தத்தை சிந்தி சம்பாதித்தார். ஆனால் உலகிலுள்ள சபைகளின் தலைவர்கள் (அ) ஸ்தாபகர்கள் இயேசு கிறிஸ்துவின் நோக்கத்தையும் சாதனையையும், இன்றளவும் 2000 ஆண்டுகளாகியும் நிறைவேற்ற முடியாத மனிதர்களாகவே சோபிக்க முடியாமல் சோதனைக்குரியவர்களாக இருப்பது ஓர் தோல்வி நிலை ஆகும். ஆனால் உண்மையுள்ள சிலரால், தலைவர்கள் மிஷெனெரிகளால் உலக மக்கள் உண்மையாகவே இயேசு கிறிஸ்துவின் அன்பையும் வல்லமையையும் அனுபவித்து, பிழைத்து, வளர்ந்து, நிலைத்து நித்திய ஜீவனை பெற்றுக் கொள்ளும் அறுவடையின் முதிர்ந்த நிலையில் இருக்கிறார்கள் என்ற நிலை மகத்தான வெற்றியின் நிலை ஆகும்.

A.   a. மரியாளும் – யோசேப்பும் நியாயப்பிரமாண கட்டளை கற்பனை நியாயத்தின் படியே செம்மையாக சீராக வாழ்ந்தார்கள்.

b. வருடந்தோறும் நியாயப்பிரமாணம் கட்டளையிட்ட பண்டிகையை (புளிப்பில்லா அப்ப பண்டிகை – பஸ்கா கண்டிகை) கொண்டாட தேவாலயம் சென்று வந்தார்கள். இயேசு கிறிஸ்துவும் தன் காலத்தில் இவ்வாறே தன் பெற்றோருடன் சென்று வந்தார். (யோவான் – 2: 23,13; 5: 1; 7: 2,8 – 14 – 24)

c. மரியாள் தாய்மைக்கான சுத்திகரிப்பின் சுகாதார கட்டளையை நிறைவேற்றினார். தன் முதல் ஆண்மகனை – மூத்த குமாரன் இயேசுவை தேவாலயம் அழைத்து சென்று நியாயப்பிரமாண கட்டளையின் படியே கர்த்தருக்கு ஒப்புக்கொடுத்தார்.

d. கர்த்தர் ஆபிரகாமோடே செய்த உடன்படிக்கை – நியாயப்பிரமாணத்தில் கட்டளையிட்ட பிரகாரமாகவே (ஆண் பிள்ளைகள்) இயேசுவுக்கு எட்டாம் நாளில் விருத்தசேதனம் செய்யப்பட்டது. (லூக் – 2: 19 – 21; 22 – 24; 39 – 43)

இவைகள் யாவும் மரியாளும் யோசேப்பும் நியாயப்பிரமாணத்தை கட்டளையை உத்தமமாக பின்பற்றி தேவனுக்கு முன்பாக நியாயமாக நீதியாக வாழ்ந்தார்கள். எனவே தான் யோசேப்பு நீதிமானுக்கே உரிய குணமுள்ளவனாக

வாழ்ந்தான். மரியாள் கிருபை பெற்றவளே வாழ்க என்று தேவதூதனும் பாராட்டுமளவுக்கு, ஸ்திரீகளுக்குள்ளே ஆசீர்வதிக்கப்பட்டவளாய் பாக்கியவதியாக இருந்தாள். மற்றும் ஒரு எ.கா. எலிசபெத் – சகரியா தம்பதியினர்.

B.   a. இயேசு கிறிஸ்துவின் வாழ்வில்: பிறப்பு, வளர்ப்பு, ஊழியம், சிலுவைபாடு, மரணம், அடக்கம், உயிர்த்தெழுதல் எல்லாவற்றிலும் நியாயப்பிரமாணமும் தீர்க்கதரிசனமும் சொன்னவைகள் அப்படியே நிறைவேறியது. (லூக் – 24: 44 – 46; மத் – 20: 18, 19)

காலத்தின் கொடூர நிலையை உணர்ந்து நியாயப்பிரமாணத்தின் அவசியம் அவசரம் அறிந்து மிக ஆழமாக அதன் மையக் கருப்பொருள் கொஞ்சமும் மாறாமல் மீறாமல் உறுதியாக போதித்தார். (மத் – 5: 20 (21 – 24) (25 – 26) (27 – 32) (33 – 37) (38 – 42) (43 – 48)) (மத் – 23: 1 – 31)

b.   நியாயப்பிரமாணம் சொல்லித்தரும் நியாயமான வாழ்க்கை எது என்பதையும், தீர்க்கதரிசனம் எது என்பதையும் மிக சரியாக எளிமையாக வெளிப்படுத்தினார்.

i. கேளுங்கள், அப்பொழுது உங்களுக்குக் கொடுக்கப்படும்; தேடுங்கள், அப்பொழுது கண்டடைவீர்கள்; தட்டுங்கள், அப்பொழுது உங்களுக்குத் திறக்கப்படும்; (இது தீர்க்கத்தரிசன வாக்குத்தத்தம்). கேட்கிறவன் எவனும் பெற்றுக்கொள்ளுகிறான்; தேடுகிறவன் கண்டடைகிறான்; தட்டுகிறவனுக்குத் திறக்கப்படும்.

ii. ஆதலால், மனுஷர் உங்களுக்கு எவைகளைச் செய்ய விரும்புகிறீர்களோ, அவைகளை நீங்களும் அவர்களுக்குச் செய்யுங்கள்; (மத் – 7: 7 – 12) இது நியாயமான வாழ்க்கைச் சட்டம்.

C.   நியாயப்பிரமாணத்தில் மிகவும் முதன்மையான கற்பனை எது என்பதை வெளிப்படுத்தினார்.

நியாயசாஸ்திரி ஒருவன்: போதகரே, நியாயப்பிரமாணத்திலே எந்தக் கற்பனை பிரதானமானது என்று கேட்டான். இயேசு அவனை நோக்கி :

(A) உன் தேவனாகிய கர்த்தரிடத்தில் உன் முழு இருதயத்தோடும் உன் முழு ஆத்துமாவோடும் உன் முழு மனதோடும் அன்பு கூருவாயாக; இது முதலாம் பிரதான கற்பனை.

(B) இதற்கு ஒப்பாயிருக்கிற இரண்டாம் கற்பனை என்னவென்றால், உன்னிடத்தில் நீ அன்புகூருவது போலப் பிறனிடத்திலும் அன்புகூருவாயாக என்பதே. இவ்விரண்டு கற்பனைகளிலும் நியாயப்பிரமாணம் முழுமையும் தீர்க்கதரிசனங்களும் அடங்கியிருக்கிறது என்றார். (மத் – 22: 35 – 40; லேவி – 19: 18; உபா – 6: 4, 5; 10 : 12)

கவனியுங்கள்: எந்த மனிதனாக இருந்தாலும் நாம் நித்திய ஜீவனை (வாழ்வை) பெற்றுக்கொள்வதற்கு முதன்மையான முதல் கடமையாக, இங்கே (பூமியில்) நாம் நியாயமான வாழ்க்கையினால் பிழைத்துக் கொள்ள, நியாயப் பிரமாண கட்டளைகளை கைக்கொள்ள வேண்டியதின் அவசியத்தை இயேசு கிறிஸ்து நினைவுப்படுத்தினார்.

நியாயப்பிரமாணம் பற்றிய எதிர்மறையான கருத்தும் மனநிலையும் உடைய சில (அ) பல மனிதர்களின் இன்றைய தவறான தடுமாற்றமான, பொய்யும் வேதபுரட்டளுமான போதனைகளின் பாதக நிலையை, மிக கவனமாக ஆராய்ந்து, அவர்களின் தோல்வி நிலையை களைந்து சரி செய்ய வேண்டும்.

VII. பவுலின் நியாயப்பிரமாணம் பற்றிய இரட்டை நிலையின், இடறுதலின் ஊழியம் :

பவுல் என்னும் மனிதன் இயேசு கிறிஸ்துவின் காலத்தில் பிறந்து வளர்ந்தவனாக இருந்தும், அவன் இயேசுவிற்கு வெகுதூரத்தில் உலகத்தானாக இருந்தான். எனவே அவன் இயேசு கிறிஸ்துவுக்கும் அவரின் சபைக்கும் - சீஷர்களுக்கும் எதிரானவனாக சத்துருவாக செயல்பட்டான். அவன் பாவிகளிலேயே பிரதானமான பாவியான மனிதன். பவுலின் காலக்கட்டத்தில் (முதல் நூற்றாண்டுகளில்) அவர் சந்தித்த நபர்கள், சபைகள், பட்டணங்களில் உள்ளவர்களும், அவர் சந்திக்க முடியாதவர்களுக்கும், இயேசுவை பற்றிய சுவிசேஷம் அறிவிப்பதாக அப்படியே தன்னுடைய ஆன்மீக ஆராய்ச்சி தேடலின் சுய விருப்பு வெறுப்பு புரிதலின் சுயகருத்துக்களின், கட்டுரைகளை கடிதமாக எழுதி அதை பல்வேறு கலாச்சாரத்தைக் கொண்ட வெவ்வேறு பட்டணத்தின் மனிதர்களுக்கு ஆலோசனை வழங்கினார்.

அந்த கடிதத்தில் (நிருபத்தில்) இன்று 21 ஆம் நூற்றாண்டில் வாழும் என் பெயர் - என் வீடு, என் நாடு, என் சபை பற்றிய குறிப்புகள், பிரச்சனைகள், கேள்விகளுக்கான பதில்கள், மறு உத்தரவுகள் (ஆலோசனைகள்) கொடுக்கப் பட்டுள்ளதா? என்ற உண்மையை அறிய வேண்டும். ஆம் என்றால் அதை நான் எடுத்துக்கொண்டு, அதற்கு ஏற்ற முறையில் செயல் நடவடிக்கைகளை மேற்கொள்வது புத்திசாலித்தனமாக இருக்கும். ஆனால் அந்த கடிதம் என் பக்கத்து வீட்டுகாரரின் பெயருக்கும் அல்லது பக்கத்து நாட்டிற்கும் - பக்கத்து சபைக்கும் உரியது - சொந்தமானது என்றால் !! அவர்களே அதற்குரிய செயலை பிரதிபலிப்பை வெளிப்படுத்துவார்கள். தவறுதலாக - அவர்களுக்குரியதை நான் எடுத்துக்கொண்டு, அந்த எதையோ ஒன்றை செய்ய முயற்சிப்பது, தவறான - தீமையான விளைவையும் விபரீத்தையும் ஏற்படுத்தும்.

(A) நியாயப்பிரமாணம் பற்றிய பவுலின் நேர்மறையான கருத்து:

இது உண்மை நிலை ஆகும்.

I. நியாயப்பிரமாணம் இல்லாதவர்கள் – பாவம் செய்து கெட்டுப் போவார்கள்.

II. நியாயப்பிரமாணத்தைக் கேட்கிறவர்கள் (அ) வாசிப்பவர்கள் தேவனுக்கு முன்பாக நீதிமான்கள் அல்ல, நியாப்பிரமாணத்தின்படி செய்கிறவர்களே நீதிமான்களாக்கப்படுவார்கள்.

III. நியாயப்பிரமாணத்தின் சட்ட அறிவினால் ஒருவன் தேவனுடைய சித்தத்தை அறிந்து, நன்மை தீமை இன்னதென்றும் (பகுத்தறிகிறான்) வகையறுக்கிறான்.

அவன் மற்றவர்களுக்கு வழிகாட்டுகிறான் – போதிக்கிறவனாக இருக்கிறான். அவனும் அந்த நியாயப்பிரமாணத்தின் சத்தியத்திற்கு கீழ்படிந்து, நியாயத்தையும் நற்கிரியையும் நன்மையையும் செய்ய தவறாதவனாக இருக்க வேண்டும்.

IV. நியாயப்பிரமாணத்தை கேள்விப்படாத, நேரடியாக, பெறாதவர்களான புறஜாதியினர் (இஸ்ரவேல் தேசத்தை அல்லாதவர்) தங்கள் இருதயத்தில் நியாயப்பிரமாணம் எழுதப்பட்டுள்ளதை மனசாட்சியின், சுபாவத்தின்படியே நியாயப்பிரமாணத்திற்கு ஏற்ற நற்கிரியை செய்கிறார்கள். இது நம்மை படைத்த தேவனின் பாரபட்சமற்ற, பண்புமிக்க, பாசமிக்க, பரிசுத்தமான செயலாகும் என்று நாம் – கிறிஸ்தவர்கள் – யூதர்கள் உணர்ந்து உண்மையை அறிய வேண்டும்.

V. மனிதன் விசுவாசத்தினாலே நீதிமானாக்கப்படுகிறான், எனவே (நியாயப்பிரமாணம் இல்லாமற் செய்து) – அதின் கிரியைகளை செய்ய வேண்டியதில்லை என்று சில மனிதர்கள் தீர்ப்புசொல்லிக் கொள்கின்றார்கள். ஆனால் தேவனால் கொடுக்கப்பட்ட நியாயப்பிரமாணத்தை, எந்த மனிதனாக இருந்தாலும் (ஆபிரகாமின் சந்ததியினர் – இஸ்ரவேலர் (அ) புறஜாதியினர்) விசுவாசத்தின் பங்களிப்போடே – தன் வாழ்வில் கிரியைகளின் மூலமாக நிலைநிறுத்த வேண்டும். இவ்வாறு தன் விசுவாசத்தினாலே நீதிமான் பிழைக்கின்றான்.

தேவன் அவனவனுடைய கிரியைகளுக்குத்தக்கதாய் அவனவனுக்குப் பலனளிப்பார். தேவனிடத்தில் பட்சபாதமில்லை. (ரோமர் – 2: 6 – 24; 7: 28 – 31; 13: 8 – 10) (ஆபகூக் – 2: 4; 2 – 14 – 20) நியாயப்பிரமாணத்தின்படி பண்டிகை நாட்களை பவுல் குழுவினரோடே சேர்ந்து அனுசரித்தான். (அப்போஸ்தலர் 18: 18-22; 20: 4 -11, 15, 16)

VI. பிறனிடத்தில் அன்புகூருகிறவன் நியாயப்பிரமாணத்தை நிறைவேற்றுகிறான். அன்பானது பிறனுக்குப் பொல்லாங்கு (ரோமர். 13: 8 – 10) செய்யாது; ஆதலால் அன்பு நியாயப்பிரமாணத்தின் நிறைவேறுதலாயிருக்கிறது.

**(B) நியாயப்பிரமாணம் பற்றிய பவுலின் பாவ அடிமை நிலையின்,
எதிர்மறையான – இரட்டை நாவுடைய கருத்து:** – நியாயப்பிரமாணத்தை
அறிந்தவர்களை (முதல் நூற்றாண்டில்) பவுல் குழப்புகிறார், திசைமாற்றி, தன்
வசப்படுத்தும் தவறான கருத்தை கடிதத்தில் எழுதியுள்ளார். அவைகள் என்ன?

i. நியாயப்பிரமாணம் பாவமா? அல்லவே. பாவம் இன்னதென்று
நியாயப்பிரமாணத்தினால் நான் (பவுல்) அறிந்துக் கொண்டேன்.
எ.கா. இச்சியாதிருப்பாயாக என்று நியாயப்பிரமாணம் சொல்லாதிருந்தால்,
இச்சை பாவம் என்று நான் அறியாமலிருப்பேனே.

ii. பாவமானது கற்பனையினாலே (நியாயப்பிரமாணத்தினாலே) சமயம்
பெற்றுச் சகலவித இச்சைகளையும் என்னில் (பவுல்) நடப்பித்தது.
நியாயப்பிரமாணம் இல்லாவிட்டால் பாவம் செத்ததாயிருக்குமே.

iii. முன்னே நியாயப்பிரமாணமில்லாதவனாயிருந்தபோது நான் (பவுல்)
ஜீவனுள்ளவனாயிருந்தேன்; கற்பனை வந்தபோது பாவம் (என்னில்)
உயிர்க்கொண்டது, நான் மரித்தவனானே. இப்படியிருக்க, ஜீவனுக்கேதுவான
(நியாயப்பிரமாணம்) கற்பனையே எனக்கு (பவுல்) மரணத்துக்கு ஏதுவாயிருக்கக்
கண்டேன்.

iv. மேலும், நமக்குத் தெரிந்திருக்கிறபடி, நியாயப்பிரமாணம்
ஆவிக்குரியதாயிருக்கிறது; நானோ பாவத்துக்குக் கீழாக விற்கப்பட்டு,
மாம்சத்துக்குரியவனாயிருக்கிறேன். ஆதலால் நான் விரும்புகிற நன்மையைச்
செய்யாமல், விரும்பாத தீமையையே செய்கிறேன். நான் (பவுல்) அல்ல,
எனக்குள்ளே வாசமாயிருக்கிற பாவமே அப்படிச் செய்கிறது. இப்படி நான் (பவுல்)
விரும்பாததைச் செய்கிறவனாயிருக்க, நியாயப்பிரமாணம் நல்லதென்று ஒத்துக்
கொள்ளுகிறேனே.

V. உள்ளான மனுஷனுக்கு ஏற்றபடி தேவனுடைய நியாயப்பிரமாணத்தின்
மேல் பிரியமாய் இருக்கிறேன். ஆகிலும் என் மனதின் பிரமாணத்திற்கு
விரோதமாய்ப் போராடுகிற வேறொரு பிரமாணத்தை என் அவயங்களில் (சரீர
உறுப்புகளில்) இருக்கக் காண்கிறேன்; அது என் (பவுலின்) அவயங்களில்
உண்டாயிருக்கிற பாவப்பிரமாணத்துக்கு என்னைச் சிறையாக்கிக் கொள்ளுகிறது.
(ரோமர் – 7:7-25) நிர்ப்பந்தமான (பரிதாபமான – இரக்கம் பெறவேண்டிய)
மனுஷன் (பவுல்) நான்! இந்த மரணசரீரத்தினின்று யார் என்னை
விடுதலையாக்குவார்?

பவுல், ரோமருக்கு எழுதின இந்த கடிதத்தின் வாக்கியங்கள் (இது வேத வாக்கு
(அ) தேவனின் வார்த்தை (அ) இதை வேதம் என்று சொல்லக் கூடாது. அப்படி
சொன்னால் அவர்கள் சத்தியத்தை சரியாக அறிந்திராத அறியாமையின்

மனிதர்கள்) மூலமாக, பவுலின் பக்குவமற்ற மற்றும் பாவ அடிமைத்தன போராட்ட நிலையையும், அதன் விளைவுகள் நடுவில் பூரணமற்ற, உறுதியற்ற, தெளிவற்ற, பரிசுத்தமற்ற ஒரு மனிதனாய் இருப்பதையும்; அவன் கர்த்தராகிய இயேசு கிறிஸ்துவுக்கும் ஊழியக்காரனாக தன்னை முன்நிறுத்திக் கொள்கிறான் என்ற தகவல் நமக்கு – இன்று (21 ஆம் நூற்றாண்டில்) ஓர் உண்மையை தெளிவுப்படுத்துகிறது.

கவனியுங்கள்: பவுல் நியாயப்பிரமாணத்தை குற்றப்படுத்த முயற்சிக்கிறதினால், அவன் தேவனாகிய கர்த்தரையே குறை சொல்ல துணிகிறவனாக, குற்றப்படுத்துகிறவனாக, சத்தியத்தை தன் வசதிக்கு வளைக்க, மாற்றிக் கொள்ள முயற்சி செய்திருக்கிறான். அவனுக்குள்ளே இருக்கும் பாவம் ஜென்ம சுபாவம் அவ்வாறு செயல்பட செய்கிறது – தூண்டுகிறது. ஆனால் இயேசுவை விசுவாசித்த மனிதனாய், நியாயப்பிரமாணத்தை ஏற்றுக் கொண்டு, நல்ல நிலையில் ஊழியம் செய்ய விருப்பமுடையவனாகவும் இருந்திருக்கின்றான். இப்படிப்பட்ட மனிதர்கள் இன்றைய காலத்திலும் உலகில் சட்டம் ஒழுங்கை அறியவும் பின்பற்றவும் விரும்பாதவர்கள் உண்டு.

நீங்கள் தேவன் விரும்பும் சித்தத்தின்படியான நியாயமான வாழ்வை, மீறினவர்களாய் எதைச் செய்ய முயற்சித்தாலும் சாதித்தாலும், அது உங்களுக்கான நித்திய (வாழ்வை) ஜீவனை பெற்றுக் கொள்ளும் வாய்ப்பை தடை செய்து விடும். பகுத்தறிவுடனும் ஜாக்கிரதையுடனும் விழிப்புடனும் இருங்கள்.

விழித்துக்கொள்ளுங்கள்: முதல் நூற்றாண்டிலிருந்து 21 ஆம் நூற்றாண்டு வரைக்கும் உள்ள கிறிஸ்தவர்கள் என்று சொல்லிக் கொள்ளும் மக்களும், சில ஊழியர்களும், பவுலின் கடிதத்தில் உள்ள பாவ மனநிலையின் குறைபாடுகளுள்ள பவுலின் பிழையான கருத்துக்களை, தேவனின் (அ) வேத வார்த்தை என்று நம்பிக்கொண்டு அதையே மக்களுக்குப் பிரசங்கித்து, பின்பற்றவும் செய்வதால் அதன் விளைவாக மாறுபாடான போதனைகளும் பாவ அங்கீகார மனநிலையையுடைய தவறான மனித சமுதாய தோற்றத்திற்கும் வழி வகுக்கிறது. அந்த வகையான சில வசனங்களை இங்கே உங்கள் பார்வைக்கு பதிவு செய்கின்றேன். இந்த தவறான புரிதலின் தவறான நோக்கத்தோடு, களையாக விதைக்கப்படும் போதனைகளுக்கு விலகி விழிப்புடன் இருங்கள். (ரோமர் – 7:6,4,25)

இப்பொழுது நாம் (?) a. பழமையான எழுத்தின்படியல்ல, புதுமையான ஆவியின்படி ஊழியஞ்செய்யத்தக்கதாக, b. நம்மைக் கட்டியிருந்த நியாயப் பிரமாணத்துக்கு நாம் (?) மரித்தவர்களாகி, அதினின்று விடுதலையாக்கப் பட்டிருக்கிறோம்.

a. என் சகோதரரே, நீங்கள் மரித்தோரிலிருந்து எழுந்த கிறிஸ்து என்னும் வேறொருவருடையவர்களாகி,   ணு.தேவனுக்கென்று கனிகொடுக்கும்படி கிறிஸ்துவின் சரீரத்தினாலே நியாயப்பிரமாணத்துக்கு மரித்தவர்களானீர்கள்.

a. நம்முடைய கர்த்தராகிய இயேசு கிறிஸ்துமூலமாய் தேவனை ஸ்தோத்திரிக்கிறேன் (?)

b. ஆதலால் நானே (பவுல்) என் மனதினாலே தேவனுடைய நியாயப்பிரமாணத்துக்கும்,

c. மாம்சத்தினாலேயோ பாவப் பிரமாணத்துக்கும் ஊழியஞ் செய்கிறேன்.

பாவிகளிலேயே பிரதான பாவியான பவுலின் இந்த நிருபத்தின் (கடிதம்) எழுத்தின் வரிகளும், இந்த வாழ்க்கையும் தவறான ஊழிய முறைகளும் - வழிகாட்டுதலும்; இதற்கு முன்பிருந்த கர்த்தருடைய ஊழியர்கள், தீர்க்கத்தரிசிகள் மற்றும் இயேசுவின் 12 சீஷர்களிடமும் இல்லை. இதை இயேசு கிறிஸ்துவும் அவரின் சீஷர்களும் கூட எங்கும் யாரிடத்திலும் சொல்லவில்லை.

i. நியாயப்பிரமாணம் யாரையும் கட்டி வைக்கவில்லை, நியாயப்பிரமாண வேத எழுத்துக்களை விசுவாசித்து பின்பற்றியும் ஊழியம் செய்ய வேண்டும்.

ii. நாம் தேவனுக்கு ஏற்ற பிரியமான கனி கொடுக்கும் வாழ்க்கையை நியாயப்பிரமாணத்தின் மூலமாக இயேசுவும் கற்றுக் கொடுத்திருக்கிறார். தீர்க்கதரிசிகளும் போதித்தார்கள்.

iii. இயேசு கிறிஸ்து மரித்து உயிர்த்தெழுந்ததினால் நாம் யாவரும் நியாயப்பிரமாணத்தை கைக்கொள்ளக் கூடாது என்று பரமேறின இயேசுவும், இறங்கின பரிசுத்த ஆவியானவரும் சொன்னதும் இல்லை.

iv. பவுலை போன்று பாவத்திற்கும், நியாயத்திற்கும் ஊழியம் செய்வது தேவனின் அங்கிகரிப்பை இழந்த தேவனின் சித்தத்திற்கு எதிரான அக்கிரம செயல்களின் துணிகரமான ஊழியங்களாய் இருக்கின்றது. இது உலக பொருளுக்கும், தேவனுக்கும் ஊழியம் செய்வது போன்றது.

(எனவே பவுலின் பரிசுத்த நிலையின் - நேர்மையான மனப்பான்மையின், சில உத்தமமான உண்மையான மாதிரிகளை மட்டுமே கவனித்து கற்று நீங்களும் – நானும் செயல்படுவது சில நல்ல விளைவுகளை உண்டாக்கும். நித்திய ஜீவனை பெற்றுக் கொள்வதற்கான தகுதியையும் உண்டாக்கும்.)

v. நாம் கெட்டுப் போகாமல் நித்திய (வாழ்வை) ஜீவனை பெற்றுக் கொள்வதற்கு, இயேசு கிறிஸ்து உபதேசித்து நினைப்பூட்டின நியாயப் பிரமாணத்தை கவனியுங்கள், கீழ்ப்படியுங்கள் :

நான் முன்னமே விளக்கினதுபடியே நியாயப்பிரமாணம் என்பது மோசே என்ற ஒரு தனிமனிதனின் சொந்த கல்வி அறிவின் சட்ட எழுத்துக்கள் (அ) கட்டளைகள் அல்ல. அது தேவனாகிய கர்த்தரின் வழிகாட்டுதலின் சட்டம் (Law) நியாயமான பிரமாணம் ஆகும். எனவே மனுஷ குமாரனாக பூமிக்கு வந்த தேவகுமாரனாகிய இயேசு கிறிஸ்து இவ்வாறு சொன்னார். (மத் – 5: 17, 18, 19)

a. நியாயப்பிரமாணத்தையானாலும் தீர்க்கதரிசனங்களையானாலும் அழிக்கிறதற்கு வந்தேன் என்று எண்ணிக் கொள்ளாதேயுங்கள்; அழிக்கிறதற்கு அல்ல, நிறைவேற்றுகிறதற்கே வந்தேன்.

b. வானமும் பூமியும் ஒழிந்து போனாலும், நியாயப் பிரமாணத்திலுள்ளதெல்லாம் நிறைவேறுமளவும், அதில் ஒரு சிறு எழுத்தாகிலும், ஒரு எழுத்தின் உறுப்பாகிலும் ஒழிந்துபோகாது என்று மெய்யாகவே (உண்மையாகவே) உங்களுக்குச் சொல்லுகிறேன்.

c. ஆகையால், இந்தக் கற்பனைகள் எல்லாவற்றிலும் சிறிதானதொன்றையாகிலும் மீறி, அவ்விதமாய் மனுஷருக்குப் போதிக்கிறவன் எல்லாரிலும் சிறியவன் என்னப்படுவான்; இவைகளைக் கைக்கொண்டு போதிக்கிறவனோ, பரலோகராஜ்யத்தில் பெரியவன் என்னப்படுவான்.

குறிப்பு :

i. இந்த மூன்று வேதவாக்கியம் (வசனங்கள்) தேவ குமாரனாகிய நம்முடைய இரட்சகரான இயேசு கிறிஸ்துவின் வார்த்தைகள் ஆகும். சுமார் 3600 வருடங்களுக்கு முன்பு இஸ்ரவேல் ஜனங்களுக்கு கர்த்தரால் கொடுக்கப்பட்ட நியாயப்பிரமாணத்திற்கு சுமார் 2000 ஆண்டுகளுக்கு முன்பு வந்த இயேசு கிறிஸ்து உறுதியான உண்மையான சாட்சியாக இருக்கிறார் என்பதை இன்று நாம் அனைவரும் முதலில் அறிந்துக் கொள்ள வேண்டும்.

ii. பிறகு என்றும் மாறாத நியாயப்பிரமாணத்திற்கு பல நூறு ஆண்டுகளுக்கு பிறகும் நிறைவான இயேசு கிறிஸ்து சாட்சியாக சொன்ன வார்த்தைகளை மட்டுமே நாம் அனைவரும் வேதவாக்காக ஏற்றுக் கொள்ள வேண்டும். அப்பொழுது தான் நாம் பிழைத்துக் கொள்ள முடியும். ஆனால் குறைவுள்ள மனிதனான பவுல் எழுதின பிழையுள்ள கடிதம், நிருபத்தின் வரிகளை, வாக்கியங்களை, வேத வாக்கு (வேதம்) என்று சொல்லிக் கொண்டு நீங்கள் பின்பற்றினீர்களானால் பிழைத்துக் கொள்ளவும் – நித்திய ஜீவனை பெற்றுக் கொள்ளவும் மாட்டீர்கள் என்பதை தெளிவாக நீங்கள் அறிந்துக் கொள்ள வேண்டும்.

iii. என்றும் மாறாத நியாயப்பிரமாணத்தின் (கற்பனைகள் கட்டளைகள் நியாயங்களின்) ஒரு சிறு எழுத்தும், ஒரு எழுத்தின் உறுப்பு (பாகங்களும்) அப்படியானால் ஒவ்வொரு வரிகளும் வாக்கியங்களும் நிச்சயமாகவே

உறுதியாகவே நிறைவேறும் தீர்க்கதரிசன வார்த்தைகள் என்று நாம் அறிந்துக் கொள்ள வேண்டும். காரணம்: அது கர்த்தரின் வார்த்தைகள் – வழிகள் ஆகும்.

கவனியுங்கள்: இயேசு கிறிஸ்து நியாயப்பிரமாணத்தின் முடிவாயிருக்கிறார். எனவே இனி யாரெல்லாம் நியாயப்பிரமாணத்தைக் கைக் கொள்கிறார்களோ, அவர்களால்; தேவ நீதியை பெற முடியாது என்பதும்; இயேசு கிறிஸ்துவை (அவரின் சிலுவை பாடு, மரணம், உயிர்த்தெழுதல் செய்தியை) விசுவாசத்தால் போதும் தேவ நீதி கிடைத்துவிடும் – நீதிமானாகிவிடலாம். மற்றபடி இயேசு தன் ஊழிய நாட்களில் போதித்த உபதேச கட்டளைகளை, நியாயப்பிரமாணத்தின் கிரியைகளை (கீழ்படிந்து செயல்படுபவர்கள் எல்லாரும்) செய்பவர்கள் சுய நீதியை உடையவர்கள் என்பதும், இப்படிப்பட்டவர்கள் நீதிமான்கள் ஆக முடியாது என்றும், இவர்கள் இயேசு கிறிஸ்துவை விட்டுப் பிரிந்து கிருபையினின்று விழுந்தவர்கள் என்றும் சொல்வதும் (நிருபம் எழுதுவதும்) பவுலின் பக்குவமற்ற பகுத்தறிவில்லாத பச்சோந்தித்தனமான ஊழியத்தின் பதிவாக இடம்பெற்றிருப்பது துக்ககரமான தோல்வியான நிலை ஆகும். (ரோமர் – 3: 20, 28; 7: 4 – 6;கலா – 3: 10, 13; கலா – 5: 4,5)

கவனியுங்கள்: இயேசு கிறிஸ்துவின் சரிரம் சாபமான சிலுவை மரத்தில் தூக்கப்பட்டு மரித்ததினால், இதை விசுவாசிக்கிறவன் எவனும் பழைய மனிதனாய் சிலுவையிலேயே இயேசு கிறிஸ்துவோடே மரித்து விடுகிறான். எனவே நியாயப்பிரமாணத்தின் (பழைய எழுத்துக்களின்) சாபத்திற்கும் நீங்கி அவன் நியாயப்பிரமாணத்திற்கு மரித்து, விடுதலையாக்கப்பட்டு விடுகிறான். இனி அவன் நியாயப்பிரமாணத்திற்கு (நியாயமான வாழ்க்கை நடவடிக்கைகளை – கிரியைகளை செய்ய வேண்டியதில்லை) கீழ்ப்பட்டவன் அல்ல என்பது பகுத்தறிவு இல்லாத, பரிசுத்தமும் பக்தியும் இல்லாத கிறிஸ்தவ சமுதாயத்தை உருவாக்கும்.

இது தோல்வியின் ஊழியம் ஆகும். இது நல்ல மனித சமுதாயத்தை உருவாக்காத விபரீதமான விளைவை உண்டுபண்ணும் தத்துவம் ஆகும். இந்த பவுலின் தத்துவம், தனி மனித கொள்கை கற்பனை கோட்டை, பிழையான வியாக்கியானம் (விளக்கம்) போன்று; எந்த ஒரு சான்றுகளையும் சாட்சிகளையும் வார்த்தைகளையும் எந்த ஒரு தீர்க்கத்தரிசிகளும் (கர்த்தருடைய ஊழியர்களும்) இயேசு கிறிஸ்துவும் மற்றும் 12 அப்போஸ்தலர்களும் இவ்வாறு எங்கும் சொல்லவில்லை.

a. மனசாட்சியின்படி வாழ்ந்து கிரியை செய்த ஆபேல், ஏனோக்கு, நோவா, யோபு, ஆபிரகாம், லோத்து நீதிமான்களாக காணப்பட்டார்கள்.

b. நியாயப்பிரமாணத்தின்படி வாழ்ந்து கிரியை செய்த மோசே முதற்க்கொண்டு யோசேப்பு, மரியாள், சகரியா, எலிசபெத் வரை அநேகர் நீதிமான்கள் உத்தமர்கள் என்று பெயர் பெற்றவர்களின் சான்றுகள் வேதத்தில்

உள்ளது. (ஆதி – 5: 24; 6: 9; 15: 16; 18: 23 – 31) (எண் – 12:2–8; 1 இராஜா –8:31, 32; யோபு – 1: 1,8; சங் – 34: 15 – 22; நீதி – 10: 3 – 32; 11: 5 – 10, 28 – 31; 12: 3, 5, 10, 26, 28; எசேக் – 18: 5 – 32; மத் – 1: 18,19; 10: 41; 26: 34, 37 – 48; லூக் – 1: 5, 6)

எனவே நீங்கள் நிறைவுள்ள பூரணமானவரான நித்திய ஜீவனை நமக்கு அளிப்பவரும் அதற்கு நேராக நம்மை வழி நடத்திடும் இயேசு கிறிஸ்துவின் முன்மாதிரிகளையும் அடிச்சுவடையும் பின்பற்றுங்கள். அப்பொழுது பிழைத்து வாழ்ந்து நீடித்து சுகமாயிருப்பீர்கள்.

VIII. இயேசு கிறிஸ்து நியாயப்பிரமாணத்தினால் முன் அறிவிக்கப்பட்டவர். நியாயப்பிரமாணத்தை மிக தெளிவுபட விளக்கமாக போதித்தார் :

வேதவாக்கியங்களை ஆராய்ந்து பாருங்கள்; அவைகளால் உங்களுக்கு நித்திய ஜீவன் உண்டென்று எண்ணுகிறீர்களே. என்னைக் (இயேசுவை) குறித்துச் சாட்சி கொடுக்கிறவைகளும் அவைகளே. அப்படியிருந்தும் உங்களுக்கு ஜீவன் உண்டாகும்படி என்னிடத்தில் வர உங்களுக்கு மனதில்லை என்று இயேசு சொன்ன வார்த்தையை (யோவான் – 5: 39, 40) எழுதியிருக்கிறான்.

குறிப்பு: இங்கே வேதவாக்கியங்கள் என்ற சொல்லானது எதைக் குறிக்கிறது என்பதை தெளிவாக நீங்கள் அறிய வேண்டும். இது மிகவும் முக்கியமானது. முற்காலத்தில் கர்த்தராகிய தேவனால் சொல்லப்பட்ட, வெளிப்படுத்தப்பட்ட எழுதி வைக்கப்பட்ட தேவனின் வார்த்தைகள் ஆகும். அதை கர்த்தருடைய ஊழியர்கள் தேவ ஆவியின் ஞானம் அறிவு உணர்த்துதல், வழி நடத்துதல் மூலமாக மக்களுக்கு தீர்க்கதரிசனமாக போதித்தார்கள். புத்தக சுருளாகவும் எழுதியும் வைத்தார்கள். அவைகள்: நியாயப்பிரமாணத்தின் கற்பனைகள் கட்டளைகள் தீர்க்கத்தரிசனங்கள், சங்கீதங்கள் என்று இயேசு கிறிஸ்துவும் சொல்லியிருக்கிறார். ஆம் இவைகளில் நமக்கு நித்திய ஜீவனை அளிக்கும் வழியும் வார்த்தையும் ஜீவனும் உள்ளது. ஆம் அவைகள் நமக்கு இயேசு கிறிஸ்துவை சாட்சியாக முன்னமே அடையாளம் காட்டுகின்றன. தேவனின் சித்தத்தை நமக்கு வெளிப்படுத்துகின்றன.

எனவே தான் இயேசு கிறிஸ்து வேத வாக்கியம் நிறைவேறத்தக்கதாக என்று சொல்லி அநேக காரியங்களை தன் வாழ்நாட்களில் செய்து முடித்தார். அவைகள் இயேசுவை பற்றி சாட்சி கொடுத்தது, இவரும் அவைகள் மனிதர்களின் நித்திய வாழ்வுக்கு (ஜீவன்) பிழைப்புக்கு உகந்தவைகள் என்று சாட்சியாய், அந்த பழமையான (நியாயப்பிரமாணம்) எழுத்துக்களையே புதுமையான ஆவியுடன் புதிய தலைமுறையினருக்கு (இனி வரும் மனித இனத்திற்கும்) போதித்து ஊழியம் செய்தார்.

யோவான் – 3: 16 – ன்படி தேவனை, இயேசு கிறிஸ்துவை விசுவாசிக்கும் கூட்டத்தினர் எந்த காலத்தை சேர்ந்தவர்களாகவும் இருக்கட்டும், அவர்கள் கெட்டுபோக வழிகளும் வாய்ப்புகளும் சோதனைகளும் இந்த உலகத்தில் ஏராளம் உண்டு. எனவே தான் சட்டம் மற்றும் ஒழுங்கை (நியாயப்பிரமாணம்) கற்றுக் கொடுத்து அதன்படி வாழும்படி கண்டிப்புடன் கட்டளையிட்டார். இயேசு கிறிஸ்துவும் அந்த Law and Order = நியாயப்பிரமாணத்தை மிக மைய ஆழமான கருத்தை மிக தெளிவாக போதித்தார்.

கவனியுங்கள்:

மத்தேயு – 19: 16, 17; மார்க் – 10: 17, 18; லூக்கா – 18: 18, 19

லூக்கா : அப்பொழுது தலைவன் ஒருவன் அவரை (இயேசுவை) நோக்கி: நல்ல போதகரே, நித்திய ஜீவனைச் சுதந்தரித்துக் கொள்வதற்கு நான் என்ன செய்ய வேண்டும் என்று கேட்டான். – அதற்கு இயேசு: நீ என்னை நல்லவன் என்று சொல்வானேன்? தேவன் ஒருவர் தவிர நல்லவன் ஒருவனும் இல்லையே என்றார்.

இது மிக மிக முக்கியமான கேள்வி மற்றும் பதில் உரையாடல் ஆகும்.

மத்தேயு : அப்பொழுது ஒருவன் வந்து, அவரை (இயேசுவை) நோக்கி: நல்ல போதகரே, நித்திய ஜீவனை அடைவதற்கு நான் எந்த நன்மையைச் செய்ய வேண்டும் என்று கேட்டான். அதற்கு அவர்: நீ என்னை நல்லவன் என்று சொல்வானேன்? தேவன் ஒருவர் தவிர நல்லவன் ஒருவனும் இல்லையே; நீ ஜீவனில் பிரவேசிக்க விரும்பினால் கற்பனைகளைக் கைக்கொள் என்றார்.

கவனியுங்கள்: நித்திய ஜீவனை (நிலையான வாழ்வை) அடைவதற்கு (அ) சுதந்தரித்துக் கொள்வதற்கு நான் (நீங்கள்) என்ன செய்ய (அ) எந்த நன்மையைச் செய்ய வேண்டும்? What (good thing) must I do to get (inherit) eternal life? சிறு வயதிலேயே எல்லாருக்கும் இப்படிப்பட்ட கேள்வியை கேட்கும் பக்குவம், ஞானம், அறிவு, அனுபவம், விருப்பம் வந்துவிடாது. நம்மை வளர்ப்பவர்கள், போதகர்கள் (அ) ஆசிரியர்கள் பெற்றோர்கள் சிறுவயதில் எதை எப்படி நமக்கு கற்பித்து வழிநடத்துகின்றார்களோ? அப்படியே வளர்ந்து, வாழுகின்ற வாழ்க்கையில் நித்திய (வாழ்வு) ஜீவன் பற்றிய மெய் அறிவு ஞானம் உண்டாகுமானால் இது நல்ல வளர்ப்பு முறையின் வெற்றி ஆகும்.

i. நித்திய (நிலையான வாழ்வை) ஜீவனை பெற்றுக்கொள்ள நான் என்ன செய்ய வேண்டும்? என்று ஒரு நல்ல மிக முக்கியமான கேள்வி கேட்ட அந்த மனிதன், ஓர் இளம் வாலிபன். அவன் சமுதாயத்தில் நல்ல ஒரு அந்தஸ்தில் இருக்கும் ஒரு தலைவனாக (Leader) இருந்தான். நீங்கள் எப்படிப்பட்ட கேள்விகளை கேட்கும் மனிதர்களாக இருக்கின்றீர்கள்? நிதானியுங்கள்.

ii. அந்த இளம் தலைவன்: யூத மனித சமுதாயத்தில் யூத சமய (மத) சமுதாயத்தில், அநேக கள்ள மத போதகர்கள் இருந்த நிலையின் மத்தியில் அவன் ஓர் நல்ல போதகர் (இயேசு) யார் என்பதை மிக சரியாக கண்டுபிடித்தான். அவன் தெளிந்த புத்தியுள்ள நல்ல குணமுடைய தலைவனாகவும் இருந்தான்.

iii. இயேசு தன்னை நல்லவன் என்று ஏன் சொல்லுகின்றாய்? ! தேவன் ஒருவரே எல்லாரிலும் மிகவும் நல்லவராக இருக்கின்றார்; என்ற உண்மையை அவன் முதலில் அறிந்து கொள்வது மிக அவசியம் என்பதை அவர் உணர்த்தினார். (பிதாவாகிய தேவன் எவ்வளவு நல்லவராக வல்லவராக இருக்கின்றார் என்பதை (2) ஆம் அத்தியாயத்தில் உள்ள சத்தியத்தை நீங்கள் அறிந்துக் கொள்ளும்படி திரும்பவும் படியுங்கள்) நீங்கள் நல்லவர்கள் என்று யாரை சொன்னாலும் அதில் பிழை உண்டு. எனவே பிதாவை ஒப்பிட்டால் நல்லவருக்கான அர்த்தம் புரியும், ஒன்றான மெய் தேவனையும், அவர் அனுப்பின இயேசு கிறிஸ்துவையும் அறிவதே (மிக சரியாக) நித்திய ஜீவனுக்கான வழியாகும். (யோவான் – 17: 3)

கவனியுங்கள்: இயேசு கிறிஸ்து: a.தன்னை ஒருவன் நல்லவர் என்று புகழ்ந்து சொன்னதினாலேயும், b.தேவன் ஒருவரே நல்லவர் என்று அவனை அறிந்துக் கொள்ள செய்வதினாலேயும்,உ.நித்திய ஜீவனை பெற்றுக் கொள்வதற்காக என்ன செய்ய வேண்டும் என்ற கேள்விக்கு இதுவே போதுமானது என்று இயேசுவையும்,பிதாவாகிய தேவனையும் அறிந்ததே பதிலாக சொல்லி முடித்து விடாமல்; அவன் என்ன செய்ய வேண்டும் என்பதை (கிரியைகள்) பற்றி சொல்லி வலியுறுத்தினார்.

நல்ல போதகரான இயேசு கிறிஸ்து: என்றும் மாறாத இன்றும் பொருந்தக்கூடிய நியாயப்பிரமாணத்தை நினைப்பூட்டினார்.அந்த கட்டளைகள், கற்பனைகளை கைக்கொள் என்றார்.

v. **தேவனின் சட்டம் மற்றும் ஒழுங்கிற்கு எல்லா மனிதர்களும் கீழ்ப்படிய வேண்டும் :**

அவன் அவரை நோக்கி: எவைகளை என்று கேட்டான். **அதற்கு இயேசு:** 1. கொலை செய்யாதிருப்பாயாக, 2. விபசாரஞ் செய்யாதிருப்பாயாக, 3. களவு (திருட்டு) செய்யாதிருப்பாயாக, 4. பொய்ச்சாட்சி சொல்லாதிருப்பாயாக, 5. வஞ்சனை செய்யாதிருப்பாயாக, 6. உன் தகப்பனையும் உன் தாயையும் கனம்பண்ணுவாயாக, 7. உன்னிடத்தில் நீ அன்பு கூருவது போலப் பிறனிடத்திலும் அன்புகூருவாயாக என்கிற கற்பனைகளை நீ அறிந்திருக்கிறாயே அவைகளைக் கைக்கொள் என்றார். (மத் – 19:18, 19; மாற் – 10 : 19; லூக் – 18: 20)

இங்கே குருவானவர் (போதகர்) மாணவனை நன்றாக புரிந்து அறிந்திருப்பதையும், மாணவன் நல்ல குருவானவரை அறிந்திருப்பதையும் நாம்

கவனத்தில் கொள்ள வேண்டும். இந்த அணுகுமுறை எல்லா காலகட்டங்களிலும் எல்லா மனித சமுதாயத்திலும் இருக்க வேண்டியது அவசியமாகும்.அப்பொழுது நல்ல போதகர், நல்ல மாணவன் மூலமாக நல்ல தலைவன் (உருவாகுவான்) தோன்றுவான்.அதன் பலனாக நல்ல முன்னேறிய மனித சமுதாயமும் கட்டமைக்கப்படும்.

எனவே நான் இந்த (ஏழாம்) அத்தியாத்தின் தொடக்க முதலே நியாயப்பிரமாணம் = மனிதர்களின் நியாயமான வாழ்க்கையின் சட்டத்தின் அவசியம் முக்கியத்துவத்தை சாட்சிகளுடன் பதிவிட்டு வருகின்றேன். எல்லாம் உங்களின் உங்கள் (வாரிசு) தலைமுறைகளின் நித்திய ஜீவனின் (நிலையான வாழ்வின்) உயரிய லட்சியத்திற்காகவே தியாகத்துடன் பணியாற்றி எழுதியுள்ளேன்.

குறிப்பு: உண்மையான இஸ்ரவேலர்களும், யூதர்களும் தலைமுறை தலைமுறையாக ஆபிரகாமின் வாரிசுதாரர்களானவர்கள். இவர்கள் மோசேயின் மூலமாக கர்த்தர் கொடுத்த நியாயப்பிரமாண புஸ்தகத்தின் சத்தியங்களை நியாயங்களை கற்பனைகளை கட்டளைகளை தங்கள் சிறு வயது முதற்கொண்டே கேட்டும் கற்றும் அறிந்திருக்க வேண்டும். அவைகளை கைக்கொண்டு வாழ வேண்டும் என்பது கர்த்தரால் சொல்லப்பட்டு எதிர்பார்க்கப்பட்ட நித்திய கட்டளையாகும். இதில் (ஆதி – 17: 1 – 16; 15: 1 – 14; யாத் – 12: 1 – 11, 27; உபா – 6: 1 – 9; 5: 1 – 33) இஸ்லாமியர்களும் இணக்கமுடன் சில பிரமாணங்களை பின்பற்றி வாழ்கின்றார்கள்.

"அந்த வாலிபன் (தலைவன்): இயேசுவை நோக்கி, போதகரே, இவைகளையெல்லாம் என் சிறுவயது முதல் கைக்கொண்டிருக்கிறேன்; இன்னும் என்னிடத்தில் குறைவு என்ன என்றான்." (மத் – 19: 20; மாற்கு – 10: 20; லூக் – 18:21) இவனே மரபுவழியான உண்மையுள்ள யூதன் ஆவான். நியாயமான வாழ்க்கைக்கான சட்டத்தை (Law) சிறுவயதில் கற்று, தேவன் எதிர்பார்த்த விரும்பின கனிகொடுக்கும் உத்தமனாக வாழ்ந்திருந்தான்.

கவனியுங்கள்: இன்றைக்கு தங்களை கிறிஸ்தவர்கள் மற்றும் கிறிஸ்துவின் சபை போதகன் ஊழியர் சுவிசேஷகர் தீர்க்கத்தரிசி என்று சொல்லிக் கொள்ளும் எந்த ஒரு மனிதனுக்கும்; நியாயப்பிரமாணங்களை கைக்கொள்ள தேவையும் அவசியமும் இல்லை என்ற விதிவிலக்கை, சிலுவையில் மரித்து உயிர்தெழுந்த இயேசு கிறிஸ்து எந்த விதிவிலக்கும் யாருக்கும் தரவில்லை. யூதனுக்கும், கிரேக்கனுக்கும், ரோமனுக்கும் மற்ற எந்த புறஜாதியினராக இருந்தாலும் தேவனிடத்தில் பட்சபாதமில்லை. தேவன் கிருபை, தயவு, இரக்கம் நிறைந்தவர் என்பது உண்மைதான். அதே தேவன் நீதியும் சத்தியம் நிறைந்தவராக அவனவனுடைய கிரியைகளுக்குத்தக்கதாய் அவனவனுக்குப் பலனளிப்பார்.

நியாயப்பிரமாணத்தில் 603 கட்டளைகள் இருப்பதாக சிலரும், 2000 க்கும் அதிகமான கட்டளைகள் இருப்பதாக சிலரும் ஆராய்ச்சி குறிப்புகளாக சொல்லுகின்றார்கள். 1. யாத்திராகமம், 2. லேவியராகமம், 3. எண்ணாகமம், 4. உபாகமம் புத்தகங்களில் நியாயப்பிரமாணத்தின் கட்டளைகள் கற்பனைகள் நியாயங்கள் அனைத்தும் எழுதப்பட்டுள்ளன. இவைகளில் 10 கட்டளைகள் என்பது யூதருக்கும் கிறிஸ்தவருக்கும் மற்றும் சில புற ஜாதியினருக்கும் பரவலாகவே ஓரளவுக்கு போதிக்கப்பட்டு கற்றறிந்தவையாக இருக்கின்றன.

நியாயப்பிரமாணம் எல்லாவற்றையும் நீங்கள் கற்று அறிந்துக் கொண்டால், அதற்குரிய சூழல்களின் மத்தியில் நீங்கள் நல்ல ஆலோசனையும் வழிகாட்டுதலை கொடுக்கும் நீதிபதி (Judge), வழக்கறிஞர் (Advocate), முதல்வர், தலைவர் (Leader), போன்ற அந்தஸ்திற்கு போக முடியும். ஆனாலும் எல்லாரும் இப்படி விரும்புகின்றதும் முயற்சிக்கின்றதுமில்லை.

ஆம் இவைகள் இல்லாத மனித வாழ்வு கெட்டு போனதும் சிதைந்து போனதும் தொலைந்து அழிந்து போனதும் ஆகும். இந்நிலைதான் தீமைகளும் சாபமும் மரணமும் நிறைந்து நரக வாழ்வாகும். தேவனாகிய கர்த்தரையும், இயேசு கிறிஸ்துவையும் அறிந்துக் கொண்டேன். விசுவாசிக்கின்றேன் என்று சொல்லும் எந்த மனித கூட்டமும்; நியாயப்பிரமாணத்தின் சன்மார்க்க கட்டளைகளை – விதிகளை மீறினவர்களாய் இந்த பூமியின் மண்ணிலே வாழ்ந்து விடலாம் என்று முயற்சித்தாலும், நித்திய ஜீவனை பெற்றுவிடலாம் என்று கனவு கண்டாலும் அதை கர்த்தரும் ஏற்றுக் கொள்வதில்லை. அவர்கள் மண்ணிலே பிழைப்பதும் சிக்கலான காரியமாகும். (லூக் – 9: 25) உலக முழுவதையும் மனிதன் (யாராக இருந்தாலும்) தன் வசதிக்கு ஆதாயப்படுத்திக் கொண்டாலும், அவன் தன் ஜீவனை (வாழ்வை) நஷ்டப்படுத்தினால் (கெடுத்துக் கொண்டால்) அவன் லாபம் என்று நினைத்தவைகள் அனைத்தும் நஷ்டம் என்றே பொருள்பட இயேசு கிறிஸ்து போதித்தார்.

v. ஒரு ஆண் மற்றும் பெண் என்று சொல்லப்படும் மனிதனும் மனுஷியும் எப்படி தங்கள் வாழ்வை கெடுத்துக்கொண்டு நஷ்டம் அடைகின்றார்கள்?

1.	கொலை செய்யாதிருப்பாயாக.

2.	விபசாரஞ் செய்யாதிருப்பாயாக.

3.	களவு (திருட்டு) செய்யாதிருப்பாயாக.

4.	பொய் சாட்சி சொல்லாதிருப்பாயாக.

5.   வஞ்சனை செய்யாதிருப்பாயாக.

6.   உன் தகப்பனையும் உன் தாயையும் கனம்பண்ணுவாயாக.

7.   உன்னிடத்தில் (தன் நலன்) நீ அன்பு கூருவதுபோலப் பிறனிடத்திலும் (பிறர் நலன்) அன்புக் கூருவாயாக.

கவனியுங்கள்: நியாயப்பிரமாணத்தில் சன்மார்க்க கட்டளை கற்பனைகள் இன்னும் அநேகம் இருந்தாலும், இயேசு கிறிஸ்து குறிப்பாக மிக முக்கியமாக இந்த ஏழு (7) கற்பனைகளை (ஒரு வாலிபனித்தில் தலைவனிடத்தில்) கைக் கொள் என்றார். இவைகளை அறியாமலும் (அ) அறிந்தும் மீறினவர்களாய் கீழ்படியாத (மதியாத) வர்களாய் வாழும் எந்த ஒரு வாலிபனும், எந்த ஒரு தலைவனும் தனி மனிதனும்; மனித சமுதாயத்தை (உலகை) கஷ்டப்படுத்தி கெடுத்து சிதைத்து நஷ்டப்படுத்துகின்றான். உலக ராஜ்யத்தின் கீழ் உள்ள மனிதன்;தலைவன் வாலிபன் இவ்வாறு தான் இருக்கிறார்கள். இவர்கள் பிற மனிதர்களை கெடுக்கும் வஞ்சிக்கும், நஷ்டப்படுத்தும் கஷ்டப்படுத்தும் செயல்கள் (வேலைகள்) மூலமாக தங்களுக்கும் தன் குடும்பத்திற்கும் பெரிய (லாபம்) ஆதாயம் வருமானம் வெற்றி கிடைப்பதாக எண்ணிக்கொள்கிறார்கள். ஆனால் (பரலோக ராஜ்யம்) – தேவனுடைய ராஜ்யத்தின் பார்வையில் இந்த மனிதர்கள் இந்த பூமியில் வாழவேண்டிய இயற்கையின் இறைவனின் விதியை (Law) மீறினவர்களாய்; தங்களின் வாழ்வை – ஜீவனை முதலில் கெடுத்துக் கொண்டவர்களாகவும் – நஷ்டப்படுத்தினவர்களாகவும், தண்டனைக்கும் உள்ளவர்களாக இருக்கின்றார்கள்.

குறிப்பு : உலகில் உள்ள பல நாடுகளில் உள்ள மனிதர்கள் மதங்களின் தலைவர்கள், அரசியல் தலைவர்கள் எத்தனை பேர் இந்த நியாயமான வாழ்க்கையின் விதிகளுக்கு – (சட்டம் மற்றும் ஒழுங்கு - Law and Order) கட்டுப்பட்டவர்களாய் வாழ்கிறார்கள்?

(1) கொலைகள்: மக்கள் கொல்லப்படுகின்றார்கள். தலைவர்கள், புரட்சியாளர்கள், சீர்திருத்தவாதிகள் கொல்லப்படுகின்றார்கள்.   அரசியல் பகை, பழி சுமத்துதல், கோபம், பழிவாங்குதல், கலவரம் தூண்டப்பட்டு துணிகரமாக அதிகார துஷ்பிரயோகத்தோடே மனிதர்களை கொல்லுகின்ற குற்ற செயல்கள் நிகழ்த்தப்படுகின்றன. இனப்படுகொலைகள், ஆள் கடத்தல், கொலைகள், பாலியல் துன்புறுத்தல் கொலைகள். உடல் உறுப்புகளின் திருட்டு கொலைகள் நடக்கின்றன.

இயேசு கற்பித்த நியாயப்பிரமாணத்தின் *சீர்திருத்த* போதனை வசனம்:

மத் - 5: 21 - 26; 38 - 41

கொலை செய்யாதிருப்பாயாக என்பதும், கொலை செய்கிறவன் நியாயத்தீர்ப்புக்கு ஏதுவாயிருப்பான் என்பதும், பூர்வத்தாருக்கு உரைக்கப்பட்டதென்று கேள்விப்பட்டிருக்கிறீர்கள்.

நான் உங்களுக்குச் சொல்லுகிறேன்; தன் சகோதரனை நியாயமில்லாமல் கோபித்துக் கொள்பவன் நியாயத்தீர்ப்புக்கு ஏதுவாயிருப்பான்; தன் சகோதரனை வீணனென்று சொல்லுகிறவன் ஆலோசனைச் சங்கத்தீர்ப்புக்கு ஏதுவாயிருப்பான்; மூடனே என்று சொல்லுகிறவன் எரிநரகத்துக்கு ஏதுவாயிருப்பான். ஆகையால், நீ பலிபீடத்தினிடத்தில் உன் காணிக்கையைச் செலுத்த வந்து, உன்பேரில் உன் சகோதரனுக்குக் குறை உன்டென்று அங்கே நினைவுகூருவாயாகில், அங்கே தானே பலிபீடத்தின் முன் உன் காணிக்கையை வைத்துவிட்டுப் போய், முன்பு உன் சகோதரனோடே ஒப்புரவாகி பின்பு வந்து உன் காணிக்கையைச் செலுத்து.

எதிராளி உன்னை நியாயாதிபதியினிடத்தில் ஒப்புக்கொடாமலும், நியாயாதிபதி உன்னைச் சேவகனிடத்தில் ஒப்புக் கொடாமலும் நீ சிறைச்சாலையில் வைக்கப்படாமலும் இருக்கும்படியாக, நீ உன் எதிராளியோடு வழியில் இருக்கும்போதே சீக்கிரமாய் அவனுடனே நல்மனம் பொருந்து.

பொருந்தாவிட்டால், நீ ஒரு காசும் குறைவின்றிக் கொடுத்துத் தீர்க்குமட்டும் அவ்விடத்திலிருந்து புறப்படமாட்டாய் என்று, மெய்யாகவே உனக்குச் சொல்லுகிறேன்.

கண்ணுக்குக் கண், பல்லுக்கு பல் என்று உரைக்கப்பட்டதைக் கேள்விப்பட்டிருக்கிறீர்கள். நான் உங்களுக்குச் சொல்லுகிறேன்; தீமையோடு எதிர்த்து நிற்க வேண்டாம்; ஒருவன் உன்னை வலது கன்னத்தில் அறைந்தால், அவனுக்கு மறு கன்னத்தையும் திருப்பிக் கொடு.

உன்னோடு வழக்காடி உன் வஸ்திரத்தை எடுத்துக் கொள்ளவேண்டுமென்றிருக்கிறவனுக்கு உன் அங்கியையும் விட்டுவிடு.

ஒருவன் உன்னை ஒரு மைல் தூரம் வரப்பலவந்தம் பண்ணினால், அவனோடு இரண்டு மைல் தூரம் போ.

(ii) விபசாரம்: இது விபரீதமானது. கள்ள தொடர்புகள், கலாச்சார சீரழிவுகள், ஒழுக்க கேடான, சிற்றின்ப மோகமான, சட்ட விதிகளுக்கு உட்பட்ட வயது வந்தோர்களின் விருப்பத்திற்கு ஏற்ப விபசார வாழ்க்கை நடத்துவது என்று இறைவனின் இயற்கையின் விதிகளை மீறின மனிதர்களின், அரசியல் ஆன்மீக வாதிகள் கல்வியாளர் சிலரின் விபரீதமான ஆச்சாரம் – ஒழுக்க கேடான பாலியல் உறவுமுறை விபசாரமாக வேசித்தனமாக உள்ளது. திரைமறைவிலும், தெரு வீதியிலும் நடக்கும் குற்றங்களாக இருக்கின்றன. ஒருவனுக்கு ஒருத்தி, ஒருத்திக்கு ஒருவன் என்ற ஒழுக்கம், அறம், பண்பு, பக்குவம் பக்தி மாறி போய், மலையேறி போய், நீதிமன்ற படிகள் போய் பலதார உறவு முறைகள் துணைகள் நாடுவது என்றுமே பலவீனமான உண்மையில்லாத பழக்கப்பட்ட மனித சமூகமாகவே இருக்கின்றது.

இயேசு கற்பித்த நியாயப்பிரமாணத்தின் சீர்திருத்த போதனை வசனம் :

மத் – 5: 27 – 29, 31, 32; 6: 22, 23

விபச்சாரஞ்செய்யாதிருப்பாயாக என்று பூர்வத்தாருக்கு உரைக்கப்பட்டதென்று கேள்விப்பட்டிருக்கிறீர்கள். நான் உங்களுக்குச் சொல்லுகிறேன்; ஒரு ஸ்திரீயை இச்சையோடு பார்க்கிற எவனும் தன் இருதயத்தில் அவளோடே விபசாரஞ்செய்தாயிற்று.

உன் வலது கண் உனக்கு இடறலுண்டாக்கினால், அதைப் பிடுங்கி எறிந்து போடு; உன் சரீரம் முழுவதும் நரகத்தில் தள்ளப்படுவதைப்பார்க்கிலும், உன் அவயங்களில் ஒன்று கெட்டுப்போவது உனக்கு நலமாயிருக்கும்

தன் மனைவியைத் தள்ளிவிடுகிற எவனும், தள்ளுதற்சீட்டை அவளுக்கு கொடுக்கக்கடவன் என்று உரைக்கப்பட்டது. நான் உங்களுக்குச் சொல்லுகிறேன்; வேசித்தன முகாந்தரத்தினாலொழிய தன் மனைவியைத் தள்ளிவிடுகிறவன் அவளை விபசாரஞ் செய்யப்பண்ணுகிறவனாயிருப்பான்; அப்படித் தள்ளிவிடப் பட்டவளை விவாகம்பண்ணுகிறவனும் விபசாரஞ் செய்கிறவனாயிருப்பான்.

கண்ணானது சரீரத்தின் விளக்காயிருக்கிறது; உன் கண் தெளிவாயிருந்தால், உன் சரீரம் முழுவதும் வெளிச்சமாயிருக்கும்.

உன் கண் கெட்டதாயிருந்தால், உன் சரீரம் முழுவதும் இருளாயிருக்கும்; இப்படி உன்னிலுள்ள வெளிச்சம் இருளாயிருந்தால் அவ்விருள் எவ்வளவு அதிகமாயிருக்கும் !

தேவனுடைய படைப்பில் (ஆண் – பெண்) கணவன், மனைவி பரிசுத்த ஒழுங்கில் (உறவில்) தேவனுடைய திட்டத்தில் உண்மையும் உறுதியுமாக நிலைத்திருங்கள். (மாற் – 10: 2 – 12)

(iii) களவு – திருட்டு: களவு செய்யாதே திருடாதே என்ற கல்வி கண்ணியம் மாறி, அது கட்சி தாவியாவது காசு சம்பாதி; சட்டவிரோத தொழில் செய்தாவது வசதி சுகபோகத்திற்காக கொள்ளையிட்டு கொலை செய்யும் மனிதர்கள் இருக்கின்றார்கள். கல்வி கற்று சட்டம் இயற்றுபவனே சட்டம் ஒழுங்கை கைக்கொள்ளாத திருடர்களாய் கொள்ளைக்காரர்களாய் லஞ்சம் வாங்கும் தொழிலாக, பதவிகளை அதிகாரத்தை தவறாக பயன்படுத்தும் பாவிகளின் கூட்டமாகவும் செயல்படுகிறார்கள்.

இயேசு கற்பித்த சீர்த்திருத்த போதனை வசனம் :

மத் – 6: 19, 20, 21, 31 – 34; 7: 7, 8, 12.

பூமியிலே உங்களுக்குப் பொக்கிஷங்களைச் சேர்த்து வைக்கவேண்டாம்;

இங்கே பூச்சியும் துருவும் அவைகளைக் கெடுக்கும்; இங்கே திருடரும் கன்னமிட்டுத் திருடுவார்கள்.

பரலோகத்திலே உங்களுக்கு பொக்கிஷங்களைச் சேர்த்து வையுங்கள்; அங்கே பூச்சியாவது துருவாவது கெடுக்கிறதும் இல்லை;அங்கே திருடர் கன்னமிட்டுத் திருடுகிறதும் இல்லை.

உங்கள் பொக்கிஷம் எங்கேயிருக்கிறதோ அங்கே உங்கள் இருதயமும் இருக்கும். ஆகையால், என்னத்தை உண்போம், என்னத்தைக் குடிப்போம், என்னத்தை உடுப்போம் என்று கவலைப்படாதிருங்கள். இவைகளையெல்லாம் அஞ்ஞானிகள் நாடித்தேடுகிறார்கள்; இவைகளெல்லாம் உங்களுக்கு வேண்டியவைகள் என்று உங்கள் பரமபிதா அறிந்திருக்கிறார்.

முதலாவது தேவனுடைய ராஜ்யத்தையும் அவருடைய நீதியையும் தேடுங்கள்; அப்பொழுது இவைகளெல்லாம் உங்களுக்குக் கூடக் கொடுக்கப்படும். ஆகையால் நாளைக்காகக் கவலைப்படாதிருங்கள்; நாளையத்தினம் தன்னுடையவைகளுக்காகக் கவலைப்படும் அந்தந்த நாளுக்கு அதினதின் பாடு போதும்.

கேளுங்கள், அப்பொழுது உங்களுக்குக் கொடுக்கப்படும்; தேடுங்கள், அப்பொழுது கண்டடைவீர்கள்; தட்டுங்கள், அப்பொழுது உங்களுக்குத் திறக்கப்படும்; ஏனென்றால், கேட்கிறவன் எவனும் பெற்றுக் கொள்ளுகிறான்; தேடுகிறவன் கண்டடைகிறான்; தட்டுகிறவனுக்குத் திறக்கப்படும்.

ஆதலால், மனுஷர் உங்களுக்க எவைகளைச் செய்ய விரும்புகிறீர்களோ, அவைகளை நீங்களும் அவர்களுக்குச் செய்யுங்கள்; இதுவே நியாயப்பிரமாணமும் தீர்க்கத்தரிசனங்களுமாம்.

சிறிதான இச்சையுடன் எடுத்துக்கொள்வது திருட்டு களவு என்றும், பெரிதான இச்சையுடன் பறித்துக் கொள்வது கொள்ளை என்றும், மிக பெரிதான பேராசை இச்சையுடன் அபகரித்துக் கொள்வது, பதுக்கி வைப்பது, வங்கி பரிவர்த்தனையும் வைத்துக் கொள்வது லஞ்சம் – ஊழல் குற்றங்கள் நடத்தப்படுகின்றன. பரிதானம் – லஞ்சம் வாங்குவது, ஊழல் செய்வது – பதவி அதிகாரத்தில் பொய் கணக்கு காண்பித்து பணத்தை, பொருளை, ஆஸ்தியை அபகரிப்பது சட்டம் போட்டு திட்டமிட்டு கொள்ளையிடுவது அநீதியான குற்ற செயல்கள் ஆகும்.

iv. பிறனுக்கு எதிராக வஞ்சனை செய்யாதே; பொய் சாட்சி சொல்லாதே: ல அரசியல் நகர்வுகள் – ஆன்மீக நம்பிக்கை மோசடிகள், தொழில் போட்டிகளின் ஓட்டங்களின் வளர்ச்சிகளில்;பலவஞ்சனைகளும், மோசடிகளும், பொய் சாட்சி வாக்குறுதிகளும் சாமானிய மனிதர்களை ஏமாற்றிக் கொண்டே இருக்கின்றன.

ஒருவன் பொறாமையினாலே பழிச்சொல்லையும், பொய்ச்சாட்சிகளையும் ஏற்படுத்துகின்றான். பலர் பொறாமையினாலே கொலைகளையும் வீண் பழிகளையும் பாவங்களையும் செய்கின்றார்கள். மன்னிக்க மனமில்லை, பொறாமையால் பழிவாங்குகின்றார்கள். அன்பில்லை, மனிதர்களிடையே நல்லவன் – கெட்டவன், ஏழை – பணக்காரன், உயர்ந்தவன் – தாழ்ந்தவன், முக்கியமானவர்கள் (VIP) – முக்கியமில்லாதவர்கள் என்ற பாகுபாடுகள் நிறைந்த மனித சமுதாயத்தை கட்டமைப்பவர்களாக வஞ்சனைக்காரர்களும் பொய்ச்சாட்சிகாரர்களும் பூமியில் செயல்பட்டுக்கொண்டே இருக்கிறார்கள்.

இயேசு கற்பித்த சீர்த்திருத்த போதனை வசனம்:

மத் – 7: 1 – 3,5,12

நீங்கள் குற்றவாளிகளென்று தீர்க்கப்படாதபடிக்கு மற்றவர்களைக் குற்றவாளிகளென்று தீர்க்காதிருங்கள். ஏனெனில், நீங்கள் மற்றவர்களைத் தீர்க்கிற தீர்ப்பின்படியே நீங்களும் தீர்க்கப்படுவீர்கள்; நீங்கள் மற்றவர்களுக்கு அளக்கிற அளவின்படியே உங்களுக்கும் அளக்கப்படும்.

நீ உன் கண்ணிலிருக்கிற உத்திரத்தை உணராமல், உன் சகோதரன் கண்ணிலிருக்கிற துரும்பைப் பார்க்கிறதென்ன? மாயக்காரனே ! முன்பு உன் கண்ணிலிருக்கிற உத்திரத்தை எடுத்துப்போடு; பின்பு உன் சகோதரன் கண்ணிலிருக்கிற துரும்பை எடுத்துப்போட வகைப்பார்ப்பாய்.

ஆதலால், மனுஷர் உங்களுக்கு எவைகளைச் செய்ய விரும்புகிறீர்களோ, அவைகளை நீங்களும் அவர்களுக்குச் செய்யுங்கள்; இதுவே நியாயப் பிரமாணமும் தீர்க்கத்தரிசனங்களுமாம்.

யாத் – 23: 1, 2, 3, 6, 7, 8

அபாண்டமான சொல்லை ஏற்றுக் கொள்ளாயாக; கொடுமையுள்ள சாட்சிகாரனாயிருக்க ஆகாதவனோடே கலவாயாக. தீமைசெய்ய திரளானபேர்களைப் பின்பற்றாதிருப்பாயாக; வழக்கிலே நியாயத்தைப் புரட்ட மிகுதியானவர்களின் பட்சத்தில் சாய்ந்து, உத்தரவு சொல்லாதிருப்பாயாக.

வியாச்சியத்திலே தரித்திரனுடைய முகத்தைப் பாராயாக. உன்னிடத்திலிருக்கிற எளியவனுடைய வியாச்சியத்தில் அவனுடைய நியாயத்தைப் புரட்டாயாக. கள்ளக்காரியத்துக்குத் தூரமாயிருப்பாயாக; குற்றமில்லாதவனையும் நீதிமானையும் கொலை செய்யாயாக; நான் துன்மார்க்கனை நீதிமான் என்று தீர்க்கமாட்டேன்.

பரிதானம் வாங்காதிருப்பாயாக; பரிதானம் பார்வையுள்ளவர்களைக் குருடாக்கி நீதிமான்களின் வார்த்தைகளைப் புரட்டும்.

லேவி – 19: 15 – 18

நியாயவிசாரணையில் அநியாயம் செய்யாதிருங்கள்; சிறியவனுக்கு முகதாட்சிணியம் செய்யாமலும், பெரியவனுடைய முகத்துக்கு அஞ்சாமலும் நீதியாகப் பிறனுக்கு நியாயந்தீர்ப்பாயாக.

உன் ஜனங்களுக்குள்ளே அங்குமிங்கும் கோள்சொல்லித் திரியாயாக; பிறனுடைய இரத்தப்பழிக்கு உட்படவேண்டாம்; நான் கர்த்தர். உன் சகோதரனை உன் உள்ளத்தில் பகையாயாக; பிறன்மேல் பாவம் சுமராதபடிக்கு அவனை எப்படியும் கடிந்து கொள்ளவேண்டும்.

பழிக்குப் பழி வாங்காமலும், உன் ஜனப்புத்திரர்மேல் பொறாமைகொள்ளாமலும் உன்னில் நீ அன்புகூருவதுபோல் பிறனிலும் அன்புகூருவாயாக; நான் கர்த்தர்.

(v) **உன் தகப்பனையும் தாயையும் கனம்பண்ணுவாயாக:** தாய், தகப்பனை கனம்பண்ணாத மனிதர்கள், பிள்ளைகளும் இருக்கிறார்கள். பெற்றோரை மதிக்காத கிழ்படியாத பிள்ளைகள் காணப்படுகின்றார்கள். பெரிய பிள்ளைகளானதும் தோளுக்கு மிஞ்சின பிள்ளைகள் பெற்றோர்களை எதிர்ப்பவர்களாக பகைப்பவர்களாகவும் போட்டிபோடுகின்ற பிள்ளைகளாக மாறிவிடுகின்றவர்களும் இருக்கின்றார்கள். முதியவர்கள் அறியாமையினால் அடம்பிடிப்பதினால் அவமதிக்கப்படுகின்றார்கள்.

மாற் – 7: 9 – 13: இயேசு கிறிஸ்துவின் கண்டிப்பு செய்தி:

பின்னும் அவர் அவர்களை நோக்கி: நீங்கள் உங்கள் பாரம்பரியத்தைக் கைக்கொள்ளும்படிக்கு தேவனுடைய கட்டளைகளை வியர்த்தமாக்கினது நன்றாயிருக்கிறது.

எப்படியெனில், உன் தகப்பனையும் உன் தாயையும் கனம்பண்ணுவாயாக என்றும், தகப்பனையாவது தாயையாவது நிந்திக்கிறவன் கொல்லப்படவேண்டும் என்றும், மோசே சொல்லியிருக்கிறாரே.

நீங்களோ, ஒருவன் தன் தகப்பனையாவது தாயையாவது நோக்கி: உனக்கு நான் செய்யத்தக்க உதவி எது உண்டோ, அதைக் கொர்பான் என்னும் காணிக்கையாகக் கொடுக்கிறேன் என்று சொல்லிவிட்டால் அவனுடைய கடமை தீர்ந்தது என்று சொல்லி, அவனை இனி தன் தகப்பனுக்காவது தன் தாய்க்காவது யாதொரு உதவியும் செய்ய ஒட்டாமல்;

நீங்கள் போதித்த உங்கள் பாரம்பரியத்தினால் தேவ வசனத்தை அவமாக்குகிறீர்கள். இதுபோலவே நீங்கள் மற்றும் அநேக காரியங்களையும் செய்கிறீர்கள் என்று சொன்னார்.

மத்.15: 4−9

உன் தகப்பனையும் உன் தாயையும் கனம்பண்ணுவாயாக என்றும், தகப்பனையாவது தாயையாவது நிந்திக்கிறவன் கொல்லப்படவேண்டும் என்றும் தேவன் கற்பித்திருக்கிறாரே.

நீங்களோ எவனாகிலும் தகப்பனையாவது தாயையாவது நோக்கி: உனக்கு நான் செய்யத்தக்க உதவி எது உண்டோ, அதைக் காணிக்கையாகக் கொடுக்கிறேன் என்று சொல்லி தன் தகப்பனையாவது தன் தாயையாவது கனம்பண்ணாமற்போனாலும், அவனுடைய கடமை தீர்ந்ததென்று போதித்து, உங்கள் பாரம்பரியத்ததினாலே தேவனுடைய கற்பனையை அவமாக்கிவருகிறீர்கள்.

மாயக்காரரே, உங்களைக்குறித்து: இந்த ஜனங்கள் தங்கள் வாயினால் என்னிடத்தில் சேர்ந்து, தங்கள் உதடுகளினால் என்னைக் கனம்பண்ணுகிறார்கள்; அவர்கள் இருதயமோ எனக்குத் தூரமாய் விலகியிருக்கிறது.

மனுஷருடைய கற்பனைகளை உபதேசங்களாகப் போதித்து, வீணாய் எனக்கு ஆராதனை செய்கிறார்கள் என்று, ஏசாயா தீர்க்கதரிசி நன்றாய்ச் சொல்லியிருக்கிறான் என்றார்.

யாத்.20: 12; 21: 17; லேவி.20: 9

உன் தேவனாகிய கர்த்தர் உனக்குக் கொடுக்கிற தேசத்திலே உன் நாட்கள் நீடித்திருப்பதற்கு, உன் தகப்பனையும் உன் தாயையும் கனம்பண்ணுவாயாக.

தன் தகப்பனையாவது தன் தாயையாவது சபிக்கிற எவனும் கொலைசெய்யப்படக்கடவன்; அவன்தன் தகப்பனையும் தன் தாயையும் சபித்தான். அவன் இரத்தப்பழி அவன்மேல் இருப்பதாக.

திருமணத்திற்கு பிறகு கணவன் மனைவி இரண்டு பேரும் ஒருவருக்கொருவர் பேச்சை கேட்டுக் கொண்டு தங்கள் பெற்றோரை உதாசீனம் படுத்தவும், உதரியும், தள்ளி விடுகின்றார்கள். மாமியார் மருமகள் பகை, விரோதம், நான்கு பிள்ளைகள் பெண்களுக்கும் ஆண்களுக்கும் இடையே வயதான பெற்றோரை யார் கவனிப்பது என்ற போட்டி, நையாண்டி, நக்கலும், சொத்தை அபகரித்துக் கொள்ளும் நாடக முயற்சிகளும் பிள்ளைகளுக்கிடையே நடக்கின்றன.

தாய் தகப்பனை நேசிக்கவும் உபசரிக்கவும் கவனிக்கவும், மனமில்லாத மரியாதையில்லாத பிள்ளைகள் அவர்களை முதியோர் இல்லம் அனுப்பி விடுவதும் நடைபெற்றுக் கொண்டும் இருக்கின்றன. மேற்கூறிய எல்லா குற்ற செயல்களும்

சமத்துவம், சமூகநீதி, இயற்கை நீதி, இறைவனின் நீதிக்கு எதிரான அநீதியின் அக்கிரம செயலாக இருக்கின்றன. இப்படியாக எல்லா குற்ற செயல்களும் மனசாட்சிக்கு புறம்பான செயல்களும், நியாயப் பிரமாணத்திற்கு எதிரான மீறின செயல்களாகவே இருக்கின்றன.

இந்த துன்மார்க்க செயல்கள் அனைத்தும் தனி தனி மனிதர்களுக்கு எதிரானதாக எடுத்துக் கொண்டு எனக்கென்ன என்று இல்லாமல், அவைகள் ஒட்டுமொத்த மனித சமுதாயத்திற்கு எதிரான குற்றங்கள் பாவ செயல்கள், அழிவின் – வாழ்வு இழப்பின் செயல்கள் என்று கவனமாய் கண்டிக்க வேண்டும். இவைகளை தடுக்கவும் சரிசெய்யவும் 1. மனித உரிமையாளர் 2. சமூக நீதியாளர் 3. சமூக நல ஆர்வலர் 4. சமூக சேவகர், காவலர், 5. நீதி அரசர்கள் சீர்த்திருத்த இயக்கத்தினராயும் பரிணமித்து இறைவனின் தூதுவர்கள் போன்றே எழுச்சியுடன் எழும்புகிறார்கள்.

கவனியுங்கள்: சீர்கேடான மனித சமூகத்தை சீர்ப்படுத்துவதற்கு நீதித்துறை, காவல் துறை, கல்வித்துறை, சீர்த்திருத்த பள்ளிகள், தொண்டு நிறுவனங்கள் மற்றும் அரசியல் சட்ட திருத்தங்கள் பலவும் பல்வேறு நாடுகளில் தங்கள் தங்கள் சமுதாய மக்களுக்கு தகுந்த முறையில் கட்டமைத்து ஏற்பாடுகளை செய்துக் கொள்கின்றார்கள். ஆனால் எல்லா குற்றங்களும் சற்றே குறைந்தாலும் முழுவதுமாக மாறவில்லை. அரசியல் மனிதர்கள், ஆன்மீக மனிதர்களால் இயற்றப்படும் சட்டங்களால்; தங்களுக்கு சாதகமான ஓட்டைகளை குறைகளை குறுக்கு வழிகளையும் சட்டமாக அமைத்துக் கொண்டு; குற்றவாளிகளின் கோயிலாகவும் கூடாரமாகவும் தேசத்தை மாற்றிக் கொள்கிறார்கள். தண்டனைக்குரியவர்களும் நாடு கடந்து வாழ்கிறான். குற்றவாளிகளும் தேர்தலில் நின்று Heroவாகிறான், நாட்டை ஆளுகிறான். இப்படியிருந்தால் குற்றமில்லாத மனித சமுதாயம் எப்படி உருவாகும்? மாற்றம் எப்படி உண்டாகும்.

இந்த மனித சமுதாயத்தின் மத்தியில் பல்வேறு மத நம்பிக்கை, இறை நம்பிக்கையாளர்கள், நாத்திகவாதிகள், குழப்பவாதிகள், கலகவாதிகள் இருக்கின்றார்கள். அவர்கள் எல்லாருக்கும் கிறிஸ்தவ மார்க்கத்தின் உபதேச கட்டளைகள், போதனைகளை நிறைவான சத்தியத்தை, மனந்திரும்புதல், மன்னித்தல், மறுவாழ்வு – புதுவாழ்வு **அளித்தல்;** ஊழல், சுரண்டல், அபகரித்தல், வஞ்சனை, அடிமை படுத்துதல், பாரபட்சம் போன்றவற்றை **தடுத்தல்;** பாவம், அக்கிரமம், ஏழ்மை, வியாதி, நோய், அசுத்தம், மீறுதல்களை, ஏற்றத்தாழ்வை **நீக்குதல்;** அன்புகூருதல், ஆதரவளித்தல், இரக்கம், கொள்ளுதல், தனி மனித உரிமை, சமத்துவம், சகோதரத்துவம், **போன்றவற்றை கற்பிப்பது,** ஒரே மெய்தேவனை வணங்குதல், ஆராதித்தல், அந்த தேவனின் நீதி – நியாயத்தை அறிந்து இவைகளை தேசத்தில் **நிறைவேற்றுதலின்** மூலமாக, சமூக நீதியை – சமத்துவத்தை – சமாதானத்தை தேசத்தின் மக்களிடையே **நிலைநாட்டுதல்**

மூலமாக யாவரும் சந்தோஷமும் மகிழ்ச்சியுடன் **நிலையானவாழ்வை அடைதல் வேண்டும்.**

தீமையைத் தீமையால் எதிர்க்காதே என்ற இயேசு நாதரின் போதனையை இந்த உலகம் கடைப்பிடிக்கவில்லை. அதனால்தான் இவ்வுலகம் இவ்வளவு தீமையுள்ளதாக இருக்கிறது.

இந்தியாவிற்குக் கிறிஸ்தவ ஞானப்பணியாளர்கள் வேண்டும். 100 – 1000 கணக்கிலும் அவர்கள் இங்கே வந்து திரளட்டும். கிறிஸ்துவின் தூய வாழ்வின் வரலாற்றை எங்களுக்கு நன்கு எடுத்து பிரசங்கம் செய்வீர்களாக. அவர் தந்த ஞான நன்மொழி எங்கள் சமூகத்தின் இதயத்தை ஊடுருவிப் பாயட்டும். இயேசு நாதரைப்பற்றி ஒவ்வொரு சிற்றூரின் மூலைமுடுக்குகளிலும் பிரச்சாரம் செய்யுங்கள்.   (ஞானதீபம்: சுடர் – 1, 7; பக்கம் – 128, 129, 110)

– சுவாமி விவேகானந்தர்.

மாற்றம் எங்கிருந்து யார் மூலமாக வரும் என்றால்? அது கர்த்தராகிய தேவனால் கொடுக்கப்பட்ட என்றும் மாறாத நியாயப்பிரமாணம் (Law, Order) சட்டத்தை ஒழுக்கத்தை ஒவ்வொரு தனி மனிதனும் கற்று கைக்கொண்டு வாழ வேண்டும். பாரபட்சமே கூடாது. ஒவ்வொரு தனி மனிதனும் தன்னை போல பிறனை நேசித்து வாழும் சட்டமான : "உன்னிடத்தில் (சுயநலன்) நீ அன்புகூருவதுபோல பிறனிடத்திலும் (பிறர் நலன் நாடுவது) அன்புகூரு" என்ற தத்துவத்தின் சத்தியத்தின் கொள்கை மட்டுமே என்றும் மனிதனை அவன் சமுதாயத்தை குற்றங்கள் பாவங்கள் பழிவாங்குதல்கள் இல்லாத, பரிசுத்தமான அன்பான சொர்க்கத்தின் பூமியாக மாற்றிவிடும். இந்த மாற்றத்தை நேசி விசுவாசி – நித்திய ஜீவனின் வாழ்வை நீ சுவாசி.

நல்லொழுக்கம்   குறித்த   தேவனுடைய   பிரமாணங்களே, தனிப்பட்டவர்களுக்கும் நாடுகளுக்கும் தேவையான ஒரு சட்டங்களாக இருக்கின்றன.தேவனுடைய பிரமாணங்களின் அடிப்படையில் நிர்வகிக்கப்படும் ஒரு அரசே சரியான அரசாக இருக்க முடியும். தேவனே எல்லோருக்கும் மேலான நீதிபதியாகவும், பிரமாணத்தைக் கொடுப்பவராகவும் இருக்கிறார்.

– சார்லஸ் .:பின்னி.

திருடன் திருடவும் கொல்லவும் அழிக்கவும் வருகிறானேயன்றி வேறொன்றுக்கும் வரான். நானோ (இயேசு) அவைகளுக்கு (ஆடுகள் – மனிதர்கள்) ஜீவன் உண்டாயிருக்கவும், அது பரிபூரணப்படவும் வந்தேன் நானே நல்ல மேய்ப்பன்; நல்ல மேய்ப்பன் ஆடுகளுக்காகத் தன் ஜீவனைக் கொடுக்கிறான் என்றார். (யோவான் – 10: 10, 11)

குறிப்பு: நித்திய (நிலையான வாழ்வை) ஜீவனை நான் பெற்றுக் கொள்ள ! என்ன நன்மையை செய்ய வேண்டும் என்று கேட்ட வாலிபனிடம்; இயேசு: முதலில் நீ எந்த தீமையையும் உனக்கும், வேறு யாருக்கும் செய்துக்கொள்ளக்கூடாது என்கின்ற கற்பனைகளை கைக்கொள்ளுதலை கற்பித்தார். அவன் நான் இதை சிறுவயதில் கற்று வாலிப வயதிலும் கைக்கொண்டு வருகின்றேன்; மேலும் என்னிடத்தில் என்ன குறைவு உள்ளது? என்று மிகுந்த ஆவலாக அவன் இயேசுவிடம் கேட்டான் !!

ஆம் தங்களை நல்லவர்கள் என்று காண்பித்து நிரூபிக்க முயற்சிக்கும் மனிதர்களிடையே – நீதிமான்களிடையே பரிசுத்தவான்களிடையே உள்ள குறைகளை பரலோக ராஜ்யம் மிக தெளிவாக பகுத்து அறிந்து சுட்டிக் காண்பிக்கின்றதை நீங்களும் அறிந்திட, உங்கள் காரியங்களை பரிபூரணமானதாக, குறைவற்றதாக செய்திட எட்டாம் (8) அத்தியாயத்தை கவனமாக படியுங்கள். நீங்கள் வாழ்வு பெறுங்கள். வாழ்த்துக்கள்.

அத்தியாயம் – 8

கிறிஸ்தவ மதத்திருச்சபையே, உன்னில் குறைவு உண்டு.
உணர்ந்து நீங்கள் மனந்திரும்ப வேண்டும்.
சபையே, நீ ஜெயங்கொள்ளுகிறவனாயிரு.

ஒரு வாலிபன் தன் சமுதாயத்தில் தலைவனாக இருக்கும்போது, தனிமனித ஒழுக்கமுடையவனாக, கண்ணியம் கட்டுப்பாடு உள்ளவனாக, தன் மனித சமுதாயத்தின் மீது தீமைகளை செய்யாதவனாக வாழ்ந்தான், அவனுக்கு இந்த தகுதியை மனப்பக்குவத்தை சன்மார்க்க நிலையை அடைவதற்கு எது உதவியாக இருந்தது என்றால், தேவனாகிய கர்த்தரால் கொடுக்கப்பட்ட நியாயப்பிரமாணம் (அது நியாயமான வாழ்க்கையின் கல்வி பிரமாணம்) கற்பித்த கற்பனைகளும் கட்டளைகளும் நியாயங்களும் அவனுக்குள்ளாக இருந்து, சிறுவயதுமுதல் வாலிப வயதிலும் உதவினது. (மத் – 19: 18 – 20; மாற்கு – 10: 19, 20; லூக் – 18: 20, 21)

பிள்ளையானவன் (சிறுவன்) நடக்க வேண்டிய வழியிலே அவனை நடத்து; அவன் முதிர்வயதிலும் அதை விடாதிருப்பான். நீதிமொழிகள் – 22: 6; இந்த வார்த்தையின் ஆலோசனையின் படி சிறுவயதில் கற்பித்த நல்ல வாழ்க்கை கல்வியின் பலனாக, வாலிபன் (தலைவன்) நல்ல சாட்சிமிக்கவனாக உயர்ந்து காணப்பட்டதிற்கு அவனின் பெற்றோர்கள் ஆசிரியர்கள் சமய போதகர்களை கட்டாயம் நாம் பாராட்டி வாழ்த்து தெரிவிக்க வேண்டும்.

நல்ல முறையில் வளர்க்கப்பட்ட கற்பித்து போதிக்கப்பட்ட மனிதர்கள், மேலும் தங்களை மெருக்கேற்றச் செய்யவும், வாழ்வு பெறச் செய்வதற்கும் தடையான குறைகள் ஏதும் உண்டா?! என்று கேட்கும் பக்குவம் கொண்டவர்கள் பண்பும் நேர்மையும் உடையவர்களாகவே இருப்பார்கள். இவர்கள் முழுமையான வளர்ச்சிக்கும் வெற்றிக்கும் சாதனைகளுக்கும் முழுமையான முயற்சியை முன்னெடுப்பவர்களாய் இருக்கின்றார்கள்.

ஆனால் சில மனிதர்கள் இப்படியாக இல்லாமல், தங்களிடத்தில் உள்ள குறைவுகளை பற்றி அறிவதுமில்லை, சுட்டி காண்பித்தாலும் சுரணையும் (உணர்வும்) இல்லை. தங்கள் குறைவுகளையும், தங்களை சார்ந்தவர்களின் குறைவுகளை பற்றி யார் பேசினாலும் அவர்களை சபிப்பார்கள், சத்துரு என்பார்கள், சனியனே சாத்தானே என்பார்கள். தங்கள் குறைவுகளை மூடி மறைக்கவே பெரும்பாலும் முயற்சி செய்வார்கள். இப்படிப்பட்ட மனிதர்கள் யாராக இருந்தாலும் அவர்களின் எந்த ஒரு செயல்களிலும், வாழ்க்கை பாதைகளிலும் முழுமையான இலக்கை வெற்றியை எட்ட முடியாதவர்களாய் இருப்பார்கள்.

தன் குறைவுகளை அறிகின்ற எந்த ஒரு மனிதனும் அதை சரிசெய்ய வேண்டும் என்று விரும்பி முயலுகின்றவன், புத்திசாலியுடன் பகுத்தறிவுடன் குறைவுகள் அகற்றி தன்னை முழு ஆரோக்கியமானவனாக ஆளுமை மிக்கவனாக வெற்றியாளனாக மாற்றிவிடுவான்.

குறிப்பு: உடலும் மனமும் சுகவீனமடைந்ததை அறிந்து சரிசெய்பவன் ஆரோக்கியமுடன் ஆயுளுடன் வாழ்கின்றான். குறையை சரிசெய்ய அறியாதவன் தீவிர நோய்க்கொண்டு மரணிக்கின்றான். குடும்பத்தில் உள்ள குறைவுகளை அறிந்து சரி செய்பவன் சந்தோஷமுடன் வாழ்கின்றான். குறைகளை சரிசெய்யாதவன் முடியாதவன் நிம்மதி இல்லாமல் தவிக்கின்றான்.

நிறுவனத்தில் உள்ள குறைவுகளை அறிந்து சீர்செய்பவன் சிறந்த தலைமை பண்பை, நிர்வாக திறனை அடைகின்றான். குறைகளை சரிசெய்ய முடியாதவன் தெரியாதவன் தன் வேலையை பதவியை இழக்கின்றான்.

தன் இருசக்கரவாகனம் (அ) நான்கு சக்கர வாகனம், போக்குவரத்து வாகனத்தில் உள்ள குறைவுகளை – பழுதை அறிந்து சரி செய்பவன், விபத்தை (ஆபத்தை) தவிர்த்து தாமதமில்லாமல் தன் இலக்கை அடைகின்றான். வாகனத்தின் குறைகளை கவனிக்காதவன், விபத்தில் உயிரை இழக்கின்றான் (அ) பாதி வழியில் தவிக்கின்றான்.

1. கிறிஸ்தவ மதத்திருச்சபையே, உன்னில் குறைவு உண்டு ! என்பதை நீ அறிந்தாயா?

2. என்னில் என்ன குறைவு உண்டு என்று நீ இயேசு கிறிஸ்துவை கேட்டாயா?

3. சபையே, உன் குறைவுகளை நீ அறிந்து, அதை கலைந்து, இயேசுவை போல் ஜெயம் கொண்டவனாய் இருக்கிறாயா?

ஆம் நீ பூரண சர்குணனாய், கறைதிரை இல்லாத மணவாட்டியாய், சோதனைகளில் வெற்றிக் கொண்டவனாய் மாற வேண்டும் என்றால் உங்கள் குறைவுகளை சரி செய்யும்படிக்கு மனந்திரும்புங்கள். உங்கள் நித்திய ஜீவனை,அழியாத ஜீவ கிரீடத்தை இழந்து போகாமல் காத்துக் கொள்ளுங்கள்.

யோபு. 34: 1 – 4; 10 – 12; 21 – 24; 31,32

பின்னும் எலிகூ மாறுத்தரமாக: ஞானிகளே, என் வார்த்தைகளைக் கேளுங்கள்; அறிவாளிகளே, எனக்குச் செவிகொடுங்கள். வாயானது போஜனத்தை ருசி பார்க்கிறதுபோல, செவியானது வார்த்தைகளைச் சோதித்துப்பார்க்கும். நமக்காக நியாயமானதைத் தெரிந்து கொள்வோமாக; நன்மை இன்னதென்று நமக்குள்ளே அறிந்துகொள்வோமாக.

ஆகையால் புத்திமான்களே, எனக்குச் செவிகொடுங்கள்; அக்கிரமம் தேவனுக்கும், அநீதி சர்வவல்லவருக்கும் தூரமாயிருக்கிறது. மனுஷனுடைய செய்கைக்குத்தக்கதை அவனுக்குச் சரிக்கட்டி, அவனவன் நடக்கைக்குத்தக்கதாக அவனவனுக்குப் பலனளிக்கிறார்.

அவருடைய கண்கள் மனுஷருடைய வழிகளை நோக்கியிருக்கிறது; அவர்களுடைய நடைகளையெல்லாம் அவர் பார்க்கிறார். அக்கிரமக்காரர் ஒளித்துக்கொள்ளத்தக்க அந்தகாரமுமில்லை, மரண இருளுமில்லை. மனுஷன் தேவனோடே வழக்காடும்படி அவர் அவன்மேல் மிஞ்சினதொன்றையும் சுமத்தமாட்டார். ஆராய்ந்து முடியாத நியாயமாய் அவர் வல்லமையுள்ளவர்களை நொறுக்கி, வேறே மனுஷரை அவர்கள் ஸ்தானத்திலே நிறுத்துகிறார்.

நான் தண்டிக்கப்பட்டேன்; நான் இனிப் பாவஞ்செய்யமாட்டேன். நான் காணாத காரியத்தை நீர் எனக்குப் போதியும், நான் அநியாயம் பண்ணினேனானால், நான் இனி அப்படிச் செய்வதில்லை என்று தேவனை நோக்கிச் சொல்லத்தகுமே.

கவனி: 1. உங்களிடத்தில் உள்ள பெலவீனங்களை குறைவுகளை மட்டுமே கண்டறிந்து தெரிந்து வைத்துக் கொண்டு, அவைகளை மட்டுமே சொல்லி சொல்லி குற்றப்படுத்தி பரியாசம் கேலி செய்து, உங்களை குறைத்து மதிப்பிட்டு தங்களில் சந்தோஷப் பட்டுக்கொண்டும் பெருமைப்பட்டு மார்த்தட்டிக் கொள்ளுகின்ற எந்த ஒரு மனிதனும் (அ) கூட்டமும் அது உங்கள் சத்துருக்களின் (அ) சாத்தானின் கூட்டம் என்று அறிந்துக் கொள்ளலாம்.

மேலும் உங்கள் குறைவுகள் பெலவீனங்கள் பற்றி நீங்கள் அறிவில்லாமல், விழித்துக் கொள்ளாமல் இருக்கும்படி செய்து, உங்களை அடிமை தோல்வி அறியாமையின் இருள் நிலையில் தக்க வைத்து உங்களை தாங்கி பிடித்து (அ) தடவிக் கொடுத்துக் கொண்டு முத்தம் செய்பவர்களும், உங்களை வஞ்சிக்கும் வாழ்விழக்க செய்யும் சத்துருக்கள் ஆவார்.

2. ஆனால் உங்களின் பெலவீனம் குறைவுகளில் உதவிசெய்து கற்பித்து பயிற்றுவித்து பிறகு உங்களின் செயல்களின் முன்னேற்றத்தின் பயன்களை பலன்களை பாராட்டி உற்சாகமுட்டுபவர்களும்; மீண்டும் உங்களுக்கு நேரிடும் சறுக்கல், தடைகள், தடுமாற்றம், பெலவீனம், குறைவுகளை மிக சரியாக கவனித்து சுட்டி காண்பித்து அவைகளை சரி செய்து; உங்களை முழுமையான ஆற்றல் மிக்கவர்களாய் ஆளுமைமிக்கவர்களாய் முழுவதும் வெற்றியாளர்களாய் மாற்ற முயற்சிப்பவர்கள் மட்டுமே உண்மையில் உங்களை நேசிப்பவர்களாய் அன்பு செலுத்துகின்றவர்களாய் இருப்பார்கள். (இவர்கள் உங்களுக்கு என்றுமே சத்துருக்களாய் (அ) சாத்தானாக இருப்பார்கள் என்று நீங்கள் தவறாக எண்ணிவிடாதீர்கள். உங்கள் வாழ்வில், யாரிடமும் ஏமாந்துவிடாதீர்கள்.)

**I.   இயேசு   கிறிஸ்துவின்   ஊழியக்காரனாகிய   யோவான்:
ஆசியாவிலுள்ள (Seven Churches)**

ஏழு சபைகளுக்கும் எழுதினதாவது :

குறிப்பு: வெளிப்படுத்தின விசேஷம் என்ற நூல் கிறிஸ்தவ வேதாகமத்தின் கடைசி நூலாக இருப்பதை நீங்கள் அறிந்திருப்பீர்கள். இந்நூலை இயேசுகிறிஸ்துவின் சீஷனும் அப்போஸ்தலனும் ஊழியக்காரனுமாகிய யோவான் சொந்தமாக (அ) சுயமாக எழுதவில்லை.

சீக்கிரத்தில் சம்பவிக்க வேண்டியவைகளைத் தம்முடைய ஊழியக் காரருக்குக் (பலரும் அறிய வேண்டி) காண்பிக்கும் பொருட்டு, A. தேவன், இயேசு கிறிஸ்துவுக்கு ஒப்புவித்து, B. இயேசு, C. தம்முடைய தூதனை (பரிசுத்த ஆவியானவர்) அனுப்பி D.தம்முடைய ஊழியக்காரனாகிய யோவானுக்கு வெளிப்படுத்தினதுமான விசேஷம் என்று சொல்லப்பட்டுள்ளது. இந்த புத்தகத்தில் உலகத்தின் (யுகத்தின்) முடிவு சம்பவங்கள் பற்றியும், அதன் பிறகு நடக்கபோகும் புதிய வானம் புதிய பூமி மற்றும் புதிய ஆட்சி முறை, நியாயத்தீர்ப்பு பற்றியும் மற்றும் பல நிகழ்வுகள் பற்றி வெளிப்படுத்தப்பட்டு யோவானால் எழுதப் பட்டிருக்கின்றது.

ஆனால் நாம் இங்கு அறிய போவது ஆசியாவிலுள்ள எபேசு, சிமிர்னா, பெர்கமு, தியத்தீரா, சர்தை, பிலதெல்பியா, லவோதிக்கேயா என்ற ஏழு பட்டணங்களில் உள்ள ஏழு சபைகளுக்கு (Seven Churches); தேவனும் இயேசுகிறிஸ்துவும் பரிசுத்த ஆவியானவரும் ஒருங்கிணைந்து

தமது ஊழியக்காரனாகிய யோவானிடம் என்ன? செய்தியைக் கொடுத்தார்கள் என்று மட்டுமே மிகமுக்கியமாக காண்பிக்க அவசியமாக இருக்கிறது.

ஏழு சபைகளும் (Seven Churches) இந்த செய்தியை கேட்க வேண்டும், அறிய வேண்டும்,

மனந்திரும்ப வேண்டும், ஜெயங்கொள்ள வேண்டும் என்ற முழுமையான நோக்கத்தோடு எழுதப்பட்ட செய்தி குறிப்புகள் வெளிப்படுத்தப்பட்ட விசேஷத்தின் 2 மற்றும் 3 ஆம் அதிகாரத்தில் உள்ளது. இது எல்லாக் காலங்களுக்கும் 21 ஆம் நூற்றாண்டு திருசபைகளுக்கும் பொருந்தக் கூடிய செய்தியாகவும் உள்ளது.

**1.   எபேசு சபையின் தூதனுக்கு (ஊழியன் – போதகன்) நீ எழுத
வேண்டியது என்னவெனில் :**

உயிர்த்தெழுந்த இயேசு கிறிஸ்து: எபேசு சபைக்கு தன்னை வெளிப்படுத்தின விதம்: ஏழு நட்சத்திரங்களைத் தம்முடைய வலது கரத்தில் ஏந்திக்

கொண்டு, ஏழு பொன்குத்து விளக்குகளின் மத்தியிலே உலாவிக் கொண்டிருக்கிறவர் சொல்லுகிறதாவது :

எபேசு சபையின் பாராட்டுக்குரிய அம்சங்கள்:

i.   நல்ல கிரியைகளையும், முயற்சிகளையும், பொறுமையும் உடையவர்களாய் இருந்தாலும் பொல்லாதவர்களை (தீமையானவர்களை) சகிக்கக் கூடாமலிருந்தார்கள்.

ii. தங்களை அப்போஸ்தலர்கள் என்று சொல்லிக் கொண்டவர்களை சோதித்து (வீளவிமி) அவர்களை பொய்யர் என்று கண்டுப்பிடித்தார்கள்.

iii. இயேசு கிறிஸ்துவின் நாமத்திற்காக பாடுகள் உபத்திரவம் நிந்தை சோதனையை சகித்துக் கொண்டும், பொறுமையாயிருந்து சோர்ந்து போகாமல் உழைத்தார்கள், ஊழியம் செய்தார்கள்.

iv. இயேசு கிறிஸ்து நிக்கொலாய் மதஸ்தரின் (மதவாதிகள்) செயல்களை வெறுத்தார், அதே போல எபேசு சபையும் அதை வெறுத்தது.

எபேசு சபையிடம் உள்ள குறை என்ன?

ஆனால், நீ (எபேசு சபை) ஆதியில் கொண்டிருந்த அன்பை விட்டாய் என்று உன் பேரில் எனக்கு குறை உண்டு. ஆகையால், நீ இன்ன நிலைமையிலிருந்து விழுந்தாய் என்பதை நினைத்து, மனந்திரும்பி (Repent), ஆதியில் செய்த (அன்பின்) கிரியைகளைச் செய்வாயாக; இல்லாவிட்டால் நான்(இயேசு) சீக்கிரமாய் உன்னிடத்தில் வந்து, நீ மனந்திரும்பாத பட்சத்தில், உன் விளக்குத் தண்டை அதனிடத்தினின்று நீக்கி விடுவேன் என்றார்.பரிசுத்த ஆவியானவர் சொல்லுகின்ற சத்தியத்தை, சபைகள் கவனித்து (காதுள்ளவன்) கேட்க வேண்டும்; **ஜெயங் கொள்ளுகிறவனுக்கு** மட்டுமே தேவனுடைய பரதீசின் (இளைப்பாரும் ஸ்தலம், மத்தியிலிருக்கிற ஜீவ விருட்சத்தின் (என்றும் அழியாத மரத்தின்) கனியைப் புசிக்கக் கொடுப்பேன் என்றெழுது என்றார்.

2.   **சிமிர்னா சபையின் தூதனுக்கு (ஊழியன் – போதகன்) நீ எழுத வேண்டியது என்னவெனில் :**

உயிர்த்தெழுந்த இயேசு கிறிஸ்து, சிமிர்னா சபைக்கு தன்னை வெளிப்படுத்தின விதம்: முந்தினவரும் பிந்தினவரும், மரித்திருந்து பிழைத்தவருமானவர் சொல்லுகிறதாவது;

சிமிர்னா சபைக்கு சொல்லப்பட்ட ஆறுதலும் மற்றும் வாக்குறுதியும் :

i.   உன் கிரியைகளையும், உன் உபத்திரவத்தையும், நீ ஐசுவரியமுள்ளவனாயிருந்தும் உனக்கு இருக்கும் தரித்திரத்தையும் அறிந்திருக்கிறேன்.

ii. உங்களில் சிலர் தங்களை யூதரென்று சொல்லியும் யூதராயிராமல் சாத்தானுடைய கூட்டமாயிருக்கிறவர்கள் செய்யும் தூஷணத்தையும் (அவதூறுகளையும்) அறிந்திருக்கிறேன்.

iii. நீ (சிமிர்னா சபை) படப்போகிற பாடுகளைக்குறித்து எவ்வளவும் பயப்படாதே; இதோ, நீங்கள் சோதிக்கப்படும் பொருட்டாகப் பிசாசானவன் உங்களில் சிலரைக் காவலில் போடுவான்;பத்து நாள் உபத்திரவப்படுவீர்கள்.

ஆகிலும் நீ மரணபரியந்தம் உண்மையாயிரு, அப்பொழுது ஜீவ கிரீடத்தை உனக்குத் தருவேன்.பரிசுத்த ஆவியானவர் சொல்லுகின்ற சத்தியத்தை, சபைகள் கவனித்து (காதுள்ளவன்) கேட்க வேண்டும்; **ஜெயங்கொள்ளுகிறவன்** இரண்டாம் மரணத்தினால் சேதப்படுவதில்லை என்றெழுது என்றார்.

3. பெர்கமு சபையின் தூதனுக்கு (ஊழியன் – போதகன்) நீ எழுத வேண்டியது என்னவெனில் :

உயிர்த்தெழுந்த இயேசு கிறிஸ்து, பெர்கமு சபைக்கு தன்னை வெளிப்படுத்தின விதம்: இரு புறமும் கருக்குள்ள பட்டயத்தை உடையவர் சொல்லுகிறதாவது.

பெர்கமு சபையின் பாராட்டுக்குரிய சில அம்சங்கள் :

i. உன் கிரியைகளையும், நீ என் நாமத்தைப் பற்றிக் கொண்டிருக்கிறதையும்,

ii. சாத்தானுடைய சிங்காசனமிருக்கிற இடத்தில் நீ குடியிருக்கிறதையும், அவ்விடத்திலே உங்களுக்குள்ளே எனக்கு உண்மையுள்ள சாட்சியான "அந்திப்பா" என்பவன் கொல்லப்பட்ட நாட்களிலும், என்னைப் பற்றும் விசுவாசத்தை நீ மறுதலியாமலிருந்ததையும் அறிந்திருக்கிறேன்.

பெர்கமு சபையிடம் உள்ள குறைகள் என்ன?

ஆகிலும், சில காரியங்களைக் குறித்து உன் பேரில் எனக்குக் குறை உண்டு; i. விக்கிரகங்களுக்குப் படைத்தவைகளைப் புசிப்பதற்கும் வேசித்தனம் பண்ணுவதற்கும் ஏதுவான இடறலை உண்டுபண்ணும் பிலேயாமுடைய போதகத்தைக் கைக்கொள்ளுகிறவர்கள் உன்னிடத்திலுண்டு. (இஸ்ரவேல் புத்திரர் பாவம் செய்யும்படியான ஆலோசனையை பிலேயாம் ரகசியமாக பாலாகினிடத்தில் சொன்னான். எண்ணாகமம் – 24: 10 – 14;25: 1 – 5; 31: 16 – 18)

ii.அப்படியே நிக்கொலாய் மதஸ்தருடைய போதகத்தைக் கைக்கொள்ளுகிறவர்களும் உன்னிடத்திலுண்டு; அதை நான் வெறுக்கிறேன்.

நீ (பெர்கமு சபை) மனந்திரும்பு (Repent), இல்லாவிட்டால் நான் சீக்கிரமாய் உன்னிடத்தில் வந்து, என் வாயின் பட்டயத்தால் அவர்களோடே யுத்தம்

பண்ணுவேன்.ஆவியானவர் சொல்லுகின்ற சத்தியத்தை, சபைகள் கவனித்து (காதுள்ளவன்) கேட்க வேண்டும்; **ஜெயங்கொள்ளுகிறவனுக்கு** நான் மறைவான மன்னாவைப் புசிக்கக் கொடுத்து,அவனுக்கு வெண்மையான குறிக்கல்லையும், அந்தக் கல்லின்மேல் எழுதப்பட்டதும் அதைப் பெறகிறவனேயன்றி வேறொருவனும் அறியக் கூடாததுமாகிய புதிய நாமத்தையும் கொடுப்பேன் என்றெழுது என்றார்.

4. **தியத்தீரா சபையின் தூதனுக்கு (ஊழியன் – போதகன்) நீ எழுத வேண்டியது என்னவெனில் :**

    உயிர்த்தெழுந்த இயேசு கிறிஸ்து, தியத்தீரா சபைக்கு தன்னை வெளிப்படுத்தின விதம்: அக்கினி ஜ்வாலை போன்ற கண்களும், பிரகாசமான வெண்கலம் போன்ற பாதங்களுமுள்ள தேவகுமாரன் சொல்லுகிறதாவது;

தியத்தீரா சபையின் பாராட்டுக்குரிய சில அம்சங்கள்:

    உன் கிரியைகளையும், உன் அன்பையும் உன் ஊழியத்தையும், உன் விசுவாசத்தையும், உன் பொறுமையையும், மற்றும் நீ (தியத்தீரா சபை) முன்பு செய்த கிரியைகளிலும் பின்பு செய்த கிரியைகள் அதிகமாயிருக்கிறதையும் அறிந்திருக்கிறேன்.

தியத்தீரா சபையிடம் உள்ள குறைகள் என்ன?

    ஆகிலும் உன் பேரில் எனக்குக் குறை உண்டு; என்னவெனில்

i. யேசபேல் என்னும் ஸ்திரீயானவள் (பெண்) தன்னைத் தீர்க்கதரிசி என்று சொல்லிக்கொண்டு, என்னுடைய (இயேசுவின்) ஊழியக்காரர்கள் வேசித்தனம் பண்ணவும் விக்கிரகங்களுக்குப் படைத்தவைகளைப் புசிக்கவும் அவர்களுக்குப் போதித்து, என் ஊழியக்காரர்களை வஞ்சிக்கும்படி நீ (தியத்தீரா சபை) யேசபேல் என்னும் (பொய்யான கள்ள தீர்க்கத்தரிசிக்கு) பெண்ணுக்கு இடங்கொடுத்தது.

ii. அவள் மனந்திரும்பும்படியாய் அவளுக்குத் தவணை (வாய்ப்புகள்) கொடுத்தும்; தன் வேசிமார்க்கத்தை விட்டு மனந்திரும்ப அவளுக்கு விருப்பமில்லை.

தியத்தீரா சபைக்கு கொடுக்கப்படும் எச்சரிப்பும் மற்றும் வாக்குறுதியும்:

i. இதோ, நான் (இயேசு கிறிஸ்து) அவளைக் (யேசபேலை) கட்டில் கிடையாக்கி,அவளுடனே விபசாரஞ் செய்தவர்கள் தங்களுடைய (ஊழியக்காரன்? விசுவாசி? ராஜா?) கிரியைகளை (பாவத்தை) விட்டு மனந்திரும்பாவிட்டால் அவர்களையும் மிகுந்த உபத்திரவத்திலே தள்ளி, அவளுடைய பிள்ளைகளையும் கொல்லவே (மரண தண்டனை)

கொல்லுவேன்;அப்பொழுது நானே (இயேசு கிறிஸ்து உள்ளந்திரியங்களையும் (கேடுபாடுகள் கொண்ட, பாவ இச்சைக்கொண்ட நினைவுகளை, எண்ணங்களையும்) இருதயங்களையும் ஆராய்கிறவர் (குறை குற்றங்களை மிக துள்ளியமாக கண்டறிகின்றவர்) என்று எல்லாச் சபைகளும் அறிந்துகொள்ளும்; அன்றியும் உங்களில் ஒவ்வொருவனுக்கும் உங்கள் கிரியைகளின்படியே பலனளிப்பேன்.

ii.   தியத்தீராவிலே (பட்டணத்தில்) இந்தப் (யேசபேல்) போதகத்தைப் பற்றிக் கொள்ளாமலும், (அது சாத்தானின் ஆழங்கள்; அது மயக்கும், மரணத்திற்கு ஏதுவான போதனைகள்) அந்த ஆழங்களை அறிந்துக் கொள்ளாமலுமிருக்கிற மற்றவர்களுக்கு இயேசு கிறிஸ்து சொன்னது: உங்கள் மேல் வேறொரு பாரத்தையும் சுமத்த மாட்டேன். உங்களுக்குள்ளதை நான் வருமளவும் பற்றிக் கொண்டிருங்கள். **ஜெயங்கொண்டு முடிவுபரியந்தம்** என் கிரியைகளைக் (இயேசு கிறிஸ்துவின் முன் மாதிரிகள் – அடிச்சுவடுகளை) கைக் கொள்ளுகிறவனெவனோ அவனுக்கு, நான் (இயேசு) என் பிதாவினிடத்தில் அதிகாரம் பெற்றது போல, ஜாதிகள் மேல் (தேசங்கள் மேல்) அதிகாரம் கொடுப்பேன்.அவன் (ஜெயங்கொண்டவன், இயேசுவை பின்பற்றி வாழ்ந்தவன்) இருப்புக்கோலால் அவர்களை (தேசங்களின் ஜனங்கள் – பாவிகள்) ஆளுவான்; மண்பாண்டங்களைப் போல நொறுக்கப்படுவார்கள். விடிவெள்ளி நட்சத்திரத்தையும் அவனுக்குக் கொடுப்பேன். பரிசுத்த ஆவியானவர் சபைகளுக்கு சொல்லுகின்ற செய்தியை, சத்தியத்தை, கவனித்து (காதுள்ளவன்) கேட்க வேண்டும்.

5. சர்தை சபையின் தூதனுக்கு (ஊழியர் – போதகன்) நீ எழுத வேண்டியது என்னவெனில் :

உயிர்த்தெழுந்த இயேசு கிறிஸ்து, சர்தை சபைக்கு தன்னை வெளிப்படுத்தின விதம்: தேவனுடைய ஏழு ஆவிகளையும் ஏழு நட்சத்திரங்களையும் உடையவர் சொல்லுகிறதாவது;

சர்தை சபையின் குறைகளும் மற்றும் எச்சரிப்பும், ஆறுதலும் என்னவென்றால் :

i.   நீ விழித்துக் கொண்டு, சாகிறதற்கேதுவாயிருக்கிறவைகளை ஸ்திரப்படுத்து; உன் கிரியைகள் (செயல்பாடுகள்) தேவனுக்குமுன் நிறைவுள்ளவைகளாக நான் காணவில்லை.

ii.   ஆகையால் நீ (சர்தை சபையே) கேட்டுப் பெற்றுக் கொண்டவைகளை நினைவு கூர்ந்து, அதைக் கைக் கொண்டு மனந்திரும்பு, நீ (சர்தை சபையே) விழித்திராவிட்டால், திருடனைப்போல் உன்மேல் வருவேன்; நான் உன்மேல் வரும் வேளையை நீ அறியாதிருப்பாய்.

iii.   ஆனாலும் தங்கள் வஸ்திரங்களை அசுசிப்படுத்தாத சிலபேர் சர்தையிலும் உனக்குண்டு; அவர்கள் பாத்திரவான்களானபடியால் வெண்வஸ்திரந்தரித்து என்னோடேகூட நடப்பார்கள்.

ஜெயங்கொள்ளுகிறவனெவனோ அவனுக்கு வெண்வஸ்திரம் தரிப்பிக்கப்படும்; ஜீவ புஸ்தகத்திலிருந்து அவனுடைய நாமத்தை நான் கிறுக்கிப் போடாமல், என் பிதா முன்பாகவும் அவருடைய தூதர்முன்பாகவும் அவன் (ஜெயங்கொண்டவனின்) நாமத்தை (பெயரை) அறிக்கையிடுவேன்.பரிசுத்த ஆவியானவர் சொல்லுகின்ற செய்தியை, சத்தியத்தை சபைகள் (காதுள்ளவன்) கவனித்து கேட்க வேண்டும்.

6.   **பிலதெல்பியா சபையின் தூதனுக்கு (ஊழியன், போதகன்) நீ எழுத வேண்டியது என்னவென்றால் :**

உயிர்த்தெழுந்த இயேசு கிறிஸ்து, பிலதெல்பிய சபைக்கு தன்னை வெளிப்படுத்தின விதம்: பரிசுத்தமுள்ளவரும், சத்தியமுள்ளவரும், தாவீதின் திறவுகோலை உடையவரும், ஒருவரும் பூட்டக்கூடாதபடிக்குத் திறக்கிறவரும், ஒருவரும் திறக்கக் கூடாதபடிக்குப் பூட்டுகிறவருமாயிருக்கிறவர் சொல்லுகிறதாவது;

பிலதெல்பிய சபையை பற்றிய பாராட்டுகளும் மற்றும் வாக்குறுதிகளும் :

i.   உன் கிரியைகளை அறிந்திருக்கிறேன்; உனக்குக் கொஞ்சம் பெலன் இருந்தும், நீ என் நாமத்தை மறுதலியாமல், என் வசனத்தைக் கைக் கொண்டபடியினாலே, இதோ,திறந்தவாசலை உனக்கு முன்பாக வைத்திருக்கிறேன், அதை ஒருவனும் பூட்ட மாட்டான்.

ii.   இதோ, யூதரல்லாதிருந்தும் தங்களை யூதரென்று பொய் சொல்லுகிறவர்களாகிய சிலரை உனக்குக் கொடுப்பேன்; இதோ, அவர்கள் உன் பாதங்களுக்கு முன்பாக வந்து பணிந்துநான் உன்மேல் அன்பாயிருக்கிறதை அறிந்து கொள்ளும்படி செய்வேன்.

iii.   என் பொறுமையைக் குறித்துச் சொல்லிய வசனத்தை நீ காத்துக் கொண்டபடியினால், பூமியில் குடியிருக்கிறவர்களைச் சோதிக்கும்படியாகப் பூமியின் மீது எங்கும்) பூச்சக்கரத்தின் மேலெங்கும் வரப்போகிற சோதனை காலத்திற்குத் தப்பும்படி நானும் உன்னைக் காப்பேன்.

ஜெயங்கொள்ளுகிறவனெவனோ அவனை என் தேவனுடைய ஆலயத்திலே தூணாக்குவேன், அதினின்று அவன் ஒருக்காலும் நீங்குவதில்லை; என் தேவனுடைய நாமத்தையும் என் தேவனால் பரலோகத்திலிருந்திறங்கிவருகிற புதிய எருசலேமாகிய என் தேவனுடைய நகரத்தின் நாமத்தையும், என் புதிய நாமத்தையும் அவன்மேல் எழுதுவேன்.பரிசுத்த ஆவியானவர் சொல்லுகின்ற செய்தியை, சத்தியத்தை சபைகள் கவனித்து (காதுள்ளவன்) கேட்க வேண்டும்.

7.   லவோத்திக்கேயா சபையின் தூதனுக்கு (ஊழியன் – போதகன்) நீ எழுத வேண்டியது என்னவெனில் :

உயிர்த்தெழுந்த இயேசு கிறிஸ்து, லவோதிக்கேயா சபைக்கு **தன்னை வெளிப்படுத்தின விதம்:** உண்மையும் சத்தியமுமுள்ள சாட்சியும், தேவனுடைய சிருஷ்டிக்கு ஆதியுமாயிருக்கிற ஆமென் என்பவர் சொல்லுகிறதாவது;

லவோதிக்கேயா சபையின் குறைகள் என்ன?

i.   உன் கிரியைகளை அறிந்திருக்கிறேன்; நீ குளிருமல்ல அனலுமல்ல; நீ குளிராயாவது அனலாயாவது இருந்தால் நலமாயிருக்கும்.

ii.   நீ நிர்ப்பாக்கியமுள்ளவனும், பரிதபிக்கப்படத்தக்கவனும், தரித்திரனும், குருடனும், நிர்வாணியுமாயிருக்கின்றதை அறியாமல், நான் (லவோதிக்கேயா சபை) ஐசுவரியவானென்றும், திரவியசம்பன்னனென்றும், எனக்கு ஒரு குறைவுமில்லையென்றும் சொல்லுகிறபடியால்;

நான் (இயேசு கிறிஸ்து): a. நீ ஐசுவரியவானாகும்படிக்கு நெருப்பிலே புடமிடப்பட்ட பொன்னையும், b. உன் நிர்வாணமாகிய அவலட்சணம் தோன்றாதபடிக்கு நீ (லவோதிக்கேயா சபை) உடுத்திக் கொள்வதற்கு வெண்வஸ்திரங்களையும், c. நீ (லவோதிக்கேயா சபை) பார்வையடையும்படிக்கு உன் கண்களுக்குக் கலிக்கம் (புண்ணாற்றும் மருந்து) போடவும் வேண்டுமென்று உனக்கு ஆலோசனை சொல்லுகிறேன்.

லவோதிக்கேயா சபைக்கான எச்சரிப்பும் மற்றும் வாக்குறுதியும் :

i.   இப்படி நீ குளிருமின்றி அனலுமின்றி வெது வெதுப்பாயிருக்கிற படியினால் உன்னை என் வாயினின்று வாந்திப்பண்ணிப் போடுவேன்.

ii.   நான் (இயேசு கிறிஸ்து) நேசிக்கிறவர்களெவர்களோ அவர்களை கடிந்து கொண்டு சிட்சிக்கிறேன்; ஆகையால் நீ ஜாக்கிரதையாயிருந்து, மனந்திரும்பு.

iii.   இதோ, வாசற்படியிலே நின்று தட்டுகிறேன்; ஒருவன் என் (இயேசுவின்) சத்தத்தைக் கேட்டு, கதவைத் திறந்தால், அவனிடத்தில் நான் பிரவேசித்து, அவனோடே போஜனம் பண்ணுவேன், அவனும் என்னோடே (இயேசுவுடன்) போஜனம் பண்ணுவான்.

நான் (இயேசு) ஜெயங்கொண்டு என் பிதாவினுடைய சிங்காசனத்திலே அவரோடே கூட உட்கார்ந்தது போல, **ஜெயங்கொள்ளுகிறவனெவனோ** அவனும் என்னுடைய சிங்காசனத்தில் என்னோடேகூட உட்காரும்படிக்கு

அருள்செய்வேன்.பரிசுத்த ஆவியானவர் சொல்லுகின்ற சத்தியத்தை,சபைகள் கவனித்து (காதுள்ளவன்) கேட்க வேண்டும்.

குறிப்பு: ஆசியாவில் உள்ள ஏழு பட்டணங்களில் உள்ள ஏழு சபைகளின் உண்மைநிலை எவ்வாறு இருக்கின்றன என்பதை, உயிர்த்தெழுந்த இயேசு கிறிஸ்து சபைகளையும், அதன் தூதர்களையும் (ஊழியர்) தனது வலது கரத்தில் ஏந்திக்கொண்டு மிகவும் துல்லியமாக கவனித்து அறிந்ததை, தனது ஊழியக்காரனான யோவானுக்கு வெளிப்படுத்தினார்.

A. சபைகளின் ஒவ்வொரு அனுகுமுறையையும் பரலோக ராஜ்யத்தினால் கண்காணிக்கப்படுகின்றன.

B. பிதாவாகிய தேவனும், கர்த்தராகிய இயேசுகிறிஸ்துவும் பரிசுத்த ஆவியானவரும் இணைந்தே சபைகளின் உண்மையான சூழல்களை களநிலவரங்களை கவனித்து அறிந்து, அதற்கு ஏற்ப நல்ல பணிகளை, கிரியைகளை, ஊழியங்களை, ஊழல்களை முறைகேடுகளை குற்றஞ்சாட்டி எச்சரித்து மனந்திரும்பவும் சொல்லுகின்றார்கள்.தளராமல் விடாமுயற்சியோடு தொடர்ந்து பல இன்னல்கள் துன்பங்கள் உபத்திரவங்களை தாங்கிக் கொண்டு இயேசு கிறிஸ்துவின் சத்தியத்தில் நிலைத்து வாழ்பவர்களுக்கும், ஊழியம் செய்பவர்களுக்கும் நல்ல வாக்குறுதிகளையும் அளிக்கின்றார்கள்.

C. யோவான் ஏழு சபைகளுக்கும் எழுதின கடிதம் தனிமனிதனின் கருத்தோ (அ) தனி மனிதனின் வெளிப்பாடோ (அ) தனிமனிதனின் விருப்பு வெறுப்போ அல்ல, அது தேவனுடைய வார்த்தை வேத வாக்கு இறை தூது என்று நீங்களும் நானும் மிக தெளிவாக உறுதியுடன் நம்ப வேண்டும்.

கவனி : இந்த எட்டாம் அத்தியாயத்தின் துணை தலைப்பு கிறிஸ்தவ மதத்திருச்சபையே, உன்னில் குறைவு உண்டு. உணர்ந்து நீங்கள் மனந்திரும்ப வேண்டும். சபையே, நீ ஜெயங்கொள்ளுகிறவனாயிரு, என்று நான் எழுதினதற்கு முகாந்திரம் உண்டு என்பதை இனி உங்கள் கவனத்திற்கு கொண்டு வருகின்றேன்.

நித்திய ஜீவனை – நிலையான வாழ்வை பெற்றுக் கொள்வதற்கு நான் என்ன (எந்த நன்மையை) செய்ய வேண்டும் என்று கேட்ட (வாலிபன்) தலைவன்: நியாயப்பிரமாண கட்டளை (கற்பனை)களின் படியே வாழ்ந்து; முதற் படிநிலைகளை கடந்தவனாக இருந்தான். மீண்டும் என்னிடத்தில் என்ன குறைவு உண்டு? என்று கேட்டான்.அந்த வாலிபனுக்கு (தலைவனுக்கு) நன்றாக தெரியும் !

எந்த ஒரு மனிதனும் குறைகள் உள்ளவனாக – பரலோக ராஜ்யத்திற்குள்ளாக நித்திய ஜீவனுக்குள்ளாக கடந்து செல்ல முடியாது என்பதை உணர்ந்துக் கொண்டான். யோவான்ஸ்நானகன் தன் ஊழியத்தின் பணியில்

மனந்திரும்ப மனமில்லாத பொய்யான மனிதர்களை கடிந்துக்கொண்டு எச்சரித்தான். யோவான்ஸ்நானகனுக்கும் தெரியும் குறைகள் உள்ள பொய்யான தலைவர்கள் (ஊழியர்கள் சபைகள்) நியாயத்தீர்ப்பு நாளில் அக்கினியினால் சுட்டெரிக்கப்படுவார்கள் என்றான். தூற்றுக்கூடை அவர் (இயேசு கிறிஸ்துவின்) கையில் இருக்கிறது; அவர் தமது களத்தை நன்றாய் விளக்கி, தமது கோதுமையைக் களஞ்சியத்தில் சேர்ப்பார்; பதரையோ அவியாத அக்கினியினால் சுட்டெரிப்பார் என்றான் (மத் – 3: 12)

II. கிறிஸ்தவ மதத்திருச்சபையே நீங்கள் மனந்திரும்ப வேண்டும்: என்று சொன்னதும் பழங்கால முதல் இன்று வரையில் 30, 60, 100, 200 வருடங்கள் அனுபவ தலைமுறை தலைமுறை கிறிஸ்தவர்களாக (அ) ஊழியக்காரர் போதகராக நாங்கள் இருந்து வருகின்றோம். நாங்கள் கேட்காத சத்தியமா? எங்களுக்கு தெரியாத வசனங்களா? நாங்கள் பேசாத தீர்க்கதரிசனமா? நாங்கள் பார்க்காத பரிசுத்தமா? நாங்கள் ஆடாத ஆவிக்குரிய ஆட்டமா? யாரை பார்த்து மனந்திரும்புங்கள் (Repent, Repentance) என்று சொல்லுகிறாய் !!.

நாங்கள் 10, 20, 30, 40, 50 வருடத்திற்கு முன்பாகவே மனந்திரும்பி, ஞானஸ்நானம் எடுத்து, அபிஷேகம் பெற்று, அந்நியபாஷை பேசி இரட்சிக்கப்பட்டவர்கள். எங்களிடம் வந்து மனந்திரும்புங்கள் (Repent, Repentance) என்று சொல்லுகிறாயா? மனந்திரும்புதலின் செய்தியே சுவிசேஷ ஊழியத்தில் சொல்லுவதாகும் என்று சொல்லி என்னையும் (அ) இந்த 8 ஆம் அத்தியாயத்தை புறக்கணிக்கின்ற மனிதர்களாய் நீங்கள் இருப்பீர்களானால்? நிச்சயமாகவே நீங்கள் யாராக இருந்தாலும் உங்களிடத்தில் குறைவு உண்டு என்று உண்மையை ஒப்புக் கொண்டு உணர்ந்து மனந்திரும்புங்கள்.

சபைகளின் மனந்திரும்புதலுக்கு ஏதுவாக சில செய்திகளை தகவல்களை பின்வருகின்ற பகுதிகளில் பதிவு செய்கின்றேன். என்னுடைய இந்த செயல்கள் முயற்சி சரிதானா? இது ஒரு மனிதனின் குற்றப்படுத்தும் (அ) நியாயத்தீர்க்கும் செயல் என்றும், இது தேவனுக்கு பிரியமில்லாத செயல் (அ) பாவமானது சபைகளுக்கு தலைவர்களுக்கு (ஊழியர்களுக்கு) விரோதமானது. என்று சொல்லி, உங்களையும் உங்கள் செயல்களை நியாயப்படுத்தவும் முயற்சிக்காமல், உண்மையும் உத்தமமும் நிறைந்து உள்ளத்தோடு வேதாகமத்தின் முன் மாதிரிகளை கவனித்து அறிந்துக்கொண்ட பிறகு நீங்களாகவே உணர்ந்து மனந்திரும்ப ஒப்புக் கொடுங்கள்.

1 கொரி – 2: 11, 14, 15;

மனுஷனிலுள்ள ஆவியேயன்றி மனுஷரில் எவன் மனுஷனுக்குரியவைகளை அறிவான்? அப்படிப்போல, தேவனுடைய ஆவியேயன்றி, ஒருவனும் தேவனுக்குரிய வைகளை அறியமாட்டான்.

ஜென்மசுபாவமான மனுஷனோ தேவனுடைய ஆவிக்குரியவைகளை ஏற்றுக் கொள்ளான்; அவைகள் அவனுக்குப் பைத்தியமாகத் தோன்றும்; அவைகள் ஆவிக்கேற்றபிரகாரமாய் ஆராய்ந்து நிதானிக்கப்படுகிறவைகளானதால், அவைகளை அறியவுமாட்டான்.

அவிக்குறியவன் எல்லாவற்றையும் ஆராய்ந்து நிதானிக்கிறான்; ஆனாலும் அவன் மற்றொருவனாலும் ஆராய்ந்து நிதானிக்கப்படான்.

❖ **கிறிஸ்தவ மதத்திருச்சபையே உன்னில் குறைவு உண்டு. உணர்ந்து நீங்கள் மனந்திரும்ப வேண்டும்.**

நீதி – 28: 4 – 6,9,13,18,20,23;

வேதப்பிரமாணத்தை விட்டு விலகுகிறவர்கள் துன்மார்க்கரைப் புகழுகிறார்கள்; வேதப்பிரமாணத்தைக் கைக் கொள்ளுகிறவர்களோ அவர்களோடே போராடுகிறார்கள்.

துஷ்டர் நியாயத்தை அறியார்கள்; கர்த்தரைத் தேடுகிறவர்களோ சகலத்தையும் அறிவார்கள்.

இருவழிகளில் நடக்கிற திரியாவரக்காரன் ஐசுவரியவானாயிருந்தாலும், நேர்மையாய் நடக்கிற தரித்திரன் அவனிலும் வாசி.

வேதத்தைக் கேளாதபடி தன் செவியை விலக்குகிறவனுடைய ஜெபமும் அருவருப்பானது.

தன் பாவங்களை மறைக்கிறவன் வாழ்வடையமாட்டான்; அவைகளை அறிக்கைச் செய்து விட்டு விடுகிறவனோ இரக்கம் பெறுவான்.

உத்தமனாய் நடக்கிறவன் இரட்சிக்கப்படுவான்; மாறுபாடான இருவழியில் நடக்கிறவனோ அவற்றில் ஒன்றிலே விழுவான்.

உண்மையுள்ள மனுஷன் பரிபூரண ஆசீர்வாதங்களைப் பெறுவான்; ஐசுவரியவானாகிறதற்குத்தீவிரிக்கிறவனோ ஆக்கினைக்குத் தப்பான்.

தன் நாவினால் முகஸ்துதி பேசுகிறவனைப்பார்க்கிலும், கடிந்து கொள்ளுகிறவன் முடிவில் அங்கீகாரம் பெறுவான்.

1. A. ஜீவனத்தின் பெருமையை, மாம்சீகத்தின் மதிப்பீட்டில் வாழ்வின் வெற்றியைத் தீர்மானிக்கின்ற சபையே நீ மனந்திரும்பு.

முதலில் பொதுவாகவே போதகர் (அ) ஊழியர் கருத்தரங்கம் கூட்டங்களின் குறைகள் என்ன? என்று சில காரியங்களை குறிப்பிடுகின்றேன்.தங்களின்

வாழ்வின் வெற்றியை முன் மொழிவது.தங்களின் ஊழியத்தின் பெருமை, வளர்ச்சியை வெற்றி என்று சொல்லி முன்நிறுத்துவது. தங்களின் வசதிகள், ஆஸ்தி ஆடம்பரங்கள், அனுபவங்கள், கல்வி அறிவு, பலமொழி பேசும் திறனை செல்வாக்கை காண்பித்து இது வெற்றியுள்ள ஊழியம் என்றும், ஆசீர்வாத ஊழியம் என்றும் மதி மயங்க செய்வது. இவர்களுக்கு கீழான நிலையிலுள்ள ஊழியர்களை ஊழியங்களை தோல்வியான சாபமான பாவமான பரிதாபமானது என்று தீர்மானித்து விட்டு, பரிகரித்து தாழ்த்தி மதிப்பிட்டு பேசுவதும் பிரசங்கிப்பதும் தவறாகும்.

எ.கா. வெளி – 2, 3 அதிகாரங்களில் உள்ளது போன்றே தெளிவான ஆலோசனை எச்சரிப்பை போதகர் கருத்தரங்கில் கொடுக்கிறதுமில்லை. ஊர்கள், பட்டணங்கள், மாவட்டங்கள், மாநிலங்கள், நாடுகள் கடந்து வரும் எல்லா சபைகளுக்கும் ஊழியர்களுக்கு ஒரே விதமான வினோத வியாபார போதனைகளை கொடுத்த, சரியான வெளிப்பாடுகள் உணர்த்துதல் இல்லாத கருத்தரங்கமாகவே, பெரும்குறையும் குற்றமுமான செயல்களாக இருக்கின்றன. இது வீணான ஆராதனையும் கேலிக்கை கூட்டமாகவும் இருக்கின்றது.

இவர்கள் எங்கே எப்போது வெற்றியும் ஜெயங்கொண்ட சபைகளாக உருவாக்கப் படுவார்கள்? கிறிஸ்தவம் என்றால் (அ) கிறிஸ்தவ வாழ்வு என்றால் அது வெற்றியின் வாழ்வு, அது செழிப்பு கொழுப்பு ஏராளம் தாராளம், அது பாலும் தேனும் ஓடுகின்ற வாழ்வு என்று பிரசங்கிப்பதும் நம்பவைப்பதும் 19 – 21 ஆம் நூற்றாண்டின் நூதனமான போதனையாக எங்கும் பரவலாக பேசப்படுகின்றன. இது மிகவும் அபத்தமான உபதேச ஊழியமாகவும், மிகவும் ஆபத்தான மனநிலை பாதிப்பதாகவும் இருக்கின்றன. இது தவறான தலைமைத்துவ மனிதர்களின் உபதேச பிழையாகவும், இது தற்பிரியர், சுகபோக பிரியர், பணப்பிரியரின் மதிமயக்க மாம்சத்தின் மனித போதனையாகும். இவர்கள் பிலேயாமின், கேயாசியின் பொருளாசை, உலக ஆசை கொண்ட ஊழியர்கள். இவர்கள் எப்போது மோசேயை, எலியாவை, எலிசாவை, யோனாவை, யோவானை, யோவான் ஸ்நானகனை போன்ற வெற்றியின் ஜெயத்தின் ஊழியத்தை செய்யப்போகிறார்கள்? இவர்களின் 20 – 40 வருட ஊழியமும் தோல்வியின் கொள்கையாக இருக்கிறது.

இவர்கள் இயேசு கிறிஸ்துவின் போதனையின் உபதேசத்தின் கட்டளையின் மீது விசுவாசமும் பற்றுதலையும் ஏற்படுத்திக்கொண்டு, அதற்கு தங்களை முழுவதுமாக கீழ்படிந்து பகுத்தறிவுள்ளவர்களாய் கிரியைகளை நடப்பிக்கும் போது மட்டுமே உண்மையான கிறிஸ்தவனாய், கிறிஸ்தவ வாழ்வில் வெற்றியையும் பெறுவார்கள், பரலோக ராஜ்யத்தின் அங்கிகாரத்தடன் நித்திய ஜீவனையும் அடைவார்கள். (யாக்கோபு – 2: 1 – 9; 4: 3 – 10; 5: 1 – 4; 1 தீமோத் – 6: 3 – 12)

1 யோவான் – 2: 15,16,17;

உலகத்திலும் உலகத்திலுள்ளவைகளிலும் அன்புகூராதிருங்கள்; ஒருவன் உலகத்தில் அன்புகூர்ந்தால் அவனிடத்தில் பிதாவின் அன்பில்லை.

ஏனெனில், மாம்சத்தின் இச்சையும், கண்களின் இச்சையும், ஜீவனத்தின் பெருமையுமாகிய உலகத்திலுள்ளவைகளெல்லாம் பிதாவினாலுண்டானவை– களல்ல, அவைகள் உலகத்திலுண்டானவைகள்.

உலகமும் அதின் இச்சையும் ஒழிந்து போம்; தேவனுடைய சித்தத்தின்படி செய்கிறவனோ என்றென்றைக்கும் நிலைத்திருப்பான்.

❖ **வாலிப ஊழியன் முதல் வயதான ஊழியன் வரைக்கும் உள்ளவர்களே கவனியுங்கள்.**

அளவுக்கு மீறினால் அமுதமும், மருந்தும், மதுவும், கொழுப்பும், தேனும், உடலுக்கு கேடு நஞ்சு ஆகும். உடல் கொழுப்பு ஏறினவர்கள், உடலைக் குறைக்க, உயிரைக் காக்க பெரும் முயற்சி செய்கின்றார்கள். அதிக அமுதம் தேனை இனிப்பை சாப்பிட்டவர்கள் நோய்க் கொண்டு சாகிறார்கள். அதிக பாலை குடிப்பவர்கள் மற்ற ஆரோக்கிய உணவுகள் சாப்பிட முடியாமல் தெரியாமல் வாழ்வை இழக்கிறார்கள். எப்பொழுதும் எங்கும் ஏராளம் தாராளம் என்று சிந்திப்பவன், பேசுபவன், பிரசங்கிப்பவன், மனிதர்களை மற்ற உயிரினங்களை, ஏமாற்றவும் ஏழையாக்கவும் அடிமைப்படுத்தி மற்றும் அழிக்க முயற்சிக்கின்றான்.

ஆனால், நம்மை படைத்த தேவனாகிய கர்த்தர் எல்லா உயிரினங்களும் மற்றும் மனிதர்களும் வாழ்ந்து பெருகவும், பிழைத்து சுகமாய் நீடித்திருக்கவும்; இலவசமாக ஈவாக கொடையாக ஏராளம் தாராளமாக காற்றையும், மழை நீரையும், சூரிய ஒளி (ஆற்றல்) யையும், சுவாச உயிரையும் கொடுத்திருக்கின்றார். பசுமையான இயற்கை சூழலை படைத்திருக்கின்றார். பரந்து விரிந்த நிலப்பரப்பையும், கடலையும், ஆகாய விரிவின் அழகையும் படைத்திருக்கின்றார். இதை கவனித்து எண்ணி நன்றி உடையவர்களாய் நற்குணம் கொண்டவர்களாய் பகுத்தறிவுடன் பக்தியுடன் வாழுவோம். (இவைகளை ஏராளம் தாராளம் என்று சொல்லுவது மட்டுமே ஞானமாகும்.)

எரே – 9: 23, 24;

ஞானி தன் ஞானத்தைக்குறித்து மேன்மைபாராட்ட வேண்டாம்; பராக்கிரமன் தன் பராக்கிரமத்தைக் குறித்து மேன்மைபாராட்ட வேண்டாம்; ஐசுவரியவான் தன் ஐசுவரியத்தைக் குறித்து மேன்மை பாராட்ட வேண்டாம்;

மேன்மைபாராட்டுகிறவன் பூமியிலே கிருபையையும் நியாயத்தையும் நீதியையும் செய்கிற கர்த்தர் நான் என்று என்னை அறிந்து

உணர்ந்திருக்கிறதைக்குறித்தே மேன்மைபாராட்டக்கடவன் என்று கர்த்தர் சொல்லுகிறார். இவைகளின் மேல் பிரியமாயிருக்கிறேன் என்று கர்த்தர் சொல்லுகிறார்.

1 கொரி – 1: 26, 27, 29;

எப்படியெனில், சகோதரரே, நீங்கள் அழைக்கப்பட்ட அழைப்பைப் பாருங்கள்; மாம்சத்தின்படி ஞானிகள் அநேகரில்லை, வல்லவர்கள் அநேகரில்லை, பிரபுக்கள் அநேகரில்லை.

ஞானிகளை வெட்கப்படுத்தும்படி தேவன் உலகத்தில் பைத்தியமானவைகளைத் தெரிந்துக் கொண்டார்; பலமுள்ளவைகளை வெட்கப்படுத்தும்படி தேவன் உலகத்தில் பலவீனமானவைகளைத் தெரிந்துக் கொண்டார்.

மாம்சமான எவனும் தேவனுக்கு முன்பாகப் பெருமைபாராட்டாதபடிக்கு அப்படிச் செய்தார்.

2.B. கர்த்தருடைய ஊழியத்தை வியாபார மையமாக மாற்றிடும் சபையே நீ மனந்திரும்பு.

கர்த்தருடைய ஊழியத்தை செய்யும் சில சபைகளின் பணிகள் வியாபார மயமாகிவிட்டது.

பெரும் பணம் திரட்டுவதே ஆஸ்திகளை, சொத்துக்களை வாங்கி குவிப்பதே இவர்களின் தொழிலாகிவிட்டது. பணமும் ஆஸ்திகளும் எந்த மனிதனின் வாழ்க்கை பயணத்திலும் பாதைகளிலும் சுகமான தாராளமான வசதிகளுக்கு தேவையானதாக இருக்கிறது என்பதில் மாற்று கருத்துமில்லை. ஆனால் அவைகள் கர்த்தருடைய ஊழியத்தின் வெற்றியை ஜெயத்தை ஒரு நாளும் தீர்மானிப்பது இல்லை. **எ.கா.** தீர்க்கத்தரிசிகளின், இயேசு கிறிஸ்துவின், அப்போஸ்தலர்களின் ஊழியங்களில் பணமும் ஆஸ்திகளும் அவர்களுக்கு வெற்றியை ஜெயத்தை முடிவு செய்ததற்கான எந்த முன் உதாரண குறிப்பும், வழிகாட்டுதலும், ஆதாரமும் நமக்கு வேத எழுத்துகளில் சொல்லப்படவில்லை. இந்த வியாபார நோக்கம் கொண்ட சபைகளில் ஏழை மக்களால் கர்த்தரை அறியவும் ஆராதிக்கவும் ஐக்கியம் கொள்வதும் கடினமாக கவலையாக உள்ளது; மற்றும் ஒரு ஏழை ஊழியக்காரனுக்கு புதிய பாடல்கள், புத்தகச் செய்திகளை வெளியிடவும் முடியாத சூழல் காணப்படுகிறது.

1 தீமோ – 6: 10, 11, 12;

பண ஆசை எல்லாத் தீமைக்கும் வேராயிருக்கிறது; சிலர் அதை இச்சித்து, விசுவாசத்தைவிட்டு வழுவி, அநேக வேதனைகளாலே தங்களை உருவக் குத்திக் கொண்டிருக்கிறார்கள்.

நீயோ, தேவனுடைய மனுஷனே, இவைகளை விட்டோடி, நீதியையும் தேவ பக்தியையும் விசுவாசத்தையும் அன்பையும் பொறுமையையும் சாந்த குணத்தையும் அடையும்படி நாடு.

விசுவாசத்தின் நல்ல போராட்டத்தைப் போராடு, நித்தியஜீவனைப் பற்றிக் கொள்; அதற்காகவே நீ அழைக்கப்பட்டாய்; அநேக சாட்சிகளுக்கு முன்பாக நல்ல அறிக்கை பண்ணினவனுமாயிருக்கிறாய்.

கவனியுங்கள்: சபையின் (அ) கர்த்தருடைய ஊழியத்தின் பங்களிப்பில் நமது வெற்றியும் மற்றும் சபையின் வெற்றியும் எப்படி சாத்தியமாகிறது என்றால், 1. நமக்குள்ளே கொடுக்கப்பட்ட கர்த்தரின் ஆவியானவரின் அபிஷேகமும், அழைப்பும். 2. நம்முடைய உறுதியான விசுவாசத்தின், உண்மையான முழுமையான அர்ப்பணிப்புள்ள சத்தியத்தின் படியான செயல்கள் (கிரியைகள்). ஜெயங்கொள்ளுதலையும் வெற்றியையும் முடிவாக அறிவிக்க உதவிபுரிகின்றன.

கர்த்தராகிய இயேசு கிறிஸ்துவின் பெயரில் ஆலயத்திலும் வேறு எந்த இடத்திலும் ஊழியத்தை தேவனுடைய வார்த்தைகளை வியாபாரமாக்குவது, பணம் சேர்க்கும் வாய்ப்பாக பயன்படுத்துவது பாவமாகும் விசுவாச துரோகமாகும். பணம் ஆஸ்திகளால் உங்கள் வாழ்வை வெற்றியாக்க உலகில் வேறுபல வாய்ப்புகள் உண்டு. கர்த்தருடைய ஊழியத்தை வியாபாரமாய் செய்யாதீர். கிறிஸ்தவ சபை ஊழியங்களை ஜெபவீட்டை வியாபாரத்தின் அனுகுமுறையில் செயல்படுத்துவது தவறானது என்பதை இயேசு கிறிஸ்து கண்டித்து தடை செய்தார். (மாற் – 11: 15 – 18; மத் – 21: 12 – 16; லூக் – 19: 45 – 48)

❖ *தசமபாகத்தின் பெயரில் செய்யும் சத்தியத்திற்கு எதிரான தவறுகள் :*

சபை மக்களை பாரபட்சமின்றி எல்லா சத்தியத்தின் வழிகளிலும் நடத்த தவறுகின்ற மனிதர்கள், ஊழியர்கள் வாரத்தில் ஒருமுறை ஆராதனை சபை கூடுதலில் மக்களுக்கு ஒரு மணி நேரம் கூட முழுமையாக சத்தியத்தை போதித்து போஷித்து சத்துவமிக்கவர்களாய் சத்துருவின் சகல தந்திரங்களையும் வஞ்சனைகளையும் ஜெயிப்பவர்களாய் மக்களை ஆயத்தப்பட செய்யவும், தேவனுடைய சர்வாயுதவர்க்கத்தை தரித்துக் கொள்ளும் ஆவிக்குரிய யுத்த வீரர்களாய் கிறிஸ்தவ சபை மக்களை மாற்ற முடியாதவர்களான ஊழியக்காரர்கள் தங்களின் பொறுப்பை உணராத உண்மையற்ற மனிதர்களாய் இருப்பது அவர்களின் தோல்வியின் நிலை ஆகும். (1 யோவான் – 2: 13 – 15; எபே – 6: 6 – 8; 10 – 17).

ஆனால் இவர்கள் தங்கள் பங்கை தைரியமாக தசமபாகம் என்ற பெயரில் வாய்விட்டு சபை மக்களிடமும் மற்றவர்களிடமும் கேட்க பழகிவிட்ட ஊழியர்கள்; தசமபாக பணம் பொருள் காணிக்கைகளை மிக சரியாக கணக்கிட்டு உடன் ஊழியர்கள் குடும்பத்தின் வாழ்வுக்கும், ஏழை, விதவை, அனாதை பிள்ளைகளின்

வாழ்வுக்கும் உண்மையும் நேர்மையும் உத்தமத்துடன் பகிர்ந்து கொடுக்காமல், உதவி செய்ய மறுப்பவர்களாக பூமியில் ஆஸ்திகளையும் வங்கிகளில் தங்கள் கணக்கில் பணத்தை மிகுதியாய் சேர்த்து வைப்பவர்களாகவும், குறைகள் உள்ள மனிதர்களாய் சில ஊழியர்கள் இருக்கின்றார்கள். இவர்கள் சத்திய வார்த்தைகளை சமநிலை தவறாமல் பின்பற்றுகின்றவர்களாய் மனந்திரும்ப வேண்டும்.(உபா – 16: 10 – 14; 14: 22 – 29)

கிறிஸ்தவ சபை மக்கள் கிராமத்திலும் நகரத்திலும் தங்களின் வயல்களில் விளைந்த காய்கறி கனிவகைகள், உணவு தானியங்கள், வீட்டு வளர்ப்பு ஆடு, கோழி பால் வகைகள், வஸ்திரங்கள், வீட்டு உபயோக சிறு பொருட்கள் போன்றவைகளை தங்களின் பலன்களின் ஒரு பகுதியாக காணிக்கை தசமபாகமாக கொண்டு வந்து ஊழியக்காரனிடம் கொடுப்பார்கள். அதை அப்படியே சபை ஊழியர்கள் அன்பாக ஏற்றுக் கொண்டு ஆசீர்வதித்து, நன்றிச் சொல்லி, தங்களுக்கு பயன்படுத்திக் கொள்ள வேண்டும். ஆனால் இதை விரும்பாமல் அதை விற்பனை செய்யும் நோக்கத்துடன் மூன்று நான்கு மடங்கு அதிகமாக சபை மக்களிடம் ஏலம் விட்டு பணமாக மாற்றி விடுவது சத்தியம் தேவனுடைய கட்டளை சொல்லாத தவறான செயலாகும்.

சபை மக்கள் தங்கள் வாழ்வில் வருடாந்திர பலன்களில் முதன்மையான தரமானவைகளை தூரத்திலிருந்து சபைக்குக் கொண்டு சென்று கொடுக்க முடியாதவைகளை பணமாக மாற்றி காணிக்கை தசமபாகம் கொடுக்க வேண்டும் என்பது கர்த்தரின் கட்டளை ஆகும். இந்த காணிக்கை தசமபாகமாக கொடுக்கப் படும் எந்த வீட்டு உபயோக பொருட்கள், உணவு தானிய வகைகள், இறைச்சி வகைகள் இவைகளை சபை ஊழியர் தங்கள் குடும்பத்திற்காக அதை எடுத்து திருப்தியாக உபயோகப்படுத்த வேண்டும் மற்றும் தங்களுடன் பணி செய்யும் உடன் பணிவிடை வேலையாட்கள் அனைவருக்கும் அவைகளை உண்மையுடன் பகிர்ந்துக் கொடுக்க வேண்டும் என்பதே வேதாகமத்தின் கட்டளை மற்றும் முன்மாதிரியான செயல்கள் ஆகும். ஆனால் இவ்வாறு செயல்படாமல் அந்த பொருட்களைவிற்றுப் பணமாக மாற்றும் இந்த வியாபாரம் என்பது இப்படிப்பட்ட சபையின் செயல்கள் என்பது இயேசு கிறிஸ்துவினால் கண்டிப்புக்குட்பட்ட கள்ளர் குகையின் மனிதர்களின் செயல்கள் என்பதை அறிய வேண்டும். (மத் – 21: 12 – 16; 23: 16 – 26; மாற் – 11: 15 – 18; லூக் – 19: 45 – 48; 2 நாளாகமம் – 31: 2 – 12, 13 – 21; அப் – 4: 33 – 37; 1 பேதுரு – 2: 4, 5, 9,10; வெளி – 1: 4 – 6).

கவனியுங்கள்: நித்திய கட்டளையாக நியாயப்பிரமாணத்தில் சொல்லப்பட்ட நினைவுகூறுதலின் (பஸ்கா) பண்டிகையான மற்றும் புளிப்பில்லாத அப்பப்பண்டிகையை இயேசு கிறிஸ்துவும் தன் காலத்தில், தங்கள் ஜனங்களோடு அனுசரித்தார். இது மிக முக்கிய பண்டிகை, இது நிழலாக இருந்தாலும் இயேசு

கிறிஸ்து நிஜமாக அதற்கு மாற்றாக தனது இரத்தம், தனது சரீரம் மூலமாக உலக மக்களுக்கு பாவம் நீக்கும் சுத்திகரிப்பை விடுதலையை ஏற்படுத்தினார். அதை தலைமுறை தலைமுறையாக நினைவு கூறுவதற்கு புதிய உடன்படிக்கை பந்தியை முன்மொழிந்து சென்றார். இது விசுவாசமுள்ள கிறிஸ்தவ ஜனங்களுக்கு மிக மிக முக்கியமானது. (யாத் – 12: 1 – 12; எண் – 9: 9 – 14; உபா – 16: 1 – 3; மாற்கு – 14: 12 – 14; 22 – 26; மத் – 26: 17 – 28)

இந்த புதிய உடன்படிக்கையில்: இயேசு கிறிஸ்துவில் உறுதியாக தூய்மையாக நிலைத்திருக்கும் மனம் உண்டு. மிகுந்த கனிக்கொடுக்கும் பலன் உண்டு. சுகம் உண்டு ஜீவன் உண்டு. உயிர்த்தெழுதலின் உத்திரவாதம் உண்டு மற்றும் நித்திய ஜீவன் உண்டு. இவைகள் மட்டுமே புது உடன்படிக்கையாகிய இயேசு கிறிஸ்துவின் இரத்தம் மற்றும் சரீரம் பற்றிய முழுமையான நோக்கமும் சத்தியமாக இருக்கின்றது. மத் – 26: 26 – 29; மாற் – 14: 22 – 26; லூக் – 22: 15 – 20; யோவான் – 6: 27 – 35; 47 – 58; இயேசு கிறிஸ்து அநேகருடைய இரட்சிப்புக்கும், உயிர்த்தெழுதலுக்கும், ஆசீர்வாதத்திற்கும், நித்திய ஜீவனுக்கும், தன் உயிரை (இரத்தம் சரீரம்) ஜீவபலியாக கொடுத்தார். ஈவாக இலவசமாய் கொடுத்தார். இதை உலகளாவிய சபை எல்லா கிறிஸ்தவர்களும் நினைவு கூர்ந்திட வேண்டும்.

குறிப்பு: ஆனால் இதை 20 – 21 ஆம் நூற்றாண்டு கிறிஸ்தவ ஊழியர்கள் சிலர் வியாபார நோக்கமுடன் பயன்படுத்தவும் பிரசங்கிக்கவும் செய்கின்றார்கள்.

எங்கள் சபையில் யார் திருவிருந்து (Holy communion – திருவிருந்தியில்) பந்தியில் பங்கெடுத்தாலும் நீங்கள் (அ) உங்கள் தசமபாகம் காணிக்கை கொஞ்சமும் குறையாமலும் போனஸ் பணமும் சேர்த்து முழுவதுமாக எங்களுக்கு (சபையில்) மட்டுமே கொடுக்க வேண்டும். அப்படி கொடுக்காவிட்டால் எங்கள் சபை திருவிருந்து பந்தியில் பங்கு பெறக்கூடாது என்ற மனித சுய சட்டம் பேசுவதும் வியாபார போதகர்களின் வேலையாய் இருக்கின்றது. இந்த சபைகள் நற்குணம் இல்லாத குறைவுள்ள சபையாகும். சத்தியத்திலிருந்து விலகி போன நீங்கள் மனந்திரும்ப வேண்டும்.

இயேசு கிறிஸ்து பெருந்தன்மையுடனும் அன்புடனும், தியாகத்துடனும் கல்வாரி சிலுவையின் பலியினால் ஏற்படுத்தின புதிய உடன்படிக்கையின் திருவிருந்தை (இரத்தம், சரீரம் – புளிப்பில்லாத திராட்சை ரசம், அப்பம்) இரட்சிப்பை, பூரண சற்குணராய் தன்னை விசுவாசிக்கும் உலக மக்களுக்கு இலவசமாய் கொடுத்தார். இதை துர்குணம் கொண்டுள்ள சில உண்மையும் உத்தமம் இல்லாத ஊழியக்காரர்கள், மெல்கிசேதேக்கு ஆபிரகாம் சம்பவங்களின் பழைய நீர்த்துப் போன சோற்று அனுபவத்தை – புதிய உடன்படிக்கையோடு, புதிய இராஜாங்க பந்தியோடு கலந்து இணைத்து கொடுக்க முயலுவதும், பேசுவதும், எந்த பொருத்தமும் பக்தியும் இல்லாத பக்குவமற்ற செயலாகும்.

இயேசு கிறிஸ்துவினிடத்தில் இலவசமாய் கிருபையாய் பெற்றுக் கொண்ட புது உடன்படிக்கையின் திருவிருந்தை, இயேசு கிறிஸ்து விசுவாசித்து ஞானஸ்நானம் பெற்று, அவர் வார்த்தைகளில் நிலைத்திருக்கும் எந்த ஜனத்திற்கும் இலவசமாக கொடுக்க வேண்டும். இயேசு கிறிஸ்து தனது சொந்த இரத்தத்தினால் மீட்டு சம்பாதித்த ஆத்துமாக்கள் – சபையார் – விசுவாசிகள் ஆகியோர் எந்த மொழி, எந்த தேசம், எந்த பாஷைக்காரர், ஊர்காரராக இருந்தாலும் பக்தியுடன் பாசத்துடன் இயேசு கிறிஸ்துவின் பாதபடிக்கு தேவசமுகத்திற்கு வந்தவர்களுக்கு புதிய உடன்படிக்கையின் அப்பம் இரசத்தை சபையின் ஊழியக்காரன் கொடுப்பது அவனின் கடமையாகும். அதை அவர்களுக்கு தடைசெய்ய சாக்குபோக்குச் சொல்ல அதிகாரமில்லை. இயேசு கிறிஸ்து தன்னைக் காட்டிக்கொடுக்கப்போவது யூதாஸ்காரியோத்து என்பதை அறிந்தும், அவனுக்கு தமது அன்பின் மீட்பின் தியாகத்தின் புதிய உடன்படிக்கையின் அப்பம், திராட்சைரசத்தையும் கொடுத்தார். (லூக்கா.22: 15 – 22).

எதற்கெடுத்தாலும் காணிக்கை தசமபாகம் என்று பணத்தை பற்றியே பேசுவது, பிரசங்கிப்பது, அறிக்கை செய்வதும் இவர்களின் ஆடம்பர வாழ்வின் பிழைப்புக்காக மற்றும் இயேசு கிறிஸ்துவின் பெயரில் ஜீவனத்தின் பெருமைக்கென்று பல சொத்துக்களை வாங்குவதற்கு வேண்டுமானால் இருக்கலாம்.! ஆனால் அது அவர்களின் அழைப்பின் நோக்கம் இல்லை என்பதை நன்றாக உணர்ந்துக் கொள்ள வேண்டும். இவர்கள் தங்களின் அனுதின வாழ்வின் அடிப்படையான தேவைகளை பெற்றுக் கொண்டு, ஆடம்பர பெருமை, சுய ஆசைகளை வெறுத்து விட்டு; பரிசுத்தம், பகுத்தறிவு, பக்தி, பரலோக ராஜ்யத்தின் வாழ்வு நீதி நியாயம், மனித நேயம், சமத்துவம் பற்றி பேசுவதும் பிரசங்கிப்பதும், சிறுமைப்பட்டவர்களுக்கு துன்பம் துயரத்தில் இருப்பவர்களுக்கு உதவிகள் செய்யும் கிறிஸ்துவின் சிந்தை உடைய பாக்கியவான்களாய் செயல்பட வேண்டும். இது தேவனாகிய கர்த்தரால் பாராட்டப்படும் விரும்புகின்ற சிறந்த நல்ல ஊழியம் ஆகும். (உபா – 14: 22 – 29; 16: 10 – 14)

3.C. நியாயப்பிரமாணத்தை நிராகரிக்கும், விக்கிரகத்தை உண்டாக்கும் குறைவுள்ள சபையே, நீ மனந்திரும்ப வேண்டும்.

தேவனாகிய கர்த்தர் 2000 – 3000 ஆண்டுகால இடைபட்ட காலங்களிலும் பிரமாணம் – சட்டம் (Law) என்று கொடுத்து, அவைகளை பின்பற்றும்படி தமது ஊழியக்காரர்களான தீர்க்கத்தரிசிகள் மூலமாக தமது மக்களுக்கு போதிக்கவும் சொன்னார். "ஒட்டு மொத்த வாழ்க்கை நலனையும் பிழைப்பையும் நீடித்த வாழ்வையும், நீதி, நியாயம், பரிசுத்தம், உத்தமம், ஜீவன், மரணம், உண்மை, விசுவாசம், கிருபை, ஆவி, சுயாதீனம், இரக்கம், தண்டனை, சாபம், ஆசீர்வாதம் உள்ளடக்கிய நியாயப்பிரமாணம்." என்ற சட்டம் (Law) பிரமாணத்தை மட்டுமே கொடுத்தார். இதன் உள்ளடக்க (சன்மார்க்க விதி – வாழ்க்கை முறையை)

செய்திகளை மீறினவர்களாய் வழி விலகி சென்ற மக்களுக்கு, கர்த்தர் தமது தீர்க்கதரிசிகள் மூலமாக பல நேரங்கள் – காலங்களில் நியாயப்பிரமாணத்தின் மையக்கருப்பொருளை போதித்து மனந்திரும்புதலை வலியுறுத்தினார்.

ஏசாயா, எரேமியா, எசேக்கியல், ஓசியா, யோவேல், ஆமோஸ், யோனா, மீகா, நாகூம், ஆபகூக், சகரியா, மல்கியா ஆகிய தீர்க்கத்தரிசன புஸ்தகங்களில் உள்ள தீர்க்கத்தரிசிகளின் மூலமாக தேவனாகிய கர்த்தர் கொடுத்த எச்சரிப்பின் செய்திகளை படித்து அறிந்து உணர்ந்துக் கொள்ளுங்கள். நியாயப்பிரமாணம் கர்த்தருக்குப் பிரியமாக நாம் வாழும்படியாக அவரால் கொடுக்கப்பட்ட வசனமும் வார்த்தைகளுமாக இருக்கிறது. அதில் தேவனுடைய நீதியை அன்பை இரக்கத்தை நியாயத்தீர்ப்பை அறிந்துக் கொள்ள முடிகின்றது.

பவுல் – நியாயப்பிரமாணத்தை நேரடியாகவே ஜனங்களுக்கு வலியுறுத்த தவறி ஏன்?

i.விசுவாசப்பிரமாணம். ii. ஆவியின் பிரமாணம். iii. சுயாதீனப்பிரமாணம். iv. கிருபையின் பிரமாணம். v. சமநிலைப் பிரமாணம். vi. பாவ பிரமாணம் என்று பல பிரமாணங்களை மனிதர்கள், ஆளாளுக்கு அவரவர் வசதிக்கு புரிதலுக்கு, குறைவான அறிவுக்கு ஏற்ப அலப்புகிற சபைகளாய், பூரணமற்ற சபை தலைவர்களாய் – ஊழியர்களாய் மக்களை குழப்புகின்ற சூழலை ஏன் உருவாக்க வேண்டும். பவுலும், அவனை சார்ந்தவர்களும் தங்களை தனித்து அடையாளப் படுத்தும் நூதன சட்ட வல்லுநர் என்று காண்பிக்காமல், ஜீவ பிரமாணமாகிய – பூரணப் பிரமாணமான நியாயப்பிரமாணத்தை பின்பற்றி நீங்கள் பிழைத்துக் கொள்ளுங்கள். தேவனாகிய கர்த்தரால் கொடுக்கப்பட்ட நியாயப் பிரமாணத்திற்குள்ளாகவே கிருபை சுதந்திரம் விசுவாசம் விடுதலை சுகம் ஞானம் அறிவு சமத்துவம் சமாதானம் மற்றும் ஆவியின் கனிகளின் குணங்கள் செயல்கள் உள்ளது. இதில் பாவ நிலையை விட்டு விலகி, சன்மார்க்க நீதியின் நிலைக்குள்ளாக வாழும் வழிகள் பூரணமாக இருக்கின்றது. எனவே நீங்கள் பகுத்தறியுங்கள். மரணம் சாபம் தீமைகளுக்கு தப்பி பிழைத்து, நீடித்த வாழ்வுக்கான நித்திய ஜீவனுக்கு நேராக நடைப்பழகுங்கள். கர்த்தராகிய தேவனின் வழிகாட்டுதலுக்கு நீங்கள் கீழ்ப்படியுங்கள் என்று புத்தி சொல்லுகின்றேன்.

1 யோவான் 3:4,24; மல் – 2:7, 8, 17, 3:5; வெளி.21:5-8; 22:7 -20

பாவஞ்செய்கிற எவனும் நியாயப்பிரமாணத்தை மீறுகிறான்; நியாயப்பிரமாணத்தை மீறுகிறதே பாவம்.

அவருடைய கட்டளைகளைக் கைக்கொள்ளுகிறவன் அவரில் நிலைத்திருக்கிறான், அவரும் அவனில் நிலைத்திருக்கிறார்; அவர் நம்மில் நிலைத்திருக்கிறதை அவர் நமக்குத் தந்தருளின ஆவியினாலே அறிந்திருக்கிறோம்.

ஆசாரியனுடைய உதடுகள் அறிவைக் காக்கவேண்டும்; வேதத்தை அவன் வாயிலே தேடுவார்களே; அவன் சேனைகளுடைய கர்த்தரின் தூதன். நீங்களோ வழியைவிட்டு விலகி, அநேகரை வேதத்தைக்குறித்து இடறப்பண்ணினீர்கள்; லேவியின் உடன்படிக்கையைக் கெடுத்துப்போட்டீர்கள் என்று சேனைகளின் கர்த்தர் சொல்லுகிறார்.

உங்கள் வார்த்தைகளினாலே கர்த்தரை வருத்தப்படுத்துகிறீர்கள்; ஆனாலும் எதினாலே அவரை வருத்தப்படுத்துகிறோம் என்கிறீர்கள்; பொல்லாப்பைச் செய்கிறவனெவனும் கர்த்தரின் பார்வைக்கு நல்லவன் என்றும், அப்படிப்பட்டவர்கள்பேரில் அவர் பிரியமாயிருக்கிறாரென்றும், நியாயந்தீர்க்கிற தேவன் எங்கேயென்றும், நீங்கள் சொல்லுகிறதினாலேயே.

நான் நியாயந்தீர்ப்பு செய்யும்படி உங்களிடத்தில் வந்து, சூனியக்காரருக்கும் விபசாரருக்கும் பொய்யாணை இடுகிறவர்களுக்கும், எனக்குப் பயப்படாமல் விதவைகளும் திக்கற்ற பிள்ளைகளுமாகிய கூலிக்காரரின் கூலியை அபகரித்துக்கொள்ளுகிறவர்களுக்கும், பரதேசிக்கு அநியாயஞ் செய்கிறவர்களுக்கும் விரோதமாய்த் தீவிரமான சாட்சியாயிருப்பேன் என்று சேனைகளின் கர்த்தர் சொல்லுகிறார்.

சிங்காசனத்தின் மேல் வீற்றிருந்தவர்: இதோ, நான் சகலத்தையும் புதிதாக்குகிறேன் என்றார். பின்னும், அவர்: இந்த வசனங்கள் சத்தியமும் உண்மையுமானவைகள், இவைகளை எழுது என்றார். அன்றியும், அவர் என்னை நோக்கி: ஆயிற்று, நான் அல்பாவும் ஒமெகாவும், ஆதியும் அந்தமுமாயிருக்கிறேன். தாகமாயிருக்கிறவனுக்கு நான் ஜீவத்தண்ணீரூற்றில் இலவசமாய்க் கொடுப்பேன். ஜெயங்கொள்ளுகிறவன் எல்லாவற்றையும் சுதந்தரித்துக்கொள்ளுவான்; நான் அவன் தேவனாயிருப்பேன், அவன் என் குமாரனாயிருப்பான்.

பயப்படுகிறவர்களும், அவிசுவாசிகளும், அருவருப்பானவர்களும், கொலை பாதகரும், விபசாரக்காரரும், சூனியக்காரரும், விக்கிரகாராதனைக்காரரும், பொய்யர் அனைவரும் இரண்டாம் மரணமாகிய அக்கினியும் கந்தகமும் எரிகிற கடலிலே பங்கடைவார்கள் என்றார்.

இதோ, சீக்கிரமாய் வருகிறேன்; இந்தப் புஸ்தகத்திலுள்ள தீர்க்கதரிசன வசனங்களைக் கைக்கொள்ளுகிறவன் பாக்கியவான் என்றார்.

யோவானாகிய நானே இவைகளைக் கண்டும் கேட்டும் இருந்தேன். நான் கேட்டுக் கண்டபோது, இவைகளை எனக்குக் காண்பித்த தூதனை வணங்கும் படி அவன் பாதத்தில் விழுந்தேன்.

அதற்கு அவன்: நீ இப்படிச் செய்யாதபடிக்குப் பார்; உன்னோடும் உன் சகோதரரோடும் தீர்க்கதரிசிகளோடும், இந்தப் புஸ்தகத்தின் வசனங்களைக் கைக்கொள்ளுகிறவர்களோடுங் கூட நானும் ஒரு ஊழியக்காரன்; தேவனைத் தொழுதுகொள் என்றான்.

பின்னும், அவர் என்னை நோக்கி: இந்தப் புஸ்தகத்திலுள்ள தீர்க்கதரிசன வசனங்களை முத்திரைபோட வேண்டாம்; காலம் சமீபமாயிருக்கிறது.

அநியாயஞ்செய்கிறவன் இன்னும் அநியாயஞ்செய்யட்டும்; அசுத்தமாயிருக்கிறவன் இன்னும் அசுத்தமாயிருக்கட்டும்; நீதியுள்ளவன் இன்னும் நீதிசெய்யட்டும்; பரிசுத்தமுள்ளவன் இன்னும் பரிசுத்தமாகட்டும்.

இதோ, சீக்கிரமாய் வருகிறேன்; அவனவனுடைய கிரியைகளின்படி அவனவனுக்கு நான் அளிக்கும் பலன் என்னோடேகூட வருகிறது.

நான் அல்பாவும் ஒமெகாவும், ஆதியும் அந்தமும், முந்தினவரும் பிந்தினவருமாயிருக்கிறேன்.

ஜீவவிருட்சத்தின்மேல் அதிகாரமுள்ளவர்களாவதற்கும், வாசல்கள் வழியாய் நகரத்திற்குள் பிரவேசிப்பதற்கும் அவருடைய கற்பனைகளின் படி செய்கிறவர்கள் பாக்கியவான்கள்.

நாய்களும், சூனியக்காரரும், விபசாரக்காரரும், கொலைபாதகரும், விக்கிரகாராதனைக்காரரும், பொய்யை விரும்பி அதின்படி செய்கிற யாவரும் புறம்பே இருப்பார்கள்.

சபைகளில் இவைகளை உங்களுக்குச் சாட்சியாக அறிவிக்கும்படிக்கு இயேசுவாகிய நான் என்தூதனை அனுப்பினேன்.நான் தாவீதின் வேரும் சந்ததியும், பிரகாசமுள்ள விடிவெள்ளி நட்சத்திரமுமாயிருக்கிறேன் என்றார்.

ஆவியும் மணவாட்டியும் வா என்கிறார்கள்; கேட்கிறவனும் வா என்பானாக தாகமாயிருக்கிறவன் வரக்கடவன்; விருப்பமுள்ளவன் ஜீவத்தண்ணீரை இலவசமாய் வாங்கிக்கொள்ளக்கடவன்.

இந்தப் புஸ்தகத்திலுள்ள தீர்க்கதரிசன வசனங்களைக் கேட்கிற யாவருக்கும் நான் சாட்சியாக எச்சரிக்கிறதாவது: ஒருவன் இவைகளோடே எதையாகிலும் கூட்டினால், இந்தப் புஸ்தகத்தில் எழுதியிருக்கிற வாதைகளை தேவன் அவன்மேல் கூட்டுவார்.

ஒருவன் இந்தத் தீர்க்கதரிசன புஸ்தகத்தின் வசனங்களிலிருந்து எதையாகிலும் எடுத்துப்போட்டால், ஜீவபுஸ்தகத்திலிருந்தும், பரிசுத்த நகரத்திலிருந்தும், இந்தப் புஸ்தகத்தில் எழுதப்பட்டவைகளிலிருந்தும், அவனுடைய பங்கை தேவன் எடுத்துப்போடுவார்.

இவைகளைச் சாட்சியாக அறிவிக்கிறவர்: மெய்யாகவே நான் சீக்கிரமாய் வருகிறேன் என்கிறார். ஆமென், கர்த்தராகிய இயேசுவே, வாரும்.

தேவனுடைய வார்த்தைகள் விக்கிரக வழிபாட்டை அங்கீகரிக்கவில்லை: இயேசு கிறிஸ்துவின் வருகைக்கு முன்பும் இஸ்ரவேலர்கள் யூதர்களின் தேவாலய வழிப்பாட்டு முறைகளிலும் அதற்கு பின்பு கிறிஸ்தவர்களின் வழிபாட்டு முறைகளிலும் விக்கிரக வழிபாடு கர்த்தர் ஏற்றுக் கொள்ளவில்லை. விக்கிரகங்கள் உண்மையற்றது உயிரற்றது நிலையற்றது. எனவே அவைகள் நமக்கு நிலையான வாழ்வை கொடுக்க முடியாது. இஸ்ரவேல் தேசத்தின் மக்களுக்குள்ளாகவும், சுற்றுப்புறத்தேசங்களின் மக்களிடமிருந்தும் விக்கிரக வழிபாட்டு நம்பிக்கைகள் பல நூறு ஆண்டுகளாகவே காணப்பட்டுள்ளது. பல நூற்றாண்டுகளாகவே மனிதர்களால் விக்கிரக சிலைகள் வடிவமைக்கப்பட்டு நிலைநிறுத்தப்பட்டு தவறாக வழிபாடு செய்யப்பட்டது. பல நாடுகளில் பல காலங்களில் இவைகள் கொள்ளைப் பொருளாக கடத்தப்பட்டு காட்சிப் பொருள்களின் வியாபார பொம்மைகளாய் இருப்பதே வரலாற்று உண்மை நிலை ஆகும். ஏனென்றால் இவைகள் தெய்வங்கள் கடவுள்கள் இல்லை என்பதே பகுத்தறிவு நிலையின் முடிவாகும்.

உபா – 5:7-10; 4:7-19; யாத் – 20:3-6; மாற் – 12:24-28, 29-34;

என்னையன்றி உனக்கு வேறே தேவர்கள் உண்டாயிருக்க வேண்டாம்.

மேலே வானத்திலும், கீழே பூமியிலும், பூமியின்கீழ்த் தண்ணீரிலும் உண்டாயிருக்கிறவைகளுக்கு ஒப்பான ஒரு சுரூபத்தையாகிலும் யாதொரு விக்கிரகத்தையாகிலும் நீ உனக்கு உண்டாக்க வேண்டாம்.

நீ அவைகளை நமஸ்கரிக்கவும் சேவிக்கவும் வேண்டாம்; உன் தேவனாகிய கர்த்தராயிருக்கிற நான் எரிச்சலுள்ள தேவனாயிருந்து, என்னைப் பகைக்கிறவர்களைக் குறித்து பிதாக்களுடைய அக்கிரமத்தைப் பிள்ளைகளிடத்தில் மூன்றாம் நான்காம் தலைமுறைமட்டும் விசாரிக்கிறவராயிருக்கிறேன்.

என்னிடத்தில் அன்புகூர்ந்து, என் கற்பனைகளைக் கைக் கொள்ளுகிறவர்களுக்கோ ஆயிரம் தலைமுறை மட்டும் இரக்கஞ்செய்கிறவராயிருக்கிறேன்.

இயேசு அவனுக்குப் பிரதியுத்தரமாக: கற்பனைகளிளெல்லாம் பிரதான கற்பனை எதுவென்றால் : இஸ்ரவேலே கேள், நம்முடைய தேவனாகிய கர்த்தர் ஒருவரே கர்த்தர்.

உன் தேவனாகிய கர்த்தரிடத்தில் உன் முழு இருதயத்தோடும், உன் முழு ஆத்துமாவோடும், உன் முழு மனதோடும், உன் முழுப் பலத்தோடும்

அன்புகூருவாயாக என்பதே பிரதான கற்பனை.இதற்கு ஒப்பாயிருக்கிற இரண்டாம் கற்பனை என்னவென்றால்: உன்னிடத்தில் நீ அன்புகூருவதுபோல் பிறனிடத்திலும் அன்புகூருவாயாக என்பதே; இவைகளிலும் பெரிய கற்பனை வேறொன்றுமில்லை என்றார்.

ஆனால் தேவனுடைய கட்டளைகளையும் சத்தியங்களையும் அறியவும் அதற்கு கீழ்ப்படியவும் மறுக்கின்ற மனிதர்கள் துணிகரமாக தங்களின் இஷ்டம்போல கிறிஸ்தவ மதத்தில் பல விக்கிரக மனித சிலைகளை உருவாக்கி ஆலயம் கட்டிக் கொள்கின்றார்கள். கன்னி மரியாள், குழந்தை இயேசு, புனித பவுல், புனித பேதுரு, புனித அந்திரேயா, புனித இயேசு, புனித யாக்கோபு, புனித தோமா இப்படி பல பெயர்களில் விக்கிரக வழிபாடு செய்வது பூஜை செய்வது மனிதர்களின் தவறான செயல்கள் ஆகும். இவைகள் கிறிஸ்தவ மார்க்கத்தின் (ஜீவ மார்க்கத்தின்) வழிகள் அல்ல, இவர்கள் மனந்திரும்ப வேண்டும். பொருளாசையுடைய விக்கிரக ஆராதனை செய்யும் ஊழியனும் விசுவாசியும் மனந்திரும்ப வேண்டும்.

4.D. **கிருபை Vs கிரியை பற்றி முரண்பாடான உபதேசம், தவறான நம்பிக்கை உடைய சபையே நீ மனந்திரும்பு:**

கிருபை மற்றும் கிரியை பற்றிய தவறான நம்பிக்கை என்று பார்த்தால், பவுலின் கடிதம் – நிருபங்களின் – தவறான எழுத்துக்கள், வாக்கியங்கள் ஆகும். **பவுலின் நிறை** – அதிக கடிதம் எழுதுபவர், நேரில் பார்க்காதவர்களையும் தன்னுடைய நெஞ்சிலே சுமப்பது போன்றே உருக்கத்துடன் கடிதம் எழுதுபவர். கொஞ்சம் கற்று அறிந்ததை அதிகமாக அசைபோட்டு ஆராய்ச்சி கட்டுரை போன்றே கடிதம் எழுதுபவர். சிறைசாலையில் இருந்தாலும் சிலுவை பற்றிய செய்தியை, இயேசுவை தன் கடிதங்கள் மூலமாகவே மற்றவர்களுக்கு அறிவிக்க முயற்சி செய்தவர்.

குறிப்பு: (யாக் – 3: 1, 2; மத் – 23: 8; மாற் – 12: 38 – 40) இயேசு கிறிஸ்து தன்னை விசுவாசித்து தன்னைப் பின்பற்றின சீஷர்களிடம் சொன்னார். நீங்கள் யாரும் போதகர் (ரபீ) என்று அழைக்கப்படாதிருங்கள் என்று சொன்னார். கிறிஸ்து ஒருவரே உங்களுக்கு போதகராய் இருக்கின்றார் என்றார். யாக்கோபு நிருபத்திலும் சகோதரரே அதிக ஆக்கினை அடைவோம் என்று அறிந்து, உங்களில் அநேகர் போதகர் ஆகாதிருங்கள் என்று உள்ளது. காரணம் மனிதர்கள் வார்த்தைகள் வசனங்களில் வாக்குறுதிகளில் உண்மையுடன் நிலைத்திருப்பதில்லை. இன்றைய நூற்றாண்டில் அநேகர் மிக சுலபமாக கவுரவமாக தங்களைப் போதகர்கள் என்று சொல்லி எழும்பி விட்டார்கள். அவர்கள் தேவனுடைய சித்தத்திற்கும் தேவனுடைய சத்தியம் கட்டளைகளின் சத்தத்திற்கும் ஏற்புடையதாக இல்லாத, தங்களின் சுய புரிதலின் கருத்துக்களின் மற்றும் தங்களின் விருப்பத்தின்படி மாறுபாடான

உபதேசங்களை போதித்துக் கொண்டு நித்திய ஜீவனையும் நிலையான வாழ்வைப் பற்றிய சத்தியத்தை விட்டு விலகிச் சென்றுக் கொண்டிருக்கின்றார்கள். தங்களோடு சேர்த்து சபை மக்களையும் இடற செய்துக் கொண்டு தற்கால புகழை தேடி ஆதாயம் தேடி துணிந்து வாழ்வது வேதனை ஆகும். இந்த நிலையிலிருந்து மனந்திரும்ப வேண்டும்.

கவனியுங்கள்: தேவன், கிருபைக்கு என்று ஒரு காலத்தை முன்குறிக்கவும், அறிவிக்கவும் இல்லை என்பதே பரிசுத்த வேதாகம எழுத்துக்களின் சான்றாகும். தேவனின், கர்த்தராகிய இயேசு கிறிஸ்துவின் கிருபை என்றுமுள்ளது என்றே வேதவாக்கியங்கள் சொல்லும் சத்தியம் ஆகும். உலக சிருஷ்டிப்பு தொடங்கி எல்லா உயிரினங்கள் மீதும், மனிதர்கள் மீதும், கர்த்தருடைய கிருபை என்றுமுள்ளது என்ற தேவனின் செயல்களை புரிந்துக்கொண்ட பக்தர்கள் மிக சரியாக சாட்சியை வேதத்தில் பதிவிட்டிருக்கின்றனர். (1 நாளா – 16: 34; 2 நாளா – 5: 13; 7: 3; எஸ்றா – 3: 11; சங் – 106: 1; 118 : 1; 136: 1 – 26)

ஆகவே, கிறிஸ்தவ சபைகளே, நாம் இப்பொழுது முதல் நூற்றாண்டு காலம் முதல் 21 ஆம் நூற்றாண்டு காலம் வரையிலும் கிருபையின் காலம் என்ற தனிப்பிரிவு காலத்தில் இல்லை. நாம் பரிசுத்த ஆவியானவரின் உதவியுடன் வல்லமையுடன் நற்கிரியை செய்ய வேண்டிய கடைசி காலத்தில் இருக்கின்றோம் என்று மிக தெளிவாக ஆழமாக அதிகமாக வேதவாக்கியங்கள் அறிவிக்கின்றன. (யோவேல் – 2: 28, 29; எசேக் – 36: 26, 27; 37: 14; 39: 29; மத் – 3: 11; லூக் – 3: 16; யோவான் – 16: 7 – 11, 13, 14; 15: 26; அப் – 1: 5, 8; 2: 1 – 18)

காலமும் தெரியாமல் கிருபையும் புரியாமல், எந்த நற்கிரியையும் செய்யாமலிருக்கும் சபையே, முரண்பாடான போதனையை குணத்தை விட்டு மனந்திரும்பு:

பவுலின் கடிதங்களில் கிருபை பற்றிய தவறான விளக்கம், தவறான வாக்கியங்களின் விளைவாக எனக்காக எல்லாமே இயேசு சிலுவையில் செய்து முடித்துவிட்டார், இனி நான் எந்த நற்கிரியை நீதியின் செயலை செய்ய வேண்டிய அவசியமில்லை. எல்லாம் கிருபை, கிருபையிலே என் வாழ்க்கை ஓடுது என்று தனி தத்துவம் பேசி வாழுகின்ற சபை மக்கள் உண்டு. நியாயப்பிரமாணம் கற்றுக் கொடுக்கும் நியாயமான சன்மார்க்க வாழ்வுக்கான கிரியைகளை (செயலை) இவர்கள் செய்ய மறுப்பதால், எவ்வளவு கிருபை என்றும், கர்த்தாவே என்றும் சொல்லிக் கொண்டாலும்; இவர்களால் நித்திய ஜீவனை (நிலையான வாழ்வை) அடைய முடியாது. பரலோகம் கிடையாது என்பது சத்தியமாகும். (வெளி – 22: 15; 1 கொரி – 6 : 9, 10: 11 – 20; கலா – 5: 4, 14, 19 – 21; உபா – 5: 7 – 21)

கிருபையின் உபதேசக்காரர்களே !: – கள்ளத் தொடர்பு, விபச்சாரம், விவாகரத்து, வரதட்சணை பொருளாசை ஆஸ்திகளை குவிப்பது, விக்கிரக வழிபாடு,

லஞ்சம் ஊழல் முறைகேடு, பகை, சபை பிரிவினை, விரோதம், பெருந்தீனி, குடிவெறி,களியாட்டம், சினிமா மோகம் உலக வேஷ வாழ்வு என்ற சீர்கேடுகளுடன் அநீதிகளுடன், அசுத்தங்களுடன் தொடர்பு வைத்துக் கொள்ளுவதிலிருந்தும் அவைகளோடு இசைந்து ஒத்து போவதிலிருந்தும், அவைகளை நியாயப்படுத்தி போதிக்கவும் பின்பற்றவும் சபையில் இடங்கொடுப்பதிலிருந்தும், விலகி ஓடி, சபையே ! ஊழியக்காரனே ! நீங்கள் மனந்திரும்ப வேண்டும். விடுதலை பெற வேண்டும். (மல்கி - 2: 1 - 7, 8 - 17; 3: 1 - 18; எசேக் - 18: 1 - 2 8, 29 - 32; 33: 11 - 19; ஏசாயா - 1: 13 - 24; மத் - 3: 2 - 12)

இந்த காலம் பரிசுத்த ஆவியானவரின் பெலத்துடன் வல்லமையுடன், தேவனின் சத்தத்திற்கும் சித்தத்திற்கும் கவனமாய் செவிசாய்த்து கீழ்படிந்து, பக்தியுடன், பரிசுத்தமுடன் பகுத்தறிவுடன் பரலோக ராஜ்யத்தியத்திற்கு ஏற்ற கிரியை (நற்கனி நற்செயல்களை) நடப்பிக்கும் காலம் ஆகும்.   இது கடைசி காலம் - இது பரிசுத்த ஆவியானவரின் காலம். இதை நீங்களும் நானும் உணர்ந்து கிரியை செய்ய வேண்டிய காலம்

கவனி: எடுத்துக்காட்டுடன் ஓர் எளிய விளக்கம் :

(எபே - 2: 8) கிருபையினாலே விசுவாசத்தைக் கொண்டு இரட்சிக்கப் பட்டீர்கள்; இது உங்களால் உண்டானதல்ல, இது தேவனுடைய ஈவு.ஷ்.மனிதர்களை இரட்சிக்கும்படியாக தேவனின் கிருபை எப்பொழுதும் ஆயத்தமுடன் இருக்கின்றது. ஆனால் நமக்கு இரட்சிப்பு எப்படி கிடைக்கும் என்றால், நம்முடைய விசுவாசம் கிரியையயாக (உயிரோட்டமுள்ள உண்மையான செயல்கள்) வெளிப்படும் போது இரட்சிப்பு உண்டாகும் மற்றும் சுகம் உண்டாகும். (யாக் - 2: 17 - 20; 21 - 24; மாற் - 16: 16, 17)

A.   பார்த்திமேயு என்கிற குருடனிடம் இயேசு கிறிஸ்து சொன்னது: உன் விசுவாசம் உன்னை இரட்சித்தது என்றார். உடனே அவன் பார்வை அடைந்து இயேசுவுக்கு பின் சென்றான். (மாற் - 10: 45 - 52; லூக் - 18: 35 - 43)

B.   பாவியாகிய ஒரு பெண்ணின் விசுவாச செயலைக் கண்ட இயேசு, உன் விசுவாசம் உன்னை இரட்சித்தது, சமாதானத்தோடே போ என்றார். (லூக் - 7: 36-50)

C   பன்னிரெண்டு வருசமாய் பெரும்பாடு உள்ளவளாய் இருந்து, சுகமில்லாமல் தவித்த ஒரு பெண்ணின் தைரியமான விசுவாச செயலை அறிந்த இயேசு, மகளே, திடன் கொள், உன் விசுவாசம் உன்னை இரட்சித்தது, சமாதானத்தோடே போ என்றார்.(லூக் - 8: 43 - 50)

D.   விசுவாசம் என்பது நம்புகிறேன், நடக்கும், கிடைக்கும், உண்டாகும் என்று சொல்லும் வார்த்தை மட்டும் அல்ல; விசுவாசம் என்பது வல்லமையான

தேவனின் வார்த்தைகளுக்கு கீழ்ப்படிந்து தொடர்ந்து செயல்படுகின்ற கிரியை ஆகும். சும்மா இருப்பது விசுவாசம் அல்ல, கீழ்ப்படிந்து கிரியை செய்வதே விசுவாசம் ஆகும். சில நேரங்களில் தன்னை விசுவாசிப்பவர்களை சிலரை சும்மா இருக்க சொல்லிவிட்டு, அவர்களுக்காக தேவனே கிரியை செய்வார்.

பவுல் தனது கடிதங்கள் மூலமாக கலாத்தியர், எபேசியர், ரோமர், பட்டணத்தின் சபை மக்களுக்கு சொல்லும் செய்திகளில் கிருபை, இரட்சிப்பு, நீதிமான், கிரியை, நியாயப்பிரமாணம், விசுவாசம் இவைகளை பற்றிய ஒன்றுக்கொன்று முரண்பாடான வாக்கியங்களை (கருத்துக்களை) வடிவமைத்து பிரசங்கிக்க முயன்றுள்ளார். மேலும் நியாயப்பிரமாணத்தை தொடர்ந்து ஒழித்து கட்டும் (அ) மட்டுப்படுத்தி மறுதலிக்கும் செயலையும் சில இடங்களில் காணமுடிகிறது.

குறிப்பு: நீதிமான் என்ற நிலையை (அ) அந்தஸ்தை அடைவதற்கும் மற்றும் இரட்சிப்பை பெற்றவர்களாவதற்கும், கிருபை – விசுவாசம் – கிரியை (மூன்றுமே தனித்தனியானது அல்ல) மூன்றுமே ஒன்றுக்கொன்று பிரிக்கமுடியாத தொடர்புடையவைகளாக பங்களிக்கின்றன. அதாவது, கர்த்தருடைய கிருபையும், நம்முடைய விசுவாசத்தின் நம்பிக்கையின் கிரியைகளும் (செயல்கள்) சத்தியத்தின் படியே ஒத்த நேர் கோட்டினை (நோக்கத்தை நிறைவு செய்வதாக) உடையதாக இருக்கும் தொடர் நிலையில், நாம் நீதிமான்கள் என்று அறிவிக்க (அ) அங்கிகரிக்கப்படுகின்றோம், இரட்சிக்கவும் படுகின்றோம். இதுவே பழைய உடன்படிக்கையின் காலத்தின் சத்தியமாகவும், புதிய உடன்படிக்கையின் காலத்தின் தூதரான இயேசு கிறிஸ்துவின் போதனையின் சத்தியமாகவும் இருப்பதை நீங்களே வேதாகமங்களை சுவிசேஷ புத்தகங்களை ஆராய்ந்து புத்தி தெளிவடையுங்கள்.

உதாரணங்கள் :

1. நோவாவுக்கோ கர்த்தருடைய கண்களில் கிருபை கிடைத்தது. நோவா தன் காலத்தில் (மனசாட்சியின் பிரமாணம் படியே) இருந்தவர்களுக்குள்ளே நீதிமானும் உத்தமனுமாயிருந்தான்; நோவா தேவனோடே *சஞ்சரித்துக் கொண்டிருந்தான்.* (ஆதி – 6: 8, 9).

2. ஆபிரகாமின் காலத்தில் (மனசாட்சியின் பிரமாணம் படியே) நீதிமான்களாய் வாழ்ந்தவர்களும் உண்டு என்பதை உணர்த்தும் நிகழ்வுகள் உண்டு (ஆதி – 18: 20 – 25, 33).

3. ஊத்ஸ் தேசத்திலே யோபு என்னும் மனுஷன் உத்தமனும் சன்மார்க்கனும், தேவனுக்குப் பயந்து, பொல்லாப்புக்கு விலகுகிறவனுமாயிருந்தான். (மனசாட்சியின் பிரமாணம் படியே) யோபு பற்றி சொல்லிய இந்த சாட்சியுள்ள வாழ்வே நீதிமானுக்குரிய குணங்களாகும். (யோபு – 1: 1).

4. கர்த்தர் நீதிமான்களின் வழியை அறிந்திருக்கிறார்; கர்த்தருடைய கண்கள் நீதிமான்கள்மேல் நோக்கமாயிருக்கிறது; நீதிமான்கள் கூப்பிடும்போது கர்த்தர் கேட்டு, அவர்களை அவர்களுடைய எல்லா உபத்திரவங்களுக்கும் நீங்கலாக்கி விடுகிறார். (இதுவும் இரட்சிப்பு) நீதிமானுடைய வாய் ஞானத்தை உரைத்து, அவனுடைய நாவு நியாயத்தைப் பேசும். நீதிமான்கள் பூமியைச் சுதந்தரித்துக் கொண்டு, என்றைக்கும் அதிலே வாசமாயிருப்பார்கள். நீதிமான்களுடைய இரட்சிப்பு கர்த்தரால் வரும்; இக்கட்டுகாலத்தில் அவரே அவர்கள் அடைக்கலம். நீதிமான் பனையைப் போல் செழித்து, லீபனோனிலுள்ள கேதுருவைப் போல் வளருவான். (சங் – 1: 6; 34: 25, 17, 19, 21; 37: 25, 29, 30, 39; 92: 12) நீதிமானை பகைக்கிறவர்கள் குற்றவாளிகளாவார்கள். நியாயப்பிரமாணத்தின் படியே கிரியை செய்பவர்களே நீதிமான்கள் என்பதே சங்கீதம் எழுதினவர்களின் சாட்சி.

5. நீதிமான்களோடே அவருடைய (கர்த்தரின்) இரகசியம் இருக்கிறது. நீதிமான்களுடைய வாசஸ்தலத்தையோ (வீட்டை) கர்த்தர் அசீர்வதிக்கிறார். நீதிமான்களுடைய பாதை சூரியப் பிரகாசம் போலிருக்கும். நீதிமானுடைய சிரசின் (தலையின்) மேல் ஆசீர்வாதங்கள் தங்கும், நீதிமானுடைய வாய் ஜீவ ஊற்று; நீதிமானுடைய பேர் புகழ்பெற்று விளங்கும்; நீதிமான் நன்றாயிருந்தால் பட்டணம் களிகூரும். நீதிமான் ஏழுதரம் விழுந்தாலும் திரும்பவும் எழுந்திருப்பான். நீதிமானக்கள் பெருகினால் ஜனங்கள் மகிழுவார்கள்; துன்மார்க்கர் ஆளும்போதோ ஜனங்கள் தவிப்பார்கள்.(நீதி – 3: 32, 33; 4: 18; 10: 6,11; 11: 10; 24: 16; 29: 2) இவர்கள் நியாயப்பிரமாணத்தின் படியே கிரியை செய்தவர்களான நீதிமான்கள்.

6. கிருபை பெற்றவளும் பெண்களெல்லாரிலும் பாக்கியவதியுமான மரியாள், நீதிமானாக இருந்த யோசேப்பு இயேசு கிறிஸ்துவின் வளர்ப்பு பெற்றோராக இருந்தார்கள். இவர்கள் மோசேயின் நியாயப்பிரமாணத்தின் படியே விசுவாசமுடன் கிரியை (செயல்களை) செய்தவர்கள். இயேசு கிறிஸ்துவும் சிறு வயது முதலே இறுதி வரையிலும் தன் பெற்றோர் உடன் இணைந்து நியாயப்பிரமாணத்தின் படியே கிரியை செய்த கிருபையும் சத்தியமும் நிறைந்தவராக இருந்தார்.

*எலிசபெத்து, சகரியா தம்பதியினர் யோவான் ஸ்நானகனின் பெற்றோர்கள் ஆவர். இவர்கள் இருவரும் கர்த்தரிட்ட சகல கற்பனைகளின்படியேயும் நியமங்களின்படியேயும் குற்றமற்றவர்களாய் நடந்து, தேவனுக்கு முன்பாக நீதியுள்ளவர்களாயிருந்தார்கள். (லூக் – 1: 5;6; 13 – 23; 24 – 38; 56 – 66, 67 – 80; 2: 4 – 20, 21 – 35, 39 – 49).

7. சிமியோன் என்னும் பேர் கொண்ட ஒரு மனுஷன் எருசலேமில் இருந்தான். அவன் நீதியும் தேவ பக்தியும் உள்ளவனாயும் இருந்தான். அவன்மேல்

பரிசுத்த ஆவி இருந்தார். கர்த்தருடைய கிறிஸ்துவை நீ காணும் முன்னே மரணமடையமாட்டாய் என்று பரிசுத்த ஆவியினாலே அவனுக்கு அறிவிக்கப்பட்டிருந்தது. அவன் தேவாலயத்தில் இயேசுவை (பிள்ளையை) தன் கைகளில் ஏந்திக் கொண்டு, தேவனை ஸ்தோத்தரித்து; யோசேப்பையும் மரியாளையும் ஆசீர்வதித்து சாட்சி பகிர்ந்தார்; பிள்ளைக்குறித்தான எதிர்காலம் பற்றிய தீர்க்கதரிசனமும் சொன்னார். மேலே சொன்ன 7 குறிப்புகளின் விளக்கத்தின் படியே அதில் சொல்லப்பட்ட நீதிமான்கள் அனைவரும் ஜீவ மார்க்கத்தினர் ஆவர்.

குறிப்பு: ஆதலால் ஆபிரகாமின் விசுவாசத்தை உடையவர்கள், கிறிஸ்து இயேசுவின் மேல் விசுவாசமுள்ளவர்களாய் நீதிமானாக இரட்சிப்பை பெற்றுக் கொள்வார்கள் என்பதோ, மோசேயின் மூலமாக கர்த்தர் கொடுத்த நியாயப்பிரமாணத்தை பெற்றவர்களான இஸ்ரவேலர்கள் யூதர்கள் ஆபிரகாமின் சந்ததிகள் அல்ல என்பது போன்றோ, நியாயப்பிரமாணத்தின்படியே விசுவாசத்துடன் செயல் (கிரியை) புரிபவர்கள் நீதிமான்கள் ஆவதும் இரட்சிப்பு பெறுவதும் இயலாத காரியமாகவோ !! பவுல் தன் நிருபங்களில் குழப்புகின்ற எழுத்து கருத்து பிழைகளை இன்றைய 21 ஆம் நூற்றாண்டு சபைகளும் அதற்கு பின்வரும் சந்ததிகளும் பின்பற்றாதிருங்கள்.(ரோமர் – 4: 4 – 6, 13 – 16; 5: 1 – 2, 13 – 21; 10: 4 – 11; கலா – 2: 16 – 21; 3: 1 – 12; 17 – 25; எபே – 2: 13 – 18).

5.E. உடை, பொன், மருந்து பற்றிய மாறுபாடான மனநிலையும் போதனையும் கொண்ட சபையே, நீ மனந்திரும்ப வேண்டும்: –

i. உடை (உடுப்பு – GARMENT):

பலவர்ண அங்கியை செய்வித்து யாக்கோபு (இஸ்ரவேல்) தன் பதினோராவது மகன் யோசேப்புக்கு உடுத்துவித்து அன்பு செலுத்தினான்.

சாலமோன் ராஜாவும் குறைந்த அளவிலே வண்ணங்களை உடைய உடுப்பை அணிந்துக் கொண்டிருந்தான். ஆனால் அதைவிட பல வண்ணங்களில் காட்டு புஷ்பங்களுக்கு (பூக்களுக்கு) பிதாவானவர் உடுத்துவிக்கின்றார். எனவே உடைக்காக கவலைப்படாமல் முதலில் தேவனுடைய ராஜ்யத்தையும் அவருடைய நீதியையும் தேடுகின்றவர்களை பல வண்ண உடைகளால் உடுத்துவிக்கவும், தேவைகளை சந்திக்கிறவராகவும் பரம பிதா ஆயத்தமுள்ளவராக இருக்கின்றார் என்பதை இயேசு கிறிஸ்து உத்திரவாதமுள்ள செய்தியை சொன்னார்.

ஆதாமுக்கும் ஏவாளுக்கும் கர்த்தர் தோல் உடைகளை உண்டாக்கி உடுத்தினார். ஆனால் அவர்கள் தங்கள் புத்திக்கு சக்திக்கு எட்டினபடி, அத்தியிலைகளைத் தைத்து, தங்கள் அரை குறை ஆடைகளை உண்டு பண்ணினார்கள். (ஆதி – 3: 7, 21) நீங்கள் யாரும் அரைகுறை ஆடையுடன் அழுக்கு உள்ளது என்று அவமானத்துடன் திரியாதிருங்கள்.

எலிசபெத்து, சகரியாவின் மகனும், இயேசு கிறிஸ்துவுக்கு வழியை ஆயத்தப்படுத்தினவருமான யோவான் ஒட்டகமயிர் உடையைத் தரித்து, தன் அறையில் வார்க்கச்சையைக் (Leather Belt) கட்டிக் கொண்டிருந்தான். (மத் – 3:4).திரளான ஆஸ்திகள் உள்ளவர்களும், அரண்மனையில் வாழும் ராஜாவும் ரத்தாம்பரமும் மெல்லிய வஸ்திரமும் உடுப்பாக அணிந்துக் கொள்கிறார்கள். வியாதிக் கொண்டவனும், துக்கம் நிறைந்தவனும் இரட்டை (கோணி – சணல் நூல் வஸ்திரம்) உடுத்திக் கொண்டார்கள். ஏழைகள் அழுக்கு வஸ்திரமும் கிழிந்த உடையும் உடுத்தியிருக்கிறார்கள்.

குறிப்பு: இந்த உலகில் ஆள்பாதி ஆடைபாதி என்று உங்கள் வெளிப்புற உடை ஆடை (வஸ்திரம்) ஆபரணங்களைக்கொண்டு உங்களின் உள்ளான நிலையை குணத்தை திறனை கணக்கிடுவார்கள். ஆனால் பரலோக ராஜ்யம் உங்களின் உள்ளான குணத்தின் பரிசுத்தத்தை, நீதியின் செயல்களை கவனிக்கின்றது. சபையே, விசுவாசிகளே காலத்திற்கும் சூழலுக்கும் ஏற்ப, உங்கள் தேவையை அறிந்து, வாய்ப்பு வசதிகளை பொறுத்து ஆடம்பரம் அரைகுறை அசுத்தங்களைக் கடந்து கன்னியத்துடனும் கட்டுபாடுடனும் வண்ண உடையை அணிந்துக் கொள்ளுங்கள். இதில் எந்த பாவமும் தவறுமில்லை. நாம் பல உடைகள் அணிவதில் பெருமைப்படவும் விலை மிகுதியான சில உடைகள் இல்லாததினால் தாழ்வு மனப்பான்மை அடைவதும் வேண்டாம். நம்முடைய நல்ல சிந்தனை, நல்ல இலட்சியம், நல்ல செயல்களின் மீது கவனமாய் இருப்பதே உத்தமம் மகிமை ஆகும்

சிந்தனைக்கு: பல வண்ணங்களையும் படைத்தவர் வானவில்லுக்கும் அளித்தவர்! பட்டு புழுக்களையும் பட்டாம் பூச்சிகளையும், வண்ணமாய் பூக்களையும் படைத்தவர்!! உன்னுடைய வாழ்க்கையை உடைய வண்ணமயமாக்க மறுப்பாரோ? வஞ்சனை செய்யாதவர் உங்கள் வாழ்வில் வண்ண வண்ண நிறங்களில் உடைகளை அணிந்துக் கொள்வதை எப்பொழுதுமே வண்மையாக கண்டிப்பதும் இல்லை. ஆம் வண்ணங்களில் தேவனும் ரசனை உள்ளவர். எனவே தான் சில வகை வண்ணம் (நிறம்) கொண்ட மனிதர்களையும் பிறக்க செய்தார். பல வண்ணங்களில் பறவைகளையும் படைத்தும் இருக்கின்றார்.

❖ **இயேசு கிறிஸ்துவின் இரண்டாம் வருகையிலே நியாயத்தீர்ப்பு நாளினிலே: நீதி அரசரான மனுஷகுமாரன், மனிதர்களை (சபைகளை) இவ்வாறு நியாயம் தீர்ப்பார்.**

A.　செம்மறி ஆடுகளை தமது வலது பக்கத்தில் நிறுத்தி நீங்கள் நீதிமான்கள் என்பார்.

B.　வெள்ளாடுகளை தமது இடது பக்கத்தில் நிறுத்தி நீங்கள் சபிக்கப்பட்டவர்கள் (அக்கிரம செய்கையினர்) என்பார்.

இந்த இரண்டு வகையான கூட்டத்தினரும் கர்த்தரை அறிந்து, ஆராதனை ஊழியம் செய்தவர்கள். ஆனால் வெள்ளாட்டு கூட்டம் (White Garment) சாத்தானுக்கான நித்திய ஆக்கினை அடைவார்கள். செம்மறி ஆட்டு (Multi colour garment) கூட்டத்தினர் பரலோகராஜ்யத்தின்

நித்திய ஜீவனை அடைவார்கள். (விளக்கமாக அவர்களின் கிரியை (செயல்களை) அறிந்துக் கொள்ள மத்தேயு – 25: 31 – 46 படிக்கவும்) ஜெயங்கொள்பவனுக்கும், ஸ்திரீகளால், உலகத்தினால் கறைப்படாத ஊழியனுக்கும் தேவனால் கொடுக்கப்படும் வெண்வஸ்திரம் பாக்கியமுள்ளது. ஆனால் இந்த பூமியில் பெந்தெகொஸ்தே நாளை சபை பெயராக வைத்துள்ள கூட்டத்தினர் வெள்ளை ஆடையை அணிந்தாலும்; அவர்களின் சொல்லும் செயலும் நோக்கங்களும் கள்ளம் கபடம் கலககுணம் கொண்ட கறைப்படிந்தும், தங்களின் குடும்பங்களில் சகைகளிடையே உலக சிந்தனைகள் ஒட்டிக் கொண்டுள்ளதை காண்கிறோம், கவலைக்கொள்கிறோம்.

நீங்கள் எப்படி வாழ்கின்றீர்கள் என்ன செய்கின்றீர்கள் என்பதை பரலோகத்தில் வீற்றிருக்கும் தேவன் கவனமாய் பார்த்து அதற்கேற்ற பலனையே உங்களுக்கு கொடுப்பார். உடையின் அழகில், வண்ணங்களின் அடிப்படையில் உன் பரிசுத்தத்தை, அர்ப்பணிப்பை, பக்தியை, பரலோக கனவை ஆசீர்வாதத்தை கணக்கிடும் சபையே நீ மனந்திரும்ப வேண்டும்.

ii. தங்கம் (பொன் – Gold) : தேவன் தங்கத்தை படைத்தார்.

தங்கம், வெள்ளி, செம்பு, பித்தளை, வெண்கலம், இரும்பு, ஈயம், வைரம், வைடூரியம், ரத்தின கற்கள் இவைகள் எல்லாம் இயற்கையின் படைப்பில் இறைவனின் தனிசிறப்பாக இருக்கிறதை நாம் யாவரும் அறிந்திருக்கிறோம்.பூமியில் தங்க சுரங்கங்கள் உள்ள தேசங்கள் உண்டு. ஆதியாகமத்தில் (2: 11; 13: 2; 24: 53) ஆவிலா தேசத் தில் பொன்விளையும் இடம் உண்டு. ஆபிரகாம் மிருக ஜீவன்களும் வெள்ளியும் பொன்னுமான ஆஸ்திகளை உடைய சீமானாயிருந்தான். பெண்ணை திருமணம் செய்யும் ஆண் வெள்ளியுடைமைகளையும், பொன்னுடைமைகளையும், வஸ்திரங்களையும் பெண்ணுக்கு பரிசாக (வரதட்சணையாக) கொடுத்தார்கள்.

ஆசாரிப்பு கூடாரத்தின் உட்பிரகாரங்களில் உள்ள பொருட்கள் பொன்னினால் (தங்கம் – Gold) செய்யப்பட்டிருந்தன. எருசலேம் தேவாலயம் உள்கட்டுமானங்களிலும் மற்ற பொருட்களும் பொன்னினால் வேலைபாடுகளை கொண்டிருந்தது. இந்த வழிபாட்டு ஸ்தலங்களுக்குள்ளாக பொன் (தங்கம் – Gold) அதிகம். முக்கிய பங்குவகித்து பயன்படுத்தப்பட்டு, பாதுகாக்கப்பட்டது.

இஸ்ரவேலில் ராஜாக்களாய் இருந்தவர்கள் அதிக ஆஸ்திகளை (வெள்ளி, பொன் பொருட்களை) சேர்க்க கூடாது என்ற கர்த்தரின் கட்டளை இருந்தது.

ஆனால் அதை சாலமோன் ராஜா முதல் – அநேக ராஜாக்கள் மீறினார்கள். இந்த மிகுதியான பொன், வெள்ளி மற்ற ஆஸ்திகளை உடைய இஸ்ரவேலை எருசலேமை புறஜாதியினர் (பாபிலோனிய, அசீரிய ராஜாக்கள்) கைப்பற்றி, சூரையாடி, சிறைபிடித்து சென்றார்கள். எனவே பொன் வெள்ளி இவைகளை விட ஞானமும் அறிவும் புத்தியும் மிக அவசியம் சம்பாதிக்க வேண்டிய ஆஸ்திகள் என்று நீதிமொழிகளில் எழுதப்பட்டுள்ளது.

(ஆதியாகமம், யாத்திராகமம், இராஜாக்கள், நாளாகமம், நீதிமொழிகள் புத்தகங்களில் இக்குறிப்பு உள்ளது)

கவனியுங்கள்: தங்கம் – சுத்தமான பொன் – Pure Gold – மனிதர்களின் வாழ்க்கையில் நேரடியாகவே அவர்களின் வியாதிக்கு மருந்தாகவோ பசிக்கு விருந்தாகவோ தங்களுடைய உடையாகவும் தங்களைப் பாதுகாக்கும் அரணாகவும் பயன்படுத்த முடியாது. தங்கத்தை விட மனிதர்களுக்கு நேரடியாகவே சமாதானம் சுகம் சந்தோஷம் மனநிறைவை கொடுக்கும் எத்தனையோ காரியங்கள் கால நிலைகள் இந்த பிரபஞ்சத்தில் உண்டு என்பதை ஞானம் அறிவு மூலமாக கண்டுபிடித்து வாழ்வதே நமக்கு கனம் மகிமை புகழ் நம்பிக்கை பெலன் தீர்க்காயுசை உண்டாக்கும் என்பதே வாழ்வியலின் சத்தியம் ஆகும். (நீதி – 3 : 11 – 24) இந்த உண்மையை அறியா த மனித உலகமே மிகுதியான தங்கத்தின் மீது மோகம் கொண்டு இச்சித்து பல நிலைகளிலும் மோசடியான வழிகளிலும் முட்டி மோதி தங்கத்தை 1000, 2000 டன் என்று சேர்த்து குவித்து லாக்கர்களிலும் விக்கிரக கோவில்களிலும் வைத்து விட்டு யாருக்குமே பயன் இல்லாமல் பெருமைக் கொள்கின்றார்கள். இந்த மனிதர்களிடத்தில் நல்ல புனிதமும் புண்ணியமும் இல்லை அநீதியான பாவம் மட்டுமே மிகுதியாக உள்ளது இவர்கள் நிச்சயமாக மனந்திரும்ப வேண்டும்.

பொன் (தங்கம் – Gold) பாவமல்ல. அதை பயன்படுத்தும் விதம் பாவமாகக் கூடாது. பொன்னினால் விக்கிரக தெய்வங்களை உலக அஞ்ஞான மனிதர்கள் உருவாக்குகின்றார்கள். ஊழியக்காரர்கள் என்று சொல்லிக் கொள்ளும் கிறிஸ்தவ மத தலைவர்கள் பொன்னை (தங்கம் –Gold) அதிகம் இச்சிக்கின்றவர்களையும் தங்கள் மனைவி பிள்ளைகளை தங்க நகை ஆபரணங்களால் அலங்கரித்து பெருமை அடைகிறார்கள். தங்கத்தின் மீது ஆசை மோகம் கொண்டு திருடாதே, வழிபறி செய்யாதே, கொள்ளையாய் சேர்க்காதே, கொலை செய்யாதே, வரதட்சணை கொடுமை செய்யாதே.

இந்த பெந்தேகோஸ்தே என்று பெயர் சொல்லி அழைக்கப்படும் கிறிஸ்தவர்களில், தங்கம் மற்ற ஆடை அலங்காரங்களை விரும்பமாட்டோம், அணிய மாட்டோம் என்று சொன்னாலும், அவர்கள் வெண்வஸ்திரம் தரிப்பவர்கள் உலகை வெறுத்தவர்கள் என்று நினைத்தாலும், அவர்களில் சில மக்கள் உலக

பொருட்களை, வரதட்சணையை, மிகுதியான பணத்தை மற்ற ஆஸ்திகளை அதிகமாக இச்சித்து கேட்டு வாங்குபவர்களாய் ஐஸ்வரியவான்களாகும் ஆசையில் இருக்கிறார்கள். இப்படிப்பட்டவர்கள் தங்களை உலகை வெறுத்தவர்கள், பரிசுத்த கூட்டத்தினர் என்று சொல்வதில் உண்மை இல்லை. தங்க அணிகலன்கள், வண்ண வஸ்திரங்களை அணிபவர்களுக்கும், இவைகளை அணியாதவர்களான கிறிஸ்தவர்களிடையே உள்ள விசுவாசம் நம்பிக்கையில் சரியான புரிதல் இல்லாமல் பிரிவினைவாதிகளாக பகையாளிகளாக இருக்கக்கூடாது.

இப்படிப்பட்ட சபையே நீ மனந்திரும்ப வேண்டும். இல்லையேல் நீங்கள் பரலோக தங்க வீதியிலே நடக்க முடியாது.

(3) மருந்து - மருத்துவம் (Medicine – Medical) :

தேவனாகிய கர்த்தர் மருந்துக்கும், மருத்துவத்துக்கும் எதிரானவர் அல்ல. ஆனால் பெந்தெகொஸ்தே என்னும் நாளை (Date) தங்களுக்கு பெயராக அடையாளமாக வைத்துக் கொண்ட கிறிஸ்தவ மத பிரிவினரின் தலைவர்கள் சிலர் மருந்துக்கும், மருத்துவத்திற்கும் எதிரான ஒவ்வாமையுடைய, அவநம்பிக்கை– யாளர்களாய் இருக்கிறார்கள்.

இப்படிப்பட்ட வேதபாரகரும் பரிசேயரும் இயேசுகிறிஸ்துவுக்கும் சீருக்கும் விரோதமாக முறுமுறுத்து: நீங்கள் ஆயக்காரரோடும் பாவிகளோடும் போஜனபானம் சாப்பிடுகிறது என்னவென்று கேட்டார்கள். இயேசு அவர்களுக்குப் பதிலாக: பிணியாளிகளுக்கு (Sick Patient) வைத்தியன்(need a doctor) தேவைதான், ஆனால் சுகமுள்ளவர்களுக்கு தேவையில்லை என்றார். நீதிமான்களையல்ல, பாவிகளையே மனந்திரும்புகிறதற்கு (repentance) அழைக்க வந்தேன் என்றார். (லூக் - 5: 30 - 32)

மனிதர்களை பாவத்தினால் ஏற்படும் நித்திய மரணத்திலிருந்து மீட்க (இரட்சிக்க) வந்தவரான இயேசு கிறிஸ்து, மனிதர்களின் வியாதிகள் நோய்களினால் உண்டாகும் தற்காலிகமான மரணத்திலிருந்தும் மீக்கும் நல்ல வல்லமையான சிறந்த மருத்துவராகவும் இயேசு கிறிஸ்து செயல்பட்டார். தன்னுடைய சீஷர்களுக்கும் அந்த வல்லமையை அதிகாரத்தை அளித்தார். (மத் - 4: 23, 24. மத் - 8: 16, 17; லூக் - 4: 40; மாற்கு - 1: 30 - 34)

மத் - 4: 23, 24

பின்பு, இயேசு கலிலேயா எங்கும் சுற்றி நடந்து, அவர்களுடைய ஜெப ஆலயங்களில் உபதேசித்து, ராஜ்யத்தின் சுவிசேஷத்தைப் பிரசங்கித்து, ஜனங்களுக்கு உண்டாயிருந்த சகல வியாதிகளையும் சகல நோய்களையும் நீக்கிச் சொஸ்தமாக்கினார்.

அவருடைய கீர்த்தி சீரியா எங்கும் பிரசித்தமாயிற்று. அப்பொழுது பலவித வியாதிகளையும் வேதனைகளையும் அடைந்திருந்த சகல பிணியாளிகளையும், பிசாசு பிடித்தவர்களையும், சந்திரரோகிகளையும் திமிர்வாதக்காரரையும் அவரிடத்தில் கொண்டுவந்தார்கள். அவர்களைச் சொஸ்தமாக்கினார்.

a.   ராகேல் பிள்ளை பெற்றெடுத்து பிரசவ நேரத்தின் கடும்வேதனையின்போது, மருத்துவச்சி ராகேலுக்கு தைரியம் சொன்னாள். யூதாவின் மருமகள் தாமாருக்கு பிரசவ காலம் வந்தபோது, அவள் இரட்டை பிள்ளைகளை பெற்றெடுக்க மருத்துவச்சி (mid – wife) உதவி செய்தாள். (ஆதி – 35: 17; 38: 27 – 30). எகிப்தின் ராஜா, எபிரெய மருத்துவச்சிகளான சிப்பிராள் பூவாள் என்பவர்களிடம் இவ்வாறு பேசினான்: நீங்கள் எபிரெய ஸ்திரீகளுக்கு (பெண்களுக்கு) மருத்துவம் செய்யும்போது, ஆண்பிள்ளைகளை கொன்று போடுங்க, பெண்பிள்ளைகளை உயிரோடிருக்கட்டும் என்றான். மருத்துவச்சிகளோ, தேவனுக்குப் பயந்ததினால், எகிப்தின் ராஜா தங்களுக்கு இட்ட கட்டளைப்படி செய்யாமல், ஆண்பிள்ளைகளையும் உயிரோடே காப்பாற்றினார்கள். (யாத் – 1: 15 – 21)

b.   ஏசாயா – 1: 5, 6; தலையெல்லாம் வியாதியும், (whole head is injured) உள்ளங்கால் தொடங்கி உச்சந்தலை மட்டும் அதிலே சுகமேயில்லை; அது காயமும், வீக்கமும், நொதிக்கிற இரணமுமுள்ளது; அது சீழ்பிதுக்கப்படாமலும், கட்டப்படாலும், எண்ணெயினால் அற்றப்படாமலும் இருக்கிறது.ஏசாயா – 38: 1,21; அந்நாட்களில் எசேக்கியா வியாதிப்பட்டு, மரணத்துக்கு ஏதுவாயிருந்தான்;அத்திப்பழ அடையைக் கொண்டு வந்து, பிளவையின் மேல் பற்றுப்போடுங்கள்; அப்பொழுது பிழைப்பார் என்று ஏசாயா சொல்லியிருந்தான். எரேமியா – 8: 21, 22; என் ஜனமாகிய குமாரத்தியின் காயங்களினால் நானும் காயப்பட்டேன்; கிலேயாத்திலே பிசின் தைலம் (Is there no balm in Gilead?) இல்லையோ? இரணவைத்தியனும் (Is there no physician there?) அங்கே இல்லையோ? பின்னை ஏன் என் ஜனமாகிய குமாரத்தி சொஸ்தமடையாமற் போனாள்? (Why then is there no healing for the wound of my people?)

c.   1 தீமோத் – 5: 28; நீ இனிமேல் தண்ணீர் மாத்திரம் குடியாமல், உன் வயிற்றிற்காகவும், உனக்கு அடிக்கடி நேரிடுகிற பலவீனங்களுக்காகவும், கொஞ்சம் திராட்சரசமும் கூட்டிக் கொள். 3 யோவான் – 2: பிரியமானவனே (காயுவ்), உன் ஆத்துமா வாழ்கிறது போல நீ எல்லாவற்றிலும் வாழ்ந்து சுகமாயிருக்கும்படி (May enjoy good health) வேண்டுகிறேன்.

இவ்வாறு வியாதிகளுக்கும் காயங்களுக்கும் பெலவீனங்களுக்கும் மருத்துவரும் மருத்துவ மூல பொருட்களும் அவசியமான தேவை என்பதை

இறையியல் சத்தியங்கள் உறுதிப்படுத்துகின்றன. மருத்துவர்கள், மதவாதிகள், மந்திரவாதிகளால் குணப்படுத்த முடியாமல் கைவிடப்பட்ட அநேக மக்களின் வியாதிகள் நோய்களை நீக்கி சுகமாக்கின சிறந்த மருத்துவராகவும், இயேசுகிறிஸ்து தேவனுடைய குமாரனாக தன்னுடைய ஊழியத்தில் மக்கள் சேவையை மற்றும் தேவையை நிறைவேற்றினார். (மத் – 4: 23, 24; 9: 35; 10: 1, 8; மாற் – 1: 34; லூக் – 4: 40; 7: 2,10,21; 8: 2; ஏசா – 53: 4)

நவீன மருந்துகள் கண்டுபிடிக்காத காலங்களில் இயற்கையின் (இறைவன் படைத்தவைகள்) நல்ல உணவே மருந்தாக பயன்படுத்தப்பட்டிருக்கின்றன. எ.கா. ஒலிவ எண்ணெய், அத்தி பழம்,மாதுளை பழம், திராட்சை பழம்,விருட்சங்களின் கனிகள், இலைகள், கீரைகள், மரப்பட்டை, களிம்பு, அவரை, மொச்சை, கம்பு, வார்கோதுமை, பாதாம், வறுத்த பயறு வகைகள். இவைகள் எல்லாம் ஆரோக்கிய வாழ்வுக்கான இயற்கை உணவாக சாப்பிட்டு வாழ்ந்தவர்களின் குறிப்புகளும் வேத வசனங்களில் உள்ளது.

குறிப்பு: வியாதியின் நோய்களின் பாதிப்பு அதிகமாகும் போது மனிதர்களுக்கு மருத்துவரின் பரிந்துரையின் (உதவியின்) மூலமாக மருந்து – மருத்துவம் மிகவும் அவசியம் தேவைப்படுகிறது. நமக்கு மருந்துகள் இல்லாத வாழ்வு வேண்டுமானால் !! வியாதிகளும் நோய்களும் இல்லாத,காயங்களும் வலிகளும் இல்லாத வாழ்வு வேண்டியதாகும். உணவே மருந்து என்ற ஆரோக்கியமான உணவு முறைகளைக் கொண்டிருந்த மனிதர்களின் வாழ்க்கை முறைகள் மாறிவிட்டது. இன்றைய காலங்கள் மருந்தே உணவு என்ற பரிதாபமான நிலையில் மனிதர்களின் வாழ்க்கை முறைகள் பெரிய சிரமத்தில் காணப்படுவதை மாற்றி அமைத்திட வேண்டும்.

மனித சமுதாயம் ஏன்? எப்படி? வியாதிகளின், நோய்களின் தாக்கத்திற்குள்ளாகின்றது?

கடந்த 100 – 600 வருடங்களில் மருத்துவ அறிவியல் விஞ்ஞான உலகம் ஆராய்ந்து அறிந்த, அடிப்படை உண்மையை கல்வி கற்றவர்கள் அறிந்திருக்க வாய்ப்புள்ளது. அது (Fungus) பூஞ்சைகள் – கருப்பு, மஞ்சள், பச்சை, வெள்ளை பூஞ்சைகள். தீமை ஏற்படுத்தும் பாக்டீரியாக்கள் (Bacteria), Yeast, Virus நோய் கிருமிகள். இந்த நுண்ணுயிர் கிருமிகள் விலங்கினங்கள் மூலம் மனிதர்களுக்கும் (அ) மனிதர்கள் மூலம் விலங்கினங்களுக்கும் பரவி ஊடுருவி அவர்களுக்குள்ளேயே அதின் மாறுபட்ட வேறுபட்ட மரபணு மூலக்கூறுகளில் பல புதிய வடிவிலான சவாலான செயல்திறன்களுடன் பலுகி பெருகி விடுகின்றன. இவைகளால் அறியாமையின் இயலாமையின் சூழல்களில் பல காலக்கட்டங்களில் மனிதர்களும் மற்ற உயிரினங்களும் அதிகமான உயிர் இழப்பை, மரணத்தை சந்திக்கின்றன. இது நிலையற்ற வாழ்வாக மனித சமுதாயம்

உணர்ந்திருக்கின்றனர். எனவே நோய் தடுக்கும் உயிர்காக்கும் வழிமுறைகளையும் மருந்துகளையும் கண்டுபிடித்து ஓரளவுக்கு இருபதாம் நூற்றாண்டில் வெற்றியும் அடைந்திருக்கிறது இந்த மனித இனம்.

a.   இயற்கையாகவும் நுண்உயிர் கிருமிகள் மூலமாக வியாதிகள் நோய்கள்பெலவீனங்கள் ஏற்படுகின்றன.

b.   செயற்கையாகவும் மனிதர்களின் அறிவியல் விஞ்ஞான முயற்சிகளில் ஏற்படும் தவறான அனுகுமுறை செயல்முறைகளின் பிழைகளினாலும் வியாதிகள் நோய்கள் பெலவீனங்கள் ஏற்படுகின்றன.

c.   மனிதர்களின் தவறான பாவமான பழக்கவழக்கங்களின் மூலமாக, தூய்மையற்ற அசுத்தமான வாழ்க்கை முறைகளினாலும் வியாதிகள் நோய்கள் ஏற்படுகின்றன.

இவைகள் கடந்த சுமார் 500 வருட அறிவியல் உண்மையாகவும், பரிசுத்த வேதாகமத்தின் கடந்த சுமார் 3600 வருட ஆன்மீக உண்மையாகவும் இருக்கின்றது.

பரிசுத்த வேதாகமம் சொல்லும் தொற்று நோய், வியாதிகள் தடுப்பு (வருமுன் காக்கும்) வழிகாட்டல் முறைகள் பற்றிய சில உதாரணம் கொடுக்கின்றேன்.கர்த்தராகிய தேவன் தன் சிருஷ்டிப்புகளாகிய மக்களை பாதுகாக்கும் சிறந்த ஆலோசகராகவும், வழிகாட்டியாகவும், மருத்துவராகவும் இருக்கின்றார்.

i.   நெருப்பில் சுட்டு சாப்பிட்ட இறைச்சி உணவுகளில் Virus கிருமிகள் அழிக்கப்படுகின்றன.

ii.   புளிப்பில்லாத அப்பம் சாப்பிடுவதால் Fungal, Yeast பூஞ்சைகளின் நோய் தொற்று தடுக்கப்படுகின்றன.

iii.   கசப்பான கீரை சாப்பிடுவதால் – உடலிலுள்ள தீமையான Bacteria புழுக்கள் அழிக்கப்படுகின்றன.

iv.   மாமிச கொழுப்பையும் ஒரு நாளுக்கு பிறகு மீதியான உணவுகளையும் நெருப்பில் சுட்டு எரித்து விடுவதால்; பலவிதமான உடல் உபாதைகள் பெலவீனங்கள் பலவற்றையும் தடுத்துவிடலாம்.

v.   ஒலிவ எண்ணெயின், திராட்சை பழத்தின், பேரீச்சை பழத்தின், மாதுளை பழத்தின், நவதானிய உணவின், செதிலுள்ள கடல்சார் உணவின், விரிகுழம்புள்ள அசைபோடும் சுத்தமான விலங்கினங்களின் மாமிச இறைச்சி உணவின் பயன்பாடுகளினால் மனிதனின் வலிமையான ஆரோக்கியமான சுகவாழ்வுக்கு வழி உண்டாகின்றன.

vi. நோய் தாக்கப்பட்டவர்களின் சுத்திகரிப்பு முறைகள், மரண நிகழ்விற்கு பிந்தய சுத்திகரிப்பு முறைகள்.

vii. ஆண், பெண் தனிப்பட்ட வாழ்வின், குடும்ப வாழ்வின், சமுதாய வாழ்வின் சுத்தமான, சுகாதாரமான, ஒழுக்கமான, நேர்மையான, பக்தியான, கண்ணியமான வாழ்க்கை முறைகளினால் பழக்க வழக்கங்களினால் பல குற்றங்களும் பாவங்களும் வியாதிகளும் சாபங்களும் மரணமும் தடுக்கப்படுகின்றன.

இவைகள் நியாயப்பிரமாண (சட்டம்) வழிகாட்டல் ஆகும். (யாத் – 12: 8 – 10; லேவி – 11: 1 – 25,19: 26 – 28; 26 – 47; 12, 13, 14, 15,18; உபா – 14: 1 – 21) வியாதிகள் நோய்கள் பெலவீனங்கள், காயங்கள் ஏன் எப்படி வந்தது என்று பகுத்தறியுங்கள். நல்ல மருத்துவரின், நல்ல மருத்துவ முறையின் உதவியோடு நல்ல மருந்துகளை, நல்ல உணவு முறைகளை எடுத்துக் கொள்ளுங்கள். சரியான உடற்பயிற்சியும், விளையாட்டும் அவசியம். நல்ல ஓய்வும் ஆழ்ந்த உறக்கமும் அநேக வியாதிகளுக்கு இறைவன் அளிக்கும் இலவச இயற்கை மருந்தாக இருக்கிறது. வாரத்தில் ஒரு நாள் அது ஓய்வு நாள் (எல்லா விதமான வேலையின் சுமைகளிலிருந்து எல்லா உயிரினங்களுக்கும் ஓய்வு (Rest day) என்ற நடைமுறை தேவனாகிய கர்த்தரின் வழிகாட்டுதலாக இருக்கின்றது.

உங்கள் வியாதியை நீக்க கர்த்தர் கிரியை செய்கின்றார். போலியான மருத்துவரும் உண்டு, போலியான மருந்துகளும் வியாபாரமாக்கப் படுகிறது; இதில் நாம் விழிப்புடன் இருக்க வேண்டும். முதலில் இந்த பூமியின் வாழ்வில் நீங்களும் நானும் பிழைத்து நிலைத்து வாழ்ந்த பிறகுதான், நித்திய ஜீவனை பெற்ற வாழ்வை நமக்கு கொடுப்பது இயேசு கிறிஸ்துவின் திட்டமாகும் தேவனின் சித்தமாகும். இந்த உண்மை, வாழ்வை புரியாது புறக்கணிக்கும் குறையுள்ள ஊழியனே சபையே நீ மனந்திரும்ப வேண்டும்.

கவனியுங்கள்: வெளி – 3: 17, 18; முழு வசனமும் மூன்று நிலைகளுக்கான மூன்று ஆலோசனைகளை உயிர்தெழுந்த இயேசு கிறிஸ்து லவோதிக்கேயா சபைக்கு அளிக்கின்றார். ஏழ்மை, தரித்திரம், நிர்வாண நிலையை, அசுத்தம், அறியாமை, ஆவிக்குரிய குருட்டாட்டம், வியாதிகள், பெலவீனங்கள், நோய்களின் மீது சபை மக்கள் ஜெயம் கொள்ள வேண்டும் என்ற வழிகாட்டுதலின் வாழ்க்கை முறை சத்தியங்களை கற்பிக்கின்றார்.

6.F. பொய்யான அற்புதம் அடையாளம் ஆராதனை செய்யும், கள்ள தீர்க்கதரிசிகளை அனுமதிக்கும் சபையே, நீ மனந்திரும்ப வேண்டும்:

21 ஆம் நூற்றாண்டு கிறிஸ்தவ மதத்திருச்சபைகளில் கள்ள தீர்க்கதரிசனம் சொல்லும், கள்ள போதகர்கள் பெருகி இருக்கிறார்கள். இவர்களின் அதிகரிப்பும்

அட்டகாசமும் பற்றி இயேசுகிறிஸ்து முன்னமே தன் காலத்தில் தீர்க்கதரிசனமாக சொல்லி எச்சரிக்கை செய்துவிட்டார்.

இயேசு தம்முடைய சீஷர்களுக்கு முன்னமே சொன்னது: உலகத்தின் முடிவு உடனே வராது. ஒருவனும் உங்களை வஞ்சியாதபடிக்கு எச்சரிக்கையாயிருங்கள். அநேகங் கள்ளத்தீர்க்கதரிசிகளும் எழும்பி, அநேகரை வஞ்சிப்பார்கள். ஏனெனில், அநேகர் வந்து, என் நாமத்தைத் (இயேசுவின் பெயரை) தரித்துக்கொண்டு: நானே கிறிஸ்து என்று சொல்லி, அநேகரை வஞ்சிப்பார்கள். அப்பொழுது, இதோ, கிறிஸ்து இங்கே இருக்கிறார். அதோ, அங்கே இருக்கிறார் என்று எவனாகிலும் சொன்னால் நம்பாதேயுங்கள். ஏனெனில், கள்ளக்கிறிஸ்துக்களும், கள்ளத்தீர்க்கதரிசிகளும் எழும்பி, கூடுமானால் தெரிந்து கொள்ளப்பட்டவர்களையும் வஞ்சிக்கத்தக்கதாகப் பெரிய அடையாளங்- களையும் அற்புதங்களையும் செய்வார்கள். (மத் – 24:3-5, 11, 23-25)

இதன் நிறைவேறுதலை இன்றைய காலங்களில் நானும் காண்கிறேன். உண்மையான உத்தமமான, பக்தியும் பரிசுத்தமும் உடைய சில போதகர்களும் ஊழியர்களும் இதை அறிந்து எச்சரித்து சீர்த்திருத்த ஊழியங்களையும் செய்கின்றார்கள். அவர்களுக்கு என் வாழ்த்துக்களை எப்பொழுதும் தெரிவித்து வருகின்றேன்.

சாத்தானின் வஞ்சனையான செயல்களினால் மோசம் போகாதிருங்கள்:

பொய்யான அற்புதம் அடையாளங்கள் செய்வதற்கு என்றே உள்ளூரிலிருந்தும் வெளிநாடுகளிலிருந்தும் ஆட்களை சபைக்குள்ளாக அழைத்து வந்து வீணான ஆராதனைகளை செய்கிறார்கள். விசுவாசிகளை மோசம் போக்கும், தெரிந்துக் கொள்ளப்பட்ட ஊழியர்களையே வஞ்சிக்கும் சாத்தானின் ஆவிகளான கள்ள தீர்க்கதரிசிகள், கள்ள போதகர்கள் பொய்யான அற்புத அடையாளங்களை நடப்பிக்கின்றார்கள். (வெளி – 16: 13, 14; யாத் – 7: 10 – 12; 8: 6, 7, 18, 19,20 – 22)

கவனியுங்கள்: சபையின் தலைவன், ஊழியன் சோர்ந்துப் போவதால், சத்தியம் தெரியாமல் சோரம் போனதால், பரிசுத்த ஆவியானவரின் உதவியுடன் வழிநடத்துதலின் படி விசுவாசிகளை சகல சத்தியத்திலும் போதித்து போஷித்து நடத்த தவறினதின் விளைவு: மக்கள் அற்புதம் அடையாளம் தீர்க்கதரிசனம் எங்கே? யார் மூலமாக எப்படி நடந்தாலும் அங்கே ஓடி மந்தையாய் விழுந்து கிடக்கிறார்கள்.

a.   தண்ணீரை பொய்யாய் திராட்சை ரசம் (முழ்ஜஞ) என்று சொல்லுவது.

b.   பணப்பையில், வங்கி கணக்கில் பணம் வந்துவிட்டது என்று மந்திரவாதிபோல சொல்லுவது.

c.	போதகரின் அபிஷேகம் வல்லமை வெளிப்படுத்துவது போல, சபை விசுவாச கூட்டத்தையே பேய் விரட்டி விழ செய்வது போன்று எல்லாரையும் கீழே விழச் செய்வது.

d.	ஒரு சபையின் பிரசங்கம், பாடல், எீம்,ம்ாம் யை (உடலின் மீது) வியாதி பெலவீனமுள்ள பகுதியின் மேல் வைத்து ஜெபித்தால் வல்லமை இறங்கி நோய்கள் நீங்குவதுபோல எீழிஜஉளஷெ கட்டி, சிறுநீரக கல் கறைவது மறைவது போல வியாபாரம் செய்வது.

e.	ஒரு சபையின் வருட காலண்டரை, பாடல் செய்தி புத்தகங்களை, வசன அட்டைகளை வாங்கினால் ஆசீர்வாதம் கொட்டும் என்று வியாபாரம் செய்வது.

f.	ஆசீர்வாத தட்டு ஏலம் என்று பணம் அதிகம் கொடுப்பவனுக்கே அதை கொடுத்து, ஏழைகளை ஏக்கமுடன் வெறும் கையுடன் அனுப்புவது.

g.	மரித்தவர்களின் பிரேதத்தை வைத்துக் கொண்டு உயிர்த்தெழ செய்வேன் என்று வீணாய் ஜெபிப்பதும், பொய்யாய் உயிர்த்தெழ செய்வது போன்று நடிக்க வைப்பது.

	இப்படி எத்தனை பொய்யான செயல்கள் நடந்துக் கொண்டே இருக்கின்றது. எந்த ஒரு பெலவீனம் வியாதி என்று வந்துவிட்டாலும் பிசாசு பிடித்தவர்கள் போன்றே விசுவாசிகளுக்கு ஜெபித்து விரட்டுவதும், சபித்து சத்தம் போடுவதும். பிறகு நாய், பூனை, சிங்கம்,பாம்பு,ஆடு, கரடி போன்ற விலங்குகள் போன்றே சத்தம் போடுவதும், கூச்சலிட்டு சிரிப்பது இவ்வாறு சபைகளுக்குள்ளே அற்புதம் அடையாளம் அதிசயம் என்று எத்தனை அவலட்சணமான அருவருப்பானவைகள் நடக்கின்றன. இவைகளில் தேவனின் திட்டமும் வெளிப்பாடும் இருக்கிறதா என்று ஆராய்ந்து அறிய வேண்டும். இவர்கள் எல்லாரும் மனந்திரும்ப வேண்டும்.

1 யோவான் – 3: 18, 19, 20,21, 22; மத் – 10: 8.

	என் பிள்ளைகளே, வசனத்தினாலும் நாவினாலும், கிரியைகளினாலும் உண்மையினாலும் அன்புக்கூரக்கடவோம்.

	இதினாலே நாம் நம்மைச் சத்தியத்திற்குரியவர்களென்று அறிந்து, நம்முடைய இருதயத்தை அவருக்குமுன்பாக நிச்சயப்படுத்திக்கொள்ளலாம்.

	நம்முடைய இருதயமே நம்மைக் குற்றவாளிகளாகத் தீர்க்குமானால், தேவன் நம்முடைய இருதயத்திலும் பெரியவராயிருந்து சகலத்தையும் அறிந்திருக்கிறார்.

	வியாதியுள்ளவர்களைச் சொஸ்தமாக்குங்கள், குஷ்டரோகிகளைச் சுத்தம்பண்ணுங்கள், மரித்தோரை எழுப்புங்கள், பிசாசுகளைத் துரத்துங்கள்; இலவசமாய்ப் பெற்றீர்கள், இலவசமாய்க் கொடுங்கள்.

உண்மையும் உத்தமமும் உறுதியும் கொண்ட விசுவாச ஊழியர்கள் உபத்திரவ நாட்களிலும் கர்த்தருடைய ஊழியர் என்ற நிலையிலேயே சீர்த்திருத்தமுடன், சத்தியத்திற்கு கீழ்ப்படிந்து தேவனுடைய சித்தத்தை நிறைவேற்றும் ஊழியங்களை செய்து வருகிறார்கள். இவர்களே, மக்களை விசுவாசிகளை நித்திய ஜீவனுக்கு பரலோக ராஜ்யத்திற்கு நேராக வழிநடத்தும் கர்த்தரின் ஊழியர்களாய் இருக்கின்றார்கள்.

7. நடனங்களும் நாடகங்களும் நிறைந்த நடிப்பு கலையரங்கமான கிறிஸ்தவ மதத்திருச்சபையே நீ மனந்திரும்பு :

ஒவ்வொன்றிற்கும் ஒவ்வொரு காலமுண்டு; வானத்தின் கீழிருக்கிற ஒவ்வொரு காரியத்துக்கும் ஒவ்வொரு சமயமுண்டு (நேரம் உண்டு). பிறக்க ஒரு காலம் உண்டு, இறக்க ஒரு காலம் உண்டு; அழ ஒரு காலம் உண்டு, சிரிக்க ஒரு காலம் உண்டு; புலம்ப ஒரு காலம் உண்டு, நடனமாட ஒரு காலம் உண்டு. (பிரசங்கி – 3: 1, 2, 4)

நடனங்களும், நாடகங்களும் உலக ராஜ்யத்தின் கீழ் உள்ள சில மதங்களில், மனித சமுதாயத்தில், கலைஉலக தொழில் நடிகை நடிகர்களிடையே பரவலாகக் காணப்படும் பிழைப்பு திறமைகள் ஆகும். இவர்களின் நடனமும் நடிப்பும் நல்ல நோக்கத்தையும் கருத்தையும் வெளிப்படுத்தும் செயல்களாக இருக்குமானால், மனித இளம் தலைமுறையினரை நன்றாக சிந்திக்கவும் செயல்படவும் தூண்டும். ஆனால் இவர்களின் நடனமும் நடிப்பும் தவறான நோக்கமும் தவறான காட்சியும் தவறான கருத்துக்களும் வெளிப்படுத்தினால், அதன் தாக்கமும் விளைவும் இளம்தலைமுறையினர்களின் வாழ்வியலில் சீர்கேடுகளின் தவறுகளை உண்டாக்கும். இது அப்படியே தேவனுடைய ராஜ்யத்தின் கிறிஸ்தவ மக்கள் சபைக்கும், மனித சமுதாயத்திற்கும் பொருந்தும்.

தேவனுடைய ராஜ்யத்தின் கிறிஸ்தவ சபையானது மனிதர்களின் (அ) ஒரு தனி மனிதனின் நடனம் நடிப்பு திறமையினால் சபை உருவாகவில்லை, சபை கட்டமைக்கப்படவில்லை. அது இயேசு கிறிஸ்துவின் உயிர் (ஜீவன்), உபதேசம், போதனையின் கட்டளைகளுக்கு மேல் கட்டப்படுவதே உண்மையில் பரலோகத்தினால் அங்கிகரிக்கப்படும் சபை ஆகும்.

2 சாமு – 6: 12 – 21; – இங்கே நாம் கவனிக்க வேண்டியது இடம், பொருள், நபர், செயல், சூழல் பற்றி அறிய வேண்டும்.

1. ஒரு இடம் விட்டு வேறொரு இடத்திற்கு கர்த்தருடைய பெட்டியை தெருக்களின் வழியாக கொண்டு சென்றார்கள். தாவீதின் நகரத்திற்கு கர்த்தருடைய பெட்டியை தாவீதும் மற்றவர்களுக்கும் கொண்டு வந்தார்கள்.

2.   நகரத்திற்குள்ளே (Entrance) போகும்போதே தாவீது ஆடு மாடுகளை பலியிட்டான்.

3.   தாவீது தான் ராஜா என்ற ஸ்தானத்தையும், தன் ராஜ உடைகளையும் களைந்து விட்டு, சணல் நார் துணியை அணிந்துக்கொண்டு, மக்களுக்கு மேல் அதிகாரம் ஆணவ ஆட்சி செய்ய வேண்டியவன் மக்களுக்கு கீழ் அவர்களில் ஒருவனாக ஓர் இளம் வாலிபனாய், தன் முழுப் பலத்தோடும் (தெரு வீதியில்) கர்த்தருக்கு முன்பாக (கர்த்தருடைய பெட்டிக்கு முன்பாக) (Dance) நடனம் நடனம் பண்ணினான்.

4.   அரண்மனை பலகணி (Window) வழியாய் சவுலின் குமாரத்தி மீகாள், தாவீது ராஜாகர்த்தருக்கு முன்பாக குதித்து, நடனம் பண்ணுகிறதைக் கண்டு, அவனை தன் இருதயத்திலும் பின்பு நேரிலும் சந்தித்து அவமதித்தாள்.

5.   கர்த்தருடைய பெட்டியை தாவீதின் நகரத்திற்குள் கொண்டு வந்து ஏற்கனவே தாவீது போட்ட கூடாரத்திற்குள் இருக்கிற அதின் ஸ்தானத்திலே கர்த்தருடைய பெட்டியை வைத்த போது, தாவீது சர்வாங்க தகனபலிகளையும் சமாதானபலிகளையும் செலுத்தினான். (தாவீது கூடாரத்திற்குள் ஆடவில்லை, இதற்கு பின்பு வேறு எங்கேயும் ஆடினான் என்ற குறிப்பும் இல்லை.)

6.   பின்பு சேனைகளின் கர்த்தருடைய நாமத்தினாலே ஜனங்களை ஆசீர்வதித்து, இஸ்ரவேலின் திரள் கூட்டமான பெண்கள், ஆண்கள், சிறுவர்கள் எல்லாருக்கும் (each person) ஒவ்வொரு அப்பம், ஒவ்வொரு இறைச்சித் துண்டையும், ஒவ்வொரு படி திராட்சரசத்தையும் பங்கிட்டான்; பிற்பாடு ஜனங்கள் எல்லாரும் அவரவர் தங்கள் வீட்டிற்குப் போய்விட்டார்கள்.

குறிப்பு: தாவீது ஆடினான் நாமும் ஆடுவோம் பாடுவோம் என்று எந்த இடம் சென்றாலும் தெரு கூட்டத்திலும், சபைக்குள்ளேயும் (கூடாரம் – ஆலயம்) ஆடுகிறான் என்றால் அவன் தாவீதின் முழுமையான முன்மாதிரிகளை பின்பற்றாதவன். நேர்மையும் உண்மையும் இல்லாத வியாபாரம், விளம்பரம் தேடும் மனிதன் ஆவான். இந்த மாதிரியான மனிதர்கள் இயேசு கிறிஸ்துவின் பெயரில், மக்களை, சபையை தெரிந்துக் கொள்ளப்பட்ட ஊழியர்களையும் வஞ்சிக்கும் கள்ள போதகர்களாய் இருக்கின்றார்கள். இந்த வஞ்சகத்தை மயக்கும் சாத்தானின் ஆழங்களை சபை ஜெயிக்க வேண்டும். இவர்களிடம் சிக்கி சபையை வளர்க்கனும் கூட்டத்தை பெருக்கனும் காணிக்கை பெட்டியை நிரப்பனும் இதுதான் வெற்றியுள்ள ஊழியம், இதுதான் கிறிஸ்துவின் சபையை கட்டும் காரியம் என்று மோசம் போகும் சபையே நீ மனந்திரும்பு.

1.   இஸ்ரவேலர்களை கர்த்தரை பாடுங்கள் என்று மிரியாம் சொன்னால், ஆனால் பெண்கள் நடனம் ஆடினார்கள். இது விடுதலையின் மகிழ்ச்சி

உற்சாகம் நன்றி உணர்வு ஆகும். இது வனாந்திரம் - வாழ்வு (யாத் – 15: 20, 21).

2.   என் குமாரனாகிய (இளையவன்) இவன் மரித்தான், திரும்பவும் உயிர்த்தான்; காணாமற் போனான், திரும்பவும் காணப்பட்டான் என்று (தகப்பனின் வீட்டில்) கீதவாத்தியமும், நடனக்களிப்புடனும் சந்தோஷமும் மகிழ்ச்சியும் உண்டானது. எல்லாருக்கும் (லூக் – 15: 24, 32) விருந்து உபசரிப்பும் கொடுக்கப்பட்டது. இது ஒரு செல்வந்தனின் தனிப்பட்ட குடும்ப வாழ்வு.

3.   ஏரோதியாளின் குமாரத்தி, ஏரோதின் பிறந்த நாள், கொண்டாட்டத்தில் சபை நடுவில் நடனம் பண்ணி ஏரோதை சந்தோஷப்படுத்தினாள், ஆனால் தேவனை துக்கப்படுத்தும் செயலாக உண்மையும் நீதியும் பக்தியும் நிறைந்த கர்த்தரின் ஊழியனாகிய யோவான் ஸ்நானகனின் உயிரை (தலையை) பரிசாக கேட்டாள். (மத் – 14: 1 – 8; 9 – 11) அப்படியே அவன் கொலை செய்யப் பட்டான். இது அரண்மனையில் ஒரு அரசனின் குடும்ப ஆடம்பர அநீதியின் வாழ்வு.

4.   இஸ்ரவேல் புத்திரருக்காக யெப்தா, அம்மோன் புத்திரரின் மேல் யுத்தம் பண்ணி, வெற்றி பெற்று திரும்பினான். தன் தந்தையின் வெற்றியை வருகையை கொண்டாடிய யெப்தாவின் குமாரத்தி தம்புரு (Tambourines) வாசித்து நடனஞ்செய்து (Dancing), அவனுக்கு எதிர்கொண்டு வந்தாள்;

தன் தகப்பன் என்னையே கர்த்தருக்குரியதாகும் சர்வாங்க தகனபலியாக செலுத்த வேண்டிய எதிர்பாராத பொருத்தனையை செய்து விட்டார், என்ற சூழ்நிலையை அறிந்த பிறகும், தன் தந்தை கர்த்தருக்கு செய்த பொருத்தனைக்கு எந்த மறுப்பும் சொல்லாமல், அவள்: என் தகப்பனே, உம்முடைய வார்த்தையின் படியே எனக்குச் செய்யும் என்றாள். அதற்கு முன்பாக தான் வாலிப கன்னிபெண் என்று அறிந்தும்; ஆனால் 20 வருடம் வாழ அனுமதிக்கும்படி கேட்காமல் 2 மாதம் மட்டும் தன் தோழிகளுடன் போய் துக்கங் கொண்டாடினாள். இரண்டு மாதம் முடிந்த பின்பு, தன் தகப்பனிடம் வந்து தன்னையே கர்த்தருக்கு ஜீவபலியாக ஒப்புக் கொடுத்தாள். இது ஒரு பக்தியுள்ள குடும்பத்தில் தகப்பனின் மகளின் உண்மையுள்ள விசுவாசத்தின் வாழ்வு. இது நம் நெஞ்சை உடைக்கும் உருக செய்யும், பக்தியும் நேர்மையும் பரிசுத்தமும் உள்ள ஒரு வாலிப பெண்ணின் சாட்சியின் ஜீவியமாகும். (நியாயதிபதிகள் – 11: 4 – 29, 30 – 40)

கிறிஸ்தவ ஆலயத்தின் ஆராதனையில் நடனமாடும் சபையே, மனிதனே இன்றே மனந்திரும்புங்கள். (ரோமர் – 12: 1, 2) நீங்கள் உங்கள் சரீரங்களை பரிசுத்தமும் தேவனுக்குப் பிரியமுமான ஜீவபலியாக ஒப்புக்கொடுக்க வேண்டும். இதுவே நீங்கள் செய்யத்தக்க புத்தியுள்ள ஆராதனைஆகும். உங்கள் மனதை புதிதாக்குங்கள். தேவசித்தம் எது என்பதை பகுத்தறியுங்கள்.

8.H. விசுவாச துரோகமும் மாய மாலமான அன்பும் பிரிவினைகளும் கொண்ட சபைகளே (மக்களே) மனந்திரும்புங்கள் :

மனித சமுதாயங்களுக்கு இடையே பிளவுகளும் பிரிவினைகளும் தேசத்திற்குள்ளும் அதற்கு வெளியிலும் ஏன் வருகிறது? யாரால் வருகிறது? என்று ஆராய்ந்து அறிந்தால், அதன் பின்னணியில் சில மனிதர்கள் தவறான தலைவர்களாய் வழிகாட்டிகளாய் மக்களை தங்கள் வசமாய் ஈர்த்து, அறியாமையுடனும் அடிமைத்தன மனப்பான்மையுடனும் அவர்களை தூண்டுதலுடன் செயல்பட்டுக் கொண்டே இருப்பார்கள். இதில் நல்ல நோக்கங்களும் காரணங்களும் உண்டு, தவறான நோக்கங்களும் ஆதாயங்களும் உண்டு.

கிறிஸ்தவ மத கூட்டத்தினரும் இப்படிப்பட்ட தலைவர்களின் மரபுவழியை தொடர்ந்து, பல பிரிவினைகள் கொண்ட மனப்பான்மையுடன் வாழ்கின்றார்கள். இது சரியா? இவர்கள் பூரண பிரமாணமாகிய ஜீவபிரமாணத்தின் சத்தியத்திற்குள் வாழ்கின்றார்களா? இவர்கள் இயேசு கிறிஸ்துவை விசுவாசிக்கின்றேன் என்று சொல்லியும், அவரின் உபதேசத்திற்கு முற்றிலும் கீழ்படிகிறார்களா? சிந்தித்துப் பாருங்கள். இவர்கள் பூரண பிரமாணத்தின் ஜீவனுக்குள் வாழவில்லை. இவர்கள் இயேசு கிறிஸ்துவின் போதனைக்கும் உபதேசத்திற்கும் முழுமையாய் செவிசாய்க்கவும் கீழ்படியவும் விரும்பவில்லை. இவர்கள் இயேசுவை விசுவாசிக்கின்றோம் என்று சொல்லி தங்களின் அற்பவிசுவாசம், சொற்பவிசுவாசம், செத்த விசுவாசத்தில் நித்திய ஜீவனுக்குள் போக முயற்சிக்கிறார்கள். அது இவர்களால் முடியாத செயல் என்பது மிக உறுதியான உண்மையாகும்.

A. சமாதானமின்மை – பகைமை, பழிச்சொல், அவதூறுகள். பிரிவினை – பிரிவு, தனித்துவிடப்படுதல், தனித்துவம், பிளவு உண்டு பண்ணுதல். இவைகள் ஒரு உண்மையான வைராக்கியமான சீஷனுக்கும், கிறிஸ்தவனுக்கும், ஊழியனுக்கும், தனது குடும்பத்திற்குள்ளும், சமுதாயத்திற்குள்ளும் உண்டாகும். அதற்கு நல்ல நோக்கமும் காரணங்களும் உண்டு. அந்த சமாதானமின்மையும், பிரிவினையும் அவர்களுக்கு இயேசு கிறிஸ்துவினால் மட்டுமே உண்டாகிறது. இது தவறு அல்ல, இது நிச்சயம் உண்மையான உறுதியான விசுவாசமுள்ள கிறிஸ்துவின் சீஷன் ஊழியனின் சாட்சியுள்ள வாழ்வினால் உண்டாகும் விளைவாகவே இருக்கின்றது. இதை இயேசு கிறிஸ்து தன்னுடைய உபதேசத்தில் முன்னமே சொன்ன தீர்க்கதரிசன வார்த்தையும் ஆலோசனையும் ஆகும்; அவைகள் நிறைவேறிக் கொண்டு இருக்கின்றது. இதற்கு நானும் ஓர் சாட்சியாக விளங்குகின்றேன். இது நல்லது, நன்மையானது, பலன்தரக்கூடியது, ஆசீர்வாதம், ஜீவ கிரீடம் என்று விசுவாசமுடன் இந்த சூழலை கடந்து போகும் ஊழியனே விசுவாசியே பகுத்தறிவும், உத்தம பக்தியும் கொண்ட பரலோக ராஜ்யத்திற்கு

உட்பட்ட கிறிஸ்தவன் ஆவான். (மத் – 10: 11 – 28, 29 – 42; லூக் – 12: 49 – 53; மத் – 5: 11 – 16)

இயேசு கிறிஸ்து: பூமியின் மேல் அக்கினியைப் போட வந்தேன், அது இப்பொழுதே பற்றி எரிய வேண்டுமென்று விரும்புகின்றேன். ஆகிலும் நான் முழுகவேண்டிய ஒரு ஸ்நானமுண்டு, அது முடியுமளவும் எவ்வளவோ நெருக்கப்படுகிறேன். நான் பூமியிலே சமாதானத்தை உண்டாக்க வந்தேன் என்று நினைக்கிறீர்களோ? சமாதானத்தை அல்ல, பிரிவினையையே உண்டாக்க வந்தேன் என்று உங்களுக்குச் சொல்லுகிறேன்.(மீகா – 7: 5 – 8; மத் – 10: 32-40) எப்படியெனில், இது முதல் ஒரே வீட்டிலே ஐந்துபேர் பிரிந்திருப்பார்கள் (கருத்து புரிதலில், விசுவாசம் நம்பிக்கை, சுதந்திரம் அடிப்படையில்) இரண்டு பேருக்கு விரோதமாய் மூன்று பேரும், மூன்று பேருக்கு விரோதமாய் இரண்டு பேரும் (அவ்விசுவாசமும், அன்பு இல்லாமலும்) பிரிந்திருப்பார்கள். தகப்பன் மகனுக்கும் மகன் தகப்பனுக்கும், தாய் மகளுக்கும் மகள்தாய்க்கும், மாமி மருமகளுக்கும் மருமகள் மாமிக்கும் விரோதமாய்ப் பிரிந்திருப்பார்கள் என்றார்.

உங்களில் எத்தனைப்பேர் இந்த வகையில் சமாதானமின்மையோடும் பிரிவினையோடும் சத்தியத்திற்கு இயேசுவுக்கு நீதிக்கு சாட்சியாக வாழ்கின்றீர்கள். யோசித்து பாருங்கள். அப்போஸ்தலனாகிய பேதுருவும் இவைகளை பற்றி என்ன சொல்லுகிறான் என்று கவனியுங்கள்.

பிரியமானவர்களே, உங்களைச் சோதிக்கும்படி உங்கள் நடுவில் பற்றியெரிகிற அக்கினியைக்குறித்து ஏதோ புதுமையென்று திகையாமல், கிறிஸ்துவின் மகிமை வெளிப்படும் போது நீங்கள் களிகூர்ந்து மகிழும்படியாக அவருடைய பாடுகளுக்கு நீங்கள் பங்காளிகளானால் சந்தோஷப்படுங்கள். நீங்கள் கிறிஸ்துவின் நாமத்தினிமித்தம் நிந்திக்கப்பட்டால் பாக்கியவான்கள்; ஏனென்றால் தேவனுடைய ஆவியாகிய மகிமையுள்ள ஆவியானவர் உங்கள் மேல் தங்கியிருக்கிறார். ஒருவன் கிறிஸ்தவனாயிருப்பதினால் பாடுபட்டால் வெட்கப்படாமலிருந்து, அதினிமித்தம் தேவனை மகிமைப்படுத்தக்கடவன். ஆகையால், தேவனுடைய சித்தத்தின்படி பாடு அநுபவிக்கிறவர்கள் நன்மை செய்கிறவர்களாய்த் தங்கள் ஆத்துமாக்களை உண்மையுள்ள சிருஷ்டிகர்த்தாவாகிய அவருக்கு ஒப்புக் கொடுக்கக்கடவர்கள். (1 பேதுரு – 4: 12 – 19; 3: 13 – 17)

குறிப்பு: ஒரு குடும்பத்திற்குள்ளே இருப்பவர்களும் (அ) ஒரு சமுதாயத்திற்குள்ளே இருப்பவர்களும் எல்லாரும் ஒரே நிலைபாட்டினை உடைய கருத்தையும் கொள்கையையும் நம்பிக்கையும் விருப்பத்தையும், நீதியையும் விசுவாசத்தையும் நற்குணங்களையும் கொண்டிருக்க மாட்டார்கள். அவர்களில்

நேர்மையானவர்களும் நீதிமான்களும் நற்குணமுடையவர்களும் உண்டு; அவர்களில் பொய்யர்களும் துன்மார்க்கமுடன் செயல்படும் துர்குணசாலிகளும் உண்டு. இவர்களில் யாரால் மனித சமுதாயத்திற்கு நன்மை சமாதானம் உண்டாகும், யாரால் தீமைகளும் தொல்லைகளும் உண்டாகும்; என்பவைகளும் கவனித்து பகுத்து பாராட்டப்பட வேண்டும். எல்லாரையும்;அள்ளி அணைத்துக் கொள்ளவும் கிள்ளி முத்தமிடவும் முடியாது, என்ற எதார்த்த நிலையை நீங்களும் புரிந்திருப்பீர்கள் என்று நம்புகின்றேன்.

B. கிறிஸ்தவ மார்க்கத்திலே இருக்கும் நீதிமான்களுக்கு, பரிசுத்தவான்களுக்கு வரும் பிரச்சனைகள் ஒருபுறம் உலக ராஜ்யத்தின் மனிதர்களால் வந்தாலும், மறுபுறம் கிறிஸ்தவ மதத்தினர்களான போலி பொய்யான (வேஷமாக திரியும்) கிறிஸ்தவ மனிதர்களால் கிறிஸ்தவ சபைக்கும் உலக சமுதாயத்திற்கும் தொல்லைகளும் தீமைகளும் வருகின்றன என்பதை மறுக்க முடியாத சில வரலாற்று நிகழ்வுகள் இருக்கின்றது.

ரோமர் – 12: 9, 15 – 18, 19

உங்கள் அன்பு மாயமற்றதாயிருப்பதாக, தீமையை வெறுத்து, நன்மையைப் பற்றிக் கொண்டிருங்கள்.

சந்தோஷப்படுகிறவர்களுடனே சந்தோஷப்படுங்கள்; அழுகிறவர்களுடனே அழுங்கள்.

ஒருவரோடொருவர் ஏகசிந்தையுள்ளவர்களாயிருங்கள்; மேட்டிமையான– வைகளைச் சிந்தியாமல்,தாழ்மையானவர்களுக்கு இணங்குங்கள்; உங்களையே புத்திமான்களென்று எண்ணாதிருங்கள்.ஒருவனுக்கும் தீமைக்குத் தீமை செய்யாதிருங்கள்; எல்லா மனுஷருக்கு முன்பாகவும் யோக்கியமானவைகளைச் செய்ய நாடுங்கள். கூடுமானால் உங்களாலானமட்டும் எல்லா மனுஷரோடும் சமாதானமாயிருங்கள்.

பிரியமானவர்களே, பழிவாங்குதல் எனக்குரியது, நானே பதிற்செய்வேன், என்று கர்த்தர் சொல்லுகிறார் என்று எழுதியிருக்கிற படியால், நீங்கள் பழிவாங்காமல், கோபாக்கினைக்கு இடங்கொடுங்கள்.

கிறிஸ்தவ மத சபையாக இருக்கும் மக்கள் தங்களுக்குள்ளும் உலக மக்கள் கூட்டத்திலும் சமாதானமில்லாமலும் ஒழுக்கமும், உண்மையான அன்பும், நேர்மையும், நீதியும் இல்லாத பிரிவினைகள் உடையவர்களாய் பலர் பெயர் கிறிஸ்தவர்களாய் இருக்கின்றார்கள்.

இவர்கள் தங்களின் வசதிக்கு வளைத்து வடிவமைத்துக் கொள்ளும் துர்உபதேசத்தின்,மாறுபாடான போதனையின் சபையை, அதன் சட்டதிட்டங்களை,

அதன் தலைவனை நம்புகிறார்கள். அதையே வேத வாக்கு மற்றும் ஐக்கியம் என்று விசுவாசிக்கின்றார்கள்.இது நல்லது அல்ல.இவர்கள் தங்களின் வாழ்வின் வசதிகளுக்கும், பதவி அதிகார ஆசைகளை நிறைவேற்றிக் கொள்வதற்கும் மனிதர்களிடையே கலகம் செய்வதும், பொறாமை கொள்வதும், போட்டிப் போடுவதும், வஞ்சிப்பதும், பலவந்தம் செய்வதும், போர் – யுத்தம் செய்பவர்களாகவும் இருக்கின்றார்கள். இவர்கள் தீமையான, தொந்தரவான, தோல்வியான விளைவுகளையே மனித சமுதாயத்தில் உண்டு பண்ணுகின்றார்கள். இவர்கள் இயேசு கிறிஸ்துவின் விருப்பம் நோக்கம் மற்றும் பிதாவாகிய தேவனின் சித்தத்தை நிறைவேற்றாத விசுவாச துரோகிகளாகவே ஊழியமும் செய்வார்கள்.இவர்கள் மனந்திரும்ப வேண்டும்.

இயேசு கிறிஸ்து இப்படிப்பட்டவர்களை குறித்து என்ன சொன்னார் என்று கவனியுங்கள் :

1. நீங்கள் மனுஷருக்கு நீதிமான்கள் என்று புறம்பே காணப்பட்டாலும், உள்ளத்திலோ மாயத்தினாலும் அக்கிரமத்தினாலும் நிறைந்திருக்கிறீர்கள். இவர்கள் மனுஷர்கள் மேல் (விசுவாசிகள்) சுமக்க முடியாத பாரமான சுமைகளை சுய ஆதாய மனித சட்டம், தேவையற்ற கட்டுபாடும், காணிக்கைகள், கடினமான பொருத்தனை, வேலை சுமைகளை, பொருப்புகளை சுமத்தி விட்டு; இவர்கள் அதை கொஞ்சமும் இறங்கி செய்கிறது இல்லை. மனிதர்கள் பார்வைக்கு மெச்சிக்கொள்ளவே எல்லாம் அதிகார அலங்கார அழுகு செயல்களை செய்வார்கள்.

2. எதிலும் எங்கும் இவர்களுக்கு முதல் முதன்மை இடத்தை கொடுத்து விட வேண்டும். தங்களை எல்லாரும் போதகர், எஜமானான், குருவே, Reveren என்று அழைக்க வேண்டும்.

எல்லாரும் தங்களுக்கு வணக்கம் சொல்லவும் வணங்க வேண்டும் என்று எதிர்ப்பார்ப்பார்கள். இவர்கள் தங்களை எல்லாரும் உயர்த்தியே பிடித்து துதி பாட வேண்டும் என்று பெருமைக் கொண்டவர்கள். இவர்கள் சகோதரர், ஊழியக்காரன் என்று சொல்வதை விரும்புவதே இல்லை.

3. இவர்கள் தேவாலயத்திற்கு வரும் அர்ப்பணிப்புள்ள விசுவாசிகள், ஏழை மக்களை மதிப்பதை விட, தங்கம் (பொன்), வெள்ளி, காணிக்கை, தசமபாகம் பணத்தின் மீது அதிகமான ஆவலும் ஆசையும் மதிப்பும் உடையவர்களாய், ஐசுவரியவான்களுக்கே பிரியமாய் ஊழியம் செய்வார்கள். பார்வைக்காக நீண்ட ஜெபம் செய்வார்கள். அனாதைகள், விதவைகள், ஏழைகள் ஆனாலும் அவர்களிடம் பணம் பெற்றுக் கொள்வார்கள்.

4. மாயக்காரராகிய வேதபாரகரே ! பரிசேயரே ! உங்களுக்கு ஐயோ, ஒருவனை உங்கள் மார்க்கத்தானாக்கும்படி (தங்களின் கொள்கை – **Policy**) ஒத்து போகக்கூடியகூட்டத்தைச் சேர்க்க, உருவாக்க) சமுத்திரத்தையும் (கடற்பயணம்)

பூமியையும் (குரை பயணம்) சுற்றித் திரிகிறீர்கள். அவனை (சிக்குண்டவர்கள்) உங்களிலும் இரட்டிப்பாய் நரகத்தின் மகனாக்குகிறீர்கள் (சாத்தானின் மக்கள் கூட்டமாகிறார்கள்). இவர்கள் மனுஷர் பிரவேசியாதபடி பரலோக ராஜ்யத்தைப் (விசுவாசிகள் அறிந்திடாதபடி) பூட்டிப் போடுகிறீர்கள்; உண்மையை, பூரணமாக எல்லா சத்தியத்தையும் பேசுவதில்லை) இவர்களும் பரலோக ராஜ்யத்தில் பிரவேசிப்பதுமில்லை, பிரவேசிக்க விருப்பமுள்ளவர்களை, முயற்சிப்பவர்களைப் பிரவேசிக்க விடுகிறதுமில்லை என்றார்.

இவர்கள் நீதியை புரட்டுகின்றவர்களாய், பாரபட்சமுள்ளவர்களாய், இரக்கமில்லாதவர்களாய் இருப்பதினால் நரக ஆக்கினைக்கு தப்பமுடியாதவர்கள் என்றே இயேசு கிறிஸ்துவும் தீர்ப்பளிக்கின்றார்.(மத் - 23: 1 - 36)

கவனியுங்கள்: 1. ஜெயம் கொள்ளும் வெற்றியடையும் ஓர் சீஷன் கிறிஸ்தவன் ஊழியனின் வாழ்வில் குடும்பத்தில் சொந்த உறவு உடன் பிறப்புகளினால் அவர்களுக்குள் (அவனுக்கு) சமாதானமின்மை, பிரிவினைகள் உண்டாகும் என்பதை இயேசு கிறிஸ்துவே முன்அறிவித்தார். இது பாவம் குற்றம் குறை தோல்வி என்று அந்த தனி மனிதனை ஊழியனை சீஷனை இன்று நீங்கள் யாராகிலும் குறைத்து மட்டுபடுத்தி பேசினால், நீங்கள் பகுத்தறிவு இல்லாதவர்கள். இயேசு கிறிஸ்துவின் போதனையை, புத்திமதிகளை, வழிகாட்டுதல் நெறிகளை அறியாதவர்கள்.

2. ஆனால் தலைவர்கள், தனிமனிதர்கள், ஊழியர்கள், போதகர்கள் மூலமாக சபைகளில், கிறிஸ்தவ சமுதாயத்தில் பிரிவினைகள் சமாதானமின்மை வருவதை இயேசு கிறிஸ்து விரும்பவில்லை. அப்படி பிரிவினை சபைகளை - ஊழியங்களை (ஒன்றுபடுத்துவதே) ஒற்றுமையடைய செய்து, அதன் மூலம் இவர்கள் இயேசு கிறிஸ்துவின் சீஷர்கள் ஊழியர்கள் என்பதை இந்த உலகிற்கு காண்பிக்க செய்வதை மட்டுமே இயேசு கிறிஸ்து விரும்புகின்றார். இன்றைய காலத்தின் 21 ஆம் நூற்றாண்டின் பிரிவினைவாத கிறிஸ்தவ மத சபைகளே, அதன் தலைவர்களே நீங்கள் உணர்ந்து மனந்திரும்ப வேண்டும்.

9.।. கிறிஸ்தவ சபைகள் (விசுவாசிகளானவர்களின்) ஒற்றுமைக்கான இயேசு கிறிஸ்துவின் ஜெபம் (Jesus Christ's prayer for Christian Churches (people) complete unity):

நான் இனி உலகத்திலிரேன், இவர்கள் (தன்னுடைய சீஷர்களும் ஊழியர்களுமான அப்போஸ்தலர்கள்) உலகத்திலிருக்கிறார்கள்; நான் உம்மிடத்திற்கு வருகிறேன். பரிசுத்த பிதாவே, நீர் எனக்குத் தந்தவர்கள் நம்மை போல ஒன்றாயிருக்கும் படிக்கு, நீர் அவர்களை உம்முடைய நாமத்தினாலே காத்துக்கொள்ளும்.

நான் அவர்களுடனேகூட உலகத்திலிருக்கையில் அவர்களை உம்முடைய நாமத்தினாலே காத்துக் கொண்டேன்; நீர் எனக்குத் தந்தவர்களைக் காத்துக் கொண்டு வந்தேன்; வேதவாக்கியம் நிறைவேறத்தக்கதாக, கேட்டின் மகன் கெட்டுப் போனானேயல்லாமல், அவர்களில் ஒருவனும் கெட்டுப் போகவில்லை.

நான் உம்முடைய வார்த்தையை அவர்களுக்குக் கொடுத்தேன்; நான் உலகத்தானல்லாதது போல அவர்களும் உலகத்தாரல்ல; ஆதலால் உலகம் அவர்களைப் பகைத்து, நான் உலகத்தானல்லாதது போல, அவர்களும் உலகத்தாரல்ல. உம்முடைய சத்தியத்தினாலே அவர்களைப் பரிசுத்தமாக்கும்; உம்முடைய வசனமே சத்தியம். அவர்களும் சத்தியத்தினாலே பரிசுத்தமாக்கப் பட்டவர்களாகும்படி, அவர்களுக்காக நான் என்னைத்தானே பரிசுத்தமாக்குகிறேன்.

நீர் அவர்களை உலகத்திலிருந்து எடுத்துக் கொள்ளும்படி நான் வேண்டிக் கொள்ளாமல், நீர் அவர்களைத் தீமையினின்று காக்கும்படி வேண்டிக் கொள்ளுகிறேன். நீர் என்னை உலகத்தில் அனுப்பினது போல, நானும் அவர்களை உலகத்தில் அனுப்புகிறேன். நான் இவர்களுக்காக (சீஷர்கள், ஊழியர்களான அப்போஸ்தலர்கள்) வேண்டிக் கொள்ளுகிறதுமல்லாமல், இவர்களுடைய வார்த்தையினால் என்னை (இயேசுவை) விசுவாசிக்கிறவர்- களுக்காகவும் (விசுவாசமுள்ள கீழ்ப்படிதலுள்ள கிறிஸ்தவர்கள்) வேண்டிக் கொள்ளுகிறேன்.

அவர்களெல்லாரும் (கிறிஸ்தவ சபைகள் – மக்கள் சமுதாயம்) ஒன்றாயிருக்கவும், பிதாவே, நீர் என்னை அனுப்பினதை உலகம் விசுவாசிக்கிறதற்காக, நீர் என்னிலேயும் நான் உம்மிலேயும் இருக்கிறது போல அவர்களெல்லாரும் நம்மில் ஒன்றாயிருக்கவும் வேண்டிக் கொள்ளுகிறேன். ஒருமைப்பாட்டில் அவர்கள் தேறினவர்களாயிருக்கும்படிக்கும் **(may they be brought to complete unity),** என்னை நீர் அனுப்பினதையும், நீர் என்னில் அன்பாயிருக்கிறது போல அவர்களிலும் அன்பாயிருக்கிறதையும் உலகம் அறியும் படிக்கும், நான் அவர்களிலும் நீர் என்னிலும் இருக்கும்படி வேண்டிக் கொள்ளுகிறேன். (யோவான் – 17: 9 – 20).

கவனி: பகைகள் பிளவுகள் பிரிவினைகள் இல்லாத கிறிஸ்தவ மார்க்கமாக, கிறிஸ்தவ தலைவர்களும் மக்களும் ஒற்றுமையுடன் இருக்க வேண்டும். அது அவர்கள் இயேசு கிறிஸ்துவுடனும் பிதாவுடனும் இணைந்து வாழவும், அவரின் வார்த்தைகளில் நிலைத்திருக்கவும், மிகுந்த கனிகளைக்

(நல்ல விதைகளால் உண்டாகும் பலனாய்) கொடுக்கின்றவர்களாய் பிதாவை மகிமைப்படுத்த வேண்டும். இவர்கள் தான் இயேசு கிறிஸ்துவின் சீஷர்கள் அப்போஸ்தலர்கள் பரலோக ராஜ்யத்தின் மக்கள் என்பதை உலக ராஜ்யங்கள் அறியவும் ஆச்சரியப்படவும் வேண்டும் என்பதே விண்ணப்பத்தின் வேண்டுதலின் நோக்கமாக இருக்கின்றது.

குறிப்பு: இயேசு கிறிஸ்துவின் விண்ணப்பம், வேண்டுதல், ஆலோசனை, போதனையின் வழிகாட்டுதலின் நோக்கம் சித்தத்தை உலகளாவிய -Universal Church கிறிஸ்தவ மத சபைகள் முதல் நூற்றாண்டு முதல் 21 ஆம் நூற்றாண்டு இன்றுவரையிலும் ஒற்றைமையை – Unity மீறினவர்களாய் இருந்து வருகின்றார்கள். குறைவுள்ள தலைவர்களின் உபதேச பிழைகளும், சுயமான போதனைகளும், மாயமாலமான வாழ்க்கை அனுகுமுறைகளும்,உலக ஞானம் உடையவர்களாய் நெருங்கின சொந்த உறவுகளை பிரியப்படுத்தி தவறான கொள்கையுடன், தேவனைப் பிரியப்படுத்த மறுக்கும் துரோக செயல்களில் முனைப்புடன் செயல்படுகின்ற தவறான மனிதர்கள், சபை மக்களை (விசுவாசிகளை) பிளவுபடுத்தி பிரிவினைக்குள்ளாகவே கொண்டு போனார்கள். ஆவிக்குரியவன் மட்டுமே தேவனுக்குப் பிரியமானவைகளை சித்தமானவைகளை செய்வான்.

யாக் – 3: 13 – 18;

உங்களில் ஞானியும் விவேகியுமாயிருக்கிறவன் எவனோ, அவன் ஞானத்திற்குரிய சாந்தத்தோடே தன் கிரியைகளை நல்ல நடக்கையினாலே காண்பிக்கக்கடவன்.

உங்கள் இருதயத்திலே கசப்பான வைராக்கியத்தையும் விரோதத்தையும் வைத்தீர்களானால், நீங்கள் பெருமை பாராட்டாதிருங்கள்; சத்தியத்திற்கு விரோதமாய்ப் பொய்சொல்லாமலுமிருங்கள். இப்படிப்பட்ட ஞானம் பரத்திலிருந்து இறங்கிவருகிற ஞானமாயிராமல், லௌகிக சம்பந்தமானதும், ஜென்ம சுபாவத்துக்குரியதும், பேய்த்தனத்துக்கடுத்ததுமாயிருக்கிறது.

வைராக்கியமும் விரோதமும் எங்கே உண்டோ, அங்கே கலகமும் சகல துர்ச் செய்கைகளும்முண்டு.பரத்திலிருந்து வருகிற ஞானமோ முதலாவது சுத்தமுள்ளதாயும், பின்பு சமாதானமும் சாந்தமும் இணக்கமுள்ளதாயும், இரக்கத்தாலும் நற்கனிகளாலும் நிறைந்ததாயும்,பட்சபாதமில்லாததாயும், மாயமற்றதாயுமிருக்கிறது.

நீதியாகிய கனியானது சமாதானத்தை நடப்பிக்கிறவர்களாலே சமாதானத்திலே விதைக்கப்படுகிறது.

எ.கா. 1. **இயேசு சொன்னார்:** நீங்கள் உங்களுக்காக ஒவ்வொருவருக்கொருவர் சகோதரர்களாய் இருக்கிறீர்கள். நீங்கள் என்னுடைய சீஷர்கள், எனக்கு ஊழியம் செய்யும் என் வேலைக்காரர்கள். என் சிநேகிதர்கள் – நண்பர்கள். நீங்கள் குருக்கள், போதகர் (ரபீ), பிதா என்று அழைக்கப்படக்கூடாது, நானே உங்களுக்கு போதகர் (ரபீ) குரு என்று சொன்னார். உங்களில் யார் பெரியவன் யார் சிறியவன் என்ற வேறுபாடு பாகுபாடு போட்டி கூடாது, பெரியவனாக இருக்க ஆசைப்பட்டால் எல்லாருக்கும் வேலைக்(ஊழிய) காரனாய்

தாழ்மையுள்ளவனாய் இருக்க வேண்டும் என்றார். (மத் – 23: 2, 7 – 12; 20: 20 – 24; லூக் – 22: 24 – 27; 9: 43 – 50; மாற்கு – 9: 33 – 40)

யோவான் – 13: 1 – 17;

பஸ்கா பண்டிகைக்கு முன்னே, இயேசு இவ்வுலகத்தைவிட்டுப் பிதாவினிடத்திற்குப் போகும்படியான தம்முடைய வேளை வந்ததென்று அறிந்து, தாம் இவ்வுலகத்திலிருக்கிற தம்முடையவர்களிடத்தில் அன்புவைத்தபடியே, முடிவுபரியந்தமும் அவர்களிடத்தில் அன்புவைத்தார்.

சீமோனின் குமாரனாகிய யூதாஸ்காரியோத்து அவரைக் காட்டிக் கொடுக்கும்படி பிசாசானவன் அவன் இருதயத்தைத் தூண்டினபின்பு, அவர்கள் போஜனம் பண்ணிக்கொண்டிருக்கையில்;

தம்முடைய கையில் பிதா எல்லாவற்றையும் ஒப்புக்கொடுத்தாரென்பதையும், தாம் தேவனிடத்திலிருந்து வந்ததையும், தேவனிடத்திற்குப் போகிறதையும் இயேசு அறிந்து;

போஜனத்தை விட்டெழுந்து, வஸ்திரங்களைக் கழற்றிவைத்து, ஒரு சீலையை எடுத்து, அரையிலே கட்டிக்கொண்டு,

பின்பு பாத்திரத்தில் தண்ணீர் வார்த்து, சீஷருடைய கால்களைக் கழுவவும், தாம் கட்டிக்கொண்டிருந்த சீலையினால் துடைக்கவும் தொடங்கினார்.

அவர் சீமோன் பேதுருவினிடத்தில் வந்தபோது, அவன் அவரை நோக்கி: ஆண்டவரே, நீர் என் கால்களைக் கழுவலாமா என்றான்.

இயேசு அவனுக்குப் பிரதியுத்தரமாக: நான் செய்கிறது இன்னதென்று இப்பொழுது நீ அறியாய், இனிமேல் அறிவாய் என்றார்.

பேதுரு அவரை நோக்கி: நீர் ஒருக்காலும் என் கால்களைக் கழுவப்படாது என்றான். இயேசு அவனுக்குப் பிரதியுத்தரமாக: நான் உன்னைக் கழுவாவிட்டால் என்னிடத்தில் உனக்குப் பங்கில்லை என்றார்.

அதற்கு சீமோன் பேதுரு: ஆண்டவரே, என் கால்களை மாத்திரமல்ல, என் கைகளையும் என் தலையையும் கூட கழுவ வேண்டும் என்றான்.

இயேசு அவனை நோக்கி: முழுகினவன் தன் கால்களை மாத்திரம் கழுவ வேண்டியதாயிருக்கும், மற்றப்படி அவன் முழுவதும் சுத்தமாயிருக்கிறான்; நீங்களும் சுத்தமாயிருக்கிறீர்கள்; ஆகிலும் எல்லாரும் அல்ல என்றார்.

தம்மைக் காட்டிக்கொடுக்கிறவனை அவர் அறிந்திருந்தபடியால் நீங்களெல்லாரும் சுத்தமுள்ளவர்கள் அல்ல என்றார்.

அவர்களுடைய கால்களை அவர் கழுவினபின்பு, தம்முடைய வஸ்திரங்களைத் தரித்துக் கொண்டு, திரும்ப உட்கார்ந்து, அவர்களை நோக்கி: நான் உங்களுக்குச் செய்ததை அறிந்திருக்கிறீர்களா?

நீங்கள் என்னைப் போதகரென்றும், ஆண்டவரென்றும் சொல்லுகிறீர்கள், நீங்கள் சொல்லுகிறது சரியே, நான் அவர்தான். ஆண்டவரும் போதகருமாகிய நானே உங்கள் கால்களைக் கழுவினதுண்டானால், நீங்களும் ஒருவருடைய கால்களை ஒருவன் கழுவக்கடவீர்கள். நான் உங்களுக்குச் செய்ததுபோல நீங்களும் செய்யும்படி உங்களுக்கு மாதிரியைக் காண்பித்தேன்.

மெய்யாகவே மெய்யாகவே நான் உங்களுக்குச் சொல்லுகிறேன், ஊழியக்காரன் தன் எஜமானிலும் பெரியவனல்ல, அனுப்பப்பட்டவன் தன்னை அனுப்பினவரிலும் பெரியவனல்ல.

நீங்கள் இவைகளை அறிந்திருக்கிறபடியினால், இவைகளைச் செய்வீர்களானால், பாக்கியவான்களாயிருப்பீர்கள்.

எ.கா. 2.: 1 கொரி – 1:10–13; சகோதரரே, நீங்களெல்லாரும் ஒரே காரியத்தைப் பேசவும், பிரிவினைகளில்லாமல் ஏகமனதும், ஏக யோசனையும் உள்ளவர்களாய்ச் சீர்பொருந்தியிருக்கவும் வேண்டுமென்று, நம்முடைய கர்த்தராகிய இயேசு கிறிஸ்துவின் நாமத்தினாலே உங்களுக்குப் புத்திச் சொல்லுகிறேன், என்று பவுல் பிரிவினைகளினால் வாக்குவாதம் பொறாமையும் கொண்ட கொரிந்து சபையினரை நீங்கள் மாம்சத்துக்குரியவர்கள் கிறிஸ்துவுக்குள் குழந்தைகள் என்று சொல்லி, யாரினால் எதினால் பிரிவினை உண்டாகின்றது என்பதையும் தெளிவாக எழுதினார். (1 கொரி – 1: 10 – 13; 3: 1 – 5; 9: 1 – 10, 11 – 23; 12: 1 – 11, 27 – 30)

உங்களில் சிலர், நான் பவுலைச் சேர்ந்தவன், நான் அப்பொல்லோவைச் சேர்ந்தவன், நான் கேபாவை சேர்ந்தவன், நான் இயேசு கிறிஸ்துவைச் சேர்ந்தவன் என்று சொல்லி பிரிவினை மனிதர்களாய் மதவாதிகளாய் இருந்தார்கள். இயேசு கிறிஸ்துதான் உங்களுக்காக சிலுவையில் அறையப்பட்டார். வேறு எந்த மனிதனும் சிலுவையில் உங்களுக்காக அறையப்படவில்லை. எனவே இயேசு கிறிஸ்துவை சார்ந்திருங்கள் என்று பிரிவினையின் ஒரு பகுதியை சரி செய்தார்.

குறிப்பு: கிறிஸ்தவ மத பிரிவினைகளின் மக்களும், அதன் தலைவர்களும் ஏதேனும் ஒரு சபையின் பெயரில் Denominations பிரிவின் கீழ் உள்ள சில மனிதர்களின் சுய சட்டம்,பிழையான உபதேசக் கொள்கையில் அதன் சட்ட திட்டங்களில் மக்களை வழிநடத்துகின்றார்கள். மக்களும் அவர்அவரின் தேவைக்கு

வசதிக்கு தங்களுக்குப் பிடித்தமான Denominations – பிரிவில் தங்களை இணைத்துக் கொள்கின்றார்கள். அந்த பிரிவினை அமைப்பை, அதன் தலைவனை உயர்த்திப் பிடித்து துதிப்பாடி பெருமைக் கொள்கின்றார்கள், மற்றவர்களை மற்ற சபைகளை பழித்து, பகைத்து, கசந்துக் கொண்டு அன்பில்லாமல் சமாதானம் இல்லாமல் பிரிவினைவாதிகளாக காணப்பட்டாலும் பக்தியும் உண்மையும் உள்ளவர்கள் போலவே தங்களைக் காட்டிக் கொள்கின்றார்கள். இப்படிப்பட்டவர்கள் அனைவரும் மனந்திரும்ப வேண்டும். இந்த நிலைகளின் மீது ஜெயம் கொள்ள வேண்டும். இவர்கள் தேவனாகிய கர்த்தரின் சட்டத்தை, வேதாகமத்தின் முழுமையான சத்தியத்தை, பிதாவாகிய தேவனின் சித்தத்தை முழுமையாக அறிந்துக் கொண்டு நிலையான நித்திய ஜீவனுக்குரிய வாழ்வை அடைந்திட வேண்டும்.

நான் முப்பது வருடத்திற்கும் மேல் கவனித்து அறிந்ததில், பல பெயர்களில் சபைகளாக, ஸ்தாபனங்களாக பிரிந்திருக்கும் கிறிஸ்தவ மக்களின் தலைவர்கள் அதன் மக்கள் தங்களை சேர்ந்தவர்கள் தங்களுக்கு மட்டுமே உண்மையுள்ளவர்களாக பிரியமுள்ளவர்களாக இருக்க வேண்டும் என்ற குறுகிய கொள்கையான உலக மனிதனை போல சுயராஜ்யத்தை கட்டும் ஊழியம் செய்வதினால் பலரும் பிரிவினைக்கு வழிவகுக்கிறார்கள். இவர்கள் கர்த்தருடைய வார்த்தைக்கு சத்தியத்திற்கு உண்மையுள்ளவர்களாக இருக்கும் கிறிஸ்தவர்களாய் சீஷர்களை உருவாக்கினால், மெய்யாகவே இவர்கள் பல நாடுகளில் பட்டணங்களில் கிராமங்களில் தெருக்களில் பிரிந்திருந்தாலும் ஆவியில் ஏகசிந்தையுடன் இயேசு கிறிஸ்துவின் விருப்பம் சித்தத்தின்படி ஒன்றுபட்டிருப்பார்கள். இப்படிபட்டவர்களின் ஊழியம் இந்த கடைசி காலத்தின் அதிக தேவையாக உள்ளது.

10.J. தேவனாகிய கர்த்தர் ஒருவரே நம் எஜமானன். அவரால் அனுமதிக்கப்பட்ட சிலவகையான ஊழியங்களில் உயர்வான நோக்கத்தை நிறைவேற்ற தவறுகின்ற மனிதர்களே மனந்திரும்புங்கள்:

தேவனாகிய கர்த்தர் ஒருவரே நம்மையும் இவ்வுலகையும் சிருஷ்டித்தவர். அவரே எல்லாவற்றிற்கும் எஜமானராக இருக்கின்றார். அவரே எல்லாவற்றையும் தமது வல்லமை அதிகாரம் ஞானத்தினால் இயக்குகின்றவர் கட்டுப் படுத்துகின்றவராக இருக்கின்றார். எல்லாவற்றையும் செய்ய வல்லவராகவும் ஞானமுள்ளவராகவும் இருக்கின்றார். மனிதனை தமது சாயலாகவும் தமது ரூபத்தின்படியும் படைத்து, நமக்கு அதிகாரமும் சுதந்திரமும் ஆசீர்வாதமும் அளித்தவர் அவரே. நாம் அனைவரும் அவருக்கு கட்டுபட்டு, கணக்கு ஒப்புக்கொடுக்கும்படியாக பயபக்தியும் பண்பும் அன்பும் கொண்டவர்களாய் வாழ வேண்டும்.

A.   சபை என்றால் என்ன, எதை சபை என்று சரியாக அறிந்துக் கொள்ள வேண்டும்.

இரண்டு மூன்று பேர்களாக சிறு கூட்டமாய் கூடுவதும், நூறு ஆயிரம் ஐயாயிரம் என்று மக்கள் கூடுவதும், லட்சம் கோடி என்று பெருந்திரளாய் மக்கள் கூடுவதும் சபை ஆகும். தமிழ் வேதாகமத்தில் சபை – சபையார் என்ற சொல் யாத்திராகமம், லேவியராகமம், எண்ணாகமம், உபாகமம் என்று பழைய ஏற்பாடு (Old Testament) புத்தகங்களின் அநேக இடங்களில் உள்ளது.

எ.கா.: (யாத் – 12: 3,19, 4; லேவி – 4: 13, 14; எண் – 10: 2, 7, 16; 3: 19 – 46; 20: 4 – 27; 2 நாளா – 6: 3, 12, 13; சங் – 22: 22, 25; 89: 5, 7) ஆங்கில மொழிப்பெயர்ப்புகளில் சபை, சபையார் என்பதற்கு (கி.மு. வில்) Congregation, Assembly என்பதாகும்.

புதிய ஏற்பாட்டின் (கி.பி.) (New Testament) புத்தகங்களில் மத் – 16:18ல் இயேசு கிறிஸ்து இந்த கல்லின்மேல் என் சபையை (On this rock I will build my church) கட்டுவேன் என்றார். என் சபை – My church என்று இயேசு கிறிஸ்து சொல்லுகின்றார். அதைத் தொடர்ந்து

சபை என்பதற்கு church என்ற ஆங்கில சொல் புதிய ஏற்பாட்டின் அநேக புத்தகங்களில் உள்ளது. எ.கா. (மத் – 16: 18; 18: 17; அப் – 2: 47; 7: 38; 8: 1, 3; 9: 31; எபே – 5: 24 – 32; 1 தீமோ – 3: 5,15; வெளி – 1: 11, 20; 2: 7, 11, 17, 29; 3: 6, 13, 22; 22: 16);

a. இயேசு கிறிஸ்து பிறந்து, ஊழியம் செய்து, பரலோக ராஜ்யத்தின் சுவிசேஷத்தை அறிவித்து, வேதவாக்கியங்களில் சொன்னபடியே பாடுகளின் மூலமாக சிலுவையில் அறையப்பட்டு மரித்தார். வேதவாக்கியங்கள் சொன்னபடியே மூன்றாம் நாளில் உயிர்த்தெழுந்தார். முதல் நூற்றாண்டு முதற்கொண்டு இயேசு கிறிஸ்து தன் மீது மக்கள் கொண்டிருக்கும் நம்பிக்கை விசுவாசத்தின்படி தனது சபையை கட்டினார். இயேசு கிறிஸ்து தமது சீஷர்களான அப்போஸ்தலர்களை கொண்டு தனது சபையை கட்டி வருகின்றார்.

கவனியுங்கள்: சிலர் கிறிஸ்துவின் சபை – Church of Christ என்ற பெயரைக் கொண்டுள்ள கூட்டத்தினர்தங்களை மட்டுமே வேதாகமத்தின்படி புதிய ஏற்பாட்டு கிறிஸ்தவர்கள் என்று சொல்லி பெருமைக் கொள்பவர்கள் உலகில் ஒரு வகையினர் உண்டு. இவர்கள் உண்மையாகவே கிறிஸ்துவையும், அவரின் உபதேசத்தையும், கட்டளைகளையும், ஏற்றுக் கொண்டு அப்படியே பின்பற்றாதவர்களாய் பூரணமற்றவர்களாய் வாழ்வதையும் நான் பல வருடங்களாக பார்த்து வருகின்றேன். இவர்கள் கிறிஸ்துவின் சபை – Church of Christ என்று பெயர் பலகை வைத்துக் கொண்டு சபை ஆராதனைகளை ஊழியங்களை செய்வதினால், இவர்கள் மட்டுமே புதிய ஏற்பாட்டு வேதாகமத்தின்

படி கிறிஸ்தவர்களாக கிறிஸ்துவினால் ஆரம்பிக்கப்பட்ட சபை என்று பெருமைப் படுகின்றார்கள். மற்றவர்களான வேறு வகையான பெயர்களை உடைய, கிறிஸ்துவின் மீது நம்பிக்கைக் கொண்டுள்ள சபைகளை அதன் மக்களை கிறிஸ்துவின் சபையினர் அல்ல என்று சொல்வது அவர்களின் குறைவுள்ள வேத அறிவின், ஆவிக்குரிய வாழ்வின் முதிர்ச்சியற்ற அறியாமை நிலையை காண்பிக்கின்றது.

b. கடந்த இரண்டாயிரம் ஆண்டு களாக இயேசு கிறிஸ்துவின் மீது நம்பிக்கை உடையவர்களாய், அவரின் உபதேச கட்டளைகளை விசுவாசித்து ஒன்று கூடிவரும், பாவத்தை விட்டு மனந்திரும்பின உலகளாவிய Universal Christian Church மக்கள் கூட்டத்தினர் யாவரும் இயேசு கிறிஸ்துவை சார்ந்தவர்களாய் கிறிஸ்துவின் சபையை சேர்ந்தவர்களாக இருக்கின்றார்கள் என்பது உண்மையாகும். இயேசு கிறிஸ்துவின் மீதும் அவரால் அறிவிக்கப்பட்ட போதனை உபதேச கட்டளைகளின் மீது நம்பிக்கை விசுவாசமில்லாத உலகலாவிய மக்கள் கூட்டத்தினர் பலரும் வெவ்வேறு வகையில், வெவ்வேறு பெயரில், வெவ்வேறு நோக்கத்திற்காக வேறுபட்ட மாறுபட்ட மக்கள் சபையாக காணப்படுகின்றார்கள்.

எ.கா.: கிராம சபை கூட்டத்தின் மக்கள், சட்டசபை அரசியல்வாதிகளின் கூட்டம், வெவ்வேறு ஆன்மீகம், அரசியல் கட்சியினரின் சபைக் கூட்டங்கள். சங்கம், சட்டசபை, மாநகராட்சி, நிறுவனம், அவை என்று பல கருத்தைக் கைக்கொண்டு பல நோக்கங்களோடு உலகில் மக்கள் ஒன்றுகூடுகின்ற சபைகள் உள்ளன.

குறிப்பு: ஏசாயா – 66: 1, 2,4,5; 61: 1 – 3; 57: 15; சங் – 51: 16, 17; கடவுள் நம்பிக்கை உடைய பலரும் வெவ்வேறு மதங்களின் பெயரில் மிக பிரமாண்டமான கோவில்களை – ஆலயம் கட்டுகின்றார்கள். கிறிஸ்தவர்களும், யூதர்களும் தங்களின் இறை நம்பிக்கையின் வழிபாட்டிற்கு பிரமாண்டமான ஆலயங்களை – ஜெப ஆலயம் கட்டுகின்றார்கள். மனிதர்கள் எவ்வளவு பெரிய ஆலயங்களை எப்படி கட்டினாலும், அதில் முன்னின்று செயல்படும் ஊழியர்கள் எவ்வளவு பெரிய மதிப்புடைய, பெயர் புகழ் உடைய, செல்வ செழிப்புடையவர்களாக சாமர்த்தியமான போதகர்களாய் இருந்தாலும் அவர்களால் வானத்தையும் பூமியையும் படைத்த தேவனாகிய கர்த்தரைப் பிரியப்படுத்தவும் பிரமிக்கச் செய்திடவும் முடியாது. கர்த்தர் எதை நோக்கிப் பார்க்கிறார் என்றால் எங்கே மகிமை அடைகிறார் என்றால் தன்னுடைய வசனத்திற்கு நடுங்கிடும் சிறுமைப்பட்ட ஆவியில் நொறுங்குண்டவர்களை அவர் கவனிக்கின்றார். அவர்களைக் கனப்படுத்தி சந்தோஷம் அடையச் செய்து மகிமைப்படுத்திடுவார். வானம் எனது சிங்காசனம் பூமி எனது பாதபடி என்று சொன்னவர், வானங்களில் அவருடைய மகிமையை கண்டு மகிமைபடுகிறார்.

கர்த்தராகிய இயேசு கிறிஸ்துவின் மீது நம்பிக்கையும் விசுவாசமும் உள்ள சபையினர் – Universal Christian Church கூடி வருதலின் அவசியம் என்ன?

1. பாவத்தை தீமைகளை விட்டு மனந்திரும்புதல், புதிய மனிதனாகும் பிரித்தெடுக்கப்பட்ட அழைப்பு பெற்றவர்கள்.

2. கர்த்தருடைய மன்னிப்பை கிருபையை பெற்றுக் கொண்டு பரிசுத்தம் அடைய வேண்டும். ஜெபிக்க வேண்டும். தேவனாகிய கர்த்தரைத் துதிக்க வேண்டும், தொழுதுக் கொள்ளவேண்டும்.

3. கர்த்தருடைய நியாயப்பிரமாணம் மற்றும் இயேசு கிறிஸ்துவின் கட்டளைகளை அறிந்து விசுவாசித்து கீழ்ப்படிய வேண்டும். தேவ பிரசன்னத்தை அடைய வேண்டும்.

4. பரிசுத்த ஆவியின் நிரப்புதலினால் தேவனுடைய வார்த்தைகளையும் வழிநடத்துதலையும் பெற்றுக் கொள்ள வேண்டும். புதிய உடன்படிக்கையின் திருவிருந்தில் பங்கு பெற வேண்டும். இயேசு கிறிஸ்துவின் சிலுவை பாடுகள் தியாகமான ஜீவ பலியை நினைவு கூர்ந்திட வேண்டும்.

5. உண்மையுள்ள இருதயத்தோடும் விசுவாசத்தில் பூரண நிச்சயத்தோடும் உங்கள் நம்பிக்கையை சாட்சியாய் அறிக்கையிட வேண்டும். தசமபாகம் காணிக்கைகளை செலுத்தி நன்றிபலிகளை ஏறெடுக்க வேண்டும். கர்த்தர் கட்டளையிட்ட பண்டிகையை கொண்டாட வேண்டும்.

6. அன்புக்கூருவதும் நற்கிரியைகளை செய்யும்படியான சமாதானமும் சாட்சியும் உள்ள வாழ்வைப்பற்றிய புத்திமதிகளை பெற்றுக் கொள்ள வேண்டும்.

7. சத்தியத்தின் அறிவை அடைந்த பின்னும் பழைய மனிதனைப் போலவும் உலகத்தானைப் போலவும் தூய்மையற்றவனாய் மீண்டும் துணிகரமான பாவங்களைச் செய்யாமல், கர்த்தருடைய நியாயத்தீர்ப்பின் கோபாக்கினியைப் பற்றிய உணர்வைப் பெற்றவர்களாய் பயபக்தி உடையவர்களாயும் வாழ வேண்டும். ஜீவ மார்க்கத்தின் மூலமாக பரலோக ராஜ்யத்தின் நித்திய ஜீவனை பெற்றுக் கொள்ளும் நோக்கத்தை நிறைவேற்ற வேண்டும்.(எண் – 28:18 – 26; 29:1 – 12; யாத் – 12:16; லேவி – 23:2-38; ஏசாயா – 1: 10 – 20; எபி – 10: 11 – 29; யோவான் – 6: 42 – 58; லூக் – 22: 7 – 20)

உங்களின் பிறந்த நாட்கள், திருமண நாட்கள், மரண நாட்களை நினைவுக்கூர்ந்து கொண்டாடும் இடமாக கிறிஸ்துவின் சபையைப் பயன்படுத்தக்கூடாது.

சிலர் இந்த நோக்கத்துடன் கிறிஸ்தவ சபைக்குக் கூடி வராமல் திருமணத்திற்கு ஆண் – பெபண் தேடியும், தங்களுக்கு பிடித்தமான போதனை – ஊழியர் உண்டா என்று பார்க்கவும், நடிப்பு நாடகம் ஆட்டம் குத்தாட்டம் நிகழ்ச்சிகள் உண்டா என்றும், அற்புத அடையாளங்கள் தீர்க்கத் தரிசனங்கள் பற்றிய எதிர்ப்பார்ப்புடன் வருகின்றார்கள். இவர்கள் மெய்யான பக்தியிலும் பரிசுத்தத்திலும் வளர்ச்சி இல்லாமல் காணப்படும் நிலைகளை சீர்த்திருத்த வேண்டும். இவர்களுக்கு கிறிஸ்தவ மார்க்கத்தின் கிறிஸ்துவின் சிந்தையை ஏற்படுத்த வேண்டும். உலகளாவிய – Universal Christian Church – கிறிஸ்தவ சபை மக்கள், ஓய்வு நாள் ஞாயிறு கிழமைகளில், தேவனுடைய சத்தத்தை சத்தியத்தை கேட்டு, பிதாவின் சித்தத்தை செய்யும்படி கற்றுக் கொள்ள சபைகளுக்கு வரவேண்டும்.

ஊழியக்காரர்கள் இதற்கான நோக்கத்துடன், ஒரு மணி நேரம் ஜெபம், பாடல்கள், நன்றி துதி ஆராதனையும்; குறைந்தது ஒரு மணி நேரம் சுவிசேஷம், சத்திய போதனை உபதேசத்தை சபைக்கு அறிவிக்கும்படி வெளிப்பாட்டுடன் ஆவலுடன் ஆயத்தமுடன் இருக்கவேண்டும்.   மற்ற அறிவிப்பு கருத்து ஆலோசனைக்கு தனியாக குறைவான நேரம் எடுத்துக்கொள்ள வேண்டும். ஒரு உத்தமமான உண்மையான முழுநேர நல்ல ஊழியன் இவ்வாறாக ஓய்வு நாளில், குறைந்தது 3 – மூன்று மணி நேரங்கள் சபை மக்களை குடும்பமாக தேவ சமுகத்தில் நேரம் செலவிட்டு அமரசெய்து, ஆராதனை செய்ய வைக்கவேண்டும். பிறகு அவர்களை கர்த்தர் செய்த நன்மைகளுக்கு நன்றி உணர்வுடன் முழு குடும்பமாக நியாயமான பரிசுத்தமான செயல்களுடன் அந்த நாளில் ஓய்வு கொடுக்கவேண்டும். அவர்கள் ஓய்வு எடுக்கவேண்டும். இந்த நாளிலும்கூட நாம் நன்மையும் நீதியுமான காரியங்களை செய்வதற்கு இயேசு கிறிஸ்து அனுமதி அதிகாரம் அளித்திருக்கின்றார்.

ஆனால் சில ஊழியர்கள் அன்றைய நாள் முழுவதும் ஊழியம் செய்வது, சபை மக்களுக்கு ஊழிய வேலைகளைக் கொடுத்து விடுவதும், பலர் – சிலர் அன்றைய நாட்களில் அரைகுறையாக, கடமைக்கு 2 மணி நேரம், 1 மணி நேரம் ஜெபம் ஆராதனை செய்தி அறிவிப்பு சாட்சி என்று வேகமாக முடித்துவிட்டு, பிறகு அந்த நாட்களில்கூட ஆளாளுக்கு ஊழியக்காரனின் குடும்பங்களும்கூட ஊர்சுற்ற, உறவினர் – நண்பர்களின் பண்டிகை பார்ட்டிக்கு போய்விடுவது என்று தங்களின் சொந்த வேலைகளுக்கு செல்வது என்பது நல்ல கிறிஸ்தவ சபைகளின் வாழ்வின் அடையாளம் அல்ல என்பதை உணர்ந்து தேவனுடைய சித்தத்திற்கு முழுமையாக கீழ்ப்படிவோம்.

குறிப்பு: தசமபாகம் மற்றும் காணிக்கைகளை யார்? யாருக்கு கொடுக்க வேண்டும்?

தசமபாகம் மற்றும் காணிக்கைகளை ஏன் எதற்கு கொடுக்க வேண்டும்?

1. ஆதியாகமம்: 14: 8 – 20; 28: 10 – 22; சத்துருக்களால் தனது சகோதரர் உறவினர்களை அவர்களின் உடைமைகளை கொள்ளையாடிக் கொண்டு போய்விட்டதை ஆபிரகாம் அறிந்தான். ஆபிரகாம் யுத்தம் செய்து சத்துருக்களிடம் இருந்து அனைத்தையும் மீட்டுக் கொண்டு வந்தான். இதை அறிந்த சாலேமின் ராஜாவும் ஆசாரியனாகவும் இருந்த மெல்கிசெதேக்கு என்பவன் ஆபிரகாமை தேடிச் சென்றான், தன்னோடே அப்பமும் திராட்சைரசமும் கொண்டு போய் ஆபிரகாமை ஆசீர்வதித்தான். அப்பொழுது ஆபிரகாம் தான் மீட்டவைகளில் எல்லாவற்றிலும் மெல்கிசெதேக்கிற்கு தசமபாகம் கொடுத்தான்.

   யாக்கோபு வாழ்க்கைப் பயணங்களில் தன்னுடைய போக்கிலும் வரத்திலும் தன்னுடைய வாழ்வில் பாதுகாப்பு, பராமரிப்பு, போஷிக்கும்படி கர்த்தர் உதவி செய்தால் நான் அவரை தேவனாக ஏற்றுக் கொண்டு, தேவன் எனக்கு தரும் எல்லாவற்றிலும் தசமபாகம் தருவேன் என்று நிபந்தனையுடன் பொருத்தனை செய்தான். இவைகள் நியாயப்பிரமாணம் சட்டம் கொடுக்கப்படுவதற்கு முந்தின அனுபவம்.

2. லேவி – 27: 30 – 34; எண் – 18: 1 – 7, 21 – 29; உபா – 12: 5 – 14; கர்த்தருடைய ஆலயத்தில் பணிவிடைகள் மற்றும் ஆசாரிய ஊழியம் செய்பவர்களின் வேலைக்கு கூலியாக, அனுதின வாழ்வின் நன்மைக்காக, தேவைகளுக்காக; இஸ்ரவேல் தேசத்தின் மற்ற கோத்திரத்தின் மக்கள் தங்களுக்குக் கிடைக்கும் சம்பாதிக்கும் பலன்களில் எல்லாவற்றிலும் பத்தில் ஒரு பகுதியை தசமபாகமாக கொடுக்க வேண்டும் என்பது நித்திய கட்டளை ஆகும். ஏனென்றால் ஆசாரிய ஊழியம் லேவி ஊழியம் செய்பவர்கள் மற்றவர்களைப் போன்று தேசத்தின் வெளி இடங்களில் வேறு எந்த சொத்தையும் பங்கு பாகத்தையும் சம்பாதிக்கக் கூடாது. கர்த்தரே அவர்களுக்கு பங்காக இருக்கின்றார் என்பது தேவனுடைய நியாயப்பிரமாணத்தின் கட்டளை ஆகும்.

3. மல்கியா – 1: 9 – 14; 2: 1 – 7, 8 – 17; 3:1 – 2, 3 – 5, 6 – 12, 13 – 18; எசேக் – 34: 2 – 6, 7 – 17, 18 – 24; 1 சாமு – 2: 12 – 18; மாற் – 13: 41 – 44; யாத் – 25: 2; இதில் நாம் கவனிக்க வேண்டியவைகள்: 1. ஊழியக்காரர்கள் என்று சொல்லக்கூடிய தலைவர்கள், நியாயாதிபதிகள், தீர்க்கத்தரிசிகள், ஆசாரியர்கள் தேவனுடைய கட்டளைகளைப் பெற்றுக் கொண்டு அதற்கு ஏற்றப்படி ஊழியம் செய்ய வேண்டும். மக்களை சத்தியத்தை விட்டு விலகச் செய்யும் மாறுபாடான போதனைகளை உபதேசங்களை செய்யக் கூடாது. சத்தியத்தை விட்டு விலகிடும் மாறுபாடான போதனை மனமும் கொண்ட எந்த

ஊழியனையும் சபை மக்களையும் கர்த்தர் நிச்சயம் கண்டிப்பார். அவர்களுக்குக் கூறின ஆசீர்வாதமான வார்த்தைகளை சாபமாக மாற்றி நியாயத்தீர்ப்பும் அளித்திடுவார். சத்தியத்தின்படி நீதி நியாயமுடன் இரக்கமுடன் வாழாதவர்களின் காணிக்கை தசமபாகத்தை கர்த்தர் வெறுக்கின்றார்.

தசமபாகம் காணிக்கையை சபையினர் கொடுப்பதின் பலன் நோக்கம் என்பது ஊழியக்காரனும் அவர் குடும்பமும் மற்றும் சபைக்கு வருபவர்களுக்கும் ஆகாரம் உண்டாயிருக்கவே கர்த்தர் கொடுக்கச் சொன்னார். ஜனங்கள் நீதியாய் காணிக்கைகளை தசமபாகங்களைச் செலுத்த வேண்டும். இதில் எந்த முறைகேடும் வஞ்சனையும் உதாசீனமும் செய்யக் கூடாது. சபை மக்கள் காணிக்கை தசமபாகத்தை உற்சாகமாய் மனமுவந்து பிரியமுடன் கொடுப்பதை கர்த்தர் விரும்புகின்றார். ஆனால் ஊழியர்கள் தசமபாகம் காணிக்கையை கேட்டுக் கேட்டு மக்களிடன் பலவந்தம் பண்ணி வாங்குவதும் அல்லது எடுத்துக் கொண்டு தங்களின் ஆடம்பர இச்சைகளை நிறைவேற்றவும் ஆஸ்திகளை கட்டிடங்களை பெருக்கிக் கொள்ளவும் பெருமைப்படுவதற்கும் அல்லவே அல்ல என்பதை உணர்ந்துக் கொள்ளுங்கள். இதன் மூலம் கர்த்தரை நம்பி சபைக்கு வரும் மக்கள் காணிக்கை தசமபாகத்தை வெறுப்புடனும் வறுமையுடனும் கண்ணீர் சிந்திடும் நிலையில் கொடுப்பதை தேவன் விரும்பவில்லை.

B.   மக்களிடையே வாழ்க்கையில் அறமும் அன்பும் அமைதியும் இல்லாத, சீரற்ற சிந்தையுடைய வாழ்வு ஆபத்தானது.

உலகளாவிய மக்களிடையே பல சபைகள் பிரிவுகள் இருக்கின்றது. ஆனால் அவர்களிடம் சிக்கல்களும் சீர்கேடுகளும் மனித சமுதாயத்தை சிதைத்து அழிக்கும் தீமைகள் திரளானவை இருக்கின்றன. எனவே அவர்களை ஒழுங்குபடுத்திட, கண்காணித்திட, நல்வழிப்படுத்திட நிலையான வாழ்வை அடைய செய்திட சிறு சிறு மக்கள் கூட்டத்தினரையும் (சபையை) சீராய் நடத்துவதற்கு சிறந்த நல்ல தலைவர்கள் அவசியமாகும். அந்த தலைவர்கள் ஞானம், அறிவு, விவேகம், நீதி நேர்மை தூய்மை உள்ளவர்களாய் இருப்பது நல்லது ஆகும். தேவனாகிய கர்த்தர் இப்படியான திட்டத்தை செயல்படுத்த சில மனிதர்களை அழைத்து அபிஷேகித்து அதிகாரமிக்கவர்களாக உலகளாவிய மக்களின் சபைகளின் மத்தியில் ஐம்பது பேருக்கு ஒருவனாகவும், நூறு பேருக்கு ஒருவனாகவும், இருநூறு, முந்நூறு, ஐநூறு, ஆயிரம் பேருக்கு ஒருவனாக தலைவனாக ஏற்படுத்துகின்றார்.

மக்களுக்கு மக்களால் தெரிந்துக்கொள்ளப்படும் மனிதர்கள் (தலைவர்கள்); எப்பொழுதும் மக்களுக்கு பிரியமானவைகளை தேவையானவைகளை மட்டுமே செய்வார்களாக? என்றால் இல்லை! அந்த தேர்ந்தெடுக்கப்பட்ட மனிதர் (தலைவர்)

தனக்கு (தன் குடும்ப உறவுகளின்) தேவையானவைகளையும் பிரியமானவைகளை செய்துக் கொண்டு, மக்களுக்கு எதிரான விரோதமான ஆகாதவைகளையும் செய்திடுவார்கள். இதனால் மனித சமுதாயத்தின் நடுவில் போராட்டம், ஆர்ப்பாட்டம், திண்டாட்டம் என்ற நிலையில் மனித வாழ்வு போராளிகளின் பொறாமைகளின் போர்களத்தின் வாழ்வாக மாறிவிடுகின்றது. இந்த நிலையில் பல தேசங்களில் மக்கள் சபைகள் அமைதியும் சமாதானமும் மகிழ்ச்சியும் இல்லாமல் துயரமுள்ளவர்களாய் துன்பங்களை அனுபவித்து வாழ்ந்துக் கொண்டிருக்கின்றார்கள்.

சீர்த்திருத்தங்கள் மூலமாக சிறையிருப்புகளை மாற்றிட, சிந்தப்படுகின்ற இரத்தமும் கண்ணீரும் துடைக்கப்பட, தடுக்கப்பட, சிறந்த சிந்தையுடைய செயலுடைய மனிதர்களை செதுக்கி செதுக்கி உருவாக்கி சிறந்த தலைவர்களை எழுப்புகின்றார். அவர்களை 1. அழைப்பு, 2. அபிஷேகம், 3. அர்ப்பணிப்பு கொண்டவர்களாய் பல ஊழியங்களை செய்ய மக்களின் நிலையின் தேவைக்கு ஏற்ப சேவை செய்ய தேவனாகிய கர்த்தர் ஆட்களை அனுப்புகின்றார். தேவனால் அனுப்பப்படும் ஆட்கள் தொண்டுசெய்யும் கர்த்தருடைய ஊழியர்களாகவே இருக்க வேண்டும். மக்களின் நிலையான நிம்மதியான நியாயமான வாழ்வுக்கு தேவையான நேர்மையும் தூய்மை நிறைந்திருக்க வேண்டும்.

C. **வகைப்படுத்தப்பட்ட பல வேலைகள் செய்யும் அனைவரும் ஊழியர்களே!! அனைவரும் தேவனின் – எஜமானன் சித்தத்தை (நோக்கம்) மட்டுமே செய்து முடிக்க வேண்டும் :**

1. உலகளாவிய மக்கள் சபையின் மத்தியில் பலரும் ஊழியக்காரர்களாய் செயல்பட்டுக் கொண்டிருக்கின்றார்கள்.

    a. **முதன்மையாக** சொல்ல வேண்டுமென்றால் இயற்கை விவசாயிகள் மற்றும் விவசாயம் சார்ந்த தொழில் செய்யும் ஊழியர்கள் அனைவரும் தியாகமிக்க நம்பிக்கையுடைய மதிப்புமிக்க ஊழியர்கள் ஆவர். இவர்கள் உலக மனிதர்களின் அனைவரின் உயிர்வாழ்வுக்கு தேவையான அனைத்து உணவு, தானியம், காய்கறி, பழம் வகைகளையும் உற்பத்தி செய்து அதை பத்திரமாக நம்மிடம் கொண்டு வந்து சேர்க்கின்றார்கள். தேவன் இவர்களை நம்முடைய அநேக நன்மைகள் ஆரோக்கியம் ஆசீர்வாதத்திற்காக பயன்படுத்தி நடத்துகின்றார். நாம் அனைவரும் இதில் நன்றியுடையவர்களாய் இருக்க வேண்டும். ஆடைகளை உற்பத்தி செய்பவர்கள் நம்முடைய மானத்தை மறைத்திடும் மரியாதைக்குரியவர்களை நினைத்து நன்றி செலுத்திட வேண்டும்.

    b. **இரண்டாவதாக** அறிவியல் விஞ்ஞான கண்டுபிடிப்பின் தொழில்நுட்ப ஊழியர்கள் அனைவரும் தியாக மிக்க நம்பிக்கையுடைய மதிப்பு மிக்க மனிதர்கள் ஆவர். இவர்களின் உழைப்புக்கான ஞானம், அறிவு, வெளிப்பாடு, பெலனை

இறைவன் கொடுக்கின்றார். இறைவனால் முன்னமே படைக்கப்பட்ட கொடுக்கப்பட்ட அடிப்படை மூலப்பொருட்கள் – மூலக் கூறுகளின் உதவியைக் கொண்டே அவர்கள் பல புதிய கண்டுபிடிப்புகளின் சாதனைகளை நிகழ்த்துகின்றார்கள். அவர்களின் கண்டுபிடிப்பு கருவிகள், மருந்துகள், பயன்பாட்டின் முறைகள் அனைத்தும் பெரும்பான்மையானவை உலக மனித சமுதாயத்திற்குநன்மையாக பயன்படுகின்றன. ஆனால் தீமையை அழிவை ஆபத்தை உண்டாக்கும் கண்டுபிடிப்புகள் மிகவும் அவசியமற்றதாக நீக்கிவிட வேண்டும். இதை பயன்படுத்துவதை நிறுத்திக் கொள்ள வேண்டும்.

c. மூன்றாவதாக மருத்துவர்களும் (Doctor – physician) மற்றும் மருத்துவ ஊழியர்கள் (para medical staff) இவர்கள் நோய்களின் அறிகுறிகள் அறிந்து நல்ல ஆலோசனைகளையும் அளிக்க வேண்டும். நோய்களின் தன்மைகளை சரியாக கண்டறிந்து நல்ல மருந்துக்களையும் பரிந்துரைக்க வேண்டும். மக்களின் சமுதாய (சபை) பணியில் மிக முக்கிய ஊழியமாக மருத்துவ தேவை சேவையாக இருக்க வேண்டும். ஏழை – பணக்காரன், வேண்டியவர்கள் – தூரமானவர்கள் என்ற பாகுபாடுகளின்றி எல்லாரும் நோயாளிகள் (patients) என்ற பார்வையில் மனதுருக்கத்துடன்

எல்லாருக்கும் சமநிலையுடன் ஊழியம் செய்ய வேண்டும். பணம் சம்பாதிக்க – சொத்து குவிப்பதற்கு என்ற நோக்கத்தில் மருத்துவ பணியில் தேவையற்ற மருந்து (medicine) விற்பனை மற்றும் தேவையற்ற அறுவை சிகிச்சைகளை (surgeries) செய்யக்கூடாது.

d. நான்காவதாக (Advocate) வழக்கறிஞர் மற்றும் நீதிபதிகள் (magistrate) என்பவர்கள் மனித சமுதாயத்தின் சபைகளுக்கு மிகவும் முன்மாதிரியான நேர்மையான, நம்பிக்கைக்குரிய நல்ல செயல்களை (பொறுப்பை) வெளிப்படுத்த வேண்டும். இவர்களின் ஊழியம் எப்படி இருக்க வேண்டும் என்பதை பற்றிய வழிகாட்டலை தேவனாகிய கர்த்தர் கற்பித்திருக்கிறார்.

1.   குற்ற செயல்களில் சிறியவன் – பெரியவன் மற்றும் ஏழை – பணக்காரன் என்ற முகதாட்சண்யம் (பாரபட்சம்) பார்க்கக் கூடாது. அவர்களுக்கு பயப்பட கூடாது.

2.   ஏழைகள், எளியவர்கள், திக்கற்ற பிள்ளைகள், விதவைகளின் வழக்கில் நியாயத்தை புரட்டக் கூடாது.

3.   பணத்திற்காகவும் மற்ற சுய ஆதாயத்தின் உள்நோக்கத்திற்காக எந்த ஒரு குற்றவாளிகளையும் நிரபராதி என்று தீர்ப்பு அளிக்கவோ தப்பவிடவோ கூடாது.

4.   எந்த ஒரு நிரபராதியான குற்றமற்றவரை பணம் சுய ஆதாய லாபத்திற்காக,
        எதிரிகளின் அதிகார பல நிர்பந்தத்திற்காக பழிவாங்கும்படி குற்றவாளி என்று
        தீர்ப்பளித்து தண்டிக்கக் கூடாது.

        e. ஐந்தாவதாக போதகர்கள் பற்றிய அவசியம் பற்றி நான் இப்புத்தகத்தின்
முதல்பாகத்தின் நான்காவது அத்தியாயத்தில் மிகவும் தெளிவாக விளக்கமாக
அநேக செய்திகளை பதிவு செய்திருப்பதை படியுங்கள். இங்கு சில வரிகளை
பதிவிடுவது அவசியமாக கருதுகின்றேன்.

1.   முதல் போதகராக (அ) ஆசிரியராக பிள்ளைகளுக்கு பெற்றோர்கள் இருக்க
        வேண்டும். நல்ல அனுபவங்களை மட்டுமே கற்றுத்தர வேண்டும்.

2.   பள்ளி ஆசிரியர்கள் பிள்ளைகளின் நிகழ்காலம் மற்றும் வருங்காலம்
        தொடர்பான மிக நல்ல மிக அவசிய, அவசர தேவையான பாடங்களை
        போதிப்பது மட்டுமே மாணவ மாணவிகளின் நம்பிக்கையான நல்ல
        வாழ்வுக்கும், வெற்றியான நல்ல எதிர்காலத்திற்கும் உதவியாக அமையும்.

3.   மத தலைவர்கள் மற்றும் அரசியல் தலைவர்கள் மக்கள் சபைக்கு வாழ்வுக்கு
        அவசியமற்ற தங்களின் மதம் மற்றும் அரசியல் கட்சியின் மனித
        பாரம்பரியம், பிற்போக்கு மதகலாச்சாரத்தை கட்டுகதையை போதிக்கக்
        கூடாது. (நீதி – 4: 1, 2; 6: 20, 23; 1: 8; மாற்கு – 7: 7 – 13)

        f. ஆறாவதாக மேய்ப்பன் :   (Shepherd) 1. ஆடுகளை மேய்க்கும்
வேலையை செய்பவர்களையே மேய்ப்பன் என்று சொல்லுவது உண்மைதான்.
ஆனால், 2. சிறு குழுவான (கூட்டத்தின்) மக்களின் சபையை மற்றும்
பெருங்கூட்டமான (ஒரு தேசத்தின்) மக்களை கண்காணித்து வழிநடத்துவதும்
மேய்ப்பனின் வேலை (ஊழியம்) என்ற கருத்தும் சரியானதாகும். இதில் ஒரு
தேசத்தின் மக்களை ஆட்சி செய்யும் மன்னர் King, அதிபதி, முதலமைச்சர் (CM)
இவர்களும் மேய்ப்பன் என்ற ஸ்தானத்தில் ஊழியம் (பணி) செய்யக் கூடியவர்கள்
ஆவர். 3. தாய் – தகப்பன் என்பவர்களளான பெற்றோர்களும் தங்கள்
பிள்ளைகளுக்கு மேய்ப்பன் என்ற நிலையில் அவர்களை சரியாக போஷித்து
வழிநடத்த வேண்டும். இதற்கு பிறகு தான் 4. கிறிஸ்தவ விசுவாச நம்பிக்கையுடைய
மக்கள் சபையை வழிநடத்துகின்ற மனிதர்களுக்கு கர்த்தருடைய
ஊழியக்காரர்களுக்கு மேய்ப்பன் என்ற அடையாள சொல் வழங்கப்பட்டது.
(எண் – 27: 16 – 23; ஏரே – 2: 8; 3: 15; எசேக் – 34: 2 – 21; 37: 24; யோவான்
– 10: 1 – 16; 21: 14 – 17)

        இவர்கள் அனைவருமே மேய்ப்பர்கள் என்ற நிலையில் தங்களின்
கட்டுப்பாட்டில் கண்காணிப்பில் இருக்கின்ற மக்களை (ஆடுகள்) அவர்களின்
நிலையை, தேவையை, பெலவீனங்களை அறிந்து கவனமாக நிதானமாக மிக

சரியாக வழிநடத்தவும் போஷிக்கவும் பொறுப்புடன் ஊழியம் (பணி) செய்ய வேண்டும்.

g. ஏழாவதாக (Prophet, Prophesy) : தீர்க்கத்தரிசி என்பவர்கள் பொய்யானவர்களும் உண்டு.

உண்மையான தீர்க்கத்தரிசியும் உண்டு. மேலே சொல்லப்பட்ட எல்லாவிதமான சபைகளும் (மக்கள் கூட்டம்) ஊழியர்களும் தவறினவர்களாய் சீர்கேடுள்ளவர்களாய் வாழும்போது, கள்ளத்தீர்க்கத்தரிசி என்பவன் தவறுகளும் சீர்கேடுகளும் மாற வேண்டும் என்ற நோக்கத்தோடு போதிக்கவும் தீர்க்கத் தரிசனமும் சொல்லாமல்,தனது மாம்சீகமான சுய சிந்தையின் கருத்தை மட்டுமே சொல்லக்கூடிய சுய ஆதாய நோக்கம் கொண்ட மனிதனாக கள்ளத்தீர்க்கத்தரிசி செயல்படுவான்.இதில் கர்த்தர் பிரியப்படுவதில்லை. (1 இராஜா - 22: 5 - 28; உபா - 18: 15 - 22; எரே - 13: 9 - 15; 14: 11 - 16)

உண்மையான தீர்க்கத்தரிசியானவன் எப்படிப்பட்டவன் என்றால், மேற்கூறின எல்லா மனிதசமுதாயமும் குற்றங்கள், அநீதிகள், அக்கிரமத்தினால் நிறைந்து காணப்படும் போது, தேவனாகிய கர்த்தரின் கண்காணிப்பு காணியாட்சியின் படியே கர்த்தரிடத்திலிருந்து எச்சரிப்பின், மனந்திரும்புதலின், நியாயத்தீர்ப்பின் (செய்தி) போதனையை வெளிப்பாட்டை (உணர்த்துதலை) பெற்றுக்கொண்ட உண்மையான தீர்க்கத்தரிசி மனித சமுதாயத்திடம் (சபையினிடம்) சென்று, உள்ளபடியே உண்மையை சொல்லி கண்டித்து கர்த்தருடைய வார்த்தையை அறிவிப்பான். தனக்கு என்ன எதிர்ப்பு அச்சுறுத்தல் நஷ்டம் ஏற்பட்டாலும் அஞ்சாமல் தைரியமாக உண்மையான கர்த்தருடைய தீர்க்கத்தரிசி தான் பெற்றுக் கொண்ட செய்தியை மக்களுக்கு அறிவிப்பான்.இது கர்த்தர் மகிமைப்படும் ஊழியம் (சகரியா - 13: 1 - 9; மத் - 24:1-51; மத் - 25:1-46)

மேற்கூறிய சிந்தையுடன் திட்டமிடுதலுடன் தலைவர்கள் மக்கள் குழுக்களுடன் கிரியைகளை நடப்பிக்கும் போது மனித சமுதாயம் நன்மையும் ஆசீர்வாதமும் பெற்று பாதுகாப்புடன் பரிசுத்தமுடன் நீதியுடன் வாழும் இரட்சிப்பை அடைவார்கள். ஆனால் இவைகளை விட்டுவிட்டு உலக நாடுகளில் பலரும் - தலைவர்கள் மிகுதியான இராணுவ பலத்தை - போர் ஆயுதங்களை, பேரழிவின் அணுகுண்டுகளைச் செய்து மிக பெரிய அளவில் அதற்கு செல்வங்களை, மனித வளங்களை பயன்படுத்துவதின் மூலமாக ஒரு தேசத்திற்கும் உலக மனித இனத்திற்கும் இரட்சிப்பு - வாழ்வின் நன்மைகள், ஆசீர்வாதங்கள், நிம்மதி, சந்தோஷம், ஜீவன், விடுதலை, பாதுகாப்பு கிடைக்கும் என்று நம்பினால் அது பகுத்தறிவு இல்லாத முட்டாள்தனமான நம்பிக்கை ஆகும். அந்த நம்பிக்கையில் உண்மையும் தூய்மையும் நீதியும் அன்பும் இல்லை என்பதே உண்மையாகும்.

எனவே உலக நாடுகள் இப்படிப்பட்ட சிந்தையில் கொள்கையில் முயற்சிகளிலிருந்தும் இதன் மூலம் **வல்லரசு** என்ற பெருமைகளிலிருந்தும் மனந்திரும்ப வேண்டும். மனித சமுதாயத்தின் நிலையான வாழ்வை பெற நித்திய ஜீவனை அடைய நாம் அனைவரும் **நல்லரசு** என்ற நிலையை கண்டிப்பாக அடைந்திட வேண்டும்.

2. இயேசு கிறிஸ்துவுக்குள்ளான மக்கள், தேவனுடைய ராஜ்யமான சபையின் ஊழியர்கள் யார்? அவர்கள் எப்படி ஊழியம் (பணி) செய்ய வேண்டும்?

முற்காலத்தில் (Old Testament) இறைவேதாகம சாட்சியத்தின்படியே கர்த்தருடைய ஊழியக்காரர்கள் யார் என்றால், நோவா, ஆபிரகாம், மோசே, யோசுவா, எலியா, எலிசா, ஏனோக்கு, தாவீது, சவுல், சாலமோன், ஏசாயா, எரேமியா, எசேக்கியல், தானியேல், ஆமோஸ், கோரேஸ்.... என்று பலர் சாதாரண சராசரி மனிதர்கள், ராஜாக்கள், மேய்ப்பர்கள், தீர்க்கத்தரிசிகள், சுவிசேஷகர்கள் இருந்தார்கள். இவர்களை கர்த்தருடைய ஊழியர்கள் என்ற சாட்சி வேதவசனங்களில் உள்ளது.

பிற்காலத்தில் (New Testament) இயேசு கிறிஸ்துவின் தலைமையில் தேவனுடைய ராஜ்யத்தின் சுவிசேஷம் அறிவிக்கப்பட்டு புதிய ஊழியம் ஆரம்பிக்கப்பட்டது. இயேசு கிறிஸ்து தன் ஊழியத்தின் மூலமாக மனந்திரும்பி சீஷர்களானவர்களைக் கொண்டு புதிய மக்கள் சபையை கட்டி எழுப்பும் வேலையை துவங்கினார். இயேசுவின் அழைப்பை ஏற்று அவருக்கு பின்சென்ற பன்னிரெண்டு (12) பேர்களையும் தன்னுடைய வார்த்தை கட்டளையின்படியே மக்கள் (சபையின்) மத்தியில் ஊழியம் செய்யும்படிக்கு முதன்முதலாக அப்போஸ்தலர்கள் என்ற அடையாளத்துடன் தனது அதிகாரம் வல்லமையை அவர்களுக்கு அளித்து அனுப்பினார். பிற்பாடு சிலுவையில் மரித்து மூன்றாம் நாளில் உயிர்த்தெழுந்த இயேசு கிறிஸ்து, 12 அப்போஸ்தலர்களில் (சீஷர்களில்) ஒருவனை (பேதுருவை) சில சோதனைகளுக்கு பின்பு நீ (பேதுரு) என் (இயேசுவின்) ஆடுகளை மேய்ப்பாயாக என்று கட்டளையிட்டார்.

ஆடுகள் – சபை (மந்தை) – மேய்ப்பன் பற்றிய செய்தி:

1. எண்ணாகமம். 27: 16, 17; எரேமியா. 3: 14, 15; கர்த்தருடைய சபை மேய்ப்பன் இல்லாத மந்தையைப்போல் இராதபடிக்கு, அந்தச் சபைக்கு முன்பாகப் போக்கும் வரத்துமாய் இருக்கும்படிக்கும், அவர்களைப் போகவும் வரவும் பண்ணும்படிக்கும், மாம்சமான யாவருடைய ஆவிகளுக்கும் தேவனாகிய கர்த்தர் ஒரு புருஷனை அவர்கள்மேல் அதிகாரியாக ஏற்படுத்தவேண்டும் என்றான் – மோசே.

2. ஒரு நல்ல மேய்ப்பன், தன் ஆடுகளுக்காக தன் ஜீவனையும் கொடுப்பான். அவைகளின் நிலைமையை நன்றாய் அறிந்துகொண்டு, மந்தைகளின்மேல் கவனமாயிருப்பான். இந்த மேய்ப்பனின் சத்தத்திற்கு ஆடுகள் செவிகொடுக்கும். அவனுக்கு முன்பாகவும் அவனுக்கு பின்பாகவும் அந்த ஆடுகள் அவனை நம்பி தொடர்ந்து செல்லும். அவன் தன் ஆடுகளை உள்ளும் புறம்புமாக மேய்ச்சலைக் கண்டடையச் செய்வான்.

யோவான். 10: 10, 11, 16, 27; நீதிமொழிகள். 27: 23, 26, 27;

3. மேய்ப்பனானவன் - சுதந்தரவாளி ஆனவன். இளம்பிள்ளைகள், பெலவீனமான ஆடுகள், கறவையான ஆடு - மாடுகள் நிலைகளை அறிந்து மந்தைகளுக்குத் தக்கதாக அவைகளை மெதுவாக, தனக்கு முன்பதாக மெதுவாய் நடத்தி செல்லவேண்டும்.

     தேவனுடைய சபையை - மந்தையை நீங்கள் மேய்க்கும்போது கட்டாயமனாய் அல்ல, அவலட்சணமான ஆதாயத்திற்காக அல்ல, மனப்பூர்வமாயும் உற்சாக மனதோடும்; சுதந்தரத்தை இறுமாப்பாய் ஆளுகிறவர்களாக அல்ல, மந்தைக்கு (சபைக்கு) முன்மாதிரிகளாகவும் கண்காணிப்புச் செய்யவேண்டும்.

ஆதியாகமம். 33: 13,14; 1 பேதுரு. 5: 2, 3; எரேமியா. 17: 16;

4. கர்த்தருடைய சபைக்கு - மந்தைக்கு - தொழுவத்திற்கு வெளியிலும் அவருடைய ஆடுகள் உள்ளன. அவைகளையும் தேடி மலைகள், புதர்கள், வனாந்திரம், பள்ளத்தாக்கு, சந்துகள், தெருக்கள், பட்டணங்களின் வீதிகளிலும், சத்துருக்களின் பிடிகளிலும் சிக்கிச் சுற்றித்திரிகின்ற மேய்ப்பனில்லாத ஆடுகளைப்போல அலைந்துக்கொண்டு இருக்கும் ஆடுகளை - நபர்களை - மனிதர்களை தேடி சென்று தொழுவத்திற்குள்ளே, சபைக்கு அழைத்து வரவேண்டும். அவைகள் அவர்கள் மேய்ப்பனின் - கர்த்தரின் சத்தத்திற்கு - சத்தியத்திற்கு செவி சாய்க்கும். அப்பொழுது ஒரே மந்தையும் ஒரே மேய்ப்பனுமாகும் என்றார்.

யோவான். 10: 16, 27; சகரியா. 11: 7, 11; எசேக்கியேல். 34: 6, 8, 12; 1 இராஜாக்கள். 22: 17;

5. சில மேய்ப்பர்களுக்கும், ஆட்டுக்கடாக்களுக்கும், கர்த்தருடைய நியாயத்தீர்ப்பு உண்டு. சகரியா. 11: 7, 11, 17; எசேக்கியேல். 34: 2 - 10, 17, 31; தேவனுடைய சித்தத்தின் - சத்தியத்தின்படியே கீழ்ப்படியாதவர்களாய் மீறி செயல்படுகின்ற அநேகர் இன்றைக்கும் சபைகளில் சமுதாத்திலே கள்ள ஊழியர்களாக - கள்ள விசுவாசிகளாக காணப்படுகின்றார்கள்.

என் ஆடுகளை மேய்ப்பாயாக என்று பேதுரு என்ற ஒரு சீஷனிடம் மட்டுமே நேரடியாக மேய்ப்பன் ஊழியத்தை இயேசு கிறிஸ்து ஒப்படைத்தார். தனக்கு பிறகு தன்னை விசுவாசித்து தன்னை பின்பற்றி வந்த 12 சீஷர்கள் மற்றும் பல சீஷர்கள் விசுவாச மக்களை பார்த்துக் கவனித்து வழிநடத்தும் பொறுப்பை பேதுருவினிடத்தில் கொடுத்தார். மிக முக்கியமாக நீங்கள் அறிய வேண்டிய குறிப்பை இனி கவனியுங்கள்.

கவனியுங்கள்: இயேசு கிறிஸ்துவின் வாழ்க்கை சரிதையை மட்டும் அறிவிப்பது அல்ல சுவிசேஷம் 1. இயேசுவை, 2. அவரின் போதனை, 3. உபதேசம், 4. அவர் கட்டளைகள், அவரின் முன் மாதிரியின் அடிச்சுவடுகளை, 5. தேவனுடைய ராஜ்யத்தையும் அவருடைய நீதியையும் நியாயத்தீர்ப்பையும், நித்திய வாழ்வையும் அறிவிப்பதும், உலக மக்கள் சபையினர் கைக்கொள்ளும்படிக்கு பிரசங்கிப்பது போதிப்பதுவே சுவிசேஷம் ஆகும். இந்த ஊழியத்தை செய்யும்படியாகவே உயிர்த்தெழுந்த இயேசு கிறிஸ்து தமது சீஷர்களை இந்த உலக முழுவதும் போகும்படி கட்டளையிட்டார்.

1. 12 அப்போஸ்தலர்களோடு (சீஷர்கள்) மற்ற சீஷர்களிலும் கர்த்தராகிய இயேசு கிறிஸ்து யாரையும் சிலரை அப்போஸ்தலர்களாக (Apostles), சிலரை தீர்க்கத்தரிசிகளாக (Prophets), சிலரை சுவிசேஷர்களாக (Evangelists) சிலரை மேய்ப்பராக (Pastors – Shepherd), சிலரை போதகராக (Teachers – Pastor) என்று தனித்தனியாக பதவி பெயர் வைத்து அழைக்கவில்லை – அனுப்பவுமில்லை என்பதே கிறிஸ்துவின் பிறப்பின் பிந்தின காலத்தின் கர்த்தருடைய ஊழியத்தின் உண்மை நிலையாகும். எனவே அனைவரும் இன்றை காலத்தில் சீஷன் என்ற அழைப்புடன், அர்ப்பணிப்புடன் இயேசு கிறிஸ்துவின் கட்டளைகளுக்கு கீழ்ப்படிந்து உங்கள் ஊழியங்களை – வாழ்வின் நோக்கத்தை நிறைவேற்ற வேண்டும். கிறிஸ்துவின் சீஷர்கள் என்ற அர்ப்பணிப்புடன் மட்டுமே தேவனின் (பிதாவின்) சித்தத்தை நிறைவேற்றி முடிக்க கூடும் என்ற ஒழுங்கை இயேசு கிறிஸ்து கட்டளையிட்டார்.

2. இயேசு கிறிஸ்துவினாலும், இயேசு கிறிஸ்துவின் வார்த்தை, வசனம், போதனை, கட்டளைகள் கற்பனைகளின் மூலமாகவும் கட்டப்படும் சபைகளுக்கு, யார் ஊழியர்கள் என்றால், குருவும் தலைவருமான இயேசு கிறிஸ்துவை பின்பற்றி செல்லும் (சீஷன்), சீஷர்களே உண்மையில் ஊழியர்களாக செயல்படும் தகுதியானவர்கள் ஆவர்.

பவுல் எபேசியர் நிருபத்தில் 1: 1; 4: 1 – 6; 11 – 13; ஆகிய வசனங்களில் எபேசு பட்டணத்தில் உள்ள விசுவாசிகளான பரிசுத்தவான்களுக்கு ஒரு காரியத்தை பற்றி விளக்கம் அளித்தார். அதிலிருந்து நான் ஒரு திருத்தமுடன் தெளிவான பொதுவான ஒரு உண்மையை வெளிப்படுத்துகின்றேன்.

1. ஒரே தேவனும் பிதாவாகிய ஒரே கர்த்தர் மூலமாக ஒரே விசுவாசமும் ஒரே ஞானஸ்நானமும் ஒரே நம்பிக்கை உடையவர்களாக வாழும்படிக்கு நாம் அனைவரும் முதலில் அழைப்பு (Invite) பெற்றவர்கள் என்பதை புரிந்துக் கொள்ளவேண்டும்.

2. இந்த அழைப்புக்கு ஒரு உன்னதமான நோக்கம் Aim -Goal உண்டு. அதற்கு தகுதியான நிலையில் நாம் வாழ்ந்து நிறைவான நோக்கத்தை அடைய வேண்டும். அந்த நோக்கமும் நிறைவும் என்னவென்றால், நாம் அனைவரும் தேவனுடைய குமாரனாகிய இயேசு கிறிஸ்துவைப் பற்றும் விசுவாசம் - Faith, அறிவில் – Knowledge, ஒருமைப்பட்டவர்களாவதும் – Unity, பிறகு இயேசு கிறிஸ்துவினுடைய நிறைவான வளர்ச்சியின் – Fullness அளவுக்குத்தக்க பூரண புருஷராக Mature – Perfect வேண்டும்.

இந்த உச்சமான பூரண நிலையை அடைவதற்கு தேவையான நடவடிக்கை என்னவென்றால்; 1. சீர்பொருந்துதலும், 2. சுவிசேஷ ஊழியமும், 3. சபையினுடைய பக்திவிருத்தியும் ஆகும்.

பரிசுத்தவான்கள் சீர்பொருந்தும் பொருட்டு என்பதை ஆராய்ந்துப் பார்த்தால் இது வேடிக்கையான வினோத நிலையாக காணப்படுகின்றன. பவுலின் நிருபங்களில் எழுத்தின் கருத்துக்களில் முதிர்ச்சியற்ற தவறான நிலைபாடுகளையே ஆங்காங்கே முக்கியமான கருத்தாக, உபதேசமாக பதிவு செய்யப்பட்டுள்ளது சபை வரலாற்று பிழையாகும். இயேசு கிறிஸ்துவை விசுவாசிக்கின்றவர்களை எல்லாம் உடனே பரிசுத்தவான்கள் நீதிமான்கள் என்று சொல்லி பவுல் வஞ்சப் புகழ்ச்சியில் அவர்களுக்கு உயரிய அந்தஸ்தை பெருமையை பட்டத்தைக் கொடுத்துவிட்டார். இப்படிப்பட்ட வஞ்சப்புகழ்ச்சியிலே பெரும்பாலான கள்ளப்போதனை, கள்ளத்தீர்க்கதரிசனங்களினால் சபைகளின் ஊழியரிடம் விசுவாசிகளிடம் பரிபூரண நிலையில்லாமல் 10 – 40 வருடங்களானாலும் துரோகங்கள் குற்றங்கள் குறைவுகள் காணப்படுகின்றன. இந்நிலையில் அவர்களை பரிசுத்தவான்கள் நீதிமான்கள் என்று யார் சான்றிதழ் சாட்சி அளித்தாலும் அது ஏற்புடையதுதானா? என்று பகுத்தறிய வேண்டியது முக்கியமாகும்.

இயேசு கிறிஸ்துவின் விசுவாசிகளான ஆரம்ப நிலையின் அழைப்பை பெற்றவர்களின் தொடர்ச்சியான நீண்ட நெடிய வாழ்க்கையின் பயணத்தில் அவர்களின் நற்குணங்கள் நற்செயல்களின் விளைவினால் மட்டுமே பரிசுத்தவான்கள் நீதிமான்கள் என்று கர்த்தராலும் மனிதர்களாலும் பாராட்டும் பரிசும் பெற்றுக்கொள்ளக் கூடும் என்பதே சரியான நிலையான வாழ்வாகும். அநீதியும் அசுத்தமும் நிறைந்த பொல்லாத மனிதர்களாக இந்த உலக ராஜ்யத்தின் வாழ்விலிருந்து நீதியும் பரிசுத்தமுமான நல்ல மனிதர்களாக தேவனுடைய ராஜ்யத்தின் மக்களாக

நிலைத்திருப்பதற்காகவே இயேசு கிறிஸ்துவின் மூலமாக அழைப்பைப் பெற்றோம். கிறிஸ்தவம் என்பது ஒரு மதம் என்று சொல்லக்கூடிய மனிதர்கள் அறியாமையின் மதம் மற்றும் அநியாயத்தின் அரசியல் மனப்பான்மை உடையவர்கள். கிறிஸ்தவம் என்பது உண்மையாகவே நல்ல மனித சமுதாயத்தை கட்டமைக்கும் ஜீவமார்க்கம் ஆகும்.

இன்றைய உலகளாவிய Universal Christian Churches கிறிஸ்தவ சபைகளில் உள்ள விசுவாசிகள் என்று சொல்லக்கூடிய பரிசுத்தவான்கள் முதலில் மனந்திரும்பினவர்களாக சத்தியத்திற்கு ஏற்ப சீர்பொருந்த வேண்டும். இரண்டாவதாக, சுவிசேஷ ஊழியத்தின் சாராம்சங்களை சரியாகவும் நிறைவாகவும் அறிந்துக் கொண்டு பிறருக்கும் அறிவிக்க வேண்டும். இப்படியாக சபையானது பக்திவிருத்தி அடைந்தால் மட்டுமே நீங்களும் நானும் இயேசு கிறிஸ்துவை போல பரிசுத்தமாகவும் நீதிமானாகவும் பூரணபுருஷராக முடியும் என்ற முழுமையான ஆவிக்குரிய உண்மை சத்தியத்தை உணர்ந்துக் கொள்ளுங்கள். நீங்கள் இயேசு கிறிஸ்துவைப்பற்றிய விசுவாசத்தில் – Faith, அறிவிலும் – Knowledge, ஒருமைப்பாட்டிலும் – Unity, தேறினால் மெய்யாகவே சீஷர்களாய் சிலுவையையும் சுமப்பீர்கள், சிங்காசனத்தையும் அடைவீர்கள். இன்றைய கிறிஸ்தவ மத குழுக்களிடையே பல பட்டங்களும், பெயர்களும் பெருமையும் கொண்டிருக்கும் ரெவரெண்டுகளே! சீனியர், ஜூனியர் பாஸ்டர்களே! பிஷப்புகளே! டாக்டர்களே! அப்போஸ்தலர்களே! இவ்வாறு பட்டம் பெயர் புகழோடு உங்களை பரலோக ராஜ்யத்தில் யாரும் அழைக்கவும் அனுமதிக்கவும் மாட்டார்கள் என்ற உண்மையை உணர்ந்துக் கொள்ளுங்கள்.

குறிப்பு: இயேசு இவ்வாறு சொன்னார்: சீஷன் என்பவன் குருவை போன்றே இருந்தால் போதும் என்றார். இயேசுவை போன்றே சிந்திப்போம் செயல்படுவோம். குருவும் தலைவருமான இயேசு கிறிஸ்து எவ்வாறு இப்பூமியில் ஊழியம் செய்தார்? எ 1. அவர் பரலோக ராஜ்யத்தின் சுவிசேஷத்தை அறிவிக்கும் சுவிசேஷகராகவும் ! 2. பிதாவாகிய தேவனின் சத்தியத்தை போதிக்கும் போதகராகவும் ! 3. கர்த்தராகிய தேவனின் நியாயப்பிரமான கட்டளை கற்பனைகளை பகுத்து போதித்த சீர்திருத்த சிந்தை உடையவராகவும் ! 4. கடந்த கால நிகழ்வு, நிகழ் காலத்தின் சிக்கல்கள், வருங்கால நிகழ்வுகளை வெளிப்படுத்தின தீர்க்கத்தரிசியாகவும் ! 5. தன்னை விசுவாசித்து பின்பற்றின மக்கள் அனைவரையும் சுகமும் நலமும் ஜீவனுமான வழிகளில் நடத்தின நல்ல மேய்ப்பராகவும் ஊழியம் செய்தார். 6. பரிந்து பேசும் வழக்கறிஞராகவும், சரியான நீதியான தீர்ப்பு சொல்லும் நீதிபதியாகவும் ஊழியம் செய்தார். 7. சுகமும் ஆரோக்கியமும் ஜீவனும் விடுதலையும் தரும் நல்ல மருத்துவராகவும் ஊழியம் செய்தார். மற்றும் 8. உலகத்தின் பாவத்தை நீக்கும் பரிகாரியாக தேவ ஆட்டுக்குட்டியாகவும், உலக இரட்சகராகவும் ஊழியம் செய்தார். இயேசு

கிறிஸ்துவைப் போன்று அழைப்பு அபிஷேகம் அருளைப் பெற்றவர்கள் ஒருவரும் வானத்திலும் பூமியிலும் இல்லை. (மத் – 10: 1 – 22, 28 – 42)

உலகளாவிய மனித சமுதாயத்தின் எல்லா தேசங்களின் சபைகளிலும் அதின் ஊழியக்காரர்கள் கர்த்தருக்கு – சர்வ சிருஷ்டிகரான எஜமானனுக்கு – நியாயாதிபதிக்கு – பிரதான மேய்ப்பனுக்கு கணக்கு கொடுக்க வேண்டும். எனவே நாம் பலராக பல நிலைகளில் பல சூழல்களில் வாழ்ந்தாலும் பணி செய்தாலும் அனைவரும் தேவனாகிய கர்த்தரின் சித்தம் (விருப்பம்) நோக்கம் (திட்டம்) ஒன்றையே முழுமையாக நிறைவேற்றி முடிக்கவே அழைக்கப்பட்டிருக்கின்றோம்.

3.   இயேசு கிறிஸ்து தன்னுடைய ஊழியத்தை செய்யும்படியாக தன்னுடைய சீஷர்களை அவர் எவ்வாறு தெரிவு செய்தார்? என்பதை கவனிக்க தவறியவர்கள் அறிய வேண்டும்.   (மத்-4:17-22; மாற்- 1:14-20)

A.   சுயதொழில், சொந்தமாக வேலை செய்தவர்கள், அரசு வேலையில் இருந்தவர்கள், படித்தவர்கள், படிப்பறிவு இல்லாதவர்கள், வேலை எதுவும் இல்லாமல் சும்மா இருந்தவர்கள்.

B.   திருமணம் ஆனவர்கள், திருமணம் ஆகாதவர்கள். மனைவி பிள்ளைகள் உள்ளவர்கள், வயதானவர்கள், வாலிபர், இளைஞர்.

இப்படிப்பட்டவர்களை இயேசு தெரிந்துக் கொண்டு அழைத்தார். இயேசுவின் பின் சென்றவர்கள் தங்களுக்குள்ளதை (உலகில் உள்ளதை) எல்லாம் விட்டவர்கள். சராசரி நிலையில் ஓர் கூட்டு கலவையான நிலையில் 12 சீர்கள் மற்றும் சிலர் இயேசுவை பின்பற்றினார்கள்.

மத் – 19: 10 – 12; 10: 1 – 8; – 1 தீமோ – 3,4; கிறிஸ்தவ ஊழியத்தை குறித்தான நபர்கள் மற்றும் அவர்களின் அனுபவ அணுகுமுறைகள் பற்றிய முரண்பாடான போதனைகளும் வழிகாட்டுதல்களும் சந்தேகங்களும் சரி செய்யப்பட வேண்டும். இந்த வேத பகுதிகளின் மூலமாக அன்னகராகவும், திருமணம் ஆகாமலும் வரம் பெற்றவர்களாய் தியாகமுடையவர்களாய் வாலிபராக, இளைஞராக, முதியவராகவும் தேவனுடைய ராஜ்யத்திற்காக ஊழியம் செய்யவும் வாழவும் கர்த்தராகிய இயேசு கிறிஸ்து அனுமதித்திருக்கின்றார். இதில் எந்த குறைகளையும் தகுதியின்மையையும் இயேசு கிறிஸ்து சுட்டிக் காண்பிக்கவில்லை. பரலோக ராஜ்யத்தின் மகிமைக்கான கர்த்தருடைய ஊழியத்தின் வெற்றியின் அழைப்பு என்பது ஒவ்வொரு தனி நபரின் அர்ப்பணிப்பு, பயபக்தி, பரிசுத்தம், தியாகம், சிலுவையை, சகிப்புத் தன்மை, பிரிவு, விட்டுக்கொடுத்தல், கீழ்ப்படிதலுடன் பொதுநலமுடன் தாழ்மையுடன் தேவனுடைய சித்தத்தை நிறைவேற்றி முடிக்கும் ஊழியம் ஆகும். இதற்குத் தன்னை விட்டுக் கொடுப்பவனே அர்ப்பணிப்பவனே உண்மையில் இயேசு கிறிஸ்துவின் சீஷன் – கர்த்தருடைய ஊழியன் ஆவான்.

எனவே இந்த உலகம் பார்க்கும், குறைவுள்ள மனிதர்கள் சொல்லும் தகுதியின் படி அல்ல. இயேசுவின் அழைப்பை ஏற்று உள்ள நிலையிலேயே அவரை பின்பற்றி செல்லும் சீஷனாக இருக்கும் தகுதியுடன் ஊழியம் செய்வதே உங்கள் பாக்கியம் ஆகும். உங்களுக்கு போதகர், அப்போஸ்தலர், தீர்க்கத்தரிசி, சுவிசேஷகர், மேய்ப்பன் என்ற பட்டம் புகழை யார் கொடுத்தது? இது மனிதர்களால் மனிதர்களுக்கு வழங்கப்படும் மதிப்பீடு ஆகும். இந்த மதிப்பீடு அவர்களின் குறுகிய அடையாளம், அனுபவம், ஆதாயம், விளம்பரம் விருப்பத்திற்குமானதாக உள்ளது. ஆனால் இயேசு கிறிஸ்து கொடுத்தது நீங்கள் என்னுடைய சீஷர்களாய் – Disciples ஒற்றுமையுடன், சகோதரத்துவமுடன், சமத்துவமுடன் பாரபட்சமில்லாமல் பரலோக ராஜ்யத்தின் சுவிசேஷ ஊழியத்தை செய்வதே உத்தமம் ஆகும்.

1 கொரி – 1: 26,27,29,30,31;

எப்படியெனில், சகோதரரே, நீங்கள் அழைக்கப்பட்ட அழைப்பைப் பாருங்கள்; மாம்சத்தின்படி ஞானிகள் அநேகரில்லை, வல்லவர்கள் அநேகரில்லை, பிரபுக்கள் அநேகரில்லை. ஞானிகளை வெட்கப்படுத்தும்படி தேவன் உலகத்தில் பைத்திய-மானவைகளைத் தெரிந்துக்கொண்டார்; பலமுள்ளவைகளை வெட்கப்படுத்தும்படி தேவன் உலகத்தில் பலவீனமான-வைகளைத் தெரிந்துக்கொண்டார். மாம்சமான எவனும் தேவனுக்கு முன்பாகப் பெருமைபாராட்டாதபடிக்கு அப்படி செய்தார். இந்தப்படி, நீங்கள் அவராலே கிறிஸ்து இயேசுவுக்குட்பட்டிருக்கிறீர்கள். எழுதியிருக்கிறபடி, மென்மை பாராட்டுகிறவன் கர்த்தரைக் குறித்தே மென்மை பாராட்டத்தக்கதாக,

அவரே தேவனால் நமக்கு ஞானமும் நீதியும் பரிசுத்தமும் மீட்புமானார்.

நான் எந்த ஒரு மக்களுக்கும், எந்த ஒரு கிறிஸ்துவின் சபைகளுக்கும் எதிரானவன் அல்ல. ஆனால் பொய்,வஞ்சகம், பாரபட்சம்,வேத புரட்டலின் மாறுபாடான கள்ளப்போதனைகள்,கள்ளத் தீர்க்கத்தரிசனம், அநீதி,ஊழல், மனிதநேயமற்ற சர்வாதிகாரம், மனித கொலை பாதகங்கள், மூட நம்பிக்கை, மோசடிகள், அசுத்தம் அருவருப்புகளுக்கு எதிரான மனந்திரும்புதலுக்குரிய சீர்த்திருத்தம் செயல்களை செய்திகளை வெளிப்படுத்தும் ஊழியத்தை செய்யும் உணர்வுள்ளவனாக என்னை உருவாக்கி உபயோகிக்கும் தேவனை நான் ஸ்தோத்தரிக்கின்றேன்.எப்படியாவது வாழ்ந்து எதையாவது கர்த்தருக்கு செய்திடலாம் என்றல்ல, மக்களின் சபைக்கு எது நன்மை ஆசீர்வாதம் என்று தேவசித்தம் அறிந்து செயல்படுவதே சிறப்பாகும்.

எவனிடத்தில் அதிகமாக கொடுக்கப்பட்டதோ அவனிடம் அதிகமாகவும், எவனிடத்தில் குறைவாக கொடுக்கப்பட்டதோ அவனிடம் குறைவாகவும் கர்த்தரால் கணக்குக் கேட்கப்படும். உங்களில் யாருக்கெல்லாம் தேவனாகிய கர்த்தர்

நன்மைகள், ஆசீர்வாதங்கள், ஐசுவரியங்கள், வசதி வாய்ப்புகள், வரங்கள் மற்றும் பெலத்தின் மிகுதியான ஆயுசு நாட்களை அதிகமாக கொடுத்திருக்கின்றாரோ! நீங்கள் தான் அதிகமான பலனுக்குரிய கணக்கை கர்த்தரிடம் தெரிவுக்கும் நாட்கள் வருகின்றது. கொஞ்ச பெலன் இருந்தும் கொஞ்சம் வசதி வாய்ப்பு இருந்தும் எந்த நிலையிலும் கர்த்தர் விரும்புகிறவைகளை மாத்திரம் செய்து, கர்த்தர் வெறுக்கின்றவைகளை வெறுத்து, விட்டு விலகி உண்மையான சீஷனாக - ஊழியனாக கர்த்தரின் பார்வையில் உத்தமமான சாட்சிகளாக வாழ்பவர்களை நிச்சயம் நித்திய ஜீவனுக்குரிய திறந்த வாசல்களுக்குள்ளாக சேர்த்துக் கொள்வார். (வெளி..2: 1 – 7, 8 – 16; 3: 7 – 11, 12 – 21).

எனவே இயேசு கிறிஸ்துவை உண்மையாகவே விசுவாசியுங்கள். அவரின் உபதேசத்தைக் கேளுங்கள். அந்த உபதேசக் கட்டளைகளில் நிலைத்திருந்தால் நீங்கள் மெய்யாகவே இயேசுவின் சீஷர்களாய் இருப்பீர்கள். இயேசு கிறிஸ்துவின் சீஷர்களுக்கே பரலோக ராஜ்யத்தின் சத்தியம் அறிவிக்கப்பட்டு வெளிப்படுத்தப்பட்டது. இந்த சத்தியமே உங்களை சோதனைகளில் விடுதலை ஆக்கும், வேதனைகளில் உங்களை சாதனையாளர்களாக மாற்றும். (யோவான் – 8: 26 – 32; யோவான் – 2: 12 – 29)

உலகளாவிய கிறிஸ்தவ சபையே இந்த உலகத்தின் மக்களை பல காரியங்களில் மனந்திரும்புங்கள் என்று கண்டிப்புடன் பிரசங்கித்துக் கொண்டு இருக்கின்றோம். ஆனால், கிறிஸ்தவ சபையே நீ எந்த நிலையில் இருக்கின்றாய். என்ன செய்துக் கொண்டு இருக்கின்றாய் என்று ஆராய்ந்து பாருங்கள். இன்றைக்கு நீங்கள் மனந்திரும்பவில்லை என்றால், கர்த்தர் தமக்கு சித்தமான படி உங்கள் சபைகளில் தேசத்திலே வேறே ஒரு தீர்க்கத்தரிசியை, வேறே ஒரு நியாயாதிபதியை, வேறே ஒரு ராஜாவை, வேறே ஒரு ஆசாரியனை, வேறே ஒரு இரட்சகனை,ஊழியக்காரனை எழும்பப் பண்ணுவார். அவர்கள் மூலமாக தேவனாகிய கர்த்தர் தமது தயவுள்ள சித்தத்தை - திட்டத்தை நிச்சயம் நிறைவேற்றுவார் என்பதிலே கவனமாய் விழித்துக் கொள்ளுங்கள்.

கிறிஸ்தவ மத சபை தலைவர்களே, ஊழியர்களே, விசுவாச மக்களே; இயேசு கிறிஸ்து ஐசுவரியத்தை (பணம், ஆஸ்தி, ஆடம்பரம்) தேடி பூமிக்கு வரவில்லை. அவர் பாவத்தினால் – அதின் பல பரிணாம முகங்களின் கோர செயல்களினால் அழியும் ஆத்துமாக்களை தேடி மீட்கும்படி பாதாளத்தின் ஆழம் வரைக்கும் சென்றார். இன்றைய கிறிஸ்தவ மதத்தினரே நீங்கள் எதை தேடி..... எந்த நோக்கத்துடன்..... எதை நோக்கி ஓடிக்கொண்டு இருக்கின்றீர்கள்? ! என்று அறிந்து மனந்திரும்புங்கள். "பொய்யிற்கும் வேதப்புரட்டலுக்கும் பிரியமாக பிழைப்பு நடத்த 5000 –

50,000 பேர்கள் ஒன்று கூடினாலும்; உண்மைக்கும் சத்தியத்திற்கும் பிரியமாக பாடுபடுகின்ற 10 – 100 புரட்சியாளர்களின் பக்கமாக கர்த்தர் நின்று செய்யும் காரியங்கள் பூமியில் மிக பெரிய மாறுதலின் எழுப்புதலாக இருக்கும். ”

நாம் அனைவரும் பூரண சற்குணராக, கறைதிரை இல்லாத, குறைவற்றவர்களாக மாறும் படிக்கு தேவனும் கர்த்தராகிய இயேசு கிறிஸ்துவும் கற்பித்தவைகளை கட்டளையிட்டவைகளை அறிந்துக் கொண்டு அதில் நிலைத்திருந்து, தேவனுடைய பரிபூரண சித்தத்திற்கு ஏற்ற நன்மையும் நீதியுமான நற்கிரியைகளைச் செய்து நல்ல மனிதர்களாக புனிதர்களாக வாழ்ந்திடுவோம். இப்புத்தகத்தின் மூன்றாம் பாகத்தின் கடைசி இரண்டு அத்தியாத்தின் முக்கிய சிறப்பு செய்திகளையும் படித்து பழகி, பண்படுத்தப்பட்ட மிகுந்த பலன் கொடுக்கும் மனித சமுதாயமாக மாறிடுவோம் வாருங்கள் ! வாழ்த்துக்கள் நன்றி.

பகுதி-3

பகுதி – 3

வெளி – 1 : 5, 6

உண்மையுள்ள சாட்சியும், மரித்தோரிலிருந்து முதற்பிறந்தவரும், பூமியின் ராஜாக்களுக்கு அதிபதியுமாகிய இயேசு கிறிஸ்துவினாலும் உங்களுக்குக் கிருபையும் சமாதானமும் உண்டாவதாக.

நம்மிடத்தில் அன்புகூர்ந்து, தமது இரத்தத்தினாலே நம்முடைய பாவங்களற நம்மைக் கழுவி, தம்முடைய பிதாவாகிய தேவனுக்கு முன்பாக நம்மை ராஜாக்களும் ஆசாரியர்களுமாக்கின அவருக்கு மகிமையும் வல்லமையும் என்றென்றைக்கும் உண்டாயிருப்பதாக. ஆமென்.

முன்னுரை :

உங்களுக்கான நித்திய வாழ்வை (நித்திய ஜீவனைப்) பெற்றுக் கொள்வது எப்படி? என்ற இந்த புத்தகம் முதல் பகுதி ஐந்து அத்தியாயங்களையும், இரண்டாம் பகுதி மூன்று அத்தியாயங்களையும், மூன்றாம் பகுதி இரண்டு அத்தியாயங்களையும் கொண்டதாக மொத்தம் பத்து அத்தியாயங்களாக அதில் பல உட்பிரிவுகளாக பகுத்தாராய்ந்து உங்களுக்காக கொடுக்கப்பட்டுள்ளது. இது உலகில் மனித வாழ்வுக்கு மற்றும் கிறிஸ்தவ சமுதாய வாழ்வுக்கு அடிப்படை அவசியம், அவசர செய்திகளாக பத்து படிநிலையாக தொகுத்து எழுதி இருக்கின்றேன். என்னுடைய கடந்த 30 வருட கிறிஸ்தவ அனுபவ வாழ்வில் நான் பார்த்த, கேட்ட, கற்ற, ஐக்கியம் கொண்டு இருந்த பெரும்பாலான கிறிஸ்தவ மத மனிதர்களின் போதனை, நம்பிக்கை, சொல், வாழ்வு, எதிர்ப்பார்ப்புகளில் ஒன்றுக் கொன்று முரண்பாடுகள் இருக்கின்றதை என்னால் பார்க்கவும் உணரவும் முடிந்தது. அது என்னுடைய விசுவாச வாழ்வையும் மற்றும் பலர் கிறிஸ்தவ வாழ்வுக்குள்ளே வருவதையும் பாதிக்கும் படி இடறுகலுக்கு ஏதுவாகவும் இருந்தது என்பது உண்மை. எனவே உண்மையான கிறிஸ்தவ மார்க்கத்தை நான் கண்டிட கற்று அறிந்திட அதில் நிலைத்து வாழ்ந்திட வேண்டும் என்ற ஆர்வம் அவசியம் அவசரத்தை பரிசுத்த ஆவியானவர் உணர்த்தினார். அநேகருக்கு பிரயோஜனமாக இருக்கும்படிக்கு இந்த புத்தகத்தை எழுதவும் அடியேனுக்குக் கர்த்தர் உதவி செய்தார்.

இந்த புத்தகத்தின் கடைசி இரண்டு அத்தியாயங்களை மூன்றாவது பகுதியாக பிரித்து கவனமாக ஆய்வு செய்வதும் அறிவதும் மிகவும் அவசியமான காரியமாகவே கருதுகின்றேன். ஏனெனில் கடைசி கால கிறிஸ்தவ மத உலகில் மக்கள் அன்பு கூருவதையும் மற்றும் சிலுவை சுமப்பதையும் மற்றும் இயேசுவை பின்பற்றிச் செல்வதையும் பற்றிய புரிதல் (அறிவு, ஞானம், அர்ப்பணிப்பு) இன்றி

சுய கொள்கையில் வாழ்ந்து வருகின்றதை மாற்றி அமைத்து, தேவனுடைய சித்தத்தின் படி வாழ்வு பெற செய்வதே அனைவருக்கும் ஆசீர்வாதமானதாகவும் நன்மையான நித்திய ஜீவனின் வாழ்வை பெற்றுக் கொள்வதற்கு உகந்த காரியமாக இருக்கும்.

ரோமர் : 13 : 8 – 11.

ஒருவரிடத்திலொருவர் அன்புகூருகிற கடனேயல்லாமல், மற்றொன்றிலும் ஒருவனுக்கும் கடன்படாதிருங்கள்; பிறனிடத்தில் அன்புகூருகிறவன் நியாயப்பிரமாணத்தை நிறைவேற்றுகிறான்.

எப்படியென்றால், விபச்சாரம் செய்யாதிருப்பாயாக, கொலை செய்யாதிருப்பாயாக, களவு செய்யாதிருப்பாயாக, பொய்ச்சாட்சி சொல்லாதிருப்பாயாக, இச்சியாதிருப்பாயாக என்கிற இந்தக் கற்பனைகளும், வேறே எந்தக் கற்பனையும், உன்னிடத்தில் நீ அன்புகூருகிறதுபோலப் பிறனிடத்திலும் அன்புகூருவாயாக என்கிற ஒரே வார்த்தையிலே தொகையாய் அடங்கியிருக்கிறது.

அன்பானது பிறனுக்குப் பொல்லாங்கு செய்யாது; ஆதலால் அன்பு நியாயப்பிரமாணத்தின் நிறைவேறுதலாயிருக்கிறது.

நித்திரையை விட்டு எழுந்திருக்கத்தக்க வேளையாயிற்றென்று, நாம் காலத்தை அறிந்தவர்களாய், இப்படி நடக்கவேண்டும்; நாம் விசுவாசிகளானபோது இரட்சிப்பு சமீபமாயிருந்ததைப் பார்க்கிலும் இப்பொழுது அது நமக்கு அதிக சமீபமாயிருக்கிறது.

1 பேதுரு – 4 : 11

11. ஒருவன் போதித்தால் தேவனுடைய வாக்கியங்களின்படி போதிக்கக்கடவன்; ஒருவன் உதவி செய்தால் தேவன் தந்தருளும் பெலத்தின்படி செய்யக்கடவன்; எல்லாவற்றிலேயும் இயேசு கிறிஸ்துமூலமாய் தேவன் மகிமைப்படும்படியே செய்வீர்களாக; அவருக்கே மகிமையும் வல்லமையும் சதாகாலங்களிலும் உண்டாயிருப்பதாக. ஆமென்.

இப்புத்தகத்தின் முழுமையான முக்கிய சிறுகுறிப்பு பார்வை :

உங்களுக்கான நித்திய ஜீவனை பெற்றுக் கொள்வது எப்படி? என்ற தலைப்பைக் கொண்ட இந்த புத்தகம் எழுதப்படுவதற்கு காரணமாக இருந்த வேத பகுதி மற்றும் திறவுக் கோல் வசனம் எவைகள் என்றால்;

வேதப்பகுதி : மத் – 19 : 13 – 30; லூக் – 18 : 15 – 30; 10 : 25 – 37; மாற் – 10 : 13 – 30; யோவான் – 6 : 1 – 71; 3 : 1 – 36; அப்போஸ். 7: 1-16; 17 – 43, 44 – 66; 17: 22-31; எபேசியர்.1 :1; 4:1-6, 11– 13; வெளிப். 14, 20, 21, 22; ரோமர்.1:13-32; 2:1-24; 3:10-24; 7:1-25; 8:1-39; 13:8-14;

திறவுக் கோல் வசனங்கள் : மத் – 19 : 16, 17, 21, 27; மாற் – 10 : 17, 21, 28; லூக் – 10 : 25 – 28; லூக் – 18 : 18, 22, 28 – 30; யோவான் – 3 : 3 – 6, 14 – 21, 36; 6 : 24 – 36, 37 – 69; ரோமர். 13:8 – 10; 11 :14;

யோவான் – 3 : 14 – 16;

சர்ப்பமானது மோசேயினால் வனாந்தரத்திலே உயர்த்தப்பட்டதுபோல மனுஷகுமாரனும், தன்னை விசுவாசிக்கிறவன் எவனோ அவன் கெட்டுப்போகாமல் நித்திய ஜீவனை அடையும்படிக்கு, உயர்த்தப்படவேண்டும். தேவன், தம்முடைய ஒரே பேறான குமாரனை விசுவாசிக்கிறவன் எவனோ அவன் கெட்டுப்போகாமல் நித்திய ஜீவனை அடையும்படிக்கு, அவரைத் தந்தருளி, இவ்வளவாய் உலகத்தில் அன்புகூர்ந்தார்.

லூக் – 10 : 25 – 28;

அப்பொழுது நியாயசாஸ்திரி ஒருவன் எழுந்திருந்து, அவரைச் சோதிக்கும் படி : போதகரே, நித்திய ஜீவனைச் சுதந்தரித்துக் கொள்ளும்படிக்கு நான் என்ன செய்ய வேண்டும் என்று கேட்டான். அதற்கு அவர் : நியாயப்பிரமாணத்தில் என்ன எழுதியிருக்கிறது? நீ விசுவாசித்திருக்கிறது என்ன என்றார்.

அவன் பிரதியுத்தரமாக : உன் தேவனாகிய கர்த்தரிடத்தில் உன் முழு இருதயத்தோடும் உன் முழு ஆத்துமாவோடும் உன் முழுப் பலத்தோடும் உன் முழுச் சிந்தையோடும் அன்புகூர்ந்து, உன்னிடத்தில் அன்புகூருவதுபோலப் பிறனிடத்திலும் அன்புகூருவாயாக என்று எழுதியிருக்கிறது என்றான்.அவர் அவனை நோக்கி : நிதானமாய் உத்தரவு சொன்னாய்; அப்படியே செய், அப்பொழுது பிழைப்பாய் என்றார்.

இதன் மையக் கருப்பொருள் :
1. ஒன்றான மெய் தேவனிடத்தில் முழுமையாக அன்புக் கூர வேண்டும்.
2. தன்னைப் போல பிற மனிதர்களிடத்திலும் அன்பு கூர வேண்டும்.
3. நித்திய ஜீவனை (நிலையான வாழ்வை) பெற்றுக் கொள்ள வேண்டும்.

புத்தக செய்தியின் சுருக்கம் : ஒரு வாலிபன் நியாயப்பிரமாணத்தை (இறை வேதாகம சட்டங்களை) கற்று அறிந்து, பின்பற்றி, ஓர் தலைவனாக இருந்தவன் நிலையான வாழ்வை, நித்திய ஜீவனை பெற்றுக் கொள்ள விரும்பினான். அதற்காக தான் என்ன செய்ய வேண்டும், எந்த நன்மைகளை செய்ய வேண்டும் என்பதை பற்றிய செய்தியை இயேசு கிறிஸ்து என்ற நல்ல போதகரிடம் கேட்டான். போதகர் சொன்னபடியான நியாயப்பிரமாண கற்பனைகளைக் கைக் கொண்டு சன்மார்க்க மனிதனாக தன் வாலிபத்தில் காணப்பட்டான். தேவனையும் நேசித்து வாழ்ந்தான், பிற மனிதர்களையும் நேசித்து வாழ்ந்தான், யாருக்கும் துன்பம் தீமை செய்யாதவனாக வாழ்ந்தான். ஆனாலும், தன்னிடத்தில் குறைவு உண்டு என்பதை அவன் கற்றறிந்த (ஜீவனுள்ள) வார்த்தைகள் அவனின் உள்ளத்திற்குள் உணர்த்திக் கொண்டிருந்தது. அந்த குறையை இயேசு கிறிஸ்து அந்த வாலிபனின் (தலைவனின்) நிஜ வாழ்வில் கண்டார். அந்த குறையை அவனிடம் சொன்னார். அது,

1. அவன் தன்னை போல பிற மனிதர்களிடம் முழுமையாக அன்பு கூராமல் இருந்தது, யாருக்கும் நன்மைகளை உதவிகளை செய்யாமல், தனக்காகவே சொத்துக்களை அதிகமாக சேர்ப்பவனாகவும் இருந்தான்.

2. அவன் இயேசு கிறிஸ்துவை பின்பற்றாமல், தனக்கு என்று தனி வழி என்று உலகின் பெருமை புகழை பின்பற்றுகின்றவனாக, ஐசுவரியங்களின் மீது நம்பிக்கை கொண்டிருந்தான்.

எனவே அவன் உண்மையில் இங்கு நிலையான மனித வாழ்வையும், பிறகு மறுமைக்கான நித்திய ஜீவ வாழ்வையும் பெற்றுக்கொள்ள முடியாத குறைவு உள்ளவனாக தகுதியற்றவனாக மாறினான். ஆனால் மிகுந்த ஐசுவரியமும் ஆஸ்திகளும் உள்ளவனாக காணப்பட்டான்.

தேவனுடைய ராஜ்யம் எப்பொழுதும் மனித சமுதாயத்தை சமத்துவம் கொண்டதாகவே ஆசீர்வதிக்கும் திட்டம் கொண்டிருக்கிறது. எல்லா மக்களுக்கும் நன்மைகளை தேவன் சமமாக பகிர்ந்தளிக்கும் ஆசீர்வாத திட்டமும், சித்தமும் கொண்டிருப்பதே தேவனின் நீதியாக இருக்கிறது. **எ.கா.** மனிதர்களின் பிறப்பும், இறப்பும் இடையில் அவர்களின் வாழ்வுக்கு சுவாச காற்றும், நிலமும், மழை நீரும், சூரிய ஒளியும் இலவசமாக அனைவருக்கும் இறைவனால் பகிரப்பட்டுள்ளது.

தானியேல்: 12:2,3

பூமியின் தூளிலே நித்திரைபண்ணுகிறவர்களாகிய அநேகரில் சிலர் நித்தியஜீவனுக்கும், சிலர் நித்திய நிந்தைக்கும் இகழ்ச்சிக்கும் விழித்து எழுந்திருப்பார்கள்.

ஞானவான்கள் ஆகாயமண்டலத்தின் ஒளியைப்போலவும், அநேகரை நீதிக்குட்படுத்துகிறவர்கள் நட்சத்திரங்களைப்போலவும் என்றென்றைக்குமுள்ள சதாகாலங்களிலும் பிரகாசிப்பார்கள்.

யாக் – 3 : 17, 18;

பரத்திலிருந்து வருகிற ஞானமோ முதலாவது சுத்தமுள்ளதாயும், பின்பு சமாதானமும் சாந்தமும் இணக்கமுமுள்ளதாயும், இரக்கத்தாலும் நற்கனிகளாலும் நிறைந்ததாயும், பட்சபாதமில்லாததாயும், மாயமற்றதாயுமிருக்கிறது.

நீதியாகிய கனியானது சமாதானத்தை நடப்பிக்கிறவர்களாலே சமாதானத்திலே விதைக்கப்படுகிறது.

1 கொரிந்தியர். 2 : 4 – 10;

உங்கள் விசுவாசம் மனுஷருடைய ஞானத்திலல்ல, தேவனுடைய பெலத்தில் நிற்கும்படிக்கு, என் பேச்சும் என் பிரசங்கமும் மனுஷ ஞானத்திற்குரிய நயவசனமுள்ளதாயிராமல், ஆவியினாலும் பெலத்தினாலும் உறுதிப்படுத்தப்பட்டதாயிருந்தது.

அப்படியிருந்தும், தேறினவர்களுக்குள்ளே ஞானத்தைப் பேசுகிறோம்; இப்பிரபஞ்சத்தின் ஞானத்தையல்ல, அழிந்து போகிறவர்களுடைய ஞானத்தையுமல்ல, உலகத்தோற்றத்திற்குமுன்னே தேவன் நம்முடைய மகிமைக்காக ஏற்படுத்தினதும், மறைக்கப்பட்டதுமாயிருந்த இரகசியமான தேவஞானத்தையே பேசுகிறோம். அதை இப்பிரபஞ்சத்துப் பிரபுக்களில் ஒருவனும் அறியவில்லை; அறிந்தார்களானால், மகிமையின் கர்த்தரை அவர்கள் சிலுவையில் அறையமாட்டார்களே.

எழுதியிருக்கிறபடி: தேவன் நம்மில் அன்புகூருகிறவர்களுக்கு ஆயத்தம்பண்ணினவைகளைக் கண் காணவுமில்லை, காது கேட்கவுமில்லை; அவைகள் மனுஷனுடைய இருதயத்தில் தோன்றவுமில்லை. நமக்கோ தேவன் அவைகளைத் தமது ஆவியினாலே வெளிப்படுத்தினார்; அந்த ஆவியானவர் எல்லாவற்றையும், தேவனுடைய ஆழங்களையும், ஆராய்ந்திருக்கிறார்.

குறிப்பு 1 : பணம் ஐசுவரியம் என்பது உலகில் மனித ராஜ்யங்களின் வசதி தேவைக்கு மனிதர்களால் ஏற்படுத்தப்பட்ட திட்டம் ஆகும். ஆதலால் அதை சம்பாதித்து பயன்படுத்துவதில் ஏற்றத் தாழ்வும் பாகுபாடுகள் இருப்பதை தேவனுடைய ராஜ்யம், தேவன் கண்டிக்கிறார். அதை சீர்த்திருத்தம் செய்து மனிதர்கள் சமத்துவம் பெற விரும்புகின்றார்.

250

உங்களிடத்தில் மிகுதியான ஆஸ்தி (சொத்து), ஐசுவரியம் (திரளான பணம்) இருந்தால் அதை விற்று பணமாகவோ, பொருளாகவே ஏழைகளுக்கு தரித்திருக்கு கொடுத்து விடுங்கள். உங்களை ஏழைகளுக்காகவும் தரித்திராராகவும் இருக்கும்படியாக தானம் தர்மம் செய்யுங்கள் என்று இயேசு கிறிஸ்து சொல்லவில்லை. நீங்கள் பிறனையும் நேசிக்கின்ற நீதியை நிறை வேற்றும், அன்பினை வெளிப்படுத்தும் செயலுக்காகவே தரித்திருக்கு கொடுங்கள் என்று இயேசு சொன்னார்.

குறிப்பு 2: ஆனால் நவீன காலத்தில் உலகளாவிய கிறிஸ்தவ மதத்தின் அநேக மக்கள், சிலுவை இல்லாத, பாடுகள் இல்லாத, நன்மைகள் செய்யாத, நீதி நியாயம் இல்லாத, வேத சத்தியத்தினுடைய பரிசுத்தம் ஒழுங்கு இல்லாத மனிதர்களால் இயேசு கிறிஸ்துவின் பெயரை மட்டும் பயன்படுத்திக் கொண்டு மோசே, பேதுரு, யோவான், பவுல், யாக்கோபு, மேரி, மரியாள் என்று ஏதேனும் மனிதர்களின் பெயரை மட்டும் பயன்படுத்திக் கொண்டு ஒரு மதத்தை மத கூட்டத்தை உருவாக்கி கொள்கின்றார்கள். அவர்களுக்கு இந்த உலகமும் கிறிஸ்தவர்கள் என்ற பெயரை அங்கிகாரத்தை கொடுத்து விடுகின்றது. இவர்கள் ஆண்டு தோறும் தவறாமல் கிறிஸ்தவ மத பண்டிகைகள் கொண்டாடுவார்கள். இவர்களின் பிறந்த நாள், திருமண நாள், மரண நாள் என்று மேலும் சில பல பண்டிகைகளை கொண்டாடும் கிறிஸ்து மத மனிதர்களாய் இருப்பார்கள்.

இதை எல்லாம் கொண்டாடுங்கள் என்று எந்த காலத்து விசுவாசிகளுக்கும், பரிசுத்தவான்களுக்கும், நீதிமான்களுக்கும், சீஷர்களுக்கும் மற்ற எந்த மனிதர்களுக்கும் கர்த்தராகிய இயேசு கிறிஸ்து சொல்லவில்லை, கட்டளையிடவில்லை. வேத வசனங்களின் குறிப்புகளிலும் இந்த பண்டிகைகளின் பாரம்பரியம் இடம்பெறவில்லை. இயேசு கிறிஸ்துவின் பிறப்பு முதற்க்கொண்டு ஊழியம், சிலுவை பாடு, மரணம் உயிர்த்தெழுதல் வரையில் அவர் என்னவெல்லாம் போதித்து கட்டளையிட்டார் என்பதை எல்லாம் இந்த மனிதர்கள் பின்பற்றுவதே இல்லை. எப்பொழுது உண்மையாக, உத்தமமாக, இயேசு கிறிஸ்துவின் வார்த்தைகளின் படியே தேவனுடைய சித்தத்தை செய்வீர்கள்? உங்களுக்கு நித்திய ஜீவனை பெற்றுக்கொள்ள நிலையான வாழ்வை பெற்றுக் கொள்ள விசுவாசம் விருப்பம் இல்லையா?

கவனியுங்கள் : கர்த்தருடைய இருதயத்திற்கு ஏற்ற ஊழியக்காரன் தாவீதின் ஜெபத்தின் படியே, நானும் ஜெபத்துடன் பக்தி வைராக்கியமுடன் கிறிஸ்தவத்தின் – ஜீவமார்க்கத்தின் முக்கியச் செய்திகளை மறைக்காமல் மகா சபைக்கு (அநேகருக்கு) வெளிப்படுத்தி, பாரபட்சம் இல்லாமல் அனைவருக்கும் பலன்கள் இரட்சிப்பு உண்டாகும் படி இப்புத்தகத்தின் மூலமாக சமாதானத்தை, சத்தியத்தை, நீதியை அறிவிக்கின்றேன். (சங் – 40 : 8 – 11, 16)

குறிப்பு 3 : அத்தியாயம் ஒன்பது மற்றும் அத்தியாயம் பத்து இரண்டும் ஒன்றோடு ஒன்று தொடர்புடையது. இது தனித்தனியாக பிரிந்து வேறுபட்டு செயல்படுவதும் அல்ல. இவைகளின் இரண்டு மையக்கருத்துகளும் இணைந்து வினைபுரியும் விசுவாச ஜீவியமே (விசுவாச வாழ்வே) ஜீவமார்க்கத்தின் (கிறிஸ்தவ மார்க்கத்தின்) முழுமையான வெற்றியும் மிகுந்த பலனுமாகும். ஒரு வேளை தனித்தனியாக வெவ்வேறு நிலையில் இந்த கருத்து மனித வாழ்வில் செயல்படுமானால் குறைவும் மனஉளைச்சலும் ஏமாற்றமும் கொண்ட பூரணமற்ற செயலாக இருக்கும்.

இயேசு அந்த வாலிபனிடம் சொன்னது : 1. இன்னும் உன்னிடத்தில் குறைவு உண்டு; நீ பூரண சற்குணனாயிருக்க விரும்பினால், 2. போய், உனக்கு உண்டானவைகளையெல்லாம் (திரளான ஆஸ்திகள் ஐசுவரியம்) விற்று, தரித்திரருக்குக் கொடு, 3. அப்பொழுது, பரலோகத்தில் உனக்குப் பொக்கிஷம் உண்டாயிருக்கும்; 4. பின்பு என்னைப் பின்பற்றிவா என்றார். 5. அவன் இந்த வார்த்தையைக் கேட்ட பொழுது, துக்கமடைந்தவனாய்ப் போய்விட்டான்.(மத் – 19 : 21, 22; லூக் – 18 : 22, 23)

மேற்கூறிய வசனங்களின் ஐந்து கருத்துக்களின் மூலமாக மிக முக்கியமான இரண்டு சத்தியங்களை நாம் எல்லாரும் அறிந்துக் கொண்டவர்களாய்; பிறகு அதில் ஒன்றை மிக தெளிவாக தெரிந்துக் கொண்டவர்களாய் செயல்படுகின்ற எந்த ஒரு மனிதனும் தன்னுடைய வாழ்வின் விளைவின் முடிவான முழுமையான பலனை அடைவான்.

A. ஒன்று இந்த பூமியின் வாழ்வில் தங்களின் கொள்கை, சித்தாந்தம் விருப்பத்தின்படியே குறைவு உள்ளவர்களாக பூரண சற்குணமில்லாதவர்களாக வாழ்ந்து, மற்றும் இயேசு கிறிஸ்துவின் வார்த்தையை அவரின் முன் மாதிரிகளை, அவரின் மூலமாக கிடைக்கும் நித்திய ஜீவனை (நிலையான வாழ்வை விட்டு விலகி தூரமாய் சென்று, தங்களின் நம்பிக்கைபடியே வாழ்ந்து விடலாம்.

B. இரண்டாவது இந்த பூமிக்குரிய வாழ்வில் இயேசு கிறிஸ்துவின் வார்த்தைகளின் வழிகாட்டுதலின் படியே வாழ்ந்து; மற்றும் பூரண சற்குணமுள்ளவர்களாய் இந்த பூமியிலே தங்களின் ஆஸ்திகள் ஐசுவரியங்களை (சொத்துக்களை) சேர்த்து வைக்காமல், பரலோகத்திலே தங்களுக்கு பொக்கிஷம் உண்டாயிருக்கும் வண்ணமாக தங்கள் ஆஸ்திகளை சொத்துக்களை (தேவைக்கும் மிகுதியான – பேராசைக்குரிய– வைகளை) விற்று தானம் தர்மம் செய்து ஏழைகள் தரித்திரரை வாழ்வு பெற செய்ய வேண்டும். பிறகு இயேசுவை பின்பற்றி சென்று அவரால் கிடைக்கும் நித்திய ஜீவனை(நிலையான வாழ்வை) பெற்று பரிபூரண ஆனந்தம், நித்திய மகிழ்ச்சி அடைய வேண்டும்.

இயேசு கிறிஸ்துவை விசுவாசிக்கின்றவர்களும், தேவனை விசுவாசிக்கின்றவர்களும் கெட்டுப்போகக்கூடாது என்பதற்கு இயேசு கிறிஸ்து இப்பூமிக்கு அனுப்பப்பட்டார். பரலோக ராஜ்யத்தின் சுவிசேஷத்தை அறிவித்தார். சிலுவை பாடுகளுக்கு பிறகு சிலுவையில் மரித்தார். இதனுடைய நோக்கம் என்ன? முதலில் விசுவாசிப்பவர்கள் கெட்டுப்போகாமல் தடுப்பதும், மீட்பதும்; அதை தொடர்ந்து அவர்கள் அனைவரும் நித்திய ஜீவனை பெற்றுக் கொள்ள செய்வதும் ஆகும்.

யோவான் – 3 : 16 – 19; தேவன் அன்பாகவே இருக்கின்றார். அவரின் அன்பு நிறைவானது, மிகவும் தூய்மையானது. உலக மக்கள் பலவிதமான தீமைகளினால் கெட்டுப்போவதை அழிவதை அவர் விரும்பவில்லை. எனவேதான் சத்தியமும் ஒளியுமாக நமக்கு வழிகாட்டியாக, இயேசு கிறிஸ்துவை இந்த உலகத்திற்கு அனுப்பினார். சத்தியம், நீதி, அன்பு, கிருபை, ஒளியைப் பகைத்து இருளை விரும்பி இரக்கம் நீதி இல்லாமல் அநீதியான பல தீமைகளைச் செய்யும் பாவிகளை – துன்மார்க்கரை தேவன் நிச்சயமாகவே ஆக்கினைக்குள்ளாக தண்டிப்பார்.

இயேசு கிறிஸ்துவை விசுவாசிக்கின்றேன் என்பவன் அவரை பின்பற்றுகிறவனாக அவரின் உபதேசத்தை கேட்கின்றவனாக அதில் உறுதியாய் நிலைத்திருக்கின்றவனாகவும் காணப்படுவான். அவன் இயேசுவின் சீஷனாக இருப்பான். சீஷனுக்கே சகல சத்தியமும் பரிசுத்த ஆவியானவரால் வெளிப்படுத்தப்படும். அந்த சத்தியமே பரிசுத்த ஆவியானவரே இவ்வுலகத்தின் எல்லாவிதமான சோதனைகள், உபத்திரவங்கள், பாவங்களிலிருந்து அவனை விடுதலையாக்கும். இவர்கள் விசுவாசத்தினால் சத்தியத்தினால் உலகை ஜெயிப்பவர்களாக சாதனையாளர்களாய் நித்திய ஜீவனை சுதந்தரித்துக் கொள்ளுவார்கள். ஆமென்.

அத்தியாயம் – 9

**உன்னிடத்தில் நீ அன்புகூருவது போலப் பிறனிடத்திலும் அன்புகூரு.
இது உனக்கான நீதி, நீ தேவனை மதி.**

இயேசு கிறிஸ்து ஓர் வாலிபராக, நல்ல போதகராக, சீர்த்திருத்த ஊழியராக, மக்கள் நலப் பணியாளராக, மெய் தீர்க்கத்தரிசியாக பரலோக ராஜ்யத்தின் திட்டமும் மற்றும் நோக்கத்தையும் வெளிப்படுத்தும் நற்செய்தியை (சுவிசேஷம்) பட்டணங்கள் தேசங்களில் அறிவித்துக் கொண்டிருந்தார்.

பின்பு அவர் புறப்பட்டு வழியிலே போகையில், ஒருவன் (வாலிபன் – தலைவன்) ஓடி வந்து, இயேசுவுக்கு முன்பாக முழங்கால்படியிட்டு : நல்ல போதகரே, நித்திய ஜீவனைச் (அ) (நிலையான வாழ்வைப் பெற்றுக் கொள்ள) சுதந்தரித்துக் கொள்ளும்படி நான் என்ன செய்ய வேண்டும் என்று கேட்டான்?

அதற்கு இயேசு : சொன்ன சத்தியம் (அ) உண்மையான வழிமுறைகள் பற்றிய (என்னுடைய) விளக்கத்தையும் இங்கே தருகின்றேன். முதலில் தேவன் ஒருவரே நல்லவர் என்ற உண்மையை சத்தியத்தை அறிந்துக் கொள்ள வேண்டும். இரண்டாவது தான் வாழ்வதற்கு (தன் நலனுக்காக) பிறர் வாழ்வை (பிறர் நலனை) கெடுக்கக்கூடாது என்ற மிக தெளிவான விளக்கமான நியாயப்பிரமாணத்தின் கற்பனை கட்டளைகளை அறிந்துக் கொள்ள வேண்டும். மூன்றாவது அவைகளை சிறுவயது முதலே அறிந்து, அவைகளை கைக்கொண்டு வாழ வேண்டும். இது உண்மையான விசுவாசத்தின் கிரியை ஆகும்.

இயேசுவினிடத்தில் ஓடிவந்த வாலிபன், இந்த மூன்று நிலைகளையும் தாண்டி (அ) கடந்து முன்னேறினவனாக, இயேசுவுக்கு முன்பாகவும், அங்கே கூடி இருந்தவர்களுக்க முன்பாகவும் தன்னை ஒரு நீதிமானாக காட்டிக் கொண்டான். ஆனாலும் அவனுக்கு தன் எண்ணத்தில், தன் செயலில், தன் எதிர்காலத்தின் மீது நம்பிக்கை அற்றவனாக வெறுமையை வெற்றிடத்தை உணர்ந்தான். தன்னிடத்தில் உள்ள குறையை தவறை அறிந்துக் கொள்ளும்படி, இயேசுவினிடத்தில் (பழுதற்ற குறைவற்ற பரிசுத்தரிடத்தில்) கேட்டான், இன்னும் என்னிடத்தில் என்ன குறைவு உண்டு? என்று கேட்டான்.

நியாயப்பிரமாணம் (சட்டம்) அறிந்தவன் (Lawyer / Judge) ஒருவன் எழுந்திருந்து, இயேசு கிறிஸ்துவை சோதிக்கும் படி போதகரே, நித்திய ஜீவனைச் (நிலையான வாழ்வை) சுதந்தரித்துக் கொள்ளும்படிக்கு நான் என்ன செய்ய வேண்டும் என்று கேட்டான்.

அதற்கு அவர் : நியாயப் பிரமாணத்தில் என்ன எழுதியிருக்கிறது? நீ வாசித்திருக்கிறது என்ன என்றார். அவன் மறுமொழியாக : உன் தேவனாகிய கர்த்தரிடத்தில் உன் முழு இருதயத்தோடும், உன் முழு ஆத்துமாவோடும், உன் முழுப் பலத்தோடும் உன் முழுச் சிந்தையோடும் அன்பு கூர்ந்து, உன்னிடத்தில் அன்புகூருவது போலப் பிறனிடத்திலும் அன்புகூருவாயாக என்று எழுதியிருக்கிறது என்றான். அவர் அவனை நோக்கி : நிதானமாய் உத்தரவு சொன்னாய்; அப்படியே செய், அப்பொழுது பிழைப்பாய் என்றார். (லூக் - 10 : 25 - 28; (29 - 37));

" Love the Lord your God with all your heart and with all your soul and with all your strength and with all your mind"; and " Love your neighbour as yourself". (NIV) (Luke – 10 : 27; 28) " You have answered correctly", Jesus replied, " Do this and you will live".

ஆம் அதை சுருக்கமாக மூன்றே வரிகளில் இவ்வாறு நான் சொல்லுகின்றேன். சர்வ வல்ல தேவனாகிய கர்த்தரிடத்தில் - விசுவாசமுள்ளவனாயிரு. பிறன் - அடுத்தவன், அயலானிடத்தில் - இரக்கமுள்ளவனாயிரு. ஒட்டுமொத்த மனித சமுதாயத்தில் - நீதியும் - நியாயமுள்ளவனாயிரு. அன்பு கூருகின்ற வாழ்வை இவ்வாறு பகுத்தறிந்து கற்று பின்பற்றுவதினால் நாம் அனைவரும் பிழைத்துக் கொள்ளுவோம். இது வேத வாக்கு சத்தியமாக இருக்கின்றது.

குறிப்பு : "பாவம் – Sin" என்ற மூன்று எழுத்து என்பது பல தீமையான முகங்களை பிரதிபலிக்கும், பலதீமையான, தீட்டான, மரணத்திற்கு ஏதுவான, அநீதியான பல கிரியைகளை (செயல்களை) பரிணமிக்கும் பாவம் ஆகவே இருக்கின்றது. இந்த பாவத்தினால் மனித சமுதாயம் கெட்டு போய், அழிந்து போய், பாதாளம் நரகம் சென்று விடக் கூடாது என்பதற்காக மீட்பராக இயேசு கிறிஸ்து வந்தார்.

யோவான் - 8 : 31, 32, 34, 36

இயேசு தம்மை விசுவாசித்த யூதர்களை நோக்கி : நீங்கள் என் உபதேசத்தில் நிலைத்திருந்தால் மெய்யாகவே என் சீஷராயிருப்பீர்கள்.

சத்தியத்தையும் அறிவீர்கள், சத்தியம் உங்களை விடுதலையாக்கும் என்றார்.

இயேசு அவர்களுக்குப் பிரதியுத்திரமாக : பாவஞ்செய்கிறவன் எவனும் பாவத்துக்கு அடிமையாயிருக்கிறான் என்று மெய்யாகவே மெய்யாகவே உங்களுக்குச் சொல்லுகிறேன்.ஆகையால் குமாரன் உங்களை விடுதலையாக்கினால் மெய்யாகவே விடுதலையாவீர்கள்.

அவரை விசுவாசிக்கின்ற எவனும் அவரின் வார்த்தைகள் உபதேச வழிகாட்டுதலின் மூலமாக, பரிசுத்த ஆவியின் மூலமாக பாவத்திலிருந்து விடுதலை பெற்று, உபதேச வழிகாட்டுதலின் நல்ல வாழ்க்கையினால் நித்திய (நிலையான வாழ்வை) ஜீவனை பெற்றுக் கொள்ள வேண்டும். உண்மையான கிறிஸ்தவன் – இந்த உலகிற்கு முன்மாதிரியாக வழிகாட்டியாக இருக்க வேண்டும். ஆனால் உலகத்தின் மனிதர்கள் போன்றே பாவிகளாய் இருக்கக் கூடாது.

1. முதலாவது தேவனிடத்தில் நாம் எப்படி அன்பு கூருவது?

தேவனை ஒருவனும் ஒருக்காலும் கண்டதில்லை. அவர் ஆதியிலே வானங்களை பூமியை அதிலுள்ளவைகளை படைத்த சர்வ வல்லவர். தேவனே வணக்கத்துக்கும் கனத்திற்கும் வழிபாட்டுக்கும் உரியவர். மனிதர்கள் காணவும் நெருங்கவும் இயலாத உயர்ந்த நிலையில் தேவன் இருக்கின்றார். தேவன் பேரொளியாகவும், ஆவியாகவும் இருக்கின்றார்.

எனவே தேவன் யார் என்ற உருவம் தெரியாத அறியாத மனிதர்கள், ஏதோ தங்களின் கற்பனை புரிதலின்படி அவனவன் வசதிக்கு ஏதேனும் வடிவில் உருவமாக்கி, விக்கிரகங்களை வடிவமைத்துக் கொண்டு வழிபடுவதும், தங்கள் பணத்தினால் பொருளினால் ஆஸ்திகளினால் அந்த சிலை சிற்பங்களுக்கு அபிஷேகம் செய்து காணிக்கை படைப்பது என்பது தேவனை அன்பு கூருவது ஆகாது. அது மனிதன் தன்னை படைத்தவரை, அன்புகூர்ந்தவரை, அவமதிக்கும் அநாகரீகமான செயலாகும். நாம் நம்மை படைத்தவரை அன்பு கூருவது மட்டுமே நியாயமானது. ஆனால் நம்மால் (அ) ஒரு மனிதனால் (கலை திறனால்) படைக்கப்பட்டதை கடவுள் என்று வழிபட்டு அன்பை பக்தியை நன்றியை வெளிப்படுத்துவது அறியாமையின், நம்பிக்கை மோசடியின் அநியாயம் ஆகும்.

உதாரணத்திற்கு : ஒரு தாய் தகப்பன் உயிருள்ளவர்களாக உபசரிப்பவர்களாக அன்பு கூருகின்றவர்வளாக இருக்கும் போது, ஒரு மகன் அந்த தாயை தந்தையை நேசிக்கவும், மரியாதை செலுத்தாதவனாகவும் இருந்துக் கொண்டு; மாறாக ஒரு பெண் (அ) ஒரு ஆண் உருவ சிலையை வைத்துக் கொண்டு இது என் தாய் தகப்பன் என்னை பெற்றெடுத்த தெய்வம் என்று பூஜை, அபிஷேகம் செய்து மரியாதை செய்வது நியாயமல்ல, இது அன்பு அல்ல. இது அறியாமை இருளின் மனநல பாதிப்பு ஆகும்.

உலகில் மனிதர்கள் பணம் பயன்படுத்துகின்ற முறையில் கள்ள நோட்டுகளை பயன்படுத்துவது சட்டவிரோத செயல் மோசடி (Fraud) குற்றமாகும். நல்ல நோட்டுகளை (பணம், Money, Currency) பயன்படுத்துவதே ஒரு தேசத்தின் பொருளாதார வளர்ச்சிக்கு பாதிப்பை உண்டாக்காமல் நன்மையை உண்டாக்கும். ஆன்மீக வேதங்கள் – பைபிள், குரான், ரிக், யஜீர், அதர்வணம், சாமம் எதிலும் சிலை வழிபாடுகளை கடவுள் (இறைவன்) வழிபாடு என்று வழி காட்ட வில்லை.

ஆகவே அன்பு கூருதல் என்பதை பயபக்தி, நன்றி உணர்வு என்பதை மனிதர்கள் எந்த காலத்திலும் தவறாக அநாகரிகமாக வெளிப்படுத்தக் கூடாது.

பத்து கட்டளைகளில் முதன்மையான கட்டளையாக சொன்ன வார்த்தைகளுமாவன :

உன் தேவனாகிய கர்த்தர் நானே. என்னையன்றி உனக்கு வேறே தேவர்கள் உண்டாயிருக்க வேண்டாம். மேலே வானத்திலும், கீழே பூமியிலும், பூமியின் கீழ்த் தண்ணீரிலும் உண்டாயிருக்கிறவைகளுக்கு ஒப்பான ஒரு சொரூபத்தையாகிலும் (சிலை) விக்கிரகத்தையாவது நீ உனக்கு உண்டாக்க வேண்டாம்; நீ அவைகளை வணங்கி வழிபடவும் (நமஸ்கரிக்கவும் சேவிக்கவும்) வேண்டாம் என்றார். (யாத் – 20 : 1–5; உபா – 5 : 7 – 9)

பகுத்தறிவுமிக்க வாழ்க்கை பாதையின் முதன்மையான நிலையை கர்த்தராகிய தேவன் தம்முடைய மக்களுக்கு கற்பிக்கின்றார். இது தேவனுடைய ராஜ்யம் மனித சமுதாயத்தை வளர்ச்சி வெற்றியின் பாதைக்கு நேராக நல்வழிப்படுத்தும் முக்கியமான செயலாகும். ஆனால் உலக ராஜ்யங்களின் கீழ் உள்ள ஆன்மீக அரசியல் மனிதர்கள் பிற்போக்கு வாதிகளாகவும், மத நம்பிக்கை என்ற பெயரில் மனித சமுதாயத்தை நம்பிக்கை மோசடிக்குள்ளாக, மூட நம்பிக்கையில், மனம் சிந்தை வாழ்வு கட்டப்பட்டு அடிமைபட்டு கிடக்கும்படியாக பல உருவ சிலை, சிற்பக்கலை வடிவங்களில் இறைவழிபாட்டை பகுத்தறிவு இல்லாமல் மனித பாரம்பரியமாக மனித சட்டமாக கட்டமைத்து இருக்கின்றார்கள்.

இப்படிப்பட்ட மனிதர்களுக்கு உண்மையாகவே மெய்யான தேவனை – கடவுளை கணப்படுத்த அன்புகூர தெரியவில்லை. அதுபோலவே இவர்கள் பிற மனிதர்களிடத்திலும் அன்புகூரவும் முடியாத நிலையில் காணப்படுகின்றார்கள். (உபா – 13 : 1– 13) இவர்கள் ஆரம்பம் முதலே அறிந்தோ அறியாமலோ தேவனாகிய கர்த்தருடைய கட்டளைகளுக்கும் வழிகாட்டுதலுக்கும் எதிரான சிந்தனையும் செயலும் உடையவர்களாகவே சிலை விக்கிரக வடிவங்களை வடிவமைத்து நிறுத்துகின்றார்கள். மனித சமுதாயத்தை மோசம் போக்குகின்றார்கள். (எரே – 10 : 1– 16; சங் – 115 : 1– 7) **அறியாமையின் இருண்ட கற்கால மனித காலத்தில் இப்படி இறைவழிபாடு இருந்தது. ஆனால் அறிவு வளர்ந்து அறிவியல் வளர்ந்த பிறகுமா மனிதர்கள் வெளிச்சமின்றி இவ்வாறு வாழ்வது?!**

தேவனாகிய கர்த்தரிடத்தில் அன்புகூருவது என்பது அவருடைய கற்பனைகள் கட்டளைகள் வார்த்தைகளை அப்படியே ஏற்றுக்கொண்டு கைக்கொள்ளுகிற செயல் ஆகும். அப்படியான அன்பை, நம்பிக்கையை, செயலை உடையவர்கள் ஆயிரம் தலைமுறைமட்டும் தேவனிடத்தில் இரக்கமும், தயவையும் பெறுகின்றார்கள். ஆனால் (உபா – 5 : 10; 7 : 8 – 10) தேவனிடத்தில் அன்புகூராத

அவருடைய வார்த்தைகளுக்கு எதிரான மனிதர்களின் எந்த ஒரு தவறான செயல்களுக்கும் பலனாக தேவனின் பதில் விரைவாக வரும்.

ஒரு மனிதன் எவ்வளவு அதிகமாக படித்திருக்கின்றான் என்பது முக்கியம் அல்ல. அவன் வாழ்க்கைக்கான வாழ்வதற்க்கான எந்த ஒன்றை மிக சரியாக கற்றறிந்தான் என்பது மிக முக்கியமாகும். உலக ராஜ்யங்களின் கீழ் உள்ள மக்கள் உலக கல்வி அறிவை எவ்வளவு அதிகமாக பெற்றாலும் குறைவாக பெற்றாலும், அதன்மூலம் அதிகமான செல்வம் பணம் புகழ் ஈடினாலும் (அ) குறைவு பட்டிருந்தாலும்; எந்த ஒரு மனிதனும் தன்னை படைத்து உருவாக்கின சர்வ வல்ல தேவனை, நன்றி உணர்வுடன் நேசித்து வணங்க வேண்டும்.

தேவன் ஆவியாயிருக்கிறார், அவரைத் தொழுது கொள்ளுகிறவர்கள் (ஆராதிக்கிறவர்கள்), ஆவியோடும் உண்மையோடும் (சத்தியத்தின்படியே வாழ்ந்து) அவரைத் (தேவனை) தொழுதுகொள்ள வேண்டும். தேவனுடைய சத்தியத்தை வார்த்தைகளை முழுமனதுடன் ஏற்றுக் கொண்டு அதின்படி வாழ்வதே, அவரை அன்பு கூருவதும் ஆராதிப்பதும் ஆகும். (யோவான் - 4 : 21 - 24)

A. தேவனுடைய ராஜ்யம் பகுத்தறிவுடன் கூடிய பக்திமார்க்கத்தை ஜீவமார்க்கமாக மனித சமுதாயத்திற்கு போதிக்கிறது. எனவே தான் எந்த ஒரு மனிதனும் ஒன்றான மெய்தேவனை நல்லவர் வல்லவரை அன்புகூருவதும், தன்னைப் போன்றே பிறனையும் மற்ற மனிதனையும் மனிதனாக மதிக்கவும் நேசிக்கவும்) அன்பு கூர வேண்டும் என்று மனித சமுதாயத்தின் நலனை வளத்தை வளர்ச்சியை ஆரோக்கியத்தை சமத்துவத்துடன் பகிர்ந்தளிக்கின்றது. இங்கு தேவனின் பெருந்தன்மையான அன்பு காணப்படுகின்றது. இதன் காரணமாகவே நாம் தேவனுடைய ராஜ்யத்தினால் மட்டுமே நிலையான வாழ்வை நித்திய ஜீவனை பெற்றுக் கொள்ள முடியும் என்பது உண்மையாகின்றது.

B. உலக ராஜ்யத்தின் போக்கு எப்படி இருக்கின்றது என்பதை கவனித்தால் நூற்றாண்டாகவே சில உலக நாடுகளில் பகுத்தறிவு இல்லாத பக்தி, ஆன்மீகத்தின் பிற்போக்கு மதமாக (pagans religion) கட்டமைக்கப்பட்டுள்ளது. இதை தங்களின் நம்பிக்கை, உணர்வு என்று சொல்லிக் கொண்டு கட்டுக்கடங்காத பல கடவுள் தேவர்கள், என்று பல சாம்ராஜ்யம் கட்டப்படுகின்றது. அதின் கட்டமைப்பு, பாதுகாப்பு, வளர்ச்சி, பெருமைக்கென்று சுயநல போக்கில் பொது மக்களிடம் வஞ்சனையாக பணம், பொன், வெள்ளி, விலையேறப்பெற்ற பொருட்கள் என்று மிக பெரிய வசூலை தங்களுக்கான தொடர்வருமானமாக வரவு வைத்துக் கொள்கின்றார்கள்.

ஆனால் மதங்களும் அதின் மனிதர்களும் மனித சமுதாயத்தில் மனித நேயத்துடன் பகுத்தறிவுடன் அவர்களுக்கான கல்வி, சுகாதாரம், பொருளாதார

சமநிலை, வளர்ச்சி, வளமான வாழ்வு பற்றிய எந்த சிறப்பும் சிந்தனையும் செயல்களும் இல்லாதவையாகவே மதம் இருக்கின்றது. இதில் பல ஜாதி பிரிவினை கடவுள்கள், பல ஜாதி பிரிவினை மனிதர்கள் மற்றும் பல ஏற்றத்தாழ்வுகள் கொண்டதாக மனிதர்கள் வாழ வேண்டுமென்ற நோக்குடன் மதம் பகுத்தறிவு சிந்தை இன்றி உள்ளது. எனவே மதத்தில் உண்மையில் தேவனின் மீதும், தாங்களை போன்றே பிற மனிதர்களின் மீதும் அன்பு கூரும் மனதுருக்கம் இரக்கம் நேர்மை உண்மை தூய்மை நீதி நியாயம் பெரும்குறையுள்ளதாக காணப்படுகின்றன.

II. உன்னிடத்தில் நீ அன்புகூருவது போலப் பிறனிடத்திலும் அன்புகூரு. இது உனக்கான நீதி, நீ தேவனை மதி.

இந்த வாக்கியத்தின் வரிகளின் ஒவ்வொரு வார்த்தைகளின் மூலமாக நாம் மிக முக்கியமான சத்தியத்தை அறிந்து; அவைகளின்படியே ஒவ்வொரு தனி மனிதனும் என்னுடைய புத்தகத்தின் செய்தியை வாசிக்கும் உங்களுடைய நீதியையும் விதியையும் அறிந்துக் கொள்ள முடியும் என்பதில் எந்த சந்தேகமும் வேண்டாம். அதற்கு முன்பதாக இயேசுவினிடத்தில் போதகரே, இன்னும் என்னிடத்தில் குறைவு என்ன என்று கேட்ட ஓர் வாலிபனிடத்தில் உள்ள குறைவு பற்றி இயேசு கிறிஸ்து சொன்னதை கவனிப்போம் .

மாற்கு – 10 : 21; – இயேசு அவனைப் பார்த்து, அவனிடத்தில் அன்புகூர்ந்து : இன்னும் உன்னிடத்தில் ஒரு குறைவு உண்டு : (நீ பூரண சற்குணனாயிருக்க விரும்பினால்) நீ போய், உனக்கு உண்டானவைகளை (எல்லாம்) விற்று, தரித்திரருக்குக் கொடு; அப்பொழுது பரலோகத்தில் உனக்குப் பொக்கிஷம் உண்டாயிருக்கும்; பின்பு (சிலுவையை எடுத்துக் கொண்டு), என்னைப் பின்பற்றி வா என்றார்.

சுவிஷேசப் புத்தகத்தின் மூன்று ஆசிரியர்களும் இயேசு கிறிஸ்து சொன்ன இந்த செய்தியை சத்தியத்தை பதிவு செய்திருக்கின்றார்கள். மத்தேயு – 19 : 21; லூக் – 18 : 22;

Jesus Looked at him and loved him. "One thing You lack," he said (" If you want to be perfect,) " Go, Sell (everything you have) your possessions and give to the poor, and you will have treasure in heaven. Then come, Follow me." (Luke – 18 : 22; Mark – 10 : 21; Mathew – 19 : 21)

மனிதர்களின் நிலையான வாழ்வுக்கும் நித்திய ஜீவனை பெற்றுக் கொள்ளுவதற்கான வழிகாட்டுதலின் சத்தியமாக இருக்கின்றது. தை யாரும் அலட்சியமாக கடந்து போகவும் கூடாது. இந்த சத்தியம் மனித சமுதாயத்தின் எல்லா காலத்திற்கும் பொருந்தக்கூடிய இயேசுவின் கட்டளையாகும். எனவே இதை நாம்

மூன்று பகுதியாக பகுத்து ஆராய்ந்து அறிந்துக் கொண்டால், சத்தியத்தின் வெளிச்சத்தில் பல உண்மைகள் வெளிப்படுத்தப்படும்.

1. அன்புகூருகின்ற செயலில், மனிதர்களின் (பிறர் மற்றும் தன்னை சார்ந்தவர்களின் ஒழுங்கற்றவைகளை, நியாயமற்றவைகளை) குறைவுகளை சுட்டிக் காண்பித்து சீர்த்திருத்தங்கள் ஏற்படுத்துவதில் உண்மையிலேயே அன்பிற்கு பொறுப்பு மிக்க பங்களிப்பு உண்டு. தேவன் நம்மிடத்தில் அன்புகூருவதில், இயேசு கிறிஸ்துவின் ஊழியத்தில் இது மையக்கருபொருள் ஆகும்.

2. நிலையான வாழ்வையும், நித்திய ஜீவனை உடைய பரலோக (சொர்க்க) வாழ்வையும் பெற்றுக் கொள்ள விரும்புகின்ற எந்த ஒரு மனிதனும், இந்த பூமியிலே அத்தியாவசிய, அவசிய, அவசர தேவைகளுக்கும் அதிகமாக, தனக்கு ஆஸ்திகளை சொத்துக்களை சேர்த்து வைக்க கூடாது. அதிக கல்வி, அதிக வாய்ப்பு, அதிக உழைப்பு என எந்த வழிகளில் அதிக வசதிகள் ஆஸ்திகள் ஒருவனுக்கு இருந்தாலும், அவனின் அதிக சொத்தை ஆஸ்தியை விற்று, ஏழைகளுக்கு திக்கற்றவர்களுக்கு தரித்திரருக்கு கொடுத்து உதவ வேண்டும். இச்செயல் சொர்க்கத்தில் (பரலோகத்தில்) அவனின் சேமிப்பாக பொக்கிஷமாக கணக்கில் சேர்க்கப்படுகின்றது.

3. பின்பு தன் சிலுவையை எடுத்துக் கொண்டு (அவனுக்குரிய சிலுவையை அவர்களே எடுத்துக் கொண்டு) நிலையான வாழ்வை நித்திய ஜீவனை உடைய பரலோக வாழ்வை பெற்றுக் கொள்ளும் விருப்ப முடையவனாய், இயேசுவை பின்பற்றி செல்ல வேண்டும். இந்த கடைசி மூன்றாம் பகுதியை மிக விளக்கமாக தெளிவாக நான் கடைசி அத்தியாயத்தில் பதிவிடுகின்றேன்.

இந்த ஒன்பதாம் அத்தியாயத்தில் முதல் இரண்டுபகுதியை விளக்கமாக புரிந்துக் கொள்வோம்.

A. முதலில் அன்பை நாம் எல்லாரும் சரியாக புரிந்துக் கொண்டு வாழவில்லை என்றே எண்ணுகின்றேன் !! நீரின்றி உலகம் இல்லை. இறைவன் இல்லாமல் உலகில் எதுவுமே இல்லை என்பது உண்மை. அதுபோன்றே அன்பு என்ற சொல்லின் உண்மை தன்மை இல்லாமல் உலகில் எந்த உயிரினமும் இருக்க முடியாது.

அன்பு என்ற சொல்லும் அதன் உண்மை, முழுமை தன்மை என்றுமே மாறுவதில்லை ஒழிவதே இல்லை. ஆனால் அன்பை வெளிப்படுத்துகின்ற அளவுகோல் தனக்கொன்றும், பிறனுக்கு ஒன்றுமாக, நபருக்கு நபர் மாறுபடுகின்றது. ஆம் இந்த அன்பின் அளவுகோல் மாற்றங்களினால் மட்டுமே ஏமாற்றங்கள் தடுமாற்றங்கள் பல குற்ற செயல்கள் மனித சமுதாயங்களில் ஏற்படுகின்றது. அதன் விளைவாக தரமற்ற வாழ்க்கை நிகழ்வுகளும் மனிதர்கள்

மத்தியில் உண்டாகின்றன. (பிற உயிரினங்களிடையேயும் இது நிகழ்கின்றன.) இது மனித வாழ்வை நிலையற்றதாக, நிம்மதியற்றதாக, திருப்தியற்றதாக மாற்றுகின்றது. இப்படியான வாழ்க்கை நரகமானால், சொர்க்கம் எங்கே? என்று நாம் தேடி ஆக வேண்டும்.

1. விபச்சாரம் செய்யாதிருப்பாயாக – என்ற கட்டளையை மீறினவர்களாய், மாம்சத்தின் கண்களின் இச்சையுடையவர்கள் இருக்கின்றார்கள். சத்தியத்தின் ஒழுக்கத்தின் படி குடும்பத்திற்குள் கீழ்படிந்து மன்னித்து அன்புகூர்ந்து வாழாமல், வசதிக்கு ஏற்ப வேறு திருமணம் மறுமணம் பலதார விபச்சார வாழ்க்கையினால் ஆண் பெண் இருபாலரும் புனிதம் நேர்மையான வாழ்வை மீறிகின்றார்கள்.

2. கொலை செய்யாதிருப்பாயாக – என்ற கட்டளையை மீறினவர்களாய்; தங்கள் குடும்பத்திற்குள்ளேயே, சகோதர சகோதரிகளுக்குள்ளேயே காரணமே இல்லாத கோபம் பகைமை சண்டையை வளர்க்கின்றார்கள். ஒரு ஊழியன் அடுத்த ஊழியனின் மீதும் சபையார் மீதும் (நல்ல நோக்கமில்லா-தவர்களாய்) பிரிவினையை தூண்டி விடுகின்றான். பொறாமை கொள்கின்றார்கள். பிரிவினைகளினால் பேசவும், ஒன்றுபடவும் மறுப்பதும் பாவம் ஆகும். இது ஒருமைப்பாட்டின் சமாதான கட்டளையை மீறுவதாகும்.

3. பொய்சாட்சி சொல்லாதே, வஞ்சனை செய்யாதே – என்ற கட்டளையை மீறினவர்களாய்; சத்தியத்தை சத்தியமாய் – உள்ளதை உள்ளபடியே உண்மையை சொல்லி போதிக்கின்ற, கண்டிக்கின்ற, சீர்திருத்தம் செய்கின்ற ஊழியனை கிறிஸ்தவ சமுதாயத்தில் சபையில் பகைத்து, பழிக்கும் பொய்சாட்சிக்காரர்களும் வஞ்சனை செய்யும் சாத்தானின் கூட்டத்தினராக இருக்கின்றார்கள்.

4. உன் தகப்பனையும் தாயையும், கனம் பண்ணுவாயாக – என்ற கட்டளையை மீறினவர்களாய்; சிறுவயதிலேயே நல்ல பெற்றோருக்கு கீழ்படியாத பிள்ளைகளும், அவர்கள் வளர்ந்த பிறகும் பெற்றோரை மதிக்காத மிதிக்கின்றவர்களாயும்; சிலர் திருமணத்திற்கு பிறகு ஆண்பிள்ளை பெண்பிள்ளை (அ) மருமகன் மருமகள் இருவரும் இணைந்தும் (அ) தங்கள் பிள்ளைகளுடன் சேர்ந்தும் கூட, பெற்றவர்களும் முதியவர்களுமான பெரியவர்களை அப்படியே வீட்டு வாசலோடு வயதான பெற்றோரை பழித்துப் பேசி சுடுகாட்டுக்கு அனுப்புவதும் அல்லது அதற்கு முன்பாகவே முதியோர்கள் இல்லத்திற்கு அனுப்பி விடுகின்ற வேலையை செய்கின்ற சொந்த பிள்ளைகளும் உண்டு மறுமக்களும் உண்டு.

அன்பு ஒருக்காலும் ஒழியாது. அது நிலையானது. அன்பு பாசம் நேசம் நட்பு சிநேகம் என்று கணவன் மனைவி, பிள்ளைகள், நண்பர்கள், உறவினர்கள் இடையே அளவுகோலாக கூட்டி குறைத்து வெளிப் படுகின்றது. முதலில் எந்த ஒரு மனிதனும் தன்னுடைய நலன் சுகம்

மகிழ்ச்சியான வாழ்வின் மீது அக்கரையுடைய அன்பைக் கொண்டிருக்க வேண்டும். இதில் முழுமையான வெற்றியை காணமுடியவில்லை என்றாலும், குறைவு நிறைவு இருந்தாலும் தான் அன்புள்ளவனாகவும், தன் மீது அன்பு கூருகின்றவனாகவும் இருக்க வேண்டும். இங்கே தன்மீது என்று ஒரு தனிமனிதனை மட்டும் சொல்லவில்லை !! அவனும் அவனின் சொந்த இரத்தஉறவு கணவன் மனைவி பிள்ளைகள் மற்றும் உடன் பிறப்புகளான உறவினர்களும் உள்ளடக்கமாக கொள்ள வேண்டும்.

பொதுவாகவே உலகிலுள்ள மக்கள் தான் உண்டு தன் குடும்பம் உண்டு என்று தங்களின் மீது அன்பும் அக்கரையுடன் வாழ்பவர்கள் அதிகம் இருக்கலாம் (அ) குறைவாகவும் இருக்கின்றார்கள். சிலர் தங்களின் திறமை உழைப்புக்கு ஏற்ப தனித்துவமாய் குடும்ப உறவுகளின் உதவி வேண்டாம் என்றும் வாழ்வார்கள். சிலர் சொந்த உறவுகளின் மீது அன்பு காட்டாமல் உதறி ஒதுக்கி விட்டு நான், என், எனக்கு, என்ற சுய நலக் கொள்கையுடனும் வாழ்வார்கள். இவர்களின் வாழ்வும் வசதிகளும் வயதும் நிலையற்றது என்பதை உணரவேண்டும்.

❖ கணவன் – மனைவி – ஒருவருக்கொருவர் உண்மையுள்ளவர்களாய் அன்புகூருங்கள்.

❖ பெற்றவர்கள் தங்களின் பிள்ளைகளிடத்தில் (ஆண் – பெண்) பாரபட்சமில்லாமல் சரியான அளவில் அன்பு கூருங்கள்.

❖ பிள்ளைகள் (ஆண் – பெண்) தங்களின் பெற்றோரிடத்தில் எல்லாகாலத்திலும் சூழலிலும் மதிப்பு மரியாதையுடன் அன்பு கூருங்கள்.

❖ உடன் பிறப்பு சகோதரர்கள், சகோதரிகள் ஒருவருக்கொருவர் ஒளிவுமறைவு இன்றி அன்புகூருங்கள் .

குறிப்பு : தன் நலனை விரும்பு, தன் மீது அன்புகூர்ந்து வாழ்கின்ற எந்த ஒரு மனிதனும்; பிறர் நலனை விரும்பி அவர்களின் மீதும் அன்பு கூர்ந்து வாழ்வதை தேவனாகிய கர்த்தர் மனிதர்களிடத்தில் காண விரும்புகின்ற என்றும் எதிர்பார்க்கும் நீதியாகும். இது நீதியான நியாயமான செயலாகும். நியாயப்பிரமாண சட்டத்தின் மூலமாக இஸ்ரவேலர்களிடத்திலும், இன்றைய கிறிஸ்தவ மனிதர்களிடத்திலும் மற்றும் உலக மனிதர்களிடத்திலும் நீதியுள்ள நியாயாதிபதியாகிய கர்த்தர் இந்த நீதியை நியாயத்தை காண விரும்புகின்றார்.

பிறர் மீது அன்புகூருகின்ற யாவரும் மனிதநேயமுடனும், சமூக நீதியுடனும் சமத்துவமுடனும் சன்மார்க்கமுடனும் நடந்துக் கொண்டு, தேவன் விரும்பும் நீதி நியாயமுடன் காரியங்களை மிக கவனமாய் நடப்பிக்கின்றார்கள். இவர்கள் அன்புடன், அன்பற்றவர்களின் அநீதி அக்கிரம செயல் புரிகின்றவர்களின் குறைவுகளை கண்டறிந்து சீர்த்திருத்தங்களை ஏற்படுத்துவார்கள். கர்த்தருடைய

ஊழியர்களும் தீர்க்கதரிசிகளும் இந்த பணியைச் செய்ய, மிக கவனமாகவும் அர்ப்பணிப்புடனும் இருக்கின்றவர்கள். லஞ்ச ஒழிப்பு துறையும், சட்டம் ஒழுங்கு துறையும், மனித உரிமை துறையும், சமூக நல ஆர்வலர்களும், நீதி தவறாத சன்மார்க்க நீதி துறையும், இந்த பணிகளை பாரபட்சமின்றி நேர்மையுடன் செய்கின்றதாக இருக்குமானால், அதுவே நமக்கு இந்த பூமியில் சற்று பாதுகாப்பும், நம்பிக்கையுடைய வாழ்வாகவும் இருக்கும்.

தேவன் அன்பாகவே இருக்கின்றார். தேவன் ஒளியாயிருக்கிறார், அவரிடத்தில் எவ்வளவேனும் இருளில்லை. அன்பில்லாதவன் தேவனை அறியான். தேவனை மிக சரியாக அறியாதவனின் மற்றும் அன்பில்லாதவனின் வாழ்க்கை குறைவுகளுள்ளது. அது கெட்டுபோன வாழ்க்கை என்பதை அன்புள்ள இயேசு கிறிஸ்து தன் போதனைகள் மூலமாக எச்சரித்து, விழிப்புணர்வை சீர்த்திருத்தத்தை ஏற்படுத்தினார். தேவனை அறிந்திருக்கிறோம் என்று சொல்லி பிறர் மீது அன்பு கூறாதவர்களும் கெட்ட நடக்கையுடையவர்களே.

B. இரண்டாவதாக நாம் அனைவரும் நிறைவான நிலையான வாழ்வு எது? என்பதை புரிந்து வாழ வேண்டும்.

ஒரு மனிதன் (அ) ஓர் மனித சமூகம் (அ) ஓர் தேசம் கல்வி அறிவியலில் (அறிவில்), ஆஸ்திகளில் பொருளாதார செழிப்பில், ஆரோக்கிய நிலையில் வளர்ந்து, வாழ்ந்திருக்கும் போது; தனக்கு அருகில் தாழ்மையில், ஏழ்மையில், இல்லாமையில், இயலாமையில் வீழ்ந்து கிடக்கும் பிற மனிதனுக்கும், பிற தேசத்தின் குடிகளுக்கும் உதவிக்கரம் நீட்டி கொடுத்து வாழ வேண்டும். அவர்களை தூக்கி விட்டு வளர்ச்சி பெறுவதற்கு, நலம் பெறுவதற்கு உதவிட வேண்டும். இப்படிப்பட்ட செயல்கள் மட்டுமே மனித சமுதாயத்தை நிறைவான நிலையான வாழ்வுக்கு நேராக அழைத்து செல்லும். தான் பெற்ற இன்பம் இவ்வையகமும் பெற வேண்டும், தான் பெற்ற துன்பம் வேறு யாரும் பெறக்கூடாது என்று நினைப்பதுவும் அதற்காக உழைப்பதுவும் நல்ல வாழ்வாகும்.

தான் வாழ, பிறனை கெடுப்பதும் மிதிப்பதும், வஞ்சிப்பதும், நசுக்கி பிழிவதும், துன்மார்க்க வாழ்க்கை ஆகும். தானும் நன்றாக வாழ்ந்து, பிறனையும் நன்றாக வாழ வேண்டும் என்று எண்ணி உழைப்பதும், கண்ணீர் துடைப்பதும், துன்பம் நீங்க விடுவிப்பதும், துயரம் மாற ஆறுதல் படுத்துவதும், ஏழ்மை நீங்க கொடுப்பதும் சன்மார்க்க வாழ்க்கை ஆகும்.

துன்மார்க்கர்களால் மனித சமுதாயம் வாழ்வு ஜீவன் பெற்று நிலைக்குமா? என்றால் இல்லை. சன்மார்க்கர்களான நீதியும் நியாயத்தையும் இரக்கத்தையும் செய்கின்றவர்களால் மட்டுமே மனித சமுதாயம் ஜீவன் பெற்று, வாழ்வு பெற்று நிலைத்து ஓங்கி நிற்கும்.

உன்னிடத்தில் நீ அன்பு கூருவது போல பிறனிடத்திலும் அன்பு கூரு. உன்னை நீ நேசிப்பது போல பிறனையும் நேசி, என்ற தத்துவத்தை இறைவாக்கை தன் வாழ்வில் நிறைவேற்றுகின்ற மனிதனே நித்திய ஜீவனையும் நிலையான பேரின்ப வாழ்வையும் பெற்றுக் கொள்ளுவான்.

மகிழ்ச்சியாயிருப்பதும், உயிரோடிருக்கையில் நன்மை செய்வதுமேயல்லாமல், வேறொரு நன்மையும் மனுஷனுக்கு இல்லை. தன்னை நேசித்து மகிழ்ச்சியாக மனிதர்கள் வாழ வேண்டும். அப்படியே பிறனை நேசித்து அவர்களும் மகிழ்ச்சியாக வாழ, தான் உயிரோடிருக்கும்போதே நன்மையை உதவியாக செய்ய வேண்டும். ஒவ்வொரு மனிதனும் வாழ்க்கை கல்வியை சரியாக சிறுவயது முதலே கற்று தேர்ந்தால் மட்டுமே, இவ்வாறு வாழ முடியும். (பிரசங்கி – 3 : 12 – 15)

பணமும் செல்வசெழிப்பும் தனக்கே வேண்டியது என்ற பேராசையும் சுகபோக மோகம் இல்லாமல்; பணமும் செல்வசெழிப்பு ஆஸ்திகள், பிறனுக்கும் பகிர்ந்துக் கொடுப்பதற்கு (தானம், தர்மம், சேவை) என்று எண்ணம் கொண்ட "வாழ்க்கை கல்வி" உடைய மனித சமுதாயமே பேரின்பம் கொண்ட நிலையான வாழ்வை கொண்ட நித்திய ஜீவனை உடைய சொர்க்கத்தை சென்றடையும்.

நமக்கு பிறன் என்பவர் யார்? பிறன் என்பவன் யார் என்பதை இயேசு கிறிஸ்து உண்மையான ஒரு சம்பவத்தின் மூலமாக தெளிவாக கற்பிப்பதை கவனியுங்கள்:

கிறிஸ்தவ வேதாகமம் ஆணவமிக்க அறிவில்லாத மதத்தை கற்பிக்கவில்லை, மாறாக கிறிஸ்தவ வேதம் மனித நேயமான ஜீவமார்க்கத்தை பகுத்தறிவுடன் கற்பிக்கின்றது. இவைகளை உலகில் உள்ள எந்த மதங்களும், இந்தியாவிலுள்ள அரசியல் கட்சிகளும், காவி மதவாதிகளும், கல்வி நிறுவனமும், காவல் துறைகளும் மற்றும் நீதி துறைகளும் கற்றுக் கொடுக்கிறது இல்லை. கிறிஸ்துவின் ஊழியன்தான் இவைகளை இந்த மனித சமுதாயத்திற்கு கற்றுக் கொடுக்கவேண்டும். இவைகளை கற்றுக்கொடுக்கவே ஆசையாய் எனது பணியை வாழ்வைத் தொடருகின்றேன்.

❖ **நியாயப்பிரமாணத்தின் மையக்கருபொருளை கற்று அறிந்தவன், தன்னை நீதிமான் என்று காண்பிக்க மனதுள்ளவனாய் இயேசுவை நோக்கி : எனக்குப் பிறன் யார் என்று கேட்டான். (லூக் – 10 : 29 – 37) இயேசு பிரதியுத்திரமாக : (ஒரு உண்மை சம்பவத்தை சொல்லி பாடம் கற்பித்தார்).**

ஒரு மனுஷன் எருசலேமிலிருந்து எரிகோவுக்கு நடை பயணம் செய்தான். வழியில் கள்ளர்கள் (திருடர்கள்). கையில் சிக்கிக் கொண்டான். அவன்

திருடர்களிடத்தில் தன் (உடைமைகளை) வஸ்திரங்களை இழந்து, காயப்படுத்தப்பட்டு உயிருக்கு போராடினவனாக வழி பாதையில் விழுந்துக் கிடந்தான்.

அப்பொழுது தற்செயலாய் ஒருவன் அவ்வழியாக வந்து, காயமடைந்து உயிருக்கு போராடிக் கொண்டிருந்தவனை கண்டு, உதவி ஏதும் செய்யாமல் ஒதுங்கி விலகிப் போனான். அதே வழியாக வேறு ஒருவன் வந்து, காயமடைந்தவனைக் கண்டு, உதவி ஏதும் செய்யாமல் ஒதுங்கி விலகிப் போனான். பின்பு மூன்றாவது நபராக வேறு ஒருவன் வழிப்பயணமாக அந்த வழியாக வருகையில், காயமடைந்தவனைக் கண்டு, மனதுருகி, கிட்ட (அருகில்) வந்து, முதலுதவி செய்தான். பிறகு தன் சொந்த வாகனத்தின் மேல் அவனை ஏற்றிக் கொண்டு போய், ஒரு தங்கும் விடுதியில் வைத்து அவனைப் பராமரித்தான். மறுநாளிலே தான் புறப்படும்போது தங்கும் விடுதியின் மேலாளரிடம் பணத்தை கொடுத்து : காயமடைந்தவனை நன்றாக கவனித்துக் கொள்ளுங்கள், அதிகமாக ஏதாகிலும் இவனுக்கு நீங்கள் செலவு செய்தால், நான் திரும்பவும் வந்து கூடுதல் செலவுக்கான பணத்தை தருகின்றேன் என்றான்.

கவனியுங்கள் : இந்த சம்பவத்தில்

1. கள்ளர்கள் (திருடர்கள்) எரிகோ பட்டணத்தை சேர்ந்தவர்களாக இருந்திருப்பார்கள்.

2. கள்ளர்களால் பாதிக்கப்பட்டவன் எருசலேம் பட்டணத்தை சேர்ந்தவன். அவன் இஸ்ரவேல் தேசத்தின் யூத கோத்திரத்தை சேர்ந்தவனாக நடுத்தரமான (அ) ஏழ்மையான மனிதனாக இருந்திருக்க வேண்டும்.

3. அவ்வழியாக தற்செயலாக முதலில் வந்தவன் ஓர் ஆசாரியன். இவன் இஸ்ரவேல் தேசத்தின், எருசலேம் தேவாலயத்தில் முக்கிய முதன்மையான ஊழியனாக கர்த்தருக்கு பணி செய்பவன்.

4. அப்படியே அவ்வழியாக வந்த இரண்டாம் மனிதன், இஸ்ரவேலின் லேவி கோத்திரத்தை சேர்ந்தவன். எருசலேம் தேவாலயத்தின் பணிகளை செய்யக்கூடிய இரண்டாம் நிலை ஊழியன்.

5. அவ்வழியாக வந்த மூன்றாம் மனிதன் ஓர் சமாரியன். இஸ்ரவேலர்களின் எல்லா கோத்திரத்தாரும் சமாரியர்களை ஒதுக்கி வைத்து புறக்கணிக்கக் கூடிய நிலையை சேர்ந்தவர்கள். பாவிகள் என்று குற்றப்படுத்தப்பட்டவர்கள்.

இஸ்ரவேலின் யூதர்களால் பாவிகள் என்று புறக்கணிக்கப்பட்டு பகைக்கப்பட்டவர்களான சமாரியர்களில் ஒருவனாக; கள்ளர்கள் கையில் அகப்பட்டு பாதிக்கப்பட்டு காயப்பட்டு நடு தெருவில் உயிருக்கு போராடிக் கொண்டிருந்த ஓர் யூதனுக்கு (இஸ்ரலேவனுக்கு) சமாரியன் மனதுருகி, கிட்ட போய்,

தொட்டு, முதலுதவி செய்து, தன்னுடைய சொந்த வாகனத்தில் ஏற்றி, தன்னுடைய (முழு செலவிலே) பணத்தைக் கொடுத்து பராமரிக்கவும் செய்தான். இதுவே பிறனை நேசிக்கும் முன்மாதிரியாக இயேசு கிறிஸ்து சொன்னார். நியாயப் பிரமாணத்தை கற்றறிந்தவனை பார்த்து நீயும் அப்படியே செய் என்றார்.

ஆனால் மற்ற இரண்டு நபர்கள் ஆசாரியன், லேவியன், என்பவர்கள் நியாயப்பிரமாணம் கற்று அறிந்து, தேவாலயத்தில் கர்த்தருக்கு ஊழியம் செய்கிறவர்களாக இருந்தாலும்; அவர்கள் நியாயமும் மனிதாபிமானமும் இல்லாத குறைவுள்ள மனிதர்களாய், தன் சொந்த தேசத்தை சேர்ந்தவனாக தன் சகோதர உறவை கொண்டவனுக்கே சிறிய உதவி செய்யும்படியான இரக்கமும் அன்பும் இல்லாதவர்களாய் பக்கமாய் விலகி சென்று விட்டார்கள். இவர்களை போன்றே அநேகர் மதவாதிகளாக மட்டுமே வாழ்ந்து கொண்டு மனித நேயத்துடன் கூடிய பக்தி மார்க்கத்தை விட்டு, நியாயப்பிரமாணத்தின் மையக் கரு பொருளை பின்பற்றவில்லை என்றால் நிச்சயம் இவர்கள் நித்திய ஜீவனை நிலையான வாழ்வை பெற்றுக் கொள்ளவே முடியாது என்பது தான் இயேசு கிறிஸ்துவின் செய்தி ஆகும். இது தான் நீதி, நீ தேவனை மதி.

குறிப்பு : பிறன் யார் என்று நீங்கள் புரிந்துக் கொண்டீர்களா? நமக்கு அடுத்து இருக்கும் எந்த ஒரு மனிதனும் பிறன். அதாவது, குடும்பத்திற்குள் இருக்கும் நபர்கள், தன் குடும்பத்திற்கு அப்பாற்பட்ட வேலைக்காரர், பக்கத்து வீட்டுக்காரர், பக்கத்து தெரு, ஊர், மாவட்டம், மாநிலம் தேசத்தை சேர்ந்த மனிதர்கள் எல்லாரும் எனக்கும் – உனக்கும் பிறன் ஆவான். பழிக்குப் பழி வாங்காமலும், உன் ஜனப்புத்திரர் (தன் சொந்த மக்கள்) மேல் பொறாமை கொள்ளாமலும், உன்னில் நீ அன்பு கூருவது போல் பிறனிலும் அன்பு கூருவாயாக; நான் கர்த்தர் (லேவி – 19 : 18) இந்த சத்தியத்தை தேவனுடைய கட்டளையை பின்பற்றாத எந்த மனிதனும் சத்துருவாக மாறுகின்றான் (அ) தன்னுடைய இரக்கமற்ற, மன்னிப்பு இல்லாத, அன்பு இல்லாத தீய குணத்தினால் தனக்கு தானே அநேக சத்துருக்களை விரோதிகளை சம்பாதித்துக் கொள்கின்றான். இதனால் பல வீடுகள், சில நாடுகளின் மக்களின் வாழ்வு நிலையற்றதாக, நிம்மதியற்றதாக, நம்பிக்கை அற்றதாக உள்ளது.

குறிப்பு : 21 ஆம் நூற்றாண்டில் ஒரு தேசத்தின் சில மனிதர்கள் இனப்படுகொலைகள் செய்தும் சர்வதேச சட்டம் எல்லைகளை மீறி, மனித நேயம் இல்லாமல் ஜனநாயகத்தை படுகொலை செய்து மனித சமுதாயத்தின் சுதந்திரம் சமாதானம் உரிமைகளை சிதைக்கும் படி போராயுதங்களைக் கொண்டு குண்டுகள் வீசி யுத்தம் செய்து பிற மனிதர்களையும், அவர்கள் உடைமைகளையும் சொத்துக்களையும், இயற்கை நிலைகளையும் அழித்து ஒழிக்கின்றார்கள். இதனால் உலக மனிதர்களின் நிம்மதியைக் கெடுத்து அவர்களை அச்சுறுத்தி

சர்வாதிகார பேராசையின் துன்மார்க்க குணத்துடன் பிற தேசத்தையும் ஆக்கிரமித்து அவர்களை அடக்கி ஆள்வதற்கு முயற்சி செய்துக் கொண்டிருக்கின்றார்கள். இவர்கள் ஒரு தேசத்தின் அதிபராக தங்களை மட்டுமே நேசித்துக் கொண்டு செழிக்கச் செய்யும் தவறான தலைவர்களாய் மனிதர்களாய் ஆட்சிப்புரிகின்றார்கள்.

என்னுடைய காலத்தில் ரஷ்யாவின் அதிபர் விளாடிமிர் புதின் தங்கள் நாட்டின் மிக பெரிய ராணுவ பலம், அழிவின் அணு ஆயுதங்களின் பெருக்கம் மற்றும் பொருளாதார செல்வ செழிப்பின் பெருமையினால் மேற்கத்திய நாடுகளை அச்சுறுத்தி – Blackmail செய்து Ukraine தேசத்தின் மீது 24 – 2 – 2022 அன்று முதல் எட்டு மாதங்களுக்கும் மேலாக சமாதானத்தையும் அமைதியையும் சுதந்தரத்தையும் விரும்புகின்றவர்களுக்கு யுக்ரேன் நாட்டுக்கு எதிராக பலவந்தமாக போர் தாக்குதல்களை, யுத்த வன்முறைகளை கட்டவிழ்த்து உக்ரேனிய மக்களை கொன்று குவித்து வந்தார்கள்.

இதை அறிந்த மனிதநேயம் உள்ளவர்கள் பாரபட்சம் இல்லாமல் பேரழிவின் நாச வேலைகளைக் கண்டித்து இதை நிறுத்தும் படி நீதியின் குரலை எழுப்புகின்றார்கள். இதில் கவனிக்கப்பட வேண்டிய விஷயம் ஒன்று உண்டு அது ரஷ்ய ராணுவத்தில் மரிக்கும் ராணுவ வீரர்கள் அதிகாரிகளை அடக்கம் செய்வதும் கிறிஸ்தவ முறைப்படியே காணப்படுகின்றது. தன் தேசத்தின் பாதுகாப்பு சுதந்திரத்திற்காக தற்காப்பு தாக்குதலில் வீர மரணத்தை சந்திக்கும் உக்ரேனிய ராணுவ வீரர்களை அதின் மக்களை அடக்கம் செய்வதும் கிறிஸ்தவ முறைமையின்படியே காணப்படுகின்றது. ஆக இவர்கள் கிறிஸ்தவத்தின் ஜீவமார்க்கத்தின் மையக் கருபொருளின் சத்தியமான தன்னிடத்தில் அன்புக் கூருவது போல் பிறனிடத்திலும் அன்பு கூரு என்கிற நீதியை ஒருவர் மதியாது மீறுகின்றவராகவும் ஒருவர் அதற்குக் கட்டுப்பட்டு வாழும்போது துன்பத்தை அனுபவிக்கின்றவர்களாய் காணப்படுகின்றார்கள்.

ரஷ்யா மற்றும் உக்கிரேன் நாடுகளின் மக்கள் சுமார் 90% பேர்களுக்கும் மேல் கிறிஸ்தவர்கள் மற்றும் ஒருவருக்கொருவர் சகோதரத்துவ உறவுகளை கொண்டிருந்தாலும் அவர்கள் ஏன் சத்துருக்களாய் மாறினார்கள்? அவர்கள் தேவனுடைய சித்தம் சிறிஸ்துவின் சிந்தை மற்றும் சத்தியத்தின்படி தங்களை முழுமையாக அர்ப்பணிக்கவில்லை. எனவே, அவர்களிடையே யுத்தம் போர் உண்டாகி, அது உலக நாடுகளையும் பாதிப்படையச் செய்கிறது. ரஷ்யாவின் அதிபர் விளாடிமிர் புடின் தந்திரமாக துனிகரமாக துரோகமாக உக்ரேன் மக்களுக்கு எதிராக போரை ஆரம்பித்து, இது ராணுவ நடவடிக்கை என்று சித்தரித்து, யுத்தத்தை ஆரம்பித்து 24/02/2022 – 24/02/2023 ஒரு வருடம் ஆனபிறகும்; அந்த மனிதனின் அரசியல் ராணுவத்தின் பயங்கரவாதம் பழமைவாதம், நிலம் வளம்

நாடு அபகரிப்பு செயல்கள், பொய் புரட்டலான அவதூறு கலகபுத்தி, மனித உரிமை மீறல் படுகொலைகள் ஆகிய அநியாயத்தின் அநீதியின் பாவத்தின் கொடூரமான கொள்கையின் குணத்திலிருந்து மனம் மாறவே இல்லை.

இப்படிப்பட்ட மனிதர்களின் ஆளுமை தலைமையின் கீழ் உள்ள மக்களுக்கு அன்பின் அடிபடையும், அறத்தின் அருமையும், ஆன்மீகத்தின் சரியான அறிவும் அபிஷேகமும், ஆட்சி முறையின் அடிப்படையான நியாயம் நீதியையும் நடுநிலை தெரியாதவர்களாக நிலையான வாழ்வின் நித்திய மேன்மையை இழந்துவிடுவார்கள். இந்த மனிதர்களின் எதிர்கால கனவு ஆசைகள் என்ன வேண்டுமோனாலும் இருக்கலாம். ஆனால் பிற மனிதர்களுக்கு ஏற்படுத்தும் பேரிழப்பு அழிவின் செயல்களால் இவர்களின் இறுதிக்கால இடமும், வரலாற்றின் முடிவும் இருள் நிறைந்த எரிநரகத்தின் வேதனைகளும் புலம்பலுமான நிலையாக இருக்கும் என்பதை இன்றே நிதானித்துவிடலாம். நம்மை படைத்தவர், இந்த உலக சிருஷ்டிப்புகளை நமக்கு இலவசமாகக் கொடுத்தவர் எல்லாவற்றையும் பரத்திலிருந்து பார்த்துக்கொண்டே இருக்கின்றார்.

எந்த ஒரு மனிதனும் அவனை சுற்றிலும் உள்ள பிற மனிதர்களும் பொறாமை காழ்ப்புணர்ச்சி, பழிவாங்கும் தீய குணம் இல்லாமல் ஒருவருக்கொருவர் அன்புள்ளவர்களாய் அமைதியுள்ளவர்களாய் இருக்கின்றார்களோ; அந்த மனித சமுதாயமே சந்தோஷமும், சமாதானமும், சமத்துவமுமான, சமூக வளர்ச்சி நிறைந்த சொர்க்க பூமியாக இருக்கும். இது தான் மனிதர்களுக்கு நிலையான வாழ்வை ஜீவனை உண்டாக்க வழிவகுக்கும்.

ஒரு வேளை எதுவும் முடியாத புரியாத ஒத்துப் போகாத பட்சத்தில் அவரவர் தங்கள் போக்கில் வாழ்க்கையை கவனித்து கொண்டு, பாதைகளை அமைதியாக கடந்து போய்விடுவதும், புரியாத ஒத்துபோக முடியாத அண்டை வீட்டுக்காரனை (அ) அண்டை நாட்டுக்காரனை சீண்டாமல், வம்பு இழுக்காமல், பொறாமைக் கொள்ளாமல், பழிவாங்க நினைக்காமல் அமைதியான போக்கு வரவுடன் தங்கள் தங்கள் வாழ்வை கவனித்துக் கொள்வது உண்மையாகவே உத்தமம் ஆகும். எப்பொழுதும் ஒருவருக்கொருவர் விரோதமாக எழும்பாத அமைதியான வாழ்வும், ஒற்றுமையுடன் கூடிய அன்பின் வாழ்வு என்றே நாம் கருத்தில் கொள்ள வேண்டும்.

❖ இயேசு கிறிஸ்துவின் சமூக சீர்த்திருத்த போதனை :

இயேசு கிறிஸ்து உங்கள் சத்துருக்களை சிநேகியுங்கள் என்று சொல்வதை, எப்படி நடைமுறையில் சாத்தியப்படுத்துவது என்றும் சொல்லுகின்றார். அது கண்ணுக்குக் கண், பல்லுக்குப் பல் என்று தீமைக்கு பதில் தீமை செய்வதற்கு பதிலாக தீமையோடு சத்துருவோடு எதிர்த்து நிற்க வேண்டாம். அவன் உன்னை வலது கன்னத்தில் அறைந்தால், அவனுக்கு மறு கன்னத்தையும் திரும்பிக் கொடு.

உன்மேல் வழக்குக் தொடுத்து (அ) உன்னோடு வாக்குவாதம் செய்து வழக்காடி, உன் ஆடையை (உடமையை) எடுத்துக் கொள்ள வேண்டுமென்று விரும்புகிறவனுக்கு (அவனோடு மல்லுக்கு நிற்காமல்) உன் மேலாடையை கொடுத்து விடு. சுயநலம் கொண்ட மனிதர்கள் கட்டாயப்படுத்தி ஒரு மைல் தூரம் ஒருவனை வரவழைத்தால்; அவனோடு இரண்டு மைல் தூரம் போக வேண்டும் என்றார். (மத் – 5 : 38 – 4) இயேசு கிறிஸ்து தன் வாழ்நாட்களில், சிலுவையின் பாடுகளின் போதும் இவ்வாறே செயல்பட்டார். (மத் – 26 : 67; 27 : 27 – 35; யோவான் – 18 : 19 – 24)

❖ உன்னிடத்தில் நீ அன்புக்கூருவது போன்றே பிறனிடத்திலும் அன்பு கூரு என்று சொல்லுவதோடு கூடுதலாக உன் சத்துருக்களையும் சிநேகியுங்கள் என்று இயேசு கிறிஸ்து சொன்னதை கவனியுங்கள்.

மத் – 5:43-45; உனக்கடுத்தவனைச் சிநேகித்து, உன் சத்துருவைப் பகைப்பாயாக என்று சொல்லப்பட்டதைக் கேள்விப் பட்டிருக்கிறீர்கள். நான் (இயேசு) உங்களுக்குச் சொல்லுகிறேன் : உங்கள் சத்துருக்களைச் சிநேகியுங்கள்; உங்களைச் சபிக்கிறவர்களை ஆசீர்வதியுங்கள்; உங்களைப் பகைக்கிறவர்களுக்கு நன்மை செய்யுங்கள்; உங்களை நிந்திக்கிறவர்களுக்காகவும் உங்களைத் துன்பப்படுத்துகிறவர்களுக்காகவும் ஜெபம் பண்ணுங்கள்.

இப்படிச் செய்வதினால் நீங்கள் பரலோகத்திலிருக்கிற உங்கள் பிதாவுக்குப் (உன்னதமானவருக்கு) புத்திரராயிருப்பீர்கள் (பிள்ளைகளாய்); அவர் தீயோர் மேலும் நல்லோர் மேலும் தமது சூரியனை உதிக்கப் பண்ணி, நீதியுள்ளவர்கள் மேலும் அநீதியுள்ளவர்கள் மேலும் மழையைப் பெய்யப் பண்ணுகிறார். அவர் நன்றியறியாதவர்கக்கும் துரோகிகளுக்கும் நன்மை செய்கிறாரே. (லூக் – 6 : 31 – 36)

இங்கு இயேசு சொன்னது போன்றே (நாம் வாழ்கின்றோமா?) அநேக கிறிஸ்தவர்கள், ஊழியர்கள் தேவனுடைய (ஜனம்) பிள்ளைகள் என்று சொல்லி கொண்டாலும் பாவிகளை போன்றே, தங்களை தாங்களே நேசித்து போஷித்துக் கொள்கிறார்கள்; தங்களை நேசிப்பவர்களை மட்டுமே நேசித்து வாழ்த்திக் கொண்டு, தேவனுடைய பிள்ளைகளாய் அல்ல பாவிகள் போன்றே வாழ்ந்துக் கொண்டிருக்கிறார்கள் என்பது ஏமாற்றமான நிலை ஆகும். இவர்கள் என்று மாறுவார்கள்? எப்படி தேறுவார்கள்?

III. உண்மையில் யார் நீதிமான்கள்?
வேதாகமம் சொல்லும் உண்மை என்ன?

ஒன்றான மெய்தேவனையும், அவருடைய குமாரனாகிய இயேசு கிறிஸ்துவையும் விசுவாசிக்கின்றேன் என்று சொல்லுபவர்கள் (அ) விசுவாச

எண்ணம் கொண்டவர்கள், நீதிமான்கள் அல்ல. ஏனெனில் பிசாசுகளும் (சாத்தானும்) தேவன் உண்டு என்றும், உன்னதமான தேவனுடைய குமாரனாகிய இயேசு கிறிஸ்துவை ஆண்டவர் என்றும் விசுவாசித்து நடுங்குகின்றன. ஆனால் அவைகள் தேவனுடைய வார்த்தையின் விருப்பத்தின் சித்தத்தின்படியான, நல்ல கிரியைகளை செய்வதில்லை.

யாக்கோபு. 3:14-18; 4:1-7; – 2 : 14, 19 – 26; மத் – 8 : 28 – 31; 17 : 15 – 21; மாற்கு – 5 : 2 – 17

விசுவாசிக்கின்றேன் என்று சொல்லி விசுவாச எண்ணம் கொண்டவர்கள், தங்களின் நல்ல கிரியைகளின் மூலமாக விசுவாசத்தை உறுதியாக வெளிப்படுத்த வேண்டும். குமாரனாகிய இயேசுவினுடைய வார்த்தைகளின் படியே கீழ்படிதலுடன் வாழ்ந்து, தங்களை போன்றே பிறனிடத்திலும் அன்பு கூர்ந்து வாழ்பவர்களே நீதிமான்கள்.

ஏசாயா. 3:10,11; நீதிமொழிகள்.11:10,23,30,31; 12:5,10; 13:5,9;

பகுதி – 2 ல், 7ம் அத்தியாயத்தில் நீதிமான்கள் பற்றிய சில வேதக்குறிப்புகள் பதிவிட்டுள்ளேன்.

❖ **நீதிமான் எப்படிப்பட்ட நல்ல செயல்களை (கிரியைகளை) உடையவனாக இருப்பான்?**

(எசேக் – 18 : 4 – 9, 10 – 18) நீதிமானாயிருக்கின்றவன் நீதியை நியாயத்தைச் செய்யக் கூடியவன் என்று எளிதில் புரிந்துக் கொள்ளுங்கள்.

a. எந்த ஒரு மனிதனையும் கொள்ளையிட மாட்டான். குடும்ப வாழ்விலும், சமுதாய, அரசியல் ஆன்மீக வாழ்விலும், ஒருவனையும் ஒடுக்கவும், கொள்ளையிடவுமாட்டான்.

b. கடன் பட்டவர்களுக்கு, வட்டிக்கு கொடுக்காமல் அடமானத்திற்கு கடன் கொடுப்பான். அடமானத்தை அபகரித்துக் கொள்ளாமல் மீண்டும் கொடுத்து விடுவான்.

c. லஞ்சம் (பரிதானம்), அதிக லாபம், அநியாயமாக வரும் (வருமானம்) பணத்திற்கு தன் கையை விலக்கி கொள்வான். அநியாயமான சொத்து குவிப்பை விரும்பாதவன். மனிதர்களுக்குள்ளே வழக்கை நீதி விசாரணையை உண்மையாய்த் (நேர்மையாய்) தீர்த்து வைப்பான்.

d. தன் உணவை (அப்பத்தை) பசித்தவனுக்கு (திக்கற்ற ஏழை மக்களுக்கு) பங்கிட்டு உணவளிப்பான். உடுக்க உடை (வஸ்திரம்) இல்லாதவர்களுக்கு வஸ்திரம் கொடுப்பான். (தன் சொத்தை அதிக ஆஸ்திகளை விற்று ஏழைகளுக்கு கொடுப்பான்.)

e.   விக்கிரக வழிபாடு மூட நம்பிக்கையை விட்டு விலகி, விபச்சாரம் வேசிமார்க்கம், களியாட்டங்களுக்கு விலகி (மது, மாது, மதம் தீட்டானவைகளுக்கு) தன்னை பரிசுத்தமாய் காத்துக் கொள்வான்.

f.   கர்த்தருடைய கட்டளைகளின் படியே நடந்து, அவரின் நியாயங்களைக் கைக் கொண்டு, உண்மையாயிருப்பான். இவனே நீதிமான்; இப்படிப்பட்ட விசுவாசமுள்ள நீதிமான் பிழைக்கவே பிழைப்பான் என்று கர்த்தராகிய ஆண்டவர் சொல்லுகிறார்.

❖   **இயேசு கிறிஸ்து, நீதிமான்களின் செயல்களை பற்றியும், அவர்களுக்கு என்ன கிடைக்கும் என்று சொன்னதை கவனியுங்கள்:**

❖   பசியாயிருந்தேன், எனக்கு போஜனங் (ஆகாரம்) கொடுத்தீர்கள்.

❖   தாகமாயிருந்தேன், என் தாகத்தைத் தீர்த்தீர்கள்.

❖   வீடில்லாமல் (விசாரிப்பார் இல்லாமல், உறவினர்கள் இல்லாமல்) அந்நியனாக இருந்தேன்; என்னை சேர்த்துக் கொண்டீர்கள்.

❖   வஸ்திரமில்லாதிருந்தேன், எனக்கு வஸ்திரங் கொடுத்தீர்கள்.

❖   வியாதியாயிருந்தேன், என்னை விசாரிக்க வந்தீர்கள்.

❖   காவலிலிருந்தேன், என்னை பார்க்க வந்தீர்கள். என்றார்.

பெலவீனங்களில் சிக்கி தவிப்பவர்களுக்கு உதவி செய்வதை குறிப்பிடுகின்றார். பொதுவாகவே ஏழைகளுக்கு உதவி செய்வதை கர்த்தர் போதிக்கிறார். ஏழைக்கு இரங்குகிறவன் கர்த்தருக்குக் கடன் கொடுக்கிறான்; அவன் கொடுத்ததை அவர் திரும்பக் கொடுப்பார். தரித்திரருக்குக் கொடுப்பவன் தாழ்ச்சியடையான்; தன் கண்களை ஏழைகளுக்கு விலக்குகிறவனுக்கோ அநேக சாபங்கள் வரும். கருணைக் கண்ணன் ஆசீர்வதிக்கப்படுவான்; அவன் தன் ஆகாரத்தில் தரித்திரனுக்குக் கொடுக்கிறான். (நீதி – 19 : 17; 22 : 9; 28 : 27)

குறிப்பு : இங்கு (என்னை) என்று இயேசு கிறிஸ்து குறிப்பிட்டு சொல்லப்படும் நபர்கள் யார் என்றால்?,தன்னை தான் வெறுத்து, தன் சிலுவையை சுமந்து, இயேசுவை பின்பற்றிடும் நபர்களிலும், தேவனுடைய சித்தத்தின்படி வாழ்பவர்களின் சில பாடுகள், உபத்திரவங்கள், எதிர்ப்புகள், சிறையிருப்புகள், ஏழ்மையின் சோதனைகளை கடந்து செல்லும் உண்மையுள்ள சீஷர்கள், விசுவாசிகள் மற்றும் எளிய மக்களுக்கு செய்யும் உதவியை, என்னை என்று (இயேசு) தனக்கு செய்யும் அன்பின் உதவியாக குறிப்பிடுகின்றார். இதற்கு நிச்சயமான பலனையும் அவர் தருவேன் என்று வாக்குறுதி அளிக்கின்றார்.

சங்கீதம். 146: 6-9; ஆகிய வசனங்களில் கர்த்தர் செய்கின்ற நீதியான கிருபையான பத்துக் காரியங்களை நீதிமான்களும் தங்கள் நாட்களில் செய்கின்றவர்களாகக் காணப்படுவார்கள்.

தேவனாகிய கர்த்தர்: என்றென்றைக்கும் உண்மையைக் காக்கிறவர். அவர் ஒடுக்கப்பட்டவர்களுக்கு நியாயஞ்செய்கிறார். பசியாயிருக்கிறவர்களுக்கு ஆகாரம் கொடுக்கிறார். கட்டுண்டவர்களைக் கர்த்தர் விடுதலையாக்குகிறார். குருடரின் கண்களை திறக்கிறார். மடங்கடிக்கப்பட்டவர்களைத் தூக்கிவிடுகிறார். நீதிமான்களை கர்த்தர் சிநேகிக்கிறார். பரதேசிகளைக் காப்பாற்றுகிறார். திக்கற்றப்பிள்ளைகளையும் விதவைகளையும் ஆதரிக்கிறார். துன்மார்க்கரின் வழியையோக் கவிழ்த்துப்போடுகிறார்.

இயேசு கிறிஸ்துவும் இப்பூமியில் வாழ்ந்த காலங்களில் இவ்வாறே நீதிமானாகக் காணப்பட்டார். எனவேதான், கர்த்தராகிய இயேசு கிறிஸ்துவை விசுவாசிக்கின்றேன், நம்புகின்றேன் என்று சொல்லக்கூடியவர்கள் எல்லாம் அவரின் முன்மாதிரியை பின்பற்றி நீதிமானுக்கே உரியகுணங்களை வெளிப்படுத்தும் நல்ல காரியங்களை செய்திடுவார்கள். இதிலே தேவனின் நீதி வெளிப்படுகின்றது. (சங்கீதம். 85: 7-10; 11:13)

மனுஷ குமாரனாகிய இயேசு கிறிஸ்து தமது மகிமை பொருந்தினவராய்ச் சகல பரிசுத்த தூதரோடுங்கூட வரும் போது (இரண்டாம் வருகை), தமது மகிமையுள்ள சிங்காசனத்தின் மேல் நியாயாதிபதியாக ராஜாவாக வீற்றிருப்பார். அப்பொழுது, ராஜா தமது வலது பக்கத்தில் நிற்கவைத்திருந்த நீதிமான்களைப் பார்த்து : வாருங்கள் என் பிதாவினால் ஆசீர்வதிக்கப்பட்டவர்களே, உலகம் உண்டானது முதல் உங்களுக்காக ஆயத்தம் பண்ணப்பட்டிருக்கிற பரலோக ராஜ்யத்தைச் (நித்திய ஜீவனை அடையும்படி சுதந்தரித்துக் கொள்ளுங்கள் என்பார். (மத் - 25 : 31 - 40, 46)

கவனியுங்கள்: யார் நீதிமான்? அவனின் குணாதிசயங்களின் செயல்கள் மற்றும் பலன்கள்பற்றி அறிந்துக்கொள்ளும்போது: யார் துன்மார்க்கன்? என்ற கேள்வியும் அதின் பதிலையும் அறிந்துக்கொள்வது சரியான வாழ்வியலுக்கு பிரயோஜனம் ஆகும்.

துன்மார்க்கன் பற்றிய அநேக வேத வசனக் குறிப்புகளை எல்லாம் கொடுக்கப்போவதில்லை. மிகவும் சுருக்கமாக சொல்வதனால் மேலே சொல்லப்பட்ட நீதிமானுக்குரிய செயல்களுக்கு எதிரான மனம் செயல்கொண்டவர்கள் துன்மார்க்கர்கள் ஆவார். அதாவது, அநீதியான, இரக்கமற்ற துஷ்டத்தனமான, இறை நம்பிக்கையும் பக்தியுமில்லாதவர்களாக மனிதர்கள் செய்கின்ற பாவ காரியங்களினால் அவர்களின் இந்த வாழ்க்கை முறைகளினால் துன்மார்க்கர் ஆகிறார்கள்.

துன்மார்க்கரின் மனந்திரும்புதல் மற்றும் நீதிமானின் பின்மாற்றங் குறித்து கர்த்தர் பகுத்தறியும் காரியங்களை கவனியுங்கள்:

சங்கீதம். 112:1-3; 4-10;

அல்லேலூயா, கர்த்தருக்குப் பயந்து, அவருடைய கட்டளைகளில் மிகவும் பிரியமாயிருக்கிற மனுஷன் பாக்கியவான். அவன் சந்ததி பூமியில் பலத்திருக்கும், செம்மையானவர்களின் வம்சம் ஆசீர்வதிக்கப்படும். ஆஸ்தியும் ஐசுவரியமும் அவன் வீட்டிலிருக்கும், அவனுடைய நீதி என்றைக்கும் நிற்கும். செம்மையானர்களுக்கு இருளிலே வெளிச்சம் உதிக்கும்; அவன் இரக்கமும் மனஉருக்கமும் நீதியுள்ளவன்.

இரங்கிக் கடன்கொடுத்து, தன் காரியங்களை நியாயமானபடி நடப்பிக்கிற மனுஷன் பாக்கியவான். அவன் என்றென்றைக்கும் அசைக்கப்படாதிருப்பான்; நீதிமான் நித்திய கீர்த்தியுள்ளவன். துர்ச்செய்தியைக் கேட்கிறதினால் பயப்படான்; அவன் இருதயம் கர்த்தரை நம்பித் திடனாயிருக்கும். அவன் இருதயம் உறுதியாயிருக்கும்; அவன் தன் சத்துருக்களில் சரிக்கட்டுதலைக் காணுமட்டும் பயப்படாதிருப்பான்.

வாரியிறைத்தான், ஏழைகளுக்குக் கொடுத்தான், அவனுடைய நீதி என்றென்றைக்கும் நிற்கும்; அவன் கொம்பு மகிமையாய் உயர்த்தப்படும். துன்மார்க்கன் அதைக் கண்டு மனமடிவாகி, தன் பற்களைக் கடித்துக் கரைந்துபோவான்; துன் மார்க்கருடைய ஆசை அழியும்.

எசேக்கியல்: 33: 7-9; 11,12; 13-16; 17-19;

மனுபுத்திரனே, நான் உன்னை இஸ்ரவேல் வம்சத்தாருக்குக் காவற்காரனாக வைத்தேன்; ஆகையால் நீ என் வாயினாலே வார்த்தையைக் கேட்டு, என் நாமத்தினாலே அவர்களை எச்சரிப்பாயாக.

நான் துன்மார்க்களை நோக்கி: துன்மார்க்கனே, நீ சாகவே சாவாய் என்று சொல்லுகையில், நீ துன்மார்க்கனைத் தன் துன்மார்க்கத்தில் இராதபடி எச்சரிக்கத்தக்கதாக அதை அவனுக்குச் சொல்லாமற்போனால், அந்தத் துன்மார்க்கன் தன்அக்கிரமத்திலே சாவான்; ஆனாலும் அவன் இரத்தப்பழியை உன் கையிலே கேட்பேன்.

துன்மார்க்கன் தன் வழியைவிட்டுத் திரும்பும்படி நீ அவனை எச்சரித்தும், அவன் தன் வழியைவிட்டுத் திரும்பாமற்போனால், அவன் தன் அக்கிரமத்திலே சாவான்; நீயோ உன் ஆத்துமாவைத் தப்புவிப்பாய்.

மனுபுத்திரனே, நீ இஸ்ரவேல் வம்சத்தாரை நோக்கி, எங்கள் துரோகங்களும் எங்கள் பாவங்களும் எங்கள் மேல் இருக்கிறது, நாங்கள் சோர்ந்து போகிறோம், நாங்கள் பிழைப்பது எப்படியென்று நீங்கள் சொல்லுகிறீர்கள்.

கர்த்தராகிய ஆண்டவர் உரைக்கிறது என்னவென்றால்; நான் துன்மார்க்கனுடைய மரணத்தை விரும்பாமல், துன்மார்க்கன் தன் வழியைவிட்டுத் திரும்பிப் பிழைப்பதையே விரும்புகிறேன் என்று என் ஜீவனைக்கொண்டு சொல்லுகிறேன்; இஸ்ரவேல் வம்சத்தாரே, உங்கள் பொல்லாத வழிகளைவிட்டுத் திரும்புங்கள், திரும்புங்கள்; நீங்கள் ஏன் சாகவேண்டும் என்கிறார் என்று அவர்களோடே சொல்லு.

மனுபுத்திரனே, நீ உன் ஜனத்தின் புத்திரரை நோக்கி; நீதிமான் துரோகம்பண்ணுகிற நாளிலே அவனுடைய நீதி அவனைத் தப்புவிப்பதில்லை; துன்மார்க்கன் தன் துன்மார்க்கத்தைவிட்டுத் திரும்புகிற நாளிலே அவன் தன் அக்கிரமத்தினால் விழுந்து போவதில்லை; நீதிமான் பாவஞ்செய்கிற நாளிலே தன் நீதியினால் பிழைப்பதுமில்லை.

பிழைக்கவே பிழைப்பாய் என்று நான் நீதிமானுக்குச் சொல்லும்போது, அவன் தன் நீதியை நம்பி, அநியாயஞ்செய்தால், அவனுடைய நீதியில் ஒன்று நினைக்கப்படுவதில்லை; அவன் செய்த தன் அநியாயத்திலே சாவான்.

பின்னும் சாகவே சாவாய் என்று நான் துன்மார்க்கனுக்குச் சொல்லும்போது, அவன் தன் பாவத்தைவிட்டுத் திரும்பி, நியாயமும் நீதியுஞ்செய்து,

துன்மார்க்கன் தான் வாங்கின அடைமானத்தையும் தான் கொள்ளையிட்ட பொருளையும் திரும்பக் கொடுத்துவிட்டு, அநியாயம் செய்யாதபடி ஜீவப்பிரமாணங்களில் நடந்தால், அவன் சாகாமல் பிழைக்கவே பிழைப்பான்.

அவன் செய்த அவனுடைய எல்லாப் பாவங்களும் அவனுக்கு விரோதமாக நினைக்கப்படுவதில்லை; அவன் நியாயமும் நீதியும் செய்தான், பிழைக்கவே பிழைப்பான் என்று சொல்லு.

உன் ஜனத்தின் புத்திரரோ, ஆண்டவருடைய வழி செம்மையானதல்ல என்கிறார்கள்; அவர்களுடைய வழியே செம்மையானதல்ல.

நீதிமான் தன் நீதிமைவிட்டுத் திரும்பி, அநியாயஞ்செய்தால், அவன் அதினால் சாவான்.

துன்மார்க்கன் தன் அக்கிரமத்தைவிட்டுத் திரும்பி, நியாயமும் நீதியும் செய்தால், அவன் அவைகளினால் பிழைப்பான்.

IV. தேவனுடைய ஜனம் (அ) பிதாவினுடைய புத்திரர்கள் என்பவர்கள் யார்? அவர்கள் எப்படிப்பட்டவர்கள்?

1. ஒன்றான மெய் தேவனையும் அவருடைய வார்த்தையையும் விசுவாசிப்பார்கள்.

2. தேவனுடைய சித்தத்தை செய்து அவரின் திட்டத்தை நமக்கு வெளிப்படுத்தின இயேசு கிறிஸ்துவை விசுவாசித்து, அவரை பின்பற்றுபவர்கள்.

3. ஜலத்தினாலும் (தண்ணீரினால்) ஆவியினாலும் மறுபடியும் பிறந்தவர்கள்.

4. பரிசுத்த ஆவியானவரின் வல்லமையால் நிரப்பப்பட்டு அவரால் வழிநடத்தப்பட்டு சகல சத்தியத்தையும் அறிபவர்கள்.தேவனுடைய வார்த்தையிலும், கர்த்தராகிய இயேசு கிறிஸ்துவின் வார்த்தையிலும் நிலைத்திருப்பவர்கள்.

5. அறிந்த சத்தியத்தின் படியே வார்த்தையின் படியே வாழ்ந்து, பிறரையும் நேசித்து, வாழ வைத்து, விசுவாசத்தினால் உலகையும் சாத்தானின் வஞ்சனையை ஜெயிப்பவர்கள்.

6. சத்தியமுள்ள பரிசுத்தமுள்ள தேவன் ஒருவருக்கு மட்டுமே (துதி கன மகிமை) ஆராதனை செய்பவர்கள்.

7. தங்களின் இருதயத்தில் விருத்தசேதனம் பண்ணப்பட்டவர்கள், தங்கள் இருதயத்தில் கர்த்தருடைய நியாயப்பிரமாணம் எழுதப்பட்டவர்கள், பரிசுத்த ஆவியானவரால் நிரப்பப்பட்டு வழி நடத்தப்படுகின்றவர்கள். (யோவான் – 1: 1 – 4, 12, 13, 14; 3: 3 – 7; 1 யோவான் – 2, 3, 4, 5; ரோமர்– 8 : 8 – 17, 2 : 26 – 29; எரே – 7 : 22 – 27; ஏசாயா – 43 :21, 61 : 3; சங் – 135 : 1 – 3;147 : 1 – 12; உபா – 10 : 12 – 18, 30 : 6 – 10)

உண்மையில் கிறிஸ்தவர்கள் யார்? அவர்களை எப்படி கண்டறிவது?

1. இவர்கள் தேவனாகிய கர்த்தரால் தெரிந்துக் கொள்ளப்பட்டவர்கள், முன்குறிக்கப் பபட்டவர்கள், அழைக்கப்பட்டவர்கள்.

2. இவர்கள் இயேசு கிறிஸ்துவை தேவனுடைய குமாரன் (உலக இரட்சகர், மீட்பர், மேசியா) என்று விசுவாசிப்பவர்கள்.

3. இவர்கள் பாவத்திலிருந்து மனம் திரும்பியவர்கள் .சத்தியத்தின் படியாக வாழ்வதற்கு ஒளியினிடத்தில் (இயேசு கிறிஸ்துவினிடத்தில்) வருபவர்கள்.

4. இவர்கள் தண்ணீரினாலும் பரிசுத்த ஆவியினாலும் ஞானஸ்நானம் பெற்றவர்கள். இயேசு கிறிஸ்துவின் புதிய உடன்படிக்கையில் நிலைத்திருப்பவர்கள்.

5. இவர்கள் தன்னைத்தான் வெறுத்து, தன் சிலுவையை சுமந்துக் கொண்டு, இயேசு கிறிஸ்துவை பின்பற்றிச் செல்லும் சீஷராக வாழ்பவர்கள்.

6. இயேசு கிறிஸ்துவின் சீஷன் என்பவர் நல்லவர்களாய், பரிசுத்த ஆவியினாலும் விசுவாசத்தினாலும் நிறைந்தவர்களாய் மிகுந்த கனி கொடுப்பவர்கள். (தானம் தர்மம் செய்பவர்கள்).

7. இவர்கள் தேவனுடைய ராஜ்யத்தின் செய்தியை (சத்தியத்தை, சுவிஷேசத்தை) தங்களால் முடிந்த அளவிற்கு உலகெங்கும் சென்று உபதேசித்து, பிரசங்கிப்பவர்கள்.

8. இவர்கள் தங்களுக்குத் திரளான ஆஸ்திகள், சொத்துக்களை பூமியில் சேர்த்து வைக்க மாட்டார்கள். தேவனுடைய ராஜ்யத்தில் திரளான ஆத்துமாக்களை சேர்ப்பவர்கள்.

(யோவான் – 1 : 12, 13, 16 – 20, 29 – 51; 3 : 3 – 36; 6 : 43 – 71; மத் – 4 : 17 – 25, 10 : 1 – 42, 19 : 23 – 30; அப் – 2, 3, 4, 5, 10, 11: 15 – 30)

இங்கே முதல் நான்கு குறிப்புகளின்படியே வாழ்கின்ற விசுவாசிக்கின்ற ஒவ்வொருவரையும் கிறிஸ்தவன் என்று ஏற்றுக்கொள்ள வேண்டும். அடுத்த நான்கு குறிப்புகளின்படியே வாழ்கின்ற ஒவ்வொருவரையும் கிறிஸ்தவன் என்று மட்டுமல்ல அவர்களை இயேசு கிறிஸ்துவினுடைய சீஷன் – ஊழியன் என்று ஏற்றுக் கொண்டு அவர்களுக்கு உதவிகளை செய்யவேண்டும். இவர்களுக்கு இந்த உலகமக்கள் தொல்லை துன்பத்தைக் கொடுக்கக்கூடாது.

"விசுவாசிக்கின்றேன் என்பவன் அல்ல, இயேசுவை நேசிக்கின்றேன் என்று அவர் பின் செல்லும் சீஷர்களே கிறிஸ்தவர்கள். உண்மையில் இப்படிப் பட்டவர்களே கிறிஸ்தவர்கள், தேவனுடைய பிள்ளைகள், தேவனுடைய ஜனங்கள் எனப்படுவார்கள்.இவர்கள் நிச்சயம் நித்திய ஜீவனைப் பெற்றுக் கொள்பவர்கள்."

V. யார் பரலோக ராஜ்யத்தில் பிரவேசிப்பார்கள்? யாருடைய கூப்பிடுதலை (அ) ஜெபங்களை கர்த்தர் கேட்க மாட்டார்? கர்த்தருடைய நியாயத்தீர்ப்பை பற்றி அறிவு, புரிதல் உங்களுக்கு உண்டா?

நல்ல கனிகளை கொடுக்கின்றவர்கள்; அதாவது, நியாயத்தையும் நீதியையும் செய்பவர்கள். பரலோகத்திலுள்ள பிதாவின் சித்தத்தின்படி செய்கிறவனே, பரலோக ராஜ்யத்தில் பிரவேசிப்பான். இவர்களே நிலையான வாழ்வாகிய நித்திய ஜீவனை பெற்றுக் கொள்ளும் பாக்கியவான்கள். பிதாவின் சித்தத்தின்படி செய்கின்றவன் நல்ல (கிரியைகளை) கனிகளைக் கொண்டவன் நீதிமான் ஆவான்.

(ஏசாயா. 59:1-4; 7-8; எரேமியா. 5: 25-31; யோவான். 9-28- 41; 10:1-11)

ஆன்மீகவாதிகள் மதவாதிகளாய் அக்கிரம செய்கையுடையவர்களாய் வாழ்வதால், ஆண்டவருக்கே பணி செய்தாலும் தேவனாகிய கர்த்தரால் அங்கிகரிக்கப்படுவதில்லை.

நியாயத்தீர்ப்பு நாளிலே அநேகர் கர்த்தராகிய இயேசு கிறிஸ்துவை நோக்கி : கர்த்தாவே ! கர்த்தாவே ! உமது நாமத்தினாலே தீர்க்கதரிசனம் உரைத்தோம்

அல்லவா? உமது நாமத்தினாலே அநேக அற்புதங்களைச் செய்தோம் அல்லவா? என்பார்கள்.

அப்பொழுது, நான் ஒருக்காலும் உங்களை அறியவில்லை; அக்கிரமச் செய்கைக்காரரே, என்னை விட்டு அகன்று போங்கள் என்று அவர்களுக்குச் சொல்லுவேன்.

அப்பொழுது, இடது பக்கத்தில் நிற்பவர்களைப் பார்த்து நியாயாதிபதியான ராஜா (இயேசு கிறிஸ்து) : சபிக்கப்பட்டவர்களே, என்னைவிட்டு, பிசாசுக்காகவும் அவன் தூதர்களுக்காகவும் ஆயத்தம் பண்ணப்பட்டிருக்கிற நித்திய அக்கினியிலே போங்கள் என்பார்.

பரலோகத்திலிருக்கிற என் பிதாவின் சித்தத்தின்படி செய்கிறவனே பரலோக ராஜ்யத்தில் பிரவேசிப்பானேயல்லாமல், என்னை நோக்கி : கர்த்தாவே ! கர்த்தாவே ! என்று சொல்லுகிறவன் (விசுவாசிப்பவன்) அதில் பிரவேசிப்பதில்லை என்றார். (மத் - 7 : 21, 22, 23; மத் - 25 : 41 - 45; யாக்கோபு.1 :16-27; 2 :1-3; 14-26; 3:1,2; 13-18; 4:1-10; சங்கீதம். 15:1-5; யோபு. 35:11 - 14; யோவான். 9:24-38;

இது இறுதி நியாயத்தீர்ப்புப் பற்றிய இயேசு கிறிஸ்துவின் தீர்க்கதரிசன வார்த்தையாகும். இதில் நாம் எல்லாரும் மிக கவனமாக இருக்க வேண்டும். சாக்குபோக்கு வாய்ஜாலம் சொல்லுக்கு இடமே இல்லை.

சங்கீதம். 15 : 1 - 5

கர்த்தாவே, யார் உம்முடைய கூடாரத்தில் தங்குவான்? யார் உம்முடைய பரிசுத்த பர்வதத்தில் வாசம்பண்ணுவான்?

உத்தமனாய் நடந்து, நீதியை நடப்பித்து, மனதாரச் சத்தியத்தைப் பேசுகிறவன்தானே.

அவன் தன் நாவினால் புறங்கூறாமலும், தன் தோழனுக்குத் தீங்குசெய்யாமலும், தன் அயலான்மேல் சொல்லப்படும் நிந்தையான பேச்சை எடுக்காமலும் இருக்கிறான்.

ஆகாதவன் அவன் பார்வைக்குத் தீழ்ப்பானவன்; கர்த்தருக்குப் பயந்தவர்களையோ கனம்பண்ணுகிறான்; ஆணையிட்டதில் தனக்கு நஷ்டம் வந்தாலும் தவறாதிருக்கிறான்.

தன் பணத்தை வட்டிக்குக் கொடாமலும், குற்றமில்லாதவனுக்கு விரோதமாய்ப் பரிதானம் வாங்காமலும் இருக்கிறான், இப்படிச் செய்கிறவன் என்றென்றைக்கும் அசைக்கப்படுவதில்லை.

கவனியுங்கள் : முதலில் வளரும் வளர்ந்த வாழ்ந்த கிறிஸ்தவர்களும் அவர்களின் சபைகளும். ஆத்துமாக்களின் பாதுகாப்பு பராமரிப்பு ஆயத்தப்பணிக்கான சமூக நல திட்டங்களையும் சமூக சேவைகளையும் செய்ய வேண்டும். குறிப்பாக ஐசுவரியம் ஆஸ்திகள் சொத்துக்களை உடையவர்கள் யாவருமே இந்த சேவையை செய்ய வேண்டும். இந்த நீதியான செயலை தேவன் விரும்புகின்றார். (எ.கா. அப் - 9 : 36 - 42)

சன்மார்க்க வாழ்வை சரியாக வாழ்ந்து, திரளான ஆஸ்திகளை ஐசுவரியம் உடையவனை அதை விற்று தரித்திரருக்கு ஏழைகளுக்கு கொடு என்று இயேசு கிறிஸ்து சொன்னார். இது தன்னை நேசித்து சுகபோகமாக நலமான வாழ்க்கை வாழ்ந்தது போன்றே பிறனும் இல்லாதவனும் இயலாதவனும் வாழ வேண்டும் என்ற நல்ல எண்ணத்தோடு, கொடுத்து, அன்பை காட்டுவதற்காகவே இப்படி சொன்னார்.

a.   குடித்து வெறித்து கெட்டு போய் சோம்பேறியாக, ஏழையாக, குற்றவாளிகளாய் வாழ்பவரும் உண்டு. ஊதாரிகளாய் பொறுப்பற்ற செயலினால் ஏழைகளாய் கடனாளியாக மாறுபவர்களும் உண்டு.

b.   உண்மையில் வசதி, வாய்ப்புகள், உதவிகள் இல்லாமல் வியாதியில் சோர்ந்து தளர்ந்து, தோல்வியில், ஏழ்மையில் திக்கற்ற மக்களாக வாழ்பவர்களும் உண்டு.

இதில் சிலருக்கு பணத்தை நேரடியாக கொடுத்தும் உதவி செய்து வாழ்க்கை மேம்படுத்தலாம். சிலருக்கு சமூக நல திட்டங்கள் சமூக சேவைகள் மூலமாக அவர்களின் வாழ்வை மேம்படுத்தலாம். இப்படியாக எல்லா மனிதர்களும் ஏற்ற தாழ்வு இல்லாமல் இங்கே நிம்மதியான சந்தோஷமான சமத்துவமான வாழ்வை பெற்றுக் கொள்ளவும் வழிவகை செய்ய வேண்டும். இயேசு கிறிஸ்துவின் போதனையின் கட்டளை இதை வெளிப்படுத்துகின்றது. ஆனால் பொய்யர்களான மனிதர்கள் சில கிறிஸ்தவ மத போதகர்கள் இதை ஏற்றுக் கொள்ளும் மனம் குணம் இல்லாதவர்களாய் இருக்கின்றார்கள்.

இவர்களால் இந்த மனித சமுதாயம் கிறிஸ்துவின் அன்பையும் போதனையின் நன்மையையும் பெற்றுக் கொள்ளாமலே, கிறிஸ்தவத்தை பிடிக்காதவர்களாய் வெறுக்கும் சூழலுக்கு தள்ளப்படுகின்றார்கள். இப்படிப்பட்ட வர்களால் ஒருமுறை இந்தியாவின் மகாத்மா காந்திஜி அவர்கள் இவ்வாறு சொன்னார் : இயேசு கிறிஸ்துவை எனக்கு பிடிக்கும், அவரின் மலை பிரசங்கம் பிடித்திருக்கிறது. ஆனால் கிறிஸ்தவர்களை மதபோதகர்களை எனக்கு பிடிக்காது அவர்களை நம்ப முடியாது, அவர்களின் திருச்சபைக்கும் செல்ல விரும்பவில்லை என்றார். சுவாமி விவேகானந்தருக்கும், நடுநிலையாளர்களுக்கும் இதே கருத்து உடையவர்களாக இருக்கின்றார்கள்.

a.   கர்த்தருடைய நாள் இரவிலே திருடன் வருகிற விதமாய் வரும். தேவனுடைய நாள் சீக்கிரமாய் வரும்படிக்கு மிகுந்த ஆவலோடே காத்திருங்கள்; அந்த நாளிலே வானங்கள் மட மட என்று அகன்று போகும். பூதங்கள் வெந்து எரிந்து அழிந்து போகும். நியாயத்தீர்ப்பு தேவனுடைய வீட்டிலே துவங்குங்காலமாயிருக்கிறது; முந்தி நம்மிடத்திலே அது துவங்கினால் தேவனுடைய சுவிசேஷத்திற்குக் கீழ்ப்படியாதவர்களின் முடிவு என்னமாயிருக்கும்? நீதிமானே இரட்சிக்கப்படுவது அரிதானால், பக்தியில்லாதவனும் பாவியும் எங்கே நிற்பான்? என்று பேதுரு சொன்னான். (2 பேதுரு – 4 : 17, 18; 2 பேதுரு – 3 : 10, 12)

b.   ஓசியா தீர்க்கத்தரிசியினிடத்தில் கர்த்தர் சொன்னதை கவனியுங்கள் : ஓசியா – 8 : 1 – 3; 9 : 7;

        உன் வாயிலே எக்காளத்தை வை; அவர்கள் என் உடன்படிக்கையை மீறி, என் நியாயப்பிரமாணத்துக்கு விரோதமாகத் துரோகம் பண்ணினபடியினால், கர்த்தருடைய வீட்டின்மேல் சத்துரு கழுகைப் போல் பறந்து வருகிறான். " எங்கள் தேவனே, உம்மை அறிந்திருக்கிறோம் என்று சொல்லி இஸ்ரவேலர் கூப்பிடுவார்கள். ஆனாலும் இஸ்ரவேலர் நன்மையை வெறுத்தார்கள்; சத்துரு அவர்களைத் தொடருவான். விசாரிப்பின் நாட்கள் வரும், நீதி சரிக்கட்டும் நாட்கள் வரும் என்பதை இஸ்ரவேலர் அறிந்து கொள்வார்கள்; உன் மிகுதியான அக்கிரமத்தினாலேயும், மிகுதியான பகையினாலேயும் தீர்க்கத்தரிசிகள் மூடரும், ஆவியைப் பெற்ற மனுஷர்கள் பித்தங் கொண்டவர்களுமாயிருக்கிறார்கள் என்றார். "

C. ஏசாயா தீர்க்கத்தரிசியின் மூலமாக கர்த்தர் வெளிப்படுத்தின சத்தியத்தை கவனியுங்கள் :

        (ஏசாயா – 1 : 10 – 20) சோதோமின் அதிபதிகளே, கர்த்தருடைய வார்த்தையைக் கேளுங்கள்; கொமோராவின் ஜனமே, நமது தேவனுடைய வேதத்துக்குச் செவிகொடுங்கள். உங்கள் பலிகளின் திரள் எனக்கு என்னத்துக்கு என்று கர்த்தர் சொல்லுகிறார்; .... இனி வீண் காணிக்கைகளைக் கொண்டு வர வேண்டாம். தூபங்காட்டுதல் எனக்கு அருவருப்பாயிருக்கிறது : நீங்கள் அக்கிரமத்தோடே ஆசரிக்கிற மாதப் பிறப்பையும், ஓய்வு நாளையும், சபைக் கூட்டத்தையும் நான் இனிச் சகிக்கமாட்டேன். உங்கள் பண்டிகைகளையும் என் ஆத்துமா வெறுக்கிறது; நீங்கள் உங்கள் கைகளை விரித்தாலும், என் கண்களை உங்களை விட்டு மறைக்கிறேன்; நீங்கள் மிகுதியாய் ஜெபம் பண்ணினாலும் கேளேன்; என்றார்.

        குறிப்பு : ஆவிக்குரியவர்கள் (அ) ஆன்மீக வாதிகள் போன்றே தங்களை காண்பித்துக் கொண்டவர்களாய் இருந்த மூன்று விதமான மக்களை குறித்து, மிக

தெளிவான மதிப்பீட்டை கர்த்தர் காண்பிக்கின்றார். அவர்கள் பக்தியின் வேஷம் தரித்த மதவாதிகள் போன்றே வாழ்ந்ததை கர்த்தர் விரும்பவில்லை. உண்மையான ஆவிக்குரிய பக்திகுரிய வாழ்க்கை என்பது மதபாரம்பரியங்களை மட்டும் பற்றிக் கொள்வது அல்ல; மனித நேய மிக்கவர்களாய் மனித சமுதாயத்தை ஜீவ மார்க்கத்தின் பாதையில் வழிநடத்தி, வாழ வைப்பதே உண்மையில் ஆவிக்குரிய பக்திகுரிய வாழ்வின் பூமிக்குரிய செயல்களாக இருக்க வேண்டும்.

இதுவே உண்மையில் ஆவிக்குரிய விசுவாசமாகும். இது பரலோக ராஜ்யத்திற்குரிய வாழ்வாகும். உங்களுக்கு ஆண்டவர் மதத்தை கற்பிக்கவில்லை. மாறாக உன்னிடத்தில் நீ அன்பு கூருவது போல பிறனிடத்திலும் அன்பு கூரு என்று மனித நேயத்தையே கற்பிக்கின்றார். இதுவே தேவனின் மாறாத சத்தியம் வேத வாக்கு ஆகும்.

கவனியுங்கள் : பிதாவாகிய தேவனும், கர்த்தராகிய இயேசு கிறிஸ்துவும் தம்முடைய விசுவாசிகள், ஊழியக்காரர்கள், சபைகளிடம் என்ன குறைவுகளை கண்டார். ஏன் கண்டித்தார், எதற்காக தண்டிக்கபோகிறார் என்பதை அறிந்து விழிப்படைய வேண்டும்.

1.   இஸ்ரவேல் தேசத்தின் மக்கள் கர்த்தருடைய உடன்படிக்கையை மீறினார்கள். கர்த்தருடைய நியாயப்பிரமாணத்துக்கு விரோதமாகத் துரோகம் பண்ணினார்கள். நன்மைகளை வெறுத்தார்கள்.

2.   கர்த்தருக்கு ஆராதனை செய்கின்ற சபையினர் பிறருக்கு விரோதமாக தீமை செய்கின்றார்கள் இரத்தம் சிந்தப்படும் குற்றங்களை செய்கின்றார்கள், பிறருக்கு நன்மை செய்ய தெரியவில்லை, நியாயத்தை பற்றிய அக்கரை இல்லை, ஒடுக்கப்பட்டவனை ஆதரித்து உதவி செய்யவில்லை, திக்கற்ற பிள்ளையின் நியாயத்தையும், விதவையின் வழக்கை பிரச்சனைகளை விசாரிக்காமலும் இருக்கின்றார்கள். தங்களின் பாதுகாப்பு, சுகம், சமாதானம், ஆசீர்வாதம் இதற்காகவே வாழ்கின்றார்கள். ஜெபிக்கின்றார்கள், பண்டிகை கொண்டாடுகின்றார்கள்.

3.   ஊழியக்காரனும் அவனை சேர்ந்தவர்களும் (அ) அழைப்பு அபிஷேகம் வரம் அதிகாரம் பெற்ற மனிதர்களின் மிகுதியான அக்கிரமத்தினால், மிகுதியான பகையினால் மூடர்களாய், பித்துக் கொண்டவர்களாய் இருக்கின்றார்கள் இவர்கள் சிறுமையும் எளிமையும் ஏழ்மையுமான சக பிற ஊழியர்களை, மக்களை அன்புகூருவதில்லை. தன்னைப் போன்றே நேசிக்கிறதுமில்லை. அவர்களை அவமதித்து விரோதிப்பதினால் மிகுதியான அக்கிரமக்காரர்களாய் இருக்கின்றார்கள்.

❖ **சிறியவராகிய சிறுமை பட்டு சிலுவை சுமக்கும் மக்களின் (சீஷர்களின்) பிரதிநிதியாக நியாயாதிபதி இயேசு கிறிஸ்துவின் குற்றசாட்டுகள் என்ன?**

பசியாயிருந்தேன், நீங்கள் எனக்குப் போஜனம் (உணவு, ஆகாரம்) கொடுக்கவில்லை. தாகமாயிருந்தேன், நீங்கள் என் தாகத்தைத் தீர்க்கவில்லை. அந்நியனாக (அனாதையாக, வீடில்லாமல்) இருந்தேன், நீங்கள் என்னை சேர்த்துக் கொள்ளவில்லை.

வஸ்திரமில்லாமல் (பழைய கிழிந்த, அறைநிர்வாணமாய்) இருந்தேன், நீங்கள் எனக்கு வஸ்திரங் கொடுக்கவில்லை. வியாதியுள்ளவனாயும், காவலில் அடைக்கப்பட்டவனாயும் இருந்தேன், நீங்கள் என்னை விசாரிக்க வரவில்லை என்பார்.

நாம் வாழும் வாழ்க்கையில் நீதி நியாயத்தை நிறைவேற்று–கின்றவர்களாய் வாழும்படியாகவே, தேவன் சமூக நீதி, மனித நேயம், சமத்துவம் சகோதரத்துவம், மனித உரிமை எல்லாம் உள்ளடக்கிய ஒற்றை கருத்துடைய கட்டளையாக ஒரு வாக்கியத்தை நம்மிடம் கொடுத்தார். அதுவே உன்னிடத்தில் நீ அன்பு கூருவது போல பிறனிடத்திலும் அன்பு கூரு என்பதாகும்.

VI) உங்களின் உபவாசம் – விரதங்கள் – ஜெபங்களின் நோக்கம் என்ன? அதின் பலன் என்ன?

தங்கள் தேவனுடைய நியாயத்தை விட்டு விலகாமல் நீதியைச் செய்துவருகிற ஜாதியாரைப் போல அவர்கள் நாடோறும் என்னைத் தேடி, என் வழிகளை அறிய விரும்புகிறார்கள்; நீதி நியாயங்களை என்னிடத்தில் விசாரித்து, தேவனிடத்தில் சேர விரும்புகிறார்கள்.

நாங்கள் உபவாசம் பண்ணும் போது நீர் (தேவனாகிய கர்த்தர்) நோக்காமலிருக்கிறதென்ன? நாங்கள் எங்கள் ஆத்துமாக்களை ஒடுக்கும்போது நீர் (தேவனாகிய கர்த்தர்) அதை அறியாமலிருக்கிறதென்ன? என்கிறார்கள்; மனுஷன் தன் ஆத்துமாவை ஒடுக்கிறதும், தலை வணங்கி நாணலைப் போல் இரட்டிலும் சாம்பலிலும் படுத்துக் கொள்ளுகிறதும், எனக்குப் பிரியமான உபவாச நாளாயிருக்குமோ? இதையா உபவாசமென்றும் (விரதம் நோன்பு) கர்த்தருக்குப் பிரியமான நாளென்றும் சொல்லுவாய்? (ஏசாயா – 58 : 1– 5)

ஏழு நாட்கள், பத்து நாட்கள், 21 நாட்கள், 40 நாட்கள், என்று ஜெபிக்கிற உண்ணாவிரதம் உபவாசம் இருக்கும் மனிதர்கள் உண்டு. இவர்களின் நோக்கம் என்ன என்று ஆராய்ந்து பார்த்தால், அது தங்களின் ஆசையின்படி (இச்சையின் படி) நடப்பதற்கு, தங்களின் வேலைகள் கட்டாயம் நடந்தே ஆக வேண்டும். தங்களின் வழக்குக்காக, இவர்கள் தவறான நோக்கத்திற்காக சுய ஆதாயம் நலனுக்காக உபவாசம் நோன்பு விரதம் இருக்கின்றார்கள்.

நீதிமொழிகள். 28:9, வேதத்தைக் (LAW) கேளாதபடி தன் செவியை விலக்குகிறவனுடைய ஜெபமும் அருவருப்பானது.

(யோவேல். 11: 1–20; 2: 1–32; ஆமோஸ். 8:2-12; யாக்கோபு. 4:1–10)

எல்லா மனிதர்களுடைய வாழ்விலும் பல காலச் சூழ்நிலைகளில் பலவிதமான தேவைகளை, பிரச்சனைகளை எதிர்நோக்கி வாழ்ந்து வருகின்றோம். நாம் இறைவனிடமும் சில பெரிய மனிதர்களிடமும் ஜெபத்தினாலும் வேண்டுதல் விண்ணப்பங்கள் மூலமாக நம்முடைய காரியங்களை கோரிக்கையாக முன்வைக்கிறோம். அதின் பலன் பதில் உடனே கிடைக்கிறதோ இல்லையோ, நம்முடைய ஜெபங்கள் நம்பிக்கை தொடர்ந்து இருக்க வேண்டும். அதின் நோக்கம் பிற மனிதர்களுக்கு எதிரான, நியாயமில்லாத, இடறுதலுக்கு ஏதுவான இரக்கமில்லாத பெருமையான தீமையான காரியங்களாக இருக்கக் கூடாது. வீணான வார்த்தைகளும் அவசியமற்ற அலுப்பு ஏற்படுத்த அதிக வசனங்கள் கொண்ட நீண்ட ஜெபங்களையும் தேவனாகிய கர்த்தர் கேட்கிறதும் ஏற்றுக் கொள்வதுமில்லை.

லூக்கா. 18: 1–8; 9 – 14; மத்தேயு. 6 : 5 – 15; யோபு. 35 : 11 – 13; சங்கீதம். 66:16 – 20; 86 : 1-17; 20 : 1 – 9)

கர்த்தராகிய தேவனுக்கு பிரியமான செயலும் உபவாசமும் எது என்று ஏசாயா தீர்க்கத்தரிசி சொல்வதை கவனியுங்கள் :

பிறர் நலனில் அக்கரையும் அன்புமுடைய செயல்கள் மட்டுமே உங்களின் ஆசீர்வாதத்திற்குரிய தேவனுக்கு உகந்த உபவாசம் ஆகும். அதாவது,

1. அக்கிரமத்தின் கட்டுகளை அவிழ்க்கிறதும்;–பலவிதமான அக்கிரமங்களால் நிறைந்த மனித சமுதாயத்தில் அநியாயமாக கட்டப்பட்டு அடிமைப்பட்டிருக்கும் மனிதர்களை விடுவிக்கும் பணியை (ஊழியம்) செய்வது,

2. நுகத்தடியின் பிணையல்களை நெகிழ்க்கிறதும்; – சுமக்க முடியாத, பாரமான, சுமைகளை குறைத்து விடுவதும், சுலபமாக்கி விடுவதும்,

3. நெருக்கப்பட்டிருக்கிறவர்களை (ஒடுக்கப்பட்டிருப்பவர்களை) விடுதலையாக்கி விடுகிறதும்,

4. மற்ற எல்லா நுகத்தடிகளையும் (பாரமானவைகளையும்) உடைத்து போடுவதும்,

5. பசியுள்ளவனுக்கு உன் ஆகாரத்தைப் பகிர்ந்து கொடுப்பதும்,

6. துரத்தப்பட்ட (வெறுத்து ஒதுக்கப்பட்டு கைவிடப்பட்ட) சிறுமையானவர்களை வீட்டிலே சேர்த்துக் கொள்ளுகிறதும்,

7.   ஆடையில்லாதவனைக் கண்டால் அவனுக்கு ஆடை (உடை, வஸ்திரம்) கொடுக்கிறதும், கிழிந்த அழுக்கு வஸ்திரம் உள்ளவர்களை கண்டாலும் உதவி செய்ய வேண்டும்.

8.   உன் சொந்த உறவினனுக்கு (உன் மாம்சமானவனுக்கு) உன்னை மறைக்காமலிருக்கிறதும், (அதாவது, கபடம், மாயமாலமான அன்பு, வெளிப்படைதன்மை இல்லாமலிருப்பது, பொய் நடிப்பு நாடகம் ஆடுவது போன்ற வாழ்வு கூடாது. (ஏசாயா – 58 : 6, 7)

இவைகளை நிறைவேற்றாத மற்ற சுயநலம் முயற்சிகளை, பாவம் மீறுதல் என்று தம் மக்களுக்கு சத்தமிட்டு கூப்பிட்டு தெரிவி என்று தன்னுடைய தீர்க்கத்தரிசிக்கு கர்த்தர் கட்டளையிட்டார்.

இவைகளோ கர்த்தருக்கு உகந்த உபவாசம் ஆகும். இது உண்ணாவிரதம் நோன்புக்கான நல்ல பலனை உண்டாக்கும் செயல்கள் ஆகும். நமக்கு எது அவசியமோ அதை கர்த்தர் நிறைவேற்றுகின்றவராக இருக்கின்றார். தன்னுடைய சுய நலனில் பெருமைக் கொள்பவனை அல்ல, பிறர் நலனில் அன்பும் அக்கரையும் கொள்பவனை தேவன் என்றுமே கைவிடுவதில்லை அவனை நிச்சயம் கனப்படுத்தி உயர்த்திடுவார்.

அப்பொழுது விடியற்கால வெளுப்பைப்போல உன் வெளிச்சம் எழும்பி, உன் சுகவாழ்வு சீக்கிரத்தில் துளிர்த்து, உன் நீதி உனக்கு முன்னாலே செல்லும்; கர்த்தருடைய மகிமை உன்னைப் பின்னாலே காக்கும். அப்பொழுது நீ கூப்பிடுவாய், கர்த்தர் மறு உத்தரவு கொடுப்பார்; நீ சத்தமிடுவாய் : இதோ, நான் இருக்கிறேன் என்று சொல்லுவார். (ஏசாயா – 58 : 8, 9)

உபவாசித்து கர்த்தரை நோக்கி காத்திருந்தவர்களின் முன் மாதிரிகள்:

a.   மோசேயின் 40 நாட்கள் உபவாசம் என்பது ஒரு தேசத்தை நியாயமான வாழ்க்கைக்கு நேராக வழிநடத்துவதற்காக நியாயப்பிரமாண கட்டளை கற்பனைகளை பெற்றுக் கொள்வதற்காக கர்த்தருடைய பிரசன்னத்தில் இரவு பகலும் அப்பம் புசியாமலும், தண்ணீர் குடியாமலும் காத்திருந்தான் (அ) விழுந்துக் கிடந்தான். இஸ்ரவேல் மக்களின் மகா கொடிய பாவத்தின் செயல்களால் உண்டான தேவனின் கோபாக்கினையின் நியாயத்தீர்ப்பின் அழிவிலிருந்து மக்களைக் காக்க கர்த்தரிடம் மன்னிப்புக்காக வேண்டினான். (உபா – 9 : 8 – 29; 5 : 1– 33; யாத் – 24 : 12 – 18)

b.   மகா நகரமாகிய நினிவே பட்டணத்தின் ராஜாவும் முழு தேசத்தின் மக்களும் (பெரியோர் முதல் சிறியோர் வரை), மிருக ஜீவன்களும் உபவாசித்தார்கள்(அப்பம் புசியாமலும், தண்ணீர் குடியாமலும்). அதின் நோக்கம் தங்களின் பாவத்திற்காக அக்கிரமத்திற்காக மனந்திரும்பி

கர்த்தருடைய நியாயத்தீர்ப்பின் தண்டனையிலிருந்து மன்னிப்பு பெற்று, இரட்சிப்பை பெற்றுக் கொள்வதற்காக உபவாசித்தார்கள். அவர்கள் தங்கள் பொல்லாத வழிகளை விட்டு திரும்பினார்கள் என்று தேவன் கண்டு அவர்களை பாதுகாத்தார், இரட்சித்தார். (யோனா - 1 : 2; 3 : 2 - 10)

c. இயேசு கிறிஸ்துவின் 40 நாள் உபவாசத்தின் நோக்கத்தை அறிவோம், அவர் பூமியில் ஊழியத்தை முழுவதுமாக பிதாவினுடைய திட்டத்தை நிறைவேற்றி முடிப்பதற்கான முழுமையான அர்ப்பணிப்புள்ள வல்லமையும் வரத்தையும் தேவ திட்டத்தையும் பெற்றுக் கொள்ளுவதற்கான காரியமாய் இருந்தது. அந்த உபவாச நாட்களிலே அவர் சாத்தானுடைய பல சோதனைகளை எதிர் கொண்டு, அதில் ஜெயம் கொண்டு தன்னுடைய ஊழியத்தின் முழு வெற்றியையும் முன்பாகவே தீர்மானித்தார். (லூக் - 4:1-13; மத் - 4 : 1 - 11)

தன்னுடைய உபவாசிப்பதோடு தன்னுடைய ஊழியத்தில் ஏசாயா- 58 : 8,9 வசனங்களின்படியே மெய்யான உபவாசத்தின் நற்கிரியைகளை நிறைவேற்றினார். அதைக் குறித்து ஏசாயா - 61: 1 - 11; தீர்க்கத்தரிசனத்தின் படியும், மிகுந்த நன்மைகளையும் ஆசீர்வாதமுமான இரட்சிப்பின் திட்டத்தை செய்து தனது ஊழியத்தை நிறைவேற்றி முடித்தார். (லூக் - 4 : 17 - 21)

மேலும் உபவாசத்தைக் குறித்து ஒரு முக்கியமான காரியத்தை இயேசு கிறிஸ்து கற்பித்தார். அது, இந்த ஜாதி பிசாசு (இவ்வகை பிசாசு) ஜெபத்தினாலும் உபவாசத்தினாலுமேயன்றி மற்ற எவ்விதத்தினாலும் புறப்பட்டுப் போகாது என்றார். இந்தியா போன்ற தேசத்தில் மனிதர்களிடையே பல ஜாதியின் பிரிவினைகளும் பல பாகுபாடுகளும் காணப்படுகின்றது. அது போல 20,21 ஆம் நூற்றாண்டில் இந்திய கிறிஸ்தவ திருச்சபைகளில் தேவனுக்கு பிரியமில்லாத ஜாதி பிசாசுகளைப் போன்று ஊழியர்களிடையே விசுவாசிகளிடையே ஜாதி பிரிவினை பாகுபாடுகள் இருக்கின்றது. இந்த ஜாதி பிசாசுகளையும் கிறிஸ்தவ சமுதாயத்தை விட்டு விலக்குவது அவசியமாயிருக்கிறது. (மத் - 17 : 21; மாற் - 9 : 29)

கவனியுங்கள் : நோன்பு இருப்பதும், உபவாசம் விரதம் இருப்பதும் உங்களின் உடல் ஆரோக்கியத்தியத்தின் பயனாக மட்டுமில்லாமல்; ஏழ்மை வறட்சி பசி வறுமை வியாதி பெலவீனம் பாவம் தீமைகளின் நிலைகளை உணர்ந்துக் கொண்டு நம்மை ஒழுங்குபடுத்தி தாழ்த்தி, ஏழை எளியவர்களுக்கு உணவு உடை வாழும் உரிமையைக் கொடுத்து உதவிச்செய்ய வேண்டும் என்ற நோக்கத்தோடு இருப்பது அவசியமாகும். இதுவே, உங்களின் சந்ததிகளுக்கும் தேசத்திற்கும் ஆசீர்வாதமாக இருக்கும். கிறிஸ்தவ மார்க்கத்தின் சபையினரும் இந்த மனித சமுதாயத்திற்கு, சமுக சேவைகள் பலவற்றை செய்து உலக சரித்திரத்தில் நீங்காத இடம் பெற்றிருக்கின்றார்கள். இவர்கள் தேவனுடைய ராஜ்யத்தின் மனிதர்களாய் பிற மக்களுக்கு சேவை செய்தார்கள்.

எ.கா. 1. ஏமி கார்மைக் கேல் அம்மையார். (1886 – 1951)இந்தியாவில் ஊழியம்.

2. ஹட்சன் டெய்லர். (1849 – 1905) சீனாவில் ஊழியம் .

3. டிவைட். எல். மூடி (கி.பி. 1855 – 1899) அமெரிக்கா – இங்கிலாந்து ஊழியம்.

4. டேவிட் லிவிங்ஸ்டன் .ஆப்பிரிக்க கண்டத்தில் செய்த ஊழியம் (1813 – 1873).

5. சார்லஸ் தியாப்பியஸ் ரேனியஸ் ஐயர். (கி.பி. 1790 – 1838) இந்தியாவில், தமிழகத்தின் (ஊழியம்) (திருநெல்வேலி) .

6. ஐடா ஸ்கடர். (கி.பி. 1870 – 1960) இந்தியாவில், தமிழகத்தின் (வேலூர்) ஊழியம்.

7. ஆக்னஸ் கோன்ஸா பொஜனாக்கா – அன்னை தெரசா (கி.பி. 1928 – 1997) இந்தியாவில்,கொல்கத்தா மற்றும் உலக நாடுகளில் ஊழியம்.

8. ஹென்றி மார்டின் (கி.பி. 1781 – 1812) இந்தியாவில் பல மாகாணங்களில் ஊழியம். வேதாகமத்தை உருதுவில் மொழிபெயர்த்தவர்.

9. வில்லியம் கேரி (கி.பி. 1761 – 1834) நவீன இந்தியாவை உருவாக்கிய மிஷெனரிகள் குழு ஊழியம்.

10. பண்டித இராமாபாய் டோங்ரே (கி.பி. 1858 – 1922) இந்து மத அநீதியை வெறுத்து, இளம் விதவை பெண்கள். தாழ்த்தப்பட்ட மக்கள், மறுவாழ்வு பெற்றுக் கொள்ள ஊழியம் செய்தவர். இந்தியாவின் முதல் பெண் மருத்துவர். இந்து பிராமண குலத்திலிருந்து இயேசு கிறிஸ்துவின் அன்பை நீதியை அறிந்துக் கொண்டு இரட்சிக்கப்பட்டவர்.

தேவனாகிய கர்த்தர் நம்மீது அன்பு கூருவதும், நாம் தேவன் மீதும் பிறர் மீதும் அன்புகூருவதும் மிகச் சிறந்த நல்லதொரு நோக்கத்தை நிறைவேற்றக் கூடியதாக இருக்கின்றது. இந்த அன்பு மனித சமுதாயத்தை முழுவதும் 1. சீர்ப்படுத்தும். 2. ஸ்திரப்படுத்தும், 3. பெலப்படுத்தும், 4. நிலைத்து வாழ்ந்திருக்கும்படி நம்மை நிலைநிறுத்துகின்றது. முழு உலகமும் இந்த முழுமையான பலனை அடைவதற்கு நாம் பிறர் மீதும் அன்புகூர்ந்து நம்மை அர்ப்பணிப்பது மட்டுமே இதைச் சாத்தியமாக்குகின்றது.

இவர்களில் a.ஏமி கார்மைக் கேல் அம்மையார் b. ஐடா ஸ்கடர், c. அன்னை தெரசா ஆகியோரின் வரலாற்றை படியுங்கள். அவர்கள் தங்களின் சிறு இளம் வயதிலேயே இயேசு கிறிஸ்துவின் அன்பை ருசித்து, தங்களையே முழுவதும் அர்ப்பணிப்புடன் பிறரை அன்பு கூர்ந்து தாங்கள் திருமணம் செய்துக் கொள்ளாமல், தங்கள் வாழ்வு முழுவதுமே இந்தியாவின் சமுதாயத்தின் அடிதளத்திலுள்ள அணைத்து மக்களின் துயர் துடைக்கும், சமூக நீதி, மனித நேய

பணிக்காக அர்ப்பணிப்புடன் செயல்பட்டார்கள். இந்திய கிறிஸ்தவ வரலாற்றில் இவர்களின் தியாகம் மறுக்கவும் மறைக்கவும் முடியாது.

கடந்த 400 ஆண்டு உலக வரலாற்றில், இந்திய வரலாற்றில், தமிழக வரலாற்றில் மனித சமுதாயத்தில் அடிதட்டு அடிமைநிலை ஒடுக்கு நிலையிலிருந்த மக்களின் வாழ்க்கை மகிழ்ச்சி வளர்ச்சி பாதுகாப்பிற்காக, தங்களை முழுமையாக அர்ப்பணித்து இயேசு கிறிஸ்துவின் அன்பின் கட்டளையை நிறைவேற்றி உழைத்தவர்கள் – கிறிஸ்தவ மிஷனெரிகள் ஆவர். ஒவ்வொரு இந்திய கிறிஸ்தவ சபைகளும் சமூக நீதியையும், ஏழை எளிய ஒடுக்கப்பட்ட மக்களுக்கு சமூக நல திட்ட பணிகளையும் செய்ய வேண்டும். பிறனை அன்புகூருகின்ற முழுமையான நியாயப்பிரமாண கட்டளையை நிறைவேற்ற வேண்டும்.

VII) உங்களுக்குள்ளே உண்மையாகவே நீதி என்பது உண்டா?

எனக்கான நீதி, எங்களுக்கான நீதி, சமூக நீதி, தேவ நீதி, சுய நீதி, சமய நீதி, என்று சொல்லிக் கொண்டு வாழ்பவர்களே !!

உன்னிடத்தில் நீ அன்புகூருவது போல பிறனிடத்திலும் அன்பு கூருவதே – நமக்கான, எல்லாருக்குமான நீதியாகும். இதுவே தேவனுடைய பார்வையில் நீதியாக தீர்மானிக்கப்படுகிறது. இந்த உண்மை உணர்ந்து வாழ்பவர்களே நிலையான வாழ்வான நித்திய ஜீவனுக்குரிய பரலோகராஜ்யத்தையும் அடைவார்கள். இதற்கு மாறுபாடாக எதிரான மனமும், கொள்கையும், தத்துவமும் கொண்டவர்கள் நித்திய ஜீவனை பெற்றுக் கொள்ள முடியாது.

வேதாகமத்தின் சத்தியத்தின் துணைக்கொண்டு மனித சமுதாயத்தின் துயர் நிலைகளுக்கான உண்மையான காரணத்தை சொல்லுகின்றேன். இந்த உலகில் மனித சமுதாயத்தில் ஒரு தனி நபர் முதற்கொண்டு தேசத்தின் ஒட்டுமொத்த மக்களின் துயரமான துன்பமான நிலைக்குக் காரணமாயிருப்பது எதுவென்றால், நியாயமில்லாத அநீதியான மனிதர்களின் தனிப்பட்ட வாழ்க்கை முறையும் பெருமை பேராசையுடைய குழுவான தொழில் முறையும் மற்றும் சர்வாதிகார ஆடம்பர ஆட்சி முறையே காரணமாகும். இதன் தாக்கத்தினால் எந்த ஒரு குடும்பத்திலும் தெருவிலும் பட்டணத்திலும் அரண்மனையிலும் தேசத்திலும் மனிதர்கள் நோயுற்று வலியிலும் வியாதியிலும் துரோகத்தினால் துன்பத்திலும், வஞ்சிக்கப்பட்டு வறுமை தரித்திரத்திலும் வாழ்ந்து வருகின்றார்கள்.

மொழி, இனம், மதம், ஜாதி கடந்து எங்கே நீதியின் கிளையாக ஓர் மனிதன், ஓர் மன்னன் அரசர் தெய்வம் எழும்பி நீதியான நியாயமான தூய்மையான ஆட்சியும் ஆளுமையும் செலுத்துகின்றார்களோ! அங்கேதான் சமாதானமும் கொண்ட மகிழ்ச்சியான வாழ்க்கையை மக்கள் அனுபவிப்பார்கள். இயேசு கிறிஸ்து நீதியின் கிளையாக எழும்பி இந்த பூமியை நீதியுடனும் நியாயமுடனும் ஆளுகைச்

செய்யும்போது மக்கள் இரட்சிப்பும் சுகமும் பெற்றுக் கொள்கின்றார்கள். (எரேமியா. 32 : 14 - 17; ஏசாயா. 11 : 1-10)

ஏசாயா 45 : 5, 12, 22 - 24

நானே கர்த்தர், வேறொருவர் இல்லை என்னைத்தவிரத் தேவன் இல்லை.

நான் பூமியை உண்டுபண்ணி, நானே அதின்மேல் இருக்கிற மனுஷனைச் சிருஷ்டித்தேன்; என் கரங்கள் வானங்களை விரித்தன அவைகளின் சர்வசேனையையும் நான் கட்டளையிட்டேன்.

பூமியின் எல்லையெங்குமுள்ளவர்களே, என்னை நோக்கிப்பாருங்கள்; அப்பொழுது இரட்சிக்கப்படுவீர்கள்; நானே தேவன், வேறொருவரும் இல்லை.

முழங்கால் யாவும் எனக்கு முன்பாக முடங்கும், நாவு யாவும் என்னை முன்னிட்டு ஆணையிடும் என்று நான் என்னைக்கொண்டே ஆணையிட்டிருக்கிறேன்; இந்த நீதியான வார்த்தை என் வாயிலிருந்து புறப்பட்டது; இதுமாறுவது இல்லையென்கிறார்.

கர்த்தரிடத்தில் மாத்திரம் நீதியும், வல்லமையுமுண்டென்று அவனவன் சொல்லி அவரிடத்தில் வந்து சேருவான்; அவருக்கு விரோதமாய் எரிச்சல் கொண்டிருக்கிற யாவரும் வெட்கப்படுவார்கள்.

நாங்கள் ஆபிரகாமின் சந்ததியினர், நாங்கள் ஆபிரகாமின் விசுவாசத்தை உடையவர்கள், நாங்கள் ஆபிரகாமின் ஆசீர்வாதத்தை அனுபவிக்க இயேசு கிறிஸ்துவை விசுவாசித்து அறிக்கை செய்பவர்கள். .எனவே நாங்கள் நீதிமான்கள், நிச்சயம் பரலோக ராஜ்யமும் நித்திய ஜீவனும் எங்களுக்கு தான் உண்டு என்று சொல்லுகின்றவர்களே ! நீங்கள் யாராக இருந்தாலும் பிறனிடத்திலும் அன்பு கூருகின்ற இரக்கம் நீதியை நியாயத்தை நிறைவேற்றவில்லை என்றால் நித்திய ஆக்கினையின் எரி நரகம் பாதாளம் மட்டுமே உங்களுக்கான இடமாகும் என்று இயேசு கிறிஸ்து முன்னமே அறிவித்துவிட்டார்.

உதாரணம் : இருக்கிறவரும் இருந்தவரும் வருகின்றவருமான இயேசு கிறிஸ்து சொன்ன ஓர் உண்மை நிகழ்வின் (இது கதை அல்ல) சத்தியத்தின் நிச்சயத்தை கவனியுங்கள் : (லூக் - 16 : 19 - 31; மாற்-9 : 36 - 42; 43 - 48)

ஐசுவரியமுள்ள ஒரு மனுஷன் இருந்தான்; அவன் இரத்தாம்பரமும், விலையேறப்பெற்ற வஸ்திரமும் தரித்து, அநுதினமும் சம்பிரமமாய் வாழ்ந்து கொண்டிருந்தான்.

லாசரு என்னும் பேர்கொண்ட ஒரு தரித்திரனும் இருந்தான்; அவன் பருக்கள் நிறைந்தவனாய், அந்த ஐசுவரியவானுடைய வீட்டு வாசலருகே கிடந்து, அவனுடைய மேஜையிலிருந்து விழுந்துணிக்கைகளாலே தன் பசியை ஆற்ற

ஆசையாயிருந்தான்; நாய்கள் வந்து அவன் பருக்களை நக்கிற்று. பின்பு அந்தத் தரித்திரன் மரித்து, தேவ தூதரால் ஆபிரகாமுடைய மடியிலே (பரதீசியில்) கொண்டு போய் விடப்பட்டான்;

ஐசுவரியவானும் மரித்து அடக்கம் பண்ணப்பட்டான். பாதாளத்திலே அவன் வேதனைப்படுகிறபோது, தன் கண்களை ஏறெடுத்து, தூரத்திலே ஆபிரகாமையும் அவன் மடியிலே (மார்பில்) லாசருவையும் கண்டான். அப்பொழுது அவன் : தகப்பனாகிய ஆபிரகாமே. நீ எனக்கு இரங்கி, லாசரு தன் விரலின் நுனியைத் தண்ணீரில் தோய்த்து, என் நாவைக் குளிரப் பண்ணும்படி அவனை அனுப்ப வேண்டும்; இந்த அக்கினி ஜுவாலையில் வேதனைப்படுகிறேனே என்று கூப்பிட்டான்.

அதற்கு ஆபிரகாம் : மகனே, நீ பூமியிலே உயிரோடிருக்குங்காலத்தில் உன் நன்மைகளை அனுபவித்தாய், லாசருவும் அப்படியே தீமைகளை அநுபவித்தான், அதை நினைத்துக் கொள்; இப்பொழுது அவன் தேற்றப்படுகிறான், நீயோ வேதனைப் படுகிறாய். அதுவுமல்லாமல், இவ்விடத்திலிருந்து உங்களிடத்திற்குக் கடந்து போகவும், அவ்விடத்திலிருந்து எங்களிடத்திற்குக் கடந்து வரவும் மனதுள்ளவர்களுக்குக் கூடாதபடிக்கு, எங்களுக்கும் உங்களுக்கும் நடுவே பெரும்பிளவு உண்டாக்கப்பட்டிருக்கிறது என்றான். (லூக் – 16 : 19 – 26)

இந்த வசனங்களின் பிற்பகுதி நிகழ்வுகளை பிறகு நான் விளக்கமாக எழுதுகின்றேன். முதலில் இந்த வசனங்களில் மூன்று மனிதர்களின் வாழ்வும் அவர்களின் முடிவு பற்றியும் புரிந்துக் கொள்ள வேண்டும்.

முதலாவது ஆபிரகாம் என்பவரின் வாழ்க்கையை பற்றி சுருக்கமாக சில பகுதிகளை அறிந்துக் கொள்ளுவோம். கர்த்தர் ஆபிரகாமை நோக்கி : நீ உன் தேசத்தையும், உன் இனத்தையும் உன் தகப்பனுடைய வீட்டையும் விட்டுப் புறப்பட்டு, நான் உனக்குக் காண்பிக்கும் தேசத்துக்குப் போ. நான் உன்னைப் பெரிய ஜாதியாக்கி, உன்னை ஆசீர்வதித்து உன் பேரைப் பெருமைப்படுத்துவேன்; நீ ஆசீர்வதிக்கிறவர்களை ஆசீர்வதிப்பேன், உன்னை சபிக்கிறவனைச் சபிப்பேன்; பூமியிலுள்ள வம்சங்களெல்லாம் உனக்குள் ஆசீர்வதிக்கப்படும் என்றார்.

கர்த்தர் ஆபிரகாமுக்குச் சொன்னபடியே அவன் புறப்பட்டுப் போனான்; கர்த்தர் சொன்ன எல்லா வாக்குதத்தங்களின் வார்த்தைகளின் படியே ஆபிரகாம் கர்த்தரை விசுவாசித்தான். அதை அவர் அவனுக்கு நீதியாக எண்ணினார். ஆபிரகாம் வயது சென்று முதிர்ந்தவனானான். கர்த்தர் ஆபிரகாமைச் சகல காரியங்களிலும் ஆசீர்வதித்து வந்தார்.

ஆபிரகாம் கர்த்தருடைய சொல்லுக்குக் கீழ்படிந்து, அவருடைய விதிகளையும் கற்பனைகளையும், நியமங்களையும் பிரமாணங்களையும் கைக்

கொண்டு வாழ்ந்தான். ஆபிரகாம் மரித்து அடக்கம் பண்ணப்பட்டான். பரலோக ராஜ்யத்தின் பரதீசியை அடைந்தான். (ஆதி – 12 :1– 4; 15 :1-6; 24: ; 25:8, 26:4)

இரண்டாவது ஆபிரகாமின் சந்ததியை சேர்ந்தவனை ஐசுவரியவான் என்றே சொல்லப் பட்டுள்ளது. அவனின் பெயர் குறிப்பு இல்லை. கர்த்தருடைய ஆசீர்வாதத்தின் படியே ஆபிரகாமின் சந்ததியில் ஐசுவரியமுள்ளவனாய், மிகுந்த ஆஸ்திகளுடன், அனுதினமும் ஆடம்பர வாழ்க்கையில் விருந்து உபசரிப்புகளுடன் வாழ்ந்தான். ஆனால் அவன் பிறனை நேசிக்கும் அன்புள்ளவனாக இல்லை. ஆம் அவன் ஆபிரகாமை போன்று கர்த்தருடைய சொல்லுக்கு கீழ்படியவில்லை. கர்த்தருடைய விதிகள், கற்பனைகள், நியமங்கள், பிரமாணங்களை (அவன்) ஐசுவரியவான் கைக் கொண்டு வாழவில்லை. எனவே அவன் ஆபிரகாமின் சந்ததியை உடையவனாக இருந்தாலும் அவனின் கிரியைகள் அன்பும் இரக்கமும் இல்லாதவையாக இருந்தால், அவனின் மரணத்தின் அடக்கம் ஆடம்பர ஆஸ்தி, அந்தஸ்தின் படி இருந்தாலும், பரலோக ராஜ்யத்தின் (பரதீசி) இளைப்பாரும் இடம் கிடைக்கவில்லை. அவன் மிகுந்த வேதனையை அனுபவிக்கும் பாதாளமே அவனுக்கு கிடைத்தது.

மூன்றாவது லாசரு என்னும் பேர் கொண்ட ஒரு தரித்திரனும் இருந்தான் என்று சொல்லபடுவதை கவனிக்கும் போது, ஆபிரகாமின் சந்ததியினரில் தரித்திரரான ஏழை மக்களும் இருக்கிறதை முன்னமே ஏழைகளும் தேசத்தில் இருப்பார்கள் என்று நியாயப்பிரமாண புஸ்தகத்தில் கர்த்தர் குறிப்பிட்டு சொல்லியிருக்கின்றார். தரித்தரனாக ஏழையாக இருப்பதுவே துயரமான நிலை ஆகும். அதிலும் அவன் பருக்கள், உடல் முழுவதும் புண்கள் நிறைந்தவனாக, தோல்வியாதி நீண்ட நாட்களாகி அது சீழ்கள் பிடித்து வடிகின்றதான நிலையில் இருந்தான். நாய்கள் வந்து அவன் பருக்களை புண்களை நக்கினது. இது மிகவும் துயரமான நிலையாகும்.

இந்த தரித்திரனுக்கு வீடு இல்லை. வசதியில்லை. வியாதியை சுகமாக்க வழியுமில்லை. உறவினர்கள் நண்பர்கள் அறிமுகமானவர்களின் உதவியுமில்லை. எனவே ஐசுவரியவானுடைய வீட்டு வாசலருகே கிடந்து, (குப்பை தொட்டிக்கு அருகில் இருந்திருக்க வேண்டும்) ஐசுவரியவானுடைய உணவு மேஜையிலிருந்து விழும் துணிக்கைகளால் தன் பசியை ஆற்ற ஆசையாயிருந்தான், என்ற நிலை துக்ககரமான மிகவும் துன்பமான வாழ்க்கை நிலை ஆகும். இவ்வளவு தீமைகளையும் அனுபவித்த மனிதனாக லாசரு மரித்தான். பரலோக ராஜ்யம் அவனின் துன்பம் துயரம் வேதனைகளை கவனித்தது, மனதுருகியது. அவனுக்கு நீதியும் ஆறுதலும் கிடைக்கும்படியாக தேவன் தன் தூதனை அனுப்பி லாசருவை உடனடியாக பரதீசிக்குள்ளாக கொண்டு வந்தார். ஆபிரகாமின் அருகிலே கொண்டு போய் விடப்பட்டு, லாசரு தேற்றப்பட்டான்.

குறிப்பு : ஆஸ்தியும் ஐசுவரியமும் அதிகமாக இருந்த மனிதன், கல்நெஞ்சம் கொண்டவனாக இருந்தான். அவன் அனுதினமும் விலை உயர்ந்த ஆடையை உடுத்திக் கொண்டான் அவன் அனுதினமும் ராஜ உபசரிப்புடன் கொழுமையான விருந்து உண்பவனாக இருந்தான். அவன் தன்னுடைய வாழ்வில் எந்த நஷ்டமும் கஷ்டமும் குறைகளும் வந்துவிடக் கூடாது என்ற கொள்கையோடு துன்மார்க்கனாக வாழ்ந்தான். ஆம், ஐசுவரியவான் தன் வீட்டு வாசலில் கிடந்த (அநாதையாய் ஆதரவு யாரும் இல்லாமல் கிடந்த) தரித்திரனாகிய லாசருவுக்கு எந்த ஒரு சிறிய உதவியும் நீதியும் நியாயமும் செய்யவில்லை.

ஐசுவரியவான் மனிதநேயம் இல்லாதவனாய், இரக்கமில்லாதவனாய், பிறனை நேசிக்கும் அன்பு இல்லாதவனாக சுகபோகமும் சுய நலன் மோகமும் உள்ளவனாக வாழ்ந்தான். தன் வீட்டு வாசலில் அநேக நாய்கள் மத்தியில் லாசருவும் ஒரு நாயாக கிடக்கும் நிலையை தினம் தினம் பார்த்தான். ஆனால் அவனுக்கு பசியை போக்கவில்லை. புண்களை வியாதியை சரிசெய்வதற்கு விசாரிக்கவுமில்லை, உதவி செய்யவுமில்லை. தன்னிடத்தில் உள்ள அநேக உடைகளில் ஒன்று இரண்டு ஆடையையும், போர்வையும் கூட கொடுத்து உதவவில்லை. நாய்கள் சாப்பிடக்கூடிய, எலிகள் சாப்பிடக்கூடிய வீணான எச்சில் படிந்த உணவு லாசரு கிடைக்குமா என்ற ஏக்கத்துடன் ஆசையுடன் மிகுந்த பசியுடனே லாசரு தினம் தினம் காத்து கிடந்ததை, ஐசுவரியவான் கண்டும் காணாதவன் போல வாழ்ந்தான்.

கர்த்தருடைய ஊழியக்காரனாகிய யோவான்ஸ்நானகன் இயேசு கிறிஸ்துவினால் பாராட்டப்பட்டவன் இவ்வாறு சொன்னான், மனந்திரும்புதலுக்கேற்ற கனிகளைக் கொடுங்கள்; ஆபிரகாம் எங்கள் தகப்பன் என்று சொல்லிக் கொள்ளாதிருங்கள். தேவன் இந்த கல்லுகளினாலும் ஆபிரகாமுக்கு பிள்ளைகளை உண்டுபண்ண வல்லவராயிருக்கிறார் என்றான். (லூக்கா. 3: 7 – 14)

மனந்திரும்பின மனிதர்கள் அதற்கேற்ற கனிகளை நற்செயல்களை வெளிப்படுத்துவதே வாழ்வின் நோக்கமாக வேண்டும். நாம் நீதிமானுக்கு ஏற்ற நீதியை நியாயத்தை செய்கின்றவர்களாய் வாழ வேண்டும். நம்முடைய நீதியின் செயல்கள் குறைவானதே. அதை தேவனுடைய நீதிக்கு இணையானதும் அல்ல. தேவனுடைய நீதி என்றென்றும் நிலைத்திருக்கிறது. நம்மை மீட்கிறதும் வாழச் செய்கிறதும் அந்த அநீதி ஆகும். (சங்கீதம். 112: 4-10; 119:131 – 144; 160, 164; ஏசாயா. 1 : 26- 28)

கவனியுங்கள்: **தேவனிடத்தில் எவ்வளவேனும் அநீதி இல்லை. அவருடைய இரக்கம் தயவினால் இன்றைக்கு ஒருவருக்கு வெளிப்படையாகவே நன்மைகளை அளித்து தலைமுறை ஆசீர்வாதம்,**

தகப்பனின் ஆசீர்வாதம், உடன்படிக்கை ஆசீர்வாதம் கொடுக்கப் பட்டிருக்கும். இதே போன்று இரக்கம், தயவு, நன்மைகள், ஆசீர்வாதங்கள் வேறு ஒருவருக்கு இன்றைக்கு இல்லாத நிலையில் காணப்படலாம். தேவனிடத்தில் பட்சபாதமும் அநீதியும் இல்லை. அவர் நிச்சயம் நீதி செய்வார். சம்பூரணமுள்ளவன் குறைவுபட்டுள்ளவனுக்கு தயவு இரக்கம் காண்பிக்கவில்லை என்றால் அவனை தேவன் நியாயந்தீர்ப்பார்.

இந்த பூமியில் இரக்கமும் அன்பும் நீதியும் நன்மையும் கிடைக்காதவர்களுக்கு தேவனிடத்தில் ஆறுதலும் தேறுதலும் நிச்சயம் உண்டாகும். தேவனிடத்தில் வல்லமையும் நீதியும் உண்டு. இறுதி நியாயத்தீர்ப்புக்கு முன்பாகவே இப்பூமியில் வாழ்ந்து மரிக்கும் ஒவ்வொரு மனிதனும், அவனின் அழியாத ஜீவ ஆத்துமாவோடு, அவரவரின் நல்ல செயல்களுக்கும், தீய செயல்களுக்கும் ஏற்றபடி பரதீசிக்குள்ளும் பாதாளத்திற்குள்ளும் அனுப்பப்படுவீர்கள். பரதீசிக்கும் பாதாளத்திற்கும் இடையே பெரிய பிளவு இடைவெளி இருக்கும்.

நன்மைகளை செய்து நீதிமான்களாய் வாழ்ந்தவர்கள் பரதீசியில் இன்பமுடன் ஆறுதலுடன் இருக்கின்றதையும், தீமைகளை செய்து அநீதியான அக்கிரமமான வாழ்க்கை நடபித்தவர்கள் பாதாளத்தில் வேதனைகளை அனுபவிக்கின்றதையும் இரண்டு தரப்பினரும் ஒருவருக்கொருவர் காணக்கூடிய நிலையில் இடைவெளியுடன் இருப்பார்கள். பரதீசி உயர்வாகவும், பாதாளம் தாழ்வான நிலையிலும் இருக்கின்றது.

ஏழை எளியவர் தரித்திரரின் காரியங்களில் நியாயத்தை புரட்டக்கூடாது. அவர்களின் வேலைகளுக்கான கூலியை சம்பளத்தை உடனுக்குடன் கொடுத்து விட வேண்டும். ஏழைகளை வஞ்சிக்க கூடாது. ஏழைகளின் கூப்பிடுதலை பெரும்மூச்சை கர்த்தராகிய தேவன் கவனித்து கேட்கிறார். ஏழைக்கு இரங்கி உதவி செய்கின்றவன் கர்த்தருக்கு கடன் கொடுக்கிறான், அவன் கொடுத்ததை அவர் திரும்பக் கொடுப்பார். தன் கண்களையும் தன் செவிகளையும் ஏழைகளுக்கு விலக்குகிறவனுக்கு அநேக சாபங்கள் வரும்.

கருணைக் கொண்டவனாக ஏழைகளுக்கு பசி ஆற்றி உதவி செய்கிறவனுக்கு அநேக நன்மைகள் ஆசீர்வாதம் உண்டாகும். உங்கள் விருந்து, விழாக்கால நிகழ்ச்சிகளில் ஏழைகளையும் உபசரியுங்கள். சங்கீதம். 82:1 – 4, 5 – 8; நீதிமொழிகள். 3:29; 19:17; 22:9; 28: 5, 6, 11, 27;

இந்த சத்திய வார்த்தையின் கருத்தின்படியே வாழ்ந்தாலே, அது தேவனுடைய பார்வையில் நீதியாகவும் நியாயமாகவும் இருக்கின்றது. இதற்கு மேலாக எனக்கான நீதி நியாயம், உனக்கான நீதி நியாயம் நமக்கான நீதி நியாயம்

கிடைக்க வேண்டும் என்ற சுயநீதி பற்றியும், சமூக நீதி பற்றியும், பஞ்சாயத்து பண்ணும் நாட்டாமை தீர்ப்புகளுக்கு அவசியமில்லை. தேவன் சொன்னபடியே அன்பு கூறுகின்ற வாழ்க்கையே நிறைவானது ஆகும். நாம் அனைவரும் தேவனுடைய வார்த்தைகளை மதிக்க வேண்டும்.

சங்கீதம். 85: 9,10, 11-13

நம்முடைய தேசத்தில் மகிமை வாசமாயிருக்கும்படி, அவருடைய இரட்சிப்பு அவருக்குப் பயந்தவர்களுக்குச் சமீபமாயிருக்கிறது.

கிருபையும் சத்தியமும் ஒன்றையொன்று சந்திக்கும், நீதியும் சமாதானமும் ஒன்றையொன்று முத்தஞ்செய்யும்.

சத்தியம் பூமியிலிருந்து முளைக்கும், நீதி வானத்திலிருந்து தாழப்பார்க்கும்.

கர்த்தர் நன்மையானதைத் தருவார்; நம்முடைய தேசமும் தன் பலனைக் கொடுக்கும்.

நீதி அவருக்கு முன்னாகச் சென்று, அவருடைய அடிச்சுவடுகளின் வழியிலே நம்மை நிறுத்தும்.

ஏசாயா 45:7,8

ஒளியைப் படைத்து, இருளையும் உண்டாக்கினேன், சமாதானத்தைப் படைத்து தீங்கையும் உண்டாக்குகிறவர் நானே கர்த்தராகிய நானே இவைகளையெல்லாம் செய்கிறவர்.

தேசத்தின் குடிமக்கள் அனைவரின் வாழ்விலும் நன்மைகள், கிருபைகள், சமாதானம் பெற்று இரட்சிப்பை அடைவதே தேவனுடைய விருப்பம் ஆகும். இந்த மேன்மையான மகிமையை அடையும்படிக்கு நாம் யாவரும் கர்த்தருக்கு பயந்து வாழவேண்டும். அவருடைய நீதி நம்மில் காணப்பட வேண்டும். கர்த்தர் நீதியிலும் நியாயத்திலும் பிரியப்படுகின்றார். நாம் நீதிமான்களாக வாழும்படிக்கு சத்தியம் நமக்கு வெளிப்படுத்தப்படுகிறது. (சங்கீதம். 33:5, 13-22; ஏசாயா. 51 3 -8)

VIII. நாம் நீங்கள் எப்படிப்பட்ட நம்பிக்கை (hope, faith) உடையவர்களாய் வாழ்கின்றோம்?

1. மனுஷன் மேல் நம்பிக்கை வைத்து, மாம்சமானதை (depends on flesh for his strength) தன் புய பலமாக்கிக் கொண்டு, கர்த்தரை விட்டு விலகுகிற இருதயமுள்ள மனுஷன் சபிக்கப்பட்டவன் என்று கர்த்தர் சொல்லுகிறார்.

2. கர்த்தர் மேல் நம்பிக்கை வைத்து, கர்த்தரைத் தன் நம்பிக்கையாகக் கொண்டிருக்கிற மனுஷன் பாக்கியவான். But blessed is the man who trusts in the Lord, whose confidence is in Him.

3. ஐசுவரியங்களின் மீது நம்பிக்கை வைப்பவர்கள் மிகுதியான சொத்துக்களை சேர்த்து, ஐசுவரியவான்களாக விரும்புகிறவர்கள் சோதனையிலும் கண்ணியிலும் (Trap), மனுஷரைக் கேட்டிலும் அழிவிலும் (Temptation, Destruction) அமிழ்த்துகிற மதிகேடும் சேதமுமான பலவித இச்சைகளிலும் விழுகிறார்கள்.

பண ஆசை எல்லாத் தீமைக்கும் வேராயிருக்கிறது; சிலர் அதை இச்சித்து, விசுவாசத்தைவிட்டு வழுவி, தங்களை உருவக் குத்திக் கொண்டிருக்கிறார்கள். (For the Love of money is a root of all kinds of evil. Some people, eager for money, have wandered from the faith and pierced themselves with many grivets.)

உலகத்திலே நாம் ஒன்றும் கொண்டு வந்ததுமில்லை, இதிலிருந்து நாம் ஒன்றும் கொண்டு போவதுமில்லை என்பது நிச்சயம். போது மென்கிற மனதுடன் கூடிய தேவ பக்தியே மிகுந்த ஆதாயம். (For we brought nothing into the world, and we can take nothing out of it. But godliness with contentment is great gain.)

குறிப்பு 1 : மனிதர்கள் தேவ சாயலாகவே தேவனால் படைக்கப்பட்டவர்கள். எனவே எந்த மனிதனையும் நம்பக் கூடாது என்பது இந்த செய்தியின் கருத்து அல்ல. கர்த்தரையும் அவரின் வார்த்தையையும் அவரின் வல்லமையையும் அவரின் வழிகளையும் நம்புவதை விட்டு விலகி எந்த ஒரு மனிதர்களை மட்டும் நம்பியும் சார்ந்தும் வாழ்வது கூடாது. காரணம், எல்லா மனிதர்களும் தேவன்சொல்லுகின்ற காட்டுகின்ற வழிகளில் நல்லவர்களாக வாழ்வது இல்லை என்பது அநேக தீமைகளுக்கு காரணமாகி பெரும் குறையாக இருக்கின்றது. (ஏசாயா. 26: 2-4; 2:20; சங்கீதம். 118: 6-9; 146 : 1 -10)

இவர்களை விடவும் நல்லவரும், நன்மைகள் செய்பவரும், நம்மை எல்லாம் இரட்சிக்க வல்லமையுள்ளவருமாகிய தேவனாகிய கர்த்தர்மேல் நாம் 100% நம்பிக்கை வைப்பதே பாக்கியம் ஆகும். ஒரு தேவனுடைய மனிதன் கர்த்தர் செய்திடும் இரட்சிப்பின் நன்மைகளைப்பற்றி (சங்கீதம். 146 : 1 -10) எழுதினதை வாசித்து அறிந்துக் கொள்ளுங்கள். நாம் சில நேரங்களில் சில காலகட்டங்களில் சில மனிதர்களிடத்தில் உள்ள நமக்கு பிடித்தமான நலமான செயல்களை பார்த்துவிட்டு, அவர்கள் நல்லவர்கள் என்று சொல்வதும் நம்புவதும் உண்டு. அதைக் காட்டிலும் மிக சிறந்த நல்லவர் ஒருவர் உண்டு என்று நம்புவதற்கு புத்தகத்தின் முதல் பாகத்தில் உள்ள இரண்டு மற்றும் மூன்று அத்தியாயத்தின் செய்திகளை மட்டும் படித்து அறிந்து உறுதியாக விசுவாசியுங்கள். நீங்களும் நானும் 100% எந்த சந்தேகமும் இல்லாமல் கர்த்தராகிய இயேசு கிறிஸ்துவையும், பிதாவாகிய தேவனையும் நம்புவது நமக்கு நன்மையான காரியங்களாக அமையும் என்பதே மனிதர்களிடம் எதிர்பாக்கப்படும் தேவனின் உடன்படிக்கை காரியங்களாக உள்ளது.

குறிப்பு 2 : திரளான ஐசுவரியம் (அ) பணம் என்பது பரலோக தேவனின் படைப்பு அல்ல. பணம் என்பது பூலோக மனிதர்களின் அவரவர் தேசங்களின் ஆளுகையின் அடையாளங்களோடு, அவரவர் தேவைக்காக பணம் மனிதர்களின் படைப்பாக இருக்கின்றது. இந்த பணம் எல்லாவற்றிர்க்கும் உதவும், ஆனால் பணம் இல்லாமல் மனிதனால் வாழவே முடியாது என்பது இயற்கையில் தேவனுடைய படைப்பின் திட்டத்தில் இல்லை என்பதே சத்தியம் (உண்மை) ஆகும். தேவன் தமது அன்பும் ஆளுமையினால் எல்லா உயிரினங்களும் வாழும்படிக்கு எல்லா நன்மைகளையும் ஆசீர்வாதங்களையும் இலவசமாய் இப்பூமியில் கொடுத்திருக்கின்றார் என்பதே சத்தியம் (உண்மை) ஆகும். ஏற்கனவே நான் சொன்னதுபோலவே (எடுத்துக்காட்டு) உயிர்க்காற்று (சுவாச காற்று) நீர் ஆதாரங்கள், ஒலி, ஒளி, நிலம், இயற்கையின் அனைத்து வகை மரம் செடி கொடிகளின் உணவு வகைகள், இவைகளே தேவன் நமக்கு இலவசமாக ஏராளம் தாராளமாக கொடுக்கின்றார்.

குறிப்பு 3 : மனிதர்களால் படைக்கப்பட்ட பணத்தின் தேவை என்பது மனிதனின் திருக்கும் கேடுபாடும் நிறைந்த குறையுள்ள அறிவும் ஆசையின்படியானது. மனிதர்கள் தன்னைப் படைத்த, தான் வாழ்வதற்கு இலவசமாய் ஏராள நன்மைகளை கொடுத்த தேவனின் வார்த்தை வழிகளின் திட்டத்தின் மீது நம்பிக்கை வைக்காமல்; பணத்தின் மீது நம்பிக்கை வைத்து பண ஆசை நிறைந்தவனாக பல தீமைகளை செய்து வாழ்வதினால், அவர்கள் நீதி, நியாயம், கருணை, நேர்மை, தர்மம், மனித சமத்துவ வாழ்வின் சத்தியத்தை (உண்மையை) பின்பற்றாத தீமைகளின் மனிதர்களாய் துன்மார்க்கனாக மாறுகின்றார்கள். இப்படிப்பட்ட மனிதர்கள் எல்லா மதங்களிலும் உண்டு. இவர்கள் மனந்திரும்ப வேண்டும். ஆஸ்திகளைச் சேர்த்து வைப்பதற்கு மிகுதியான பொய்களை கூறுவது, பிறர் உழைப்பை சுரண்டுவது, ஊழல் செய்வது, பலவந்தமாக லஞ்சம் – பரிதானம் வாங்குவது, பிறர் பணத்தை, சம்பளத்தை அபகரிப்பது இவர்களின் ஆயுதமாக நம்பிக்கையாக இருக்கிறது.

நீதிமொழிகள். 28: 20 – 22: உண்மையுள்ள மனுஷன் பரிபூரண ஆசீர்வாதங்களைப் பெறுவான் ஐசுவரியவானாகிறதற்குத் தீவிர்க்கிறவனோ ஆக்கினைக்குத் தப்பான்.

முகதாட்சினியம் நல்லதல்ல, முகதாட்சிணியமுள்ளவன் ஒரு துண்டு அப்பத்துக்காக அநியாயஞ்செய்வான்.

வன்கண்ணன் செல்வனாகிறதற்குப் பதறுகிறான், வறுமை தனக்கு வருமென்று அறியாதிருக்கிறான்.

நீதிமொழிகள். 23:1 - 8; 17:8; 15:27; 29:4;

உங்கள் கைகளினால் உழைப்பது வேலை செய்து நல்ல பிரயாசத்தின் பலன்களை, பணத்தைப் பெற்று, அதை அனுபவிப்பது நல்லது. அவைகள் கர்த்தரால் ஆசீர்வதிக்கப்படுகின்றன. அதே சமயம் தீங்கு நாட்கள், பஞ்சம், வேலை இழப்பு போன்ற சூழல்கள் எதிர்காலத்தில் வரலாம் என்பதையும் உணர்ந்து, தங்களின் சம்பாத்தியத்தின் பலன்களின் சின்னப் பகுதியை, பணத்தை சேமித்து வைத்து சிக்கனமாய் வாழ்வது பாவமல்ல. அது ஞானமான செயல் ஆகும். ஆனால், கஞ்சத்தனமுடனும், கருணையில்லாமலும், பேராசை, பெருமை, ஆடம்பரம், சுயநல வாழ்வுக்காக மட்டுமே மிகுதியான திரளான ஆஸ்திகளை, பணத்தை சொத்துக்களை தானியங்களை இயற்கை விளைப்பொருட்களை ஒரு மனிதன் சேர்த்துப்பதுக்கி வைப்பதில் பாவமும் சாபமும் தீமைகளும் இருக்கிறது.

கர்த்தர் மேல் நம்பிக்கை வைத்து, போதுமென்கிற மனதுடனே கூடிய தேவ பக்தியிலே வாழ்ந்து, மிகுதியாய் தருமங்களைச் செய்தவர்கள் பற்றிய இரண்டு உதாரணங்கள் உங்கள் பார்வைக்கு முன் வைக்கின்றேன்.

உதாரணம் (1) : அப்போஸ்தலர் - 9 : 36 - 42;

யோப்பா பட்டணத்தில் கிரேக்குப் (Greek) பாஷையிலே தொற்காள் என்று அர்த்தங் கொள்ளும் தபீத்தாள் என்னும் பேருடைய ஒரு (பெண் விதவை) சீஷி ஆக இருந்தாள்; (was known for her good works and acts of charity) அவள் a.நற்கிரியைகளையும், b. தருமங்களையும் மிகுதியாய்ச் செய்து கொண்டு வந்தாள். அந்நாட்களில் அவள் வியாதிப்பட்டு மரணமடைந்தாள். அவளைக் குளிப்பாட்டி, மேல்வீட்டிலே கிடத்தி வைத்தார்கள்.

இயேசு கிறிஸ்துவை விசுவாசித்து, அவரின் போதனைகளுக்கு கீழ்படிந்து, அவரையே பின்பற்றும்படி தன்னை அர்ப்பணிக்கின்றவர்கள் இயேசு வின் சீஷர் என்னப்படுவார்கள். தபீத்தாள் என்பவரும் அவ்வாறே சீஷியாக அர்ப்பணித்த ஒரு பெண் விதவை ஆவார். தபீத்தாள் ஐசுவரியம் ஆஸ்திகள் கொண்டவராக இருந்தாலும், அவைகளின் மீது (பற்றுதல் ஆசை) நம்பிக்கை வைக்காமல், உண்மையாகவே இயேசு கிறிஸ்துவின் போதனையின் கட்டளையின்மீது நம்பிக்கைக் கொண்டிருந்தாள். இந்த பூமியில் (தன் வாழ்நாட்களில்) ஆஸ்திகளை சேர்த்து வைக்காமல், பரலோக ராஜ்யத்தில் பொக்கிஷம் சேரும்படியாக, தன் ஆஸ்திகளால் ஏழைகளுக்கும் விதவைகளுக்கும் ஏழ்மையான சிறியரான பரிசுத்தவான்களுக்கும் தருமங்களையும் நற்கிரியைகளையும் மிகுதியாக செய்தாள். தொடர்ந்து நன்மைகளை செய்தாள்.

குறிப்பு : உண்மையுடைய சீஷர்களுக்கும், நற்கிரியைகள் தருமங்கள் செய்பவர்களுக்கும் அவர்களின் சரீர வாழ்விலே பெலவீனங்களும், வியாதியும்,

மரணமும் கூட உண்டாகலாம். ஆனால் பரலோக ராஜ்யத்தின் மக்களாக அவர்கள் இருப்பதால், தேவனுடைய வல்லமை அவர்களுக்காக வெளிப்படும். தேவன் தன்னுடைய பிரதிநிதியை தூதனை (ஊழியனை) அனுப்பி உதவி செய்கின்றார் உயிர்ப்பிக்கின்றார். வியாதியுடையவர்களாய் மரித்தாலும் பரலோகம் பரதேசுக்கு போகமுடியும். ஆனால் நீங்கள் பாவம் நிறைந்தவர்களாய் மரித்தால் பரலோகம் பரதேசுக்கு போக அனுமதியே இல்லை.

பேதுருவுக்கு தபீத்தாளின் மரணம் பற்றிய செய்தி அறிவிக்கப்பட்டதும், உடனே பேதுரு விரைவாக சென்று, தபீத்தாளின் வீட்டிலே அவள் கிடத்தப்பட்டிருப்பதை பார்த்து, எல்லாரையும் வெளியே போகச் செய்து, அவன் முழங்காற்படியிட்டு ஜெபம்பண்ணி, பிரேதத்தின் புறமாய்த் திரும்பு : தபீத்தாளே எழுந்திரு என்றான். அவள் தன் கண்களை திறந்தாள், பேதுருவைப் பார்த்து உட்கார்ந்தாள். அவன் அவளுக்குக் கைகொடுத்து, அவளை எழுந்திருக்கப்பண்ணி, பரிசுத்தவான்களையும் விதவைகளையும் அழைத்து, அவளை (தபீத்தாளை) உயிருள்ளவளாக அவர்களுக்கு முன் நிறுத்தினான். அப்பொழுது அநேகர் கர்த்தரிடத்தில் விசுவாசமுள்ளவர்களானார்கள்.

கவனி : ஆம் கர்த்தருக்குள் மரித்தவர்கள், இயேசு கிறிஸ்துவுக்குள் நிலைத்திருந்தவர்கள், அவரின் புது உடன்படிக்கையின் சரீரத்தையும், இரத்தத்தையும் எடுத்துக் கொண்டவர்கள், அவரை விசுவாசித்து அவருக்கு பின் சென்றவர்கள், மிகுதியான கனிக் கொடுத்தவர்கள் இங்கே (பூமியில்) மரித்தாலும் அவர்கள் நித்திரையாய் இருக்கின்றார்கள். இறுதி நாட்களில் இயேசு கிறிஸ்துவினால் உயிர்ப்பிக்கப்படுவார்கள், அவர்கள் நித்திய ஜீவனை (நிலையான வாழ்வை) நிச்சயம் பெற்றுக் கொள்வார்கள். (சங் – 16 : 10, 11; யோவான் – 11 : 11 – 15; 6 : 47 – 56; 1 கொரி –15 : 17 – 23)

உதாரணம் 2 - அப்போஸ்தலர் - 10 : 1 - 22, (23 - 35), 44 - 48;

இத்தாலியா என்னப்பட்ட பட்டாளத்திலே நூற்றுக்கு அதிபதியாகிய "கொர்நேலியு" என்னும் பேர்கொண்ட ஒரு மனுஷன் செசரியா பட்டணத்திலே இருந்தான்.

1. அவன் தேவபக்தியுள்ளவனும், 2. தன் வீட்டாரானைவரோடும் தேவனுக்குப் பயந்தவனுமாயிருந்து, 3. ஜனங்களுக்கு மிகுந்த தருமங்களைச் செய்து, 4. எப்பொழுதும் தேவனை நோக்கி ஜெபம் பண்ணிக் கொண்டிருந்தான். 5. ஒரு நாள் பகலில் சுமார் ஒன்பதாம் மணி (பகல் மூன்று மணி) நேரத்தில், கொர்நேலியு : தேவனுடைய தூதன் தன்னிடத்தில் வந்து அழைப்பது போன்றே தரிசனங் கண்டான்.

குறிப்பு : தேவனுடைய தூதனை உற்றுப்பார்த்து, பயந்து : ஆண்டவரே, என்ன என்றான். அப்பொழுது தூதன் [The Angels answered, your prayer and gifts to the poor have come up as a memorial offering before God] உன் ஜெபங்களும் உன் தருமங்களும் தேவனுக்கு நினைப்பூட்டுதலாக அவர் சந்நிதியில் வந்தெட்டியிருக்கிறது. இப்பொழுது நீ யோப்பா பட்டணத்துக்கு மனுஷரை அனுப்பி, பேதுரு என்று மறு பேர் கொண்ட சீமோனை அழைப்பி, நீ செய்ய வேண்டியதை அவன் உனக்குச் சொல்லுவான் என்றான்.

கொர்நேலியுவின் ஆட்கள் பேதுரு எங்கே இருக்கிறான் என்று தேடி கண்டு பிடிப்பதற்கு முன்பாகவே, பேதுருவுக்கும் வானத்திலிருந்து ஒரு தரிசனத்தின் (ஞான திருஷ்டியடைந்தான்) மூலமாக பாடம் புகட்டப்பட்டது. அதாவது அவனை தேடிக் கொண்டு வருகின்றவர்களை, தீட்டானவர்கள் புறஜாதியினர் என்று புறக்கணித்து விடாமல், அவர்களோடு இணைந்து செய்ய வேண்டியவைகளை பற்றி பேதுருவுக்கு உணர்த்துவிக்கபட்டது. அவ்வாறே பேதுரு கொர்நேலியுவினால் தன்னிடம் அனுப்பப்பட்டவர்களை சந்தித்து, வந்ததின் நோக்கம் என்ன என்று அறிந்துக் கொண்டான். அவர்கள் தன் எஜமானை (கொர்நேலியுவை) பற்றி சொன்ன சாட்சி : 1. நீதிமானும், 2. தேவனுக்குப் பயப்படுகிறவரும், 3. யூத ஜனங்கள் எல்லாரிலும் நல்லவன் என்று சாட்சி பெற்றவனாகிய, கொர்நேலியு என்னும் நூற்றுக்கு அதிபதி என்றார்கள். அவர் உம்மால் சொல்லப்படும் வார்த்தைகளைக் கேட்கும்படி பரிசுத்த தூதனாலே தேவ கட்டளையை பெற்றார் என்றார்கள்.

குறிப்பு : a. கொர்நேலியு ஒரு புறஜாதியான், அவன் நூறு பேருக்கு ஒரு அதிபதியாக அதிகாரமிக்க உயர் பதவி வகித்தவன். அதனால் அதிக ஐசுவரியங்களும் ஆஸ்திகளை உடையவனாகவும் இருந்திருக்க வேண்டும். அவன் அந்த அதிகாரமிக்க பதவி மற்றும் அதன் மூலமாக சம்பாதிக்கும் ஆஸ்திகளின் பணத்தின் மீது நம்பிக்கை உடையவனாக ஆணவம், ஆர்ப்பாட்டம், அதிகார துஷ்பிரயோகத்துடன் வாழவில்லை. ணு.அவன் தனிப்பட்ட முறையில் தேவனுக்கு பயந்தவனாகவும், தன்

குடும்பத்தாரோடு தேவனுக்கு பயந்தவனுமாக, ஏழைகளுக்கு மிகுதியான தருமங்களைச் செய்தான். எப்பொழுதும் தேவனை நோக்கி ஜெபம் (வேண்டுதல் விண்ணப்பம்) செய்கிறவனாக இருந்தான். கொர்நேலியுவை போன்ற தலைவர்கள் சமுதாயத்திற்குள் அநேகர் இருந்தால், அந்த சமுதாயமே வளமும், நலமும், வல்லரசும், நல்லரசுமாக நிச்சயம் மாறும்.

அப் - 10 : 34, 35

அப்பொழுது பேதுரு பேசத் தொடங்கி : தேவன் பட்சபாதமுள்ளவரல்ல என்றும், எந்த ஜனத்திலாயினும் அவருக்குப் பயந்திருந்து நீதியைச் செய்கிறவன்

எவனோ அவனே அவருக்கு உகந்தவன் என்றும் நிச்சயமாய் அறிந்திருக்கிறேன் என்றான்.

பவுலின் ஆலோசனையை கவனியுங்கள் : 1 தீமோத் – 6:17,18,19,11,12

இவ்வுலகத்திலே ஐசுவரியமுள்ளவர்கள் இறுமாப்பான சிந்தையுள்ளவர்–களாயிராமலும், நிலையற்ற ஐசுவரியத்தின் மேல் நம்பிக்கை வையாமலும், நாம் அனுபவிக்கிறதற்குச் சகலவித நன்மைகளையும் நமக்குச் சம்பூரணமாய்க் கொடுக்கிற ஜீவனுள்ள தேவன்மேல் நம்பிக்கை வைக்கவும், நன்மை செய்யவும், நற்கிரியைகளில் ஐசுவரியவான்களாகவும், தாராளமாய்க் கொடுக்கிறவர்களும், உதாரகுணமுள்ளவர்களுமாயிருக்கவும், நித்திய ஜீவனைப் பற்றிக் கொள்ளும்படி வருங்காலத்திற்காகத் தங்களுக்கு நல்ல ஆதாரத்தைப் பொக்கிஷமாக வைக்கவும் அவர்களுக்குக் கட்டளையிடு.

(பண ஆசைக் கொண்டு ஐசுவரியவனாகும் சோதனைகளை விட்டுவிலகு (1 – 10 வசனங்கள்)

நீயோ, தேவனுடைய மனுஷனே, இவைகளை விட்டோடி, நீதியையும் தேவ பக்தியையும் விசுவாசத்தையும் அன்பையும் பொறுமையையும் சாந்தகுணத்தையும் அடையும்படி நாடு.

விசுவாசத்தின் நல்ல போராட்டத்தைப் போராடு, நித்திய ஜீவனைப் பற்றிக் கொள்; அதற்காகவே நீ அழைக்கப்பட்டாய்; அநேக சாட்சிகளுக்கு முன்பாக நல்ல அறிக்கை பண்ணினவனுமாயிருக்கிறாய்.

இன்றைக்குத் தங்களை கிறிஸ்தவன், விசுவாசி, ஊழியன், சீஷன், ரெவெரெண்ட், பாஸ்டர், பிஷப், சுசேஷகன், அப்போஸ்தலன் என்றெல்லாம் சொல்லிக் கொள்பவர்கள், பண ஆசைகளை, அற்பமான உலகப்பெயர் புகழ்ச்சியை, அக்கிரமத்தையும் சொத்துக்களையும் விட்டுவிட்டு இயேசு கிறிஸ்துவுக்கு பின்பதாக உங்களுடைய பாதையிலே ஓடவேண்டும். இயேசு கிறிஸ்துவின் கட்டளைகளை நிறைவேற்றும்படியாக ஓடவேண்டும். நம்மை நாமே நிதானித்து அறிந்தால் நாம் நியாயந்தீர்க்கப்படமாட்டோம் என்பதில் கவனமாயிருப்போம்.

இயேசு கிறிஸ்துவின் பொருளாதார சமூக சீர்த்திருத்தம் மற்றும் சமூக நீதி போதனை :

பூமியிலே உங்களுக்குப் பொக்கிஷங்களைச் (சொத்தை) சேர்த்து வைக்க வேண்டாம்; இங்கே பூச்சியும் துருவும் அவைகளைக் கெடுக்கும்; இங்கே திருடரும் கன்னமிட்டுத் திருடுவார்கள்.

பரலோகத்திலே உங்களுக்குப் பொக்கிஷங்களைச் (சொத்தை) சேர்த்து வையுங்கள்; அங்கே பூச்சியாவது துருவாவது கெடுக்கிறதும் இல்லை; அங்கே திருடர் கன்னமிட்டுத் திருடுகிறதும் இல்லை. உங்கள் பொக்கிஷம் எங்கேயிருக்கிறதோ அங்கே உங்கள் இருதயமும் இருக்கும். - இயேசு .

உங்களுக்கு உள்ளவைகளை விற்றுப் பிச்சை கொடுங்கள், பழமையாய்ப் போகாத பணப்பைகளையும் குறைபடாத பொக்கிஷத்தையும் பரலோகத்திலே உங்களுக்குச் சம்பாதித்து வையுங்கள், அங்கே திருடன் அணுகுகிறதுமில்லை, பூச்சி கெடுக்கிறதுமில்லை. - இயேசு. (மத் - 6 : 19 - 21; லூக் - 12 : 33, 34)

தானம் தர்மம் எப்படி செய்வது என்று இயேசு கிறிஸ்துவின் வழிகாட்டுதலை கவனியுங்கள்.

மத்தேயு 6: 1 -4

1.   மனுஷர் காணவேண்டுமென்று அவர்களுக்கு முன்பாக உங்கள் தர்மத்தைச் செய்யாதபடிக்கு எச்சரிக்கையாயிருங்கள்; செய்தால், பரலோகத்திலிருக்கிற உங்கள் பிதாவினிடத்தில் உங்களுக்குப் பலனில்லை.

2.   ஆகையால் நீ தர்மஞ்செய்யும்போது, மனுஷரால் புகழப்படுவதற்கு, மாயக்காரர் ஆலயங்களிலும் வீதிகளிலும் செய்வதுபோல, உனக்கு முன்பாகத் தாரை ஊதுவியாதே; அவர்கள் தங்கள் பலனை அடைந்து தீர்ந்ததென்று மெய்யாகவே உங்களுக்குச் சொல்லுகிறேன்.

3.   நீயோ தர்மஞ்செய்யும்போது, உன் தர்மம் அந்தரங்கமாயிருப்பதற்கு, உன் வலதுகை செய்கிறதை உன் இடதுகை அறியாதிருக்கக்கடவது.

4.   அப்பொழுது அந்தரங்கத்தில் பார்க்கிற உன் பிதா தாமே உனக்கு வெளியரங்கமாய்ப் பலனளிப்பார்.

பொருளாசையுடைய, பேராசை பெருமையுடைய மனிதர்களின் நிலை முடிவு எப்படிப்பட்டது என்பதை இயேசுவின் வார்த்தைகள் மூலமாக அறிவோம் :

லூக்கா - 12 : 15 - 21

பின்பு அவர் அவர்களை நோக்கி : பொருளாசையைக்குறித்து எச்சரிக்கையாயிருங்கள் : ஏனெனில் ஒருவனுக்கு எவ்வளவு திரளான ஆஸ்தி இருந்தாலும் அது அவனுக்கு ஜீவன் அல்ல என்றார்.

அல்லாமலும், ஒரு உவமையை அவர்களுக்குச் சொன்னார் : ஐசுவரியமுள்ள ஒருவனுடைய நிலம் நன்றாய் விளைந்தது.

அப்பொழுது அவன் : நான் என்ன செய்வேன்? என் தானியங்களைச்

சேர்த்துவைக்கிறதற்கு இடமில்லையே; நான் ஒன்று செய்வேன், என் களஞ்சியங்களை இடித்து, பெரிதாகக் கட்டி, எனக்கு விளைந்த தானியத்தையும் என் பொருள்களையும் அங்கே சேர்த்துவைத்து, பின்பு : ஆத்துமாவே, உனக்காக அநேக வருஷங்களுக்கு அநேகம் பொருள்கள் சேர்த்து வைக்கப்பட்டிருக்கிறது; நீ இளைப்பாறி, புசித்துக் குடித்து, பூரிப்பாயிரு என்று என் ஆத்துமாவோடே சொல்லுவேன் என்று தனக்குள்ளே சிந்தித்துச் சொல்லிக் கொண்டான்.

தேவனோ அவனை நோக்கி : மதிகேடனே, உன் ஆத்துமா உன்னிடத்திலிருந்து இந்த இராத்திரியிலே எடுத்துக்கொள்ளப்படும், அப்பொழுது நீ சேகரித்தவைகள் யாருடையதாகும் என்றார்.

தேவனிடத்தில் ஐசுவரியவானாயிராமல், தனக்காகவே பொக்கிஷங்களைச் சேர்த்துவைக்கிறவன் இப்படியே இருக்கிறான் என்றார்.

தேவன், நாம் இந்த பூமியில் வாழ்வதற்கான அநேக நன்மைகளை ஆசீர்வாதமாக கொடுத்திருக்கின்றார். காற்று, ஒளி ஆற்றல், வெளிச்சம், இருள், மழைநீர், இயற்கை வளங்கள் ஆகியவைகளில் நமக்கானதை மட்டுமே நாம் இலவசமாக எடுத்துக் கொண்டு வாழ்வதற்கு தேவன் வழிவகை செய்து ஆசீர்வதித்திருக்கின்றார். ஆனால் நாம் யாருமே பிறனுக்கானதை (பிற மனிதர்களின் வாழ்வுக்குரியதை உரிமையை) எடுத்துக் கொள்ள, நாமே சேர்த்து குவித்து வைத்துக் கொள்ள அனுமதி இல்லை. இச்செயலை இறைவனும் இயற்கையும் அங்கிகரிப்பதுமில்லை. அதிக ஒளியில், அதிக மழையில், அதிக காற்றில், அதிக இருளில் மனிதர்களால் உயிர் வாழ முடியாது. எனவே தான் மனிதர்களே உங்களிடமுள்ள அதிகபடியான ஆஸ்திகளை ஐசுவரியங்களை விற்று அதை ஏழைகளுக்கு தரித்திரருக்கு கொடுத்து விட வேண்டும் என்று இயேசு கிறிஸ்து போதித்தார். பிற மனிதர்களின் வாழ்வுக்குரிய தேவைகளை அவர்களுக்கு கொடுத்து விட வேண்டும். இது நீதியானது இதுவே ஆசீர்வாதமாகவும் இருக்கும். உண்மையான கிறிஸ்தவ மிஷெனரிகள் இதை செய்தார்கள். இச்செயல் பரலோகம் சென்று பொக்கிஷத்தைப் பெற்றுக் கொண்டு நித்திய நித்தியமாய் வாழ்வதற்கு, நீங்கள் இப்பூமியில் செய்யும் முதலீடான காரியங்கள் ஆகும். இந்த பூமியில் மனிதநேயமும், சமத்துவமும், சமூக நீதியும் தழைக்க வேண்டும்.

IX. உங்கள் பெயர்களை அநேகர் இருதயங்களில் பொறித்து வையுங்கள், விலையுயர்ந்த பளிங்குக் கற்களில் அல்ல !   – சி.எச். ஸ்பர்ஜன்.

அன்பில்லாமல் ஒருவரால் கொடுக்க முடியும். ஆனால் எதையும் கொடுக்காமல் ஒருவரால் அன்பு காட்ட முடியாது. – ஏமி கார்மைக்கேல்.

நான் என் கையில் எத்தனையோ காரியங்களை வைத்திருக்கிறேன். ஆனால் அவைகளை இழந்துப்போய் விட்டேன். நான் தேவனுடைய கைகளில் கொடுத்திருப்பவைகளோ இன்றும் எனக்கு உரியவைகளாக இருக்கின்றன.

– மார்ட்டின் லூத்தர்.

மிகுந்த ஐசுவரியமும் ஆஸ்தியுமுள்ள வாலிபனிடம் இயேசு சொன்னது : நீ பூரண சற்குணனாயிருக்க விரும்பினால், போய், உனக்கு உண்டானவைகளை விற்று; தரித்திரருக்குக் கொடு, அப்பொழுது, பரலோகத்தில் உனக்குப் பொக்கிஷம் உண்டாயிருக்கும்; பின்பு என்னைப் பின்பற்றி வா என்றார். (மத் – 19 : 21; லூக் – 18 : 22)

கடைசியாக பத்தாவது அத்தியாயத்தில் இறுதிகட்ட (பரீட்சை), தேர்வுக்கான, முழுமையான வெற்றிக்கும் மிகுதியான பலனுக்கும் ஏற்ற மிக சரியான பாடத்தை, கடினமான வாழ்க்கை பாதையை இயேசு கிறிஸ்துவின் வார்த்தையின் வழிகாட்டுதலின் படியே கற்று அறிந்து கொள்ள போகின்றோம். அத்தோடு இந்த புத்தகத்தின் முழுமையான அம்சங்களையும் நீங்கள் அறிந்து (பத்து படி நிலைகளையும்) நிறைவு செய்ய போகின்றீர்கள். உங்களுக்கான நித்திய ஜீவனை (நிலையான வாழ்வை) நீங்கள் பெற்றுக் கொள்வதற்கான வெற்றி நிச்சயம், இது தேவ சத்தியம். ஆமென்

அத்தியாயம் – 10

இந்த கடைசியான பத்தாவது அத்தியாயத்தின் மூலமாக, நீங்கள் கற்று அறிந்துக் கொள்ளும் சத்தியமானது; உங்களின் முழுமையான வெற்றிக்கும், மிகுதியான பலனுக்கும் ஏற்ற அனுதின வாழ்க்கையின் சற்று கடினமான சவாலான சாதனைக்கு ஏற்ற வேத பாடமாகவும், இயேசு கிறிஸ்துவின் வழிகாட்டுதலாகவும் இருக்க போகின்றது. கடினமான சோதனைகளை கடந்த பிறகு பலரின் சாதனைகளை பாராட்டுகின்ற சரித்திர சம்பவங்களை (நிகழ்வுகளை) கடந்து, நாமும் நம்பிக்கையுடன் முன்னேறிக் கொண்டிருக்கின்றோம் என்பதே உலக வரலாறு ஆகும். ஆம் அவ்வாறு நீங்களும் இந்த புத்தகத்தின் கடைசி பாடத்தின் மூலமாக நிலையான வாழ்வுக்கான நித்திய ஜீவனை பெற்றுக் கொள்ளும் முழு வெற்றியை, மிகுதியான பலனை, பெற்றுக் கொள்வதற்கு உங்களை முழுமையாக அர்ப்பனியுங்கள்.

கிறிஸ்தவம் என்பது மதம் அல்ல, அது வேதாகமம் சொல்லும் மனித சமுதாயத்திற்கான ஜீவ மார்க்கத்தின் பாதை ஆகும். இந்த உண்மையை சத்தியத்தை உள்ளபடியே அறியவும் ஏற்றுக் கொள்ளவும், பின்பற்றவும் மறுக்கின்ற மனிதர்களால் மட்டுமே மதியீனமான மூடத்தனமான, நம்பிக்கை மோசடியான மதம் கட்டமைக்கப்படுகின்றன.

கர்த்தரும் உலக இரட்சகருமாகிற இயேசு கிறிஸ்துவினால் உங்களுக்கு தெரியப்படுத்தும் புதிதும் ஜீவனுமான (ஜீவமார்க்கத்தை) மார்க்கத்தை (Path of life) பின்பற்றி, பரிபூரண ஆனந்தமும் நித்திய பேரின்பமும் கொண்ட நிலையான வாழ்வை பெற்றுக் கொள்ளுங்கள். (சங் – 16 : 10, 11; எபி – 10: 19 – 22) நியாயசாஸ்திரி (சட்டத்தை அறிந்தவன்) ஒருவன் இயேசு கிறிஸ்துவைச் சோதிக்கும் படி : போதகரே நியாயப்பிரமாணத்திலே (சட்ட புத்தகத்திலே) எந்தக் கற்பனை பிரதானமானது (which is the Greatest commandment) என்று கேட்டான்.

(மத் – 22 : 35 – 40; மாற் – 12 : 29 – 31) இரண்டு சுவிசேஷ புத்தகத்தில் நியாயசாஸ்திரி மற்றும் வேதபாரகரில் ஒருவனுக்கு இயேசு இவ்வாறு பதில் அளித்தார்.

மேலும் (லூக் – 10 : 25 – 28) ல் நியாயசாஸ்திரி (சட்டம் கற்றவன்) ஒருவன் இயேசு விடம், போதகரே, நித்திய ஜீவனைச் சுதந்தரித்துக் கொள்ளும் படிக்கு நான் என்ன செய்ய வேண்டும் என்று கேட்டான்.

அதற்கு இயேசு : நியாயப்பிரமாணத்தில் என்ன எழுதியிருக்கிறது? நீ வாசித்திருக்கிறது என்ன என்றார். அவனும் மையக் கருபொருள் சத்தியமான 1. தேவனிடத்தில் முழுமையாக அன்பு கூருவது பற்றியும், 2. தன்னைப்போல பிறனிடத்தில் அன்புகூருவது பற்றியும் இரண்டு கற்பனைகளை சொன்னார். இயேசு அவனை நோக்கி : அப்படியே செய் அப்பொழுது பிழைப்பாய் என்றார்.

இந்த இரண்டு நிலையான சத்தியங்களும் நமக்கு ஓர் உறுதியான நியாயத்தை கற்பிக்கின்றன. அவை : ஒவ்வொரு மனிதனும் தன்னை படைத்தவரை, தங்களுக்கான வாழ்வின் தேவைக்களுக்கான வசதியான இப்பிரபஞ்சத்தை (வானம் பூமி அதிலுள்ளவைகளை) உண்டாக்கின தேவனிடத்தில் முதலாவது அன்புகூருகின்ற மக்களாக இருக்க வேண்டும். ஏனென்றால் தேவன் முன்னமே நம்மீது அன்பு கூருகின்றவராய் இருக்கின்றார். இதற்கு இணையானதாகவே ஒவ்வொரு மனிதனும் தன்னிடத்தில் அன்பு கூருவது போன்றே பிற மனிதர்களிடத்திலும் அன்பு கூரும் நீதியை நியாயத்தை நாம் நிறைவேற்ற வேண்டும். இந்த நோக்கத்தை அடிப்படையாக கொண்டு நியாயப் பிரமாணம் என்ற சட்டம் விரிவாக வகுத்து கொடுக்கப்பட்டது. இந்த அடிப்படை நோக்கத்தை நிறைவேற்ற தவறுகின்ற மீறுகின்ற சமய சமுதாய மனிதர்களை கண்டிக்கவும் சீர்திருத்தவும் தொடர்ந்து ஒவ்வொரு காலகட்டங்களிலும், தேவ னாகிய கர்த்தர் தம்முடைய ஊழியகாரர்களாகிய தீர்க்கதரிசிகள் மூலமாக எச்சரிப்பின் சத்தமாக தமது சத்தியத்தை கொடுத்து வழி நடத்துகின்றார்.

உலக தத்துவம் : அன்னையும் பிதாவும் முன்னறி தெய்வம்; கணவனே கண்கண்ட தெய்வம், கல்லானாலும் கணவன், புல்லானாலும் புருஷன்; என் பிள்ளைதான் என் உலகம் – என்னைப் பெத்த ராசா; என் காதல் மனைவி தான் என் உயிர். என் குடும்பமும், என் உறவுகள் மட்டுமே எனக்கான உலகம் மற்றவைகள் பற்றி எனக்கு கவலை இல்லை என்பார்கள்.

இப்படி தங்கள் குடும்ப இரத்த உறவை முதன்மையாக அதிகமாக அன்பு கூறுகின்ற ஆராதிக்கின்ற மனிதர்கள்;இவர்கள் பிற மனிதர்களை சரியாக மதித்து, நேசித்து வாழ்வதில்லை. தான் வாழ பிறனுக்கு எந்த குறைவுகள் கெடுதல் ஏற்பட்டாலும் கவலைபடாத, உலக தத்துவத்தின் பாவ (flesh) மனித சுபாவத்தில் வாழ்வார்கள்.

தேவனுடைய ராஜ்யத்தின் தத்துவம் : தேவனை முதன்மையும் முழுமையாக நேசிக்க வேண்டும். அது அவரின் வார்த்தைகளை கேட்டு, நிறைவேற்றுகின்ற அன்பாகும். அடுத்தது உன்னை போல (உன் குடும்ப உறவுகளை போன்றே) பிறனையும் நேசித்து வாழ்வது அன்பாகும்.

இதை நடைமுறையில் சாத்தியபடுத்துவதற்காகவே கர்த்தருடைய ஊழியன், இயேசு கிறிஸ்துவின் சீஷன் கர்த்தருடைய தீர்க்கதரிசி, விசுவாசி என்பவர்கள்;

தன் தகப்பன் தாய் பிள்ளைகள் சகோதரர் சகோதரி மற்றும்மனைவி, தன் வாழ்வை (ஜீவனையும்) இயேசு கிறிஸ்துவினிமித்தமாக வெறுக்க அதாவது குறைத்து அன்பு கூற வேண்டும். அளவுக்கு அதிகமாய் நேசித்தால் – பிறனை நேசிக்க முடியாது. இயேசு கிறிஸ்துவின் பெயரால் எந்த ஒரு மனிதர்களும் தங்களின் சுய ராஜ்யத்தை கட்டிக் காப்பாற்றக் கூடாது. தேவனுடைய ராஜ்யத்திற்காகவே நாம் உழைக்க வேண்டும். தேவனுடைய ராஜ்யத்தின் நீதி நியாயத்தை பூமியிலே நிறைவேற்றுகின்றவர்களாய் முழு அர்ப்பணிப்புடன் உண்மையான விசுவாசத்துடன் கர்த்தருடைய நாமத்தின் மகிமைக்காக ஊழியம் செய்ய வேண்டும்.

கவனி: உன் சிலுவையை நீ சுமந்து, இயேசுவின் சிலுவைக்கு பின் செல் என்ற தலைப்புக்குள்ளாக வருவதற்கு முன்பாக சில பக்கங்களில் அன்பை பற்றியும் பிறனிடத்தில் அன்பு கூருவது பற்றியும் நாம் அறிந்துக் கொண்டதின் காரணம் என்னவென்றால், தன் சிலுவை சுமப்பதும், இயேசுவின் சிலுவைக்குப்பின் செல்வதும் எப்படி சாத்தியமாகக்கூடிய (செயலாக) வாழ்க்கையாக இருக்கும் என்பதை புரிந்துக்கொள்ள செய்வதற்காக சரியான அன்பை அதின் ஆழத்தை, அதின் அர்த்தத்தை சுட்டி காண்பித்தேன்.

1. சிலுவை (Cross) என்றால் என்ன? சிலுவை (Cross) பற்றி இயேசுவின் கட்டளை என்ன?

சிலுவை என்பது இயேசு கிறிஸ்துவின் பாடுகள் மற்றும் சிலுவை மரணத்தின் மூலமாக, அது தியாகத்தின் அன்பின் புனித சின்னமாக, வெற்றி விடுதலை மற்றும் இரட்சிப்பின் அடையாளமாக இருக்கின்றது. இயேசு கிறிஸ்து உலகத்தின் பாவத்தை சுமந்து தீர்க்கும் ஆட்டுகுட்டியாக சிலுவையில் மரிப்பதற்கு முற்காலத்திலேயே இயேசு கிறிஸ்துவின் தியாகமான சிலுவை மரணமானது, அன்பின் அடையாளமாக மீட்பின் திட்டமாக வேத வாக்குதத்தங்கள் சொல்லப் பட்டிருக்கின்றன.

முற்காலங்களில் மரண தண்டனைக்கு ஏதுவான குற்றங்களை செய்த மனிதர்களை, மரத்தில் தூக்கிட்டு கொலை செய்யப்படுவார்கள். அந்த மரணதண்டனைக்குரியவன் தேவனாலும் சபிக்கப்பட்டவனாக இருக்கின்றான். (உபா – 21 : 22, 23; யோசுவா – 8 : 29; 10 : 26, 27) இப்படிப்பட்ட தண்டனை 21ஆம் நூற்றாண்டிலும் மரணதண்டனை கைதிகளுக்கு உலக நாடுகளில் சிலருக்கு மரத்திற்கு பதிலாக வெவ்வேறு தொழில்நுட்பத்துடன் தூக்குதண்டனை கொடுக்கப்பட்டு வருகின்ற அரிதான தகவல் கிடைக்கின்றது. முதல் நூற்றாண்டு ரோமர்களின் ஆட்சி காலகட்டத்தில் குற்றவாளிகளுக்கு மரத்தினால் செய்யப்பட்ட மிகுந்த பாரமான சிலுவையில் தூக்கிட்டு தண்டனை கொடுக்கப்பட்டது. அதில் இயேசு கிறிஸ்துவிற்கு மட்டுமே மிகவும் கொடூரமான முறையில் சிலுவையில் தண்டிக்கப்பட ஒப்புக்கொடுக்கப்பட்டார்.

தேவனை விசுவாசிக்கின்ற எவனும் (எந்த ஒரு மனிதனும்) கெட்டு போகாமல் நித்திய ஜீவனை அடையும்படிக்கு, அவன் உயர்த்தப்பட வேண்டும். அதற்காக இயேசு கிறிஸ்து தன்னை தாழ்த்தினவராக சிலுவை மரணத்தில் உயர்த்தப்படுவதற்காகவே, உன்னதத்திலிருந்து தாழ பூமிக்கு அனுப்பப்பட்டார். சிலுவை மரணத்தின் மூலம் இயேசுவின் தியாகம் வெளிப்பட்டது மற்றும் நாம் கெட்டுப்போகாமல் நித்திய (நிலையான வாழ்வை) ஜீவனை பெற்றுக் கொள்ள செய்வதற்கான தேவனின் அன்பு வெளிப்பட்டது. (யோவான் - 3 : 14 - 17)

கவனியுங்கள்: சிலுவை என்பது நாம் அனுதினமும் இந்த உலகின் சூழல்களை கடந்து (Cross) செல்வது ஆகும். அதாவது மேடு பள்ளம், வெயில் மழை பனி வறட்சி வனாந்திரம் கடல் பாலைவனம் சோலைவனம் செழிப்பு சுகம் துக்கம் இன்பம் துன்பம் கண்ணீர் நட்பு பகைமை காயம் துரோகம் பசி தாகம் பலவீனம் நன்மை தீமை மற்றும் பிறப்பு இறப்பு இப்படியான சுழற்சி முறையான சூழல்கள் நிறைந்த உலக வாழ்வை, அவற்றின் தாக்கங்களை நாம் நமது உள்ளத்திலும் உடலிலும் தாங்கிக்கொண்டு, நம்மால் தாங்கவும் சுமக்கவும் கடக்கவும் முடியாத சில நிலையிலும் எல்லாம் கடந்து போகும் என்ற திடநம்பிக்கையுடன் சகிப்புத்தன்மையுடன் நம்மையே சிலுவையாக சுமந்து வெற்றியுள்ள வாழ்வின் முடிவு எல்லை வரைக்கும் கடந்து (Cross) செல்வதே உன் சிலுவையை சுமக்கும் வாழ்வாகும்.

இயேசு கிறிஸ்து இந்த உண்மையை சொன்னார்: உலகத்திலே உங்களுக்கு (சீஷர்கள், ஊழியர்களுக்கு) உபத்திரவம் உண்டு. ஆனாலும் திடன் கொள்ளுங்கள்; நான் உலகத்தை ஜெயித்தேன் என்றார். தாவீது, யோசேப்பு, யாக்கோபு, மோசே, சாமுவேல், எலியா, எலிசா, ஆபிரகாம், ஈசாக்கு போன்ற இஸ்ரவேலர்களின் வாழ்விலும் பல உபத்திரவங்கள் இருந்தது. நாம் இந்த உலகில் ஜெயமுள்ளவர்களாக வேண்டும் என்பதே இயேசு கிறிஸ்துவின் வழிகாட்டுதலாக இருக்கிறது. இயேசு கிறிஸ்துவின் ஆலோசனைகளை அடிசுவடுகளை நாம் பின்பற்றி சென்றால் பூரண சமாதானமும் சாட்சியும் பெற்றவர்களாய் உலகத்தையும் மரணத்தையும் ஜெயித்தவர்களாய் நித்தியஜீவனை - நிலையான வாழ்வை பெற்றிடுவோம்.

யோவான்: 16:33; மத்தேயு: 13: 18–23; 24: 4 - 14; 15: 26 - 31; ரோமர்: 5: 1 - 9; 8: 36 - 39;

சிலுவை பற்றிய இயேசு கிறிஸ்துவின் கட்டளை:
யோவான் 16:20–22,33

மெய்யாகவே மெய்யாகவே நான் உங்களுக்குச் சொல்லுகிறேன்: நீங்கள் அழுது புலம்புவீர்கள், உலகமோ சந்தோஷப்படும்; நீங்கள் துக்கப்படுவீர்கள், ஆனாலும் உங்கள் துக்கம் சந்தோஷமாக மாறும்.

ஸ்திரீயானவளுக்குப் பிரசவகாலம் வந்திருக்கும்போது அவள் துக்கமடைகிறாள்; பிள்ளைபெற்றவுடனே ஒரு மனுஷன் உலகத்தில் பிறந்தானென்கிற சந்தோஷத்தினால் அப்புறம் உபத்திரவத்தை நினையாள்.

அதுபோல நீங்களும் இப்பொழுது துக்கமடைந்திருக்கிறீர்கள், நான் மறுபடியும் உங்களைக் காண்பேன், அப்பொழுது உங்கள் இருதயம் சந்தோஷப்படும், உங்கள் சந்தோஷத்தை ஒருவனும் உங்களிடத்திலிருந்து எடுத்துப் போடமாட்டான்.

என்னிடத்தில் உங்களுக்குச் சமாதானம் உண்டாயிருக்கும் பொருட்டு இவைகளை உங்களுக்குச் சொன்னேன். உலகத்தில் உங்களுக்கு உபத்திரவம் உண்டு, ஆனாலும் திடன்கொள்ளுங்கள்; நான் உலகத்தை ஜெயித்தேன்.தன் சிலுவையை எடுத்துக்கொண்டு என்னைப் பின்பற்றாதவன் எனக்குப் பாத்திரன் அல்ல.

இயேசு ஜனங்களையும் தம்முடைய சீஷர்களையும் தம்மிடத்தில் அழைத்து : ஒருவன் என் பின்னே வர விரும்பினால், அவன் தன்னைத்தான் வெறுத்து, தன் சிலுவையை எடுத்துக்கொண்டு, என்னைப் பின்பற்றக் கடவன்.

தன் சிலுவையைச் சுமந்துக்கொண்டு எனக்குப் பின் செல்லாதவன் எனக்குச் சீஷனாயிருக்க மாட்டான்.

And he who does not take His cross and follow after me is not worthy of me.

When He had called the people to Himself, with His disciples also, He said to them, " Whoever desires to come after Me, let him deny himself, and take up his cross, and follow Me.

And whoever does not bear is cross and come after Me cannot be My disciple.

(NKJV) (Mathew – 10 : 38; Mark – 8 : 34; Luke – 14 :27) இந்த மூன்று வசனங்களும் இயேசு கிறிஸ்து தன்னை பின் தொடர்ந்து சென்ற எல்லா மனிதர்களையும் பார்த்து சொன்ன சத்தியம் ஆகும். ஒவ்வொரு மனிதனும் தன்னுடைய சிலுவையை எடுத்துக் கொண்டு, இயேசுவை பின்பற்றுவது மட்டுமே உண்மையான சீஷனின் (அ) (விசுவாசியின், ஊழியனின்) தகுதியாகும்.

குறிப்பு: எட்டாவது அத்தியாயத்தில் உள்ள சபை மனந்திரும்புதலின் செய்திகளுக்கு நீங்கள் கீழ்ப்படிந்து, கிறிஸ்துவின் சிந்தை உடையவர்களாய், சிலுவை சுமக்கும் வாழ்க்கையின் பாதைகளின் மூலமாக உண்மையான சீர்த்திருத்தம் அடைவதே கிறிஸ்தவர்களின் எழுப்புதலாக இருக்கும். ஆசீர்வாத

கூட்டங்கள், எழுப்புதல் கூட்டங்கள் என்று சொல்வதேல்லாம் உண்மையாக வேண்டுமென்றால்; அவர்கள் இந்த சபைகள் முதலில் மனந்திரும்புதலின் செய்திக்கும், சிலுவையின் செய்திக்கும் கீழ்ப்படிந்து உண்மையாகவே சீர்திருத்தம் அடையவேண்டும். இவர்கள் எல்லோரும் இயேசு கிறிஸ்துவின் சீஷர்களாக வேண்டும். அப்பொழுது உங்களிடத்தில் மட்டுமல்ல உலகத்திலும் ஆசீர்வாதம் எழுப்புதல் உண்டாகும் என்பதில் எந்த சந்தேகமும் இராது.

இயேசு கிறிஸ்துவின் கட்டளையை, சிலுவை சுமந்து அவரை பின்பற்றி செல்லும் அனுபவத்தை தங்களின் தலைவரின் கட்டளை என்று கீழ்ப்படிந்து, தனக்கான கடமை நன்மை பாக்கியம் என்று உணர்ந்து பிரசங்கிக்க வேண்டும். ஆனால் இன்றைய கடைசி காலத்தில் அநேகர் இதை மறைத்தும் மறுத்தும் மறந்தும் வெவ்வேறு பல கதைகளை, சரித்திரங்களை, நகைச்சுவை வாக்கியங்களை, தங்களின் வாழ்க்கையை காட்சிகளாக்கி பிரசங்க பீடத்தை தங்களின் சுய சித்தத்திற்கு, சுயசத்தத்திற்கு சுய சட்டதிட்டத்திற்கு பயன்படுத்திக் கொள்வது விசுவாச துரோகம் ஆகும். இவர்களுக்கு இயேசு கிறிஸ்துவின் மீது உண்மையகவே அன்பும் மரியாதையுமில்லை. இவர்களால் இந்த உலகத்தின் மக்களால் இயேசு கிறிஸ்துவின் அன்பையும் மதிப்பையும் முழுமையாக அறியவும் அனுபவிக்கவும் முடியவில்லை.

உண்மையுள்ளவன் அன்புள்ளவன் மனஉறுதியுடன் சிலுவையின் பாதைகளை கடந்து, இயேசுவை பின்பற்றி எல்லா சூழ்நிலைகளின் மீதும் முற்றிலும் ஜெயம் கொள்ளுவான். வெளிப்படுத்தின சுவிசேஷத்தின் 2,3 ஆம் அதிகாரங்களில் சபைகள் மனந்திரும்புதலையும், எவைகளின் மீது எல்லாம் ஜெயங்கொள்ள வேண்டும் என்பதைப்பற்றியும் பரிசுத்த ஆவியானவர் மூலமாக தன்னுடைய ஊழியக்காரன் யோவானுக்கு இயேசு கிறிஸ்து அறிவித்ததை நாம் கவனத்தில் கொள்ள வேண்டும்.

1 கொரிந்தியர். 1 : 18, 22 -24.

சிலுவையைப்பற்றிய உபதேசம் கெட்டுப் போகிறவர்களுக்குப் பைத்தியமாயிருக்கிறது. இரட்சிக்கப்படுகிற நமக்கோ அது தேவபெலனாயிருக்கிறது.

யூதர்கள் அடையாளத்தைக் கேட்கிறார்கள், கிரேக்கர் ஞானத்தைத் தேடுகிறார்கள்;

நாங்களோ சிலுவையில் அறையப்பட்ட கிறிஸ்துவைப் பிரசங்கிக்கிறோம்; அவர் யூதருக்கு இடறலாயும் கிரேக்கருக்குப் பைத்தியமாயும் இருக்கிறார்.

ஆகிலும் யூதரானாலும் கிரேக்கரானாலும் எவர்கள் அழைக்கப்பட்டிருக்கிறார்களோ அவர்களுக்குக் கிறிஸ்து தேவபெலனும் தேவஞானமுமாயிருக்கிறார்.

கிறிஸ்தவ வாழ்வில் அல்லது நிலையான வாழ்வுக்கான இரட்சிப்பை அடைவதற்கு, நாம் சிலுவையைப் பற்றிய உபதேசத்தில் முடிவு பரியந்தமும் நிலைத்திருப்பது நல்ல பலனை உண்டாக்குகிறது. கெட்டுப்போகக்கூடிய வழிகளும் விருப்பங்களும் கொள்கையும் செயல்களை உடைய மக்கள் கிறிஸ்தவ மதத்திலும் அல்லது உலகின் பிற மதத்திலும் உள்ளவர்களுக்கு சிலுவையைப்பற்றிய உபதேசம் பைத்தியமாயிருக்கிறது. இரட்சிப்பை அடைய விரும்பும் இயேசுவை விசுவாசிக்கும் யாவருக்கும் சிலுவையைப் பற்றிய உபதேசம் தேவபெலனாக இருக்கிறது. தேவபெலத்துடன் சிலுவையின் உபதேசத்தில் நிலைத்து வாழ்ந்து, இயேசுவின் சீஷனாக ஊழியம் செய்து இரட்சிப்பை நித்திய ஜீவனை அடையக்கூடும். ஆனால் நம்முடைய சுயபெலத்தினால் சுயஞானத்தினால் சுய அறிவினால், பணத்தினால் மாம்சத்தினால் இதை அடைவது கூடாது.

யோவான். 3 : 14 –16.

சர்ப்பமானது மோசேயினால் வனாந்தரத்திலே உயர்த்தப்பட்டதுபோல மனுஷகுமாரனும், தன்னை விசுவாசிக்கிறவன் எவனோ அவன் கெட்டுப்போகாமல் நித்திய ஜீவனை அடையும்படிக்கு, உயர்த்தப்படவேண்டும்.

தேவன் தம்முடைய ஒரேபேறான குமாரனை விசுவாசிக்கிறவன் எவனோ அவன் கெட்டுப்போகாமல் நித்தியஜீவனை அடையும்படிக்கு, அவரைத் தந்தருளி, இவ்வளவாய் உலகத்தில் அன்புகூர்ந்தார்.

இயேசுவை விசுவாசிக்கும் நாம் கெட்டுப்போகாமல் நித்திய ஜீவனை அடைவதற்கு இயேசு கிறிஸ்து சிலுவையில் உயர்த்தப்பட வேண்டும் என்ற தேவனுடைய அநாதி திட்டம் இருக்கும்போது, நாமும் நம்முடைய சிலுவையை சுமந்துக்கொண்டு இயேசுவின் பின் சென்று நாம் கெட்டுப்போகாமல் வாழ்ந்து நித்திய ஜீவனை – நித்திய இரட்சிப்பை அடைவதும் தேவனுடைய சத்தியமாக சித்தமாக இருக்கிறது. எனவேதான் சிலுவையைப்பற்றிய கட்டளைகளை நிபந்தனைகளை சரியாக சீஷர்களுக்கு கற்றுக் கொடுத்தார்.

X. நான், என், எனக்கு, என்னுடைய, எங்களுக்கு என்ற சிந்தை உடைய சுய கொள்கை சித்தாந்தத்தை வெறுத்து, என் (உன்) சிலுவையை சுமந்து, இயேசுவுக்கு பின் செல்ல (எனக்கு, உனக்கு) விருப்பம் இல்லை என்றால்? நாம் இயேசு கிறிஸ்துவின் சிலுவையின் பாடுகளின் மரணத்தின் மூலமாக உண்டான இரட்சிப்புக்குரிய நித்திய ஜீவ வாழ்வைப் பெற்றுக் கொள்ள தகுதியுடைய சீஷனாக (அ) கிறிஸ்தவனாக இருக்க முடியாது.   - Bro.B. சதீஷ் குமார்

II. இயேசு கிறிஸ்துவின் சிலுவை அனுபவம் நமக்கு வெளிப்படுத்தும் செய்தியின் சத்தியம் என்ன? என்று பார்ப்போம்.

1. வேத வாக்கியங்களான நியாயப்பிரமாணம் தீர்க்கதரிசனங்கள் சங்கீதங்களில் எழுதியிருக்கின்ற படியே தன்வாழ்வையும், மரணத்தையும் கடந்து வரும்படியான முழு அர்ப்பணிப்பு கொண்டிருப்பது, சிலுவை அனுபவம் ஆகும்.

2. அநேக (உலக) மக்களின் பாவமன்னிப்பிற்கும், மீட்பிற்கும், மறுவாழ்வுக்கும், நித்திய ஜீவனை பெறுவதற்கும் தன் சொந்த இரத்தத்தை, சரீரத்தை முழுசம்மதத்துடன் மரணத்திற்கு (தன் முழு வாழ்வை உயிரை தியாகமாக) ஒப்புக் கொடுப்பது, சிலுவையின் அனுபவம் ஆகும்.

3. தன்னோடே ஒன்றாக சாப்பிட்டவன், ஒன்றாக ஊழியம் செய்தவன், ஒன்றாக எங்கும் சுற்றித்திரிந்து நன்மையை பெற்றவன் பல உபதேசங்களை கற்றவனான தன் நண்பனால் (யூதாஸ் – சீஷன்) பணத்திற்காக (மாயமான அன்புள்ளவனால்) காட்டிக்கொடுக்கப்படுவது, சிலுவை அனுபவம் ஆகும்.

4. அதே போன்ற மற்றொரு நண்பனால் (பேதுரு – சீஷன்) தன்னை யார் என்றே தெரியாது என்று மறுதலித்து சத்துருக்களிடம் சத்தியம் செய்யும் பொய்யான நண்பனையும் மெய்யாக நேசிப்பது நம்புவது, – சிலுவையின் அனுபவம்.

5. துக்கமான மிகுந்த வியாகுலமான துயரமான நிலையில் தனக்காக ஜெபியுங்கள் என்று சொல்வதும், ஆபத்துக்காலத்தில் நண்பர்களின் (சீஷர்கள்) ஜெப உதவியும் மற்ற எந்த உதவியும் கிடைக்காமல், சோதனையில் நண்பர்கள் (சீஷர்கள்) சிதறி தூரமாய் ஓடிவிடுவதும், தன்னை தனித்து விடுவதும், கைவிடப்படுவதுமான சூழ்நிலைகளை கொண்டது. – சிலுவையின் அனுபவம் ஆகும்.

6. தனித்த மனிதனாக சோதனையில் வேதனையில் தவிக்கும்போதும் ஜெபிக்கும் போதும் தேவ தூதரினால் உதவி பெறுவது, – சிலுவையின் அனுபவம் ஆகும்.

7. மிகவும் கடினமான சிலுவை பாடுகளையும் பாதைகளையும் கண்டு விலகி ஓடி, மறுத்து மறைந்துக் கொள்ளாமல்; அது பிதாவின் (தேவனின்) சித்தத்தை (விருப்பத்தை) நிறைவேற்றும் தன் கடமை என்று கட்டுபாடுடன் காரியத்தை செய்து முடிப்பது, – சிலுவையின் அனுபவம் ஆகும்.

8. நல்லவராக வாழ்ந்தாலும் ஒரு கள்ளனை போன்று எண்ணி கத்தியுடன் தடிகளுடன் வந்து பிடிப்பதும், கள்ளர்களோடு சேர்த்து தண்டிப்பதும், கள்ளர்கள் (திருடர்கள்) நல்லவரை நன்மை செய்தவரை கேலி (பரியாசம்)

செய்வதும், கெட்ட மக்களின் பெரும்கூக்குரல் கோஷத்தினால் குற்றவாளி விடுவிக்கப்படுவதும், நிரபராதியான குற்றமற்றவர் தண்டிக்கப்படுவதும், – சிலுவையின் அனுபவம் ஆகும்.

9. கெட்ட மனிதர்களின் பொறாமையினால் தவறான உள்நோக்கத்தோடு தவறான விசாரணைக்குள்ளாக பிடிக்கப்பட்ட நல்லவர் தேவனுடைய குமாரனானவர், அதிலிருந்து தப்பிக்கும் தேவ வல்லமை மற்றும் உயரிய அதிகாரம் பெற்றிருந்தும் தப்பிக்க முயலாமல்; தீமையான பொல்லாத மனிதர்களை தண்டிக்கவும் வேண்டாம் என்று மன்னிப்பதும் தாழ்மையாக இருப்பதும், அவர்களுக்கு நன்மை செய்வதும், – சிலுவையின் அனுபவம் ஆகும்.

10. நல்ல மனிதராக நன்மைகள் செய்பவராக சீர்த்திருத்தம் கொண்டு வருபவராக இருந்தாலும், கெட்ட மனிதர்களின், அறியாமையின் ஆன்மீக அரசியல் தலைவர்களின் பொறாமையினால் பொய் சாட்சிகளின் மூலமாக வீண்பழி குற்றம் சுமத்தப்படுவதும், குற்றம் குறை ஏதுமில்லை என்று விசாரணைக்கு பிறகும் அநீதியாய் கொல்லப்பட ஒப்புக் கொடுக்கப்படுவது, – சிலுவையின் அனுபவம் ஆகும்.

❖ கட்டி அணைத்துக் கொண்டு முத்தமிட்டு அன்பு செலுத்த கூடியவரை, பகைத்து கன்னத்தில் அறைந்து முகத்தில் துப்பினார்கள். தலையில் முள் கிரீடத்தினால் குத்தினார்கள்.

❖ பாலும் தேனும் பழரசமும் கொடுத்து விருந்து படைக்க வேண்டியவருக்கு, கசப்பு கலந்த மதுபான தண்ணீரை குடிக்கக் கொடுத்தார்கள்.

❖ ராஜவஸ்திரம் உடுத்தி, சிவப்பு கம்பளத்தில் நடந்து வந்து, பொற்கிரீடம் தலையில் சூட்டி, சிம்மாசனத்தில் அமர்ந்து உலகை ஆளுகை செய்ய வேண்டியவரை, சிலுவை மரத்தை தூக்கி சுமக்க செய்து, சிரசினில் (தலையில்) முட்கிரீடம் சூட்டி, கை கால்களில் ஆணிகள் அடித்து சிலுவை மரத்திலே இயேசுவை தூக்கி கொலை செய்தார்கள். அவரின் வஸ்திரத்தையும் (உடை) உரிந்துக் கொண்டு போர் சேவகர்கள் சீட்டு போட்டு ஒருவன் எடுத்துக் கொண்டான் இயேசுவின் வஸ்திரத்தை.

B. கல்வாரி சிலுவையில் பல காயங்களுடன் தொங்கினவராய் இயேசு கிறிஸ்து பேசின

ஏழு பொன் மொழிகள்

1. பிதாவே, இவர்களுக்கு மன்னியும், தாங்கள் செய்கிறது இன்னதென்று அறியாதிரக்கிறார்களே என்றார்.

2.   மனந்திரும்பின கள்ளனை பார்த்து : இன்றைக்கு நீ என்னுடனே கூடப்
     பரதீசிலிருப்பாய் என்று மெய்யாகவே உனக்குச் சொல்லுகிறேன் என்றார்.

3.   தன் தாயைப் (மரியாளை) பார்த்து : ஸ்திரீயே, அதோ, உன் மகன் என்றார்.
     தனக்கு அன்பாயிருந்த சீஷனையும் (யோவானை) பார்த்து : அதோ, உன்
     தாய் என்றார்.

4.   ஒன்பதாம் மணி நேரத்திலே, இயேசு : என் தேவனே ! என் தேவனே ! ஏன்
     என்னைக் கைவிட்டீர் என்றார்.

5.   எல்லாம் முடிந்தது என்று இயேசு அறிந்து, வேதவாக்கியம்
     நிறைவேறத்தக்கதாக : தாகமாயிருக்கிறேன் என்றார்.

6.   இயேசு காடியை வாங்கின பின்பு முடிந்தது என்று சொல்லி, தலையைச்
     சாய்த்து, ஆவியை ஒப்புக் கொடுத்தார்.

7.   இயேசு : பிதாவே, உம்முடைய கைகளில் என் ஆவியை ஒப்புவிக்கிறேன்
     என்று மகா சத்தமாய்க் கூப்பிட்டுச் சொன்னார் : இப்படிச் சொல்லி, ஜீவனை
     விட்டார்.

     கவனி : பூமியெங்கும் காரிருள் சூழ்ந்தது, பூமி அதிர்ச்சி உண்டானது,
தேவாலயத்தின் திரைச்சீலை மேலிருந்து கீழாக இரண்டாக கிழிந்தது. நூற்றுக்கு
அதிபதி சம்பவித்ததைக் கண்டு : உண்மையாகவே இந்த மனுஷன் (இயேசு)
நீதிபரனாயிருந்தான் என்று சொல்லி, தேவனை மகிமைப்படுத்தினான் .ரோம
கவர்னர் பிலாத்துவும், அவனின் மனைவியும் முன்னமே இயேசு கிறிஸ்துவை
நீதிபரர் குற்றமற்றவர் என்று கண்டறிந்திருந்தார்கள். (மத் – 26 : 19 – 75; 27 : 1-
66; மாற் – 14 : 12 – 72; 15 : 1– 39; லூக் – 22 : 1– 71; 23 : 1– 53; யோவான் – 18
: 1 – 40; 19 : 1 – 42)

     இவ்வாறாக இயேசு கிறிஸ்து தன் இறுதி நாட்களில் தன் இளம் வயதில்
சிலுவை அனுபவத்தின் பாதையில் உட்சபட்சமான நிலையை கடந்தார் என்றால்,
அது அவரால் மட்டுமே முடிந்தது என்றால், அது அவர் தம் பிதாவாகிய தேவன்
மீது வைத்திருந்த பூரணமான அன்பு மற்றும் அவர் உலக மக்களின் இரட்சிப்புக்காக
அவர்களின் மீது வைத்திருந்து முழுமையான அன்பு ஆகும். இயேசுவின் சிலுவை
என்பது தியாகத்தின் அன்பின் உட்சபட்சமான அடையாளம் ஆகும். இயேசுவின்
சிலுவை அவரின் உன்னத உயர்வுக்கான (சிங்காசனத்தில் அமருவதற்கான)
வெற்றியின் அடையாளமாகும். ஆளுகைக்கான அதிகாரத்தை பெறும்
அஸ்திபாரம் ஆகும்.

     உலகத்தின் மரணத்தின் அதிபதியான சாத்தான் (பிசாசு) இயேசு
கிறிஸ்தவினிடத்தில் எல்லாவற்றிலும் தோற்று போனான். மரணத்தின் பாதாளத்தின்
திறவு கோலை இயேசு பெற்றுக் கொண்டார். முழு உலகையும் ஆளும், நியாயம்

தீர்க்கும், அதிகாரமும் இயேசுவுக்கு கொடுக்கப்பட்டுள்ளது. ஆம் இந்த இயேசு உலக மனிதர்களின் உயர்வுக்கும் உயிர்த்தெழுதலுக்கும் நித்திய ஜீவனை பெற்றுக்கொள்வதற்கும் முன் மாதிரியாக முன் அடையாளமாக இருக்கின்றார். இந்த உண்மையை (சத்தியத்தை) நீங்களும் புரிந்துக் கொள்ளுங்கள்.

சத்தியத்தைக் குறித்துச் சாட்சிக்கொடுக்க பிறந்தவருக்கு, சத்தியத்தையும், அவரின் சாட்சியையும் கேட்கவும் விசுவாசிக்கவும் விரும்பாத பொல்லாத மனிதர்கள், இயேசுவுக்கு சிலுவையில் மரண சாசனத்தை ஏற்படுத்தினார்கள். ஆனால் நீதியுள்ள நியாயாதிபதியான சர்வ வல்ல தேவன் சத்தியபரனாகிய குற்றமற்ற மாசற்ற இயேசு கிறிஸ்துவை சாத்தானின் மரண சாசனத்தின் பிடியிலிருந்து உயிர்ப்பித்துவிட்டார். அவர் ஜீவாதிபதியானார்.

உண்மைக்காக எதை வேண்டுமானாலும் விட்டுக் கொடுக்கலாம். ஆனால் எதற்காகவும் உண்மையை விட்டுக் கொடுக்காதீர். – மகாத்மா காந்தி.

III. இரு வழிப் பாதைகள் இடுக்கமான வாசல் மற்றும் விசாலமான வாசல் இதில் நீ (ங்கள்) எதில் செல்வாய்?

சில ஆயிரங்களில் (அ) சில லட்சங்களில் மனிதர்களின் தேவைகள் சந்திக்கப்பட்டு மனநிறைவாக மகிழ்ச்சியாக வாழ முடியும் என்ற மனபக்குவம் அநேகருக்கு இருக்கின்றது. ஆனால் சிலர் அதிலும் பலர் கோடிகளில் ஆஸ்திகளை சொத்துக்களை கொண்டவர்களாய் சுகபோகமாக வாழ்ந்தாலும், மேலும் பல கோடிகள் பணம் சொத்து சேர்க்கும் மோகத்தை பேராசை புகழை அடைய முயன்றுக் கொண்டே இருக்கின்றார்கள்.

நீதிமொழிகள்: 28 : 1, 4 – 6, 18, 20

ஒருவனும் தொடராதிருந்தும் துன்மார்க்கர் ஓடிப்போகிறார்கள்; நீதிமான்களோ சிங்கத்தைப்போலே தைரியமாயிருக்கிறார்கள்.

வேதப்பிரமாணத்தை விட்டு விலகுகிறவர்கள் துன்மார்க்கரைப் புகழுகிறார்கள்; வேதப்பிரமாணத்தைக் கைக்கொள்ளுகிறவர்களோ அவர்களோடே போராடுகிறார்கள்.

துஷ்டர் நியாயத்தை அறியார்கள்; கர்த்தரைத் தேடுகிறவர்களோ சகலத்தையும் அறிவார்கள்.

இருவழிகளில் நடக்கிற திரியாவரக்காரன் ஐசுவரியவானாயிருந்தாலும், நேர்மையாய் நடக்கிற தரித்திரன் அவனிலும் வாசி.

உத்தமனாய் நடக்கிறவன் இரட்சிக்கப்படுவான்; மாறுபாடான இருவழியில் நடக்கிறவனோ அவற்றில் ஒன்றிலே விழுவான்.

உண்மையுள்ள மனுஷன் பரிபூரண ஆசீர்வாதங்களைப் பெறுவான்; ஐசுவரியவானாகிறதற்குத் தீவிரிக்கிறவனோ ஆக்கினைக்குத் தப்பான்.

இந்த உலகத்திலே நம்முடைய கண்களுக்குத் தெரிந்தும் தெரியாமலும், புரிந்தும் புரியாமலும் பூமியிலும் வானத்திலும் பல ராஜ்யங்கள் செயல்படுகின்றன. அவைகள்: அரசியல், ராணுவங்கள், அறிவியல் தொழில் புரட்சிகள், மருத்துவ கண்டுப்பிடிப்புகள், தேவர்கள், ஆன்மீகங்கள், ஆவிகள் உலகம் என்று பல ராஜ்யங்களின் ஆதிக்கம் கொண்ட உலகமாகவே இன்றைய யுகம் காணப்படுகின்றன. இவைகள் அணைத்தும் ஒன்றுக்கொண்டு தங்களின் குணம் கொள்கை அடிப்படையில் பாரபட்சம், முறைகேடு, ஆக்கிரமிப்பு, அதிகார துஷ்பிரயோகம், குறுகிய கால பெருமை சாதனை சரித்திரம் ஊழலில் ஒன்றுக்கொன்று ஒத்துப்போகின்றன.

ஆனால் கர்த்தராகிய இயேசு கிறிஸ்துவினால் சொல்லப்பட்டதான தேவனுடைய ராஜ்யம் ஜீவமார்க்கத்தின் நீதியின் வழிகளில் அதின் வார்த்தைகளில், கட்டளைகள், கொள்கைகளில் ஒட்டுமொத்த மனித இனத்திற்கும் வேண்டிய நீதியான நிலையான தூய்மையான பூரண வாழ்விற்கான நன்மைகள் ஆசீர்வாதங்கள் மிகுதியாக உள்ளது. இதை அறியாத புரிந்துக்கொள்ளாத மனிதர்கள், தங்களின் தவறான தெரிந்துக் கொள்ளுதலினால் சுயநல ஆசைகளினால் அநீதியான பெருமைகளினால் தீமைகளை நோக்கி சென்றுக் கொண்டிருக்கிறார்கள்; இதைத் தடுக்க வேண்டும் என்பது தேவனுடைய ராஜ்யத்தின் இரட்சிப்பின் திட்டம் ஆகும்.

உலகை இயற்கையை உண்டாக்கினவரான தேவனாகிய கர்த்தர், சூரைக் காற்றுக்கும், சுவாசிக்கும் காற்றுக்கும், தென்றல் காற்றுக்கும், வானத்து மழை நீருக்கும், கடல் நீருக்கும், ஆறு, ஏரி, அருவி, குளம் நீருக்கும், இயற்கை அழகுக்கும் ஆற்றலுக்கும் ஆரோக்கியத்திற்கும் தன்னுடைய முதலீட்டிற்கான பலனை வட்டி முதலுமாக, எந்த உயிரினத்திடமும் மனிதர்களிடமும் தேவனாகிய கர்த்தர் காசு பணம் கேட்கின்றதே இல்லை. நீங்கள் உலகிலுள்ள உயிரினங்களிடமும் இயற்கையினிடமும் இறைவனிடமும் பிற மனிதர்களிடமும் அன்பு கூருகின்ற சிறந்த நல்ல குணமும் கொண்டவர்களா? என்று ஆராய்ந்துப் பாருங்கள்.

உலக நாடுகளின் தலைவர்களிடையே மனிதர்களிடையே தங்களில் யார் உயர்ந்தவன், சிறந்தவன், பெரியவன், பலம்வாய்ந்தவன், வல்லரசு, செழிப்பு, செல்வ வளம், அணுஆயுதபலம், கனிமவளம், தொழில்வளம், அதிகம் கொண்டவன் யார்? என்ற போட்டி பொறாமை பெருமை காணப்படுகின்றது. இவர்களில் யாருமே இயற்கை வளங்களை, கடல் வளங்கள், நிலம் கனிம

வளங்கள், நீர்நிலைகள், ஆகாயம், வானமண்டலத்தின் வளங்களை இவர்கள் யாருமே உண்டாக்கவில்லை. ஆனால் அவைகளை ஆக்கிரமிக்கவும் தானே அனுபவிக்கவும் அழிக்கவும், மூர்க்கத்தனமான மோசடியான கொள்கை கொண்டவர்கள் இருப்பது கூடவே கூடாது. சில நாடுகளின் அதிபதிகள் அரசுகள் அதிபயங்கர அழிவின் அணுகுண்டுகளை உருவாக்கி பரிசோதித்து மற்ற நாடுகளை அச்சுறுத்தி, தானே சக்திவாய்ந்தவன் வல்லரசு என்ற எல்லா மனிதர்களும் எனக்கு அடிபணிய வேண்டும் என்று கலகம் செய்கின்றார்கள். இப்படிப்பட்டவர்கள் எல்லாம் தாங்கள் பிறக்கும்போதும் இறக்கும்போதும் எதையும் கொண்டு வரவும் எதையும் கொண்டுப்போகவும் முடியாத அற்பமானவர்கள், அழிந்துபோகும் மிருகத்திற்கு ஒப்பானவர்கள் என்பதை உணரவேண்டும். இவர்கள் எல்லாம் என்னவெல்லாம் வளங்கள் வரங்கள் பெற்றவர்களானாலும், நல்ல மனிதர்களாக நல்லரசு என்ற பெயரை உடையவர்களாக பொதுநலனை பின்பற்றிட வேண்டும்.

பூமியில் பிறந்து வளர்ந்து வாழ்கின்ற எந்த மனிதனுக்கும் இரண்டு வாய்ப்புகளில், இரண்டு வழிகளில் ஏதேனும் ஒன்றை தெரிந்துக் கொள்வது நம் ஒவ்வொருவரின் பொறுப்பாக கடமையாக இருக்கின்றது. மத் – 7 : 13, 14 – வசனங்களில் இயேசு கிறிஸ்து சொன்ன வழிகாட்டுதலை கவனியுங்கள்

இடுக்கமான வாசல்வழியாய் உட்பிரவேசியுங்கள்; கேட்டுக்குப் போகிற வாசல் விரிவும், வழி விசாலமுமாயிருக்கிறது; அதின் வழியாய்ப் பிரவேசிக்கிறவர்கள் அநேகர். ஜீவனுக்குப் போகிற வாசல் இடுக்கமும், வழி நெருக்கமுமாயிருக்கிறது; அதைக் கண்டுப்பிடிக்கிறவர்கள் சிலர். மற்றும் (லூக் – 13 : 24 ல்) இடுக்கமான வாசல்வழியாய் உட்பிரவேசிக்கப் பிரயாசப்படுங்கள், அநேகர் உட்பிரவேசிக்க வகை தேடினாலும் அவர்களாலே கூடாமற் போகும் என்று உங்களுக்கு சொல்லுகிறேன், என்றார்.

A. இடுக்கமான வாசலைக் கொண்ட வழி என்பது கட்டுக்கோப்பான கடினமான அனுபவமான நேர்மையும், தியாகமும், தூய்மையும் கொண்ட, சிலுவை அனுபவத்தின் வழியாக இருக்கும். அது தேவனின் சத்தத்தை (சத்தியம், வழியை) அறிந்து கொண்டு, தேவனின் சித்தத்தை (விருப்பத்தை) நிறைவேற்றி, நித்திய ஜீவனை பெற்றுக் கொள்ளுகின்ற பூரணமான இரட்சிப்பின் வழியாகும். இது நீதிமானுக்குரிய பாதை ஆகும். இந்த வழி மனிதர்களின் இரண்டாம் தெரிந்துக் கொள்ளுதலாக இருக்கின்றது. அநேகர் இதில் பிரவேசிப்பதற்கு கடினமான மனம் கொண்டுக் காணப்படுகின்றார்கள்.

B. வழி விசாலமான விரிவான பாதை என்பது அநேக மனிதர்களின் முதலாம் தெரிந்துக் கொள்ளுதலாக யார்வேண்டுமானாலும் விருப்பத்துடன், தங்கள் இஷ்டம்போல் கட்டுபாடுகள் இல்லாமல் வாழுகின்ற தற்பிரிய சுய நல வாழ்க்கை

பாதையாக தற்காலிக இன்பமுடன் பயணிக்கின்றார்கள். இது கெட்டு போன (அ) சுயநலமும், அநீதியான வாழ்வையும் கொண்ட பாதை ஆகும். இது நிலையற்றதும் இரட்சிப்பு, பாதுகாப்பு இல்லாத நரகலான வாழ்வாக (வழியாக) இருக்கின்றது. இது துன்மார்க்கருடைய பாதை ஆகும்.

நோவாவின் காலத்தில் சுமார் கி. மு. 2500 வருட கால கட்டங்களில்; தேவன் பூமியைப் பார்த்தார்; இதோ அது சீர் கெட்டதாயிருந்தது; மாம்சமான யாவரும் (மனிதர்கள்) பூமியின் மேல் தங்கள் வழியைக் கெடுத்துக் கொண்டிருந்தார்கள். பூமி கொடுமையினால் நிறைந்திருந்தது. தேவன் மனிதர்களை பூமியோடுங்கூட அழித்துப் போடுவேன் என்றார். ஆதி – 6 : 5, 11 – 13; நீதிமொழிகள்: 5 : 21;

ஏசாயா. 3 : 10, 11, 12, 13;

உங்களுக்கு நன்மையுண்டாகும் என்று நீதிமான்களுக்குச் சொல்லுங்கள்; அவர்கள் தங்கள் கிரியைகளின் பலனை அநுபவிப்பார்கள்.

துன்மார்க்கனுக்கு ஐயோ! அவனுக்குக் கேடு உண்டாகும்; அவன் கைகளின் பலன் அவனுக்குக் கிடைக்கும்.

பிள்ளைகள் என் ஜனங்களை ஒடுக்குகிறவர்களாயிருக்கிறார்கள்; ஸ்திரீகள் அவர்களை ஆளுகிறார்கள். என் ஜனமே, உன்னை நடத்துகிறவர்கள் உன்னை மோசம்போக்கி, நீ நடக்க வேண்டிய வழியை அழித்துப்போடுகிறார்கள்.

கர்த்தர் வழக்காட எழுந்திருந்து, ஜனங்களை நியாயந்தீர்க்க நிற்கிறார்.

மனுஷனுடைய வழிகள் கர்த்தரின் கண்களுக்கு முன்பாக இருக்கிறது; அவனுடைய வழிகளெல்லாவற்றையும் அவர் சீர்தூக்கிப் பார்க்கிறார்.

குறிப்பு: இடுக்கமான வாசலின் வழியாக ஜீவமார்க்கத்திற்குள்ளே பயணிக்க வேண்டும். இடுக்கமான வாசலைப்பற்றி பேசின இயேசு கிறிஸ்துவே அதற்கு வாசலாக, வழிகாட்டுதலின் முன்மாதிரியாக இருக்கின்றார். நானே வாசல், என் வழியாய் ஒருவன் உட்பிரவேசித்தால், அவன் இரட்சிக்கப்படுவான், அவன் உள்ளும் புறம்பும் சென்று மேய்ச்சலைக் கண்டடைவான் என்றார். இவர் நம்மை ஒடுக்குதலுக்கும் மரணத்திற்கும் நேராக அல்ல, இவர் நம்மை வாழ்வின் நீதிக்கும் ஜீவனுக்கும் பரிபூரணத்திற்குள்ளாகவும் நடத்துகின்றார். நானே வழியும் சத்தியமும் ஜீவனுமாயிருக்கிறேன் என்றார். நாம் விடுதலை, பரிசுத்தம், இரட்சிப்பு, இளைப்பாறுதலை இவராலே பெற்றுக்கொள்கின்றோம்.

யோவான்: 8 : 31 – 34; 10 : 7 – 9; 14 : 3 – 6; 17 :3, 13 – 25; 6 : 35 – 37; மத்தேயு: 11 : 28 – 30; எபிரெயர்: 4 : 1 – 11.

1. இஸ்ரவேலின் ராஜாவாக இருந்த தாவீதின் ஜெபத்தை கவனியுங்கள் :

கர்த்தாவே, உம்முடைய வழிகளை எனக்குத் தெரிவியும் உம்முடைய பாதைகளை எனக்குப் போதித்தருளும், உம்முடைய சத்தியத்திலே என்னை நடத்தி, என்னைப் போதித்தருளும்; நீரே என் இரட்சிப்பின் தேவன், உம்மை நோக்கி நாள்முழுவதும் காத்திருக்கிறேன். கர்த்தாவே உமது வழியை எனக்குப் போதித்து, என் எதிராளிகளினிமித்தம் செவ்வையான பாதையில் என்னை நடத்தும்.

கர்த்தாவே, உமது வழியை எனக்குப் போதியும், நான் உமது சத்தியத்திலே நடப்பேன்; நான் உமது நாமத்திற்குப் பயந்திருக்கும்படி என் இருதயத்தை ஒருமுகப்படுத்தும். (சங் – 18 : 21, 30; 25 : 4, 5, 9,12; 27 : 11; 86 : 11)

தேவனுடைய வழி உத்தமமானது; கர்த்தருக்குப் பயப்படுகிற மனுஷன் எவனோ அவனுக்குத் தாம் தெரிந்துக்கொள்ளும் வழியைப் போதிப்பார். சாந்தகுணமுள்ளவர்களை நியாயத்திலே நடத்தி, சாந்தகுணமுள்ளவர்களுக்குத் தமது வழியைப் போதிக்கிறார்.

2. மோசே இஸ்ரவேலை வழிநடத்தி சென்றபோது கர்த்தரை நோக்கி ஜெபித்ததை கவனியுங்கள் :

தேவரீர் உம்முடைய கண்களில் இப்பொழுது எனக்குக் கிருபை கிடைத்ததானால் நான் உம்மை அறிவதற்கும், உம்முடைய கண்களில் எனக்குக் கிருபை கிடைப்பதற்கும், உம்முடைய வழியை எனக்கு அறிவியும்; இந்த ஜாதி உம்முடைய ஜனமென்று நினைத்தருளும் என்றான். (யாத் – 33 : 13) சாந்த குணமுள்ளவனாகிய மோசேக்கு தேவன் தமது வழியை போதித்தார்.

மோசே இஸ்ரவேலுக்குச் சொன்னது : இதோ, நான் ஜீவனையும் மரணத்தையும், நன்மையையும் தீமையையும், ஆசீர்வாதத்தையும் சாபத்தையும், உனக்கு முன் வைத்தேன். உங்கள் மேல் வானத்தையும் பூமியையும் சாட்சியாக வைக்கிறேன். நீங்கள் (உபா – 30 : 15 – 20) பிழைக்கும்படிக்கு, நீங்கள் ஜீவனை தெரிந்துக் கொள்ளுங்கள். தேவனாகிய கர்த்தரிடத்தில் அன்புகூர்ந்து, அவர் வழிகளில் நடப்பதே அவர் சத்தத்திற்குச் செவிகொடுத்து, அவரைப் பற்றிக் கொள்வதே உனக்கு ஜீவனும் தீர்க்காயுசும் என்றான்.

3. சாலமோன் இஸ்ரவேலுக்கு ராஜாவாக இருந்த போது தேவனாகிய கர்த்தரை நோக்கி ஜெபித்ததை (வேண்டுதல்) கவனியுங்கள் :

தேவரீர் எங்கள் பிதாக்களுக்குக் (முன்னோர்கள்) கொடுத்த தேசத்தில் அவர்கள் உயிரோடிருக்கும் நாளெல்லாம் உமக்குப் பயப்படும்படிக்கு தேவரீர் ஒருவரே எல்லா மனுப்புத்திரரின் இருதயத்தையும் அறிந்தவராதலால், நீர் அவனவன் இருதயத்தை அறிந்திருக்கிறபடியே, அவனவனுடைய வழிகளுக்குத் தக்கதாகச் செய்து, அவனவனுக்குப் பலன் அளிப்பீராக, என்றான். (1 இராஜா –8:4)

4. எரேமியா தீர்க்கத்தரிசியின் ஜெபத்தை (விண்ணப்பம்) கவனியுங்கள் :

கர்த்தராகிய ஆண்டவரே, இதோ, தேவரீர் உம்முடைய மகா பலத்தினாலும், நீட்டப்பட்ட உம்முடைய புயத்தினாலும் செய்யக்கூடாத அதிசயமான காரியம் ஒன்றுமில்லை. தேவனே, யோசனையிலே பெரியவரும், செயலிலே வல்லவருமாயிருக்கிறீர்; அவனவனுக்கு அவனவனுடைய வழிக்குத்தக்கதாகவும், அவனவனுடைய கிரியைகளின் (செயல்களின்) பலனுக்குத்தக்கதாகவும் அளிக்கும்படி, உம்முடைய கண்கள் மனுபுத்திரருடைய எல்லா வழிகளின் மேலும் நோக்கமாயிருக்கின்றன, என்றான். (எரே – 32 : 17, 19)

குறிப்பு: ஒவ்வொரு மனிதரின் வழிகளும், செயல்களும் எவ்வகையான கொள்கை, என்னென்ன விருப்பங்களை கொண்டிருக்கின்றதோ ! அதின் முடிவாக தேவனின் நியாயத்தீர்ப்பு, தக்க பலனை அவனவனுக்குக் கொடுக்கும், நாம் சரியான செம்மையான வழிகளையும் விருப்பங்களை அடைவதற்கு, நல்ல போதனையில், சீராக வழிநடத்தப்பட வேண்டும். தேவனுடைய ராஜ்யத்தின் ஒருங்கிணைந்த சத்தியத்தின் ஒழுக்கத்தில், நீதியின் வழிகளில், இயேசுகிறிஸ்துவின் நோக்கத்தில் ஒருமனப்பட்டவர்களாய் கிறிஸ்துவின் மக்கள் சபைகள் அனைத்தும் உண்மையுள்ளவர்களாய் ஜீவிக்க வேண்டும்.

நான் உனக்குப் போதித்து, நீ நடக்க வேண்டிய வழியை உனக்குக் காட்டுவேன்; உன்மேல் என் கண்ணை வைத்து, உனக்கு ஆலோசனை சொல்லுவேன். நீங்கள் வலதுபுறமாய்ச் சாயும்போதும், இடது புறமாய்ச்சாயும்போதும் : வழி இதுவே, இதிலே நடவுங்கள் என்று உங்களுக்குப் பின்னாலே சொல்லும் வார்த்தையை உங்கள் காதுகள் கேட்கும் என்று நல்ல போதகரின், போதனைகளின் முக்கியத்துவத்தை பற்றி கர்த்தராகிய தேவன் சொல்லுகின்றார். (ஏசா – 30 : 20, 21; சங் – 32 : 8);

இன்றைய 21 ஆம் நூற்றாண்டு உலகளாவிய, இந்திய கிறிஸ்தவ சபைகளின் அநேக மனிதர்கள் இடுக்கமான வாசலை விட்டு, இயேசு கிறிஸ்துவின் பெயரை மட்டும் பயன்படுத்திக் கொண்டு விசாலமான வழிகளைக் கொண்ட ஆடம்பர ஜீவனத்தின் பெருமையில், உலக பொருள்களின், ஆஸ்திகளின் இச்சைகளின் வாழ்க்கையில் வாழ்ந்து வருகின்றார்கள். இவர்கள் கிறிஸ்துவின் சிந்தை இல்லாதவர்களாய், அவரின் வார்த்தைகள் வழிகளை பின்பற்றாமல் உலகத்தாரின் சிந்தையோடு, இவர்கள் ஜீவனுக்குப் போகும் வாசலை வழியை தவறவிட்டு விட்டார்கள். இப்புத்தக செய்தியின் மூலமாக நீங்கள் பாதாளத்துக்கு போவதை தடுப்பதே இவ்வூழியத்தின் வாஞ்சையும் தரிசனமுமாக இருக்கின்றது.

IV. நீ(ங்கள்) இயேசுவை பின்பற்றும் சீஷனாகும் மற்றும் ஊழியனாகும் தகுதியை அறிந்தாயா? தகுதியை அடைந்தாயா?

இயேசு கிறிஸ்து : நானே நல்ல மேய்ப்பன், நானே ஜீவ அப்பம், நானே

உலகிற்கு ஒளியாய் இருக்கிறேன், நானே வழியும் சத்தியமும் ஜீவனுமாயிருக்கிறேன், நானே உயிர்த்தெழுதலும் ஜீவனுமாயிருக்கிறேன் என்றார். இயேசு கிறிஸ்து தான் சொன்னபடியே சிலுவையில் மரித்தார். தான் சொன்னபடியே மூன்றாம் நாளில் உயிர்த்தெழுந்தார். அவர் வீரமிக்க தியாகமுள்ள தலைவராக, இரட்சகராக இருந்தார். இந்த இயேசு தன்னைப் பின்பற்றி வர விரும்புகின்றவர்களுக்கு (சீஷர்கள் – விசுவாசிகள்) விடுத்த நிபந்தனை (அ) தகுதிக்கான கட்டளை என்ன? என்ற அடிப்படை விதியை அறிந்து, அவருக்குப் பின் செல்லுவதையே அங்கிகரித்து ஏற்றுக் கொள்ளுகின்றார். இது மிகவும் முக்கியமான அடிப்படை தகுதி ஆகும்.

தன் சிலுவையை சுமக்கவும், தன்னை வெறுக்கவும் மனமில்லாதவர்கள் இயேசுவின் பெயரால் என்னவெல்லாம் சொன்னாலும், செய்தாலும் அந்த மனிதர்களையும் அவர்களின் கிரியைகளும் அங்கீகரிக்கப்படுவதில்லை என்பது தலைவரின் (இயேசு கிறிஸ்துவின்) உறுதியான நிலை ஆகும்.

யோவான்: 12 : 23 – 25, 26 – 28 அப்பொழுது இயேசு அவர்களை நோக்கி: மனுஷகுமாரன் மகிமைப்படும்படியான வேளை வந்தது.

மெய்யாகவே மெய்யாகவே நான் உங்களுக்குச் சொல்லுகிறேன், கோதுமை மணியானது நிலத்தில் விழுந்து சாகாவிட்டால் தனித்திருக்கும், செத்ததேயாகில் மிகுந்த பலனைக் கொடுக்கும்.

தன் ஜீவனைச் சிநேகிக்கிறவன் அதை இழந்துபோவான்; இந்த உலகத்தில் தன் ஜீவனை வெறுக்கிறவனோ அதை நித்திய ஜீவகாலமாய்க் காத்துக்கொள்ளுவான்.

ஒருவன் எனக்கு ஊழியஞ்செய்கிறவனானால் என்னைப் பின்பற்றக்கடவன், நான் எங்கே இருக்கிறேனோ அங்கே என் ஊழியக்காரனும் இருப்பான்; ஒருவன் எனக்கு ஊழியஞ்செய்தால் அவனைப் பிதாவானவர் கனம்பண்ணுவார்.

இப்பொழுது என் ஆத்துமா கலங்குகிறது, நான் என்ன சொல்லுவேன். பிதாவே, இந்த வேளையினின்று என்னை இரட்சியும் என்று சொல்வேனோ; ஆகிலும், இதற்காகவே இந்த வேளைக்குள் வந்தேன்.

பிதாவே, உமது நாமத்தை மகிமைப்படுத்தும் என்றார். அப்பொழுது: மகிமைப்படுத்தினேன், இன்னமும் மகிமைப்படுத்துவேன் என்கிற சத்தம் வானத்திலிருந்து உண்டாயிற்று.

கவனியுங்கள்: கிறிஸ்த மார்க்கத்தின் நம்பிக்கை உடையவர்களாய் நீங்களும் நானும் ஊழியம் செய்கிறவர்களானால், அனைவருமே இயேசு கிறிஸ்துவின் கட்டளை, நிபந்தனை முன் மாதிரியைப் பின்பற்றி மட்டுமே ஊழியம்

செய்திட வேண்டும். அவ்வாறே நம்மிடம் சிறந்த தலைமை பண்பும் தியாகமும் நேர்மையான செயல்களும் வெளிப்படவேண்டும். இவ்வாறு ஊழியம் செய்பவர்களை பிதாவான தேவன் கனம்பண்ணுவார். இதற்கு எதிர்மாறாக, நாம் உலக மாதிரிகளின் தலைமைத்துவத்தை சாதனை மனிதர்களின் பாடங்களைப் பின்பற்றி ஊழியம் செய்தால், அதையும் பிதாவானவர் கவனிப்பார். ஆனால், உங்களை கனம்பண்ண முடியாமல் கடிந்துக்கொள்ளப்படுவீர்கள். நீங்கள் எந்த மாதிரி செயல்படுகின்றீர்கள் என்பதைக் குறித்து எச்சரிக்கையுடன் இருக்கவேண்டும் என்பதே எனது தாழ்மையான வேண்டுகோள்.

மாறுபாடான போதனையும், சிந்தனையும் கொண்ட மனிதர்கள்:

20 - 21 ஆம் நூற்றாண்டு மக்களில் அநேகர் தங்களை கிறிஸ்தவர்கள், ஊழியக்காரர்கள் என்று சொல்லிக் கொண்டாலும், இயேசுவின் கட்டளைகளை வழிகாட்டுதலை அவர்கள் மதிப்பதும் பின்பற்றுவதும் இல்லை. பலர் தங்களின் வாழ்வில் தங்கள் சிலுவையை சுமக்கவும் விரும்புவதில்லை, பலர் இயேசு கிறிஸ்துவை, பின்பற்றி செல்லுவதுமில்லை. ஆனால் சிலர் வாரா வாரம், சிலர் மாதா மாதம், சிலர் வருடம் வருடம் இயேசுவின் சிலுவை பாடுகளை நினைத்து துக்கம் அனுசரிக்கிறார்கள். இயேசுவின் சிலுவை பாடுகளை எண்ணி தியானிக்கிறார்கள், சிலுவை சொரூபத்தை மாலையாக தொங்க விடுகிறார்கள். தங்கள் வீட்டிலே, தங்கள் சபையிலே, தங்கள் ரோட்டிலே சிலுவை சிலைலய வைத்துக் கொள்கிறார்கள். இப்படியாக இயேசுவின் சிலுவை சின்னத்தை தங்கள் வெளிப்புற அடையாளமாக மட்டும் காட்டிக்கொள்ள விரும்புகின்ற மனிதர்கள்; தங்களின் உள்ளான மனதில் தங்களின் சொந்த குடும்ப வாழ்வில், தங்களின் ஊழியம், சமுதாய வாழ்வில் இயேசு கிறிஸ்து சொன்ன தன் சிலுவையை சுமக்க விரும்பாதவர்களாய், சிலுவை அனுபவத்தை இழிவாக, தோல்வியாக, அவமானமாக, அவபக்தியாக, அழகற்றதாக, அசிங்கமாக, சாபமாக, கடினமாக, தேவை அற்றதாக கருதுகின்றார்கள் .

தங்கள் எல்லாருக்கும் சேர்த்தே இயேசு கிறிஸ்து ஒருவரே சிலுவையை சுமந்ததே போதுமானது, நாங்கள் ஏன் இனி சிலுவையை சுமக்க வேண்டும்? என்ற பொய்யான உபதேசத்தில், நிலையற்ற உலக மேன்மைகள் பெருமைகளின் மீது நாட்டமும் நம்பிக்கைக் கொண்டு சுயநல, சுகபோக, தத்துவம் கொண்ட மனிதர்களாகவே இருக்கின்றார்கள். இவர்கள் கிறிஸ்தவர்கள் என்றும், ஊழியர்கள் என்றும், போதகர்கள் என்றும், தீர்க்கத்தரிசிகள் என்றும், மேய்ப்பர்கள் என்றும் சொல்லிக் கொண்டாலும் இயேசு கிறிஸ்துவுக்கு தகுதியற்ற மனிதர்களாகவே இருக்கின்றார்கள். இவர்களின் வாழ்வும் ஊழியமும் நித்திய ஜீவனை பெற்றுக் கொள்ள தகுதியிழந்தவையாக இருப்பதை சத்திய வசனங்களின் உண்மையோடு ஒப்பிட்டு இன்றே மனந்திரும்புங்கள்.

மேலும் மத்தேயு – 16 : 24 – 26; லூக் – 9 : 23 – 26; ஆகிய வசனங்களில் இயேசு கிறிஸ்து சொன்ன சத்தியத்தை கவனியுங்கள் :

அப்பொழுது, இயேசு தம்முடைய சீஷர்களை நோக்கி ஒருவன் என்னைப் பின்பற்றி வர விரும்பினால், அவன் தன்னைத்தான் வெறுத்து, தன் சிலுவையை எடுத்துக் கொண்டு என்னைப் பின்பற்றக் கடவன்.

தன் ஜீவனை இரட்சிக்க விரும்புகிறவன் : அதை இழந்துப் போவான்; என்னிமித்தமாகத் தன் ஜீவனை இழந்துப் போகிறவன் அதைக் கண்டடைவான். மனுஷன் உலகம் முழுவதையும் ஆதாயப்படுத்திக் கொண்டாலும், தன் ஜீவனை நஷ்டப்படுத்தினால் அவனுக்கு லாபம் என்ன? மனுஷன் தன் ஜீவனுக்கு ஈடாக என்னத்தைக் கொடுப்பான்?

Then said Jesus unto His disciples. If any man will come after me. Let him deny himself, and take up his cross, and follow me. For whoever will lose his life for my sake shall find it. For what is a man profited, if he shall gain the whole world, and lose his own soul? or what shall a man give in exchange for his soul? (Mathew – 16 : 24 – 26; Luke – 9 : 23 – 25)

கவனியுங்கள் : நான் முன்னமே இயேசு கிறிஸ்துவின் வாழ்வில், ஊழியத்தில் சிலுவையின் அனுபவம் எப்படி இருந்தது என்று விளக்கமாக தெளிவு படுத்தியிருந்தேன். இயேசு கிறிஸ்துவுக்குள்ளாக இருந்த அன்பும், தியாகமும் மற்றும் பிதாவின் சித்தத்தை மட்டுமே நிறைவேற்றி முடிக்கும் நோக்கமும், அவரை சிலுவையை சுமந்து செல்லவும் ஜீவனையே கொடுக்கவும் அர்ப்பணிப்புக்கு முன் மாதிரியாக்கினது.

ஆம் உண்மையான அன்பும் – தியாகமும், தேவ சித்தத்தை நிறைவேற்றும் அப்பணிப்புள்ள மனிதர்களால் மட்டுமே தங்கள் சிலுவையை சுமக்கவும், தங்கள் ஜீவனை இயேசுவுக்காக, கொடுக்கவும் துணிவுக்கொண்டு இயேசுவுக்கு பின் செல்வார்கள். இதை இன்னும் மிக தெளிவாக புரிந்துக் கொள்ள வேண்டுமானால், மத்தேயு, மாற்கு, லூக்கா வசனங்களில் முற்பகுதியில் இயேசு சொன்ன வார்த்தைகளையும் கவனிக்க வேண்டும். (மத் – 10 : 34 – 37, (8 – 39), (40 – 42), 16 : 21 – 23, (24 – 27), மாற் – 8 : 29 – 33, (34 – 37), லூக் – 14 : 25 – 26, (27)

இந்த வசனங்களில் இயேசு கிறிஸ்து மிக முக்கியமான உறவு உணர்ச்சி ரீதியிலான, சவாலான முன்மாதிரியை தகுதியாக முன் வைக்கின்றார். இதை இயேசு கிறிஸ்துவை விசுவாசிக்கின்றவர்களின் (விசுவாசிகள், சீஷர்கள், ஊழியர்களின்) தகுதிக்கான நிலைபாடாக பார்க்கப்படுகின்றன.

அநேக ஊழியக்காரர்களான கிறிஸ்தவர்களும் சராசரி மனிதர்கள் என்ற வகையில் உலக மனிதர்கள் தலைவர்களை போன்றே தன்னைப்பற்றியும் தன்

மனைவி பிள்ளைகள் பெற்றோர் வாழ்வைப் பற்றியும் Sentiment Lock up - உணர்ச்சிரீதியான உறவுகளின் கருத்து தத்துவம் நோக்கத்தில் சிக்கிக் கொண்டிருக்கின்றார்கள். இது சரிதான் சாட்சியுள்ள வாழ்வு என்று அவர்களுக்குள்ளாகவும் வெளி உலகமும் காணும்படிக்கு சான்று அளித்துக் கொள்கின்றார்கள். இவர்களின் மனோபாவமும் சிந்தனையும் எப்பொழுதும் தங்களை நேசித்து போஷித்து சந்தோஷப்படுத்திக் கொள்வதில் குறைவு வந்துவிடக்கூடாது என்று, அதற்காக வேதாகம சத்தியத்தின் கட்டனைகள் ஒழுங்கையும் மீறுகின்ற மனிதர்களாக வாழ்கின்றார்கள். எனவே, இவர்கள் தேவனிடமும் பிற மனிதர்களிடமும் உண்மையாகவும் முழுமையான அன்பாகவும் இருக்க முடிவதில்லை. ஆகவே, இயேசு கிறிஸ்து தன்னைப் பின்பற்றிவர விரும்பினவர்களுக்கு முழு அர்ப்பணிப்பின் கட்டளையைக் கொடுத்தார்.

கிறிஸ்துவுக்குள் பிரியமான சகோதரனே, சகோதரியே நீங்கள் எப்படிப்பட்டவர்களாக இருக்கின்றீர்கள்? அநேகர் இயேசு கிறிஸ்துவினிடம் வருவதானாலும் அவருக்கு ஊழியம் செய்வதானாலும் எங்களுக்கு எனக்கு என்ன கிடைக்கும்? உணவு உடை நல்ல வீடு வசதிகள் நல்ல வேலை பணம் சுகம் சொத்து இவைகள் எல்லாம் கிடைத்தால் கொடுத்தால் நாங்கள் இயேசு கிறிஸ்துவை இரட்சகராக, தெய்வமாக ஏற்றுக்கொள்கிறோம். அவருக்கு ஊழியம் செய்கின்றோம் என்று சொல்லி வாழ்பவர்களும் உண்டு. கர்த்தர் நம்மிடம் எதை எதிர்ப்பார்க்கின்றார்? மனத்தாழ்மையும், உண்மையான அர்ப்பணிப்பும், கீழ்ப்படிதலும், முழுமையான அன்பு கூருதலையுமே நம்முடைய வாழ்வில் தேவன் விரும்புகின்றார்.

(i) முதலில் தன்னைத்தான் வெறுக்க வேண்டும். (ii) இரண்டாவது தன் சிலுவையை தானே அனுதினமும் சுமந்துக் கொண்டு (எடுத்துக் கொள்ள வேண்டும்) மூன்றாவது iii) இயேசுவுக்கு பின் செல்ல வேண்டும். இயேசு கிறிஸ்து தன்னைத் தானே வெறுத்தார். அதாவது தன் சுய விருப்பத்தின் மற்றும் சொந்த குடும்ப உறவினரின் விருப்பத்தின் செயல்களைச் செய்யாமல்; தனக்குண்டானவைகளை எல்லாம் வெறுத்து, பிதாவின் சித்தம் (விருப்பத்தை) செய்து முடிப்பதையே நோக்கமாக அனுதினமும் தன் சிலுவையை சுமந்தார்.

இந்த முன்மாதிரியை தன்னை பின்பற்றின சீஷர்களுக்கும், ஜனங்களுக்கும், முன்பு "தகுதியாக – அழைப்பாயாக" முன் வைத்தார். இந்த தகுதி, அர்ப்பணிப்பு, அழைப்பு இல்லாத எந்த ஒரு மனிதனும் கிறிஸ்தவனும் ஊழியனும் குறைவுள்ளவர்களாக நியாயத்தீர்ப்பு நாளில் கர்த்தரால் நிராகரிக்கப்படுவார்கள். ஏனென்றால் இவர்கள் தேவனின் சித்தத்தை நிறை வேற்றாமல், தங்களின் சுயசித்தத்தை (சுயநலன், தங்கள் குடும்ப உறவுகளை, (மனிதர்களை) பிரியப்படுத்தும் செயல்களை) நிறைவேற்றுபவர்களாய் இருக்கின்றார்கள்.

எ.கா. 1. இயேசு கிறிஸ்து தேவனுடைய குமாரனாக இருந்தும், வல்லமை, வரம், அதிகாரம் பெற்றவராக இருந்தும் தன் வாழ்நாட்களில் தான் உலகத்தின் பாவத்தை சுமந்து தீர்க்க வேண்டும் என்ற அர்ப்பணிப்புக்கு, தேவனின் சித்தத்திற்கு முழுமையுமாக கீழ்படிந்தார். இதை தன்னுடைய சீஷர்களிடம் முன்னமே தாராளமாக தயங்காமல் சொன்னார். மனுஷகுமாரன் பல பாடுகள் பட்டு, மூப்பராலும் பிரதான ஆசாரியராலும், வேதபாரகராலும் ஆகாதவனென்று தள்ளப்பட்டு, கொல்லப்பட்டு, மூன்று நாளைக்குப் பின்பு உயிர்த்தெழுந்திருக்க வேண்டியது அவசியம் என்பதை போதித்து சொன்னார். அப்பொழுது பேதுரு (சீஷன் ஒருவன்) இயேசுவை தனியே அழைத்துக் கொண்டுபோய், அவரைக் கடிந்துக் கொள்ளத் தொடங்கினான். (மத் – 16 : 21 – 23)

இயேசு திரும்பித் தம்முடைய சீஷரை (பேதுருவை) நோக்கி : எனக்குப் பின்னாகப் போ, சாத்தானே, நீ எனக்கு இடறலாயிருக்கிறாய்; தேவனுக்கு ஏற்றவைகளைச் சிந்திக்காமல் மனுஷனுக்கு (மாம்சீகமான – Flesh) ஏற்றவைகளை சிந்திக்கிறாய் என்று சொல்லி, அவனை கடிந்துக் கொண்டார்.

இயேசு கிறிஸ்து தனக்கே உரிய ஊழியத்தை தகுதியுடன், நிறைவேற்றினபோது, தன் உடன் பிறப்பு சகோதரர், சகோதரி, உற்றார் உறவினர், சொந்த ஊர் மக்களும் இயேசுவை விசுவாசிக்கவில்லை, அவரை ஏற்றுக் கொள்ளவில்லை, அவரை புறக்கணித்தார்கள். இவர்கள் உறவில் சொந்தம் பந்தம் என்று ஒன்றுபட்டாலும்; மனித சமுதாய வாழ்வில் தேவனின் சித்தத்தை நிறைவேற்ற கூடிய நம்பிக்கையில், தேவனுடைய சித்தத்தை நிறைவேற்றி முடிக்கும் ஊழியத்தில், கருத்தில், விசுவாசத்தில் வேறுபட்டு முரண்பட்டு, இருந்தார்கள். இதை தான் உன் வீட்டாரே உனக்கு சத்துரு என்று மிக சரியாக சொன்னார். இப்படிப்பட்டவர்கள் இன்றைக்கும் சபைகளின் குடும்பங்களில், சமுதாயத்தில் இருக்கின்றார்கள். (மத்தேயு: 10 : 34 – 37; மீகா: 7 : 5,6; 1இராஜா: 13 : 1 –10, 11 – 20)

எனவே தான் இயேசு கிறிஸ்து - முழு அர்ப்பணிப்புடன் தியாகத்துடன் பிதாவின் சித்தத்தை (அவரின் விருப்பத்தை) நிறைவேற்றியே முடிப்பேன் என்ற நோக்கத்தில் துரித துரிதமாக எங்கும் சுற்றிதிரிந்து திரளான மக்களுக்கு பரலோக ராஜ்யத்தின் சுவிசேஷத்தை அறிவித்து, நன்மைகள் செய்தவராகவே தன் ஊழியத்தை, பூரணமாய் நிறைவு செய்தார். ஊழியம் செய்துக் கொண்டே இருக்கும் போது இவ்வாறு சொன்னார் : இப்படி இயேசு ஜனங்களோடே பேசுகையில் அவருடைய தாயாரும் சகோதரரும் அவரிடத்தில் பேச வேண்டுமென்று வெளியே நின்றுக் கொண்டிருந்ததை, ஒருவன் இயேசுவிடம் அறிவித்தான். இயேசு அவனுக்கு பிரதியுத்திரமாக : என் தாயார் யார்? என் சகோதரர் யார்? என்று சொல்லி, தம்முடைய கையைத் தமது சீஷர்களுக்கு நேரே நீட்டி :

இதோ, என் தாயும் என் சகோதரரும் இவர்களே! தேவனுடைய வசனத்தைக் கேட்டு, பரலோகத்திலிருக்கிற என் பிதாவின் சித்தத்தின்படி செய்கிறவன் எவனோ, அவனே எனக்குச் சகோதரரும் சகோதரியும் தாயுமாய் இருக்கிறான் என்றார். (மத் – 12 : 46 – 50; லூக் – 8 : 19 – 21; மத் – 13 : 54 – 58; மாற் – 6 : 1– 6; யோவான் – 7 : 1 – 10)

இயேசு கிறிஸ்து தன் வார்த்தையின் படியே தன்னைத்தான் வெறுத்தார், சிலுவையை சுமந்தார். சிலுவையில் மரித்தார். தேவனின் சித்தத்தை மட்டுமே முதன்மையாக கொண்டு செயல்பட்டார். இப்படியாக, உங்களின் ஊழியம் வெற்றியுள்ளதாக இருக்கிறதா? ! (அ) உங்கள் ஊழியத்தில் மனித சிந்தையை (நண்பர்கள், உறவினர்கள், உடன் பிறப்புகள், பிள்ளைகள், மனைவி) விருப்பத்தைக் கொண்டவர்களாய், தேவனுடைய சித்தத்தை நிறைவேற்றாத தோல்வியின் ஊழியத்தை செய்கின்றீர்களா? உணர்வடையுங்கள்.

எ.கா : 2. பின்பு அநேக ஜனங்கள் இயேசுவோடே கூட பிரயாணமாய்ப் போகையில், அவர்களிடமாய் (சீஷர்களிடம்) அவர் திரும்பிப் பார்த்து :

a. யாதொருவன் என்னிடத்தில் வந்து, தன் தகப்பனையும் தாயையும் மனைவியையும் பிள்ளைகளையும் சகோதரரரையும் சகோதரிகளையும் தன் ஜீவனையும் வெறுக்காவிட்டால் எனக்கு சீஷனாயிருக்கமாட்டான். (லூக் – 14 : 26)

b. ஒரு மனுஷனுக்குச் சத்துருக்கள் அவன் வீட்டாரே. தகப்பனயாவது தாயையாவது என்னிலும் அதிகமாய் நேசிக்கிறவன் எனக்குப் பாத்திரன் அல்ல; மகனையாவது மகளையாவது என்னிலும் அதிகமாய் நேசிக்கிறவன் எனக்குப் பாத்திரன் அல்ல என்றார். மத்தேயு: 10 : 36, 37;

குறிப்பு : இந்த இரண்டாம் எடுத்துக்காட்டில் நாம் அறிந்துக் கொள்ள வேண்டிய சரியான செய்தி என்னவென்றால், தன்னைத் தான் வெறுத்து, தன் சிலுவையை சுமந்து (எடுத்துக்கொண்டு), இயேசுவை பின்பற்றி செய்யக்கூடிய மனிதன் தன்னுடைய முழுமையான முதன்மையான நேசத்தை அன்பை இயேசு கிறிஸ்துவின் மீது வைக்க வேண்டும். இப்படிப்பட்ட மனிதர் தன் குடும்ப உறவுகள் மீது (தாய், தகப்பன், மனைவி, பிள்ளைகள், உடன்பிறப்பு சகோதரர் சகோதரிகள்) அளவுக்கடந்த அதிகபடியான முதன்மையான அன்பை நேசத்தைக் காண்பிக்கக் கூடாது. இவனே உண்மையான சீஷன், இயேசு கிறிஸ்துவுக்கு ஏற்ற தகுதியான ஊழியன் ஆவான். இவன் தேவனுடைய சித்தத்தை செய்து முடிப்பவனாய் ஜீவிப்பான்.

இது அநேக மனிதர்களுக்கு (மாம்சீகமானவர்களுக்கு) அதிர்ச்சியாக விரும்பி ஏற்றுக் கொள்ள முடியாத கடினமான நிபந்தனையாக இருக்கலாம் ! ஆனால் இயேசு கிறிஸ்து சொல்வதில் தவறு ஒன்றுமில்லை, அவர் சொல்லுகின்ற கருத்து என்னவென்றால் ஒரு மனிதன் பொது வாழ்வில், பிதாவின் (தேவனின்)

சித்தத்தை நிறைவேற்றுகின்ற ஊழியத்தில், மனித சமுதாயத்தின் பொது நலனில் மட்டுமே முக்கியத்துவம் கொடுக்க வேண்டும், சுய நலமுடன் கூடிய தன் நெருங்கிய உறவுகளின் கருத்து, நம்பிக்கை, விருப்பம், கொள்கை, சுக போகத்திற்கு முதன்மையான இடத்தை, முக்கியத்துவத்தைக் கொடுக்க கூடாது. அப்படி தன் நெருங்கிய குடும்ப இரத்த உறவுகளை முதன்மையானதாக கருதி தன் வாழ்வுக்கு அதிக முக்கியத்துவம் கொடுக்கின்ற எந்த ஒரு மனிதனும் தேவனுடைய சித்தத்தை, இயேசு கிறிஸ்துவின் நோக்கத்தை நிறைவேற்ற மாட்டான். அவன் முறைகேடான ஊழல்வாதியாக இருப்பான். இந்த மனிதன் இயேசு கிறிஸ்துவுக்கு தகுதியில்லாதவனாகவே இருக்கிறான்.

பழைய உடன்படிக்கையின் மனிதர்களின் மீறுதல்களினால் புதிய உடன்படிக்கையின் கட்டளையை மிக சரியாகவே இயேசு கிறிஸ்து நமக்குக் கொடுத்தார்.

எ.கா. 1: ஆதாம் தன் தேவனின் சித்தத்தை நிறைவேற்றாமல் தேவன் மீது முதன்மையாக அன்பு செலுத்தாமல் தன் மாம்சீக மனைவியான ஏவாளின் விருப்பத்தை நிறைவேற்றி அவள் மீது அன்பு கூர்ந்தான். தேவனுடைய திட்டத்திற்கு எதிராக செயல்பட்டு சாத்தானிடம் தோல்வி அடைந்தான். அதினால் ஆதாமும் ஏவாளும் தங்களுடைய வாழ்க்கையில் தேவனுடைய உயர்வான திட்டத்தையும் ஆசீர்வாதத்தையும் இழந்துப் போனார்கள்.

ஆதாமும் ஏவாளும் தன்னைப் படைத்த தேவனுடைய வார்த்தையின் சித்தத்திற்கு மதிப்பு அளிக்கவில்லை. ஆனால் ஏவாள் சாத்தானுடைய வஞ்சனையின் வார்த்தைகளுக்கு அவனின் விருப்பத்திற்கும், ஆதாம் தனது மனைவி ஏவாளின் மாம்சீக பெருமையின் விருப்பத்திற்கும் மதிப்பளித்தார்கள். எனவே அவர்கள் தேவனுடைய சாபத்தைப் பெற்றுக் கொண்டு நித்திய வாழ்வை இழந்தார்கள். (ஆதியாகமம் 2,3).

எ.கா. 2 : ஏலி என்ற ஆசாரிய ஊழியன், தன் குடும்பத்தில் தன் பிள்ளைகளை தேவனுடைய சத்தியத்தின் படி வளர்க்காமல் அவர்களின் மாம்சீகம் மதியீன வாழ்விற்கு இசைந்துப் போனான்.தன்னுடைய ஊழியத்திற்கு அழைத்து பயன்படுத்தும் கர்த்தருடைய வார்த்தையின் கட்டளையின் நற்சாட்சியின் சித்தத்திற்கு மதிப்பளிக்காமல், ஏலி தன் மாம்சீக குடும்ப பந்தத்தில் ஒழுக்கக் கேடாக இருந்த தன்னுடைய வாலிப பிள்ளைகளுக்கு (ஓப்னி, பினெகாஸ்) மதிப்பளித்தான். இந்த குடும்பத்தின் அக்கிரமம் இஸ்ரவேல் மக்கள் கர்த்தரிடத்தில், கர்த்தருடைய சமூகத்திற்கு வருவதற்கு இடறுதலாக இருந்தது. (1 சாமுவேல் 2, 3) எனவே ஏலி தோல்வியான ஊழியனாக தன்னுடைய ஸ்தானத்தில் தேவனுடைய திட்டத்தை நிறைவேற்ற தவறினவனாக தன் தலைமுறை ஊழிய அந்தஸ்தையும் இழந்து வீழ்ந்து மடிந்துப் போனான்.

எ.கா. 3 : சாமுவேல் தீர்க்கத்தரிசி தன் காலத்தில் உண்மையும் உத்தமுமாக கர்த்தருடைய சித்தத்தை செய்யும் ஊழியனாக செயல்பட்டான். அவன் இஸ்ரவேல் மக்கள் யாரிடத்திலும் அநியாயமாகவும் வஞ்சனையாகவும் எந்த ஒரு உலக பொருட்களையும் ஆஸ்திகளையும் வாங்கவில்லை. சாமுவேல் இஸ்ரவேல் மக்களிடத்தில் நற்சாட்சி பெற்ற ஊழியனாக தன்னுடைய இறுதி நாள் வரையிலும் காணப்பட்டான். அவனுடைய நியாய விசாரிப்பைப் பற்றி இஸ்ரவேல் மக்கள் நல்ல சாட்சிகளைக் கொடுத்தார்கள்.

ஆனால் சாமுவேலின் குமாரர்கள் நியாய விசாரிப்பு ஊழியத்தில் தன் தகப்பனைப்போன்று கர்த்தருக்குப் பிரியமாக உண்மையாக நேர்மையான ஊழியம் செய்யாமல், நியாய விசாரிப்பு காரியங்களில் பொருளாசைக்கு சாய்ந்து பரிதானம் (லஞ்சம்) வாங்கி, நியாயத்தைப் புரட்டினார்கள். எனவே இஸ்ரவேல் மக்கள் சாமுவேலின் பிள்ளைகளை நம்பவில்லை. அவர்களை புறக்கணித்தார்கள். எங்களுக்கு உண்மையாய் நியாயம் விசாரிக்க ஒரு ராஜா வேண்டுமென்று முதிர்வயதான சாமுவேலைக் கேட்டார்கள். கர்த்தர் சாமுவேலின் பிள்ளைகளுக்கு எதிராக நியாயத்தீர்ப்பு செய்யும் நாளுக்கு முன்பாகவே இஸ்ரவேல் மக்கள் சாமுவேலையும் சேர்த்து புறக்கணித்தது கர்த்தருக்கு விரும்பாத காரியமாக காணப்பட்டது. (1 சாமுவேல் – 8: 1 – 28)

புதிய உடன்படிக்கையின் காலத்தில் இயேசு கிறிஸ்து தன்னுடைய ஊழியத்திற்கென்று சீஷர்களை அழைத்து அபிஷேகித்து அதிகாரத்தையும் கொடுத்து கிறிஸ்துவின் சபையை கட்டியெழுப்பும் பணிக்காக உலகத்திற்குள் அனுப்புகின்றார். இப்படிப்பட்ட ஊழியன் பக்தி வைராக்கியமுடன் விசுவாசமுடன் சபையின் தலைவரான இயேசு கிறிஸ்து சொன்ன நிபந்தனை கட்டளையின் படியே ஊழியம் செய்ய வேண்டும். இதன் மத்தியில் அவனுக்கு உலக மக்கள் மூலமாக எதிர்ப்பு, விரோதம், உபத்திரவம் வந்தால் அது அவனுடைய பக்தி வைராக்கிய உத்தம ஊழியத்திற்கான மகிமையான கிரீடத்தைப் பெறும் சாட்சியுள்ள ஜீவியம் ஆகும். ஆனால் அவனுக்கு தன் குடும்பத்திற்குள் இருந்தும், சொந்தபந்தம் உறவுகளிடமிருந்தும் அவனுடைய கிறிஸ்தவ பக்தி வைராக்கிய ஊழியத்திற்கு இடறுதலான கலங்கம் ஏற்படுத்தும் மனித சிந்தையின் சுய நல விருப்பம், வேண்டாத செயல்கள் காணப்பட்டால், அதற்கு முக்கியத்துவம் கொடுத்தால், அது அந்த ஊழியனை (சீஷன்) வீழ்ச்சியடையச் செய்யும் ஜீவியமாகும். இதனை இயேசு கிறிஸ்து உன் வீட்டாரே உனக்கு சத்துருக்களாய் மாறும் நிலை என்பதை உணர்த்துவிக்கின்றார்.

எனவே ஓர் ஊழியன் (அ) சீஷன் முதலாவது தேவனாகிய கர்த்தரை நேசித்து அன்பு கூர வேண்டும். இரண்டாவதாக தனக்கு கொடுக்கப்பட்ட ஊழியத்தை உண்மையாக செய்து முடிக்க வேண்டும். மூன்றாவதாக தனது குடும்பத்தார் என்ன செய்வார்கள் அவர்களை யார் கவனிப்பது என்ற பயம் பதற்றம் கூடாது.

அவர்களும் தேவனை முதலாவது நேசிக்க வேண்டும் கர்த்தருடைய வார்த்தையின் கட்டளையின்படியே வாழ வேண்டும். இரண்டாவது தனது கணவனோடு தனது மனைவியோடு தனது தகப்பனோடு பிள்ளைகளும் இணைந்து ஏக மனதுடன் விசுவாசத்துடன் தேவனுடைய ராஜ்யத்தையும் அவருடைய நீதியையும் தேட வேண்டும்.

இப்படியாகவே கர்த்தருக்கென்று பிரித்தெடுக்கப்பட்ட, அர்ப்பணிக்கப்பட்ட லேவி ஆசாரிய குடும்பமாக இருக்க வேண்டும். நிச்சயமாகவே நீங்கள் கர்த்தருடைய கட்டளையின்படியே போஷிக்கவும் உடுத்துவிக்கவும் பாதுகாக்கவும் படுவீர்கள். உங்களில் யாரும் சுய கருத்து, சுய கொள்கை, சுய நம்பிக்கையில் பிரிந்து ஒருவருக்கொருவர் சத்துருவாகவும் கர்த்தரால் நிராகரிக்கப்பட்டு நியாயத்தீர்ப்புக்குள்ளாகும் நிலையை உருவாக்காமல் இருப்பது நல்லது ஆகும்.

கவனியுங்கள் : இந்த இடத்திலும் இந்த புத்தகம் முழுவதுமே புத்தக ஆசிரியரான நான் தேவனுடைய சத்தியத்தின் சித்தத்தின் பார்வையில் பரிசுத்த ஆவியானவர் துணையோடு சரியான சத்தியத்தை போதித்து பதிவு செய்து இருக்கின்றேன்.எனது 30 வருட கிறிஸ்தவ வாழ்வில் நான் ஐக்கியம் கொண்டு இருந்த சில கிறிஸ்தவ ஸ்தாபனங்களின் எந்த ஊழியர்களும் நபர்களும் இவ்வாறு எனக்குக் கற்பிக்கவில்லை. அவர்கள் ஒரு சிலர் சொன்னது முதலில் தேவனை நேசி, இரண்டாவது உன் குடும்பத்தை நேசி, மூன்றாவது ஊழியத்தை நேசி என்று எழுதுகின்ற சொல்லுகின்ற மனிதர்களாக காணப்பட்டார்கள். அவர்கள் குறைவுள்ளவர்களாகவே கர்த்தருடைய ஊழியத்தைச் செய்யவும் தங்கள் சுய வாழ்வில் வாழவும் விரும்புகின்றார்கள்.

1. அவர்கள் சகல சத்தியத்தையும் அறியவும், அதின்படி போதிக்கவும், அதின்படி வாழவும் விரும்பாத, சுய கொள்கையுடன் காணப்படுவதே கிறிஸ்தவ மதக்கூட்டத்தினரின் சீர்கேடுகளுக்கும் குறைபாடுகளுக்கும் காரணமாக இருக்கின்றதை பரிசுத்த ஆவியானவர் வேத வாக்கியத்தின் படியே எனக்கு வெளிப்படுத்தினார். இதனை சரி செய்து, சீர்க்கேடுகள், விசுவாச துரோகம் நீங்கி உண்மையான முழுமையான சீர்த்திருத்தங்கள் கிறிஸ்தவ சபைகளில் உண்டாக வேண்டும் என்பதே தேவனுடைய சித்தம் ஆகும். என்னுடைய காலத்தில் இப்படியான பாரம், தரிசனம், உணர்வைக் கொண்டவர்கள் சில ஊழியர்களில், நானும் ஒருவனாய் சிறு பாத்திரமாக, சிலுவை சுமப்பவனாய் கர்த்தரால் பயன்படுத்தப் படுவது தேவனுடைய அழைப்பின் நோக்கம் திட்டமாக இருக்கின்றது. இயேசு கிறிஸ்துவின் வருகையில் யாரும் கைவிடப்பட்டு, ஏமாற்றங்கள் அடையக் கூடாது என்பதே எனது வாஞ்சையாக இருக்கின்றது.

குறிப்பு : இந்த மிக சரியான கட்டுப்பாடு நிபந்தனையானது, உலகில் உள்ள ஜனநாயகம் குடியரசு நாடுகளின் ஆட்சியாளர்களான தலைவர்களுக்கும்

பணியாளர்களுக்கும் அவசியமானது ஆகும்.அநேக இடங்களில் நாடுகளில் தலைவனாக அரசியல் அதிகாரிகளாக இருக்கின்ற மனிதர்கள் ஏன் தங்கள் அதிகாரத்தை முறைக்கேடாக துஷ்பிரயோகம் செய்கிறார்கள்? ஏன் லஞ்சம் வாங்குகிறார்கள்? ஏன் தங்கள் அதிகாரத்தை தவறாக பயன்படுத்தி சொத்து குவிக்கின்றார்கள்? ஏன் அநீதியாக அக்கிரமக்காரர்களாக மற்ற மனிதர்களை அடக்கி ஒடுக்கி அழிக்க துணிகரம் கொள்கின்றார்கள் என்பதை மனோதத்துவ நிபுணத்துவமுடன் ஆராய்ந்து கவனித்தால், முறைகேடானஇந்த மனிதர்கள் தன் வாழ்வை மற்றும் தன் குடும்ப உறவிகளின் வாழ்வை அதிக அதிகமாக நேசித்து பாதுகாக்கசெழிக்க, கொழுக்க பேராசைக் கொண்டு, தாங்கள் மட்டுமே முழு அதிகாரமுடன், முழு சுதந்திரமுடன் வசதியாக வாழ முன்னுரிமை கொடுக்கின்றார்கள்.

இந்த அணுகுமுறை அவனுக்கும் அவனை சேர்ந்தவர்களுக்கும் முன்னேற்றம் வளர்ச்சி என்று அவர்கள் எண்ணிக் கொண்டாலும், சிலர் இதை கண்டு பெருமை பட்டு, பொறாமை பட்டு பாராட்டவும் செய்வார்கள். ஆனால் இந்த அணுகுமுறை (சீர்கேடான மனநிலையின்) விளைவானது பிற மனிதர்களின் சமுக வளர்ச்சியை பொருளாதார வளர்ச்சியை அவர்களின் சுதந்திரம் உரிமையைப் பறிக்கின்ற தடுக்கின்ற, அழிக்கின்ற குற்ற செயலாகும். (இப்படிப்பட்ட அக்கிரம செய்கைகாரர்கள் கிறிஸ்தவ சமுதாயத்திலும் – ஊழியங்களிலும் இருக்கின்றார்கள்.)

இயேசு கிறிஸ்து தேவனுடைய ராஜ்யத்தின் ஊழியத்தில் மிக தெளிவான கொள்கையை விதியை ஏற்படுத்துகின்றார். எந்த ஒரு மனிதனும் முறைகேடான சுயநல கொள்கை, செயல்களால் கர்த்தருடைய ஊழியத்தை குடும்ப அரசியலாகவோ, வியாபாரமாக சொத்து குவிக்கும் (சுகபோக சுயநல) ஊழியமாகவும் மாற்றிவிடக்கூடாது என்று தொலைநோக்கு சிந்தையும் மிக சரியான சத்தியத்தை போதித்தார். இது சீஷனின் – ஊழியனின், கிறிஸ்தவனின் அடிப்படை தகுதி பற்றிய நிபந்தனையாகும். ஆனால் இன்றைய காலத்தின் (21 ஆம் நூற்றாண்டின்) கிறிஸ்தவ மத ஊழியங்களில் ஆத்தும ஆதாயம் (அ) ஆத்தும இரட்சிப்பு என்ற நிலை மாறி, ஆஸ்திகளை சேர்க்கும் பெயர் புகழ் சம்பாதிக்கும் வாரிசுகளின் எதிர்காலத்தை நிலைநாட்டும் உலக அரசியல் போன்று வஞ்சகமான ஊழியமாக உள்ளது வருத்தமளிக்கின்றது.

எ.கா. 3 : இயேசு கிறிஸ்துவை பின்பற்றி செல்ல விரும்பின மூன்று நபர்களின் நிபந்தனைகளை கவனியுங்கள் (மத் – 8 : 18 – 23; லூக் – 9:57-62)

இயேசு கிறிஸ்து தன்னுடைய ஊழியத்தை செய்து முடிக்கின்றவராக, கிராமங்கள் நகரங்கள் பட்டணங்கள் தேசங்கள் என்று நடைப்பயணமாகவே மக்களுக்கு நன்மை செய்கின்றவராக எங்கும் சுற்றித் திரிந்தார்.

1. அப்பொழுது வேதபாரகன் (a teacher of the law) ஒருவன், இயேசு கிறிஸ்துவிடம் வந்து : போதகரே (teacher) ! நீர் எங்கே போனாலும் உம்மைப் பின்பற்றி வருவேன் என்றான்.

அதற்கு இயேசு : நரிகளுக்குக் குழிகளும் ஆகாயத்துப் பறவைகளுக்குக் கூடுகளும் உண்டு; மனுஷகுமாரனுக்கோ தலை சாய்க்க இடமில்லை என்றார்.

2. இயேசு தன்னுடைய சீஷர்களில் ஒருவனை நோக்கி : என்னைப் பின்பற்றிவா என்றார். அதற்கு அவன் : ஆண்டவரே (Lord) ! முன்பு நான் போய் என் தகப்பனை அடக்கம்பண்ண எனக்கு உத்தரவு கொடுக்க வேண்டும் என்றான். அதற்கு இயேசு : மரித்தோர் தங்கள் மரித்தோரை அடக்கம் பண்ணட்டும், நீ என்னைப் பின்பற்றிவா, பிறகு நீ போய், தேவனுடைய ராஜ்யத்தைக் குறித்துப் பிரசங்கி என்றார்.

3. பின்பு வேறொருவன் இயேசுவை நோக்கி : ஆண்டவரே (Lord), உம்மைப் பின்பற்றுவேன், ஆனாலும் முன்பு நான் போய் வீட்டிலிருக்கிறவர்களிடத்தில் அனுப்புவித்துக் (but first let me go back and say good bye to my family.) கொண்டுவரும்படி எனக்கு உத்தரவு கொடுக்க வேண்டும் என்றான். அதற்கு இயேசு : கலப்பையின்மேல் தன் கையை வைத்துப் பின்னிட்டுப் பார்க்கிற எவனும் தேவனுடைய ராஜ்யத்துக்குத் தகுதியுள்ளவன் அல்ல என்றார்.

கவனியுங்கள் : இந்த மூன்று நபர்களை போன்றே நீங்களும் இயேசு கிறிஸ்துவை பின்பற்றுகின்ற விருப்பம் கொண்டவர்களாக (அ) அழைப்பு பெற்றவர்களாக இருந்தால் உங்களுக்கு என்னுடைய வாழ்த்துக்கள். இயேசு கிறிஸ்து இன்றும் உங்களை ஆயத்தப்படுத்துகின்றார். உங்களை உலகத்திற்குள்ளே அனுப்புகின்றார்.

ஆனால் உங்களுக்கு உறுதியாக ஒன்றை தெளிவுப்படுத்துகின்றார். உங்கள் நோக்கமும் எதிர்ப்பார்ப்பும் வாழ்க்கை முறையின் விருப்பங்களும்; உங்களின் அழைப்புக்கும், தேவனுடைய சித்தத்திற்கும் எதிரானதாக முரண்பாடாக இருக்கக் கூடாது. அது உங்களை முற்றிலும் தகுதியிழக்க செய்துவிடும், என்பதை இயேசு கிறிஸ்து எச்சரிப்புடன் நினைப்பூட்டுகின்றார்.

❖ ஒன்று – நீ வேதாகமத்தை கற்றுத் தேர்ந்து பண்டிதராக போதகராக ஊழியம் செய்கிறவனாக இருந்தால் சுகபோக வாழ்வுக்கு சொத்து சேர்க்கும் நோக்கத்தை விட்டுவிட்டு தியாகமுடனும் எளிமையுடனும் இயேசுவைப் போல் ஊழியம் செய்ய ஆயத்தப்படு.

❖ இரண்டு – இயேசுவை அவரின் முன்மாதிரியை பின் தொடர்ந்து ஊழியம் செய்யும்போது, தேவ சித்தத்தின்படியே நீ பல குடும்பங்களின் துயர் நீக்கும் வாழ்வு பெறும் சத்தியத்தை பிரசங்கிக்கின்றவனாக இரு. இதற்கு நடுவில் உன் சொந்த

குடும்பத்தின் தாய் தகப்பனின் மற்றவர்களின் மரணம் துக்கத்தில் பங்குபெற்று முன் நிற்க முக்கியத்துவம் கொடுக்காதே. இயேசுவை பின்பற்ற விரும்பாத, விசுவாசம் இல்லாத, அழைப்பில்லாத, ஆத்துமா ஆதாயம் செய்யாத மரித்த நிலையின் மனிதர்கள், மரித்தவரை அடக்கம் செய்வார்கள்.

❖ மூன்று – நீ இயேசு கிறிஸ்துவை (நல்ல போதகர்)பின்பற்றுவதற்கு தீர்மானம் எடுத்த பிறகு உன் குடும்பம் வீட்டு உறவினரிடம் சென்று மகிழ்ச்சியுடன் விடைபெற்று வர நினைக்காதே ! உன் உறவினர்கள் எல்லாரும் தேவனுடைய சித்தத்தை விரும்புகிற நிறைவேற்றுகிறவர்கள் அல்ல. அவர்களில் சிலர் (அ) பலர் உன்னை தங்கள் மாம்சீகமான சுயநல அன்பினால் தடுப்பார்கள் இடற செய்வார்கள்.

நமக்கு முந்தைய காலங்களில் தேவனுடைய ராஜ்யத்திற்காக அநேகர் அர்ப்பணிப்புடன் தியாகத்துடன், முழுமையான அன்பை வெளிப்படுத்தி, தேவனுக்கு சித்தமானவைகளை செய்வதற்கு, தங்கள் சிலுவையை சுமந்து இயேசுவுக்கு பின் சென்று தங்கள் வாழ்வை (ஜீவனை) இந்த பூமியில் (மண்ணில்) விதைத்தவர்கள் உண்டு. இவர்களே நித்திய வாழ்வை (ஜீவனை) பெற்றுக் கொள்ளும் பரலோக ராஜ்யத்தின் மனிதர்கள் ஆவார். இப்படிப்பட்ட சிலரைப் (நல்ல விதைகளை) பற்றி அறிந்து கொண்டால், நீங்களும் இயேசு கிறிஸ்துவின் அடிச்சுவடுகளின்படியும் சத்தியத்தின் படியும் எப்படி மிகுந்த பலன் தந்து கனி தந்து வாழ்வது என்பதை புரிந்துக் கொள்ள முடியும்.

கவனி : சிலுவையை சுமப்பது என்பது தன்னைத் தானே வெறுப்பது அதாவது, தான், என், என்னுடைய, நான், எனக்கு, சொந்த குடும்பம் உறவுகளின் (நலன்) வாழ்வு மட்டுமே என்று மாம்சீகத்திற்கு அடிபணியாமல், சுயநலனை விரும்பும் கொள்கையை வெறுப்பது துரப்பது ஆகும். பிறகு மனித இனத்தை நல்வழிப்படுத்தி நீதியில், அன்பில் பரிசுத்தத்தில், பகுத்தறிவில், வளர்ந்து பெருக செய்து நிலையான வாழ்வை நித்திய ஜீவனை பெற்றுக் கொள்ள செய்யும் நோக்கத்தை, உயர்ந்த லட்சியத்தை நிறைவேற்றும் காரியங்கள் ஆகும். இதுவே தன்னை தான் வெறுத்து, தன் சிலுவையை சுமந்து இயேசுவுக்கு பின் செல்வதின் (செல்பவர்களின்) இலக்காக இருக்கிறது.

இயேசு கிறிஸ்துவின் நிபந்தனை – கட்டளையின்படி தங்களை முழுவதும் அர்ப்பணித்த மிஷனெரி ஊழியங்கள்:

1. ஹென்றி மார்டின் என்பர் இங்கிலாந்து நாட்டை சேர்ந்தவர். 1781 ஆம் ஆண்டு பிப்ரவரி 18 ஆம் நாள் பிறந்தார். இவர் சிறு வயதிலே தாயை இழந்தவர். எனவே சரீரப் பிரகாரமாக இவர் அதிகம் கவனிக்கப்படாத குழந்தையாக வளர்ந்தார். ஆனால் புத்திகூர்மை, ஞானம் விவேகமுடன் நன்றாக படிக்க கூடியவர். ஏழாவது வயதில் கல்வி கற்க ஆரம்பித்தார். இவருக்கு ஒரு சகோதரன், இரண்டு சகோதரிகள்

உண்டு. இவர் 1800 ஆம் ஆண்டு புதிய ஏற்பாட்டை வாசித்ததின் மூலம் தனக்கு இரக்கத்தையும், பாவ மன்னிப்பையும் அருளிய மீட்பரை ஹென்றி மார்டின் இயேசு கிறிஸ்துவை தனது சொந்த இரட்சகராக, ஆண்டவராக ஏற்றுக் கொண்டார்.

ஹென்றி மார்டின் அயல் நாட்டுக்கு மிஷெனரியாக போவேன் என்று எடுத்த தீர்மானத்தை அவரது நண்பர்கள் இது புத்தியற்ற செயல் என்று விமர்சித்தார்கள். படிப்பறிவில்லாத மக்களுக்கு யார் வேண்டுமானாலும் சென்று பிரசங்கிக்கலாம். ஆனால் மார்டினைப் போன்ற ஓர் கல்வி மேதை செல்வது அவசியமற்றது என்று கூறினார்கள். டேவிட் பிரெய்னார்டின் மிஸ்னரி வாழ்க்கை மார்டினை வெகுவாக கவர்ந்ததால், தனது நண்பர்களின் ஆலோசனைகளை நிராகரித்து விட்டு, தன்னை மிஸ்னரி வாழ்க்கைக்காக ஆயத்தப்படுத்தினார். 1805 ஆண்டில் இந்தியாவிற்கு செல்ல ஆயத்தமானார். தான்திருமணம் செய்ய விரும்பிய லிடியா கிரென்ஃபெல் என்ற பெண்ணிடம் தனது மிஷெனரி வாழ்க்கை பற்றிய கருத்தினை சொன்னார். அதில் பல பெரும் சவால்கள், பல துன்பங்கள், பிரச்சனைகளை அனுபவிக்க வேண்டியதிருக்கும் என்றார். லிடியா அதை பற்றிய எந்த விருப்பத்தை தெரிவிக்கவில்லை. ஆனால் மார்டின் லிடியாவின் மீது அதிகமான அன்பை வைத்திருந்தார்.

ஆனாலும் அவர் ஒரு பத்திரிக்கையில் எழுதும்போது என் அருமை லிடியா மீதுள்ள அன்பும், எனது மிஷெனரி பணிகடமையும் இரண்டு வெவ்வேறு பாதைகளாய் இருக்கின்றன என்றார்.

1805-ல் 24 வது வயதில் மார்டின் ஆங்லிக்கன் சபை போதகராக அபிஷேகம் செய்யப்பட்டார். தனது நண்பர்கள், தனது பிரியரான லிடியாவையும் விட்டு பிரிந்து 9 மாதங்கள் கடலில் பயணித்து மார்டின் இந்தியா வந்தடைந்தார். 1806-ல் சென்னை வந்திறங்கினார். பின்னர், கல்கத்தா வந்த மார்டினை, மிகப்பெரும் மிஷெனரி வில்லியம் கேரி வரவேற்றார். மார்டின் கல்கத்தாவில் கொஞ்ச நாள் கூட தங்கி இருக்காமல், சுவிஷேசத்தை பிரசங்கிக்க விரைவாக பீஹார் சென்றடைந்தார். ஜீன் 1807 ல் டேவிட் ஃபிரோன் புதிய ஏற்பாட்டை இந்துஸ்தானில் மொழிபெயர்க்க வேண்டும் என்றும், பாரசீகத்திலும், அரேபிய மொழியிலும் மொழிப்பெயர்ப்பு செய்யப்படுவதையும் மேற்பார்வை இட வேண்டும் என் ஆலோசனை கூறினார். இதனை மார்டின் தேவ சித்தம் என்று மனமுவந்து ஏற்றுக் கொண்டார்.

ஹென்றி மார்டின் முஸ்லீம் வல்லுநருடன் உட்கார்ந்து ஆழ்ந்து விவாதித்து முகமதியர் எப்படி கடவுளைப் பற்றி சிந்திக்கிறார்கள்? அவர்கள் எப்படி வாழ்க்கையை நடத்துகிறார்கள் என்று அறிந்துக் கொண்டார். 1811 ஆம் ஆண்டு மே மாதம் 21 ஆம் நாள் கடுமையான வெப்பநிலை நிலவிய நாட்களில் மார்டின் பாரசீகத்தை வந்தடைந்தார். அந்நாட்களில் 120 டிகிரி வரை வெப்பம் உயர்ந்து

கடுமையான சூழலில் ஜுரத்தோடும் பெலவீனத்தோடும் மார்ட்டின் தரைமார்க்கமாக மலைத்தொடர்களையும் கடந்து சிராஸ் வந்தடைந்தார். சிராசின் புகழ் வாய்ந்த குடிமகனாகிய ஜாபர் அலிகானை சந்தித்து, அவருடன் மார்ட்டின் ஒரு வருடம் தங்கினார். சிராசின் கல்விமான்களோடும் ஒருவருடம் வாழ்ந்து கிறிஸ்துவுக்காக சாட்சி பகிர்ந்தார். படித்த மிக பெரிய மனிதரின் உதவியோடு புதிய ஏற்பாட்டை வேதாகமத்தை மார்ட்டின் மொழிபெயர்த்தார். பாரசீகத்தில் செய்த ஊழியத்தினால் முகமது ரஹிம் என்பவர் தான் மார்ட்டினால் இரட்சிக்கப்பட்டேன் என்று அறிக்கையிட்டு அவர் கொடுத்த பாரசீக புதிய ஏற்பாட்டைக் காண்பித்தார்.

மார்ட்டினும் அவரது ஊழியர்களும் 1812 ஆம் ஆண்டு மே மாதம் டெஹ்ரான், தமஸ்கு, பாக்தாத் நகரங்களுக்குப் போக திட்டமிட்டு சிராசிலிருந்து புறப்பட்டுச் சென்றார். இரண்டு மாத பிரயாணத்திற்குப் பிறகு தாபரீஸ் வந்தடைந்தனர். மார்ட்டின் தனது வாழ்க்கையின் கடைசி நாட்களை நெருங்கிக் கொண்டிருந்தார். அங்கு அவர் நோய்வாய்ப்பட்டு இரண்டு வாரங்கள் படுக்கையில் இருந்தார். தாபரீஸில் தங்கியிருந்த நாட்களில் மார்ட்டின் தனது சில இறுதி கடிதங்களை எழுதினார். ஏற்கனவே தான் மிகவும் நேசித்து அன்பு கொண்டிருந்த லிடியா தன்னோடு மிஷனெரி பணி தலத்திற்கு வந்து தன் மனைவியாக உதவி புரிவாள் என்ற எதிர்ப்பார்ப்பு மார்ட்டினுக்கு வெறும் ஏமாற்றமாய் அமைந்தது. அந்த லிடியாவிற்கு மீண்டும் கடிதம் எழுதி நான் இங்கிலாந்து நாட்டிற்கு வந்து சேரும் வாய்ப்புகள் மிக குறைவே என்றார்.

மார்ட்டினின் மிஷனெரிப் பணி ஏழு ஆண்டுகள் நீடித்தது. அது வெற்றியாகவும் அமைந்தது. ஏழு ஆண்டுகளில் அதிகமான நாட்கள் முகமதிய மேதைகளுடன் உட்கார்ந்து முஸ்லீம்களுடைய வாழ்க்கை மற்றும் சமயத்தைக் குறித்து எல்லாவற்றையும் அறிய முயர்ச்சித்தார். புதிய ஏற்பாட்டை உருது மொழியில் மொழிப் பெயர்த்தார். இன்று உபயோகித்து வருகின்ற உருது வேதாகமத்தின் அடிப்படை மொழியாக்கம் இதுவே, என்று பிஷப் ஸ்டீபனன் நில் குறிப்பிடுகிறார். மொழிப்பெயர்ப்பு பணியோடு நற்செய்தி அறிவிக்கும் பணியையும் இணைத்து செய்து வந்தார். சுவிஷேசத்தை ஐரோப்பியருக்கும், இந்தியருக்கும் அறிவிப்பதில் அவர் ஆர்வம் கொண்டிருந்தார். தனது உடல்நிலை மிக மோசமாக இருந்தாலும் ஞாயிற்றுக் கிழமைகளில் நான்கு முறை பிரசங்கித்தார். முஸ்லீம் கல்வி நிபுணர்களுக்கு அவர் செய்த பணி மிகவும் குறிப்பிடத்தக்கது. டெஹ்ரானில் சில முஸ்லீம்கள் மார்ட்டினை, சந்தித்து விவாதம் செய்தார்கள். சுவிசேஷத்தை எதிர்த்தவர்கள் முஸ்லீம்களின் விசுவாசப் பிரமாணத்தை அறிக்கையிடும்படிக கேட்டனர்.

அதாவது "கடவுளே கடவுள்," முகமது கடவுளின் தீர்க்கதரிசி என்ற சொல்ல வற்புறுத்தின போது, மார்ட்டின் சொன்னது இயேசு தேவனுடைய குமாரன் என்று தைரியமாக அறிக்கையிட்டார். அங்கே கூடியிருந்த

மக்கள் மார்டினை மூர்க்த்துடன் எதிர்த்தார்கள். மார்டின் வீணான தர்க்கத்தை தவிர்த்தார். அவர் சகோதரத்துவத்தை மட்டுமே நாடினார்.

மார்ட்டின் சமுக சேவையிலும் ஈடுபட்டிருந்தார் கான்பூரில் காணப்பட்ட இராணுவ குடும்பத்தினருக்கு மார்டின் போதகராக அருட்பணி செய்த போது, ஏழைகளையும், பிச்சைக் காரர்களையும் வாரத்திற்கு ஒருமுறை அழைத்து அரிசியும், காசும் கொடுத்து சுவிசேஷத்தின் மூலம் இயேசுவின் அன்பை வெளிப்படுத்துவார். தானம் தர்மம் செய்து சுமார் நானூறு பிச்சைக்காரர்களுக்கு உதவி செய்வதில் தன்னை ஈடுபடுத்திக் கொண்டார். தினாப்பூரில் (தானாபூர்) ஊழியம் செய்த நாட்களில் பல பள்ளிக் கூடங்களை மார்டின் நிறுவினார். மார்டின் முழுமையாக தன்னை கடவுளுக்கு ஒப்புக்கொடுத்து தன் வாழ்க்கை முழுவதிலும் தேவனுடைய சித்தத்தை நிறைவேற்றும் படி தன்னை அர்ப்பணித்தார். தனது 31 வது வயதில் 1812 ஆம் வருடம் அக்டோபர் மாதம் 16 ஆம் தேதியன்று டோக்காட் என்ற இடத்தில் மார்டின் கிறிஸ்துவுக்குள் மரித்தார். உலகத்தின் பார்வையில் மார்டினின் மரணம் இளம்வயது மரணமாயிருக்கலாம். ஆனால் தேவனின் பார்வையில் இது ஒரு முழுமையான வாழ்வு. நல்ல போராட்டத்தை போராடினார், ஓட்டத்தை முடித்தார். விசுவாசத்தை காத்துக் கொண்டார்.

2. டேவிட் லிவிங்ஸ்டன் என்பவர் இருண்ட கண்டம் என்று அழைக்கப்பட்ட ஆப்பிரிக்காவில், எந்த விதமான போக்குவரத்து வசதியும் இல்லாமல், துணைக்கு ஒருவரும் இல்லாமல் காட்டுப் பகுதிகளில் பல்லாயிரக்கணக்கான மைல் தூரம் பயணம் செய்து, ஆப்பிரிக்காவின் பழங்குடிகளுக்குக் கிறிஸ்துவின் அன்பைப் போதித்தவர்.

நீல் லிவிங்ஸ்டன் என்ற ஒரு ஏழைத் தொழிலாளியான தேயிலை விற்பனை செய்யும் தகப்பனுக்கும், தாய்க்கும் இரண்டாவது மகனாக டேவிட் லிவிஸ்டன், ஸ்காட்லாந்து நாட்டில் பிளான்டைர் என்ற இடத்தில் 1813, ஆம் ஆண்டு மார்ச் மாதம் 19 ஆம் நாள் பிறந்தார். டேவிட் லிவிங்ஸ்டன் சிறுவயதில் படிப்பில் ஆர்வம் கொண்டவர். ஆனால் குடும்பத்தின் ஏழ்மையின் காரணமாக தனது பத்து வயதில் ஒரு நூற்பு அலையின் சார்பாக நடத்தப்பட்ட பள்ளியில் டேவிட் படித்தார். நீல் லிவிங்ஸ்டனும் தன் மகனுக்கு எழுதப் படிக்க கற்றுக் கொடுத்தார் பாட நூல்களைத் தவிர பிற நல்ல புத்தகங்களையும் படிக்கும்பழக்கத்தை டேவிட்டின் தகப்பன் கற்றுக் கொடுத்தார்.

டேவிட்டுக்குப் 19 வயதாக இருந்தபோது அவருக்கு வேலையில் பதவி உயர்வு கிடைத்து, கூடுதலான பணமும் பெற்றார். கூடுதலான பணத்தை டேவிட் சேமித்து வைத்தார். ஞாயிறு ஆராதனைக்குச் செல்வதும், ஒழுங்காக வேதாகமத்தை வாசிக்கும் பழக்கம் இருந்தாலும், டேவிட்இயேசு கிறிஸ்துவை இரட்சகராக ஏற்றுக் கொள்ளவில்லை. இயற்கையின் மீது அதிக ஆர்வம் கொண்டிருந்த டேவிட்

இயற்கையைக் குறித்தும் விசுவாசத்தைக் குறித்தும் தாமஸ்டிக் என்ற ஊழியர் எழுதிய நூலை வாசித்தார். அப்பொழுது டேவிட் இரட்சிப்பின் தேவையைக் குறித்து உணர்த்தப்பட்டார். தன்னுடைய 21 ஆம் வயதில் இயேசு கிறிஸ்துவை தனது இரட்சகராக ஏற்றுக் கொண்டார். இஸ்லாமியரின் மத்தியில் ஊழியம் செய்த ஹென்றி மார்ட்டின், சீனாவுக்கு மருத்துவ அருட்பணியாளராகச் சென்ற சார்லஸ் கஸ்டாஃப் ஆகியோரின் ஊழியத்தைக் குறித்த நூல்களை வாசித்த டேவிட், தானும் ஊழிய வாஞ்சையைப் பெற்றார்.

எனக்காக மரித்த இயேசுகிறிஸ்துவோடுகூட நான் ஒன்றுபட்டிருக்கிறேன் என்பதை காட்டுவதற்காக எனது வாழ்க்கையை அவருடைய ஊழியத்துக்காக ஒப்புக்கொடுப்பது எனது வாஞ்சையாகும் என்றார். ஆனால் ஊழியத்தக்காக எங்கே செல்வது என்று அவர் இன்னும் தீர்மானிக்கவில்லை. ஊழியத்துக்குத் தன்னை ஆயத்தப்படுத்திக் கொள்ளும் விதமாக 1836 ஆம் ஆண்டு ஆண்டர்சன் பல்கலைகழகத்தில் மருத்துவப் படிப்பில் சேர்ந்தார். பிரபல மருத்துவராகிய ஆண்ட்ரு புக்கானெளின் கீழாக மருத்துவக் கல்வியைப் பெற்றார். இரண்டு ஆண்டுகள் கழித்து, அருட்பணியாளாராகப் பிரதிஷ்டை செய்யப்பட்டார். அவர் மேற்கிந்தியத் தீவுகளுக்கு ஒரு மிஷெனரியாகச் செல்லலாம் என்று மிஷெனரி சங்கத்தார் ஆலோசனை கூறினார்கள். ஆனால் டேவிட் ஆப்பிரிக்காக் கண்டத்தின் தேவையைக் குறித்து இராபர்ட் மோஃபாட் என்ற தென்னாப்பிரிக்கா ஊழியரிடம் கேட்டறிந்துக் கொண்டார். டேவிட் தான் ஆப்பிரிக்காவுக்கே ஊழியராகச் செல்லுவேன் என்று தீர்மானித்தார்.

1840 ஆம் ஆண்டு டிசம்பர் 8 ஆம் நாள் டேவிட் லிவிங்ஸ்டன் இலண்டனிலிருந்து தென்னாப்பிரிக்காவின் குருமானுக்குக் கப்பல் மூலம் புறப்பட்டார். ஆப்பிரிக்காவுக்குப் புறப்படுவதற்கு முன்பாக டேவிட் தனது குடும்பத்தினரோடு ஆராதனை செய்து சங்கீதம் 121, 13 யை வாசித்து, அவர்களை ஜெபத்தில் வழிநடத்தினார். கடைசியாக தனது தகப்பனிமிருந்து விடைபெற்று சென்ற டேவிட், அதன்பிறகு அவர்கள் இருவரும் சந்திக்கவே இல்லை. குருமானைச் சென்றடைந்த டேவிட், அங்கே குறைவான எண்ணிக்கையில் ஆப்பிரிக்கர்களை கண்டார். கிறிஸ்துவின் அன்பை எடுத்துச் சொல்ல – ஆப்பிரிக்காவின் இருண்ட உட்பகுதிக்குள் செல்ல அவர் தயங்கவில்லை. மிஷெனரி சங்கத்தாரின் அனுமதி பெற்று, 700 மைல் தூரம் உட்பகுதியிலிருந்த மாபொட்சா என்ற இடத்தில் அருட்பணிதளத்தை உருவாக்கினார். அப்பொழுது அவர் பழங்குடிகளுடன் பாகுபாடுகள் இல்லாமல் நெருக்கமாகப் பழகினார். அவர்களுடைய நோய்களுக்கு மருந்து, கொடுத்தார். கிறிஸ்துவின் அன்பை அவர்களுக்கு எடுத்துக் கூறினார். மாபோட்சாவில் ஒரு முறை காட்டின் வழியாகப் பாதை உண்டாக்கிக் கொண்டிருந்த போது, பழங்குடிகளின் அம்பினால் காயப்பட்டிருந்த ஒரு சிங்கம் பாய்ந்து வந்து டேவிட்டின் தோளைப் பற்றிக் கொண்டது. அவருடைய சதையைக் கிழித்து, ஒரு

கையை உடைத்து விட்டது. டேவிட் தன்னிடம் துப்பாக்கி இருந்தும் சிங்கத்தை சுட்டு கொல்லவில்லை. சிங்கமும் டேவிட்டை அப்படியே விட்டு சென்றுவிட்டது. அவருக்கு பூரண குணம் அடைய பல மாதங்கள் ஆனது.

இந்த வேளையில் குருமானுக்குத் திரும்பிய டேவிட், அங்கு ஏற்கனவே மிஷெனரியாக ஊழியம் செய்து கொண்டிருந்த ராபர்ட் மோஃபாட்டின் மகள் மேரியை திருமணம் செய்துக் கொண்டார். ஏற்கெனவே மேரி தனது தகப்பனாருடன் பணித்தளத்தில் ஊழியம் செய்து பழக்கப்பட்டிருந்து அனுபவத்தினால் டேவிட்டுக்கு மிகவும் உறுதுணையாக இருந்தார். தேவன் அவர்களுக்கு ஐந்து பிள்ளைகளை கொடுத்து ஆசீர்வதித்தார். லிவிங்ஸ்டன்ஆப்பிரிக்கக் காடுகளில் ஊழியம் செய்ய செல்லும் போது தனது மனைவி பிள்ளைகளையும் அழைத்துச் செல்வார். சில வேளைகளில் மேரி பணித்தளத்தையும் பிள்ளைகளையும் கவனிப்பதற்காக அருட்பணித் தளத்திலேயே தங்கி விடுவார்.

டேவிட் புதிய இடங்களையும், புதிய மக்களையும் கண்டுபிடித்து அவர்களுக்கு கிறிஸ்துவை அறிவிக்க அதிக வாஞ்சையுடன் செயல்பட்டார். 1845 ஆம் கோலிபெங் என்ற இடத்தில் ஊழியம் செய்த போது, பழங்குடி இனத்தலைவனாகிய செச்செலி என்பவன் முதன் முதலாகக் கிறிஸ்துவை ஏற்றுக் கொண்டான். இந்த முதல் கனிக்காக டேவிட் தேவனைத் துதித்தார். இன்னும் அடர்த்தியான காட்டுப் பகுதிகளுக்குள்ளே நீண்ட தூரப் பயணங்களை மேற்கொண்டார் பல வேளைகளில் குடிப்பதற்கு தண்ணீர் கூட கிடைக்கவில்லை. இங்காமி என்ற பெரிய ஏரியையும், அதில் கலக்கும் செளகா என்ற ஆற்றையும் கண்டுபிடித்தார். உற்சாகமடைந்தார்.

1851 ஆம் ஆண்டு டேவிட் செபிடுவானி பழங்குடிகளின் குடியிருப்பைச் சென்றடைந்தார். அதே ஆண்டு பெரிய ஜாம்பசி ஆற்றைக் கண்டுபிடித்தார். டேவிட்டின் இத்தகைய கண்டுபிடிப்புகள் அவருக்கு பின்னால் மிஷெனெரிகளாகச் சென்ற பலருக்கும் பெரிய உதவியாக இருந்திருக்கின்றன. ஆப்பிரிக்கப் பழங்குடிகளை அடிமைகளாகப் பிடித்துச் செல்லும் அந்நிய நாட்டினர் பலருடைய எதிர்ப்பையும் எதிர் நோக்கினார். அவர்கள் பழங்குடிகள் நாகரிகமடைவதை விரும்பாதவர்கள். நயாசா பகுதியிலிருந்து மட்டும் ஓராண்டில் 2000 அடிமைகள் பிடிக்கப்பட்டு, ஜான்சிபார் மூலம் வெளிநாடுகளுக்குக் கொண்டு செல்லப் பட்டிருந்தனர்.

1852 ஆம் ஆண்டு வசந்தகாலத்தில், தனது மனைவி நான்கு பிள்ளைகளையும் இங்கிலாந்துக்கு அனுப்பிவிட்டு, டேவிட் தனது பணித்தளத்துக்குத் திரும்பினார். அவருக்கு அதிர்ச்சி காத்திருந்தது. அடிமை வியாபாரத்தில் ஈடுபட்டுவந்த டச்சுக்காரர்கள் அவருடைய வீட்டைக் கொள்ளையடித்து, அவருடைய உடைமைகளை சூறையாடிக் கொண்டு

சென்றார்கள். அடிமை வியாபாரத்தைக் குறித்து தேவன் தாமே இதை மாற்ற வேண்டும் என்று டேவிட் முன்னமே ஜெபித்தார். என்றாலும் மனம் தளர்ந்து போகவில்லை.

ஆப்பிரிக்காவின் ஜாம்பசி ஆற்றுப் பகுதியில் நான்காயிரம் (4000) மைல்களுக்கு மேலாகப் பயணம் செய்து பல புதிய இடங்களைக் கண்டுபிடித்தார். 1855 ஆம் ஆண்டு நவம்பர் மாதம் உலகத்தின் மிக பெரிய நீர் வீழ்ச்சிகளில் ஒன்றான மோசி ஓவா டன்யாவை கண்டுபிடித்தார். அவர் 31 முறை ஆப்பிரிக்கக் காடுகளில் நிலவிவந்த காய்ச்சலினால் கடுமையாக பாதிக்கப்பட்டார். அந்த காய்ச்சலுக்கு அதுவரை மருந்து கண்டுபிடிக்கப்படாமல் இருந்தது. ஆனால் தேவனுடைய வழி நடத்துதலின் பேரில் டேவிட் ஒரு நாட்டு மருந்தைக் கண்டு பிடித்தார். அதை உட்கொண்டு நோயிலிருந்து சுகமடைந்தார். சிறு இடைவெளியாக 16 ஆண்டுகளுக்கு பிறகு டேவிட் 1856 ஆம் ஆண்டு டிசம்பர் 9 ஆம் நாள் இங்கிலாந்துக்கு திரும்பினார். பல இடங்களில் தனது அனுபவங்களை சாட்சியாக பகிர்ந்துக் கொண்டார். ஒன்றரை ஆண்டுகள் குடும்பத்தினரோடு இங்கிலாந்தில் தங்கி ஓய்வெடுத்த பிறகு டேவிட் லிவிஸ்டன் மறுபடியும் ஆப்பிரிக்காவுக்குத் திரும்பினார்.

மூன்றாண்டுகள் கழித்து 1862 ஆம் ஆண்டு மேரி மீண்டும் ஆப்பிரிக்காவுக்கு திரும்பினார். தனது கணவர் டேவிட் உடன் இணைந்து ஊழியம் செய்தார். இருவரும் சேர்ந்து புதிய பயணங்களை மேற்கொண்டார்கள். சுவிசேஷத்தைப் பிரசங்கித்தார்கள், நோயாளிகளைக் குணமாக்கினார்கள். பல புதிய அருட்பணித் தளங்களை உருவாக்கினார்கள். இடையிடையே பயணத்தைக் குறித்த கட்டுரைகளையும், அடிமை வியாபாரத்தைக் குறித்த செய்திகளையும் இங்கிலாந்திலுள்ள பத்திரிக்கைகளுக்கு அனுப்பினார்கள். இது உலகமெங்கிலும் அடிமை வியாபாரத்துக்கு எதிரான உணர்வைத் தூண்டியெழுப்பியது !

இதற்கிடையே மேரி லிவிங்ஸ்டன் மலேரியா காய்ச்சலினால் பாதிக்கப்பட்டு 1862 ஆம் ஆண்டு ஏப்ரல் 27 ஆம் நாள் மரித்துப் போனார். சுபாங்கா என்ற இடத்தில் அவர் அடக்கம் பண்ணப்பட்டார். டேவிட் லிவிஸ்டன் மிகுந்த துக்கம் அடைந்தார். சிறுது காலம் இங்கிலாந்து சென்று தனது வயதான தாயை மற்றும் அன்புப் பிள்ளைகளையும் கண்டு ஆறுதல் பெற்றார், என்றாலும் அவர் நீண்ட காலம் அங்கேயே தங்கிவிடவில்லை. "தேவனுடைய ஒரே பேறான குமாரன் இந்த உலகத்தில் ஒரு அருட்பணியாளராகவும், குணமாக்குபவராகவும் ஊழியம் செய்திருக்கிறார். அவரைப் பின்பற்றவே நான் விரும்புகிறேன். இந்த ஊழியத்திலேயே நான் வாழ்ந்து, மரிக்க விரும்புகிறேன்." என்று லிவிங்ஸ்டன் குறிப்பிட்டிருக்கிறார். அவர் 1866 ஆம் ஆண்டு மறுபடியுமாக ஆப்பிரிக்காவுக்குத் திரும்பினார். இந்த முறை அந்நியர் யாரும் சென்றிராத பகுதிகளில் பயணம்

செய்தார். பலமுறை அவர் நோயினால் பாதிக்கப்பட்டு பலவீனமானார். ஆண்டவராகிய இயேசுவே, நான் உமது சித்தத்தின்படி செயல்படுவேனாக, உம்முடைய வல்லமையான கரத்தையே நான் முழுவதுமாக நம்பியிருக்கிறேன் இந்த ஊழியம் உமக்குரியது, என்று விசுவாசத்தில் பலப்படுத்தப்பட்ட அவர் கடுமையான பயணங்களை மேற்கொண்டார். பல புதிய இடங்களைக் கண்டுபிடித்து வரைபடத்தில் அதைக் குறித்து வைத்தார். பல வருட பயணம், கண்டுபிடிப்புகள் மத்தியில் நோய்வாய்ப்பட்டிருந்த லிவிங்ஸ்டன் தொடர்ந்து 5 ஆண்டுகள் வெளி உலகத்தோடு அவர் எந்த விதத் தொடர்பும் வைத்துக் கொள்ள முடியாமல் இருந்தார்.

1871 ஆம் ஆண்டு நவம்பர் பத்தாம் நாள் ஹென்றி எம். ஸ்டாலின் டேவிட் லிவிங்ஸ்டனை கண்டுபிடித்தார். இருவருக்கு தேவனை ஸ்தோத்தரித்தார்கள். 1872 ஆம் ஆண்டு ஸ்டான்லி விடைபெற்று அமெரிக்கா சென்றுவிட்டார். சில மாதங்கள் பிறகு தனது பயணத்தை தொடர்ந்த டேவிட் அவ்வேளையில் கடுமையான நோய்வாய்ப்பட்டார். பல மாதங்கள் வேதனை கடுமையான நோய்வாய்ப்பட்டார். மலேரியா நோயும் வயிற்றுக்கடுப்பு நோயும் அவரைத் தாக்கியது.

1873 ஆம் ஆண்டு மே மாதம் முதலாம் நாள் டேவிட் லிவிங்ஸ்டன் தனது படுக்கைக்கு அருகே முழங்காற்படியிட்ட நிலையில் மரித்துப் போயிருந்ததை அவருடைய ஆப்பிரிக்க நண்பர்கள் கண்டார்கள் ! அவர்கள் அவருடைய சரீரத்தையும், அவருடைய குறிப்புகளையும், வரைபடங்களையும் ஆப்பிரிக்கக் கடற்கரைக்குக் கொண்டு சென்றார்கள். அங்கிருந்து கப்பல் மூலம் இங்கிலாந்து கொண்டுவரப்பட்ட அவருடைய சரீரம் இலண்டன் வெஸ்ட்மின்ஸ்டர் அபே ஆலயத்தில் அடக்கம் செய்யப்பட்டது.

3. T.G. இராக்கிலாந்து என்பவர் இங்கிலாந்து தேசத்தில் ஜீப்ராஸ்டடர் என்ற ஊரில் 26.4.1815-ல் பிறந்து வளர்ந்தார். அவர் தன்னுடைய தாயின் கர்ப்பத்திலிருக்கும்போதே தனது தகப்பனை இழந்தார். தனது சிறுவயதிலேயே தாயையும் இழந்தார். எனவே அவருடைய தாய்மாமனாருடைய பராமரிப்பில் வளர்ந்தார். கல்வியில் நல்ல ஆர்வம் காட்டினார், கேம்பிரிட்ஜ் பல்கலைக்கழகத்தில் கல்வி பயின்று பட்டதாரியானார். கேம்பிரிட்ஜ் பல்கலைக்கழகத்திலே ஆசிரியராகப் பணியமர்த்தப் பட்டார். அப்பணியில் நான்கு ஆண்டுகள் இருந்தார். பிறகு வேதாகமப் பயிற்சிக் கல்லூரியில் சேர்ந்து வேத இறையியல் பட்டம் பெற்றார். அப்பொழுது, மிஷனெரி ஊழியம் செய்ய ஆர்வம் ஏற்பட்டது.

இங்கிலாந்திலிருந்து கப்பல் பயணத்தை தொடங்கி 1846 ன் புத்தாண்டு தினத்தில் இந்தியா வந்து சேர்ந்தார். கல்வி கற்றுக் கொள்வதில் நல்ல ஆர்வமும், நுண்ணறிவும் இருந்தபடியால் ஆற மாதத்தில் தமிழை கற்றுக் கொண்டார். 1847

முதல் 1852 வரை (CMS) சி. எம். எஸ். மிஷனெரி சங்கத்தின் செயலாளராக சிறப்பாக பணியாற்றினார். இதனிமித்தம் ஆந்திரா, கேரளம், தமிழ்நாடு ஆகிய மாநிலங்களில் நடைபெற்று வந்த மிஷனெரி ஊழியங்களை கண்காணித்தார். ஊழியத்தில் சோர்ந்து போனவர்களை, கவலையுற்றவர்களை, நம்பிக்கையற்ற-வர்களுக்கு ஆறுதல் கூறி, உற்சாகப்படுத்தி தைரியம் அளித்தார். தமிழ்மொழி கற்றுக் கொண்ட பிறகு சென்னையிலிருந்து மாட்டு வண்டியில் பிரயாணம் செய்து, திருநெல்வேலி மற்றும் திருவாங்கூரிலுள்ள சி. எம். எஸ். (CMS) திருச்சபைகளை நேரில் பார்வையிட்டார். இவ்வாறு 1846 ஆண்டிலேயே இராக்கிலாந்து

திருவாங்கூர் பகுதிக்கு சென்றபோது அங்கே "புலையார்" இன மக்கள் அடிமைத்தன நிலையில் உயர்ஜாதி மக்களால் மிதித்து நசுக்கப்பட்டு, மிகவும் இழிவான நிலையில் புலையர்கள் அடிமைகளாய் நடத்தப்பட்டதை கண்டு இராக்கிலாந்து மனதுருகினார். இவர்கள் திருவாங்கூர் மலைப்பகுதி மாவட்டங்களில் அடர்ந்த காடுகளில் விலங்குகளைப் போல வாழ்ந்தார்கள். இவர்களுக்கு அருகில் சென்று இராக்கிலிருந்து, இயேசுவின் அன்பை எடுத்துரைத்தார். அவர்களின் தோளின் தனது கைகளை வைத்து, இவர்களை கீழ்ஜாதி கிழக்கத்திய அடிமைகள் தீண்டதகாதவர்கள் என்ற நிலையை தீண்டாமை என்ற ஜாதி கொடுமையை திருவாங்கூரில் ஒழித்துக்கட்ட முயற்சி செய்த முதல் மிஷனெரி இராக்கிலிருந்து ஆவர்.

1850 ஆம் ஆண்டு இராக்கிலாந்து கன்னியாக்குமரி மாவட்டத்திற்கு ஊழியத்திற்கு சென்றார். அவர் அங்கே ஒரு கொடிய காட்சியை கண்டதும் அவரது இதயத்தை உலுக்கியது. உழவு ஏரின் நுகத்தில் ஒரு முனையில் எருதையும், மறுமுனையில் தாழ்த்தப்பட்ட ஜாதி என்று கருதப்பட்ட ஒரு பெண்ணையும் மாட்டி உழுதுக் கொண்டிருந்ததை அவரால் சகித்துக் கொள்ள முடியவில்லை. மேல் ஜாதியினர் என்று தங்களை நினைத்துக் கொண்டவர்கள் கீழ்ஜாதி எனக் கருதப்படும் மக்களை இவ்வாறு ஒடுக்கினார்கள். நாடார் மற்றும் வேறு சில இனத்தை சேர்ந்தவர்கள் செருப்பு அணிந்து மேல் ஜாதி மக்கள் தெருக்களில் நடக்கக்கூடாது, பெண்கள் தங்கள் மார்பை மறைக்க மேல் துணி அணியக் கூடாது, இடுப்புக்கும் முழங்காலிற்கும் மட்டுமே துணி அணிய உரிமை கொடுக்கப் பட்டிருந்தது. இந்தியாவில் பெண்களுக்கும், கீழ் ஜாதி மக்களுக்கும் இழைக்கப்பட்ட துயரங்களை மாற்ற எந்த அமைப்பும் முன்வரத் துணியாத போது, கிறிஸ்தவ மிஷனெரிகளே இதை மாற்றி சமத்துவத்தை மனிதநேயத்தை ஏற்படுத்த பாடுபட்டார்கள்.

சுவிஷேசத்தின் நிமித்தம் இராக்கிலாந்து பல பாடுகள் பட்டதை தனது நாட்குறிப்பில் விரிவாக எழுதியுள்ளார். உதாரணம் : இஞ்சாறு என் கிராமத்தில் பிராமணர்கள் அதிகமாய் வாழ்ந்தார்கள். 1884 ஆம் ஆண்டு செப்டம்பர் மாதம் 15 ஆம் தேதி நற்செய்தி அறிவிக்க இராக்கிலாந்து அங்கு சென்றார். அக்ரகாரத்தில்

நுழைந்தவுடன், சற்றும் எதிர்ப்பார்க்காத நேரத்தில் தூசிகளையும் கற்களையும் சில நிமிடங்கள் தொடர்ந்து எறிந்துக் கொண்டேயிருந்தார்கள். திடீரென ஒரு பிராமணன் ஒரு தடியால் ஓங்கி என் தலையில் அடித்தான். தொடர்ந்து மற்றவர்களும் அடிக்க முற்பட்டார்கள். ஒரு சிறுவன் கூட தன்னுடைய பிஞ்சுக் கைகளில் மண்ணை எடுத்து என்மேல் போட்டான், என்று குறிப்பிட்டுள்ளார்.

வறுமையைக் கண்டிராத அவர், பசியை அறியாத அவர் பசியின் கொடுமை தாங்க முடியாமல் பசியைப் போக்கக் கையேந்தும் நிலையும் ஏற்பட்டது. சிவகாசிக்கு அருகிலுள்ள ஈஞ்சார் என்ற கிராமத்து மக்களுக்கு கொஞ்சம் பரிவு இருந்ததால், தங்கள் வீட்டுப் பாத்திரத்தில் கொடுத்தால், பாத்திரம் தீட்டுப்பட்டுப் போகும் என்று எண்ணினபடியால், இராக்கிலாந்து வைத்திருந்த தொப்பியில் கூழ்வாங்கி பசியை தீர்த்தநாட்கள் உண்டு. எந்த கிராமங்களில் இராக்கிலாந்து கொடிய தாக்குதலுக்கும் அவமானத்திற்கும் உள்ளானாரோ, அந்த குடும்பங்களிலிருந்து அநேக பெண்கள் இரகசிய கிறிஸ்தவர்களாய் எழும்பினார்கள்.

இயேசு கிறிஸ்துவின் சுவிஷேசமாகிய நற்செய்தியை அறிவிப்பதால் எவ்வளவு உபத்திரவங்கள் ஏற்பட்டாலும், தன்னுடைய சரீர துன்பத்தைத் தாங்க முடியாத நிலை ஏற்பட்டாலும் மீண்டும் மீண்டும் அதே இடத்திற்கு சென்று அந்த இடத்திலேயே இருந்துக் கொண்டு நற்செய்தியை அறிவித்தார். கடைசி நாட்களில் காசநோயினால் பாதிக்கப்பட்டு மிகவும் வாதிக்கப்பட்டார். ஆனாலும் அவருடைய பார்வைதான், அன்புகூர்ந்த இயேசு கிறிஸ்துவின் மீது மாத்திரம் பதிக்கப் பட்டிருந்தது. இராக்கிலாந்து ஓர் கோதுமை மணியாக வட திருநெல்வேலியில் விதைக்கப்பட்டார். 1858 - ஆம் ஆண்டு அக்டோபர் 22 ஆம் நாள் தனது 43 வயதில் தன் ஓட்டத்தை முடித்து கர்த்தருடைய ராஜ்யத்தில் பிரவேசித்தார். இந்த இளம் வயதில் இவர் மரிக்கும் அளவுக்கு, வட திருநெல்வேலியில் பல இடங்களில் தன் கூடாரத்தை அமைத்து, அருகில் உள்ள கிராமங்களுக்குச் சென்று வெயிலிலும், மழையிலும், பசியிலும், அவமானப் பேச்சுக்களை வாங்கியும், சரீர துன்பங்களை அடைந்தும் இவற்றையெல்லாம் பொருட்படுத்தாது மக்கள் ஒவ்வொருவரையும் சந்தித்து இயேசு கிறிஸ்துவை பற்றி எல்லாருக்கும் கூறினார். இராக்கிலாந்து கல்லறை சிவகாசி ஸ்ரீவில்லிப்புத்தூர் ரோட்டில் நடராஜ் ஞாபகார்த்த கிளப்பிற்கு எதிரில் இன்றும் உள்ளது.

4. சார்லஸ் தியாப்பியஸ் ரேனியஸ் ஐயர் என்பவர் 1790 ஆம் ஆண்டு நவம்பர் 5 ஆம் நாள் ஜெர்மன் தேசத்தில் பிறந்தார். அவரது தகப்பனார் நிக்கலஸ் ரேனியல் என்பவர். ரேனியஸ் ஐயர் 6 வயதாக இருக்கும்போதே இறந்துப் போனார். 14 வயது வரையில் பள்ளியில் கல்வி பயின்றவர் பிறகு கல்வியை தொடரமுடியாமல், தனது மாமாவிடம் எழுத்தாளராகப் பணிபுரிந்தார். அவரின் பெரியப்பா பெரியம்மாவின் முன் மாதிரியான கிறிஸ்தவ வாழ்வு ரேனியலை

கவர்ந்தது. மிஷனெரிகளின் ஊழியம் குறித்த தகவல்கள் அடங்கிய அறிக்கையை அவர் சென்ற சபையில் வாசித்ததை கேட்டார்.

தானும் இந்தியாவுக்கு சென்று மிஷனெரி ஊழியம் செய்ய விரும்புவதாக தனது பெரியப்பா, பெரியம்மாவிடம் சொன்னதும், அவர்கள் இருவரும் எதிர்ப்பு தெரிவித்தார்கள். உனது தாயை, உடன் பிறந்த இரண்டு சகோதரர்கள் சகோதரிகளை பராமரிக்காமல், கடல் கடந்து சென்று வெளிநாட்டில் ஊழியம் செய்ய போவது என்ன நியாயம் என்று வாதிட்டார்கள். அவரது தாயார் இதை மிகவும் எதிர்த்தார்கள். கடவுளா? குடும்பமா? என்று தாய் கேட்ட கேள்வி ரேனியஸ் ஐயரை அசைக்க செய்தது. அதற்கு ரேனியல் நான் கடவுளின் ஊழியத்திற்கான எனது அழைப்பை அசட்டை செய்வேனானால் அது நியாயமாக இருக்க முடியுமா? என்று தன் தாயாரிடம் கேட்டார். தாயாரின் மனதில்;அசைவை ஏற்படுத்தியது. அதை தாயார் ஏற்றுக் கொண்டார். ரேனியசின் மனநிலையை அறிந்து அவரது பெரியப்பா 15 மாதங்கள் இறையியல் கற்றுக் கொள்ள ஏற்பாடு செய்தார். இறையியல் கல்வி முடித்து 1812 ல் குருபட்டம் பெற்றார்.

சார்லஸ் தியாப்பியஸ் ரேனியஸ் 1814 ஆம் ஆண்டு ஜூலை 4 ஆம் நாள் சீர்திருத்தச் சபையின் (ளீனிறீ) சார்பாக இந்தியாவுக்கு ஊழியக்காரராய் வந்தார். தரங்கம்பாடியில் சிறிது காலம்தங்கி

தமிழ்மொழியைக் கற்றுக் கொண்டார். சென்னைக்கு வந்து தமிழ் மற்றும் தெலுங்கு மொழியையும் கற்றுக் கொண்டார். சென்னையில் ஆனி(புஜஜஷ்ள) என்ற டச்சு நாட்டுப் பெண்ணைத் திருமணம் செய்துக் கொண்டார். 1820 ஆம் ஆண்டு ஜூலை 7 ஆம் நாள் திருநெல்வேலிக்கு வந்தார். அங்கே 18 ஆண்டுகள் அவர் ஊழியம் செய்ததால் திருநெல்வேலியின் அப்போஸ்தலர் என்றும் மக்களால் அழைக்கப்பட்டார். ஏற்கெனவே இந்தியாவிற்கு வந்து ஊழியம் செய்த மிஷனெரிகள் அனைவரிலும் ரேனியஸ் சிறந்தவர் என்று அனைவராலும் புகழப்பட்டார்.

பாளையங்கோட்டைக்கு வந்தபோது தேனியஸ் ஐயர் ஐரோப்பியர் வாழ்ந்த பகுதியில் ஒரு வாடகை வீட்டில் குடியேறினார். நான்கு புறமும் மதில்களால் சூழப்பட்ட ஒரு கோட்டையாக பாளையங்கோட்டை இருந்தது. அதற்குள்ளே ஐரோப்பியர் ஒரு புறமும் (தெற்கே), வடக்கே இந்தியர்களும், கிழக்கே மாதாகோயிலும், தெற்கு வாசலில் புராட்டஸ்டன்ட் தேவாலயமும், ஆங்கிலேய திருச்சபை ஒன்றும், எஸ்.பி.சி.கே. சங்கத்தைச் சேர்ந்த சபை ஒன்றுமிருந்தது. ஒரு பள்ளிக்கூடமும் இருந்தது, அதின் மத்தியில் ஆங்கிலேய திருச்சபையைச் சேர்ந்த சி.எம். எஸ். சங்கத்தினரும் வந்து புதிதாக ஊழியத்தை தொடங்கினார்கள். இப்படியான சூழ்நிலையில் ஒருவருக்கொருவர் போட்டி பொறாமையுடன், தவறான எண்ணங்களும் உருவாயிற்று, கசப்பான உணர்வுகள் வளர்ந்துக் கொண்டே

இருப்பதை ரேனியஸ் ஐயர் கவனித்தார். ரேனியஸ் மனதில் வேதனை அடைந்தார். எனவே சங்கத்தினர் கோட்டைக்குள்ளே ஊழியஞ் செய்யாதிருக்க மேலிடத்திற்கு தகவல் அறிவித்து, தானும் கோட்டையிலிருந்து வெளியேறிவிட்டார். யாருடைய ஊழியத்திற்கும் அவர் தடையாக இருக்க விரும்பவில்லை.

திருநெல்வேலி பகுதியில் தனது ஊழியத்திற்கு ஏற்ற இடம் கிடைக்காமல் தேடிக்கொண்டிருந்தார். ரேனியஸ் ஐயரின் ஊழிய வாஞ்சையை அறிந்த ஹாப்ஸ் ஐயர் தான் மக்களுக்காக கட்டியிருந்த பள்ளிக் கூடம் மற்றும் செமினரிக்கான இரு கட்டடங்களையும் குறைந்த விலைக்கு ரேனியஸிடம் விற்க முன்வந்தார். சங்கத்தின் அனுமதியுடன் ரேனியஸ் அந்த இடத்தை மகிழ்ச்சியுடன் விலைக்கு வாங்கினார். அந்த இடத்தில் மேலும் பெண்களுக்கான உயர்நிலை பள்ளியையும், கத்தீட்ரல் உயர்நிலைப்பள்ளியும், பிஷப் சார்ஜென்ட் ஆசிரியர் பயிற்சி பள்ளியும், போதகர்களை உருவாக்க செமினரியை, தூய திருத்துவ தேவாலயமும் வெவ்வேறு கால கட்டங்களில் உருவாக்கினார். அப்போதிருந்த கால கட்டத்தில் கல்வித்திட்டத்தை மிக சிறப்பாக சாதித்து முடித்தார்.

செமினெயில் வேதாகமக் கல்வி பயிலும் மாணவர்கள் இடையே நாடார் வகுப்பை சேர்ந்தவர்கள், ஆதிதிராவிட வகுப்பைச் சேர்ந்தவர்கள் ஒன்றாக கல்வி கற்றாலும், ஒன்றாக அமர்ந்து சாப்பாட்டு அறையில் சாப்பிடாமல் ஜாதியப்பாகுபாடாக மாணவர்கள் செயல்பட்டார்கள். அன்று இரவு நடந்த ஆராதனை (ஜெப) வேளையில் ஜாதிப்பாகுபாடை கண்டிக்கும் வகையில் பிரசங்கித்தார். ஆராதனை முடிந்ததும் நாடார் வகுப்பைச் சேர்ந்தவர்கள் ரேனியஸ் ஐயரிடம் வந்து நாங்கள் தாழ்ந்த சாதியினரோடு சமமாக அமர்ந்து சாப்பிட்டால் எங்கள் சாதியினர் எங்களை சாதியைவிட்டு நீக்கிவிடுவார்கள். ஆகவே நாங்கள் தனித்திருந்து சாப்பிட அனுமதிக்க வேண்டும் என்று மிகுந்த துக்கத்தோடு கண்ணீர் ததும்ப கெஞ்சினார்கள். ரேனியாப் ஐயர் அதை அனுமதிக்கவில்லை. மறுநாள் மாணவர்கள் பட்டினி இருந்தார்கள். நாடார் மாணவர்களின் பெற்றோரை அழைத்து ரேனியஸ் ஐயர் கனிவாக பேசினார். பெற்றோர்களும் அவரின் ஆலோசனையை ஏற்க மறுத்து சாப்பாட்டு அறையை இரண்டாக பிரித்து நடுச்சுவர் ஒன்றை எழுப்ப வேண்டும் என்று வாதாடினார்கள். ரேனியஸ் ஐயர் இந்த செமினெரியில் சாதி வித்தியாசத்தை எந்த ரூபத்திலும் அனுமதிக்க மாட்டேன் என்று உறுதியாக கூறி, நான் செமினெரியை மூடி விடுகிறேன் என்று பெற்றோரையும் அனுப்பிவிட்டார்.

கிறிஸ்தவர்களிடையே சாதி வித்தியாசம் பார்க்கும் மூடக் கொள்கை என்பது வாழ்வின் வளர்ச்சியில் இடையூறுகளையும், தீமைகளையும் உண்டாக்கும் என்பதை மிஷனெரி செயற்குழுவினருக்கு தெளிவாக எடுத்து கூறினார். 1822 ஆம் ஆண்டு மார்ச் மாதம் ஒரு நாள் பாளையங்கோட்டையிலும், சுற்றுப்புற கிராமங்ககளிலிருந்தும் சில பெற்றோர்கள் ரேனியஸ் ஐயரிடம் வந்து

செமானெரியை மீண்டும் திறக்கவும், தங்கள் மக்கள் கல்விகற்கவும் உதவிடுங்கள் என்று மிகவும் வருந்திக் கேட்டுக் கொண்டனர். சாதி பாகுபாடு பார்க்க மாட்டோம் என்று நிபந்தனைக்கு முற்றுமாக சம்மதித்தனர். 1. கிறிஸ்தவ சித்தாந்தம், சரித்திரம், 2. புவியியல், 3. ஆங்கில முறைக் கணிதம், 4. தமிழ்முறைக் கணிதம் முதலிய பாடங்களை, கற்று மாணவர்கள் அதில் வெற்றிக் கண்டனர்.

சமூக அநீதிகளால் பெரும் துயரங்களை அடைந்த தாழ்த்தப்பட்ட மக்கள் வேகமாகக் கிறிஸ்தவத்தை தழுவினதை ரேனியஸ் ஐயர் கண்டார். இந்த கிறிஸ்தவர்களை பாதுகாக்க சமத்துவக் குடியிருப்புகளை, பல கிறிஸ்தவ கிராமங்களை ரேனியஸ் அமைத்தார். 1827 ஆம் ஆண்டு புலியூர் கிறிச்சி என்னும் கிராமத்தை டோனா பிரபு என்பவரின் நிதி உதவியோடு ரேனியஸ் விலைக்கு வாங்கி அங்கு கிறிஸ்தவர்களை குடியேற்றினார். அந்த ஊர் டோனாவூர் என்று பெயர் பெற்றது.

சமய நூல் சங்கம், தருமசங்கம், விதவைகள் ஆதரிப்பு சங்கம், மாம்பழச் சங்கம், என்று கிராம மக்கள் ஆவிக்குரிய வளர்ச்சிக்கும், பூமிக்குரிய பொருளாதார வளர்ச்சியிலும் பெருகி மக்களின் மகிழ்ச்சியான வாழ்வுக்கு ரேனியஸ் ஐயர் நலத்திட்டங்களை செயல்படுத்தினார். பல உரைநடை நூல்களும் பாட நூல்களையும் எழுதியுள்ளார். 1. அனைத்து மக்கள் கல்வி, சமுதாய நீதி குறித்த புதிய நோக்கு, 3. வெகுவான கிறிஸ்தவ இயக்கம், 4. எளிமையான வசனத்தமிழ் மொழிபெயர்ப்பு கலை, 5. அச்சுப்பிரசுர தொடர்பு சாதனம் இவை யாவும் ரேனியஸ் ஐயரின் தெளிந்த கோட்பாடும் அர்ப்பணிப்பான உழைப்பாலும் தமிழ் மொழிக்கும் தமிழ் மக்களுக்கும் கிறிஸ்துவின் சுவிசேஷத்திற்கும் சிறப்பாக தொண்டாற்றினார்.

தமிழ்மொழிக்குச் சிறப்பாகத் தொண்டாற்றிய 1. வீரமாமுனிவர் (ஜோசப் பெஸ்கி) 2. G.U. போப், 3. கால்டுவேல் போன்றவர்களுக்கு இணையாக ரேனியஸ் ஐயரும் பாராட்டுக்குரியவர். 1837 நவம்பர், டிசம்பர் மாதங்களில் நெல்லை மாவட்டம் முழுவதும் காலரா நோய் பரவியது. திரள் கூட்டமாக மக்கள் மரணமடைந்தனர். ரேனியல் ஐயர் ஏராளமான மருந்துகளை வாங்கி ஊழியர்கள் மூலமாக பாதிக்கப்பட்ட மக்களுக்கு கொண்டு சேர்க்க ஏற்பாடுகள் செய்தார். ரேனியஸ் தனது அயராத அர்ப்பணிப்புள்ள உழைப்பின் காரணமாக தனது 46 வயதிலேயே சரீரத்தில் பெலவீனமானார். 1838 ஜூன் 5 ஆம் நாள் மரித்து கர்த்தருக்குள் பேரின்பத்தை அடைந்தார். 7.6.1838 காலை நடந்த ரேனியஸ் ஐயரின் அடக்க ஆராதனையில் ஜாதி மதம் வேறுபாடின்றி கிறிஸ்தவர்களும், இந்துக்களும் முஸ்லீம்களும் திரள் கூட்டமாக வந்து அவருடைய சரீரத்திற்கு இறுதி மரியாதை செய்தனர்.

5. ஏமி கார்மைக்கேல் என்பவர் 16.12.1867 ல் வடக்கு அயர்லாந்தில் உள்ள ஒரு கிராமத்தில் பிறந்தார். டேவிட் கார்மைக்கேலுக்கும் கேதரின் கார்மைக்கேலுக்கும் மூத்த மகளாக ஏமிகார்மைக்கேல் பிறந்தார். இவருக்கு மூன்று

தங்கைமார்களும், நான்கு தம்பிமார்களும் உண்டு. ஏமிக்கு 13 வயதாக இருந்தபோது, வெஸ்லிய மெதாடிஸ்ட் பள்ளியில் தங்கிப் படித்து வந்தாள். அப்பொழுது இயேசு கிறிஸ்துவை ஏற்றுக் கொண்டு தனது வாழ்க்கையை அவருக்கு ஒப்புக்கொடுத்தாள். ஏமிக்கு 18 வயதாக இருக்கும்போது, அவனுடைய தகப்பனார் மரித்து விட்டார். அவள் தனது வருங்காலத்தை குறித்தும் தனது வாழ்க்கைக்கான தேவனுடைய சித்தத்தைக் குறித்தும் சிந்திக்கத் துவங்கினாள். ஏமி தனது சிறுவயதில் ப்ரௌன் brown நிற கண்கள் தனது குடும்பத்தினரை போன்ற ஊதா நிற கண்களாய் மாற ஜெபித்தார்.

ஒரு குளிர்காலத்தில் ஏமியும் அவளுடைய தம்பிமார்களும் ஒரு முதிர்வயதான பெண் ஒரு பெரிய விறகுக் கட்டைக் சுமந்துவருவதைக் கண்டார்கள். பாட்டி தள்ளாடி விழும் நிலையிலிருந்த போது ஏமி அந்த பாட்டியை தாங்கி பிடித்தாள். ஏமியின் மூத்த தம்பி விறகுக் கட்டையை தன் மீது வைத்து சுமந்துக் கொண்டான். அவ்வழியாக சபையை சேர்ந்த சிலர் தங்கள் வீட்டிற்கு சென்றுக் கொண்டிருந்தார்கள். ஒருவரும் வயதான பாட்டிக்கு உதவி செய்யவில்லை, ஏமியும் அவள் தம்பியும் பாட்டிக்கு உதவி செய்து அழைத்துச் சென்றார்கள், சபையார்கள் ஒரு சிலர் தங்கள் முகத்தைத் திருப்பிக்கொண்டு மறுபக்கமாக சென்றுவிட்டார்கள்.

ஏமிக்கும் அவள் தம்பிமார்களுக்கும் அவமான உணர்வு ஏற்பட்டது. ஏமிக்கு மட்டும் ஒரு வசனத்தின் சத்தியம் கேட்டது : 1 கொரி : 3 : 11 – 14; போடப்பட்டிருக்கிற அஸ்திபாரமாகிய இயேசு கிறிஸ்துவை அல்லாமல் வேறே அஸ்திபாரத்தைப் போட ஒருவனாலும் கூடாது. ஒருவன் அந்த அஸ்திபாரத்தின்மேல் பொன், வெள்ளி, விலையேறப்பெற்ற கல், மரம், புல், வைக்கோல் ஆகிய இவைகளைக் கட்டினால், அவனவனுடைய வேலைப்பாடு வெளியாகும்; நாளானது அதை விளங்கப்பண்ணும். ஏனெனில் அது அக்கினியினாலே வெளிப்படுத்தப்படும்; அவனவனுடைய வேலைப்பாடு எத்தன்மையுள்ளதென்று அக்கினியானது பரிசோதிக்கும். அதின்மேல் ஒருவன் கட்டினது நிலைத்தால், அவன் கூலியைப் பெறுவான், என்ற வார்த்தைகளை அவள் தெளிவாக கேட்டாள். அதன் பிறகு அவள் அவமான உணர்வு பெறவில்லை, தன் தம்பிகளை வைத்துக் கொண்டு மூதாட்டியை அவருடைய இடத்திற்கு சேர்த்துவிட்டு, தன் தம்பிகளோடு வீட்டுக்கு போய்விட்டார்கள். அந்த அனுபவம் மற்றும் வசனத்தைக் குறித்து ஏமி சிந்தித்த போது, தேவனுடைய பார்வையில் முக்கியமானவைகளுக்காக மட்டுமே தான் தனது வாழ்க்கையை ஒப்புக்கொடுக்க வேண்டும் என்பதை புரிந்துக் கொண்டார்.

தனக்காகத் தமது ஜீவனைக் கொடுத்த ஆண்டவராகிய இயேசு கிறிஸ்துவுக்காக வாழுவதை விடத் தனது வாழ்க்கையில் முக்கியமான காரியம் வேறு எதுவுமில்லை என்பதை ஏமி கார்மைக்கேல் உணர்ந்தார். தான் மற்றவர்களுக்குக் கிறிஸ்துவின் அன்பை எடுத்துக் காட்ட வேண்டும் என்பதே

தேவனுடைய சித்தம் என்பதை உணர்ந்த ஏமி ஊழியத்துக்குத் தன்னை ஒப்புக் கொடுத்தார். தனது 24 ஆம் வயதில் 12.1.1892 ஆம் ஆண்டில் ஊழிய அழைப்பை பெற்றார். 13.1.1893 ஆம் ஆண்டு ஜப்பான் சென்றார். ஏமிக்குக 27 வயதானபோது உடல்நிலை சரியில்லாத காரணத்தினால் சீனா, ஜப்பான் நாடுகளில் ஊழியம் செய்ய முடியவில்லை. 9..11.1895 ஆம் ஆண்டு ஏமி பெங்களூருக்கு வந்து சேர்ந்தார். அன்று முதல் அடுத்த 55 ஆண்டுகள் இந்தியாவிலேயே தங்கி கர்த்தருக்காக ஊழியம் செய்தார்.

ஏமி அவ்வப்போது ஜெபம் செய்து, கர்த்தரோடு உறவாடி, தனிமையை மேற்கொண்டார். ஏமித மிழ் மொழியை கற்க ஆரம்பித்தார். தமிழ்மொழியை கற்றுக் கொள்ள பெங்களூரை விட திருநெல்வேலியே ஏற்ற இடம் என்று மிஷெனரி உவாக்கர் ஏமியிடம் கூறினார். இதற்கு ஏமி சம்மதம் தெரிவித்து, உவாக்கர் தம்பதியரோடு திருநெல்வேலி மாவட்டத்திலுள்ள பண்ணைவிளை என்ற கிராமத்துக்குச் சென்று, அவர்களோடு தங்கி ஊழியத்தில் தன்னை ஈடுபடுத்திக் கொண்டார்.

மிஷெனரி தாமஸ் உவாக்கருடைய பிரசங்கம் பொன்னம்மாளை தொட்டது. பொன்னம்மாள் கிறிஸ்துவை தன் சொந்த இரட்சகராக ஏற்றுக் கொண்டார். பொன்னம்மாள் ஓய்வுநாள் பள்ளியில் உதவி செய்தாள். ஏமி பொன்னம்மாளை சந்தித்தார். இந்த பெண் தன்னுடைய ஊழியத்திற்கு தேவை என்று அறிந்து, பொன்னம்மாள் மாமனார் வீட்டிற்குச் சென்று அனுமதி பெற்று, அன்று முதல் அடுத்த 43 ஆண்டுகள் தன்னுடைய அன்புக்குரிய, கர்த்தருடைய ஊழியத்திற்கு உபயோகமான தோழியாக வைத்துக் கொண்டார். அதற்கு முன்பதாக பொன்னம்மாள் கணவனை இழந்து, தனது மாமனாரிடம் அடிமை நிலையில் வேலை செய்து வாழ்ந்தார்.

ஏமி கார்மைக்கேல் ஒருநாள் தான் ஊழியம் செய்யவிருக்கும் பகுதியைச் சுற்றிப் பார்த்தபடி தெருவில் நடந்து சென்றபோது, ஒரு ஏழு வயதுச் சிறுமி ஓடிவந்து அவருடைய கால்களைக் கட்டிக்கொண்டு என்னைக் காப்பாற்றுங்கள், என்னை காப்பாற்றுங்கள், அம்மா என்னை திருப்பி அனுப்பிவிடாதீர்கள் என்று கதறினாள். கோவிலுக்கு நேர்ந்துகொள்ளப்பட்ட அந்த சிறுமி கட்டாய விபச்சார சூழலுக்கு தள்ள பலவந்தப்படுத்தப்பட்டதை ஏமி அறிந்துக் கொண்டு அதிர்ச்சி அடைந்தார். சில மனிதர்கள் அவள் கோவிலுக்கு உரியவள் அவளை திரும்பி அனுப்புங்கள் என வாதாடினார்கள். ஏமி அந்த சிறுமிக்காக பரிந்து பேசி வாதாடினார். அந்த சிறுமையை திரும்ப அனுப்ப மறுத்துவிட்டார். இதனால் பல எதிர்ப்புகளையும் தைரியமாக எதிர்க்கொண்டு சிறுமிகளையும் பெண்களையும் மீட்கும் பணியில் ஈடுபட்டார்.

வாழ்க்கையில் பாதிக்கப்பட்ட எத்தனையோ இளம் பெண்களையும், சிறுமிகளையும் ஆதரவற்ற குழந்தைகளையும் ஏமி காப்பாற்றினார். அவர்களுக்கு உணவும், கல்வியும் அளித்து, நல்லதொரு வாழ்க்கை அமைத்துக் கொடுப்பதே தன்னுடைய ஊழியம் என்பதை ஏமி உணர்ந்தார். ஏன் இந்த பகுதிக்கு ஊழியஞ் செய்யத் தன்னை தேவன் தெரிந்துக் கொண்டார் என்று அப்பொழுது தான் ஏமி விளங்கிக் கொண்டார். அவர்களுடைய சரீரத் தேவைகளைப் புறக்கணித்துவிட்டு, ஆவிக்குரிய தேவைகளை மட்டும் கவனிக்க முடியாது என்று ஏமி உறுதியாக நம்பினார். ஆத்துமாக்கள் சரீரங்களுக்குள் பாதுகாப்பாக இணைக்கப்பட்டிருக்கின்ற ஆத்துமாவோடே சரீரத்தையும் சேர்த்தே நாம் கவனித்தாக வேண்டும் என்று ஏமி குறிப்பிட்டிருக்கிறார். பெண்கள் மத்தியில் இந்த மீட்புப்பணிக்கு ஆதரவாளர்கள் எழும்பினார்கள்.

ஜெர்மன் நாட்டைச் சேர்ந்த கௌண்ட் டோனா என்ற ஒரு நல்ல கிறிஸ்தவர் தாமஸ் உவாக்கர் அவர்களின் நற்பணிக்கு மிகவும் உறுதுணையாக இருந்தார். கொளன்ட் டோனா வாங்கி கொடுத்த இடத்தில் 450 ஏக்கர் நிலத்தை உவாக்கர் ஏமிக்கு கொடுத்திருக்கிறார். அவ்விடத்தில் பெரிய அழகிய ஆலயத்தைக் கட்டி எழுப்பினார். மருத்துவமனை கட்டினார். பெண்களும், சிறுமிகளும், அநாதை சிறுவர் சிறுமிகளும் பாதுகாக்கப்பட்டு பராமரிக்கப்பட்டார்கள். ஒரு முறை ஒரு கிறிஸ்தவ போதகர் ஏமியிடம் இழித் தொழிலிருந்து மீட்கப்பட்ட சிறு பிள்ளைகளைப் பராமரிப்பது இழிவான வேலை என்று சொல்லிவிட்டார். ஏமி அதற்கு பதிலாக நான் இந்தியப் பிள்ளைகளை நல்ல கிறிஸ்தவர்களாக ஆண்டவருக்கென்று உருவாக்கினால், அவருக்கென்று இப்பிள்ளைகள் அநேக ஆயிரம் மக்களை எழுப்புவார்கள் என்ற நிச்சயம் எனக்கிருக்கிறது என்று தைரியமாக ஏமி சொன்னார். மேலும் ஆண்டவராகிய இயேசு கிறிஸ்து தம்முடைய சீஷர்களின் கால்களை கழுவினார். ஒரு துண்டை எடுத்து அவர்களுடைய கால்களைத் துடைத்து விட்டார். அப்படிப்பட்ட தாழ்மையான வேலையைத்தான் ஆண்டவர் எங்களுக்கு அளித்திருக்கிறார் என்று சொன்னார்.

ஒருமுறை அந்த சிறுமிகளிடம் உங்களை ஏமி கார்மைக்கேல் அம்மையாரிடம் இழுத்து வருவது எது என்று கேட்டார்கள். அம்மா எங்களிடத்தில் அன்பு காட்டுகிறார்கள் என்று அவர்கள் பதிலளித்தார்கள். அந்த இளம்பெண்களும் சிறுமிகளும் அவரை அம்மா என்று அழைத்து வந்தார்கள். இதற்காகவே ஏமி கர்மைக்கேல் தனது வாழ்க்கை முழுவதையும் அர்ப்பணித்தார். அவர் திருமணம் செய்துக் கொள்ளவில்லை. தனது குடும்பத்தைப் பார்க்கும்படி ஒருமுறை கூட வடக்கு அயர்லாந்துக்குத் திரும்பிச் செல்லவில்லை. அந்த ஏழைப் பெண்களும் சிறுமிகளுமே அவருடைய குடும்பத்தாராக இருந்தார்கள்.

ஊழியத்தின் மத்தியில் தனித்திருக்கும் நேரத்தை எல்லாம் ஏமி கார்மைக்கேல் தியானிப்பதும் புத்தகம் எழுதுவதிலும் கழித்தார். அவர் 33 புத்தகங்களை எழுதியிருக்கிறார். ஏமி அவருடைய 66 வயதில் 1931 ஆம் ஆண்டு அக்டோபர் 24 ஆம் நாள் குழியில் விழுந்து காயப்பட்டார். கால் முறிந்து விட்டது. அவரால் சுலபமாக நடமாட முடியவில்லை. 1935 ஆம் ஆண்டு அவருடைய உடல்நிலை மோசமாகியது. அவர் படுத்த படுக்கையானார். என்றாலும் தனது ஆறுதலான வார்த்தைகளின் மூலமாக அவர் இல்லத்தில் இருந்தவர்களை வழி நடத்தினார். ஏமி கார்மைக்கேல் 18. 1. 1951 ஆம் ஆண்டு தனது 83 வது வயதில் மரித்து டோனாவூரில் அடக்கம் பண்ணப்பட்டார். அவர் கடைசி வரை உண்மையோடு அர்ப்பணிப்புடன் தியாகமாக கர்த்தருடைய ஊழியத்தை செய்து இந்தியாவின், தமிழ்நாட்டின் நெல்லை மாவட்டத்தில் டோனாவூரில் மரித்தார். தன் சொந்த தேசத்தை எந்த சூழ்நிலையிலும் நாடவில்லை. ஏமி மரிக்கும் தருவாயில் தனது கல்லறையில் கல்லறை வாசகம் (கவிதை புகழுரை) எதுவும் இருக்க கூடாது என்றுக் கேட்டுக் கொண்டார். அங்கே அவர் நேசிக்கும் பறவைகள் தண்ணீர் குடிக்கவும், குளிக்கவும் வசதியாக ஒரு கற்தொட்டியை அமைத்தனர். அதைத் தாங்கி நிற்கும் தூணில் "**அம்மா**" என்று மாத்திரம் எழுதினார்.

குறிப்பு : வெளிநாடுகளிலிருந்து இந்தியாவுக்கு வந்த அநேக மிஷனெரிகள் அன்புள்ளவர்கள், அர்ப்பணிப்புள்ளவர்கள், செல்வந்தர்கள், பல்கலைக்கழகத்தில் பட்டம் பெற்ற கல்வியாளர்கள், பகுத்தறிவாளிகள். அவர்களின் நோக்கம் கிறிஸ்துவை அறிவிப்பது என்ற (மதம் பரப்புவது என்று சொல்லும் குறுகிய மனப்பான்மை அல்ல) ஊழியத்தோடு கூடிய மனித உரிமை, மனித நேயம் காத்து மக்களை நல்வாழ்வு பெற செய்யும் (நிலையான வாழ்வு) நித்திய ஜீவன் பெற செய்யும் தொண்டு ஆற்றுவதற்கே வந்தார்கள்.

ஆனால் வெளிநாடுகளிலிருந்து வியாபாரம் செய்ய மட்டுமே வந்தவர்களும் உண்டு. அவர்கள் கிறிஸ்தவத்தை ஆதரிக்காத வெள்ளையர்கள் இந்துக்களை ஆதரித்தவர்களாய் கோயில்களுக்கு நிதிகளையும் கொடுத்தவர்களும் உண்டு. அந்த வியாபார வெள்ளையர்கள் தங்களின் செழிப்புக்காக கொள்ளையர்களாய் இந்தியாவை ஆண்டவர்களாயுமிருந்ததுண்டு. உண்மையான கிறிஸ்தவ மிஷனெரிகள் எல்லாரும் மிக நெருக்கமாக ஆண்டவரை அறிந்திருந்தார்கள். அவரை சார்ந்திருந்தார்கள். தங்களுக்கான பெயர் புகழ் ஆஸ்திகள் ஐசுவரியங்களை தேடி, தங்களை செழிக்க வளப்படுத்திக் கொள்வதற்காக இந்தியாவிற்கு வரவில்லை. பிரதான மேய்ப்பனான இயேசு கிறிஸ்துவின் சத்தத்தை கேட்டு, சத்தியத்திற்கு இயேசுவின் வார்த்தைக்கு அப்படியே கீழ்ப்படிந்து வாழ்ந்தார்கள்.

கிறிஸ்தவம் மதம் அல்ல. கிறிஸ்தவம் என்பது சீரற்ற மனித சமுதாயத்தின் அவர்கள் நிலை அறிந்து அவர்கள் மனதையும் வாழ்வின் துயர நிலைகளையும்

மாற்றி, அவர்களை நல்ல மனிதர்களாய் வாழ வைப்பதும், நித்திய ஜீவனை (அழியா வாழ்வை) பெற்றுக் கொள்ள செய்வதும் ஆகும். கிறிஸ்தவம் மதம் அல்ல, அது பக்தி, பரிசுத்தம், பகுத்தறிவு, நீதியும் கொண்ட மனிதநேயமிக்க ஜீவமார்க்கமாகும்.

– Bro.B. சதீஷ் குமார்

கிறிஸ்தவ சபைகளில் உள்ள போதகர்கள் விசுவாசிகளில் எத்தனை மக்கள் நல்ல மேய்ப்பனாகிய இயேசு கிறிஸ்துவின் குரலை கேட்டு செயல்படுகின்றார்கள். சில போதகர்கள் (சபைகள்) சத்தியத்தை தேவனின் சத்தத்தை கேட்டாலும் கேளாதவர்கள்போல உணராதவர்களாய் பாசாங்கு (நடிப்பு) செய்கின்றார்கள். சத்தியத்தை அறியாமல் சத்தியத்திற்கு சாட்சியாக வாழாமல் சபையில் மட்டும் நிலைத்திருப்பது அறியாமை ஆகும். தேவனுடைய சித்தத்தை செய்யாதவர்களாய் உலகப்பிரகாரமான ஆஸ்திகள் ஆடம்பரங்கள் மீது பற்றுதலை ஏற்படுத்திக் கொண்டு, பெயர் புகழ் பெருமைக்காக வேலையாக ஊழியங்களும் இருக்கின்றன. இவர்கள் அனைவரும் மனந்திரும்ப வேண்டும் நல்ல கனிக்கொடுக்க வேண்டும் என்ற நோக்கத்திலே இந்த புத்தக செய்தியை கொடுத்து, நான் ஜெபித்துக் கொண்டும் இருக்கின்றேன். நீங்கள் கர்த்தரை சந்திக்க வேண்டிய காலம் மிக விரைவில் வருகிறது.

V. ஆசீர்வாதம் என்பது என்ன? யார் பாக்கியவான்கள் Blessedness என்பதை பற்றி இயேசு சொன்ன சத்தியத்தை நாம் விசுவாசிக்க வேண்டும்.

நீதியினிமித்தம், நேர்மையினிமித்தம், சத்தியத்தினிமித்தம், பக்தியினிமித்தம், பரிசுத்தத்தினிமித்தம், சமாதானத்தினிமித்தம் நீங்களும் நானும் நெருக்கம் ஒடுக்கம் வறுமை புறக்கணிப்பினால் பாதிக்கப்பட்டிருந்தால், நம்மை பார்த்துதான் இயேசு கிறிஸ்து இவ்வாறு சொன்னார்: நீங்கள் பாக்கியவான்கள் என்றார். இந்த உலகமும் அதின் மக்களும் நீங்கள் ஏமாளிகள் பிழைக்கத்தெரியாதவர்கள் பெலவீனர்கள் என்று சொன்னாலும் அது உண்மை இல்லை.

இயேசு திரளான மக்களுக்கும், அவருடைய சீஷர்களுக்கும் தமது வாயைத்திறந்து உபதேசித்துச் சொன்னது என்னவென்றால் :

மத்தேயு – 5 : 3 – 12

ஆவியில் எளிமையுள்ளவர்கள் பாக்கியவான்கள்; பரலோகராஜ்யம் அவர்களுடையது.

துயரப்படுகிறவர்கள் பாக்கியவான்கள்; அவர்கள் ஆறுதலடைவார்கள்.

சாந்தகுணமுள்ளவர்கள் பாக்கியவான்கள். அவர்கள் பூமியைச் சுதந்தரித்துக் கொள்ளுவார்கள்.

நீதியின்மேல் பசிதாகமுள்ளவர்கள் பாக்கியவான்கள்; அவர்கள் திருப்தியடைவார்கள்.

இரக்கமுள்ளவர்கள் பாக்கியவான்கள்; அவர்கள் இரக்கம் பெறுவார்கள்.

இருதயத்தில் சுத்தமுள்ளவர்கள் பாக்கியவான்கள்; அவர்கள் தேவனைத் தரிசிப்பார்கள்.

சமாதானம் பண்ணுகிறவர்கள் பாக்கியவான்கள்; அவர்கள் தேவனுடைய புத்திரர் எனப்படுவார்கள்.

நீதியினிமித்தம் துன்பப்படுகிறவர்கள் பாக்கியவான்கள்; பரலோக ராஜ்யம் அவர்களுடையது.

என்னிமித்தம் உங்களை நிந்தித்துத் துன்பப்படுத்தி, பலவித தீமையான மொழிகளையும் உங்கள்பேரில் பொய்யாய்ச் சொல்வார்களானால் பாக்கியவான்களாயிருப்பீர்கள்.

சந்தோஷப்பட்டு, களி கூருங்கள்; பரலோகத்தில் உங்கள் பலன் மிகுதியாயிருக்கும்; உங்களுக்கு முன்னிருந்த தீர்க்கதரிசிகளையயும் அப்படியே துன்பப்படுத்தினார்களே.

கவனி : தன்னை தான் வெறுத்து, தன் சிலுவையை எடுத்துக் கொண்டு அனுதினமும் இயேசுவை பின்பற்றுகின்றவனே; அவருக்கு தகுதியான சீஷன். மிஷனெரி, ஊழியன் ஆக இருக்க முடியும். அப்படிப்பட்ட வாழ்க்கை பாதைகள் அதின் அனுபவங்கள் எளிமையுடன், துயரமுடன், சாந்த குணமுடனும், இரக்க குணமுடனும், நீதியின் மேல் அதிக பற்றுடனும், நீதியை நிலைநாட்டுவதற்காக துன்பத்தை அனுபவிக்கவும் துணிவுள்ளவராக, சமாதானம் பண்ணுகின்ற தூதுவராகவும், இயேசுவினிமித்தம் நிந்தனையும், துன்பத்தையும், பொய் குற்றசாட்டையும் கடந்து வருகின்றதாக இருப்பதே இயேசுவை பின்பற்றுகின்வர்களின் சிலுவை சுமக்கும் வாழ்வாக இருக்கும். இந்த அனுபவங்கள் கொண்ட வாழ்வை ஆசீர்வாதமானது என்று இயேசு சொல்லுகின்றார். இதற்காக துக்கப்பட்டு வெட்கப்பட்டு அழாமல் மகிழ்ந்து (சந்தோஷப்பட்டு), களிக்கூருங்கள்; பரலோகத்தில் உங்கள் பலன் அதிகமாக இருக்கும் என்றார். – இயேசு.

❖ மேலும் யார் ஆசீர்வதிக்கப்பட்டவர்கள், எது ஆசீர்வாதமானது என்பதைப் பற்றி இயேசு சொன்னதை கவனிக்கவும் :

❖ தேவனுடைய வார்த்தையைக் கேட்டு, அதைக் காத்துக் கொள்ளுகிறவர்களே (அதை கைக் கொள்கிறவர்களே) அதிக பாக்கியவான்கள் என்றார்.

❖ இயேசுவை காணாதிருந்தும், அவரை விசுவாசிக்கிற (அவரின் வார்த்தைகளை நம்புகின்ற) மக்கள் பாக்கியவான்கள் என்றார்.

❖ தன்னுடைய வீட்டிலே விருந்து பண்ணும்போது ஏழைகளையும், மாற்றுதிறனாளிகளான ஊனரையும், சப்பாணிகளையும், குருடரையும் அழைத்து உபசரித்து ஆறுதல்படுத்தும்போது பாக்கியவானாக இருப்பீர்கள். (அவர்களால் மீண்டும் பதில் உபசரிப்பு செய்ய முடியாது என்பதால்) நீதிமான்களின் உயிர்த்தெழுதலில் உனக்குப் பதில் (மிகுந்த பலன்) செய்யப்படும் என்றார். (லூக் – 11 : 28; 14 : 12 -14; யோவான் – 20 : 29)

இயேசு கிறிஸ்து தம்முடைய சீஷர்களை நோக்கிப்பார்த்து இவ்வாறு சொன்னார்:

லூக்கா: 6 : 21 – 23;

இப்பொழுது பசியாயிருக்கிற நீங்கள் பாக்கியவான்கள்; திருப்தியடைவீர்கள். இப்பொழுது அழுகிற நீங்கள் பாக்கியவான்கள்; இனி நகைப்பீர்கள்.

மனுஷகுமாரன் நிமித்தமாக ஜனங்கள் உங்களைப் பகைத்து, உங்களைப் புறம்பாக்கி, உங்களை நிந்தித்து, உங்கள் நாமத்தைப் பொல்லாததென்று தள்ளிவிடும்போது நீங்கள் பாக்கியவான்களாயிருப்பீர்கள்.

அந்நாளிலே நீங்கள் சந்தோஷப்பட்டுக் களிகூருங்கள்; பரலோகத்தில் உங்கள் பலன் மிகுதியாயிருக்கும்; அவர்களுடைய பிதாக்கள் தீர்க்கதரிசிகளுக்கும் அப்படியே செய்தார்கள்.

இப்படியான சூழல்களின் மத்தியில் இயேசு கிறிஸ்துவில் அன்புகூர்ந்து உண்மையானவர்களாக ஊழியம் செய்கின்றவர்களை நிந்தித்து தூஷித்து பரியாசமும் அவமரியாதையும் செய்து நிராகரிக்கின்ற பொய்யான கிறிஸ்தவர்களும் உலக மனிதர்களும் மனந்திரும்ப வேண்டும். அவர்களின் மனக்கண்களின், உள்ளான இருதயத்தின் இருள்கள் நீங்கி வெளிச்சத்தை காணவேண்டும் என்று ஜெபிக்கின்றேன்.

குறிப்பு : ஆசீர்வாதங்கள், நன்மைகளை பெற்றுக் கொள்வது பற்றிய அநேக வாக்குதத்தங்கள் தீர்க்கத்தரிசன வசனங்கள் வேதத்தில் உள்ளது. அவைகள் எப்பொழுது யாரால் யாருக்கு ஏன் கொடுக்கப்பட்டது பழைய மனிதர்களுக்கான வாக்குதத்தங்களின் நன்மைகளை ஆசீர்வாதங்களை இச்சிக்கின்ற இன்றைய கால மனிதர்கள், தங்களின் நிலையான நித்திய வாழ்வுக்கான ஜீவனைப் பெற்றுக் கொள்ள இயேசு கிறிஸ்துவினால் சொல்லப்பட்ட இன்றைய காலத்திற்கான வாக்குதத்தங்கள் தீர்க்கத்தரிசனங்கள் கட்டளைகளுக்கு விசுவாசமுடன் கீழ்படிய வேண்டியது முக்கியம் என்று உங்களுக்கு தெரியவில்லையா?

❖ உண்மையான கிறிஸ்தவர்கள் தங்களுக்கு எது உண்மையில் ஆசீர்வாதமானது என்பதை அறிந்து, அதற்கான செயலை திட்டத்தை தங்கள் வாழ்வில் நிறைவேற்றி முடிக்க வேண்டும். இந்த வசனங்களை வாசித்து, நீங்கள் இந்த ஆசீர்வாதம் பாக்கியம் உள்ளவர்களா? என்று யோசித்துப் பாருங்கள். (சங் – 3 : 8, 1 : 2, 2 : 12, 32 : 1, 2, 34 : 8, 37 : 22 – 26, 40 : 1 – 4, 41 : 1, 2, 65 : 1 – 4, 84 : 1 – 12, 94 : 1 – 13, 106 : 3, 112 : 1 – 10, 119 : 1, 2, 128 : 1 – 6)

❖ பண்ணிரெண்டு அப்போஸ்தலரிகளில் ஒருவனான பேதுரு இயேசு கிறிஸ்துவின் சீஷன், தன் குரு சொன்ன அதே சத்தியத்தை சபைக்கு தெரியப்படுத்தினார்.

1 பேதுரு – 3 : 8, 9, 10, 11, 14; 4 : 13 – 16, 19;

மேலும், நீங்களெல்லாரும் ஒருமனப்பட்டவர்களும், இரக்கமுள்ளவர்களும், சகோதர சிநேகமுள்ளவர்களும் மன உருக்கமுள்ளவர்களும், இணக்கமுள்ளவர்களுமாயிருந்து.

தீமைக்குத் தீமையையும், உதாசனத்துக்கு உதாசனத்தையும் சரிக்கட்டாமல், அதற்குப் பதிலாக, நீங்கள் ஆசீர்வாதத்தைச் சுதந்தரித்துக் கொள்ளும்படி அழைக்கப்பட்டிருக்கிறவர்களென்று அறிந்து, ஆசீர்வதியுங்கள்.

ஜீவனை விரும்பி, நல்ல நாட்களைக் காணவேண்டுமென்றிருக்கிறவன் பொல்லாப்புக்குத் தன் நாவையும், கபடத்துக்குத் தன் உதடுகளையும் விலக்கிக்காத்து, பொல்லாப்பைவிட்டு நீங்கி, நன்மைசெய்து, சமாதானத்தைத் தேடி, அதைப் பின்தொடரக்கடவன்.

நீதியினிமித்தமாக நீங்கள் பாடுபட்டால் பாக்கியவான்களாயிருப்பீர்கள்; அவர்களுடைய பயமுறுத்தலுக்கு நீங்கள் பயப்படாமலும் கலங்காமலும் இருந்து,

கிறிஸ்துவின் மகிமைவெளிப்படும்போது நீங்கள் களிகூர்ந்து மகிழும்படியாக அவருடைய பாடுகளுக்கு நீங்ள் பங்காளிகளானதால் சந்தோஷப்படுங்கள்.

நீங்கள் கிறிஸ்துவின் நாமத்தினிமித்தம் நிந்திக்கப்பட்டால் பாக்கியவான்கள்; ஏனென்றால் தேவனுடைய ஆவியாகிய மகிமையுள்ள ஆவியானவர் உங்கள்மேல் தங்கியிருக்கிறார்; அவர்களாலே தூஷிக்கப்படுகிறார்; உங்களாலே மகிமைப்படுகிறார்.

ஒருவன் கிறிஸ்தவனாயிருப்பதினால் பாடுபட்டால் வெட்கப்படாமலிருந்து, அதினிமித்தம் தேவனை மகிமைப்படுத்தக்கடவன். ஆகையால் தேவனுடைய சித்தத்தின்படி பாடநுபவிக்கிறவர்கள் நன்மைசெய்கிறவர்களாய்த் தங்கள் ஆத்துமாக்களை உண்மையுள்ள சிருஷ்டி கர்த்தாவாகிய அவருக்கு ஒப்புக்கொடுக்கக்கடவர்கள்.

❖ இயேசு கிறிஸ்துவின் வார்த்தையினிமித்தம் உலக மனித இனத்தை மீட்க இரட்சிக்க ஏதுவான, சமாதான இரக்க செயல்களை, நன்மைகளை, நீதியானவைகளை, செய்ய முயன்ற மனிதர்கள் (தேவனுடைய ஊழியர்கள்) வாழ்க்கையில் (தனிப்பட்ட வாழ்வு, குடும்பத்தில் துயரம், நிந்தை, பாடுகள், பெலவீனங்கள், தாழ்ச்சிகள் ஏற்பட்டாலும் அதையும் கடந்து அவர்கள் கர்த்தரை மகிமைப்படுத்துகின்ற செயல்களினால் தங்களின் சுக ஜீவிய வாழ்வை தியாகமாக விட்டுக் கொடுத்து, தனி மனிதர்களாய் தைரியம் கொண்டவர்களாய் உறுதியான விசுவாசத்துடன் தங்களின் சிலுவையை சுமந்து, இயேசுவுக்கு (தன் சிலுவையை சுமந்த இயேசுவின் முன்மாதிரியை) பின் தொடர்ந்து சென்றார்கள்.

❖ உலக யூதர்களே, கிறிஸ்தவர்களை கவனியுங்கள்:

பாலும் தேனும் ஓடுகின்ற ஆறுகளும், பள்ளத்தாக்குகளும், மலைகளும், பாலைவனமும், காடுகளும் பசுமையான செழிமையான பகுதிகளும் நிறைந்த கானான் தேசத்தை சுதந்தரிப்போம் சொந்தமாக்குவோம் என்று முயற்சித்தவர்களும் ஏராளம் தாராளம் என்று பொன், வெள்ளி, ஐசுவரியம் ஆஸ்திகளுடன் ஆடம்பரமாக அனுபவித்து வாழ்ந்தவர்கள் எல்லாரும் அதில் (கானான் தேசத்தில்) இல்லாமற் நிலையற்று போனார்கள். எல்லாம்இழந்து 200 – 300 வருடங்களிலே சத்துருக்களுக்கு அடிமையாகி போனார்கள். இஸ்ரவேலர்களுக்கு உரிய முழுமையான தேசத்தின் நிலப்பகுதிகள் இன்றளவும் அவர்களுக்கு திரும்ப சொந்தமாக்க முடியவில்லை என்ற உலக சரித்திரத்தை கவனியுங்கள்.

ஆனால் நிலையற்ற கானான் வாழ்வுக்குள்ளே நுழையாத மோசே என்பவர் எகிப்தின் அரண்மனை வாழ்வின் ஐசுவரியம், ஆஸ்தி, மென்மை, அதிகாரம் கொண்ட அநித்திய வாழ்வையும் வெறுத்து கர்த்தருடைய வழியை வார்த்தையை தெரிந்துகொண்டு, அவரை எங்கும் உண்மையாய் பின்பற்றினான். நிலையான மறுமைக்குள்ளே உட்பிரவேசித்தான். சுமார் 2000 வருடங்கள் கடந்தும் மோசே என்ற தீர்க்கதரிசி – தேவ மனிதன் மறுரூப மலையில் தோன்றி இயேசு கிறிஸ்துவோடு முகமுகமாக உன்னத அனுபவத்தில் நிலைத்திருக்கும் மென்மையை – நித்திய ஜீவனை பெற்றார் என்ற சத்தியத்தை கவனியுங்கள்.

இயேசு கிறிஸ்து சொன்னப்படியே ஆசீர்வதிக்கப்பட்ட (Blessed People) மனிதர்களாய் (உண்மையான சீஷர்கள்) வாழ்கின்றவர்களே, இந்த பூமிக்கு உப்பாயிருக்கின்றார்கள். அவர்களே இந்த உலகத்திற்கு வெளிச்சமாகவும் இருக்கின்றார்கள். ஆம் அவர்கள் பூமியின் மக்களை கெட்டுபோகாமல் பாதுகாக்கும் நல்வழிபடுத்தும் பாதைகளில் நடத்துகின்றவர்களாயும், எந்த விதமான இருளான சறுக்கலான தாழ்வான நிலையிலும் வெளிசச்சத்தின் (தேவனுடைய) மனிதர்களாய், உலக மக்கள் இரட்சிக்கப்படுவதற்கு உதவி செய்கின்றவர்களாய் இருப்பார்கள். மத்தேயு 5:13-16;

VI. அதிக ஆஸ்திகளை உடைய ஐசுவரியவானும், துன்மார்க்க வாழ்வு கொண்டவனும் நித்திய ஜீவனைப் (Eternal Life) பெற முடியாது.

அதிக ஆஸ்திகளை உடைய பேராசை கொண்டவன் நித்திய ஜீவனை (நிலையான வாழ்வை) பெற முடியாது. ஐசுவரியவான் தான் மரிக்கும் போது ஒன்றையும் தன்னோடு கொண்டு போக முடியாது என்ற நிலையிலும் தன்னிடம் உள்ள மிகுதியான ஆஸ்திகள் கோடிக்கணக்கான ஐசுவரியங்களை ஏழைகளுக்கு தரித்திரர்களின் வாழ்வுக்கு கொடுக்க மனமில்லாத அன்பின் குணமில்லாதவனாக இருந்தான்.(லூக் – 16 : 19 – 30; 18 : 22 – 25; சங் – 73 : 1 – 18; சங் – 49 : 1, 2, 6 – 9; 10 – 20)

சங்கீதம்: 49 : 1,2, 6 – 9;

1.   ஜனங்களே, நீங்கள் எல்லாரும் இதைக் கேளுங்கள்.

2.   பூமியின் குடிகளே, சிறியோரும் பெரியோரும் ஐசுவரியவான்களும் எளியவர்களுமாகிய நீங்கள் எல்லாரும் ஏகமாய்ச் செவிகொடுங்கள்.

6.   தங்கள் செல்வத்தை நம்பி தங்கள் திரளான ஐசுவரியத்தினால் பெருமைப்பாராட்டுகிற,

7.   ஒருவனாவது, தன் சகோதரன் அழிவைக் காணாமல் இனி என்றைக்கும் உயிரோடிருக்கும்படி,8. எவ்விதத்தினாலாவது அவனை மீட்டுக் கொள்ளவும், அவனிமித்தம் மீட்கும் பொருளை தேவனுக்குக் கொடுக்கக்கவுங்கூடாதே.

9.   அவர்கள் ஆத்துமமீட்பு மிகவும் அருமையாயிருக்கிறது;அது ஒரு போதும் முடியாது.

சில ஆயிரங்களில் மன நிறைவாய் வாழ்பவனை போன்றே சுவாசித்து, பிறகு சுவாசம் இன்றி பல கோடிகளின் சொந்தக்காரனும் மரணித்து மண்ணுக்குள்ளே போகின்ற மனிதர்கள், ஏன் நியாயம் நீதி நடுநிலை சமநிலையான சமுதாய நிலையோடு, நல்ல மனமும் நல்ல குணத்திலும் செல்வந்தனாக வாழாமல் தங்களை ஏன் சுகபோக மோக ஜீவியத்தினால் கெடுத்துக் கொள்ளுகின்றீர்கள்? இரு வழி பாதையில் நீ எதில் செல்வாய்?

மிகுதியான சொத்துக்களை உடைய தலைவன், இயேசு கிறிஸ்துவின் வார்த்தை கட்டளையின் படியே தனது மிகுதியான சொத்துக்களை விற்று ஏழைகளுக்கு தானம் தர்மம் செய்து விட்டு, பரலோகத்தில் (சொர்க்கத்தில்) பொக்கிஷத்தை சேர்த்தவனாக இந்தப் பூமியில் போதும் என்ற மனதுடன் கூடிய, தேவ பக்தியுடன் எளிமையான மனிதனாக வாழ்ந்து, தேவன் மீது நம்பிக்கையுடையவனாக இயேசு கிறிஸ்துவுக்கு பின் செல்லவும் தன் சுய நலக் கொள்கைகளை, விருப்பங்களை வெறுக்கவும் தன் சிலுவையை சுமக்கவும், மற்ற

எதையும் இழக்கவும் மனமில்லாதவனாக; நிலையான வாழ்வுக்கும் நித்திய ஜீவனுக்கு வழியாக இருக்கும் இடுக்கமான வாசலை நோக்கி, இயேசுவுக்கு பின் செல்வதை விட்டு அவன் விலகி பின்வாங்கி சென்றுவிட்டான்.

இவனை போன்றே, நாம் வாழ்கின்ற காலத்திலும் சில பலமத தலைவர்கள், அரசியல் தலைவர்கள் இருக்கின்றார்கள், இருந்தார்கள். ஆன்மீகவாதிகள் கடவுள் பெயரில் பல கோடிகளில் ஆஸ்திகளை ஆபரணங்களை ஐசுவரியங்களை சேர்ந்து குவித்துக் கொண்டே இருப்பார்கள்; அவைகள் உண்மையில் கடவுளுக்கு பயனற்றவை. அரசியல்வாதிகள் மக்களால் நான், மக்களுக்காகவே நான் என்று சொல்லி பெரிய தியாக வாழ்க்கை வாழ்வது போல தத்துவம் பேசுவார்கள்; ஆனால் தன் பேரிலும் வாரிசுகள் பேரிலும், பல கோடிகளில் சொத்துக்களை சேர்த்து குவிப்பார்கள். அவர்களின் கோடிகளின் சொத்தை ஏழை, தரித்திரர், அனாதை பிள்ளைகளுக்கும் கொடுத்து வாழ்வு பெற செய்யமாட்டார்கள். இப்படி இருந்தால் தேசம் அதின் மக்கள் எப்படி வளமும் நலமும் பெறுவார்கள்?

இப்படிப்பட்ட மனிதர்கள் யாராக இருந்தாலும், இது போன்ற ஐசுவரியவான்கள் தேவனுடைய ராஜ்யத்தை நித்திய ஜீவனை அடைய முடியாது என்பதை இயேசு கிறிஸ்து திட்டமும் தெளிவுமாக நியாயத்தீர்ப்பு பற்றிய முடிவை சொல்லிவிட்டார். (மத் - 19 : 22 - 24; 13 : 22; மார்க்கு - 10 : 21 - 25; லூக் - 18 : 22 -2 5; லூக் - 16 : 19 - 31)

ஐசுவரியவான் தேவனுடைய ராஜ்யத்தில் பிரவேசிப்பதைப் பார்க்கிலும், ஒட்டகமானது ஊசியின் காதிலே நுழைவது எளிதாயிருக்கும் என்றார். இயேசு தம்முடைய சீஷர்களை நோக்கி : ஐசுவரியவான் பரலோக ராஜ்யத்தில் பிரவேசிப்பது அரிதென்று, மெய்யாகவே உங்களுக்கு சொல்லுகிறேன். Indeed, it is easier for a camel to go through the eye of a needle than for a rich man to enter the kingdom of God. Jesus said to His disciples, I tell you the truth, it is hard for a rich man to enter the kingdom of heaven. (Luke – 18: 25; Mathew – 19: 23, 24)

அவருடைய சீஷர்கள் அதைக் கேட்டு மிகவும் ஆச்சரியப்பட்டு : அப்படியானால் யார் இரட்சிக்கப்படக்கூடும் என்றார்கள். இயேசு, அவர்களைப் பார்த்து : மனுஷரால் இது கூடாதது தான்; தேவனாலே எல்லாம் கூடும் என்றார். (மத் - 19 : 25, 26; மாற் - 10 : 26, 27)

கவனியுங்கள்: எந்த ஒரு மனிதனும் தான் செய்கின்ற வேலைகளில், தான் வகிக்கும் பதவி அதிகாரங்களில், அது அரசியலாகட்டும் ஆன்மீகமாகட்டும் அரசு - தனியார் துறை ஊழிய பணிகள் ஆகட்டும் எந்த ஒரு மனிதனும் அநியாயமாக பொய்யும் புரட்டலும் மிரட்டலும் சுரண்டலும், லஞ்சமும் ஊழலும் பதுக்கலும் ஆக பணம், சொத்து, பரிசு பொருட்களை சம்பாதிக்கக் கூடாது. அப்படிதான் நாங்கள் சம்போதிப்போம் – எனக்காகவும், என் குடும்பத்திற்காகவும் உயர்வுக்கும்

செழிப்புக்கும் செல்வந்தர்களாவதற்கும் – கோடீஸ்வரன் பில்லினியர் ஆவதற்கு இப்படிதான் நாங்கள் செய்வோம் வாழுவோம் என்று வெளியரங்கமாக மறைமுகமாக சட்டம்போட்டு – திட்டம்போட்டு இந்திய தேசத்திலும் மற்ற உலக நாடுகளிலும் செயல்படும் மனிதர்கள் இருக்கின்றார்கள்.

இப்படிப்பட்டவர்களால் மனித சமுதாயத்தில் ஒரு பக்கம் ஏழைகள் திக்கற்றவர்கள் ஏழைகளாகவே இருப்பதும், ஒரு பக்கம் நீதி நியாயங்கள் சட்டம் ஒழுங்குகள் மீறப்படுவதும் விலைபேசிப் புரட்டவும் மறைக்கவும் படுகின்றது, நிலையான வாழ்வுக்கான சமத்துவம் நீதி சுதந்திரம் மனித உரிமை பாதுகாப்பு இல்லாத மனித சமுதாயம் ஐஸ்வரியவான்கள் என்ற பேராசை பெருமை என்ற தீமையினால் உண்டாகிறதை அடிப்படையிலேயே நீங்கள் அறிந்துக்கொள்ள வேண்டும்.

இயேசு கிறிஸ்து மனித சமுதாயத்தில் காணப்படும் பல தீமைகளின் – இருளின் அடிமட்டத்தின் வேரின் முனையிலிருந்து அவைகளை – பாவத்தை நீக்கி ஒழித்துவிடும் வேலையை ஊழியத்தை மிக நன்றாக சிலுவை வரையிலும் செய்து முடித்தார்.   ஐஸ்வரியவான்கள் அனைவருமே மனந்திரும்ப வேண்டும். பெருமைக்கு விக்கிரகமாகவும் பயன்படுத்தாமல் கோடீஸ்வரன் பில்லினியர் என்ற பெருமைக்காகவே சேர்த்துக்குவித்து வைத்துள்ள திரளான ஆஸ்திகளை – சொத்துக்களை விற்று தரித்திரருக்கும் – ஏழைகளுக்கும் கொடுத்துவிடுவது, அவனும் அவனின் குடும்பமும் இரட்சிப்பு அடைவதற்கு வாய்ப்பு உண்டாக்கும் மனந்திரும்புதல் முக்கியமாகும்.

உதாரணம்: சகேயு என்ற ஐஸ்வரியவான் வரிவசூலிக்கும் அதிகாரி இயேசு கிறிஸ்துவைப்பற்றி கேள்விப்பட்டு, அவரை காணவேண்டும் என்ற ஆவலுடன் இருந்தான். அதை உணர்ந்துக்கொண்ட இயேசு ஒரு நாள் ஊழியம் பயணமாக சென்றபோது, அங்கே மரத்திலிருந்த சகேயுவை இயேசு கண்டு: சகேயுவே, நீ சீக்கிரமாய் இறங்கி வா, இன்றைக்கு நான் உன் வீட்டிலே தங்கவேண்டும் என்றார். அவன் சீக்கிரமாய் இறங்கி, சந்தோஷத்தோடே அவரை அழைத்துக் கொண்டுபோனான். அவன் ஒரு பாவியான மனிதன் என்பதை மக்கள் அறிந்திருந்தார்கள். இயேசுவை சந்தித்து தன் வீட்டிலே சேர்த்துக் கொண்டு, அவரின் வார்த்தைகள் உபதேசத்தின் வெளிச்சத்தைப் பெற்றுக்கொண்டான்.

அன்றைக்கே அவன் தன்னுடைய பாவ இருள் நீங்கும்படிக்கு மனந்திரும்பி, சகேயு நின்று, கர்த்தரை நோக்கி: ஆண்டவரே, 1. என் ஆஸ்திகளில் பாதியை ஏழைகளுக்குக் கொடுக்கிறேன்; 2. நான் ஒருவனிடத்தில் எதையாகிலும் அநியாயமாய் வாங்கினதுண்டானால் (லஞ்சம் – பணம், அடமான பொருள், சொத்து, சம்பளம் – கிம்பளம்) நாலத்தனையாகத் திரும்பச் செலுத்துகிறேன் என்றான். இயேசு அவனை நோக்கி: இன்றைக்கு இந்த வீட்டிற்கு இரட்சிப்பு

வந்தது; இவனும் ஆபிரகாமுக்கு குமாரனாயிருக்கிறானே. இழந்து போனதைத் தேடவும் இரட்சிக்கவுமே மனுஷகுமாரன் வந்திருக்கிறார் என்றார்.

இந்தியாவிலும் உலக நாடுகளிலும் உள்ள ஐசுவரியவான்களே – கோடீஸ்வர்களே சீக்கிரமாக உங்களின் பெயர் புகழ் பெருமையின் உச்சத்திலிருந்து இறங்கி இயேசுவிடம் வாருங்கள். சீக்கிரமாக இயேசுவின் வார்த்தைகளுக்கு கீழ்ப்படிந்து மனந்திரும்புங்கள். உன் மனந்திரும்புதலின் நற்செயல்கள் உன் வீட்டிற்கும் சீக்கிரமாய் இரட்சிப்பைக் கொண்டுவரும். ஆமென்.

குறிப்பு : எந்த ஒரு மனிதனும் தன்னுடைய சுய புத்தியின் ஆற்றலின் முயற்சியினால் தன்னை இரட்சித்துக் கொள்ளவும் முடியாது, பரலோக (தேவனுடைய) ராஜ்யத்தை அடையவும், நித்திய ஜீவனை பெற்றுக் கொள்ளவும் முடியாது. அவன் எவ்வளவு பணம் புகழ் ஆஸ்திகளை அதிகாரங்களை இந்த பூமியில் பெற்றவனாக இருந்தாலும் அதன் மேன்மை எல்லாம் இந்த மண்ணோடே முடிந்து போகிவிடும். அவைகளைக் கொண்டு தேவனுடைய நியாயத்தீர்ப்பையும் நித்திய ஜீவனையும் விலை பேசி வாங்கவே முடியாது. எந்த ஒரு மனிதனும் தேவனுடைய வார்த்தைகளுக்கும், இயேசு கிறிஸ்துவினுடைய வழிகாட்டுதலுக்கும் விசுவாசமுடன் கீழ்ப்படிவதே இரட்சிக்கப்படவும், நித்திய ஜீவனை (நிலையான வாழ்வை) பெற்றுக் கொள்ளவும் பரலோக ராஜ்யத்தை அடையும் வழியாக உள்ளது.

நியாயத்தீர்ப்பையும் (Judgement) அதின் பலன்களையும் அளிக்கும் இயேசு கிறிஸ்து :

கர்த்தராகிய இயேசு கிறிஸ்து நியாயாதிபதியாக வரப்போகிறார். நியாயத்தீர்ப்பு பற்றிய சிறு தகவலை மூன்றாம் அத்தியாயத்தில் எட்டாவது குறிப்பில் பதிவிட்டுள்ளேன். ஒன்பதாம் அத்தியாயத்தில் இயேசு கிறிஸ்து சொன்ன நியாயத்தீர்ப்பு பற்றிய தகவலையுமம் பதிவிட்டுள்ளேன். (எசேக் – 33 : 11 – 20; 18:1– 32; மத் – 7 : 13 – 27; 25 : 31 – 46; லூக் – 16 : 19 – 31) ஆகிய வேதாகம வசனங்களை எடுத்து முழுமையாக படித்து அறிந்துக் கொண்டு விழிப்படையுங்கள். மேலும் சில குறிப்புகளை இங்கு பதிவிடுகின்றேன்.

லூக்கா 6 : 24 – 26;

ஐசுவரியவான்களாகிய உங்களுக்கு ஐயோ: உங்கள் ஆறுதலை நீங்கள் அடைந்து தீர்ந்தது.

திருப்தியுள்ளவர்களாயிருக்கிற உங்களுக்கு ஐயோ; பசியாயிருப்பீர்கள், இப்பொழுது நகைக்கிற உங்களுக்கு ஐயோ; இனி துக்கப்பட்டு அழுவீர்கள்.

எல்லா மனுஷரும் உங்களைக்குறித்துப் புகழ்ச்சியாய்ப் பேசும்போது உங்களுக்கு ஐயோ; அவர்கள் பிதாக்கள் கள்ளத்தீர்க்கதரிசிகளுக்கும் அப்படியே செய்தார்கள்.

❖ கர்த்தருடைய நியாயத்தீர்ப்புகள் பூமியெங்கும் விளங்கும்.

❖ கர்த்தர் பூமியை நியாயந்தீர்க்க வருகிறார்.

❖ கர்த்தரோ என்றென்றைக்கும் இருப்பார்; தம்முடைய சிங்காசனத்தை நியாயத்தீர்ப்புக்கு ஆயத்தம் பண்ணினார்.

❖ அவர் பூச்சக்கரத்தை நீதியாய் நியாயந்தீர்த்து, சகல ஜனங்களுக்கும் செம்மையாய் நீதி செய்வார்.

❖ கர்த்தர் வருகிறார், அவர் பூமியை நியாயந்தீர்க்க வருகிறார்; அவர் பூலோகத்தை நீதியோடும், ஜனங்களைச் சத்தியத்தோடும் நியாயந்தீர்ப்பார்.

சு கர்த்தருடைய நியாயத்தீர்ப்பு உண்டு என்பதை அறியுங்கள்.

சு கர்த்தருடைய நியாயத்தீர்ப்புகள் செம்மையானது, அது நீதியுள்ளது .

சகல எண்ணங்களையும் சகல செய்கைகளையும் நியாயந்தீர்க்குங் காலம் இனி இருக்கிறபடியால் சன்மார்க்கனையும் துன்மார்க்கனையும் தேவன் நியாயந்தீர்ப்பார். அவனவனை அவனவன் வழிகளுக்குத் தக்கதாக கர்த்தர் நியாயந்தீர்ப்பேன் என்கிறார். எனவே கர்த்தருடைய நியாயத்தீர்ப்புக்கு காத்திருங்கள், பயந்திருங்கள், துன்மார்க்கன் நியாயத்தீர்ப்பில் நிலை நிற்பதில்லை.

(சங் – 9 : 8; 96 : 13; 98 : 9; 119 : 43, 75, 120, 137; யோபு – 19 : 29; 1 நாளா – 16 : 14, 33; பிரசங்கி – 3 : 17; எசேக் – 18 : 30; 33 : 20; 2 பேதுரு : 3 : 1-14, 15 – 18; வெளிப்படுத்தல் : 22 : 6- 20; அப்போஸ்தலர்: 17 : 24 – 31; யோவான் – 5 : 21, 22; யோவான் – 6 : 40, 47, 54;

பிதாவானவர் மரித்தோரை எழுப்பி உயிர்ப்பிக்கிறதுபோல, குமாரனும் தமக்குச் சித்தமானவர்களளை உயிர்ப்பிக்கிறார்.

அன்றியும் பிதாவைக் கனம்பண்ணுகிறதுபோல எல்லாரும் குமாரனையும் கனம்பண்ணும்படிக்கு பிதாவானவர்தாமே ஒருவருக்கும் நியாயத்தீர்ப்புச் செய்யாமல், நியாயத்தீர்ப்புச் செய்யும் அதிகாரம்முழுவதையும் குமாரனுக்கு ஒப்புக்கொடுத்திருக்கிறார்.

குமாரனைக் கண்டு, அவரிடத்தில் விசுவாசமாயிருக்கிறவன் எவனோ அவன் நித்திய ஜீவனை அடைவதும், நான் அவனைக் கடைசிநாளில் எழுப்புவதும், என்னை அனுப்பினவருடைய சித்தமாயிருக்கிறது என்றார்.

என்னிடத்தில்; விசுவாசமாயிருக்கிறவனுக்கு நித்தியஜீவன் உண்டென்று மெய்யாகவே மெய்யாகவேஉங்களுக்குச் சொல்லுகிறேன்.

என் மாம்சத்தைப் புசித்து, என் இரத்தத்தைப் பானம் பண்ணுகிறவனுக்கு நித்தியஜீவன் உண்டு; நான் அவனைக் கடைசிநாளில் எழுப்புவேன்.

தானியேல்: 12 : 2, 3

பூமியின் தூளிலே நித்திரைபண்ணுகிறவர்களாகிய அநேகரில் சிலர் நித்திய ஜீவனுக்கும், சிலர் நித்திய நிந்தைக்கும் இகழ்ச்சிக்கும் விழித்து எழுந்திருப்பார்கள்.

ஞானவான்கள் ஆகாயமண்டலத்தின் ஒளியைப்போலவும், அநேகரை நீதிக்குட்படுத்துகிறவர்கள் நட்சத்திரங்களைப்போலவும் என்றென்றைக்குமுள்ள சதாகாலங்களிலும் பிரகாசிப்பார்கள்.

கவனியுங்கள் : பூமியின் எல்லா குடிகளுக்கும் (உலக மக்கள்), எல்லா சபைகளுக்கும் இறுதி நியாயத்தீர்ப்பு இரண்டு விதிகளின் (தீர்மானத்தின்) படி நடைபெறும். இரண்டு வகையாக (பிரிவாக) மக்கள் தரம் பிரிக்கப்படுவார்கள். அவர்களுக்கு இரண்டு விதமான விளைவின் பலன்களை தனித்தனியான தீர்ப்பின் மூலமாக வழங்கப்படும்.

இரண்டு விதிகள், தீர்மானத்தின்படி என்பது ஒன்று தேவனாகிய கர்த்தரை விசுவாசித்து அவரால் கொடுக்கப்பட்ட நியாயப்பிரமாணத்தின் கட்டளை கற்பனை நியாயங்களை கைக்கொண்டு வாழ்வதின் படியாகவும்; இரண்டாவது கர்த்தராகிய இயேசு கிறிஸ்துவை விசுவாசித்து, அவருடைய உபதேசக் கட்டளைகளைக் கைக்கொண்டு வாழ்வதின்படியாகவும் நியாயத்தீர்ப்பு வழங்கப்படும்.

இரண்டு விதிகள் தீர்மானத்தின்படியும் அக்காலத்துக்குரிய நிபந்தனைகளை அடிப்படையாகக் கொண்டும், இரண்டு விதிகளின்படியே வாழ்ந்த மக்களை பரிசுத்தர் நீதிமான்கள் என்றும் மற்றவர்களை இரண்டு விதிகளையும் மீறின மதியாமல் வாழ்ந்த மக்களை அக்கிரம செய்கைக் காரர்களாய் துன்மார்க்கர் என்றும் பிரிக்கப்படுவார்கள்.

நீதிமான்களும் (சன்மார்க்கர்) பரிசுத்தவான்களுமான தேவனுடைய மக்களுக்கு பரலோக ராஜ்யமும் நிலையான பேரின்ப வாழ்வுக்கான நித்திய ஜீவனை பலனாக அளிக்கப்படும். அக்கிரமக்காரர்களும் (துன்மார்க்கர்) பாவிகளான சாத்தானுடைய மக்களுக்குத் தண்டனையாக என்றும் அவியாத அக்கினிக் கடலிலே நரகத்தில் தள்ளப்படுவார்கள்.

இயேசு கிறிஸ்துவின் வார்த்தையை பின்பற்றிடும் யாக்கோபின் நிரூபம் :
(யாக் - 2 : 1- 9, 10 - 26, 13; 5 : 1 - 8;)

என் சகோதரரே, மகிமையுள்ள நம்முடைய கர்த்தராகிய இயேசுகிறிஸ்துவின் மேலுள்ள விசுவாசத்தைப் பட்சபாதத்தோடே பற்றிக்கொள்ளாதிருப்பீர்களாக.

ஏனெனில், பொன்மோதிரமும் மினுக்குள்ள வஸ்திரமும் தரித்திருக்கிற ஒருமனுஷனும், கந்தையான வஸ்திரம் தரித்திருக்கிற ஒரு தரித்திரனும் உங்கள் ஆலயத்தில் வரும்போது,

மினுக்குள்ள வஸ்திரந்தரித்தவனைக் கண்ணோக்கி : நீர் இந்த நல்ல இடத்தில் உட்காரும் என்றும்; தரித்திரனைப் பார்த்து: நீ அங்கே நில்லு, அல்லது இங்கே என் பாதபடியண்டையிலே உட்காரு என்றும் நீங்கள் சொன்னால்,

உங்களுக்குள்ளே பேதகம்பண்ணி, தகாத சிந்தைகளோடே நிதானிக்கிறவர்களாயிருப்பீர்களல்லவா?

என் பிரியமான சகோதரரே, கேளுங்கள் : தேவன் இவ்வுலகத்தின் தரித்திரரை விசுவாசத்தில் ஐசுவரியவான்களாகவும் தம்மிடத்தில் அன்புகூருகிறவர்களுக்குத் தாம் வாக்குத்தத்தம்பண்ணின ராஜ்யத்தைச் சுதந்தரிக்கிறவர்களாகவும் தெரிந்துகொள்ளவில்லையா?

நீங்களோ தரித்திரரைக் கனவீனம் பண்ணுகிறீர்கள். ஐசுவரியவான்-களல்லவோ உங்களை ஒடுக்குகிறார்கள்? அவர்களல்லவோ உங்களை நியாயாசனங்களுக்கு முன்பாக இழுக்கிறார்கள்?

உங்களுக்குத் தரிக்கப்பட்ட நல்ல நாமத்தை அவர்களல்லவோ தூஷிக்கிறார்கள்?

உன்னிடத்தில் நீ அன்புகூருகிறதுபோலப் பிறனிடத்திலும் அன்பு கூருவாயாக என்று வேதவாக்கியம் சொல்லுகிற ராஜரீக பிரமாணத்தை நீங்கள் நிறைவேற்றினால் நன்மைசெய்வீர்கள்.

பட்சபாதமுள்ளவர்களாயிருப்பீர்களானால்,   பாவஞ்செய்து, மீறினவர்களென்று நியாயப்பிரமாணத்தால் தீர்க்கப்படுவீர்கள்.

ஏனென்றால், இரக்கஞ்செய்யாதவனுக்கு இரக்கமில்லாத நியாயத்தீர்ப்புக் கிடைக்கும்; நியாயத்தீர்ப்புக்கு முன்பாக இரக்கம் மேன்மைபாராட்டும்.

❖ ஏசாயா மற்றும் மல்கியா தீர்க்கத்தரிசியினால் முன் அறிவிக்கப் பட்டவனான எலியாவின் ஆவியை உடையவனான யோவான் ஸ்நானகன்; பரிசுத்தமும் நீதியுமுள்ளவனாக அபிஷேகமும் அர்ப்பணிப்புள்ள தைரியமான ஊழியனாக ஏரோது ராஜாவின் அநியாயமான செயல்களையும் கண்டித்து உணர்த்தினான், அதன் விளைவாக சிறைசாலையில் அடைக்கப்பட்டு, சிறை சேதம் பண்ணப்பட்டு, இரத்த சாட்சியாக மரித்தான். இந்த உலகத்தின் பணம் பதவி நட்பிற்காக தேசத்தில் நீதி நியாயத்தை பேசவும் பின்பற்றவும் மறுக்கும் மனிதர்கள் நீதிபதியாகவும் இருக்கின்றார்கள்.

அந்த யோவான் இயேசு கிறிஸ்துவின் ஊழியம் எப்படிப்பட்டது என்பதையும் சாட்சியாக அறிவித்தான். அது 1. அவர் பரிசுத்த ஆவியினாலும் அக்கினியினாலும் உங்களுக்கு ஞானஸ்நானம் கொடுப்பார். 2. தூற்றுக்கூடை அவர் கையில் இருக்கிறது; அவர் தமது களத்தை நன்றாய் விளக்கி, தமது கோதுமையைக் களஞ்சியத்தில் சேர்ப்பார்; பதரையோ அவியாத அக்கினியினால் சுட்டெரிப்பார் என்றான். ஆம் இயேசு கிறிஸ்துவே பூமியை நியாயந்தீர்க்கும் நாயகராக, ராஜாவாக, நியாயாதிபதியாக வரப்போகிறார். ஆமென்.

VII. ஆதி அப்போஸ்தலர்களான சீஷர்களின் முன்மாதிரியை கவனியுங்கள்;

A. அப்பொழுது பேதுரு இயேசு கிறிஸ்துவை நோக்கி : இதோ, நாங்கள் (சீஷர்கள்) எல்லாவற்றையும் விட்டு, உம்மைப் பின் பற்றினோமே என்றான்.(மத் – 4 : 18 – 22; மாற் – 1 : 16 – 20; லூக் – 5 : 10, 11)

அதற்கு இயேசு கிறிஸ்து : தேவனுடைய ராஜ்யத்தினிமித்தம் a. வீட்டையாவது, b. பெற்றோரையாவது, c. சகோதரரையாவது, d. மனைவியையாவது, e. பிள்ளைகளையாவது விட்டுவிட்ட எவனும்,

இம்மையிலே அதிகமானவைகளையும், மறுமையிலே நித்திய ஜீவனையும் அடையாமற்போவதில்லையென்று மெய்யாகவே உங்களுக்குச் சொல்லுகிறேன் என்றார். (லூக் –18 : 28 – 30)

B. மத் – 19 : 27 – 30; மாற்கு – 10 : 28 – 31 அப்பொழுது, பேதுரு இயேசு கிறிஸ்துவை நோக்கி : இதோ, நாங்கள் (சீஷர்கள்) எல்லாவற்றையும் விட்டு, உம்மைப் பின்பற்றினோமே; எங்களுக்கு என்ன கிடைக்கும் என்றான்.

அதற்கு இயேசு : மறுஜென்ம காலத்திலே (at the renewal of all things) மனுஷகுமாரன் தம்முடைய மகிமையுள்ள சிங்காசனத்தின் மேல் வீற்றிருக்கும் போது, என்னை பின்பற்றின நீங்களும் (12 அப்போஸ்தலர்கள்) (சீஷர்கள்), இஸ்ரவேலின் பன்னிரெண்டு கோத்திரங்களையும் (You who have followed me will also sit on twelve thrones, judging the twelve tribes of Israel) நியாயந்தீர்க்கிறவர்களாகப் பன்னிரெண்டு சிங்காசனங்களின் மேல் வீற்றிருப்பீர்கள் என்று மெய்யாகவே உங்களுக்குச் சொல்லுகிறேன்.

குறிப்பு: இஸ்ரவேலின் 12 கோத்திரங்களின் தகப்பனாகிய யாக்கோபு தன் சகோதரனையும், தன் தகப்பனையும் தந்திரமாக ஏமாற்றி ஆசீர்வாதத்தை தனக்கு மட்டும் கிடைத்துவிட வேண்டும் என்று செயல்பட்டான். ஆனால் அவன் ஆசீர்வாதமுடன் சமாதானமுடன் வாழவும் முடியவில்லை. பயந்து ஓடுகின்றான், ஏமாற்றப்படுகின்றான். துக்கமுடனும் தன்னால் எதையும் கொண்டுபோக முடியாமலும் மரிக்கின்றான். அவன் திருப்தியுடனும் நம்பகத்தன்மையுடனும் பாதுகாப்புடனும் வாழத் தெரியவில்லை. எனவே, இவ்வாறு சொல்லுகின்றான்:

தேவன் என்னோடே இருந்து, நான் போகிற இந்த வழியிலே பயணங்களில் என்னை காப்பாற்றி, உண்ண ஆகாரமும் உடுக்க வஸ்திரமும் எனக்கு தந்து என்னை என் தகப்பன் வீட்டுக்கு சமாதானத்தோடே திரும்பிவரப் பண்ணுவாரானால், கர்த்தர் எனக்கு தேவனாயிருப்பார் என்றான். இந்த யாக்கோபை போன்று இயேசு கிறிஸ்துவின் 12 சீஷர்களும் அவரிடம் எந்த நிபந்தனைகளையும் வைக்கவில்லை.

அழைப்பை ஏற்றார்கள், தங்களுடையவைகளை எல்லாம் அருமையும் பெருமையும் பிரியமானவைகளை ஆஸ்திகளை விட்டுவிட்டு இயேசு கிறிஸ்துவுக்கு பின் சென்றார்கள். இவர்களால் பரலோக ராஜ்யத்தின் சுவிசேஷம் அறிவிக்கப்பட்டது. இவர்களைக் கொண்டு கர்த்தராகிய இயேசு கிறிஸ்து பலத்த அற்புதங்களை அடையாளங்களை செய்து தேவனுடைய வார்த்தை வசனத்தை உறுதிப்படுத்தினார். இன்றைய காலத்தின் மனிதர்களான கிறிஸ்தவ மத ஊழியர்கள் பலரும் தங்களுடையவைகளை எதையும் விட்டுவிட விருப்பமும் அர்ப்பணமும் இல்லை. அனைத்தையும் சேர்த்துவைத்துக் கொள்ளும் பேராசையுடன் நாங்களும் இயேசு கிறிஸ்துவுக்கு ஊழியம் செய்கின்றோம் என்கிறவர்களிடையே உண்மையும் நேர்மையும் ஒழுக்கமும் இல்லை.

நாங்களும் ஆபிரகாமையும், லோத்தையும், யோபுவையும், ஈசாக்கையும், யாக்கோபையும், சாலொமோனையும் போல செல்வசீமானாய் ஐசுவரியவான்களாய், பூமி தாங்கக்கூடாத ஆஸ்திகளை உடையவர்களாய் வாழவேண்டும் என்றே இன்று தேவன் விரும்புகிறார்; இதற்காக இயேசுவும் சிலுவையில் இரத்தம் சிந்தி மரித்தார் என்றெல்லாம் பிரசங்கிக்கும் போதகர், சுவிசேஷகர்களை என்னவென்று சொல்வது? இவர்கள் துர் உபதேசக்காரர்கள். புதிய உடன்படிக்கை காலத்தின் விசுவாச துரோகிகள் ஆவர்.

என் நாமத்தினிமித்தம் a. வீட்டையாவது, b. சகோதரரையாவது, c. சகோதரிகளையாவது, d. தகப்பனையாவது, e. தாயையாவது, f. மனைவியையாவது, g. பிள்ளைகளையாவது, h. நிலங்களையாவது விட்டவன் எவனோ (அவனும்) அவன் இப்பொழுது இம்மையிலே (பூமியில் வாழுகின்ற காலங்களில்), துன்பங்களோடே கூட (persecutions) நூறத்தனையாக, வீடுகளையும், சகோதரரையும், சகோதரிகளையும், தாய்களையும், பிள்ளைகளையும், நிலங்களையும் அடைந்து, மறுமையிலே (பூமியின் வாழ்க்கைக்கு பிற்பாடு) நித்திய ஜீவனையும் (நிலையான வாழ்வையும்) அடைவான், என்று மெய்யாகவே உங்களுக்குச் சொல்லுகிறேன்.

ஆகிலும் முந்தினோர் அநேகர் பிந்தினோராயும், பிந்தினோர் அநேகர் முந்தினோராயும் இருப்பார்கள் என்றார். (But many who are first will be last, and many who are last will be first)

குறிப்பு : உண்மையான கிறிஸ்தவ வாழ்க்கை என்பது தேவனுடைய ராஜ்யத்திற்கு உட்பட்ட ஜீவமார்க்கத்தின் வாழ்வாகும். அது, 1. அழைப்பு, 2. மனந்திரும்புதல், 3. விசுவாசித்தல், 4. கீழ்படிதலின் நல்ல கிரியை நடப்பித்தல், 5. முடிவு வரைக்கும் நிலைத்திருந்து, நித்திய ஜீவனுக்குறிய மிகுதியான பலனை பெற்றுக்கொள்ளுவதாகும்.

பேதுருவும் மற்ற சீஷர்களும் இயேசு கிறிஸ்து சொன்னபடியே சீஷனுக்கு, உண்மையான ஊழியனுக்குத் தகுதியான நிபந்தனையை நிறைவேற்றுகின்றவர்களாய் அவருக்கு பின் சென்றார்கள். நான் முன்னமே குறிப்பிட்ட சீஷனுக்குரிய தகுதி என்ன என்பதை மூன்று எடுத்துக்காட்டு பகுதிகளை திரும்பவும் படித்து உங்களின் தகுதியை உறுதிப் படுத்திக் கொள்ளுங்கள்.

கவனியுங்கள்: உலக வேலைகளில் பதவி உயர்வுக்கும், அதிக பணம் சம்பாதிக்க வேண்டுமென்றும், அந்த மனிதர்கள் தங்களின் வீட்டையும் ஊரையும் உறவுகளையும் விட்டுவிட்டு எங்கோ தூர இடங்களுக்கு நாடுகளுக்குச் சென்று வேலை – ஊழியம் செய்கின்றார்கள். தங்களின் இயக்கத்திற்கு விளையாட்டிற்கு நாட்டிற்கு லட்சியத்திற்காக தங்களின் உயிரையும் ஜீவனையும் பொருட்படுத்தாது ராணுவப்போர் சேவகர்களாக பணி செய்கின்றார்கள். இவர்களை எல்லாம் இந்த உலகம் மதித்து புகழ்ந்துப் பாராட்டி நினைத்து கணப்படுத்துகின்றது. இயேசு கிறிஸ்துவின் ஊழியத்தின் பணி என்பது உலக மக்களின் முழு சமாதானம் விடுதலை பாதுகாப்பு நன்மைகளுக்கான இரட்சிப்பின் திட்டமாக இருக்கின்றது. இதற்காக ஒருவன் தன்னை முழுமையாக ஒப்புக்கொடுப்பதும், அவனின் வீட்டார் இதற்காக தங்களை விட்டுக் கொடுப்பதும் நல்லது. ஓர் புதிய உலகம் உருவாக்க எடுக்கும் மிகவும் சிறந்த அர்ப்பணமாகும். இதற்கான மதிப்பும் புகழ்ச்சியும் பலனும் ஆசீர்வாதமும் உங்களுக்கு நிச்சயம் உண்டாகும்.

1. ஏன் இயேசுவுக்கு பின் சென்றாக வேண்டும்?

2. பரலோக (தேவனுடைய) ராஜ்யத்தின் திட்டங்களை ஏன் பற்றிக் கொள்ள வேண்டும்?

இயேசு கிறிஸ்து சொன்ன நிபந்தனையின்படி அவருக்கு பின் செல்பவர்கள் முதலில் கெட்டுப்போகாமல் தங்களை காத்துக் கொள்ள வேண்டும். பிறகு அவரால் அவர்கள் உருவாக்கப்பட்டு, இந்த உலகத்திற்குள் அனுப்பபட வேண்டும். இவர்கள் இரட்சிப்பின் (மீட்பின்) பணிகளை செய்ய வேண்டும். இந்த மனித சமுதாயத்தை சீர்ப்படுத்தவும், ஸ்திரப்படுத்தவும், பலப்படுத்தவும், நிலை நிறுத்தப்படவும் வேண்டும்.

இந்த தேவனுடைய சித்தம் திட்டத்திற்கு தங்களை அர்ப்பணித்து, முழுமையாக நிறைவேற்றி முடிப்பதில், தனி நபரின் மற்றும் அவனின் (மாம்ச) சொந்த குடும்ப நபர்களின் எந்த ஒரு சுயநலம் சார்ந்த விருப்பு வெறுப்புகளுக்கும்

இடம் கொடுக்கப்படக் கூடாது. உலக மக்களின் எல்லாருக்குமான நலனின் இரட்சிப்பு திட்டத்தை மட்டுமே தேவனுடைய சித்தமாக நிறைவேற்றி முடிக்க வேண்டும். இதுதான் சிலுவை சுமக்கும் அனுபவமாகவும் இயேசுவுக்கு பின் செல்லும் சீஷனின் ஊழியனின் தகுதியாகவும் குறிக்கோளாக இருக்கிறது. இவைகளுக்காக முயற்சி செய்யுங்கள், முன்னேறுங்கள், உங்களின் ஓட்டத்தை பொறுப்பை ஜெயமாக முடித்திடுங்கள்

கடந்த 500 – 600 ஆண்டுகளில் பல கிறிஸ்தவ மிஷெனெரிமார்கள், தங்களை வெறுத்து, தன் சிலுவையை சுமந்து, இயேசுவை பின்பற்றி (அவரின் கட்டளை வழிகாட்டுதலின் வார்த்தையின் படியே) உலகின் பல தேசங்களின் மக்களுக்கு வாழ்வில் நல்ல பலன்களை, நன்மைகளை அளித்து, நல்ல பாதைகளை காட்டினார்கள்.

இன்றைய காலகட்டங்களில் 19 – 21 ஆம் நூற்றாண்டு மனிதர்களில், சில கிறிஸ்தவ ஊழியக்காரர்களின் குணமும், செயலும் பண ஆசை, உலக பொருளாசை, ஆஸ்திகளின் பெருக்கத்தின் ஆசைகளினால் கெட்டுபோன மனிதர்களாய் இருக்கின்றார்கள். இவர்கள் உலக பொருளுக்கும், தேவனுக்கும் ஊழியம் செய்யும் இரட்டை முகம் கொண்டவர்கள். (லூக் – 16 : 9 – 15) இப்படி ஊழியம் செய்யக்கூடாது என்று இயேசு கிறிஸ்து சொன்னார்.

அவர்களின் போதனைகளும் தத்துவமும் (Doctrines) கோட்பாடுகள் (Philosophy) (மதக்கொள்கை) எப்படி இருக்கிறது என்றால்; கிருபை, ஆசீர்வாதம், செழிப்பு ஏராளம் தாராளம், ஆஸ்திகள் சேர்ப்பது, அக்கிரம செய்கைக்காரர்களாக வாழ்கின்றார்கள். மேலும் அவர்களின் பேச்சு பிரசங்கங்கள் கெட்டுப்போன மனநிலையின் வெளிப்பாடாக உள்ளது. அதாவது, சிலுவை சுமக்காதே, சிட்சையை ஏற்காதே, பக்தி பரிசுத்தம் பேசாதே, நீதி நியாயத்தை நினைக்காதே எதிர்ப்பார்க்காதே, மனித சமுதாயத்தில் மனித நேயம், சமத்துவம், சமூக நீதி, சமூக சேவை பற்றிய எந்த பொறுப்புகளிலும், அநீதி அக்கிரம அரசியல் ஆட்சி முறைகளை கண்டித்து, சீர்திருத்த செய்தியை எங்கேயும் பேசி விடாதே சுயநலனில் மட்டும் கவனம் செலுத்தும் மக்களாக வாழ்வதே பாவிகளின் வாழ்வாகும்.

சிலர் ஆரம்ப ஓட்டம் (முந்தினோர்) நன்றாக சரியாக இருந்தாலும், முடிவில் பின்வாங்கி, இரட்சிப்பை இழப்பவர்களும் உண்டு, சிலர் முதலில் நன்றாக ஓட முடியாமல் தோல்வியின் நிலையில் காணப்பட்டாலும், பிறகு இறுதியில் (பிந்தினோர்) பந்தய ஓட்டத்தில் இரட்சிப்பின் பலனை பரிசை பெற்றுக் கொள்ளுகின்றவர்களாய் சரியாக வெற்றி ஓட்டத்தை முடிப்பார்கள். முடிவு பரியந்தமும் நிலைத்திருப்பவனே நீதிமானாகின்றான்- இரட்சிக்கப்படுவான். மத்தேயு. 10 : 22; 19 : 30; 24 : 13, 3 – 44; மாற்கு. 10 : 6 – 31

(அப் - 4 : 32 - 35; 5 : 1 - 4

விசுவாசிகளாகிய திரளான கூட்டத்தார் ஒரே இருதயமும் ஒரே மனமுமுள்ளவர்களாயிருந்தார்கள். ஒருவனாகிலும் தனக்குள்ளவைகளில் ஒன்றையும் தன்னுடையதென்று சொல்லவில்லை; சகலமும் அவர்களுக்குப் பொதுவாயிருந்தது.

கர்த்தராகிய இயேசுவின் உயிர்த்தெழுதலைக்குறித்து அப்போஸ்தலர்கள் மிகுந்த பலமாய்ச் சாட்சி கொடுத்தார்கள்; அவர்களெல்லார்மேலும் பூரண கிருபை உண்டாயிருந்தது.

நிலங்களையும் வீடுகளையும் உடையவர்கள் அவைகளை விற்று, விற்கப்பட்டவைகளின் கிரயத்தைக் கொண்டுவந்து.

அப்போஸ்தலருடைய பாதத்திலே வைத்தார்கள். அவனவனுக்குத் தேவையானதற்குத்தக்கதாய்ப் பகிர்ந்து கொடுக்கப்பட்டது. அவர்களில் ஒருவனுக்கும் ஒன்றும் குறைவாயிருந்ததில்லை.

தேவனுடைய சித்தத்தை செய்கின்ற மக்களும் அவர்கள் மூலமாக ஏற்படும் உறவு முறைகளும் (சகோதரர்கள், சகோதரிகள், தாய்கள், தகப்பன்மார்கள், பிள்ளைகள்) உங்களுக்கு உண்மையாக சொந்தங்களாக வேண்டும். இதில் ஜாதி வேறுபாடு, உயர்ந்தவன் தாழ்ந்தவன், ஏழை பணக்காரன், பட்டம்பெற்றவன் படிக்காதவன் என்ற பாகுபாடு பாரபட்சமில்லாத சமுதாயமாக தேவனுடைய சித்தத்தை மட்டும் நிறைவேற்றுகின்ற மக்களாக வாழ்வதையே இயேசு கிறிஸ்து சொல்லும் இம்மைக்கான பலனாக அறிவிக்கின்றார்.

பவுல் சொல்வதை கவனியுங்கள். (1 தீமோத் - 6 : 6, 7; 6 : 6-12)

போதுமென்கிற மனதுடனே கூடிய தேவபக்தியே மிகுந்த ஆதாயம்.

பண ஆசை எல்லாத் தீமைக்கும் வேராயிருக்கிறது; சிலர் அதை இச்சித்து, விசுவாசத்தைவிட்டு வழுவி, அநேக வேதனைகளாலே தங்களை உருவக் குத்திக் கொண்டிருக்கிறார்கள்.

நீயோ, தேவனுடைய மனுஷனே, இவைகளை விட்டோடி, நீதியையும் தேவ பக்தியையும் விசுவாசத்தையும் அன்பையும் பொறுமையையும் சாந்தகுணத்தையும் அடையும்படி நாடு.

விசுவாசத்தின் நல்ல போராட்டத்தைப் போராடு, நித்திய ஜீவனைப் பற்றிக் கொள்; அதற்காகவே நீ அழைக்கப்பட்டாய்; அநேக சாட்சிகளுக்கு முன்பாக நல்ல அறிக்கை பண்ணினவனுமாயிருக்கிறாய்.

கவனியுங்கள்: உலக ராஜ்யங்களிலும் அரசியல் ஆட்சியாளர்களின் அதிகாரங்களிலும், மருத்துவர், கல்வியாளர், தொழில் அதிபர், நடிகர், நடிகை,

ஆன்மீகவாதிகள் போன்றவர்கள் குறுக்கு நெடுக்கு ஒடுக்கு வாழ்க்கை முறைகளின் மூலமாக பல கோடிகளில் ஐசுவரியம் ஆஸ்திகள் சொத்துக்களை சேர்த்துக் குவித்து வைத்துவிட்டு, அவைகளை அனுபவிக்கும் திராணி இல்லாமல் அப்படியே விட்டுவிட்டு செத்துப்போகும் மனிதர்களாக இருக்கின்றார்கள்.

தேவனுடைய ராஜ்யத்தின் மனிதர்கள் ஊழியக்காரர்கள் என்பவர்கூட தங்களின் வாழ்நாட்களில் சொத்துக்களைச் சேர்த்து வைத்துக்கொண்டு செல்வந்தர்களாக இருக்கவே விரும்புகின்றார்கள். இன்றைய கிறிஸ்தவமத உலகமும் ஊழியமும் வியாபார உலகமாக வேஷமாகவே வாழ்வதை விசுவாசம் என்றும் புத்திசாலித்தனம் என்றும் பெருமையாக கருதுகின்றார்கள். இவர்கள் தேவனுடைய ராஜ்யத்தின் மனிதர்களாக இல்லை. இவர்களின் வஞ்சகத்தில் யாரும் சிக்கிக் கொள்ளாமல் எச்சரிக்கையாக இருக்கவேண்டும்.

வேதாகமத்தில் இடம்பெற்றுள்ள ஆதி அப்போஸ்தலர்கள், சீஷர்கள், சுவிசேஷகர்கள், தீர்க்கத்தரிசிகள், யாருமே நாங்கள் எங்களை வெறுத்து, சிலுவையை சுமந்து, இயேசுவுக்கு பின் சென்றோம், என்று இம்மையில் 100% மடங்கு (அ) இரண்டு மடங்கு ஆசீர்வதமாக சொத்துக்களை சேர்த்து வைத்து வாழ்ந்த மாதிரிகள் குறிப்புகள் இல்லை.இருப்பதில் ஒற்றுமையுடன், சமமாக பங்கிட்டு (ஏக) ஒருமன சிந்தையுடன் ஊழியம் செய்தார்கள்.இவர்கள் பழைய ஏற்பாட்டு கர்த்தருடைய ஆசாரிய ஊழியத்தின் முறைமையின்படியே லேவியருக்கும் ஆசாரியருக்கும் தங்கள் தேசத்தின் சகோதரர்களிடத்திலே எந்த வகையான சொத்தும் பாகமும் பங்கீடும்இல்லாதிருந்தது போன்றே அப்போஸ்தலர்களான சீஷர்களுக்கும் சொத்துக்களும் ஆஸ்திகளும் பங்கீடுகளின் மீது பற்றுதல் இல்லாமல் கர்த்தராகிய இயேசு கிறிஸ்துவே அவர்களின் சொத்தாகவும் பங்காகவும் நம்பிக்கையாகவும் கொண்டு விசுவாசமுடன் அவர்கள் பக்தி வைராக்கியமுடன் ஊழியம் செய்தார்கள். இன்றைய உலகளா விய கிறிஸ்தவ திருச்சபை மனிதர்களும் இவ்வாறு முன்மாதிரியான ஊழியத்தை செய்யும்படியாகவே அழைக்கப்பட்டிருப்பதை உணர்ந்து உண்மையாக உத்தமமாய் நம்முடைய ஓட்டத்தை முடிப்பதை தேவன் விரும்புகின்றார். நிச்சயமாகவே நமக்கான ஜீவக்கிரீடத்தையும் நித்திய வாழ்வையும் பரிசளிப்பார். ஆமென்.

உலக மக்கள் இனி உங்களை கண்டு பயந்து விலகி ஓடாமல், உங்களின் ஒற்றுமை சமூகத்தின் சமத்துவ நிலையை கண்டு, இயேசுவிடம் அவர்களும் நல்ல சாட்சிகளாய் ஓடி சபைகளுக்கு வர வேண்டும்.

சத்தியத்தை முழுவதுமாக சத்தியமாக (உண்மையை) பேசுங்கள், போதியுங்கள். உண்மையான சீர்திருத்தம் பெற்ற சபைகளாய் (மக்களாய்) மாறுங்கள். உங்கள் மனதை புதிதாக்குங்கள்.

நம் உலக வாழ்வின் சொத்துக்களின் (ஆஸ்திகள், அந்தஸ்து, ஆடம்பர வாழ்வு) காட்சிகளுக்கு எல்லாம் உலக மக்கள் மதிப்பும் பக்தியும் பாராட்டும் அளிக்கிறார்கள்.ஆனால் நம் கிறிஸ்தவ வாழ்வின் ஜீவனுள்ள சாட்சியாகிய வேத சத்தியத்தின்படியான(உண்மை வாழ்விற்கு) இரத்த சாட்சிகளுக்கு பரலோக ராஜ்யம் பரிசும், பாராட்டும், நித்திய ஜீவனும் அளிக்கிறது.

VIII. a. இரட்சிப்பு (Deliverance) என்றால் என்ன? நம் அனைவருக்கும் இரட்சிப்பு அவசியமா? b. அந்த இரட்சிப்பு யார் மூலமாக நமக்கு கிடைக்கின்றது? c.மனந்திரும்புதலுக்கும் -இரட்சிப்புக்கும் என்ன தொடர்பு இருக்கின்றது?

இந்த மிக முக்கியமான கேள்விகளின் பதில்களை அறிந்துக் கொண்டு இந்த புத்தகத்தின் செய்தியை முழுமையடைந்த நிலையில் முடிப்பது மிக சரியாக இருக்கும் என்று நம்புகின்றேன். "இரட்சிப்பு என்பது விடுதலை (release) பெறுவது, மீட்பு அடைவது (redemption) மற்றும் பாதுகாத்தல் (Salvation) என்ற நிலையாகும். விடுதலை மீட்பு பாதுகாப்பு எந்த நிலையில், எந்த காலகட்டத்தில் யாருக்கெல்லாம் அவசியம் என்பதை ஆராய்ந்து அறிய வேண்டும். இந்த வெளிப்பாட்டின் மூலமாக நம் அனைவருக்குமே இரட்சிப்பு மிக அவசியம் என்ற உண்மையை நீங்களும் ஏற்றுக் கொள்வீர்கள்.

பரிசுத்த வேதாகம குறிப்புகளில் இரட்சிப்பை (Deliverance or Salvation) அநேகர் விரும்பினார்கள், எதிர்பார்த்துக் காத்திருந்தார்கள். கர்த்தராகிய தேவனை நோக்கி எங்களை இரட்சியும் என்று சொல்லி வேண்டிக் கொண்டார்கள். ஆம் இரட்சிப்பு என்பது வியாதி கொள்ளை நோய்களிலிருந்தும், சத்துருக்களின் (பகையாளியின்) அச்சுறுத்தல் அடக்குமுறை சிறையிருப்பிலிருந்தும், பஞ்சம் அழிவு, மரணத்திலிருந்தும் விடுதலை பெறுவதும் மீட்பு அடைவதும் மற்றும் பாதுகாக்கப்படுவதும் இரட்சிப்பு ஆகும்.

இந்த இரட்சிப்புக்காக தனிமனிதர்களும் தலைவர்களும் தேசத்தின் மன்னர்களும் இறைவனாகிய தேவனை நோக்கி வேண்டி விண்ணப்பம் செய்தார்கள். அநேகர் இரட்சிப்பு அடைந்தார்கள். உங்களுடைய வாழ்க்கையில் இப்படியான இரட்சிப்பை பெற்றது உண்டா?என்று எண்ணிப் பாருங்கள். கிறிஸ்தவ மதத்தின் தலைவர்கள் ஊழியக்காரர்கள் அல்லது விசுவாசிகள் யாராகிலும் உங்களிடம் வந்து, நீங்கள் இரட்சிக்கப்பட்டீர்களா? எத்தனை வருடம் ஆகிறது என்று கேட்டால், உங்களின் பதில் ஆம் என்று இவ்வாறு விளக்கம் கொடுப்பீர்கள்: நான் ஞானஸ்நானம் எடுத்துவிட்டேன், அபிஷேகம் பெற்றுவிட்டேன், கிறிஸ்தவ சபைக்கு போகின்றேன். கர்த்தரை ஆராதிக்கின்றேன், அந்நியபாஷை பேசுகின்றேன், ஊழியம் செய்கின்றேன். ஆகவே, நான் இரட்சிக்கப்பட்டுவிட்டேன். கேள்விக்கு பதில் ஆம் என்று முடிப்பீர்கள்.

உண்மை என்னவென்றால் இப்படி சொல்பவர்களும் அல்லது இவ்வாறு சொல்ல இயலாதவர்களும் சரியான நபரால் இரட்சிப்பின் பூரணம் நித்திய நிலையைப்பற்றி முழுமையான சத்தியத்தை அறிந்துக் கொள்ளவில்லை என்பதைப் புரிந்துக் கொள்ளுங்கள்.

பிரியமான சகோதர சகோதரிகளே, நண்பர்களே, ஊழியர்களே நாம் அனைவரும் பூரண இரட்சிப்பின் நிலையை அடைவது தேவனுடைய சித்தமாக இருக்கின்றது. நாம் வியாதிகள் பெலவீனங்கள், ஏழ்மை தரித்திரம், பாவத்தின் சாபத்தின் அடிமை நிலை, அறியாமை நிலை, சாத்தானின் சத்துருவின் கட்டுகள், பாதுகாப்பற்ற நம்பிக்கை அற்ற நிலை, மரண இருளின் நிலைகள் யாவற்றிலிருந்தும் விடுதலை பெறுவதே பூரண இரட்சிப்பின் – நித்திய இரட்சிப்பின் நிலை ஆகும்.

ஜீவனுள்ள தேவனாகிய கர்த்தர் நம்மீது அன்புகூர்ந்து, உலக வரலாற்றில் இந்த இரட்சிப்பின் திட்டத்தை நிறைவேற்றும்படியாக செயல்பட்டுக் கொண்டே இருக்கின்றார். இது நமக்கான நற்செய்தி – Good News – சுவிசேஷம் ஆகும். உலகில் உள்ள மனித சமுதாயத்தை இரட்சிக்க தேவனாகிய கர்த்தர் பல நேரங்களில் நேரடியாகவே கிரியை (செயல் புரிகின்றார்) நடப்பிக்கின்றார். இதில் பல காலகட்டங்களில் சில இரட்சகர்களைக் (Selected Manpower Leaders) கொண்டு மனித சமுதாயத்தின் இரட்சிப்புக்கு செயல்படுகின்றார். இறைவனாகிய தேவனின் தலையீடு உத்தரவு இன்றி இயற்கை உலகின் வரலாற்றில் எதுவுமே அசைந்து நகர்வதில்லை; இதனை எதிர்த்து உலகில் எந்த தீய சக்திகளும் தீமையான மனிதர்களின் ராஜ்யமும் நிலைத்து நின்றதுமில்லை.

இங்கே நாம் மிக கவனமாக ஒரு காரியத்தை அறிந்துக் புரிந்துக்கொள்ள வேண்டும். அது மனித சமுதாயம் இரட்சிக்கப்பட (அ) விடுவிக்கப்பட, மீட்கப்பட, பாதுகாக்கப்பட வேண்டிய நிலைக்கு எது? ஏன்? யாரால்? அந்த சூழல் உண்டாகின்றது என்பதை அறிந்துக் கொண்டால், அதற்கான தீர்வை எட்டுவது கடினமாக இருக்காது.   சில மனிதர்களுக்குள்ளாக பாவம் (Sin) என்ற மூன்று எழுத்தின் பல பரிணாம முகங்களும், அதின் செயல்களின் தீவிரத்தின் விளைவினால் முழு உலக மனித இனமும் விடுதலைக்கு மீட்பிற்கு பாதுகாப்பிற்கு ஏங்கி தவிக்கும் நிலை ஏற்படுகின்றன. பல வழிகளிலும் துன்பங்களை, துயரங்களை, தோல்விகளை, அடிமை நிலைகளை அவர்கள் அனுபவிக்கின்றார்கள். இதுதான் நிலையற்ற நிச்சயமற்ற வாழ்வாக மாறுகின்றது. அவ்வண்ணமாகவே அவர்கள் மரிக்கவும் செய்கின்றார்கள்.

குறிப்பு : எந்த ஒரு தேசமும் (நாடுகளும்) சுதந்திர தினத்தை (விடுதலை பெற்ற நாள்) கொண்டாடினாலும் அதற்கான தகுதி நிலையை ஆயத்த நிலையை அவர்கள் அடைந்தார்களா? என்று கேள்வி எழுப்பி உண்மையை உணர

வேண்டும். அந்நியர்களின் ஆதிக்கம், அடக்குமுறை, சுரண்டல் நிலை மற்றும் அடிமை நிலையிலிருந்து விடுதலை பெற்று விட்டோம் என்பது மட்டுமே சுதந்திரம், விடுதலை, இரட்சிப்பு என்று ஆகிவிடாது. அதற்கு பிறகும் நாம் (உள்ளூர்) சொந்த நாட்டு மனிதர்களால் அதே நிலையில் இருக்கின்றோமா?, 1. ஒவ்வொரு தனி மனிதனும், குடும்பங்களும், ஒட்டுமொத்த தேசத்தின் சமுதாயமும் தரமான வாழ்வியல் கல்வி அறிவும், 2. சுகாதாரமான நல்ல குடிநீர், உணவு, சுவாச காற்றும், 3. இயற்கை சூழலுடன் கூடிய ஆரோக்கியமான நல்ல வாழ்க்கை நிலைகளையும் மற்றும் 4. சமாதானமுடன் கூடிய ஆட்சி ஒழுங்கு முறையும் பெற்று வாழ்ந்து வருகின்றோமா? 5. இதில் பாரபட்சம் ஏதுமின்றி சமத்துவ நிலையான சமுதாய கட்டமைப்பு இருக்கின்றதா? என்பதை பொறுத்து நாம் உண்மையில் விடுதலை பெற்று சுதந்திரமுடன் இரட்சிப்பின் (Deliverance) மேன்மையை அடைந்திருக்கின்றோம் என்பது நிஜமாகும். நீங்கள் எந்த தேசத்தை Nation எந்த இனத்தை Species சேர்ந்தவராக இருந்தாலும்

நான் மேலே சொன்ன இந்த இரட்சிப்பை பொதுவான விடுதலையின் சுதந்திரத்தை பெற்று சுகமுடன் நலமுடன் வாழ்ந்து வருகின்றீர்களா? என்பதை உறுதிப்படுத்திக் கொள்ளுங்கள். அப்படி இல்லை என்றால் எங்கே யாரிடம் குறைகள் உள்ளது என்பதை கண்டு அறியுங்கள். நிச்சயமான பூரணமான இரட்சிப்பை பெற்றுக் கொள்ள உங்களுக்கு யாரிடமிருந்தாவது உதவி தேவைப்படுகின்றது என்பதை உணர்ந்து ஒப்புக்கொள்ளுங்கள். நாமெல்லாரும் இரட்சிக்கப்பட வேண்டியது (இரட்சிப்பு) அவசியம் என்பதை நம்மை படைத்த தேவன் அறிந்திருக்கின்றார்.

நாம் அனைவரும் விடுதலை இரட்சிப்பை பெற்றுக் கொள்ளாமலிருப்பது முதலில் நம்முடைய பிறகு நம்மை சுற்றிலும் உள்ள மனிதர்களின் அறியாமையும் மற்றும் அடங்காமையும் காரணமாக இருக்கின்றது. 1. அறியாமை என்பது நியாயமான வாழ்க்கை வாழ்வதற்கான நியாயப்பிரமாணத்தின் தேவனுடைய கட்டளைகள், கற்பனைகள், நியாயங்கள் வழிகளை நாம் அறியாமலும் அறிவில்லாமலும் இருப்பது ஆகும். 2. அடங்காமை என்பது மீறுதல் Transgression அதாவது நியாயமான வாழ்க்கை வாழ்வதற்கான சத்தியங்களை வழிகளை அறிந்தாலும் அவைகளை விட்டு விலகி, தங்களின் இஷ்டம்போல் அத்துமீறி Transgressive வரம்பு மீறும், துரோகம் செய்து Transgressed வாழ்வது அடங்காமை மீறுதல் ஆகும்.

எனவே அறியாமையினாலும் மற்றும் அடங்காமையினாலும் (மீறுதலால்) மனிதர்கள் செய்கின்ற அத்தனை அநீதியான பாவமான எல்லா வாழ்க்கை நிலைகளிலிருந்தும் மனந்திரும்புவது அவசியம் ஆகும். 3. மனந்திரும்புதல் என்பது Conversion மாற்றம் அடைவது அதாவது, மனம் வருந்தி Repentant தங்களின் சுயசிந்தை தத்துவம் கொண்ட வழிகளிலிருந்து திரும்பி, தேவனுடைய

வழிகளில் வாழ்வதற்கு அவருடைய சத்தத்தை (சத்தியத்தை – வார்த்தைகளை) கேட்டு, தேவனாகிய கர்த்தரின் சித்தத்தை செய்வதற்கு உங்கள் மனதை உங்களை முழுவதுமாக (Repentance) திருப்புவது ஒப்புக்கொடுப்பது மனந்திரும்புதல் ஆகும்.

கவனியுங்கள்: நீங்கள் எவைகளிலிருந்து மனந்திரும்ப வேண்டும், எது சுவிசேஷம் என்பதை நான் தெளிவுபடுத்துகின்றேன். இந்த புத்தகத்தின் (உங்களுக்கான நிலையான வாழ்வை – நித்திய ஜீவனை பெற்றுக்கொள்வது எப்படி?) செய்திகளின் பத்து படி நிலைகளுக்கு எதிரான எதிர்மறையான உங்களின் மனம் சிந்தை செயல்களின் வாழ்க்கை முறைகளிலிருந்து நீங்கள் மனம் வருந்தி, மனந்திரும்புவது மிகவும் அவசியமாகும். இது உங்களின் மற்றும் உங்களை சுற்றிலும் உள்ள மனித சமுதாயத்தின் நலனுக்கும் நன்மைக்கும் இரட்சிப்புக்கும் ஏற்ற சீர்திருத்த செயலாக இருக்கும் என்று நான் உறுதியான உத்தரவாதம் அளிக்கின்றேன். சுவிசேஷம் என்றால் எவைகள் என்று தெரியாதவர்கள் கவனியுங்கள். இந்த புத்தகத்தின் பத்து படிநிலைகளின் ஒட்டுமொத்த சத்தியங்களே சுவிசேஷம் (நற்செய்தி) ஆகும். இவைகள் அனைத்தும் சுவிஷேசத்தின் மையக் கருப்பொருள் சத்தியமாகும். இவைகள் தேவனின் சித்தத்தின் வழியாகவும் வாழ்க்கையாகவும் உள்ளது. ஒரு சுவிசேஷகரின் போதனையின் குறிக்கோள்கள் என்ன? சத்தியம் என்ன? என்பதை ஏசாயா 52:7வது வசனத்தைப் படித்து அறியுங்கள். இயேசு கிறிஸ்துவின் சுவிசேஷ ஊழியமும் இதை மையப்படுத்தினதாகவே இருந்தது.

ஏசாயா: 40 : 1 – 8, 9; சங்கீதம்: 96 : 1 – 5, 6 – 13; நாகூம்: 1 : 11 – 15; மத்தேயு 9 : 35, 10 : 5 –42; மாற்கு: 1 : 1 – 15, 16 – 22; 8 : 33 – 38; 10 : 1 – 16, 2 : 28 – 31; வெளி. 14 : 6,7, (8 – 13)

பழைய ஏற்பாடு மற்றும் புதிய ஏற்பாட்டின் இந்த வேதப்பகுதிகளைப் படித்து பகுத்தாராய்ந்து கவனிக்கும்போது சுவிசேஷம் என்பது பற்றியக் குறிப்புகள் அதின் நோக்கம், தேவைகள், கருத்து, பலன்கள், செயல்திட்டங்கள் பற்றிய தெளிவான முன்மாதிரியான அறிக்கைகளைக் காணமுடிகிறது. இதைக்குறித்தான வெளிப்பாடு வெளிச்சம் இல்லாதவர்கள் சுவிசேஷத்தின் செய்தியை மக்களுக்கு அறிவிக்கும் ஊழியமும், திருச்சபைகளில் மக்களுக்கு போதித்து உபதேசிக்கும் ஊழியமும் வெவ்வேறு விதமான மனிதருக்கானது என்ற பிழையான கருத்தையும் கண்ணோட்டத்தையும் அநேக கிறிஸ்தவ மதத்தினர் திரித்தும் பிரித்தும் பகுதி பங்கீடாக மாற்றிக் கொண்டுள்ளார்கள். இவர்கள் ஜீவனுள்ள தேவனாகி கர்த்தருடைய இருதயத்தின் நோக்கம், திட்டம் வார்த்தைகள், வழிகளையும் தெளிவாகப் புரிந்துக் கொள்ளாதவர்களாக உபதேசிப்பதும் ஊழியம் செய்வதும் நிலையானதாக, சரியானதாக, சமத்துவமானதாக இல்லை.

இவர்கள் தங்களின் வாழ்விலே மனந்திரும்புதலின் மூலமாக மன்னிப்பு, அன்புகூருதல், நீதி நியாயமான நற்கிரியைகளை செய்தலினால் உண்டாகும் பூரண இரட்சிப்பை முழுமையாக எட்டமுடியாதவர்களாய் அதைக்குறித்தான இலக்கு, உறுதியான விசுவாசம், பக்தி வைராக்கியமின்றி இருப்பதைக் காணமுடிகிறது.

கவனி : ஆகவே நம்முடைய மனந்திரும்புதலுக்கும் அதை தொடந்து வரும் நம்முடைய இரட்சிப்புக்கும் மிக நெருங்கிய தொடர்பு உண்டு என்ற உண்மையை நீங்கள் அறிந்துக் கொள்ளுங்கள். தேவனுடைய ராஜ்யத்தின் சுவிசேஷத்தின் நற்செய்தி – Good news மூலமாகவே நம் இரட்சிப்புக்கு வழிகள் உண்டாகின்றன. அதாவது இந்த சுவிசேஷத்தினால் அநியாயமான வாழ்க்கை முறைகளை (பாவத்தில் பல பரிணாமத்தின் செயல்களை கொண்ட வாழ்வை) விட்டு விலகி, விடுதலை பெற்றுக் கொள்வதால் மனித இனம் முழுவதுமே பொதுவான இரட்சிப்பை (சுதந்திரம், பாதுகாப்பு, நிம்மதியான சமாதான வாழ்வை) பெற்றுக் கொள்வார்கள். இந்த உண்மையை புரிந்துக்கொண்டால், இந்த சத்தியம் உங்களை விடுதலையாக்கும் .

இயேசு கிறிஸ்துவின் சிலுவை அனுபவத்தோடு – நம்முடைய சிலுவை அனுபவங்களும் இணைந்திடும்போது இரட்சிப்புக்கான Release, Redemption, salvation முழுமையான பலனையும், முழுமையானவெற்றியையும், காணமுடிகின்றது. இது என்னுடைய சுய தத்துவம் அல்ல. இது இயேசு கிறிஸ்துவின் சுவிசேஷ செய்தி ஆகும்.

மனித இனத்தின் இரட்சிப்புக்கு (நன்மை ஜீவன் ஆசீர்வாத்திற்கு) தான் ஒருவர் மட்டுமே சிலுவை அனுபவத்தை அடைந்தால் போதும் என்று இயேசு கிறிஸ்து எங்குமே சொல்லவில்லை. தன்னைத்தான் வெறுத்து, தன் சிலுவையை அனுதினமும் சுமந்து, இயேசுவை பின்பற்றினால் மட்டுமே நாம் இரட்சிப்பை – நித்திய ஜீவனை வெற்றுக் கொள்வது நிச்சயமாகும்.

குறிப்பு : இரட்சிப்பு மனித சமுதாயத்திற்கு யூதர்கள் வழியாக வருகிறது என்று இயேசு கிறிஸ்து சொன்ன சத்தியத்தையும் நீங்கள் புரிந்துக் கொள்ள வேண்டும். (யோவான் – 4 : 19 – 26; ஏசாயா – 2 : 2 – 11, 17 – 22; சகரியா – 8 : 21 – 23; மத் – 10 : 1 – 22; 28 : 16 – 20) இயேசு கிறிஸ்து (ஒரு யூதர்) யூதர்களுடைய ராஜா ஆவார். அவரால் அழைக்கப்பட்டு, பரலோக ராஜ்யத்தின் அபிஷேகம் அதிகாரம் கொடுக்கப்பட்டு, சகல ஜாதிகளுக்குள்ளும் (தேசங்கள்) ராஜ்யத்தின் சுவிசேஷத்தை அறிவிக்க உருவாக்கப்பட்டு அனுப்பப்பட்ட 12 அப்போஸ்தலர்களும் (இயேசுவின் சீஷர்கள்) யூதர்கள் ஆவார். பாவம் செய்கின்ற எந்த மனிதனும் பாவத்திற்கு

அடிமையாய் இருக்கின்றான். அந்த பாவத்தின், விளைவில் மரணமும் அடைகின்றான். குமாரன் (இயேசு கிறிஸ்து) விடுதலையாக்கினால் மெய்யாகவே பாவத்திலிருந்து விடுதலை அடைவீர்கள். இயேசு கிறிஸ்துவின் செய்திகளின் மூலமாக மட்டுமே இந்த உலக மனித இனம் பாவத்திலிருந்தும் அதின் தண்டனை மற்றும் மரணத்திலிருந்தும் விடுதலை – இரட்சிப்பு (Deliverance) அடைய முடியும். வேறு வழியே இல்லை. மனிதர்களின் முயற்சிகள் எல்லாம் தற்காலிகமானவைகளாகவே இருக்கின்றன.

ஆம் மனிதர்களின் தலைமுறைகள் (சந்ததிகள்) வெவ்வேறு கால கட்டங்களில் அவ்வபோது தங்களின் பல்வேறு பிரச்சனைகளுக்கு விடுதலை, இரட்சிப்பை நோக்கி முயற்சி செய்த வழிமுறைகள் அனைத்தும் தற்காலிகமானதாக இருந்தது. அந்த முயற்சிகளும் வழிகளும் தங்களுக்கும் வருங்கால தலைமுறைகளுக்கும் இரட்சிப்புக்கான நிலையான வாழ்வுக்கான நிரந்திர தீர்வை எட்ட முடியவில்லை.

எ.கா. 1. (கி.மு.) கிறிஸ்தவ வேதாகமம் (Bible) பழைய ஏற்பாட்டு (Old testament) சரித்திர புத்தகங்களில் ஆகமங்களில் வெவ்வேறு கால கட்டங்களில் மனிதர்களை அவர்களின் பிரச்சனைகளிலிருந்து விடுவிக்க (இரட்சிக்க) அவர்களிடமிருந்தே சில இரட்சகர்களை (தீர்க்கத்தரிசிகள், ராஜாக்கள், நியாயாதிபதிகள்மற்றும் தெரிந்துக் கொள்ளப்பட்ட சில மனிதர்களை) தேவனாகிய கர்த்தர் எழுப்பினார். அவர்களில் சிலரின் பெயர்களை குறிப்பிடுகின்றேன். நோவா, ஆபிரகாம், யோசேப்பு, மோசே, யோசுவா, காலேப், கிதியோன், தெபோராள், சிம்சோன், எஸ்தர், ரூத், சவுல், தாவீது, சாலமோன், எலியா, எலிசா, செருபாபேல், போவாஸ், சோரேஸ், ஏசாயா, எரேமியா, எசேக்கியல், அசரியா, எசேக்கியா ஆகியோர் ஆவர். இவர்கள் அனைவரும் தங்களின் காலத்தில் தற்காலிகமாக இரட்சிப்பின் பணியை(சேவையை) செய்தவர்கள்.

இந்த வேதாகமத்தில் இடம் பெறாத மற்ற தேசங்கள் இனமக்களை பாதுகாக்கும் அவரவர்களுக்குரிய தலைவர்களும், மன்னர்களும், தளபதிகளும், பிரபுக்களும் இருந்தார்கள் என்பது உலக வரலாறு ஆகும். ஆனாலும் எல்லாரும் மனிதர்களே எனவே அவர்கள் குறையுள்ளவர்களாக அநீதியாளர்களாகவும் வாழ்ந்தும் மரித்துவிட்டார்கள்.அவர்களின் சாம்ராஜ்யங்கள் எல்லாம் அழிந்தும் விட்டது.

எ.கா. 2. (கி.பி.)புதிய ஏற்பாட்டு (New testament) வேதபுத்தகத்தில் உள்ள வரலாற்றின் குறிப்புகளில் கவனித்தால் இயேசு கிறிஸ்துவே எல்லாரிலும் மிகவும் சிறந்த பூரணமான இரட்சகராக இருக்கின்றார். அவர் உலகத்தின் பாவத்தை நீக்கி மனிதர்களை இரட்சிக்க வந்த தேவனுடைய குமாரன் தேவ ஆட்டுக்குட்டி ஆவார். அதற்காகவே அபிஷேகம் பண்ணப்பட்ட கிறிஸ்துவாக இருக்கின்றார். இயேசு கிறிஸ்துவை விசுவாசித்து, அவரை பின்பற்றுகின்ற யாவருமே (கிறிஸ்தவர்கள் –

சீஷர்கள்)இரட்சிப்பின் பணியாளர்களாய் செயல்படுவதற்கு அழைப்பை பெற்றும் உலகத்திற்குள்ளே அனுப்பப்படுவதற்கு அபிஷேகிக்கப்படுகின்றனர். அவர்கள் முதலில் தங்களை ஆயத்தப்படுத்திக் கொண்டு பிறகு உலகை (மக்களை) ஆயத்தப்படுத்த வேண்டும்.

கவனியுங்கள் : கடந்த காலம் மற்றும் நிகழ்காலம் சுமார் 1000 வருடங்களில் உலக வரலாற்றில் மனித சமுதாயத்தின் அடிப்படை வசதிகள், வாழ்வியல் தேவைகளுக்கு அநேக அத்தியாவசிய அறிவியல் கண்டு பிடிப்புகளை யூதர்களும் கிறிஸ்தவர்களும் பெரும்பான்மையாக உலகமக்களுக்கு முதன்மையாக கண்டுபிடித்து கொடுக்க, கர்த்தர் அவர்களை ஞானம் அறிவு விவேகம் வெளிப்பாட்டினால் நிரப்பி, ஆசீர்வாதத்தின் மக்களாக பயன்படுத்தி வருகின்றார். எடுத்துக்காட்டாக சிலவற்றை குறிப்பிடுகிறேன். அவைகள்:

A. மருத்துவ துறையில் சிலரின் கண்டுபிடிப்புகள் :

1. Eye Glass   = Salvino Darmati – Italy -13th Century

2. Anaesthetic   = Dr. William Morton – American – 16. 10. 1846.

3. Antiseptic   = Joseph Lister – England -1827 -1912.

4. Polio   = Dr. Jonas Salk, Dr. Albert Sabin; 1955 -1961.

5. Insulin   = Frederik Bantig. Charles H best – Canadian, July 1921.

6. Small Pox   = Dr. Edward Jenner - 1796

7. Anthrox   = Louis Pasteur – France - 1962

8. X - Ray   = Wilheim Conrad Rontgen – German, Dec. 1895.

B. போக்குவரத்து சாதனங்களின் சில கண்டுபிடிப்புகள் :

1. Bicycle   = Kari Von Drais – German, June 1817.

2. Motorcycle   = Daimler Reitwagen – German, 1885.

3. Motor Car   = Kari benz, Gottlieb Daimler, German, 1886.

4. Bus   = Kari benz – German, 1895.

5. Air Plane   = Wright Brothers Wilbur, Orville – December 1903.

6. JCB   = Joseph C Bamford – England – 1945.

7. Railway Engine = George Stephenson – England – 1781 Sep. 1825.

8. Dyanamo   = Michael Faraday, 1831.

9.   LPG Gas   = Dr. Walter Snelling, American, 1912 – 1920.

10. Electricity Developed = Benjamin Franklin – 17th Century.

11. Light Bulb = Thomas Alwa Edison – American, 1880 – 1930. Fluorascopy, Electric Power, Telegraphy, Phonograph, Carbon Microphone. ...

C. வர்த்தகம் வாழ்வியல் வசதிகளுக்கான சில கண்டுபிடிப்புகள் :

1.   Matches   =   John Walkar – Britain, 1826.

2.   Sewing machine = Barthalemy Thimonnier – France, 1830.

3.   Refrigerator   = Jacob Perkins – England, 1835.

4.   Television   = John Logi Baird, Philo Taylor Farnsworth, 1920 – 1927.

5.   Computer   = Charles Babbage – England, 1834.

6.   Mobile   = Martin cooper – America, 1984.

7.   Camera   = Joseph Nicephore Niepce – French, 1816.

8.   Phone = Alexander Grahambell And Elisha Gray – American,1876-77.

9.   Cement William =(Joseph) Aspadin – England, 1824.

மேற்கூறிய கண்டுப்பிடிப்பாளர்கள், சிந்தனையாளர்கள் யூத கிறிஸ்தவமார்க்கத்தின் பின்னணியை சார்ந்தும், பரிசுத்த வேதாகம சத்தியத்தின் மீது நம்பிக்கையுடையவர்களாகவும், கர்த்தராகிய இயேசு கிறிஸ்துவின் மூலமாக ஆசீர்வாதத்தின் சந்ததிகளாகவும் இருந்தவர்கள் என்பதில் எந்த சந்தேகமும் இல்லை. இவர்களைத் தொடர்ந்து புதிய தலைமுறையின் மேம்படுத்தப்பட்ட பல அதி நவீன கண்டுப்பிடிப்புகளையும் நாம் பயன்படுத்தி வருகின்றோம்

கவனியுங்கள் : இவர்களின் கண்டுபிடிப்புகள் எல்லாம் உலகமனித சமுதாயத்திற்கு நன்மையும் சுதந்திரமும் சந்தோஷமும் பாதுகாப்புமான வாழ்வுக்கு உதவக்கூடிய ஆசீர்வாதங்களாக இருக்கின்றது. இந்த கண்டு பிடிப்புகளின் நோக்கம் நல்லது என்றிருந்தாலும், பின் நாட்களில் வந்த சந்ததிகள் (மனிதர்கள்) இதை பயன்படுத்தும் விதங்கள் மற்றும் வழிமுறைகள் அநேக நேரங்களில் தவறாகவும் (பாவமாக) தீமையாகவும் தொல்லையாகவும் வாழ்க்கையை நிம்மதியை இழக்கக்கூடிய விதமாகவும் மாறுகின்றது.

எனவே இவைகளை கண்டுபிடித்தவர்களுக்கும், அதை பயன்படுத்துகின்றவர்களுக்கும் இரட்சிப்பு அவசியமாகின்றது. நவீன காலத்திலும்

சில கண்டுபிடிப்பாளர்கள் இருக்கின்றார்கள். Microsoft கண்டுபிடித்தவர் – Bill Gates Paul Allen; Youtube நிறுவனங்கள் – Chad Hurley, Steve Chan and Jawed Karim; Google கண்டுபிடித்தவர்கள்– Larry page, Sergey Brin; Facebook கண்டுபிடித்தவர் – Mark zuckerberg; இவர்களின் கண்டுபிடிப்புகளின் சாதனைகள் அதன் மூலமாக

அவர்கள் பெற்ற புகழ் பணம் செல்வாக்கு எவ்வளவு அதிகமாக இருந்தாலும், அதன் மூலமாக பயன்அடைகின்ற உலகமக்களின் திரள்கூட்டம் பெரியதாக இருந்தாலும் எல்லா மனிதர்களும்பூரண இரட்சிப்பை பெற வேண்டிய கால கட்டத்திற்குள் நிலையற்ற நிரந்தரமில்லாத வாழ்க்கை சூழலை கடந்து வந்துக் கொண்டே இருக்கின்றார்கள்.

மனிதர்களின் பல முயற்சியின் புதிய புதிய கண்டுப்பிடிப்புகள், படைப்பு திறன்களின் பயன்பாடுகள் எல்லாமே அதிகமான விலையில் ஆனால் அவைகள் தற்காலிகமானதாக நிலையற்றவைகளாக மட்டுமே உள்ளது. தேவனாகிய கர்த்தர் இந்த மனித இனத்தின் வாழ்வுக்காக இந்த பூமியில் இலவசமாகக் கொடுத்தவைகள் படைத்தவைகள் மிகவும் அருமையானதாக அற்புதமும் ஆராக்கியமும் அறுச்சுவைமிக்கதாக என்றும் நிலைத்திருக்கின்றவைகள் இயற்கையாக ஏராளம் தாராளம் இருக்கின்றன. நாம் அனைவருமே இதனை அறிந்து உணர்ந்து கர்த்தரே நல்லவர் வல்லவர் என்று ருசித்துஅவரை உயர்த்திப் பாடவேண்டும்.

❖   கர்த்தரின் இரட்சிப்புக்கு காத்திருப்பது நல்லது.

❖   உத்தமனாய் நடக்கிறவன் இரட்சிக்கப்படுவான்.

❖   துன்மார்க்கனுக்கு இரட்சிப்பு இல்லை.

❖   நீதிமான்களின் இரட்சிப்பு கர்த்தரால் வரும்.

❖   நமது தேவன் இரட்சிப்பை அருளுகின்றவர்.

❖   இயேசு கிறிஸ்து இந்த உலகை இரட்சிக்கும்படியாகவே வந்தார். பாவங்களை நீக்கி அவர் நம்மை இரட்சிக்கிறவர். அவராலேயன்றி வேறொருவராலும் இரட்சிப்பு இல்லை என்ற காலத்தில் நாம் வாழ்ந்துக் கொண்டிருக்கின்றோம்.

புலம்பல் – 3 : 26; சங் – 37 : 39; நீதி – 28 : 18; சங் – 68 : 20; 74 : 12; ஏசாயா – 25 : 9; 30 : 15; 51 : 6; மத் – 1 : 21; யோவான் – 12 : 17; அப் – 4:12; 11:14)

இறுதி நியாயத்தீர்ப்பு நாளை நாம் அனைவரும் சந்திக்க போகின்றோம். உலகத்தின் முடிவின் அழிவின் நாளையும், நியாயத்தீர்ப்பின் பலனையும் தண்டனையும் பெறவேண்டிய நாளிலே நாம் எப்படி இரட்சிப்பை பெற போகின்றோம் என்பதை இன்றே இந்த ஒரு வாழ்விலேயே (பூமியில்) சிந்திக்க வேண்டும்.

குறிப்பு : அதிக கல்வி பட்டங்கள் இருப்பதினாலே, அதிக செல்வம் பணம் ஆஸ்திகள் இருப்பதினாலே, அதிக பெருமை புகழ் உயர்வு அதிகாரம் இருப்பதினால், அதிக அணு ஆயுதங்கள், ஆட்கள் பெலன் அறிவு மிகுதியாய் இருப்பதினால், நாம் எல்லாம் நித்திய ஜீவனை நிலையான வாழ்வைபெற்றுக் கொள்ள முடியாது. எனவே, நாம்

1. பிதாவாகிய ஒன்றான மெய் தேவனையும், இயேசு கிறிஸ்துவையும் அறிய வேண்டும். அவர்களின் வார்த்தைகளை விசுவாசித்து கீழ்படிந்து வாழ வேண்டும்.

2. சிறுபிள்ளைகளை போன்று மாற வேண்டும். மறுபடியும் பிறக்க வேண்டும். ஆவியினாலும் ஜலத்தினாலும் ஞானஸ்நானம் பெறவேண்டும். பாவமும், தீமையும், சாபமுமான நிலையை விட்டு மனந்திரும்ப வேண்டும்.

3. சகல சத்தியத்தின் படியும் வாழ்ந்து, எதிர்வரும் சோதனைகள் (Test) சவால்கள் பாடுகளை, கடந்து, உன் சிலுவையை சுமந்து, இயேசுவை பின்பற்றி (சார்ந்து, பின்தொடர்ந்து) நல்ல கனிகளை கொடுத்து, ஜெயம் கொண்டவர்களாய் முடிவு பரியந்தமும் (நீதியில்) நிலைத்திருப்பவனே இரட்சிக்கப்படுவான். நித்திய ஜீவனை பெறுவான். ஆமென்.

    (மத் – 10 : 22; 24 : 13; மாற்கு – 13 : 13; 16 : 16; எசேக் – 18 : 20 – 27, 30, 32; யோவான் – 3 : 2 – 6, 15 – 21, 36; மத் – 3 : 8 – 15; ஏசாயா. 33 : 6)

6. பூரணரட்சிப்பும   ஞானமும   அறிவும   உன்   காலங்களுடைய உறுதியாயிருக்கும்; கர்த்தருக்குப் பயப்படுதலே அதின் பொக்கிஷம்.

முடிவுரை :

மதிப்பிற்குரிய பிரியமான சகோதர சகோதரிகளே உங்களுக்கான நிலையான வாழ்வை – நித்திய ஜீவனை நீங்கள் பெற்றுக் கொள்வதற்கான மிக அவசியமான பிரயோஜனமான சீர்திருத்த பகுத்தறிவு மனிதநேயபக்திமார்க்கத்தின் அநேக செய்திகளை சத்தியங்களை நீங்கள் கற்றுக் கொண்டீர்கள் என்று நான் நம்புகின்றேன். இந்த பாவத்தின் பாதிப்பின் நித்திய மரணத்திலிருந்து விலகி, நீங்கள் சத்தியத்தின் பகுத்தறிவு வெளிச்சத்தின் ஞானத்தின் வழிமுறைகளை பின்பற்றி வாழ்ந்தால், சாத்தானின், சத்துருவின் பொய்கள் வஞ்சனைகளிலிருந்து நித்திய மரணத்திலிருந்தும் விடுதலைப் பெற்று நித்திய வாழ்வைப் பெற்றுக் கொள்ளும் வெற்றியாளர்களாய் நித்திய ஜீவனை, நிலையான வாழ்வை அடைவீர்கள்.

1 பேதுரு – 5 : 10, 11

கிறிஸ்து இயேசுவுக்குள் நம்மைத் தமது நித்திய மகிமைக்கு

அழைத்தவராயிருக்கிற சகல கிருபையும் பொருந்திய தேவன்தாமே கொஞ்சக்காலம் பாடநுபவிக்கிற உங்களைச் சீர்ப்படுத்தி, ஸ்திரப்படுத்தி, பலப்படுத்தி, நிலைநிறுத்துவாராக;

அவருக்கு மகிமையும் வல்லமையும் சதாகாலங்களிலும் உண்டாயிருப்பதாக. ஆமென்.

❖ மாம்சமான (எல்லா மனிதர்களின் – உயிரினங்களின்) முடிவும் தேவனுக்கு முன்பாக இருக்கின்றது.

❖ எல்லாவற்றிற்கும் துவக்கம் ஒன்று உண்டானால், எல்லாவற்றிற்கும் முடிவும் உண்டாகும்.

❖ சன்மார்க்கனான நீதிமானின் நீதியும் நேர்மையும் பரிசுத்தமும் மற்றும் தர்மத்தின் செயல்களுக்கு (கிரியைகளுக்கு)நல்ல பலன் உண்டு. இதற்கு எதிராக விரோதமான துன்மார்க்கனின் அநீதி அக்கிரமம் அசுத்தம் பேராசை சுகபோக வாழ்வுக்கும் நிச்சயம் முடிவு உண்டு. துன்மார்க்கரின் மகிழ்ச்சி சஞ்சலமாகும்.

❖ ஏழைகள் பெலவீனர்கள் சிறுமை பட்டவர்களின் துன்பம் கண்ணீர் வியாதிகள் போராட்டங்களுக்கும் நிச்சயம் முடிவு உண்டு. துக்க நாட்கள் முடிந்து போகும். ஆறுதலும் மகிழ்ச்சியும் அடைவார்கள்.

❖ பரலோக தேவனுடைய ராஜ்யத்தின் சுவிசேஷம் (Gospel) பூலோகமெங்குமுள்ள சகல ஜாதிகளுக்கும் (all Nations) சாட்சியாக (testimony) பிரசங்கிக்கப்படும் (preached) அப்போது முடிவு வரும்.

❖ உலகத்தின் முடிவுக்கான அடையாளங்கள் உலகம் எங்கும் காணப்பட்டுக் கொண்டே இருக்கின்றன. எல்லாவற்றிற்கும் முடிவு விரைவில் வரப்போகிறது விழிப்புடன் ஜாக்கிரதையாக, அயத்தமாகுங்கள்.

இயேசு கிறிஸ்துவின் (மனுஷகுமாரன்) இரண்டாம் வருகையும், அறுப்பும் உலகத்தின் முவாக இருக்கிறது. மனுஷகுமாரன் தம்முடைய தூதர்களை அனுப்புவார்; அவர்கள் களைகளான தீமைகளை செய்யும், சகல இடறல்களையும் அக்கிரமம் செய்கிறவர்களையும் (சாத்தானின் கூட்டம்) சேர்த்து, அக்கினிச் (அக்கினி கடல் – எரி நரகம்) சூளையிலே போடுவார்கள். அது நித்திய மரணம் அங்கே அழுகையும் பற்கடிப்பும் உண்டாகும்.

தானியேல் : 12 : 2, 3

பூமியின் தூளிலே நித்திரைபண்ணுகிறவர்களாகிய அநேகரில் சிலர் நித்திய ஜீவனுக்கும், சிலர் நித்திய நிந்தைக்கும் இகழ்ச்சிக்கும் விழித்து எழுந்திருப்பார்கள்.

ஞானவான்கள் ஆகாயமண்டலத்தின் ஒளியைப்போலவும், அநேகரை நீதிக்குட்படுத்துகிறவர்கள் நட்சத்திரங்களைப்போலவும் என்றென்றைக்குமுள்ள சதாகாலங்களிலும் பிரகாசிப்பார்கள்.

நீதிமான்களின் நம்பிக்கை வீண் போகாது. அவர்கள் நல்ல கோதுமை மணிகளைப் போன்று சேர்க்கப்பட்டு, நீதிமான்கள் தங்கள் பிதாவாகிய தேவனுடைய ராஜ்யத்திலே சூரியனைப் போலப் – பிரகாசிப்பார்கள். நீதிமான்களே நித்திய ஜீவனை (நிலையான நித்திய பேரின்ப வாழ்வை) அடைவார்கள்.

வானமும் பூமியும் ஒழிந்து போம் Pass away. என் (இயேசுகிறிஸ்துவின்) வார்த்தைகளோ ஒழிந்துபோவதில்லை Never pass away. (மத் – 7 : 19 – 21; 13 : 30 – 50; 24 : 3 – 14; 19 – 44; 25 : 31 – 46)

யூதா – 24, 25

வழுவாதபடி உங்களைக் காக்கவும், தமது மகிமையுள்ள சந்நிதானத்திலே மிகுந்த மகிழ்ச்சியோடே உங்களை மாசற்றவர்களாய் நிறுத்தவும் வல்லமையுள்ளவரும்,

தாம் ஒருவரே ஞானமுள்ளவருமாகிய நம்முடைய இரட்சகரான தேவனுக்குக் கனமும் மகத்துவமும் வல்லமையும் அதிகாரமும் இப்பொழுதும் எப்பொழுதும் உண்டாவதாக. ஆமென். நன்றி.

குறிப்புக்காக

குறிப்புக்காக

குறிப்புக்காக